యమకూపం

అనుసృజన

రెంటాల గోపాలకృష్ణ

రష్యన్ మూలం: యమా ది పిట్
రచయిత: అలెగ్జాండర్ కుప్రిన్

సంపాదకత్వం

కల్పనారెంటాల

సారంగ బుక్స్

SAARANGA BOOKS
Published by Saaranga Publishers
www.saarangabooks.com

Yamakoopam: *Yama the Pit by Aleksandr Kuprin;*
Telugu Translation by Rentala Gopalakrishna

First Edition
PRINTED IN INDIA in December 2011

Editor: Kalpana Rentala

COVER DESIGN by Inka Mathew

ISBN-13: 978-0-9845762-2-7

For copies: Any bookstore in Andhra Pradesh, India

Email: info@saarangabooks.com or call in U.S.: +1 (650) 224-6941, or contact directly:

On Web: Amazon & AVKF

Palapitta Books
Direct: +91 40-27678430 (from outside India), 040-27678430 (from within India)
Mobile Phone: +91 984 878 7284 (from outside India), 984 878 7284 (from within India)
Email: palapittabooks@gmail.com

Price: Rs 199/- (India) U.S. $9.95 (International)

Composed by: Srinivas Kara, Machilipatnam.
Printed at: Charita, Hyderabad.

అనువాద సాహిత్యంలో ఆణిముత్యం

అనువదతి అంటే మళ్ళీ చెప్పడం. అదే అనువాదమైంది. సంస్కృతార్థం ప్రకారం అనువాదమంటే పునః కథనం. ఒకరు చెప్పినదాన్ని మళ్ళీ చెప్పడం. ఆధునిక కాలంలో ఒక భాషలో చెప్పిన విషయాన్ని మరో భాషలో చెప్పడం అనే ప్రక్రియకు 'అనువాదం' అనే అర్థం స్థిరపడిపోయింది. స్వాతంత్ర్యోద్యమం తర్వాత తెలుగు సాహిత్యం దేశ విదేశీ సాహిత్య అనువాదాలతో పరిపుష్టమైంది. భారతీయ భాషలే కాదు, విదేశీ భాషల విశ్వ సాహిత్యం నుండీ తెలుగులోకి ఆదాన ప్రదానాలు జరిగాయి. అయితే తెలుగులోకి అనువదితమైనట్లుగా, తెలుగు సాహిత్యం ఇతర భాషల్లోకి వెళ్ళినది మాత్రం అప్పటికీ, ఇప్పటికీ తక్కువే.

బెంగాలీ శరత్‌చంద్రుడు, కవీంద్రుడు రవీంద్రుడు తెలుగువారే అయినట్లు మనవాళ్ళు అభిమానించారు, అనువదించారు, ఆదరించారు, అక్కున చేర్చుకున్నారు. ప్రేమ్‌చంద్, జైనేంద్ర కుమార్, కిషన్ చందర్, ఇలా చంద్రజోషీ వంటి సుప్రసిద్ధ హిందీ రచయితల నవలలు కూడా తెలుగులోకి అనువాదమయ్యాయి. బిభూతి భూషణ్ బంధోపాధ్యాయ చరిత్రాత్మక రచన 'పథేర్ పాంచాలి' నవలకు తెలుగు అనువాదం, బిమల్ కర్ రాసిన 'అసమయ్' నవలకు 'సమయం కాని సమయం'గా మద్దిపట్ల సూరి అనువాదం, బిభూతి భూషణ్ బెనర్జీ నవల 'అరణ్యక్', మహాశ్వేతాదేవి 'ఆత్మజ'లకు సూరంపూడి సీతారామ్ అనువాదాలు, తమిళ 'శిలప్పదికారం' కావ్యానికి ప్రముఖ హిందీ రచయిత అమృతలాల్ నాగర్ చేసిన స్వేచ్ఛానుసరణకు ప్రముఖ కవి కౌముది 'కల్యాణ మంజీరాలు' పేరిట చేసిన అనుసృజన లాంటివి మచ్చుకు కొన్ని.

ఇక, విశ్వ సాహిత్యంలోని ప్రసిద్ధ రచనల్ని ప్రతిభామూర్తులైన తెలుగు రచయితలు అనువదించి, కొత్త చూపుకు ద్వారాలు తెరిచారు. మాక్జిమ్ గోర్కీ 'అమ్మ' నవలకు క్రొవ్విడి లింగరాజు, చార్లెస్ డికెన్స్ 'ఏ టేల్ ఆఫ్ టు సిటీస్'కి 'రెండు మహానగరాలు' పేరిట తెన్నేటి సూరి, జాక్ లండన్ రాసిన 'ది కాల్ ఆఫ్ వైల్డ్'కి కొడవటిగంటి కుటుంబరావు చేసిన 'ప్రకృతి పిలుపు', రోమారోలా 'జీన్ క్రిస్టోఫ్' నవలకు విద్వాన్ విశ్వం, మార్క్ ట్వైన్ 'టామ్ సాయర్'కు నండూరి రామమోహనరావు, టాల్‌స్టాయ్ 'అన్నా కెరినినా', అలెగ్జాండర్ కుప్రిన్ విశ్వ విఖ్యాత నవల 'యమా ద పిట్'లకు రెంటాల గోపాలకృష్ణ చేసిన అనువాదాలు, ఎలెక్స్ హేలీ 'రూట్స్'కు సహవాసి తెనుగుసేత 'ఏడు తరాలు', హెన్రీచ్ బోల్ రాసిన 'ది బ్రీడ్ ఆఫ్ అవర్ ఎర్లీ ఇయర్స్'కి వెల్చేరు నారాయణరావు అనువాదం 'ఆకలి చేసిన నేరం', హూవర్డ్ ఫ్రాస్ట్ నవల 'స్పార్టకస్'కు ఆకెళ్ళ కృష్ణమూర్తి చేసిన అనువాదం ఈ కోవలో వచ్చిన ఆణిముత్యాల్లో కొన్ని.

నిరంతర పరిశ్రమతో మహీధర రామమోహనరావు, జగన్మోహనరావు సోదరులు, నిడమర్తి అశ్వనీకుమార దత్తు, ఉమారాజేశ్వరరావు సోదరులు తెలుగులోకి తెచ్చిన

అనేక రష్యన్ రచనలు, టాల్‌స్టాయ్ 'వార్ అండ్ పీస్'కు బెల్లంకొండ రామదాసుతో కలసి రెంటాల చేసిన బృహత్తర అనువాదం 'సమరము - శాంతి', ఇంకా ఎంతోమంది సృజనశీలురు చేసిన అనేక అనువాదాలు తెలుగు సాహిత్యాన్ని సుసంపన్నం చేశాయి.

'యామా ది పిట్'కు 102 ఏళ్ళు

కుప్రిన్ 'యమా ది పిట్' నవలలోని మొదటి భాగాన్ని 1909లో ప్రచురించినప్పుడు విశేషమైన ఆదరణ లభించింది. ప్రభుత్వ నిషేధానికి గురై, సంచలనం కూడా రేగింది. నవలలోని రెండో భాగాన్ని 1914లో ప్రచురించారు. మూడో భాగం 1915లో ప్రచురితమైంది. మూడో భాగం ప్రచురించే నాటికి మొత్తం మూడు భాగాల నవలలో రచయిత అనేక మార్పులు చేర్పులు చేశారు. మూడో భాగం ప్రచురించేనాటికే 'యమా ది పిట్' లక్షలాది ప్రతులు అమ్ముడుపోయింది. 'యమా ది పిట్' నవలకు ఇప్పుడు 102 ఏళ్ళు. ఇప్పటికీ ఈ నవలకు విశ్వసాహిత్యంలో ఆదరణ తగ్గలేదు. బహుశా వేశ్యావృత్తి ఉన్నంత కాలం కుప్రిన్ ఈ నవల ద్వారా జీవించే ఉంటాడు.

'యమకూపం'కు 51 ఏళ్ళు

అనేక భాషల్లోకి అనువాదమైన 'యమా ది పిట్' నవలకు 'యమకూపం' పేరిట రెంటాల చేసిన తెలుగు అనువాదం మొదటగా 1960లో వచ్చింది. మొదటి ముద్రణ వచ్చి ఇప్పటికి 51 ఏళ్ళు. విజయవాడలోని ఆదర్శ గ్రంథ మండలి వారు ఈ 'యమ కూపం' పుస్తకాన్ని మొదట ప్రచురించారు. ఈ తెలుగు అనువాదం కూడా మూల గ్రంథంలాగా విశేష ఆదరణ పొంది, 1979 నాటికి మూడో ముద్రణగా వచ్చింది. అప్పటి నుంచి మునుపటి ముద్రణలో మిగిలిపోయిన ఫారాలనూ, అందులో లేని పేజీలకు జెరాక్స్ కాపీలనూ కలిపి, మార్కెట్‌లో పెడుతూ ఉండేవారు. హ్యాండ్ ప్రెస్‌లో ప్రచురితమైన ఆ పుస్తకంలో, అందులోని జెరాక్స్ కాపీల్లో ప్రింట్ సరిగ్గా లేక, అక్షరాలు కూడా స్పష్టంగా కనిపించేవి కావు. అయినా సరే, పుస్తకం కొని చదవడానికి పాఠకులకు సంసిద్ధులయ్యారు. ఇన్నేళ్ళుగా జనం మెచ్చిన రచనగా ఈ పుస్తకం ప్రత్యేకత అది.

అన్ని అనువాదాలూ ఒక్కటి కావు!

ఈ పుస్తకం అనువాదం గురించి ఒకటి రెండు మాటలు చెప్పుకోవాలి. ఇప్పుడంటే అనువాదం ప్రాముఖ్యాన్నీ, అవసరాన్నీ గుర్తించి దానినొక పాఠ్యాంశంగా విశ్వవిద్యాలయాల్లో బోధించడం, 'ట్రాన్స్‌లేషన్ స్టడీస్' లాంటివి వచ్చాయి. కానీ అవేమీ లేని ఆ రోజుల్లో అవసరమైతే మూల భాష నేర్చుకొని అనువాదం చేసిన రచయితలున్నారు. మద్దిపట్ల సూరి, చక్రపాణి చేసిన అనువాదాల్లో అనేకం నేరుగా బెంగాలీ నుంచి చేసినవే. అయితే అది అందరికీ సాధ్యపడకపోవచ్చు. మిగతా

అనువాదాల్లో అనేకం మూల భాష నుంచి కాక, ఇంగ్లీషు నుంచి తెలుగులోకి చేసినవే. రష్యన్, ఫ్రెంచ్, స్పానిష్ భాషల్లోని రచనలు ఇంగ్లీషులోకి వెళ్ళి, ఆ తరువాత అక్కడ నుంచి తెలుగులోకి రావడం వల్ల మూలానికి కొంత దూరంగా ఉంటాయేమోనని చాలా మంది అనుమానపడతారు. మూల భాషలో ఉన్నది లక్ష్య (టార్గెట్) భాషలోకి వచ్చేసరికి ఒకింత పల్చబడుతుందన్న వాదనలో కొంత వాస్తవం లేకపోలేదు. అయితే అది ఏ మేరకు అన్నది అనువాదకుడి ప్రతిభా వ్యుత్పత్తుల మీద, తర్జుమా చేస్తున్న విషయం మీద అనువాదకుడికి ఉన్న పట్టు, అభిమానం లాంటి విషయాల మీద ఆధారపడి ఉంటుందని చెప్పవచ్చు. కాబట్టి అన్ని రకాల అనువాదాలనూ ఒకే గాటన కట్టి మాట్లాడలేం.

అనువాదమంటే కేవలం ఒక భాషలోని పదానికి మరో భాషలో దాని అర్థం చెప్పడం కాదు. ఒక సంస్కృతినీ, ఒక దేశాన్నీ, అక్కడి ప్రజల జీవిత విధానాన్నీ మరో భాషలోకి, అందులోనూ వీలైనంత వరకు మూలంలోని అర్థం, అందం, సొబగు చెడిపోకుండా తీసుకురాగలగడం! కేవలం భాషాంతరీకరణ అనువాదం కాదు. ఏది అనువాదం కాదో సులభంగా తెలుసుకోగలిగితే, మంచి అనువాదం ఎలా చేయవచ్చో కూడా తెలుస్తుంది. అనువాద శాస్త్రంలో ఎలాంటి అకడమిక్ డిగ్రీలు లేకపోయినప్పటికీ, ముందు తరాల్లోని ప్రతిభావంతులు, మేధావులు, స్వయంసిద్ధంగా రచయితలైన వారు ఈ అనువాదాన్ని ఒక సృజనగా స్వీకరించి అందులో కృతకృత్యులయ్యారు.

ఆనాటి రచయితలు ఒక వృత్తిగా స్వీకరించి, లాభాపేక్షతో సాహిత్యానువాదాలు చేయలేదు. ప్రపంచ సాహిత్యాన్ని తాము చదివి, పదిమందీ ఆ పుస్తకాన్ని తమ మాతృ భాషలో చదవాలనే ఒక తపనతో అనువాదాలు చేశారు. పుస్తక ప్రచురణకర్తలు ఇచ్చే స్వల్ప మొత్తం కుటుంబ అవసరాలకు కూడా చాలకపోయినా, సాహితీ కుటుంబంలో తమ వంతు పాత్ర పోషించామనే తృప్తి ఉండేది వారిలో! రెంటాల, మద్దిపట్ల సూరి లాంటి కొందరు ప్రముఖ అనువాదకులు కుటుంబ పరిస్థితుల దృష్ట్యా, తప్పనిసరి పరిస్థితుల్లో తమ రచనలు ఇతరుల పేర్ల మీద అచ్చు వేసుకొనేందుకు (డబ్బు తీసుకొని) కూడా అనుమతించిన సందర్భాలున్నాయి. అయితే, ఆ రాజీ పేరు దగ్గరే తప్ప, ఎట్టి పరిస్థితుల్లోనూ తమ రచనా నైపుణ్యం దగ్గర కానే కాదు!

అచ్చ తెలుగు నుడికారపు అనువాద శైలి రెంటాలది!

అనువాదం చేసేటప్పుడు అనువాదం చేస్తున్న విషయం, చేస్తున్న విధానం - రెండూ ముఖ్యమైనవే. రెండింటిలో ఏ ఒక్కటో బాగుంటే సరిపోదు. రెండూ సరిగ్గా ఉంటేనే ఆ అనువాదం రాణిస్తుంది.

రెంటాల అనువాదం 'యమకూపాన్ని పునర్ముద్రించాలన్న ఆలోచనతో మరొకసారి నిశితంగా చదివినప్పుడు అనువాదంలోని కొన్ని ప్రత్యేకతలు కనిపించాయి. వాటిలో

మొదటిది – అనువాద శైలి. రెండోది – అనువాదంలో ఉపయోగించిన భాష. తెలుగు నుడికారం, సామెతలు, పాత్రౌచిత్య పద ప్రయోగం. నవలలోని ప్రధాన పాత్ర జెన్నీకి మాట్లాడినప్పుడు ఉపయోగించిన పదాలు, భాష వేరు. ప్లాటొనోవ్ (జర్నలిస్ట్)కూ, లిఖోనిన్ (విద్యార్థి)కీ, ఎల్లెనా (గాయకురాలు)కూ సంభాషణల్లో వాడిన పదాలు వేరు.

అనువాదం చేసేటప్పుడు మూలంలోని విషయానికి తగ్గట్లుగా, అదే సమయంలో వీలైనంత వరకూ తెలుగు సంస్కృతికీ, భాషకూ దగ్గరగా, సజీవంగా ఉండే పదాలను వాడడం కత్తి మీద సామే! ఆ పనిని అలవోకగా చేశారు రెంటాల ఈ అనువాదంలో. 'యామా' నుంచి బయటకు వెళ్ళిన ల్యూబా అక్కడికే తిరిగి వచ్చినప్పుడు 'యథాస్థానం ప్రవేశయామి' అన్నట్లుగా ల్యూబా తిరిగి వచ్చింది అని రాస్తారు.

అలాగే 1950 – '60ల నాటికి తెలుగు నాట వ్యవహారంలో ఉన్న పదాలు కొన్ని కాలక్రమంలో వాడుకలో లేకుండా పోయాయి. ఇలాంటి పాత రచనలు చదువు తున్నప్పుడు మాత్రమే ఒకనాడు వాడుకలో ఉన్న ఆ దేశీయ పదాలు గుర్తుకువస్తాయి. ఉదాహరణకు ఇప్పుడు అంతగా వినిపించని – "పన పడిపోయింది", "వతను" (వాడుక, మామూలు, రివాజు), "లాయిలాసా" (శ్రమ), "జటామాంసి వేరు" (వాలారియాకు ఇది తెలుగు అనువాదం), "కోరింద రంగు" ('క్రింసన్' రంగు), "కసింద చెట్లు" (అకేషియా), "అడవి బాదం చెట్లు" (చెస్ట్ నట్స్), "బిస" (యంత్రం, కీలు, తుపాకీ ట్రిగ్గర్), "గండాగొండి మనిషి" (మొండి, గయ్యాళి), "గండమోర్లు పెట్టి ఏడవడం" లాంటి పదప్రయోగాలు కొన్ని ఈ పుస్తకంలో ఒక్క క్షణం ఆగి ఆలోచింపజేస్తాయి.

అనువాదంలో అమిత శ్రద్ధ

'యమా ది పిట్'రెండో భాగంలో వచ్చే హొరైజెన్ అన్న పాత్ర పేరు 'యమకూపం'లో 'గోరిజాంట్'గా కనిపిస్తుంది. మూలపాఠంతో సరిచూస్తున్నప్పుడు ఈ విషయం అర్థమయింది. అయితే ఏ పాత్ర పేరూ మార్చకుండా కేవలం హొరైజెన్ పేరు మాత్రమే ఎందుకు మార్చారా అని వెతికినప్పుడు గోరిజాంట్ పేరుకు ఉన్న అర్థం అవగతమయింది. 'హొరైజన్' అన్న మాటకు రష్యన్ పదం – 'గోరిజాంట్'. ఆ రష్యన్ పేరుతో ఆ దేశంలో ఓ పత్రిక కూడా ప్రాచుర్యంలో ఉంది. రెండింటికీ అర్థం ఒకటే కాబట్టి రెంటాల ఆ పాత్ర పేరుగా హొరైజన్ అని కాక, రష్యన్ పదమైన గోరిజాంట్‌ను స్వీకరించారు. నిజానికి ఆ పాత్రకు ఒక నిర్దిష్టమైన పేరన్నదే లేదు. స్త్రీలను పెళ్ళిళ్ళు చేసుకొని, వ్యభిచార గృహాలకు అమ్మేసే అతగాడు అనేకానేక పేర్లతో చలామణీ అవుతుంటాడు. కాబట్టి హొరైజన్ అతని అసలు పేరు కాదు. అతని అనేకానేక పేర్లలో ఒకటి. హొరైజన్ అన్నది రష్యన్ పేరు లాగా ధ్వనించదు. బహుశా ఆ కారణంతో కూడా రెంటాల ఆ పాత్ర పేరుకు హొరైజన్ అన్న మాటకు రష్యన్ మూలపదమైన గోరిజాంట్‌ను వాడివుండొచ్చు. అనువాదంలో ఆయన శ్రద్ధకు ఇదో చిన్న ఉదాహరణ.

ఇలా మూలంతో సరిచూసుకుంటూ, అనువాదాన్ని పోల్చుకుంటూ చూసినప్పుడు రెంటాల అనువాద వైశిష్ట్యం, ప్రాథమికంగా కవి - నాటకకర్త అయిన ఆయన వాక్య నిర్మాణంలో పదే పదే ఆకర్షించే కవితాత్మ, లయాత్మకత మరింత బాగా అర్థమయ్యాయి.

ఒక జాతి సంస్కృతి, సాహిత్యాలు పరస్పర ఆధారితాలు. సంస్కృతిని బట్టి సాహిత్యం ఉంటుంది. సాహిత్యాన్ని బట్టి ఆ సంస్కృతిని అర్థం చేసుకోవచ్చు. మరి మూల భాషకు సంబంధించిన సంస్కృతి లక్ష్య భాషకు దూరంగా ఉన్నప్పుడు అనువాదం ఎలా చేయాలి? మూల భాషకు మాత్రమే సొంతమైన పద ప్రయోగాలనూ, నుడికారాన్నీ, సామెతలనూ, ప్రత్యేక జీవన పరిస్థితులనూ అనుసృజనకర్త సాధ్యమైనంత వరకూ లక్ష్య భాష సంస్కృతికి తగినట్లు తీసుకురాగలగాలి. అనుసృజన చేస్తున్నప్పుడు సందర్భానుసారంగా కొన్నింటిని అనువాదం నుంచి తప్పించవచ్చు. లేదంటే, అనువాద పాఠకులకు అర్థమయ్యేలా వివరించవచ్చు.

ఆంధ్రులకు ప్రియమైన ఆవకాయనో, గోంగూరనో అమెరికన్లకు ఎంత వివరించి చెప్పినా వాటి ఘుమఘుమలు, నాలుక మీద రుచి వారికి అనుభవంలోకి రాకపోవచ్చు. అయినా, వాటిని వీలైనంత సులువుగా వివరించి చెప్పగలగాలి. ఆ విధమైన శ్రద్ధ తీసుకోలేకపోతే ఆ అనువాదం రాణించదు. అనువాదంలో ఉండే ఈ రకమైన ఇబ్బందులను ఓ పక్క గమనించుకుంటూనే, వీలైనంతవరకూ వాటిని పరిష్కరించు కుంటూనే ఆ కాలంలో రచయితలు అనువాదాలు సాగించేవారు. అలాంటి మంచి అనువాదానికి మచ్చుతునక - రెంటాల కలం నుంచి వచ్చిన ఈ 'యమకూపం'.

అలుపెరుగని అనువాద యజ్ఞం

అనువాద రంగంలో దాదాపు 1950 నుంచి రెంటాల కృషి చేస్తూ వచ్చారు. రష్యన్, చెక్, ఫ్రెంచ్, ఆఫ్రికన్, ఇంగ్లీషు భాషల్లో వచ్చిన ప్రఖ్యాత పుస్తకాలను తెలుగులోకి సరళంగా అనువదించి, పలువురి ప్రశంసలు అందుకున్నారు. ఆ రచనలు తొలి తరం తెలుగు అనువాదకుల్లో రెంటాలను ఒక విశిష్ట స్థానంలో నిలబెట్టాయి. నోబెల్ బహుమతి గ్రహీత నట్ హామ్సన్ ప్రసిద్ధ నవల 'హంగర్'ను 'ఆకలి'గా, విక్టర్ హ్యూగో 'ది కండెమ్డ్'ను 'మృత్యుముఖంలో తుది రోజు'గా దశాబ్దాల క్రితమే ఆయన చేసిన అనువాదాలను ఇవాళ్టికీ సాహిత్యాభిమానులు ప్రత్యేకంగా చెప్పుకోవడం అందుకు ఓ తార్కాణం. ఆరు దశాబ్దాల సాహిత్య కృషిలో భాగంగా రెంటాల చేసిన పలు అనువాదాలు పదే పదే ముద్రణలకు నోచుకోవడం వాటికి లభించిన పాఠకాదరణకు దర్పణం. విశ్వసాహిత్యంలోని వివిధ భాషలకు చెందిన ప్రఖ్యాత పుస్తకాలను ఆయన తేటతెలుగులోకి తెచ్చినప్పటికీ, వాటిలో ఎక్కువ భాగం రష్యన్ భాషలోవే! టాల్‌స్టాయ్, దోస్తోవిస్కి, గొగోల్ లాంటి వారు అనువాదకుడిగా రెంటాలకే కాదు, ఆ తరం తెలుగు పాఠకు లందరికీ అభిమాన రచయితలు.

ముఖ్యంగా రెంటాల రచనల్లో 51 పుస్తకాలు, అంటే నాలుగో వంతుకు పైగా రచనలు విశ్వజనీన సాహిత్యానికి తేటతెలుగు అనువాదాలు, అనుసరణలే! లభిస్తున్న సమాచారం మేరకు రెంటాల కలం నుంచి జాలువారిన 180 రచనల జాబితాను 'యమకూపం' పునఃప్రచురణ శుభసందర్భంగా ఈ పుస్తకం చివర అనుబంధంగా 'సారంగ' అందిస్తోంది. ఆ వివరాలను గమనిస్తే - వివిధ సాహితీ ప్రక్రియల్లో రెంటాల అభినివేశం, ఆయన రచనా విస్తృతి, వైవిధ్యం, అలుపెరుగని సాహితీ సేద్యం అర్థమై, ఆశ్చర్యం కలిగిస్తాయి.

'సారంగ ఆన్‌కోర్' సిరీస్‌లో తొలి పుస్తకం

అలనాటి అరుదైన, అలభ్య పుస్తకాలను 'సారంగ ఆన్‌కోర్' సిరీస్‌గా ప్రచురించేందుకు 'సారంగ బుక్స్' శ్రీకారం చుట్టింది. 'ఆన్‌కోర్' పద ప్రయోగం గురించి ఒక చిన్న మాట. 'ఆన్‌కోర్' అనేది ఫ్రెంచ్ మాట. ఒపెరా లాంటి సంగీత ప్రదర్శనలో ప్రదర్శన ముగిశాక ప్రేక్షకుల కరతాళ ధ్వనుల మధ్య కళాకారులు లోపలకు నిష్క్రమిస్తారు. ప్రేక్షకుల విశేష ఆదరణతో వేదిక మీదకు మళ్ళీ వచ్చి, పాడతారు. అలా రెండోసారి వేదిక మీదకు రావడాన్ని 'ఆన్‌కోర్' అంటారు. తెలుగు సాహిత్యంలోని ఆణిముత్యాల లాంటి పుస్తకాలు ఇలా పునఃప్రవేశం చేయడానికి "ఆన్‌కోర్" మంచిపదం అని 'సారంగ బుక్స్' నిర్ణయించడం వల్ల మా క్లాసిక్స్ రీ-ప్రింట్‌కు ఆ పదాన్ని ఎంచుకున్నాం. 'సారంగ ఆన్‌కోర్' సిరీస్‌లో తొలి కానుక - ఈ 'యమకూపం'.

1960లో తొలిసారి ప్రచురితమైన 'యమకూపం' రచన కోసం ఇప్పటికీ తెలుగు సాహితీప్రియులు ఎందరో అభిమానంతో ఎదురుచూస్తుండడం మా అదృష్టం. రాజ్ కారంచేడు పట్టుదల, ప్రత్యేక అభిమానం వల్ల ఇవాళ మళ్ళీ కొత్త ముఖచిత్రంతో, స్పష్టమైన అక్షరాల కూర్పుతో ఈ రచన మీ ముందుకు వస్తోంది. అడగగానే 'సారంగ' మీద అభిమానంతో మాకు ముందుమాటలు రాసి ఇచ్చిన కాత్యాయని, మధురాంతకం నరేంద్ర, పుస్తకం వెనుక అట్ట మీద ప్రచురించేందుకు తన అభిప్రాయాన్ని పంపించిన సి.సుజాతలకు ధన్యవాదాలు. దశాబ్దాల క్రితం నాటి హ్యాండ్ కంపోజింగ్ కాపీని శ్రద్ధగా పరిష్కరించిన రెంటాల జయదేవ, శ్రీనివాస్ కర లకు అభినందనలు.

'సారంగ' ఇతర ప్రచురణల్లాగే ఈ పుస్తకాన్ని కూడా మీరు ఆదరిస్తారని ఆశిస్తున్నాం.

- *కల్పనారెంటాల*

ఇప్పటికీ ఒక సాహసయాత్ర 'యమకూపం'

గొప్ప నవలల్ని చదవాలనుకునేవాళ్ళు, తప్పనిసరిగా రష్యన్, ఫ్రెంచి, జర్మనీ నవలల్ని చదవాల్సిందేనంటాడు ప్రఖ్యాత ఆంగ్ల నవలా రచయిత ఈ.యం. ఫార్స్టర్ తన 'ఆస్పెక్ట్స్ ఆఫ్ ది నావెల్'లో! ఆ మాట చెబుతున్నప్పుడు ఫార్స్టర్ దృష్టిలో ఉంచుకున్న రష్యన్ మహా నవలా రచయితల జాబితాలో టాల్‌స్టాయ్, దోస్తోవిస్కి, తుర్గెనేవ్, గోర్కీలతో పాటుగా తప్పకుండా కుప్రిన్ కూడా ఉండే ఉంటాడు. కుప్రిన్‌ను అంత గొప్ప నవలాకారుల సరసన కూర్చోపెట్టిన నవల – 'యమా ది పిట్'. తెలుగు అనువాదంలో రెంటాల గోపాలకృష్ణ గారు దానికి పెట్టిన అద్భుతమైన పేరు – 'యమకూపం'.

'యమకూపం' ఒక పెద్ద వేశ్యావాటిక కథ. ఈ నవలలో రచయితకు కంఠస్వరం లాంటి పాత్ర ఒకటుంది. అతను ప్లాటొనోవ్ అనే పత్రికా రిపోర్టరు. అతనో సందర్భంలో "రచయితలంతా గూఢచారుల గురించీ, న్యాయవాదుల గురించీ, రెవిన్యూ ఉద్యోగుల గురించీ, విద్యావేత్తల గురించీ, న్యాయమూర్తుల గురించీ, పోలీసాఫీసర్ల గురించీ, శృంగారమూర్తులైన స్త్రీల గురించీ, ఇంకా ఇంకా ఇలాంటి వాళ్ళనేకమందిని గురించీ రాస్తూ ఉంటారని అంటాడు. ఇంతకూ ఈ రకమైన వ్యక్తులందరూ క్షుద్రులేననీ, వాళ్ళ జీవితాలసలు జీవితాలే కావనీ, వాళ్ళు ప్రపంచపు సంస్కృతి తాలూకు సంధి ప్రేలాపనలు మాత్రమేననీ తేల్చిపారేస్తాడు. ప్రపంచంలో మానవజాతి ఎంత ప్రాచీనమో అంత ప్రాచీనమైన విషయమైన – వ్యభిచారాన్ని గురించి మనకేమీ తెలియదనీ, తెలిసిందంతా కేవలం అరకొర, అస్తవ్యస్తపు, అవాస్తవికపు సొదలు మాత్రమేననీ ప్రకటిస్తాడు.

ప్రపంచ సాహిత్యంలో వ్యభిచారాన్ని గురించిన నవలలు చాలానే ఉన్నాయి. అలెగ్జాండర్ డ్యూమా, బాల్జాక్, ఎమిల్ జోలా వంటి ఫ్రెంచి నవలా రచయితలే కాకుండా డానియెల్ డేఫో, యెర్నెస్ట్ హెమింగ్వేల వంటి ఇంగ్లీషు నవలా రచయితలు కూడా వ్యభిచారులైన స్త్రీలను గురించిన నవలలు రాశారు. అయితే అవన్నీ ఆ స్త్రీ పాత్రలను గురించిన నవలలే గానీ, స్థూలంగా వ్యభిచారాన్ని గురించిన నవలలు కావు. కానీ, 'యమకూపం' లోని ప్రధానపాత్ర వ్యభిచార వృత్తే!

1870వ సంవత్సరంలో రష్యాలో ఒక చిన్న పట్టణంలో పుట్టిన అలెగ్జాండర్ కుప్రిన్ నావికుడిగా, సాహస యాత్రికుడిగా, మిలిటరీ ఉద్యోగిగా, న్యూస్ రిపోర్టరుగా, నటుడిగా, సర్కస్ క్రీడాకారుడిగా, చేపలుపట్టేవాడిగా అనేకరకాల ఉద్యోగాలు చేస్తూ జీవించాడు. 'డూయల్' అనే చిన్న నవలతో మొదట గుర్తింపు పొందాడు. కన్సర్వేటివ్ అయిన బోల్షివిజమ్‌తో విభేదించాడు. గోర్కీతో బాటూ ప్రచురణల సంస్థలో పనిచేస్తున్నప్పుడు సోవియట్ ప్రభుత్వాన్ని విమర్శించాడు. తరువాత ప్యారిస్‌కు

పారిపోయి, అక్కడే చాలా సంవత్సరాలు జీవించాడు. 1938లో తాను చనిపోవడానికి ఒక సంవత్సరం ముందుగా రష్యాకు తిరిగొచ్చాడు.

కుప్రిన్ మూడు భాగాల 'యమకూపం' నవలను 1915లో పూర్తిచేశాడు. దక్షిణ రష్యాలో ఒక పెద్ద నగరపు వెలుపలి భాగంలో ఉండే పేట పేరు – 'యామా స్కాయా స్లోబోడా'. దాన్నే అందరూ 'యామా' అని పిలుస్తారు. ఆ పేటలో ఉండే రెండు వీధుల్లోని దాదాపు ముప్పై వ్యభిచార గృహాల్లో జరిగే వ్యవహారాలే 'యమకూపం' నవలలోని వస్తువు. అక్కడ వ్యభిచారాన్ని బాహాటంగా సాగించడానికి ప్రభుత్వపు అనుమతి ఉంది. వ్యభిచారంతో బాటూ అక్కడ తాగుడూ, జూదమూ జోరుగా సాగుతూ ఉంటాయి. అవినీతి, దుర్మార్గం అనే పునాదులపైన 'యామా' పెద్ద నరకంగా పెరిగిపోయింది. కొన్ని వందలమంది స్త్రీలు ఆ కూపంలో పడి కొట్టుమిట్టాడుతున్నారు. తాము జీవించడానికి తన శరీరం తప్ప మరి ఏ ఇతర పెట్టుబడీ లేని నిస్సహాయులైన స్త్రీల జీవితం అది.

'యమకూపం' లోని మొదటి భాగంలో కుప్రిన్ ఆ ఊరినీ, ఆ వాతావరణాన్నీ, ఆ మనుషులనూ కథన పద్ధతిలోనూ, డాక్యుమెంటరీగానూ, ఉపన్యాసాలూ – చర్చలు గానూ, సన్నివేశ చిత్రణలుగానూ, వివిధ రకాల ప్రతినిధుల సంఘర్షణలుగానూ నడుపుతారు. అలా మొదటిభాగం 'యామా' అనే వేదికను తయారుచేసే భూమికగా తయారైంది. వీటిలో కొన్ని లక్షణాలుండే ఆధునిక నవలల్ని విమర్శకులు 'పాత్రికేయ నవల'లనీ (Journalistic Novels), 'అకల్పన నవల'లనీ (Non-Fiction Novels) అంటారు. కుప్రిన్ ఈ ఆధునిక ప్రయోగాల కంటే విశిష్టంగా, అనేకానేక ధోరణులను పెనవేస్తూ నవల రాశారు. అలా ఈ మొదటి భాగం అనేక రకాల సంగీత విద్వాంసులు రకరకాల సంగీత పరికరాలతో సాగించే చిత్రమైన బృందగానం(Orchestra)లా ఏకోన్ముఖమైన అద్భుత ప్రభావాన్ని పాఠకుడిలో కలిగిస్తుంది.

రెండో భాగంలో లిఖోనిన్ అనే యువకుడు సంస్కరించాలనుకున్న ల్యూబా అనే వేశ్య ఉదంతాన్ని కుప్రిన్ చిత్రించాడు. మూడో భాగంలో సుఖవ్యాధిగ్రస్థురాలై, మరో మార్గం లేకపోవడంతో ఆత్మహత్య చేసుకునే జెన్నీ కథ ఉంటుంది. మూడు భాగాలూ కలిసి పడుపుకత్తెల నిర్భాగ్యపు జీవితసారాన్ని ముప్పేటలా క్రమ్మి, ఈ అనాది సమస్య పట్ల ఆలోచనల్ని రేకెత్తిస్తాయి.

నవలా రచనకు కావల్సిన వస్తువు కోసం అదే పనిగా పర్యటనలు చేస్తూ, కావాల్సిన విషయాలనంతా క్రోడీకరించుకుంటూ, అదొక శాస్త్రీయ ప్రణాళికలా రచనలు సాగించినవాడు కాదు కుప్రిన్. ఆయన జీవితాన్ని ప్రేమించినవాడు. ఆయన నవలలోని పాత్రలన్నీ సజీవంగా, అంతర్గతమైన మనఃపరిణామాలతో బాటూ రూపొందినవే! ఆ పాత్రలు వాటి నేపథ్యానికి ఉపకృతులుగానే ఉంటాయి. సాదాసీదా ఉద్యోగాలు చేస్తూ, విచ్చలవిడిగా జీవించిన కుప్రిన్ 'యమకూపం'లో తన స్వీయానుభవాలనే చిత్రించారని

కొందరు విమర్శకులు అంటారు. అయితే నవల రాయడం కోసమని పనిగట్టుకుని వేశ్యావాటికలకు తిరిగిన వృత్తి రచయిత (Professional Writer) కాదు కుప్రిన్. పతితులూ, బాధసర్పదష్టుల పట్ల spontaneousగా ఉండే సహానుభూతిని కలిగి ఉండడమే కుప్రిన్ వ్యక్తిత్వంలోని విశిష్టత.

'యమకూపం' రష్యాలో ఉండే ఒక పేట జీవన చిత్రణ మాత్రమే కాదు. ఇదొక సార్వజనీన జీవితం. "సొంత ఆస్తులు ఉన్నంత వరకూ దారిద్ర్యం కూడా ఉంటుంది. అలాగే వైవాహిక వ్యవస్థ ఉన్నంత వరకూ వ్యభిచారమూ ఉంటుంది" అంటాడు కుప్రిన్ ఓ పాత్ర ద్వారా! అలాగని ఆయన వివాహవ్యవస్థను వ్యతిరేకిస్తున్నాడని అనుకోవడం పొరపాటు. అయితే మనిషిలో ఉండే పశుత్వాన్ని గుర్తించమని కుప్రిన్ హెచ్చరిస్తున్నాడు. అందుకే ఆయన రచనల్లో స్వభావకత్వం (Naturalism) ఎక్కువైందని కొందరు విమర్శకులు భావించారు.

జీవితానికీ, సాహిత్యానికీ మధ్య ఉండే సరిహద్దుల్నీ, తెరల్నీ చెరిపేసినవాడు కుప్రిన్. ఆయన పరిచయం చేసే జీవితం నగ్నంగా, బీభత్సంగా ఉంటుంది. వివాహం, ఇల్లు, ఊరు, సమాజం, ప్రభుత్వం మొదలైన సామాజిక వ్యవస్థలకు ఉండే బలహీనతల్ని ఆయన నిర్భయంగా విప్పి చెబుతారు. ప్రతి చోటా, ప్రతి దినమూ జరుగుతున్న ఈ శారీరక వ్యాపారానికి ఉండే భిన్న పార్శ్వాలను విప్పిచూపే పుస్తకం ఏదైనా రాయకూడదా అని నవలలో ఓ ప్రొఫెసరు, ప్లాటొనోవ్ అనే రిపోర్టరు నడుగుతాడు.

అప్పుడతను "ఇప్పుడు కాకపోయినా, ఇంత తొందరలో కాకపోయినా, ఓ యాభై ఏండ్ల తరువాతైనా, ఒక రష్యన్ మేధావి... ఒక సుప్రసిద్ధ రచయిత అవతరిస్తాడు. ఈ పతితల జీవితం, వారి ఆత్మవేదన అతను అవగాహన చేసుకుంటాడు. వారిలో లీనమైపోతాడు. వీరందరినీ మరణం లేని శాశ్వతమైన పాత్రలుగా చేసి, ఉత్తమ కళాసృష్టి చేస్తాడు. ఇది నిజం! ఇది తప్పదు! ఆ కళాఖండంలో మనమంతా భయంకరమైన సత్యాన్ని దర్శిస్తాం. నేను ఇప్పుడు పొందుతూ ఉన్న హృదయవేదన, నన్ను పీడిస్తున్న సమస్యలు – ఇవన్నీ ఆ మహా రచయిత కలం నుండి వెలికి వస్తాయని నా నమ్మకం..." అంటాడు. తన పాత్ర ఆశించిన రచనను కుప్రినే మహాద్భుతంగా ఆవిష్కరించాడనడానికి 'యమకూపం' నవలే తార్కాణం.

ప్రతి గొప్ప నవలా తప్పకుండా గొప్ప సాహసయాత్రగానే ఉండి తీరుతుంది. ప్రతి గొప్ప నవలా రచయితా అంతవరకూ ఉన్న నవలా చట్రాన్ని పగలగొట్టి, తనదే అయిన కొత్త నవలావరణాన్ని సృజిస్తాడు. తాను దర్శించిన మానవ జీవన సంక్లిష్టతలకు కళాత్మకమైన రూపాన్ని ఇవ్వడం కోసం అతను అదివరకు నెలకొల్పబడిన నవలా చట్రాల పైన తిరుగుబాటు చేస్తాడు. ఏ మాత్రం మకిలిపట్టని వ్యక్తిత్వం ఉండే రచయితకు మాత్రమే మానవ జీవితపు అసలు స్వరూపం నిర్దుష్టంగా ఆవిష్కృతమవుతుంది. అటువంటి ఆవిష్కృత జీవితంపైన మాత్రమే అంకితభావముండే రచయిత, అదివరకూ

ఉన్న నవలాచిత్రాలపైన తిరుగుబాటు చేయడానికి సందేహించడు. సంక్లిష్టమైన జీవనచిత్రణే ధ్యేయంగా అతనదివరకూ ఎవరూ నడవని దారుల్లోకి – ఒక్కోసారి కళాత్మకతకు దూరంగా ఉండే మార్గాల్లోకి సైతం – ప్రయాణం చేస్తాడు. అలా జీవితం పట్ల అంకిత భావముండే రచయితల వెంట 'కళాత్మకతే' విశ్వాసంతో అనుసరిస్తుంది. అందుకు గొప్ప ఉదాహరణ – 'యమకూపం'.

మానవజాతి ఎంత ప్రయత్నించినా ప్రజాస్వామిక పథాల్ని విడిచిపెట్టి, పెట్టుబడిదారీ వ్యవస్థల వైపుకే ప్రయాణం చేస్తోంది. 'యమకూపం' పెట్టుబడిదారీ వ్యవస్థలో ఉండే కుళ్ళునూ, కల్మషాన్నీ ఎండగడుతుంది. అందువల్లనే జార్ ప్రభుత్వం ఈ నవలను నిషేధించింది. కానీ దాచేస్తే దాగని అగ్నిలా 'యమకూపం' ఖ్యాతి ప్రపంచమంతా వ్యాపించిపోయింది. గొప్ప 'క్లాసిక్'గా నిరూపించబడుతూ అనేక ముద్రణలు పొందింది. లక్షల ప్రతులు అమ్ముడవుతూనే ఉన్నాయి.

తెలుగువాళ్ళకు రష్యన్, బెంగాలీ నవలా రచయితలెప్పుడూ ఆత్మీయులుగా ఉంటారు. వాళ్ళు చిత్రించే జీవితంతో తెలుగువాళ్ళు పొందినంత సహానుభూతిని మిగిలిన వాళ్ళెవరూ పొందలేదేమోననిపిస్తుంది. అందువల్లనే టాల్‌స్టాయ్, దోస్తోవ్‌స్కి, గోర్కీ, రవీంద్రుడు, శరత్‌లు తెలుగువాళ్ళకు సొంత రచయితలైపోయారు. టాల్‌స్టాయ్‌లో ఉండే శిల్పచాతుర్యం, తుర్గెనేవ్ అద్భుతశైలి, చెకోవ్‌లో ఉండే నిజాయతీ కుప్రిన్‌లో ఉన్నాయని విమర్శకులంటారు.

1960–1980 ప్రాంతాల్లో ప్రపంచ ప్రసిద్ధ రచయితల రచనలెన్నో తెలుగులోకి పుంఖానుపుంఖాలుగా అనువదించబడ్డాయి. వాటిలో చాలా అనువాదాల్ని విజయవాడ లోని ఆదర్శ గ్రంథ మండలి ప్రచురించింది.

కుప్రిన్ 'యమకూపం' నవలను రెంటాల గోపాలకృష్ణగారు 1960లో అనువాదం చేశారు. 1979 నాటికి అది మూడు కూర్పులుగా ప్రచురించబడింది. 'యామా ది పిట్' అనే పేరుకు 'యమకూపం' అనే అనువాదం ఎంత బాగా కుదిరిందో గమనిస్తే చాలు, రష్యన్ – తెలుగు జీవితాల మధ్య సారూప్యం స్పష్టంగా బోధపడుతుంది. గోపాలకృష్ణ గారు మూల విధేయంగానే ఉంటూ, స్వేచ్ఛానువాదం చేశారు. అనువాదానికి తెలుగు నుడికారాన్ని ఇవ్వడం కోసం కావలసిన మేరకు అనుసృజన లక్షణాలను ఆయన అనుసరించారు. రష్యన్ భాష నుంచి ఇంగ్లీషులోకి అనువదించిన బెర్నార్డ్ గుల్బర్ట్ గుయెర్నీ పాఠాంతరాన్ని (version) ఆయన అనుసరించి ఉంటారు.

పొడవాటి ఇంగ్లీషు వాక్యాల్ని చిన్న చిన్న వాక్యాలుగా మార్చుకుంటూ, భావాన్ని స్పష్టంగా అందించడమే ప్రధానంగా ఆయన అనువాదం చేశారు. అందువల్ల ఇది మక్కికి మక్కీ అనువాదం కాదు. రష్యన్ నుడికారాలకు దగ్గరగా ఉండే తెలుగు నుడికారాల్ని వాడుతూ, విదేశీ వాసన లేని అచ్చమైన తెలుగు వాక్యాలను రాశారాయన. నవలలో ఓ పాత్ర "Would you take a child's syringe and go to put out the fire with it?" అని ప్రశ్నిస్తుంది. దానికి రెంటాల గోపాలకృష్ణగారి అనువాదం చూడండి: "ఒక మనిషి వెళ్ళి దోసెడు నీళ్ళు పోస్తే ఈ బడబానలం చల్లారుతుందా?"

తెలుగుపాఠకుడిని దృష్టిలో ఉంచుకుని గోపాలకృష్ణగారు అక్కడక్కడా సంక్షిప్తీకరించడం, రష్యన్ జీవితాలకు మాత్రమే చెందిన అంశాలను (అనవసరమైన వాటిని) ఉపసంహరించడం కూడా చేశారు. రెండో భాగంలోని మొదటి అధ్యాయాన్ని పూర్తిగా తీసేసి, కథ అడ్డంకులు లేకుండా సాగేలా చూశారు. మూలంలో ఉండే పాటలను సంక్షిప్తీకరించి, తెలుగు నుడికారం ఉట్టిపడేలా అనుసృజనలు చేశారు.

అనువాదకుడెప్పుడూ ఉత్తమ పాఠకుడై ఉండాలి. మూలరచయిత ఆత్మను యథాతథంగా పాఠకుల ముందు ఆవిష్కరించడానికి ఆ రచయిత వ్యక్తిత్వ విశిష్టతలేమిటో అనువాదకుడికి స్పష్టంగా తెలిసివుండాలి. ఈ లక్షణం రెంటాల గోపాలకృష్ణ గారిలో మూర్తీభవించి ఉందనడానికి ఆయన ఈ నవలలో వాడిన కంఠస్వరమే గొప్ప ఉదాహరణ. కథను చెప్పే ధోరణిలో, వాక్యాల్ని చెప్పే accent లో కథకుడికి పాత్రలపైన ఉండే జాలీ, వ్యవస్థ పట్ల ఉండే అసహ్యామూ, అసహనమూ స్పష్టంగా తెలిసిపోతాయి.

క్రమంగా అనువాదాలు తగ్గిపోతున్న ఇటువంటి కాలంలో మంచి అనువాదాల్ని మళ్ళీ ప్రచురించుకోవడం ఎంతో అవసరం. ఆ కార్యక్రమానికి ఈ పుస్తక ముద్రణ గొప్ప స్ఫూర్తి నిస్తుందని ఆశిస్తున్నాను. ఈ పుస్తకం మళ్ళీ అచ్చులోకి రావడానికి కారకులైన 'సారంగ బుక్స్' వారిని మనఃస్ఫూర్తిగా అభినందిస్తున్నాను.

– ***మధురాంతకం నరేంద్ర***, కథా రచయిత

జెన్నీ నుండి నళిని దాకా!

నళినీ జమీలా అనే ఓ సెక్స్ వర్కర్ ఇటీవల తన ఆత్మకథ రాశారు. ఆ పుస్తకాన్ని ఇంగ్లీష్ నుండి అనువదిస్తున్న రోజుల్లో, కొన్ని వాక్యాల దగ్గర హఠాత్తుగా ఆగిపోతుండే దాన్ని. నళిని చెప్పిన అవే అనుభవాలు, అవే పరిశీలనలు గతంలో ఎక్కడో చదివానని అనిపించేది. కుప్రిన్ 'యమా ద పిట్'కు రెంటాల గోపాలకృష్ణగారి అనువాదం 'యమకూపం' చాలా కాలం తర్వాత ఇప్పుడు మళ్ళీ చదువుతుంటే, ఆ పోలికలు ఎక్కడివో స్పష్టపడింది. నళిని జీవితంలోని ప్రతి అనుభవానికీ ప్రతీకలనదగిన ఎందరో స్త్రీలు ఈ నవలలో ఎదురవుతారు. వందేళ్ళ క్రితమే వాళ్ళు పలికిన మాటలన్నీ నళిని గొంతులో ప్రతిధ్వనించాయి. మరీ ముఖ్యంగా, కుప్రిన్ సృష్టించిన జెన్నీ మరీ మరీ గుర్తొస్తుంది – నళినిని చదువుతుంటే!

'యమా ద పిట్' రచన నాగరక రష్యన్ సమాజాన్ని భయభ్రాంతం చేసి, నిషేధానికి గురైంది. 'ఒక సెక్స్‌వర్కర్ ఆత్మకథ' భారతీయ భాషల్లో వెలువడడం బహుశా నళిని రచనతోనే మొదలైందనుకుంటాను. దానిపై చట్టపరమైన నిషేధాలు లేకున్నా, ఆమె 'సిగ్గుమాలినతనాన్ని' చూసి సభ్యసమాజం నివ్వెరపోయింది. జారిస్టు రష్యాలోని 'యామ్‌స్కాయా స్లోబోడా' అనే వేశ్యావాటికను చిత్రించిన 'యమకూపం' నవలకూ, భారతదేశంలోని కేరళలో నిలబడి 'ఒక సెక్స్‌వర్కర్ ఆత్మకథ'ను వినిపించిన నళినీ జమీలాకూ మధ్య ఉన్న కాలవ్యవధి దాదాపు వందేళ్ళు. గతంలో 'వేశ్యలు' అనో, 'సానులు' అనో పిలిచిన స్త్రీలను ఇప్పుడు 'సెక్స్‌వర్కర్స్' అనడం తప్ప, ఈ స్త్రీలకు సంబంధించి మానవ నాగరకతలో ఏ మార్పూ రాలేదు. నిజానికి, ఉత్పత్తి రంగంలోని శ్రామికులకు ఉండే గౌరవమూ, హక్కులూ లేని ఈ స్త్రీలను సెక్స్ 'వర్కర్'లు అని పిలవడం వాళ్ళ మీద సాంస్కృతిక అణచివేతను మరుగుపరిచే మోసపూరిత విధానమనిపిస్తుంది.

కుప్రిన్ నవలలోని స్త్రీలకూ, నళినికీ మధ్యనున్న ఒక పోలిక – వీళ్ళందరూ వేశ్యావృత్తి ఒక వ్యాపారంగా స్థిరపడిన వ్యవస్థకు చెందినవాళ్ళు కావడం. పెట్టుబడి, రాజకీయాలు, సంస్కరణలు, పోలీసులు, కోర్టులు – ఈ వ్యవస్థలన్నీ తమ చుట్టూ అల్లుకుని ఉన్నాయనీ, ఈ వృత్తి నిర్మూలనమవడం వాటికి నిజంగా ఇష్టం ఉండదనీ ఈ స్త్రీలకు స్పష్టంగా తెలుస్తూనే ఉంటుంది. వసంతసేనకు చారుదత్తుడిలాగా ఈ స్త్రీల కొక ప్రియుడు దొరకడు. కాపుమనిషినై భర్తతో కలిసి వ్యవసాయం చేసుకోగలిగితే బావుండునని మధురవాణిలా ఓ చిన్న కలగనడానికి కాసిని భ్రమల్ని మిగుల్చుకునే వెసులుబాటూ ఉండదు. వీళ్ళకు పురుషుడితో ఉండేది – కేవలం వస్తువుకూ, వినియోగదారుడికీ మధ్యనుండే సంబంధమే! వేశ్యావృత్తిని సుస్థిరం చేసేందుకు పెట్టుబడిదారీ వ్యవస్థ ఎన్ని రూపాల సహకారాన్ని అందిస్తుందో కుప్రిన్ బట్టబయలు చేశాడు.

కుటుంబ వ్యవస్థ ఎంత ప్రాచీనమో, వేశ్యావ్యవస్థ కూడా అంతే ప్రాచీనమైనదంటారు. కుటుంబాల్లోని ఒత్తిళ్ళనూ, అసమానతలనూ, అసంతృప్తులనూ భరించడానికి ఇలాంటి సమాంతర వ్యవస్థ ఒకటి లేకపోయుంటే, ఎన్నో కాపురాల మీది అందమైన మాయపొర ఇలా నిలిచేది కాదన్న నిజాన్ని జెన్నీ నుంచి నళిని దాకా – అందరూ గ్రహించినవాళ్ళే. "కుటుంబగౌరవానికి సంరక్షకులుగా సమాజం వీళ్ళను అట్టిపెట్టుకుంది" అంటాడు కుప్రిన్. "మీ కాపురాలను ఇలా నిలబెట్టేందుకు మేము సేఫ్టీవాల్వులం" అని నళిని ధిక్కారం. కఠోరమైన జీవితానుభవాలతో నళిని, అపారమైన ప్రాపంచిక జ్ఞానంతో కుప్రిన్ – ఒకే వాస్తవాన్ని కనుక్కోగలిగారు.

'యమకూపం' చదువుతున్నంతసేపూ కుప్రిన్ మన ముందు నిలిపిన ఒక సజీవ ప్రపంచంలో భాగమైపోతాం. మన భేషజాలనూ, నైతిక దురహంకారాలనూ పక్కనపెట్టి, జెన్నీ, ల్యూబా, మంకా, టమారా, న్యూరా – వీళ్ళందరి విషాదాలనూ ప్రేమతో, ఆర్తితో పంచుకుంటాం. ముఖ్యంగా జెన్నీ ప్రశ్నలు మనల్ని వెంటాడతాయి, నిలదీస్తాయి, భయపెడతాయి. ఆమె వ్యక్తిత్వంలోని ఆత్మాభిమానం, సాహసం, ధిక్కారం మనల్ని ఎంతగా ప్రభావితం చేస్తాయంటే – మంత్రముగ్ధుల్లా ఆమెను అనుసరించి, అంగీకరించడం తప్ప ఎక్కడా విభేదించలేం. ఒక్క మాటలో చెప్పాలంటే – కుప్రిన్ సృష్టించిన ఒక అద్భుతం జెన్నీ!

కానీ ఈ నవలలో ఆయనకు ప్రాతినిధ్యం వహించే పాత్ర జెన్నీ కాదు. ప్లాటొనోవ్ అనే జర్నలిస్టు పాత్ర. జెన్నీతో పాటు మిగతా స్త్రీలందరినీ గొప్ప ఆర్తితో, నిజాయతీతో, సహానుభూతితో అర్థం చేసుకుని, నైతికంగా మద్దతు ప్రకటించే ప్లాటొనోవ్‌లో తనను తాను వ్యక్తీకరించుకున్నాడు కుప్రిన్. వేశ్యల మీద కాస్త జాలినీ, ఔదార్యాన్నీ చిలకరించే సంస్కర్తలంటే ఆయనకెంత అపనమ్మకమో, అసహ్యమో నవలలో అడుగడుగునా వెల్లడవుతూనే ఉంటుంది.

కుప్రిన్ రచనను తెలుగులో చదువుతుంటే, అదొక అనువాద రచన అనే విషయమే మనకు స్ఫురించదు. రెంటాల గోపాలకృష్ణ గారి అనుసృజనలోని తెలుగు నుడికారమూ, పాత్రల స్వభావాన్ని బట్టి, కథా సందర్భాన్ని బట్టి ఆయన ఎన్నుకున్న ప్రత్యేకమైన పదప్రయోగాలూ కుప్రిన్‌ను తెలుగు పాఠకులకు సన్నిహితుణ్ణి చేశాయి. అటు మూల గ్రంథ రచయితతోనూ, ఇటు తన భాషలోని పాఠకులతోనూ అనువాదకులు ఏక కాలంలో సంభాషించగలగాలి. అనువదిస్తున్న అంశంపై ఎంతో గౌరవమూ, మమేకతా కుదిరిన సందర్భాల్లోనే ఆ పనిని సమర్థంగా నెరవేర్చడం సాధ్యమవుతుంది. రెంటాల గోపాలకృష్ణ గారి అనువాదంలో ఆ శ్రద్ధ, సహానుభూతి స్పష్టంగా కనబడతాయి. అనేక సాహితీ ప్రక్రియలలో ఆయనకున్న ప్రవేశం కూడా ఈ శైలిని సంతరించి పెట్టింది.

కుప్రిన్ ఈ నవల రాసే నాటికి రష్యాలో విప్లవోద్యమం బలపడుతున్న ఆశావహ వాతావరణం ఉంది. వేశ్యావ్యవస్థ స్వరూపాన్ని కేవలం రికార్డు చెయ్యడమే గాక, అర్థం

చేసుకునేందుకు ఆయనకొక ప్రాపంచిక దృక్పథం అందుబాటులో ఉంది. "సొంత ఆస్తులు ఉన్నంత వరకూ దారిద్ర్యం కూడా ఉంటుంది. అలాగే, వైవాహిక వ్యవస్థ ఇలా ఉన్నంతవరకూ వ్యభిచారం కూడా ఉంటుంది", "సోషలిస్టులు, కమ్యూనిస్టులు అద్భుతమైన కలలు కంటున్నారు. స్వర్గాన్ని నిర్మిస్తామంటున్నారు. బహుశా వారి కలలు నిజమైన నాడు ఈ వ్యభిచారం అంతం కావచ్చు" అని వివరించడానికీ, ఆశించడానికీ, తగిన సైద్ధాంతిక, భౌతిక పరికరాలు కుప్రిన్‌కు ఆనాడు అందుబాటులో ఉన్నాయి.

కానీ, ఈనాటి నళిని వెనుక అవేమీ లేవు. ఎంతో ఉదారంగా ఆమెకు సాయం చేసిన కొందరు వ్యక్తులున్నారు. కానీ, వేశ్యావ్యవస్థ వెనుకనున్న ఆర్థిక, రాజకీయ పునాదులను కదిలించాలనే లక్ష్యం గల సామూహిక శక్తులేవీ ఆమెకు అందుబాటులో లేవు. మహా అయితే, ఈ వృత్తికి లైసెన్సులను కోరుతున్న సంస్కరణవాదులు ఉన్నారేమో! ఆ 'చట్టబద్ధత'ల బండారాన్ని కుప్రిన్ 'యమా....' లోనే బట్టబయలు చేశాడు. "ఒకసారి ఈ వృత్తిలోకి అడుగుపెట్టడమంటూ జరిగిపోయాక ధైర్యంగా నిలబడాల్సిందే" అంటున్న నళిని తెగువను అభినందించాల్సిందే! కానీ, ఆమె నమ్ముకున్న ఆధారాలు నిజంగా ఆ ధైర్యాన్ని ఇచ్చేవేనా? అని సందేహించక తప్పదు.

ఎన్నో ఏళ్ళ తరువాత 'యమకూపం' వంటి గొప్ప నవల మళ్ళీ మన చేతుల్లోకి వస్తోందంటే ఆనందంగానే ఉంది. కానీ వందేళ్ళ నాటి ప్రశ్నలను మళ్ళీ మళ్ళీ అడగాల్సి వస్తోందని గుర్తు చేసే ఈ నవలను చూస్తే ఆందోళనగానూ ఉంది.

- కాత్యాయని, సాహిత్య విమర్శకురాలు

యమకూపం

ఒకటో భాగం

చాలాకాలం క్రితం – అప్పటికి ఇంకా రైళ్ళు కూడా పళ్ళేదు. రష్యాలో దక్షిణ భాగాన ఒక పెద్ద నగరం ఉంది. ఆ నగరాన్ని ఆనుకుని వెలుపలి భాగంలో బండ్లు తోలే వాళ్ళు నివాసం ఏర్పరచుకున్నారు. ఈ బండ్ల వాళ్ళు రెండు తెగలుగా ఉన్నారు. కొందరు సొంతబండ్ల వాళ్ళు. మరికొందరు ప్రభుత్వం తరపున బాడుగకు తోలేవాళ్ళు. వీరంతా తరతరాల బట్టి అక్కడే స్థిరపడిపోయారు. అంచాతనే ఈ ప్రాంతానికి "యామ్స్కాయా స్లోబోడా" అని పేరు వచ్చింది. దీన్నే 'బండ్లవాళ్ళ పేట' అనీ, లేకపోతే 'యామ్స్కాయా' అనీ పిలుస్తారు. ఇంకా సులువుగా ఉండటం కోసం పేరు పొట్టిచేసి "యామా" అనేవారు అంతా. గుఱ్ఱబ్బండ్లు పోయి రైలు బండ్లు వచ్చాయి. గుఱ్ఱబ్బండ్ల కాలం పోయి రైలు బండ్ల కాలం వచ్చింది. దాంతో బండ్లవాళ్ళ పని కాస్తా పడిపోయింది. క్రమక్రమంగా చితికిపోయారు. ఆ తరువాత చెట్టుకొకరు పుట్టకొకరుగా చెదిరిపోయి వేరు వేరు వృత్తుల్లో ప్రవేశించారు. జనం పలచబడింది. సందడి తగ్గింది. అయినా "యామా"కు వెనుకటి పేరు మాత్రం పోలేదు. "యామా" వ్యభిచారానికి ప్రసిద్ధి. పడుపుకత్తెలకూ, పానానికీ పెట్టినది పేరు. ఇక్కడ పచ్చి శృంగారం పెచ్చుమీరి విచ్చలవిడిగా విహారం చేస్తోంది. బండ్లవాళ్ళ సాహసకృత్యాలు ప్రశస్తంగా చెప్పుకుంటారు. ఇహ చీట్లాట పోట్లాట సర్వసాధారణం. ముఖ్యంగా రాత్రిపూట ఇక్కడ ఉండడం ఏ మాత్రం క్షేమతరం కాదు. బండ్లవాళ్ళు పోయినా, యామాకు ఈ అప్రతిష్ఠ మాత్రం పోలేదు. ఆనాటి నుంచి ఈనాటి దాకా ఆ పేరు అట్లాగే తిష్ఠ వేసుకుని ఉండిపోయింది.

గుర్రాలు, గుర్రబ్బండ్లు పోయి రైళ్ళు ఎలా వచ్చాయో అలాగే పాతకాలపు పడుపుకత్తెలు, పాత ఇళ్ళు పోయి కొత్తవి లేచాయి. పూర్వం ఇక్కడ గులాబీల్లాంటి సోల్జెర్ల భార్యలు, జిలేబీల్లాంటి బండ్ల వాళ్ళ పెళ్ళాలు కులాసాగా, ఖుషామత్తుగా తిరిగేవాళ్ళు. అటు సారా అమ్మకం, ఇటు సాని వ్యాపారం స్వేచ్ఛగా సాగించేవాళ్ళు. వాళ్ళంతా పోయారు. కొత్త కొత్త ఇళ్ళు పుట్టుకొచ్చాయి. కొత్త కొత్త పిల్లలు కొట్టుకొచ్చారు. ఈ వ్యభిచార గృహాల మీద ప్రభుత్వపు అజమాయిషీ ఉంది. పకడ్బందీ అయిన కట్టుబాట్లున్నాయి. వీటన్నిటికీ లొంగి ఈ వ్యాపారం సాగుతోంది. పందొమ్మిదో శతాబ్దం ఆఖరున 'యామా' లో రెండు వీధులు ప్రఖ్యాతి వహించాయి. అందులో ఒక వీధి పేరు "బోల్షాయా". ఇది కొంచెం విశాలమైన వీధి. ఇహ రెండవదాని పేరు "మలాయా యామ్స్కాయా". ఇది చిన్నవీధి. ఇరుగ్గా ఉంటుంది. ఈ రెండు వీధుల్లో ఉన్న కొంపలన్నీ పడుపుకత్తెలవే. పోతే ఓ అయిదారు ఇళ్ళలో మాత్రం సారా అంగళ్ళు పెట్టారు. ఈ దుకాణాల్లో మద్యమాంసాలు సమృద్ధిగా దొరుకుతాయి. పేరుకు సారా అంగళ్ళు కానీ, వీటిల్లో సమస్త వస్తువులుంటాయి. యామాలో సానులకు కావలసిన సర్వ హంగులు, రంగులు ఇవే సమకూరుస్తాయి.

ఈ సాని వ్యాపారం అంతా విచిత్రంగా, విడ్డూరంగా ఉండే ఓ ముప్ఫై ఇళ్ళలో సాగుతోంది. ఈ ముప్ఫై ఇళ్ళు ముప్ఫై సంస్థలుగా వృద్ధి పొందాయి. వీటిల్లో జరిగే తంతు అంతా ఒకే మోస్తరు. విటులను ఆహ్వానించడం, ఆదరించడం, వారితో విహరించడం – అంతా ఓరీతిగానే జరుగుతుంది. కాకపోతే కొద్ది తేడాలు మాత్రం కనిపిస్తాయి. ముఖ్యంగా రేటు విషయంలో! రకరకాల పిల్లలున్నట్లే, రేట్లలో కూడా రకాలున్నాయి. ఓ అందమైన అమ్మాయి మీద కన్నువేస్తే ఎక్కువ చార్జీ వసూలు చేస్తారు. కాస్త నాసిరకం పిల్ల మీద మనసు మళ్ళితే తక్కువ డబ్బు పుచ్చుకుంటారు. పడుచుపిల్లలకు ఒక రేటు, ముసలివాళ్ళకు మరో రేటు. అలాగే అలంకారాల్లో కూడా. ఓ అమ్మాయి చక్కటి దుస్తులూ అవీ వేసుకుని, కాస్త అందంగా అలంకరించుకుంటుంది. వచ్చినవాడికి ఒళ్ళు అదిరిపోయి కళ్ళు చెదిరిపోతాయి. ఎక్కువ డబ్బు వసూలు చేస్తారు.

అలాగే గదులలో కూడా తేడా ఉంది. ఒక గది కాస్త శుభ్రంగా ఉంటుంది. మంచం, పరుపు, దిండు, దీపం, దువ్వెన, అద్దం బల్ల, కుర్చీ – ఇవన్నీ ఉంటాయి. కానీ రేటు ఎక్కువ. మరో గది ఉంది చూచారూ! మరీ అధ్వాన్నపు అడవిలా ఉంటుంది. ఆ ఏడ్చేదేమిటో చచ్చే చీకట్లో చిరిగిన చాప మీద ఏడ్చిపోవాలి. అయితేనేం? రేటు చౌక. ఈ తేడాలు ఏర్పరచడం అల్లా వచ్చే విటుల సౌకర్యం కోసమే. కొందరు పదినోట్లు జేబులో వేసుకుని పైలా పచ్చీసుగా వస్తారు. మరికొందరు పావలా డబ్బులతో పని కాజేసుకుని పోతారు. అంతా ఎన్నుకోవడంలో ఉంది మజా. ఎవరి తాహతును బట్టి వారు తగిన రకాలను ఏరుకుంటారు.

పెద్దవీధి బోల్షాయాలో ప్రవేశించగానే ఎడమవైపు మొదటి ఇల్లు ఉంది చూచారూ!

మాంచి ఉచ్ఛదశలో ఉంది. వ్యాపారం మహా జోరుగా సాగుతోంది. ఆ సంస్థ పేరు "ట్రెప్పెల్సు". పురాతనమైన సంస్థ. పేరు మోగిన ఇల్లు. ఆ ఇంటికి చాలామంది యజమానులు మారారు. ప్రస్తుతం ఉన్న యజమాని ఒక కొత్తాయన. ఆయన పురపాలక సంఘంలోనూ, పట్టణంలోనూ సభ్యుడు.

"ట్రెప్పెల్సు" రెండంతస్థుల ఇల్లు. ఆ ఇంటికి ఆకుపచ్చ, తెలుపు కలిపిన రంగు వేసి ఉంటుంది. పాతకాలపు పద్ధతిలో కట్టారు. పై కప్పు వంకరగా ఉంటుంది. ద్వార బంధాలకు వేసిన చెక్కలు కూడా వంపులు తిరిగి ఉంటాయి. ఇల్లంతా కొయ్యపనే. కొయ్యల చివర అంచులకు సన్నని పూలు కూడా చెక్కివుంటాయి. మెట్ల మీద తెలుపు అంచుల తివాచీ పరిచి ఉంటుంది. హాలులో ఒక ఎలుగుగొడ్డు బొమ్మ ఉంది. అది చేతులు చాచుకుని ఉంటుంది. దాని చేతిలో కొయ్యతో తయారుచేసిన ఒక గిన్నె ఉంటుంది. అక్కడికి వచ్చిన విటులంతా ముందు 'విజిటింగ్ కార్డు' ఒకటి ఆ గిన్నెలో పడెయ్యాలి. నాట్యశాలలో నేల అంతా చెక్కపరుపు, దాని మీద చిత్ర విచిత్రాల బొమ్మలు చెక్కివుంటాయి. చుట్టూ పలుచని సిల్కు తెరలు కడతారు. కిటికీలకు కూడా పెద్ద పెద్ద సిల్కు తెరలు కట్టి అలంకరిస్తారు. ఈ కిటికీ తెరలు గోరింట రంగులో ఉంటాయి. గోడలకు ఆనించి రంగు రంగుల కుర్చీలు వేస్తారు. పైన పెద్ద పెద్ద అద్దాలు తగిలిస్తారు. అవి గిల్టు ఫ్రేములతో కళకళలాడుతూ తళతళ మెరుస్తుంటాయి. వచ్చిన విటులతో ఏకాంతంగా మాట్లాడడానికి దానికీ ప్రత్యేకంగా రెండు చిన్న గదులున్నాయి.

ఈ గదులలో ధగధగ మెరిసే తివాచీలు పరుస్తారు. సొగసైన సోఫాలు, మెత్తగా నిగనిగలాడే పట్టుతో కుట్టిన ఆనుడు దిండ్లు అమర్చుతారు. వచ్చిన విటులను ఇట్టే ఆకర్షిస్తాయి ఈ గదులు. ఇహపోతే పడకగదుల్లో నీలం, గులాబీ రంగుల్లో వెలుగుతోన్న లాంతర్లు పెడతారు. మందంగా అందంగా ఉన్న టఫేటా సిల్కు దుప్పట్లు వేస్తారు. పక్కల మీద పరిశుభ్రమైన దిండ్లు పడేస్తారు. పడక గదిలో ఉండే పడుపుకత్తెలంతా పొట్టిగా కుట్టిన సాయంత్రపు దుస్తులు ధరిస్తారు. లేకపోతే, అమ్మాయి అసలు ఆకారం బయటపడకుండా మారురూపు వచ్చే, మాంచి విలువైన దుస్తులు వేస్తారు. ఈ దుస్తుల్లో వాళ్ళంతా ఎలా అగుపిస్తారనుకున్నారు! గుర్రపు రౌతులు, బంట్రోతులు, బెస్తవాళ్ళ పడుచులు, హైస్కూలు పిల్లలు వీళ్ళకు మల్లే కనిపిస్తారు. సానులలో ఎక్కువమంది జర్మనీ దేశస్థులు. వీరంతా జర్మనీలోని బాల్టిక్ రాష్ట్రాల నుండి వచ్చారు. వీరు అందంగా, పక్కమీదికి సరిపోయేలా, దుక్కల్లా ఉంటారు. తెల్లని శరీరం. రొమ్ములు మాత్రం లోపలికి పీక్కుపోయి ఉంటాయి. ట్రెప్పెల్సులో ఉండే ఈ సానులందరికీ ఒకటే రేటు. ఒకసారి ఉండిపోవడానికి మూడు రూబుల్సు. రాత్రి అంతా ఉంటే పది రూబుల్సు తీసుకుంటారు.

ట్రెప్పెల్సు కాక మరో మూడు ఇళ్ళు ఉన్నాయి. ఒకటోది 'సోఫియా వాసి లెవనా'ది. రెండోది వృద్ధురాలయిన 'కీస్'ది. మూడోది 'అన్నా మార్కోవ్‌నా'ది. ఈ మూడు ఇళ్ళూ రెండో రకానికి చెందినవి. ఇక్కడ ఉండే సానులందరికీ ఒకటే రేటు. తడవకు రెండు

రూబుల్సు పుచ్చుకుంటారు. అంటే అవి కాస్త చౌకరకం ఇళ్ళు అన్నమాట. డబ్బుకు తగ్గట్టు సౌకర్యాలు కూడా చచ్చుగానే ఏడుస్తాయి. పోతే బోల్షాయాలోని మిగతా ఇళ్ళన్నీ మూడో తరగతికి చెందినవి. మరీ అధ్వాన్నంగా తగలడతాయి. అందుకే పాపం, ఒకసారికి ఒక రూబుల్ తీసుకుంటారు. ఇహ రెండో వీధి 'మలాయా యామ్స్కాయా' సంగతి చెప్పక్కరలేదు. దారుణం, అతి భయంకరం. తరచు ఇక్కడికి వచ్చేవాళ్ళంతా సోల్జెర్లు, నీచులు, దొంగ వెధవలు, పనివాళ్ళు. ఇంకా మిగతా అమాంబాపతు అలగాజనం పడిదొర్లుతుంటారు. ఇక్కడ రేటు ఎంత అనుకున్నారు! యాభై కోపెక్కులు చాలు. ఒక తడవ ఉండిపోవచ్చు. ఒక్కోసారి కక్కుర్తి కోసం ఇంకా తక్కువకొక్కూడా వస్తారు. ఇక్కడ ఇళ్ళన్నీ ఘోరంగా ఉంటాయి. మురికి కంపు కొడుతూ రోత పుడుతుంటాయి. ఇళ్ళల్లో అడుగుపెట్టడానికే భయం. నేలంతా పడుగుదారాలకు మల్లే పగిలిపోయి ఉంటుంది. దాని మీద రంగు పూస్తారు. ఆ రంగంతా బద్దలుగా పగిలి పైకి లేచి వస్తూవుంటుంది. కిటికీలకు ముతక బట్టలతో తయారైన తెరలు కడతారు.

పడక గదులు పడక గదులుగా ఉండవు. పప్పూ, ఉప్పూ పడేసే కొట్ల మాదిరిగా ఉంటాయి. గదులన్నీ వరుసగా కొట్లు కట్టినట్లుగా విభాగాలు చేసి ఉంటాయి. గది గదికీ మధ్య పల్చని తెర అడ్డం ఉంటుంది. అదైనా పై కప్పు వరకు నిండుగా ఏడిస్తే బాగుండును. సగం సగం వరకే ఉండడం వల్ల, అవతలి గదిలో జరిగే అపభ్రంశపు పనులన్నీ ఇవతలి గదిలోకి, ఇవతల గదిలో జరిగే ఛండాలమంతా అవతలి గదిలోకి స్పష్టంగా కనిపిస్తూ, వినిపిస్తుంటుంది. గదులలో పక్కలు లేకపోలేదు. నుగ్గు నుగ్గు అయిన ఓ గుడ్డపరుపు పడేస్తారు. దాని మీద తరతరాల నాటి దుప్పటి ఒకటి పరుస్తారు. దుప్పటి నిండా మాయని మరకలు పడివుంటాయి. అంతా చిరిగిపోయి చిల్లులు పడి ఉంటుంది. ఇళ్ళల్లోకి వచ్చేగాలి కుళ్ళు కంపు కొడుతుంది. సారా మొదలైన మత్తు పదార్థాల ఆవిరితో కూడిన పొగలా వ్యాపిస్తుంటుంది. అబ్బ! దుర్భరమైన మానవ మలమూత్రాదుల దుర్గంధం వెలువడుతూ ఉంటుంది.

స్త్రీలు ధరించే దుస్తులు చిరిగి పీలికలై ఉంటాయి. అద్దకం అద్దిన 'కాలికో' దుస్తులు కానీ, నావికులు ధరించే దుస్తులు కానీ వేసుకుంటారు. కొందరివి బొంగురు గొంతులు. నంగిగా మాట్లాడతారు. మరి కొందరి ముక్కులు మురిగిపోయి ఉంటాయి. మాట్లాడుతోంటే మాట ముక్కులోంచి వచ్చినట్లుగా ఉంటుంది. గడచిన రాత్రి యొక్క భయంకర చరిత్ర అంతా ఈ సానుల మొహాల్లో తాండవిస్తుంటుంది. బుగ్గల మీద గాట్లు, కొరుకుళ్ళు, పుళ్ళు పడ్డ స్తనాలు, మొహం నిండా రక్కుళ్ళు, గీరుళ్ళు, గిచ్చుళ్ళు! ఓ! సందు లేకుండా మొహమంతా రాక్షస చిహ్నాలతో సాక్షాత్కరిస్తారు. అయినా వాళ్ళకది మామూలే. అందుకు ఏ మాత్రం కించపడరు. సాయంత్రం అయ్యేసరికి ఓ ఎర్రని రంగుతో మొహం అద్దుకుంటారు. గాట్లు, మచ్చలు కనిపించకుండా చేస్తారు. ఇదంతా వాళ్ళకు సహజంగా, సాఫీగా జరిగిపోతుంది.

సంవత్సరమంతా బీరుపోకుండా ఈ శృంగారం సాగిస్తూ ఉంటారు. కాకపోతే సంవత్సరం మొత్తం మీద ఒక నాలుగు రోజులు మాత్రం ఈ పనికి ఒప్పుకోరు. ఈస్టర్ పండుగ ముందుగా వచ్చే 'పవిత్రవారం'లో చివరి మూడు రోజులు. తరువాత దేవమాత అయిన మేరీకి మంగళవార్త చెప్పిన రోజు (మార్చి 25). మొత్తం నాలుగు రోజులు. ఈ నాలుగు రోజులు ఒక పిట్ట కూడా గూట్లోకి రాదు. ఒక పిల్ల కూడా తల దువ్వుకొని ముస్తాబై ముంగిట్లో నిలుచోదు. మిగతా అన్ని రోజుల్లోనూ పొద్దుకూకడమే ఆలస్యం. ఎర్రని లాంతర్లు వెలిగించి నడవలో పెడతారు. ఇళ్ళన్నీ గుడారాల మాదిరి ఉంటాయి. గుమ్మంలోకి వెడుతోంటే తల తగులుతూ ఉంటుంది. వీధి అంతా ఏదో తెచ్చిపెట్టుకున్న శోభతో ఉట్టిపడుతూ ఉంటుంది. ఫిడేళ్ళు, పియానోలు మోగుతూ ఉంటాయి. సంగీతం తరంగాలుగా లేచి కిటికీలలోంచి బయటికి వ్యాపిస్తూ ఉంటుంది.

విధీ విరామం లేకుండా ఇళ్ళ ముందరికి బళ్ళు వచ్చిపోతుంటాయి. ఇళ్ళ తలుపులు బార్లగా, బారాభాటంగా తీసివుంటాయి. వీధిలో నిలబడి ఇంట్లోకి చూస్తే నిటారుగా ఉన్న మెట్ల వరుస కనిపిస్తుంది. ఈ మెట్లు చాలా ఇరుగ్గా ఉంటాయి. ఇంట్లోకి పోవాలంటే ఈ సందులో నుంచే దోవ. పైన ఉన్న లాంతర్ల వెలుతురు మినుకు మినుకుమంటూ మెట్ల మీద పడుతూ ఉంటుంది. తెల్లవారే వరకు వందలు, వందలేమిటి కొన్ని వేలమంది మగాళ్ళు ఈ మెట్లు ఎక్కుతూ దిగుతూ ఉంటారు. అన్నిరకాల మనుషులూ ఇక్కడికి వస్తారు. దుర్భరులు, వృద్ధాప్యం వల్ల వంగిపోయి వగరుస్తూ నడిచేవాళ్ళు వస్తారు. వీళ్ళు చేసేదేముంది? పడుపుకత్తెలను పైపైన తడిమి దురద తీర్చుకుని వెళ్ళిపోతారు. మిలిటరీలో చేరినవాళ్ళు, హైస్కూల్లో చదివేవాళ్ళు, పాపం మరీ పసివాళ్ళు – వీళ్ళు కూడా ఇక్కడికి వస్తారు. మీసాలు, గడ్డాలు వచ్చిన సంసారులు, సంఘంలో మర్యాదస్తులని పేరుపొందిన పెద్ద మనుషులు బంగారపు కళ్ళజోళ్ళు పెట్టుకుని ఇక్కడికి వస్తారు. అంతేకాదు, కొత్తగా పెళ్ళి చేసుకున్నవారు, కామం కళ్ళకు ఎగతట్టినవారు, పెద్ద పెద్ద బిరుదులతో ప్రఖ్యాతి వహించిన ప్రొఫెసర్లూ, లాయర్లు, దొంగలు, ఖూనీకోర్లు, ఈ కొంపల చుట్టూ ప్రదక్షిణం చేస్తుంటారు. ఇంకా ఉన్నారు. శృంగారం పనికిరాదని చెప్పే ఉపాధ్యాయులు, స్త్రీ పురుషులకు సమాన హక్కులు కావాలని వ్యాసాలు వ్రాసే రచయితలు, శృంగార ప్రబంధాలు వ్రాసే కవులు, భావుకులు ఇక్కడపడి పొర్లుతుంటారు.

వీరే కాదు అపరాధ పరిశోధకులు, గూఢచారులు, జైళ్ళ నుంచి పారిపోయిన నేరస్థులు, ఆఫీసర్లు, విద్యార్థులు, సంఘసేవకులు, రాజకీయ నాయకులు, అరాచకులు, దేశభక్తులు, ఓ! ఒకరేమిటి, వీరూ వారూ అనకుండా అంతా 'క్యూ'లో నిలబడి ఈ సానుల కోసం పడిగాపులు కాస్తూ ఉంటారు. వీరిలో కొందరు సిగ్గుపడతారు. కొందరు ఇలాంటి వాటిల్లో ఆరితేరిన ఘటాలు. ఆడదాని మొహం చూడ్డం కొందరికి అదే మొదటిసారి. కొందరు పనపడిపోయిన పాత ఖాతాదారులు. ఎవరైతే ఏం? వచ్చిన తరువాత వెనక్కుపోరు. అంతా ఈ పాపకూపంలో పడి ఈదుతారు. ఈ విటుల ఆకారాలు

కూడా అనేక రకాలు. కొందరు అందగాళ్ళు, మరికొందరు మాంచి బలిష్ఠులు, కొందరు ఆరోగ్యవంతులు, మరికొందరు జబ్బు మనుషులు. ఇంకా కొందరికి అవయవాలు కూడా దెబ్బతిని ఉంటాయి. కుంటివాళ్ళు, గుడ్డివాళ్ళు, ముక్కులు తెగినవాళ్ళు, మూగవాళ్ళు, చెవిటివాళ్ళు, చాదస్తులు, బక్కచిక్కినవాళ్ళు, పాండురోగులు, సవామేహంతో ఒళ్ళంతా పుచ్చిపోయినవాళ్ళు, సుఖవ్యాధులతో బాధ పడేవాళ్ళు – అంతా ఇక్కడికి వస్తారు. దుకాణానికో, హోటల్లోకో వెళ్ళినట్లుగా స్వేచ్ఛగా, నిర్భయంగా వస్తారు. కులాసాగా కూచుంటారు. సిగరెట్లు కాలుస్తారు. తాగుతారు, తందనాలాడతారు. ఉద్రేకంతో నృత్యం చేస్తారు. ఒక్కోసారి తెలీకా, ఒక్కోసారి తెలిసీ, సొక్కుతూ, సోలుతూ, తాగుతూ, తూలుతూ ఏదో ఆనందం అనుభవిస్తారు. ఆడదాన్ని చేరతారు.

అవును. ఎన్నడూ ఎవరికీ ఆశాభంగం కలుగదు. వాళ్ళ కోర్కెలు తీర్చడానికి ఆడవాళ్ళు సిద్ధంగా ఉంటారు. ముందుగానే డబ్బు పక్కమీద పారేస్తారు. బజారంగట్లో పారేసినట్లు పారేస్తారు. ఆడదాని శరీరం కొనుక్కుంటారు. ఆటవస్తువులా ఆడుకుంటారు. ఏదో వెచ్చని, పచ్చని ఆనందం కలుగుతుంది వాళ్ళకు. విశ్వాంతరాళంలోని అద్భుత సౌందర్యం, ఆనందం వాళ్ళ కళ్ళ ముందు కనిపిస్తుంది. ఏదో కొత్త జీవితం, నిగూఢమైన ఆనందం వాళ్ళకు అగుపిస్తుంది. ఇహ ఆడవాళ్ళు దీనికి అభ్యంతరం చెప్పరు. శరీరాలు అప్పగించి ఊరకుంటారు. రోజూ చెప్పిన మాటలే చెబుతూ ఉంటారు. చేసిన పనులే చేస్తూ ఉంటారు. అస్తమానం ఒకే మోస్తరు తిరిగే యంత్రంలా ప్రవర్తిస్తూ, విటులను తృప్తిపరుస్తారు. అదే రాత్రి ఒకసారి, రెండుసార్లు, అవే మాటలు, అవే నవ్వులు! అదే పని! అంతా అదే! ఒకరు, ఇద్దరు, ముగ్గురు, నలుగురు... ఇంకా బయట 'క్యూ'లో వేచివున్న పదోవాణ్ణి కూడా పని పూర్తిచేసి, తృప్తిపరచి పంపిస్తారు.

ఆ విధంగా రాత్రి అంతా గడుస్తుంది. రాక్షసరాత్రి గడుస్తుంది. తెల్లవారగానే 'యామా' నిద్రపోతుంది. పొద్దున్నేచూస్తే నిర్మానుష్యంగా, ఎడారిలా ఉంటుంది 'యామా'. వీధి అంతా నిశ్శబ్దంగా, చైతన్యం లేని శవంలా పడివుంటుంది. ఇళ్ళ తలుపులన్నీ గట్టిగా బిగిస్తారు. కిటికీ రెక్కలు మూస్తారు. కాని ఎంత సేపు? ఇట్లా ఉండి అట్లా చూసేసరికల్లా, సాయంత్రం అవుతుంది. స్త్రీలు అంతా లేస్తారు. మళ్ళీ మామూలుగా రాబోయే రాత్రి కోసం రంగులు వేసుకుని, హంగులు చేసుకుని సిద్ధంగా ఉంటారు.

ఆ విధంగా తెరిపిలేదు. అంతూ పొంతూ లేదు. రోజు తరువాత రోజు. వారాలు, నెలలు, సంవత్సరాలు గడిచిపోతున్నాయి. ఈ స్త్రీలకు సంఘంలో స్థానం లేదు. లోకం వీరిని ద్వేషిస్తుంది. అసహ్యించుకుంటుంది. బంధువులు వీళ్ళను తిట్టి దూరంగా తోశారు. కాని సంఘంలోని కామశక్తి వీళ్ళను బలిపశువులుగా ఉపయోగించుకుంది. నగరంలోని భోగాసక్తి తన ఇంద్రియ సుఖం కోసం వీరిని పదిలంగా భద్రపరుచుకుంది. కుటుంబ గౌరవానికి సంరక్షకులుగా అట్టిపెట్టుకుంది. ఆ విధంగా నాలుగు వందల మంది పతితలు, పడుపుకత్తెలు, గొడ్డుబోతులైన స్త్రీలు, మూర్ఖులై, సోమరులై, పిచ్చివాళ్ళయి,

యమకూపమైన 'యామా'లో బ్రతుకీడుస్తున్నారు.

2

అప్పటికి మధ్యాహ్నం రెండు గంటలైంది. 'అన్నా మార్కోవ్‌నా' ఇంట్లో అంతా గాఢ నిద్రలో ఉన్నారు. ఇది రెండో రకానికి చెందిన ఇల్లు. అంటే తడవకు రెండు రూబుల్సు పుచ్చుకుంటారు. ఇంట్లో అడుగు పెట్టగానే విశాలమైన హాలు కనిపిస్తుంది. నలుచదరంగా ఉంది హాలు. ముఖమల్‌తో కుట్టిన ఓ ఇరవై కుర్చీలు వేసి ఉన్నాయి. గోడ ప్రక్కన ఒక క్రమ పద్ధతిలో అమర్చి ఉన్నాయి. గోడకు తైలచిత్రాలు తగిలించారు. 'మాకోవస్కీ' తైలచిత్రాలకు నకళ్ళు ఇవి. 'బోయర్ల విందు భోజనం' చిత్రం ఒకటి. 'స్నాన సౌందర్యం' చిత్రం మరొకటి వేలాడుతున్నాయి. మసక మసక చీకట్లో హాలు అంతా ఏదో చిన్నబోయి దీనంగా, దిగులుగా అగుపిస్తోంది. క్రిందటిరోజు సాయంత్రం ఈ గదిలో తళ తళ మెరుస్తూ దీపాలు వెలిగాయి. రాత్రి అంతా హాయిగొలిపే సంగీతం, నృత్యం, మామూలు ప్రకారం విటులు రావడం, ఆనందించడం అన్నీ జరిగాయి. ఎంతోమంది మనుషుల పాదాల తాకిడికి, తాపులకూ నేలంతా అదిరిపోయింది. వాళ్ళు కాల్చిన సిగరెట్ల పొగ హాలంతా వ్యాపించి గోడలు పొగచూరి పోయాయి. ఇళ్ళ ముందు వెలిగించిన ఎర్రని దీపకాంతులు, వీధిలోకి విరజిమ్మి ఏదో శోభను తెచ్చిపెట్టాయి. రాత్రి అంతా వచ్చేపోయే బండ్లతోటీ, జనంతోటీ వీధి అంతా మోగి, ఊగిపోయింది.

కాని ఇప్పుడు అలా లేదు. వీధి నిర్మానుష్యంగా ఉంది. వీధి అంతా ఎండలో మెరుస్తూ, ఏకాంతంగా ఆనందిస్తోంది. ఇళ్ళ తలుపులు మూసివున్నాయి. లోపలి గదులు తెరలు వేసివుండడం వల్ల చీకటిగా ఉన్నాయి. నాటక ప్రదర్శనలు జరిగిన తరువాత మూసివేసిన థియేటరు, గుర్రపుస్వారీ చేసిన తరువాత ఉండే ప్రదేశాలు, విచారణలు జరిగిన తరువాత మూసివేసిన కోర్టులు ఎలా ఉంటాయో ఇప్పుడీ గదులు అలా ఉన్నాయి. గత రాత్రి జరిగిన కామ వికారాలకు గుర్తులు ఇంకా మాసిపోలేదు. పొగాకు వాసన, పరిమళ ద్రవ్యాల సువాసన ఇంకా గదులలో మిగిలివున్నాయి. అపరిశుభ్రంగా ఉండే ఆడవాళ్ళ చెమటకంపు అలాగే ఉంది. వారు ఉపయోగించిన ఫేస్‌పౌడర్ల వాసన! బోరిక్ థైమాల్ సబ్బుల వాసన గాలిలో కలిసిపోయి, గది అంతా పేరుకుని ఉంది.

అన్నా మార్కోవ్‌నా ఇంట్లో అంతా నిశ్శబ్దంగా నిద్రపోతున్నట్లుంది. వంటింట్లోంచి మాత్రం మాంసం ముక్కలు నరుకుతున్న శబ్దం వినిపిస్తోంది. అంతలో 'ల్యూబ్‌కా' మధ్య గదిలోకి వచ్చింది. ఆ ఇంట్లో ఉండే పిల్లలలో 'ల్యూబ్‌కా' ఒకతె. రాత్రిపూట తొడుక్కునే గౌను తొడుక్కుంది. కాళ్ళకు, చేతులకు ఏమీ లేవు. పిల్ల మాత్రం పుష్టిగా ఉంది. ఒళ్ళంతా నిగనిగలాడుతూ పరిశుభ్రంగా ఉంది. గత రాత్రి ఆమె దగ్గరకు ఓ ఆరుగురు విటులు మాత్రం వచ్చారు. కానీ వారిలో ఒకడు కూడా రాత్రి అంతా ఉండలేదు. అంచాత ఆ అమ్మాయి ఒక్కతే రాత్రంతా తన విశాలమైన పక్కమీద హాయిగా

పడుకుంది. కమ్మగా, కంటి నిండా నిద్ర పోయింది.

ఇప్పుడామె మాంసం ముక్కలు తెచ్చి, ఇంట్లో ఉండే పెంపుడు కుక్కకు పెడుతోంది. ఆ కుక్క ఉల్లాసంగా ఒక్కొక్క మాంసం ముక్క అందుకొని తింటోంది. ల్యూబ్‌కా కూడా ఇవాళ చాలా హుషారుగా ఉంది. రాత్రంతా ఏ విటుడి బాధా లేకుండా కంటి నిండా నిద్రపోయిందామె. పైగా ఆ రోజు పవిత్రమైన క్రైస్తవుల పండుగ కూడా. అంచాత ఆమెకు ఏదో ఉత్సాహంగా ఉంది. తన చిన్ననాటి సంగతులన్నీ గుర్తు కొస్తున్నాయి. అందులో ఇవాళ మబ్బు, మాయ లేకుండా చక్కని ఎండ కాస్తోంది.

యజమానురాలి గదిలోకి కాఫీ తెచ్చిపెట్టారు. గదిలో అయిదుగురు హాజరైనారు. ఒకామె 'అన్నా మార్కోవ్‌నా'. ఆమే ఆ ఇంటికి యజమానురాలు. ఆ ఇల్లు ఆమె పేరనే రిజిష్టరైంది. 'అన్నా'కు సుమారు అరవై ఏళ్ళ వయస్సు ఉంటుంది. చాలా పొట్టిగా, లావుగా ఉంటుంది. ఆమెను చూడగానే ఫలానా అని గుర్తుపట్టవచ్చు. నడుము కింది భాగం అంతా లావు. ఆ పైన పొట్ట. ఎదురు రొమ్ము మధ్యస్థం. తరువాత చిన్న తల. చాలా విచిత్రంగా అగుపిస్తుంది. ఒళ్ళంతా మెదమెదలాడుతూ ఉంటుంది. కళ్ళు నీలంగా ఉంటాయి. పసిపిల్లలా చూస్తుంది. నోరు మాత్రం పెద్దదిగా ఉండి, ముసలితనాన్ని స్పష్టం చేస్తూ ఉంటుంది.

ఆమె భర్త పేరు 'ఇషయా సవిచ్'. అతను కూడా భారీ మనిషి కాదు. వృద్ధాప్యం వచ్చింది. పాపం మనిషి నెమ్మదస్తుడు. భార్య అంటే భయం. ఆమె నోటికి వెరుస్తాడు. 'అన్నా' ఇంటి పెత్తనం చేస్తోంటే, ఇతను మాత్రం వాకిట్లో కనిపెట్టుకుని కాపలా కాస్తుంటాడు. ఇతనికి కాస్త సంగీతంతో ప్రవేశం ఉంది. అవసర మొచ్చినప్పుడు ఫిడేలు వాయించడానికి, డాన్సు చేయడానికి ఉపయోగ పడుతుంటాడు.

ఇంటిపనులు చూడ్డానికి మరో ఇద్దరు ఆడవాళ్ళు కూడా ఉన్నారు. మొదటి ఆమె పేరు 'ఎమ్మా ఎడ్వర్డోవ్‌నా'. లావుగా పొడుగ్గా ఉంటుంది. వయస్సు సుమారు నలభై ఆరు. గుండ్రని కళ్ళు, నల్లగా మెరుస్తుంటాయి. యజమానురాలికి ఈమే కుడి భుజంగా ఉంటుంది. ఆమె తరువాత ఈమెదే ఇంటి పెత్తనమంతా. పైగా మరో విషయం ఉంది. యజమానురాలు 'అన్నా' ఇంక ఒకటి రెండు సంవత్సరాల్లో ఈ వృత్తి నుండి విరమించి విశ్రాంతి తీసుకోబోతోంది. పనివాళ్ళు, పడుపుకత్తెలతో సహా తన ఇంటిని బేరం పెట్టి 'ఎమ్మా'కు అమ్మేయాలనుకుంటోంది. క్రయ ధనంలో కొంత రొఖ్ఖంగాను, మరికొంత ప్రామిసరీ నోటుగాను తీసుకోవాలనే తలంపుతో ఉంది.

ఇందులో దాపరికం ఏమీ లేదు. ఈ విషయం ఇంట్లో అందరికీ తెలుసు. అంచేత పనివాళ్ళు, పడుపుకత్తెలు, 'ఎమ్మా' తమకు కాబోయే యజమానురాలని గౌరవిస్తున్నారు. ఆమె పట్ల భయభక్తులతో మెలగుతున్నారు. ఏ పిల్ల అయినా సరే కొద్ది పొరపాటు చేస్తే చాలు, 'ఎమ్మా' విరుచుకుపడేది. నిర్భయంగా, నిర్దాక్షిణ్యంగా వారిని చావచితక కొట్టేది. ఆమె ఆకారం చూస్తేనే అందరికీ హడలు. పిల్లలందరిలోకి ఒక పిల్ల అంటే ఆమెకు

అమితమైన ప్రేమ, విపరీతమైన అసూయ ఉండేవి. దాంతో ఆ పిల్లను చెప్పలేనంత హింస పెడుతూ ఉండేది.ఆమె కొట్టే చావుదెబ్బలయినా భరించవచ్చు గాని, ఈ హింసను సహించడం ఎవరికీ సాధ్యం కాదు.

మరో పనిమనిషి 'జోస్యా' బక్కపలుచగా ఉంటుంది. కళ్ళల్లో కొంచెం మెల్ల ఉంది. గులాబీపూల వంటి బుగ్గలు, వంకులు తిరిగిన జుట్టూ ఈమెకు ఒక శోభను కలిగిస్తూ ఉంటాయి. నటులంటే 'జోస్యా' పడి చస్తుంది. అందులోనూ ముఖ్యంగా లావుగా ఉండే హాస్యనటులంటే ఈమెకు ఎంతో ఇష్టం. ఎమ్మా ఎడల కూడా ఈమె ఎక్కడ లేని ప్రేమ ఒలకబోస్తూంటుంది. ఆమె అడుగులకు మడుగులొత్తుతూ, ఆమె ఆదరాభిమానాలు సంపాదించుకుంటూ ఉంటుంది.

ఇక అయిదోవాడు 'కెర్బెష్'. ఇతనికి నగరంలో పోలీసు పని. మాంచి బలిష్ఠుడు. కసరత్తు చేసిన మనిషి. పలుచని గడ్డం ఎర్రని వెంట్రుకలతో మెరుస్తూ ఉంటుంది. కళ్ళు నిద్ర మత్తుగా ఉంటాయి. గొంతు కొంచెం బొంగురుపోయి ఉంటుంది. కానీ మాట్లాడుతూ ఉంటే హాయిగా ఉంటుంది. ఇతను ఇంతకు ముందు డిటెక్టివ్ శాఖలో పనిచేశాడు. వంకర టింకర ప్రశ్నలు వేసి మనుషుల్ని వంచడంలో ప్రతిభాశాలి. ఈ విషయం అందరికీ తెలుసు. ఇతని శరీరబలం, దానికి తోడు కుత్సితమైన బుద్ధి చూసి అంతా అదిరిపోయేవారు.

చేసిన దుర్మార్గాలు, ఇతని మనసులో ఉండే దురాలోచనలు అన్నీ ఇన్నీ కావు. ఇతను రెండేళ్ళ క్రితం డెబ్బయ్ రెండు సంవత్సరాల వయస్సు గల ఒక భాగ్యవంతురాలిని పెళ్ళి చేసుకున్నాడు. సంవత్సరమైనా తిరక్కముందే ఆమెను గొంతు పిసికి చంపేశాడు. కానీ ఎలాగో ఆ విషయం బయటపడకుండా మాపుకున్నాడు. అయినప్పటికీ నగరంలో అందరికీ ఈ విషయం తెలుసు. 'అన్నా' ఇంట్లో కూడా అందరికీ కెర్బెష్ చరిత్ర విదితమే. అక్కడవున్నవారంతా ఇలాంటి పాపాలు, అకృత్యాలు అన్నో, ఇన్నో చేసినవారే. అంచేత ఎవరి మటుకు వారు తమ తమ లోపాలు కప్పిపుచ్చుకుంటూ, కెర్బెష్‌తో స్నేహం నెరపుతూ వచ్చారు.

వారంతా గదిలో కూచుని కాఫీ తాగుతున్నారు. కెర్బెష్ మాత్రం బ్రాందీ సేవిస్తున్నాడు. ఏదో బలవంతాన మొహమాటం కోసం తాగుతున్నట్లు నటిస్తున్నాడు.

"ఏం కెర్బెష్ గారూ! ఈ వ్యాపారం ఏ మాత్రం బాగాలేదు. దినదిన గండం నూరేళ్ళు ఆయుస్సుగా ఉంది మా పని. ఏదో మీరు కాస్త కనిపెట్టి ఉండాలి" అంది అన్నా మార్కోవ్‌నా, కాఫీ తాగుతూ.

కెర్బెష్ మెల్లగా గ్లాసుడు బ్రాందీ తాగేశాడు. ఆ తరువాత కొంచెం కాఫీ కూడా సేవించాడు. ఎడమచేతి ఉంగరపు వేలుతో మీసాలు అటూ ఇటూ తుడుచుకున్నాడు. బల్ల మీద చేతులు పారచాపి ఇలా అన్నాడు:

"ఏం చేయమంటావమ్మా? చూస్తున్నావుగా, నే నెంత చిక్కులో పడ్డానో! ఆ పిల్ల

చూడబోతే చెడుదోవ పట్టింది. ఎవరి చేతుల్లోనో పడింది, మోసం చేసి ఇందులోకి ఈడ్చారు. నీవు ఏమన్నా అను. ఒక్క మాటలో చెప్పాలంటే ఈ రొంపిలో చిక్కుపడింది. ఇప్పుడు చూడబోతే తల్లితండ్రులు ఆ పిల్ల కోసం పోలీసు ద్వారా దర్యాప్తు చేస్తున్నారు. ఏమవుతుంది? పోలీసులు ఇల్లిల్లూ వెదుకుతారు. చివరకు ఇక్కడ దొరుకుతుంది. మరి నన్నేం చేయమంటారు? ఈ జిల్లాలో పోలీసు నౌకరీ ఏడుస్తున్న వాణ్ణి... మీరే చెప్పండి... నా పని ఎంత ఇరకాటంలో పడిందో?"

"అవును కెర్బెష్ గారూ! ఆ పిల్లకు మైనార్టీ కూడా వెళ్ళిందిగా!" మళ్ళీ అడిగింది యజమానురాలు.

"అవును పసిపిల్లా ఏమిటి? ఈడొచ్చిన పిల్ల! పైగా ఈ పని తన ఇష్టప్రకారమే చేస్తున్నానని కాగితం కూడా రాసి ఇచ్చింది" అన్నాడు ఇషయా సవిచ్ మధ్యలో అందుకొని.

అంతలో ఎమ్మా కూడా యజమానురాలికి వత్తాసుగా నిలబడింది.

"దేవుడి మీద ఒట్టు వేసి చెపుతున్నాను. ఆమెను ఇక్కడ మా కన్న కూతురుతో సమానంగా చూచుకుంటున్నాం" అంది ఎమ్మా – ఆ పిల్లకు మరేం అన్యాయం జరగడం లేదన్నట్లు.

"నే నా విషయం కాదు మాట్లాడేది" అన్నాడు పోలీసు కెర్బెష్ కొంచెం కోపంగా.

"మీరు సరిగానే చూస్తూ ఉండొచ్చు. అసలు విషయం అది కాదు. నేను నా సంగతి చెపుతున్నాను. నా పరిస్థితి ఏమిటి? ఇప్పుడు నేనేం చేయాలి? మీరే ఆలోచించండి. నా డ్యూటీ నేను చేయొద్దా?" అన్నాడు మళ్ళీ కెర్బెష్ మొహం చిట్లిస్తూ.

అది విని యజమానురాలు 'అన్నా' వెంటనే లేచి తలుపు దగ్గరికి వెళ్ళింది. ఆమె కాళ్ళకు స్లిప్పర్లు ఉన్నాయి.

"కెర్బెష్ గారూ! మా ఇల్లు కొంచెం మార్చాలనుకుంటున్నాను. జాగా చాలడం లేదు. గదులు కొంచెం పెద్దవి చేస్తే ఎలా ఉంటుందంటారు?" అని అడిగింది అన్నా, కెర్బెష్ వైపు చూస్తూ.

"ఓ దానికేం? పసందుగా ఉంటుంది" అన్నాడు కెర్బెష్ తాపీగా.

అన్నా గదిలోంచి వెలుపలికి వెళ్ళింది. కెర్బెష్ కూడా ఆమె వెంట వెళ్ళాడు. ఆ తరువాత మరో పది నిముషాలకు తిరిగి ఇద్దరూ గదిలోకి వచ్చారు. కెర్బెష్ ఒక నూరు రూబుల్సు నోటు – కొత్త నోటు – మడిచి తన జేబులో పెట్టుకున్నాడు. ఇంతకు ముందు మాట్లాడిన ఆ పిల్ల ప్రస్తావన మళ్ళీ రాలేదు. ఆ పిల్లను బలాత్కారంగా చెరిచి, పడుపు వృత్తిలోకి దింపారు. ఇంతకు ముందు కెర్బెష్ మాట్లాడిన విషయం అదే.

అయితే ఏం? తనకు పచ్చనోటు చేతిలో పడిందిగా! మళ్ళీ నోరెత్తలేదు. టేబుల్ మీద ఉన్న మరో గ్లాసు బ్రాందీ సేవిస్తూ, ఇంకేదో విషయం మాట్లాడసాగాడు కెర్బెష్.

"నాకో కొడుకున్నాడు. వాడి పేరు 'పాల్'. హైస్కూల్లో చదువుతున్నాడు. ఆ

వెధవాయి ఉన్నాడు చూచారూ? నా దగ్గరికొచ్చి "నాన్నా.. నాన్నా! బళ్ళో పిల్లలంతా నన్ను తిడుతున్నారు. నీ వేమో పాడు పోలీసు నౌకరీ చేస్తున్నారట. రోజూ తనిఖీలకని 'యామా'లోకి వెళ్ళి అక్కడ సానుల దగ్గర లంచాలు పుచ్చుకుంటావట. 'మీ నాన్న ఇలాంటివాడ'ని పిల్లలంతా నన్ను అసహ్యించుకుంటున్నారు" అంటాడు వాడు. చూచారా? వేలెడంత లేడు -- వాడి పొగరు! ఎంత అవమానం... ఎంత అవమానం" అంటూ కొడుకు విషయం చెప్పాడు కెర్బెష్.

"ఆ!... ఇవేం లంచాలు?... ఇక్కడ లంచాలు ఇవ్వడానికి ఎవరి దగ్గరున్నాయి?.... నే నిప్పుడు ఇచ్చింది......" - 'అన్నా' అలా అంటూవుండగా కెర్బెష్ మళ్ళీ మధ్యలో అందుకున్నాడు.

"అదే నేనూ చెప్పాను. ఆ కుర్రకుంకను నాలుగు చీవాట్లు పెట్టాను. వెళ్ళి వాళ్ళ ప్రిన్సిపాల్‌తో చెప్పమన్నాను. ఈ సారి స్కూల్లో ఎవడైనా నా పేరు ఎత్తాడా, డొక్క చీలుస్తానని చెప్పాను. సరాసరి గవర్నరు జనరల్‌కు రిపోర్టు వ్రాస్తానని కూడా హెచ్చరించాను. అది కాదండీ! వాడు చూడబోతే ఇంతలేడు. ఏం బుద్ధులు పట్టుబడ్డాయో చూడండి. నా దగ్గర కొచ్చి "నాన్నా... నాన్నా! నీవు నాకు తండ్రివి కాదు. నేను నీకు కొడుకును గాదు. కావాలంటే మరో కొడుకును తెచ్చుకో" అంటాడు. చూచారా వాడి తెలివి. ఏం పోయేకాలం అనుకున్నారు? చెడామడా తిట్టి ఒళ్ళు వాయకొట్టాను. ఇప్పుడా వెధవాయి నాతో మాట్లాడ్డం కూడా మానేశాడు. అయితే మాత్రం వదిలిపెడతానా? వాడి అంతు కనుక్కోనూ?" అన్నాడు పోలీసు కెర్బెష్.

"నాకు తెలుసు బాబూ! పిల్లలంతా అలాగే పాడయిపోతున్నారు. మాటవరసకు మా చిన్న పిల్ల 'బెర్తా' ఉంది చూడండి. 'ప్లీషర్స్' హైస్కూలులో చదివిస్తున్నాం. పట్నంలోనే మంచి మర్యాదస్థుల ఇంట్లో ఉంచి, విద్యాబుద్ధులు పట్టుపడేలా చేస్తున్నాం. అయినా ఆ పిల్ల ముండ అప్పుడప్పుడు నా దగ్గర కొచ్చి ఇలాంటి మాటలే అంటూ ఉంటుంది. హైస్కూలులో అందరూ ఏదో అంటున్నారనీ, అసహ్యించుకుంటున్నారనీ ఏదేదో వాగుతుంది. కాని నేను సహిస్తాననుకున్నారా? చెమడాలొత్తి పంపిస్తాను" అంది అన్నా.

"దేవుడి తోడు! నిజంగా మా ఆవిడ, ఆ పిల్ల ముండకు బుద్ధి చెబుతుంది" అంటూ భార్యను సమర్థించాడు ఇషయా సవిచ్.

"నేను మాత్రం ఊరకుంటాననటండీ! ఈ గడుగ్గాయి చేష్టలు నా దగ్గరా? అయినా చూచారూ! స్టూడెంట్లు అంతా ఇలాగే పాడయిపోతున్నారండీ. ఏమిటో విప్లవం తీసుకువస్తారట, లోకాన్ని మారుస్తారట వెధవాయిలు. ఈ మొహాలేనా ఆ పని చేసేది? సంఘం అంతా చెడిపోతున్నదంటారు. అసలు చెడిపోతున్నది వాళ్ళే. అవినీతి, లంచగొండితనం అన్ని చోట్లా ఉన్నాయి. ధర్మం, న్యాయం నశించాయి. తల్లితండ్రుల మీద భక్తి, గౌరవం మట్టికొట్టుకుపోయాయి. ఈ బళ్ళల్లో చదివే కుర్రకుంక లందరినీ కాల్చేయాలి" అంటూ న్యాయమూర్తిలా ఉపన్యాసం దంచాడు కెర్బెష్.

"అవునండీ! మొన్న ఇలాంటి సంగతే ఒకటి జరిగింది. ఒక లావాటి ఆయన ఇక్కడికి వచ్చాడు...." అంటూ జోస్యా, పోలీసు కెర్బేష్‌తో ఏదో చెప్పబోయింది.

కానీ వెంటనే 'ఎమ్మా' కన్నుగీటి సైగచేస్తూ, ఆమెను వారించింది.

"అవును గాని జోస్యా! నీవు వెళ్ళి భోజనాల విషయం చూడరాదూ!"

అది గ్రహించి జోస్యా మళ్ళీ మాట్లాడకుండా ఊరకుంది.

యజమానురాలు అన్నా తిరిగి పోలీసుతో ఇలా అంది:

"అంతే కెర్బేష్ గారూ! ఈ రోజులలో ఎవరినీ నమ్మలేకుండా ఉన్నాం. ఈ పిల్లలున్నారు చూచారూ? అస్తమానం ఎవరి ప్రియుణ్ణి గురించి వారు ఏదేదో చెప్పుకుంటూ ఉంటారు, ఆనందిస్తుంటారు. తమ షోకులేమిటో తామేమిటో తప్ప, తక్కిన విషయాలు కాస్తయినా పట్టించుకోరు."

'అన్నా' అలా అంటూ ఉండగా, అంతలో అవతల నుంచి పెద్దగా తలుపు చప్పుడైంది. ఎవరో ఆడమనిషి పెద్ద గొంతుపెట్టుకొని పిలిచింది.

ఇహ తాను అక్కడ ఉండడం భావ్యం కాదని కెర్బేష్ లేచి, తన 'పట్టాకత్తి' సరిచేసుకున్నాడు.

"ఇహ నాకు పనుంది, వెడతానమ్మా! ఇషయా సవిచ్! వెళ్ళొస్తాను దయ ఉంచండి" అన్నాడు కెర్బేష్ – యజమానురాలితోటీ, ఆమె భర్త తోటీ.

"మరో గ్లాసు బ్రాందీ పుచ్చుకోరూ?" అంటూ ఇషయా టేబుల్ మీద ఉన్న బ్రాందీ గ్లాసులో పోసి కెర్బేష్ చేతికి ఇవ్వబోయాడు.

కాని కెర్బేష్ తీసుకోలేదు.

"వద్దు. థ్యాంక్సు! ఇప్పటికే డోస్ ఎక్కువైంది. మరి వస్తాను సెలవు" అంటూ కెర్బేష్ బయలుదేరాడు.

"అప్పుడప్పుడు వస్తూ ఉండండి" అన్నాడు ఇషయా మళ్ళీ, ఏదో మర్యాద చూపిస్తూ.

కెర్బేష్ వీధివాకిలి దాకా వెళ్ళి అక్కడొక క్షణం ఆగాడు.

"ఎందుకైనా మంచిది. ఆ అమ్మాయిని తక్షణం అక్కణ్ణుంచి మరో చోటుకు పంపేయండి. ఎటుపోయి ఎటువస్తుందో ముందు జాగ్రత్త కోసం చెబుతున్నాను. మీ క్షేమం కోరేవాణ్ణి కనుక ఇంతగా చెప్పాల్సి వచ్చింది" అంటూ వెనుకటి విషయాన్ని గురించి హెచ్చరించాడు కెర్బేష్.

కెర్బేష్ వెళ్ళిపోయాడు.

అతను మెట్లు దిగుతూ ఉండగా 'టపీ'మని తలుపు వేసింది ఎమ్మా ఎడ్వర్డోవ్‌నా. "లంజకొడుకు! రెండువైపులా లంచాలు కొడుతుంటాడు. పుండాకోరు వెధవ!" అంటూ ఎమ్మా పళ్ళు కొరుక్కుంది.

3

ఆరుగంటలకు అందరికీ భోజనం తయారైంది. అప్పటి దాకా కాలం మందంగా, విసుగ్గా, విశేషాలు ఏమీ లేకుండా మామూలుగా గడిచి పోయింది. అన్నా మార్కోవ్‌నా ఇంట్లో అమ్మాయిలంతా పరికిణీలు కట్టుకుని ఉన్నారు. వక్షోజాలు సగపడ కనిపించేలా పొట్టిగా ఉన్న బాడీలు తొడుక్కున్నారు. అంతవరకూ వాళ్ళు మొహాలు కడుక్కోలేదు. తలలు దువ్వుకోలేదు. చేతులకు చొక్కాలు లేనందున చంకల వరకు కనిపిస్తోంది. కాళ్ళకు బూట్లుగానీ, చెప్పులుగానీ ఏమీ లేవు. పనీపాటా లేకుండా వట్టి కాళ్ళతోటి, ఈ గదిలోంచి ఆ గదిలోకి, ఆ గదిలోంచి ఈ గదిలోకి పిచ్చికుక్కల్లా తిరుగుతున్నారు. మధ్య మధ్య 'పియానో' దగ్గరకు వెళ్ళి వేళ్ళతో మీటలు నొక్కుతున్నారు. కార్డులు బయటకు లాగి తమ అదృష్టం ఎలా ఉందో చూచుకుంటున్నారు. సోమరితనం వల్ల అప్పుడప్పుడు వాళ్ళకు చిరాకు కలుగుతోంది. ఏదో చీదరించుకుంటూ ఊరకనే కోపం తెచ్చుకుంటున్నారు. రాత్రి కోసం ఎదురు చూస్తున్నారు.

ఇద్దరు పిల్లలు 'ల్యూబ్‌కా', 'న్యూరా' గుమ్మంలో నిలబడ్డారు. వీధిని పోయే జనాన్ని చూచి, ఎందుకో విరగబడి నవ్వుతున్నారు. ఏదో ఇష్టం వచ్చినట్లు వాగుతున్నారు. దీపాలు ముట్టించేవాడు వీధి లాంతర్లు తుడిచి, కిరసనాయిలు పోస్తున్నాడు. ఒక పోలీసువాడు చంకలో రిజిష్టరు బుక్కు పెట్టుకుని పోతున్నాడు. మరో సానికొంప యజమానురాలు వీధికి అడ్డంగా పడి, హడావిడిగా అంగడికి పరుగెడుతోంది.

న్యూరా చిన్న పిల్ల. కళ్ళు మందమైన నీలపు రంగును కలిగి ఉంటాయి. కనుగుడ్లు అదోరకంగా వికారంగా అగుపిస్తాయి. జుట్టు అవిసె రంగు పూసినట్లుంటుంది. ఆమె కణతల దగ్గర, చిన్న నరాలు నీలి రంగులో పైకి ఉబ్బి ఉన్నాయి. మొహం ఏదో దైన్యంగా, అమాయకంగా అగుపిస్తుంది. ఆమె తనకు పని లేకపోయినా అనవసరంగా అన్ని విషయాలలో జోక్యం కలిగించుకుంటూ ఉంటుంది. అందరి దగ్గరా చనువు తీసుకొని, అతిగా మాట్లాడుతుంది. పైగా మాటలు అమిత తొందర. ఆమె మాట్లాడుతోంటే, పసిపిల్లలకు మల్లే పెదవుల మీద నుంచి ఉమ్మి బయటికొచ్చి బుడగలు లేస్తూ ఉంటాయి.

అంతలో ఒక పనివాడు వీధి వెంట పోతున్నాడు. నల్లగా వంకులు తిరిగిన జుట్టు. మాంచి వయసులో ఉన్నాడు. తాగి ఉన్నట్లుగా అతని మొహం స్పష్టపరుస్తోంది. గబగబా సారాయి దుకాణం వైపు పోతున్నాడు.

"ఏయ్! ప్రోఖోర్ ఇవానిచ్! ఇలారా ఒకసారి! పొద్దు తిరుగుడు గింజలు పెడతా" – అతణ్ణి చూచి చేతులూపుతూ పెద్దగా అరిచింది న్యూరా. అలా అరుస్తూనే పగలబడి నవ్వింది. న్యూరా గుప్పిట్లో పొద్దు తిరుగుడు గింజలున్నాయి. నోట్లో పోసుకుని బొక్కుతోంది.

అంతలో వెనుక నుంచి తలుపు తోసుకుని, ఎమ్మా గడపలోకి వచ్చి నిలబడింది. దయ్యం లాంటి ఆమె ఆకారం చూసేసరికి న్యూరా, ల్యూబ్‌కా కూడా హడలిపోయారు. వాళ్ళను చూడగానే 'ఎమ్మా' మొహం ఎర్రగా, కందగడ్డలా అయింది.

"ఎన్నిసార్లు చెప్పినా మీకు బుద్ధి లేదూ? ఒంటి మీద గుడ్డ లేకుండా ఆ మైల బాడీలు వేసుకుని, వీధిలో నిలబడి వచ్చే పోయే జనాన్ని చూస్తున్నారా? ఒకసారి చెప్పగానే బుద్ధి ఉండాలి. చూసేవాళ్ళు ఏమనుకుంటారు? పరువు పోతుందే! మీరు ఎక్కడ ఉన్నారో కాస్త గుర్తుంచుకొని మెలగండి. పొద్దస్తమానం సోల్జెర్లు పడి పొర్లే కొంపల్లో కాదు మీరుంది. మట్టు మర్యాద గల ఇంట్లో ఉంటున్నారు. మలాయాలో ఉన్న మకిలి ముండలనుకున్నారేమో! జాగ్రత్త!" అంటూ ఎమ్మా రాక్షసి గొంతు పెట్టుకుని అరిచేసరికి ఆ పిల్లలిద్దరూ ఉక్కిరిబిక్కిరి అయిపోయారు. చడీచప్పుడూ కాకుండా లోపలికి పోయి వంటింట్లో ప్రవేశించారు.

వంటింట్లో మూడు కాళ్ళ ఎత్తుపీటలున్నాయి. వాటి మీద కూచుని, మాట, మంచీ లేకుండా పొద్దు తిరుగుడు గింజలు బొక్కడం మొదలెట్టారు. వంటమనిషి 'ప్రాస్కోవియా' ఇంకా ఏదో సర్దుకుంటోంది.

వీళ్ళిద్దరూ ఇక్కడ ఉండగా అక్కడ 'మంకా' గదిలో చాలా మంది అమ్మాయిలు చేరారు. 'మంకా' మాంచి వయసులో ఉన్న పిల్ల. ఈమెను చిన్న మంకా, లేక తెల్ల మంకా అని పిలుస్తారు. శరీరం తెల్లగా ధగధగ మెరుస్తూ ఉంటుంది. 'మంకా', మరో పిల్ల 'జోయా' – ఇద్దరూ పక్కమీద కూచుని, పేకాట ఆడుతున్నారు. 'జోయా' పొడుగ్గా, అందంగా ఉంటుంది. కనుబొమ్మలు ఆర్చీలకు మల్లే ఉంటాయి. కళ్ళు పిల్లికళ్ళు. పెద్దవిగా ముందుకు పొడుచుకొచ్చినట్లుంటాయి. మొహం విచిత్రంగా ఏదో వెలవెల పోతూ ఉంటుంది. ఆమె మొహంలో రష్యన్ సానుల లక్షణాలు పూర్తిగా ఉన్నాయి.

చిన్న మంకా, జోయా – ఇద్దరూ పక్కమీద కొసను కూచుని పేకాట ఆడుతూ ఉన్నారు. ఆట పేరు 'అరవై ఆరు ఓకులు'. మంకాకు ప్రాణ స్నేహితురాలైన జెన్నీ పక్కమీద పడుకుని చదువుకుంటోంది. ఆమె చేతిలో అక్కడక్కడా చిరిగిపోయిన పాత పుస్తకం ఒకటుంది. అది డ్యూమన్ వ్రాసిన 'రాణీగారి రత్నహారం' అనే నవల. జెన్నీ నవల చదువుతూ సిగరెట్టు కాలుస్తోంది. జెన్నీకి చదువుపిచ్చి జాస్తి. ఆ ఇంట్లో ఉన్న పిల్లలందరిలోకి, ఆమెకు ఒక్కదానికే చదువు మీద ధ్యాస. చదవడం మొదలుపెడితే అంతు లేకుండా, వేరే విషయం ఆలోచించకుండా, పుస్తకం అయిపోయేదాకా అలాగే కూచుంటుంది. ఆమె చదివేది నవలలు. అందులోనూ సాహస కృత్యాలతో నిండిన ఫ్రెంచి నవలలంటే ఆమెకు అమిత ఇష్టం. నవలల్లో వచ్చే కథానాయకులు, వాళ్ళు చేసే యుద్ధాలు, సాధించే విజయాలు, అద్భుతమైన వర్ణనలు, సాహసకృత్యాలు – ఇవన్నీ చదువుతోంటే, ఆమె మనసు పొంగిపోతూ ఉంటుంది. ప్రపంచం మరిచిపోయి వాటిల్లో లీనమవుతూ ఉంటుంది. అంతేకాదు నాయకీ నాయకుల ప్రణయం, వారికి

వచ్చే అడ్డంకులు, అందుకోసం వాళ్ళు పడే బాధ, చేసే ప్రయత్నాలు – ఇవన్నీ జెన్నీ హృదయానికి హత్తుకుపోతాయి. తననే ఆ నవలలో కథానాయకి గాను, తన ప్రియుణ్ణే నాయకుడి గాను ఊహించుకుని ఉబ్బిపోతుంది. చదువుతున్నంతసేపూ పాత్రలతో పాటు తనూ పరుగెడుతుంది. 'నాలుగో హెన్రీ' నెరపిన ప్రేమకలాపాలు, అతని చతురోక్తులు ఈమెకు నచ్చుతాయి. ఫ్రెంచి చరిత్రకు సంబంధించిన ప్రతి నవలా ఈమెను ఆకర్షిస్తుంది. చదువులో ఇలాంటి ఆసక్తి ఉన్నా, మామూలు జీవితంలో చాలా మార్పుగా కనిపిస్తుంది జెన్నీ. చాలా తెలివైన అమ్మాయి. అందమైనపిల్ల కూడా. సన్నగా, పొడుగ్గా తీగెలా ఉంటుంది. చక్కని కళ్ళు. ఏదో ఆకర్షణ, ఏదో ఆవేశం – అగ్నిలా మండుతున్నట్లు కళ్ళలో కనిపిస్తాయి. గర్వం, మితభాషిత్వం తెలిపేలా చిన్ననోరు. పై పెదవి మీద మీసాలు వస్తున్నట్లు సన్నగా, పొడుగ్గా గుర్తులు కనిపిస్తాయి. బుగ్గల మీద మాత్రం కొంచెం అసహ్యంగా మచ్చలు పడ్డాయి.

జెన్నీది చిరచిరలాడే స్వభావం. ద్వేషం, తిరస్కారభావం అమెకు అబ్బాయి. ఏమైనా ఆ ఇంట్లో ఉండే అమ్మాయిలందరిలోకీ జెన్నీ ప్రత్యేకంగా అగుపిస్తుంది. బోర్డింగ్ బళ్ళల్లో పిల్లలుంటారు చూచారూ? బడిపిల్ల లందరిలోకి ఒక్కో కుర్రాడు బలంగా, ఏదో ప్రత్యేకంగా, బడిపెద్దలా అగుపిస్తాడు. అలాగే ఒక్కో తరగతిలో ఆడపిల్లలందరిలోకి ఒక్కో అమ్మాయి అందంగా, ఆకర్షణీయంగా ఉంటుంది. ఇలాగే జెన్నీ కూడా పడుపుకత్తెలందరిలో ఒక ప్రత్యేకస్థానం ఆక్రమించుకున్నట్లు కనిపిస్తూ ఉంటుంది.

జెన్నీ తన నోట్లోంచి సిగరెట్టు కూడా తీయలేదు. సిగరెట్టు పొగ మొహం చుట్టూ వ్యాపిస్తున్నా, రెప్ప వాల్చకుండా చదువుతోంది. వేలితో వరసగా పేజీలు తిప్పేస్తోంది. మోకాళ్ళ వరకే పరికిణీ వేసుకుంది. పాదాలు చాలా పెద్దవిగా, వికృతంగా ఉన్నాయి. కాలి బొటనవేళ్ళు పెద్దవి. మడమలు కోసుగా బయటకు పొడుచుకొచ్చినట్లు కనిపిస్తున్నాయి.

పేకాట ఆడే ఇద్దరు పిల్లలు గాక, మరో అమ్మాయి గూడా పక్క మీద కూచుని ఉంది. ఆమె పేరు 'టమారా'. కాళ్ళు మెలిక వేసుకుని కూచుంది. తల వంచుకుని లేసు అల్లుతోంది. 'టమారా' అందమైన అమ్మాయి. స్నేహానికి తగిన పిల్ల. టమేటా పండులా ఉంటుంది. ఎర్రని తలవెంట్రుకలు శీతకాలంలో నక్కల మీద ఉండే జుట్టు మాదిరి తళతళ మెరుస్తూ ఉంటాయి. ఈ అమ్మాయి అసలు పేరు 'గ్లికెరియా'. 'లౌకేరియా' అని కూడా అంటారు. కాని పేరు మార్చుకుని 'టమారా' అని పెట్టుకుంది.

అసలు సానులందరూ అంతే! పడుపువృత్తిలో ప్రవేశించగానే పెద్దవాళ్ళు పెట్టిన పేరు తీసేసి తమాషాగా ఉండే కొత్త పేర్లు తగిలించుకుంటారు. అవును మరి, సాధారణంగా ఉండే పేర్లు: మాత్రీనా, ఆగాఫియా, సైక్లిటినియా – ఇలాంటివి వీళ్ళకు నచ్చవు. పేరులో ఏదో పెన్నిధి ఉన్నట్లు, విటులను ఇట్టే ఆకర్షించాలని వీరి ఉద్దేశ్యం. అందుకని, వినగానే కళ్ళు పులకరించేలా, కనిపించినప్పుడల్లా పలకరించేలా,

మరిచిపోకుండా గుండెల్లో ప్రతిధ్వనించేలా విచిత్రమైన పేర్లు పెట్టుకుంటారు. సానులందరికీ ఇదొక సరదా అయిపోయింది. టమారా సన్న్యసించిన స్త్రీలా కనిపిస్తుంది, ఆమె మొహం తెల్లగా తేలిపోతూ ఉబ్బివుంటుంది. ఏదో గాంభీర్యం, కొత్తదనం కనిపిస్తూ ఉంటాయి. ఆమెను చూడగానే, అప్పుడే ఏదో సన్న్యాసుల మఠంలో చేరిందా ఏం, అనిపిస్తుంది. టమారా ఎవరితోనూ ఎక్కువగా మాట్లాడదు. తోటివాళ్ళతో కలిసి తిరగదు. తన పనేమిటో తానేమిటో! వేరువేరుగా తప్పుకుని తిరుగుతూ ఉంటుంది. తన రహస్యాలు ఎవరితోనూ చెప్పదు. తన గత చరిత్ర ఎక్కడా వెళ్ళగక్కదు.

ఆమె ఒక సన్న్యాసినిలా, సర్వసంగ పరిత్యాగం చేసిన వేదాంతిలా కనిపించినా, ఆమె జీవితం వెనకాల అంతకన్నా ఏవో రహస్యాలు దాచిపెట్టుకున్నట్లు, ఆమె మాటల ధోరణి, ప్రవర్తన స్పష్టపరుస్తాయి. రెప్పలు వాల్చి, క్రీగంట చూస్తూ ఉంటుంది. ఆమె కళ్ళల్లో బంగారు తళుకులు మెరుస్తూ ఉంటాయి. ఆ చూపులు నిప్పు కణికల్లా నిలువెల్లా తాకుతాయి. నింపాదిగా, నిండుగా మాట్లాడుతుంది. టమారాకు చాలా భాషలు వచ్చు. ఒకసారి ఆమె ఫ్రెంచి, జర్మన్ భాషల్లో అనర్గళంగా మాట్లాడేసరికి, అక్కడున్న పిల్లలంతా ఆశ్చర్యపోయారు. ఎంత మితభాషిగా మెలగుతున్నా ఇంట్లో అందరూ ఆమె పట్ల గౌరవభావాన్ని ప్రదర్శిస్తారు. తోటి అమ్మాయిలు, యజమానురాలు, పనివాళ్ళు - అంతా ఆమెను మర్యాదగా చూస్తారు. ఆఖరుకు భయంకరంగా ఉండే వాకిట్లో కాపలావాడు కూడా టమారా అంటే భయభక్తులతో సంచరిస్తాడు.

"ఇదిగోనేవ్! నా ఆట అయిపోయింది, యాభై ఏడు, పదకొండు, అరవై ఎనిమిది, చూడు నీ ఓకులు ఎన్ని అయినాయి?" అంది జోయా పేకముక్కలు కిందపరుస్తూ.

"నావి ముప్ఫయ్" అంటూ తన ముక్కలు చూపించింది మంకా. ఆటలో ఓడిపోయానని మంకాకు బాధగా ఉంది.

"నీ దుంపతెగ" ముక్కలన్నీ నీకు మనసులోనే ఉంటాయే! ఆటలో కూచుంటే సరి నక్కను తొక్కివస్తావు. సరేలే. మళ్ళీ కలుపు" అంది మంకా, జోయాతో. అలా అంటూనే పక్కన కూచున్న టమారా వైపు మొహం తిప్పింది.

"నీవు చెప్పవే టమారా? ఆ తరువాత ఏం జరిగింది" అంది టమారాతో.

అంతసేపటి బట్టీ టమారా ఏదో ముచ్చట చెపుతోంది. మంకా ఒక వైపు పేక ఆడుతూనే, మరోవైపు 'ఊం' కొడుతూ ముచ్చట వింటోంది. టమారాకు మంకా ప్రాణస్నేహితురాలు. ఆమె ఒక్కదానితో కాస్త మనసిచ్చి మాట్లాడుతుంది.

జోయా మళ్ళీ పేక కలిపింది. పేక బాగా పాతపడి మెత్తగా వేళ్ళకు అంటుకుపోతోంది. మంకా తన వేళ్ళకు ఉమ్మి తడిచేసుకొని పేక కోసింది. జోయా ముక్కలు వేస్తోంటే, పక్కన కూచున్న టమారా తిరిగి చెప్పసాగింది. ఆమె తలెత్తకుండా తన కుట్టుపని చూసుకుంటూనే మాట్లాడుతోంది.

"చర్చి అలంకారాలకు కావల్సిన అల్లికలన్నీ మేమే తయారుచేసే వాళ్ళం. రంగు

రంగుల దారాలతో రకరకాల పూలు, లతలు, చెట్లు, పిట్టలు అల్లేవాళ్ళం. చిత్ర విచిత్రాలయిన బొమ్మలు, శిలువ గుర్తులు వేసే వాళ్ళం. బలిపీఠం మీదికి కావల్సిన గుడ్డలు మేమే కత్తిరించేవాళ్ళం. మా అల్లికలన్నీ బంగారంలా ధగధగ మెరుస్తూ ఉండేవి. కిటికీలలో కూచుని ఈ పనులు చేస్తుండేవాళ్ళం. మేం మధ్య మధ్య మాట్లాడుకుంటే మా అమ్మగారు సహించేది కాదు. ఆమె గారికి పోచుకోలు కబుర్లు పనికిరావు. ఎన్నడూ దైవధ్యానం తప్ప ఆమెకు మరొకటి నచ్చదు. అందుకని మమ్మల్ని చాలా భయభక్తులతో పెంచేది. పనులు చేస్తున్నంతసేపూ పల్లెత్తి మాట్లాడేవాళ్ళం కాదు. బైబిల్‌లోని ప్రార్థనా గీతాలు పాడేవాళ్ళం. "ఓ ప్రభూ! మా మొరాలకించు" అంటూ మేమంతా గానం చేస్తోంటే ఎంత హాయిగా, మధురంగా ఉండేదనుకున్నావు? హృదయాలు ఊగిపోయేవి. ఏమో లేవే! జరిగిపోయిన ఆ సంగతులన్నీ తలచుకుంటే ఒక కలలా తోస్తుంది" అంటూ తన చిన్ననాటి సంగతులు చెపుతోంది టమారా.

చదువుకుంటున్న జెన్నీ అదంతా విన్నది.

పుస్తకం పొట్ట మీద ఆనించుకుని ఇలా అంది:

"మాకంతా తెలుసులేవే టమారా! నీవేం చెప్పక్కరలేదు. నీ జీవితమంతా ఒక సినిమాలా ఉంటుందిలే! నీవు చిన్నప్పుడు బంగారంతో ఆడుకునేదానివి. దేవుడు అహర్నిశలూ నీ వెంట తిరుగుతూ ఉండేవాడు కదూ?"

జెన్నీ హేళన చేస్తూ ఈ మాటలు అంది.

అంతలో ఆటలో కూచున్న మంకా అందుకుంది.

"ఇందాక నలభై, ఇప్పుడు నలభై ఆరు, పందెం నేనే గెలిచాను" అంటూ మంకా పెద్దగా చప్పట్లు కొట్టింది. "ఈసారి ఆట మూడుతో ప్రారంభిస్తాను."

జెన్నీ మాటలు విని టమారా చిరునవ్వు నవ్వింది. అప్పుడామె మొహం ఎలా ఉందని? చిత్రకారులు గీసే బొమ్మలో మాదిరి ఏదో శోభ ఆమె మొహంలో కనిపించింది.

"అవును, లౌకికం నేర్చిన పెద్దమనుషులంతా అలాగే మాట్లాడతారు, పవిత్రమైన సన్యాసినుల జీవితంలో కూడా, ఏవో పుక్కిటి కథలు అల్లి ప్రచారం చేస్తారు. ఒకవేళ పాపం చేస్తే మాత్రం పోయిందేమిటి?" అంది టమారా, జెన్నీ అన్న మాటలకు వ్యంగ్యంతోనే సమాధానం చెబుతూ.

"పాపం లేనప్పుడు భయమెందుకు? నీవు పాపం చేయకపోతే పశ్చాత్తాప పడాల్సిన పనే లేదు" అంది మధ్యలో జోయా నోట్లో వేలు పెట్టుకుని.

ఒక క్షణం తరువాత మళ్ళీ జెన్నీ ఇలా అంది:

"టమారా! నీవు చాలా విచిత్రమైన పిల్లవే! నిన్ను చూస్తోంటే ఒక్కోసారి నాకు అమితమైన ఆశ్చర్యం కలుగుతుంది. సోంకా లాంటి పిల్లలు అడ్డమైన వాళ్ళతో తిరుగుతూ వెకిలిచేష్టలు చేస్తుంటారు. అందులో కొంత అర్థం ఉంది. ఎందుకంటే వాళ్ళు మూర్ఖులు. అన్నిటికీ తెగించిన వాళ్ళు. నీవున్నావు చూచావూ! అన్నిట్లో ఆరితేరిన ఘటానివి.

రకరకాలు రుచి చూచిన రంగసానివి. కాని ఏం లాభం? నీవు కూడా కొన్ని విషయాల్లో చాలా తెలివితక్కువగా ప్రవర్తిస్తూంటావు, నీ విప్పుడు ఆ లేసు ఎందుకు కుడుతున్నట్లు చెప్పు?"

టమారా కుడుతోన్న గుడ్డ తీసి మోకాళ్ళ మీద పరుచుకుంది. వాల్గన్నులతో జెన్నీ వంక చూస్తూ ఇలా అంది:

"ఏం చేయను జెన్నీ? నేను ఊరికే కూచోలేను. విసుగు పుడుతుంది. పేకాట అంటే నాకు చెడ్డ చిరాకు. మరి ఎలాగో పొద్దుపోవాలిగా? అందుకని......"

అది విని జెన్నీ తలూపింది.

"నిజంగా నీవు విచిత్రమైన పిల్లవు టమారా! మా అందరి కంటె నీకు విటుల దగ్గర నుంచి సంపాదన ఎక్కువొస్తుంది. ఆ డబ్బంతా నీవు దాచుకుంటే బాగుండిపోను. ఏమిటో నీ పిచ్చి! అనవసరమైనవాటికి తగలేస్తూ ఉంటావు. ఒక్కొక్క సీసా ఏడు రూబుల్సు పెట్టి సెంట్లు, తలనూనెలు కొంటుంటావు. దేనికి చెప్పు? ఇప్పుడు నీవు కుడుతోన్న సిల్కు గుడ్డ ఖరీదు పదిహేను రూబుల్సు. అది 'శంకా' కోసమే కదూ?" అడిగింది మళ్ళీ జెన్నీ.

"అవును సెనుష్కా కోసమే" అంది తిరిగి టమారా.

"నీవు నిజంగా అదృష్టవంతురాలివి. ఎందుకూ పనికిరాని ఆ దొంగ వెధవ ఒక పెద్ద చీఫ్ కమాండరు వచ్చినట్లుగా ఇక్కడి కొస్తాడు. ఏమిటో అశ్చర్యం? వాడు నిన్ను ఒక దెబ్బయినా కొట్టడు. అయితే ఏం లే? నిన్ను రాత్రంతా బాగా ఉపయోగించు కుంటుంటాడు" అంది జెన్నీ.

"నాకు సాధ్యమైనంత వరకు సంతోషపెడతాను" అంది టమారా దారం నోట్లో పెట్టుకుని తెంపుతూ.

"ఎలాగైనా నీవు అమాయకురాలివి. వచ్చినవాణ్ణి వలలో వేసుకుని వీలైనంత గుంజడం నీకు చాత కాదు. నీ అంతట నీవే లొంగిపోయి, నిజమైన ప్రేమతో వాళ్ళను సుఖపెడతావు. నీ అందం, నీ చందం, నీ ఒళ్ళూ, నీ కళ్ళూ నాకు కనుక ఉన్నట్లయితేనా, మగాళ్ళను మూర్ఛితుల్ని చేసి, ముక్కుకు తాడేసి ముద్రముదుపులు గుంజకపోయానా? ఈ పాటికి మూటల మూటలు ఆర్జించకపోయానా?" అంది తిరిగి జెన్నీ.

"ఏం చేస్తాం జెనుష్కా! ఎవరి అదృష్టం వారిది, ఎవరి అభిరుచులు వారివి. నీవు మాత్రం అందకత్తెవు కావా ఏమిటి? పైగా నీకు ధైర్యసాహసాలు కూడా ఉన్నాయి. అయినా ఏం చేస్తాం? మన కర్మ కాలి ఇద్దరికీ, ఈ అన్నా మార్కొవ్నా అడుగులకు మడుగులొత్తాల్సిన గతి పట్టింది" అంది టమారా.

అది వినేసరికి జెన్నీకి ఏదో దుఃఖం వచ్చింది. గట్టిగా నిట్టూర్చి ఇలా అంది:

"అవును మన కర్మ. అయినా నా కంటే నీవే అదృష్టవంతురాలివి. నీ దగ్గరకి వచ్చేవాళ్ళు కాస్త పైలాపచ్చీసుగా వస్తారు. పైసా విసిరిపారేస్తారు. వచ్చినవాడూ

సుఖపడతాడు. నీకూ ఆనందం కలుగుతుంది. మరి నా కర్మ ఏమిటో ఎప్పుడుపట్టినా అర్థ్వాన్నంగానే ఏడుస్తుంది. నా దగ్గరికి ముసలాళ్ళన్నా వస్తారు. లేకపోతే మరీ పసిపిల్లలయినా వస్తారు. సరసమైన సరసుడు ఒక్కడూ సరసకు రాందే! ఆ పసికుర్రాళ్ళంటే నాకు తగని అసహ్యం. ఒక కుర్రాడొస్తాడా? వాడికి అమిత తొందర. ఎప్పుడు అవజేసుకుని బయటపడదామా అని చూస్తాడు. తగని భయం. పట్టుకోగానే వణికి పోతాడు. అతని పని అతను చేసుకోవడానికే చచ్చే సిగ్గు. బిత్తర బిత్తర చూపులు చూస్తాడు. వాడి చేష్టలు చూస్తుంటే చెమడాలొత్తాలనిపిస్తుంది నాకు. ముందుగానే జేబులో చేయిపెట్టి రూబులు తీసుకుంటాడు. గట్టిగా గుప్పిట పట్టుకుని కూచుంటాడు. అది వెచ్చగా, చెమటతో తడిచి ఉంటుంది. పనికిమాలిన కుర్రకుంకలు. వాళ్ళమ్మ ఏదో కొనుక్కు తినమని పది కోపెక్కులు ఇస్తుంది. అందులో కొంత, ఈ వెధవలు ముండల కోసమని దాచిపెట్టుకుంటారు. మొన్న నా దగ్గరకి మిలిటరీ స్కూల్లో చదివే ఒక కుర్రాడు వచ్చాడు. కావాలనే నేను వాడితో ఒక ఆట ఆడాను. చాక్‌లెట్ల పొట్లం ఒకటి చేతికిచ్చాను. "అబ్బాయీ స్కూలుకు వెడుతూ దోవలో తిను నాయనా" అని చెప్పాను. కాని ఆ వెధవాయి ఏం చేశాడో తెలుసా! మొదట బిడియపడ్డాడు. తరువాత ఏలాగో తీసుకున్నాడు. అతను పోతోంటే నేను మెట్ల మీద నిలబడి కనిపెడుతూనే ఉన్నాను. గడప దిగాడో లేదో, అటూ ఇటూ పారచూచి, గభాలున చాక్‌లెట్లు నోట్లో వేసుకున్నాడు. పందిబుద్ధీ వాడూనూ!" ఆ విధంగా జెన్నీ తన అనుభవాలు చెప్పింది.

"ఇహ ముసలాళ్ళ సంగతి చెప్పనక్కర్లేదు ఏడ్చి మొత్తుకున్నట్లు ఉంటుంది" అంది మంకా ఇదంతా వింటూ.

"ఏమే జోయా! నీ వేమంటావు?" అంటూ జోయాను ప్రశ్నించింది మళ్ళీ మంకా.

అప్పటికే జోయా ఆట పూర్తిచేసి ఒళ్ళు విరుచుకుని పెద్దగా ఆవలిస్తోంది. ఈ ప్రశ్నకు కోపం తెచ్చుకోవాలో, లేక నవ్వాలో జోయాకు తెలియలేదు. ఆమె దగ్గరికి ఒక విటుడు వరసగా వస్తూంటాడు. పెద్ద ఆఫీసరు. కానీ బాగా ముసలాడు. మతి కూడా చలించింది. జోయా అతనితో సరసాలాడడం చూచి, మిగతావాళ్ళంతా పగలబడి నవ్వేవారు. జోయాతో పరిహాసాలాడేవారు. అందుకనే ఇప్పుడు మంకా, ఆమెను అలా వ్యంగ్యంగా ప్రశ్నించింది.

"పోనిద్దురూ పాడు పీడ! ఆ ముసలిముండా కొడుకున్ని నరకంలో పడి చావనీ" అంది జోయా, ఆవలించడం పూర్తిచేసి విసుగ్గా.

"అది కాదే జోయా? మరోసంగతి చెపుతాను, విను. నా దగ్గరికి వచ్చే కుర్రాళ్ళ కంటే, నీ కోసం వచ్చే ఆ ముసలాడి కంటే, మన మంకా పరిస్థితి మరీ ఘోరంగా ఉంటుంది. దాని కోసం వచ్చే ఆ కుర్రాణ్ణి చూచావు గుర్తు లేదూ? తాగుబోతు వెధవ ఒళ్ళంతా చెమట కారుతూ మురికికంపు కొడుతూ ఉంటుంది. పైగా శరీరమంతా మచ్చలు. ఇహ వాడి బండారం అల్లా ఆ సిలుకు చొక్కా ఒక్కటే. అదీ మన టమారా

పుణ్యమా అంటూ అబ్బింది వాడికి. మాట్లాడితే బూతులకు లేస్తాడు. దొంగ లంజ కొడుకు! ఛీ! తగాదాకు సిద్ధంగా ఉంటాడు. పైగా "నా ప్రేయసి మంకా ఒక్కతే! హో మంకా! నా ముద్దుల మంకా! నా వరహాల మంకా!" అంటూ అరుస్తాడు. వెధవ గొంతూ వాడూను. ఏమే మంకా! నిజమేనా? ఊ! చెప్పవేం?" అంటూ జెన్నీ, మంకాను రెండుచేతులతో గట్టిగా కౌగిలించుకుంది. మంచం మీద పడేసి, ఆమె జుట్టూ, కళ్ళూ, బుగ్గలూ నొక్కి నొక్కి ముద్దు పెట్టుకుంది.

మంకాకు ఒక్క క్షణం వరకూ ఊపిరి ఆడలేదు. పైగా జెన్నీ చేష్టలకు చక్కలిగింతలు పుట్టి పెద్దగా నవ్వడం మొదలెట్టింది.

"ఊరుకోవే జెన్నీ! నన్ను లేవనీ! మా అమ్మవు కదూ!" అంటూ పట్టు తప్పించుకోవాలని జెన్నీని ప్రాథేయపడింది మంకా.

అంతలో లోపల్నుంచి పనిమనిషి జోస్యా పిలుపు వినిపించింది.

"భోజనం వడ్డించానమ్మోయ్! భోజనం వడ్డించాను రాండి రాండి!" పెద్దగా అరుస్తూ జోస్యా పరుగెత్తుకు మంకా గది దగ్గరికి వచ్చింది. గది తలుపు తీసింది.

"భోజనం వడ్డించానమ్మా! త్వరగా రండి" అంది జోస్యా మళ్ళీ.

అంతా గుంపుగా వంటింట్లోకి పరుగెత్తారు. వారంతా ఇంకా లంగాలు కట్టుకునే ఉన్నారు. కాళ్ళూ, మొహం కడుకున్న పాపాన పోలేదు. కాళ్ళకు స్లిప్పర్లు తప్ప మరేం లేవు. అందరూ భోజనాల ముందు కూచున్నారే కానీ, ఒక్కరికీ తినాలని లేదు. ఒక్కరికీ ఆకలి అవుతున్నట్లు కనిపించదు. ఏదో ఆ వాంఛ తీర్చుకుంటే సరిపోతుందని వచ్చినట్లుగా ఉంది. ముందు టమాటో పులుసు పోసుకుని రుచి చూచారు. ఆ తరువాత మాంసం ముక్కలు కొంచెం కొంచెం కొరికి తిన్నారు. అందరూ అదో రకంగా ఏడుపు మొహాలు పెట్టుకుని, పళ్ళాల ముందు ఈడిగలపడి కూచున్నారు.

అవును పాపం! వాళ్ళకు ఆకలి చచ్చిపోయింది. అనేక దురభ్యాసాలకు అలవాటుపడి ఆకలి పోగొట్టుకున్నారు. ఆశలు చంపుకున్నట్లే ఆకలీ చంపుకున్నారు వాళ్ళు. వాళ్ళల్లో 'నైనా' అనే ఒక అమ్మాయి ఉంది. చిన్న చప్పిడిముక్కు. ఎప్పుడూ ముక్కులు దిబ్బడలేసి ఉంటాయి. ఈమె రైతు కుటుంబంలో పుట్టింది. ఇటీవలనే, అంటే రెండు నెలల క్రితం ఒక వ్యాపారస్థుడు ఈ పిల్ల శీలాన్ని చెరిచాడు. తరువాత సానికొంపకు అమ్మేశాడు. ఈమె మాత్రం కాస్త కడుపు నిండా తింటోంది. ఇటీవలనే ఈ రంగంలోకి దిగడం వల్ల, ఇంకా పూర్తిగా చెడిపోలేదు. అడిగి పెట్టించుకుని ఆవురావున తింటోంది నైనా.

జెన్నీ ఒక మాంసం ముక్కలో సగం కొరికి తిని, పక్కన కూచున్న ఫెక్లూషాతో ఇలా అంది:

"ఒసేయ్, ఫెక్లూషా! నాది కూడా నీవే తినవే! నా చిట్టితల్లివి కదూ! ఇది కూడా తినమ్మా! సిగ్గుపడకులే. నీవింకా బాగా బలవాలి. ఎందుకో చెప్పనా?" అంటూ జెన్నీ

అందరినీ కలయచూచింది. "కొందరికి ఎండువాత రోగం ఉంటుంది లేవే! మన ఫెక్లూషాకు కూడా ఆ రోగం ఉండి తీరాలి. ఆ జబ్బుగల పిల్లలు ఏం చేస్తారో తెలుసా? వాళ్ళకి ఆకలి ఎక్కువ. అందుకని ఇద్దరు తినే తిండి, వాళ్ళు ఒక్కరే తింటారు" అంది జెన్నీ వ్యంగ్యంగా.

నైనా అడిగి పెట్టించుకొని ఆవురావున తింటోందని జెన్నీకి అసూయగా ఉంది. అందుకని నైనాను ఎగతాళి చేయడం కోసం, ఫెక్లూషా పేరు పెట్టి ఎత్తిపొడిచింది జెన్నీ. అయితే ఈ మాత్రం తెలివి నైనాకు లేకపోలేదు. తన గురించే జెన్నీ అలా అంటోందని అర్థం చేసుకుంది.

"నాకేం లేదు ఎండువాత రోగం. అన్ని రోగాలూ నీకే ఉన్నాయి. అందుకే అలా ఎండిపోతున్నావు" అంది నైనా కోపంతో. నైనా గబ గబా భోజనం పూర్తిచేసింది. ఎక్కిళ్ళు వస్తోంటే నీళ్ళు తాగింది. ఎవరూ గమనించకుండా క్రాస్ చేసుకుని దేవుణ్ణి ప్రార్థించింది. అవును! నైనాకు అది అలవాటే! రోజూ క్రాస్ చేసుకుంటుంది.

కొద్ది క్షణాలు ఎవరూ మాట్లాడలేదు. అంతలో అవతల్నుంచి పెద్దగా జోస్యా అరవడం వినిపించింది.

"ఇహ కానీయండమ్మా! త్వరగా తెమలండి. ముచ్చట్లతో కాలక్షేపం చెయ్యడానికి పొద్దు లేదు. ఊం! త్వరత్వరగా ముస్తాబై గదుల్లోకి పదండి" అంటూ జోస్యా కంచుగొంతు పెట్టుకుని అరిచింది.

కొద్ది నిమిషాల తరువాత ఇంట్లో ప్రతి గదీ ఘుమఘుమలతో నిండిపోయింది. గబ్బు నూనెలు రాచి, తలలు దువ్వడం, బోరిక్ థైమాల్ సబ్బుతోటి, చౌకరకం వాసన నీళ్ళ తోటీ మొహాలు తోమడం చకచకా జరిగిపోతున్నాయి. పడుపుకత్తెలంతా వచ్చేరాత్రి కోసం ముస్తాబు అవుతున్నారు.

4

కనుచీకటి పడింది. ఆకాశం మీద మిణుకు మిణుకుమని నక్షత్రాలు గోచరించాయి. క్రమక్రమంగా భూమి అంతా చీకట్లు కమ్ముతున్నాయి. కాపలావాడు సిమన్ ఎర్రలాంతర్లు వెలిగించి గుమ్మాల ముందు తగిలించాడు. విటులు వచ్చి కూచునే మొదటి హాలులోనూ, మెట్ల దగ్గర లాంతర్లు ముట్టించి పెట్టాడు. సిమన్ భారీ మనిషి. వెడల్పాంటి భుజాలు, నల్లని జుట్టు. కళ్ళల్లో గాంభీర్యం ఉట్టిపడుతూ ఉంటుంది. మొహం కొట్టవచ్చినట్లుగా ఉంటుంది. వెడల్పాటి కనుబొమలు. పెద్ద మీసాలు. మొహం నిండా స్ఫోటకం మచ్చలున్నాయి. సిమన్‌కు పగలల్లా పని లేదు. ఎక్కడో స్వేచ్ఛగా పడుకుని నిద్రపోతాడు. చీకటి పడగానే గుమ్మంలో కాపలా కూచుంటాడు. ఇంటికి వచ్చే విటులకు ఎలాంటి అసౌకర్యం కలగకుండా దోవ చూపిస్తూ ఉంటాడు.

పియానో వాయించే అతను పెందలకడనే వచ్చాడు. అతను పొడుగ్గా ఉంటాడు.

సన్నగా నాజూగ్గా ఉంటాడు. చిన్నవాడే కాని, కనుబొమలు, కనురెప్పల వెంట్రుకలు దాదాపు తెల్లగా ఉంటాయి. కుడి కంట్లో పొర కూడా వుంది. విటులెవరూ రాక ముందే అతనూ, ఇషయా సవిచ్ కలిసి సంగీతం ప్రారంభిస్తారు. ఇంకేం? ఇవాళ కూడా అతనూ, ఇషయా సవిచ్ కలిసి ఒక డాన్సు పాట రిహార్సలు చేసుకుంటున్నారు. ఆ రోజుల్లో పాస్ డి ఎన్ పాగన్ అనే డాన్సు కొత్తగా వచ్చి ప్రజల్లో పన పడిపోయింది. ఆ డాన్సు పాటే వాళ్ళిద్దరూ ఇప్పుడు అభ్యాసం చేసుకుంటున్నారు. విటుడు ఎవరైనా వచ్చి డాన్సు చేయమని ఉతర్వు చేస్తే వీళ్ళు వెంటనే ప్రదర్శిస్తారు.

ఈ నృత్యంలో రకాలున్నాయి. ఒక రకంగా తేలికయిన నృత్యానికి దఫాకు ముప్ఫయ్ కోపెక్కులు పుచ్చుకుంటారు. మరో రకమైన నృత్యానికి తడవకు యాభై కోపెక్కులు వసూలు చేస్తారు. ఈ విధంగా వసూలైన డబ్బును భాగపంపిణీలు చేస్తారు. సగభాగం ఇంటి యజమానురాలికి పోతుంది. మిగతా సగాన్ని పియానో వాయించే అతను, అన్నా మార్కోవ్‌నా మొగుడు ఇషయా సవిచ్ సమానంగా పంచుకుంటారు. కనుక పియానో వాయించే అతనికి వసూలైన సొమ్ములో నాలుగోవంతు మాత్రం వస్తుందన్న మాట. ఒక విధంగా ఇది అన్యాయమే. ఎంచేతంటే, రెండోవాడైన ఇషయా సవిచ్‌కి భాగం పెట్టడం శుద్ధదండుగ. అతను ఫిడేలు వాయిస్తాడే కాని అంతా తప్పులు వాయిస్తాడు. నృత్యం కూడా సరిగా చేతకాదు. ఇతను చేసే తప్పులన్నీ, పియానో వాయించే అతను సరిచేస్తూ ఉంటాడు. మరి ఇలాంటి పనికిమాలినవాడికి భాగం ఇవ్వడం అనవసరం కదూ? శ్రమపడే వాడు పియానో అతను, సొమ్ము చేతిలో వేయించుకొనేవాడు ఇషయా. అయినా తప్పదు మరి! ఇహపోతే పియానో వాయించేవాణ్ణి గురించి వేశ్యలంతా వచ్చిన విటులతో గర్వంగా చెపుతారు. అతనొక గొప్ప సంగీత విద్వాంసుడనీ, ప్రభుత్వం నెలకొల్పిన సంగీత కళాశాలలో చదువుకున్నాడనీ అతను విద్యార్థు లందరిలోకీ విశేష ప్రతిభ గలవాడనీ గొప్పలు చెపుతారు. కానీ అతను యూదీయుడవడం వల్ల, పైగా కళ్ళకు జబ్బు వచ్చిన కారణాన కళాశాలలో విద్య పూర్తి కాకుండానే మానుకోవలసి వచ్చిందనీ చెపుతారు. ఇలా చెప్పడం వల్ల తమకు గౌరవం వస్తుందనీ, తమ ప్రతిభ ఇనుమడిస్తుందనీ వాళ్ళ ఉద్దేశ్యం.

అన్నా మార్కోవ్‌నా ఇంట్లో వేశ్యలంతా మస్తుగా ముస్తాబు చేసుకున్నారు. వచ్చే పురుషపుంగవులకు మరులు గొలిపేలా తయారై ఎదురుచూస్తున్నారు. కొందరు కిటికీలలో కూచున్నారు. మరికొందరు కిటికీ అద్దాల తలుపులు పట్టుకుని అటూ, ఇటూ ఊపుతూ, దిక్కులు చూస్తూ నిలుచున్నారు. వాళ్ళ హృదయాలు ఏవో పదునెక్కుతున్నాయి. ఏవేవో మధురమైన కోర్కెలు మొలకెత్తుతున్నాయి.

ప్రతిరోజూ ఇంతే! సాయంత్రం కాగానే వారి మనసుల్లో చిత్రవిచిత్రమైన తలంపులు తలెత్తుతాయి. ఆ రోజు తమకు ఎలాంటి విటులు తటస్థిస్తారో, ఎలాంటి సంఘటనలు జరుగుతాయో అని ఉవ్విళ్ళూరుతూ ఉంటారు. అవును, ఆనాడు వచ్చేవారిలో కొందరు

నిజంగా తాము ప్రేమించేవారు ఉండవచ్చు! పాత ఖాతాదార్లే వచ్చి చనువుగా మాట్లాడి, పూర్వస్మృతులు కలిగించి సంతోషపెట్టవచ్చు! లేక ఎన్నడూ చూడని కొత్త మొహం కనిపించి అశ్చర్యపడేలా చేయవచ్చు. అసలు ఇవేవీ కాక ఏ ఉదారచిత్తుడో, ఏ పుణ్యాపురుషుడో హఠాత్తుగా సాక్షాత్కరించవచ్చు. అతని సహాయం వల్ల ఆనాటితో తమ అదృష్టం మారిపోతుందేమో? ఒక కొత్త జీవితం ప్రారంభమవుతుందేమో? ఏమో ఎవరు చెప్పగలరు? దేనికైనా అవకాశం ఉంది.

సంధ్యవేళ సానులంతా అలాంటి ఊహలతో క్షణక్షణం ఉద్రేకపడుతూ, ఉత్సాహం తెచ్చుకుంటూ, వచ్చేవారి కోసం వేచివున్నారు. నిజానికి వారి ఊహల్లో అతిశయోక్తి ఏ మాత్రం లేదు. అసత్యం అంతకన్నా లేదు. ప్రతిరోజూ ఈ కొంపల్లో ఏదో ఒక అద్భుతమైన సంఘటన, అసాధారణమైన విషయం జరుగుతూనే ఉంటుంది. అంచాతనే ఏ రోజుకు ఆ రోజు ఒక కొత్త రోజుగా వారు భావించగలుగుతున్నారు. ఆ చీకటి జీవితంలో మార్పు లేకపోయినా, ఆ రోజు మాత్రం మహిమ ఉంది.

ఒక్కరోజు ఎవరూ ఎన్నడూ ఎరగని కొందరు కొత్త మనుషులు ఎక్కణ్ణుంచో ఈ కొంపల్లో ఊడిపడతారు. దాంతో ఒక తుపాను వీస్తుంది. ఉదాహరణకు ఒక పోలీసువాడు సామాన్య దుస్తులలో కొందరిని వెంటబెట్టుకుని అకస్మాత్తుగా వస్తాడు. కొందరు పెద్దమనుషులను, మర్యాదస్థులను అరెస్టు చేస్తాడు. వాళ్ళను తన్నుకుంటూ, లాఠీలతో తల మీద మోదుకుంటూ లాక్కొనిపోతాడు. మరోసారి తప్పతాగి అల్లరిచేసే రౌడీ వెధవలకు, సానికొంపల్లో ఉండే కాపలావాళ్ళకు పెద్ద కొట్లాట జరుగుతుంది. తాగి వచ్చిన రౌడీ వెధవ ఎవడో ఒక కాపలావాణ్ణి తంతాడు. అది చూచి మిగతా కాపలావాళ్ళంతా వాడికి సహాయం చేయడం కోసం పరుగెత్తుతారు. దాంతో పెద్ద గలాటా, భయంకరమైన యుద్ధం జరుగుతుంది. ఈ పోట్లాటలో వాళ్ళకు ఒళ్ళు తెలియదు. పియానోలు విరగ్గొడతారు. కిటికీ అద్దాలు పగులగొడతారు. ఒకరినొకరు కుర్చీలతో కొట్టుకొని తునాతునకలు చేస్తారు. మెట్ల మీద, నడవలో రక్తం మడుగు కడుతుంది. కొందరికి కాళ్ళు విరుగుతాయి. మరికొందరికి తలలు పగులుతాయి. ఇంకా కొందరు గుమ్మం ముందు ఉన్న మురుగుకాలవలో పడి తన్నుకుంటారు.

ఇలాంటి బీభత్సం జరిగే సమయాలలో ఇండ్లలో ఉండే పడుపుకత్తెలంతా భయంతో వణికిపోతారు. పంచప్రాణాలు బిగపట్టుకుని పక్కల కింద దాక్కుంటారు. కాని జెన్నీ ఉంది చూచారూ! ఆ పిల్లకు ఇలాంటి సమయాల్లో భలే హుషారుగా ఉంటుంది. తొడలు చరుచుకుంటూ దెబ్బలాట మధ్యకు ఉరుకుతుంది. ఇరుపక్షాలవారినీ ఉసిగొల్పుతుంది. పిల్లలంతా ప్రాణాలు గుప్పిట్లో పట్టుకుని కూచుంటే, తను మాత్రం నిర్భయంగా గంతులు వేస్తూ ఆనందిస్తుంది జెన్నీ.

ఇంకొకప్పుడు ఏ అధికార సంస్థకు చెందిన సభ్యుడో, లేక షరాబో ఒక గుంపును వెంటబెట్టుకుని రావడం తటస్థిస్తుంది. ఇతను అనేక సంవత్సరాల బట్టీ వేల వేల

రూబుల్సు జూదంలో తగలేశాడు. అపరిమితమైన తాగుడుకు కూడా అలవాటుపడి తన సర్వస్వం కోల్పోయాడు. చివరకు విసిగిపోయాడు. జీవితం మీద విరక్తి పుట్టింది. ఆత్మహత్య చేసుకోవడానికో, జైలుకు పోవడానికో సిద్ధపడ్డాడు. అందుకని తన దగ్గరున్న చివరి కోపెక్కు వరకూ ఖర్చు చేసి ఒళ్ళు తెలియకుండా తాగాడు. అతనికి పూర్తిగా మతి పోయింది. ఎంతటి ఘోరమైనా సునాయాసంగా చేయడానికి సంసిద్ధుడైనాడు. ఇలాంటి ఉన్మత్తుణ్ణి, అతని అనుచరుల్ని చూచి సానివాడ అంతా వణికిపోయేది.

ఈ గుంపు సానికొంపల్లో ప్రవేశించి, స్వేచ్ఛగా విహరించేది. ఇళ్ళ తలుపులు, కిటికీలు గట్టిగా బిగించేవారు. ఆ విధంగా ఈ ఉన్మాదులంతా రెండు పగళ్ళు, రెండు రాత్రిళ్ళు లోపలే ఉండి నోటితో ఉచ్చరించరాని పనులన్నీ చేసేవారు. అడ్డుపెట్టేవారు, అదేమనేవారు ఎవరూ లేరు. ఆడవాళ్ళ అవయవాల నుండి రక్తం ప్రవహించేది. ఏడ్పులు, మూల్గులు, కేకలు, పెడబొబ్బలు! ఓహ్! భయంకరమైన పిశాచ నృత్యం జరిగేది. ఆడాళ్ళు, మగాళ్ళు కూడా నగ్నంగా నాట్యం చేసేవాళ్ళు. దున్నల్లా, దుక్కల్లా ఉన్న మగాళ్ళు విపరీతంగా తాగి, ఆడాళ్ళను బలత్కారంగా నాట్యం చేయించేవాళ్ళు. వాళ్ళ మీద పడి ఎక్కి, తొక్కి ఒళ్ళంతా రక్కేవాళ్ళు. పియానోలు, ఫిడేళ్ళు మరణగీతం ఆలపించేవి. గదులలో స్త్రీలు శవాల్లా పడి దొర్లుతూ ఉండేవారు. ఉన్మత్త తాండవంలో ఉన్న మగాళ్ళు పక్క మీదనే తాగి, తిని చెడాబడా కక్కేవాళ్ళు. బ్రాందీ తాగినంత తాగి, తక్కినది పార బోసేవాళ్ళు. పందుల్లా పడిపొర్లేవాళ్ళు. ఇల్లంతా కంపు, దుర్వాసన, దుర్భరమైన మానవ మలమూత్రాదుల దుర్గంధం. అపరిశుభ్రమైన దేహాల నుండి వెలువడే చెమట, ఉచ్ఛ్వాస నిశ్వాసాల నుండి పుట్టిన విషవాయువు ఓహ్! భయానకం! బీభత్సం! యమలోకం!

మరోసారి సర్కస్‌లో సాము, కసరత్తు చేసే మల్లయోధుడు ఒకడొస్తాడు. ఆడాళ్ళ వంక అతి విచిత్రంగా చూస్తాడు. పడకగదిలో ప్రవేశించి గుర్రంలా ప్రవర్తిస్తాడు. ఇంకోసారి చీనా దేశస్థుడొస్తాడు. చిత్రమైన వేషం వేసుకుని ఉంటాడు. ఆడాళ్ళు తొడిగే రవిక లాంటిది తొడుక్కుని, తెల్లని మేజోళ్ళు, తల మీద తమాషా అయిన టోపీ పెట్టుకుంటాడు. మరో తడవ ఎవడో నీగ్రోవాడు నైట్‌క్లబ్ లోంచి ఊడిపడతాడు. గళ్ళగళ్ళ ట్రౌజరు, తెల్లగా గంజి పెట్టిన చొక్కా వేసుకుంటాడు. చిత్రమైన కోటు తొడుక్కొని, గుండీ బెజ్జంలో ఒక గులాబీ పూవు ధరించి వస్తాడు. అతణ్ణి చూచి సానులంతా ఆశ్చర్యపోతారు. అతను నీగ్రోవాడనీ, అతని శరీరం నల్లగా తాకడానికి వీలు లేకుండా ఉంటుందనీ ఎవరూ అనుకోలేరు.

ఇలాంటి అసాధారణ వ్యక్తులు రావడం, అపురూపమైన సంఘటనలు జరగడం మామూలై పోయింది. అంచేతనే సాయంత్రం కాగానే సానుల హృదయాల్లో రకరకాల ఊహలు తలెత్తేవి. ఒకరినొకరు ద్వేషించుకోవడం, అసూయపడడం కూడా జరిగేది.

ఒకసారి ఏం జరిగిందనుకున్నారు. కాపలావాడు సిమన్ తలుపు తీసి ఒక మనిషిని లోపల ప్రవేశపెట్టాడు. అతను కాస్త వయసు మళ్ళిన మనిషి. మామూలు పట్టణవాసికి

మల్లే సామాన్యమైన దుస్తులు ధరించాడు. అతని ఆకారంలో ప్రత్యేకత ఏమీ లేదు. పల్చని మొహం, మొహం మీద కండ లేదు. బుగ్గలు లోతుగా గుంజుకుపోయి, ఎముకలు బయటికి పొడుచుకొచ్చాయి. చిన్న గడ్డం, దళసరిగా ఉన్న కనుబొమలు. ఒక కన్ను, రెండో కంటి కన్నా ఎంచేతనో ఎత్తుగా ఉంది. అతను ఇంట్లో ప్రవేశించి సరాసరి కాట్కా దగ్గరికి వెళ్ళాడు. పిల్లలందరిలోకీ కాట్కా లావుగా బలిసి ఉంటుంది.

"వెడదాం రా"అంటూ తల ఊపి, కాట్కాను లోపలికి తీసుకుపోయాడు.

అలా అతను లోపలికి వెళ్ళిన తరువాత కాపలావాడు సిమన్ తన ప్రియురాలైన న్యూరాతో సంగతంతా చెప్పాడు. ఆ వచ్చిన ఆయన పేరు 'డాడ్‌షెంకో' అనీ, అతని ఉద్యోగం ఉరి తీయడమనీ చెప్పాడు. రెండు రోజుల్లో పదకొండుమంది నేరస్థులను స్వయంగా తన చేతులతో ఉరి తీసిన ఘనుడని కూడా చెప్పాడు. ఇంకేం న్యూరా ఈ వార్త తీసుకెళ్ళి ఇంట్లో ఉన్న తన స్నేహితురాండ్రతో చెప్పింది. కాసేపట్లో ఇల్లంతా గుసగుసలు బయలుదేరాయి. పిల్లలందరూ ఏం జరుగుతుందో అని చచ్చే భయంతో గుండెలు పిసుక్కు చచ్చారు. ఓ అరగంట తరువాత డాడ్‌షెంకో బయటికి వచ్చాడు. క్రూరమైన చూపులు చూచుకుంటూ వెళ్ళిపోయాడు. అతను వెడుతోంటే పిల్లలంతా నోళ్ళు తెరుచుకుని నిలబడ్డారు. తరువాత అతను సొంతం వెళ్ళిపోయే దాకా కిటికీల దగ్గర నిలబడి తొంగి తొంగి చూచారు. పిమ్మట ఒక్క ఉరుకులో అంతా లోపలికి పరుగెత్తి, కాట్కా గదిలోకి వెళ్ళారు. కాట్కా అప్పుడే బట్టలు, అవీ కట్టుకుంటోంది. ఏమే! ఏం జరిగింది? అంటూ అంతా ఒకేసారి ప్రశ్నల వర్షం కురిపించారు. కాట్కా శరీరం అంతా ఎర్రగా కంది, కదుములు కట్టివుంది. పక్కంతా నలిగిపోయి, నానా ఛండాలంగా ఉంది. కాట్కా ఏం జరిగిందీ ఎవరితోనూ చెప్పలేదు. మేజోళ్ళ నుంచి ఒక రూబుల్ నోటు బయటికి తీసింది. "ఏ మగాడైనా మగాడే! అందరు మగాళ్ళ వంటి వాడే" అని మాత్రం జవాబు చెప్పి, పెద్దగా వెక్కివెక్కి ఏడ్వడం మొదలుపెట్టింది. కాట్కాకు ఏం జరిగిందో, ఆమె ఏడ్వడానికి కారణం ఏమిటో, ఎవరికీ తెలియలేదు.

ఆ వచ్చినవాడు మనిషి కాదు. మానవజాతి అంతా వెతికి చూచినా ఇలాంటివాడు దొరకడేమో! మనుషులెవరూ ఊహించలేనంత నీచుడు. ఈ కసాయివాడు కాట్కా ఎడల నిర్దాక్షిణ్యంగా పశువులా ప్రవర్తించాడు. ఇలా ఏ మానవుడూ, ఎప్పుడూ ప్రవర్తించి ఉండడు. మానవుడేమిటి! కుక్క, గుర్రం, గొడుగు, కోటు, హేటు అచేతనమైన పదార్థంలో కూడా ఏదో మార్దవం కనిపిస్తుంది. కాని ఇతనిలో అలాంటిది లేశమైనా లేదు. ఏదో ఒక క్షణం ఉపయోగించుకొని అవతల పారేసే పనికిమాలిన వస్తువులా, ఈమెను అతను చూచాడు. అతని అవసరం గడిచిన మరుక్షణంలో అతి కఠినంగా మారిపోయి అసహ్యంగా ప్రవర్తించాడు. పాపం అంచేతనే అమాయకురాలైన కాట్కా మనసుకు బాధ కలిగింది. శరీరాని కంటే ఆమె మనసుకే ఎక్కువ దెబ్బ తగిలింది. ఎన్నడూ అలాంటి బాధ ఎరగదు. ఏం జరిగిందో, కారణం ఏమిటో ఆమె ఎవరితోనూ

చెప్పుకోలేకపోయింది. గుండె పగిలేటట్లు పెద్దగా వెక్కి వెక్కి ఏడ్వసాగింది.

ఇంకా ఇలాంటి విచిత్రమైన అనుభవాలు, అసాధారణమైన సంఘటనలు ఎన్నో ఉన్నాయి. కనుకనే మూర్ఖులు, దరిద్రులు, రోగ పీడితులు, అనాథలు, పతితలు, భ్రష్టలు అయిన ఈ స్త్రీలంతా ప్రతిరోజూ సాయంత్రం అనేక ఆలోచనలలో మునిగి పోతారు. అసూయ, ద్వేషం పెచ్చుమీరిపోయి తుపాకులతో కాల్చుకున్న సమయాలు, విషం పెట్టి చంపుకున్న సంఘటనలు ఉన్నాయి. ఎప్పుడో అరుదుగా సకల సద్గుణ సంపన్నుడు, సర్వాంగ సుందరుడు అయిన ఒక యువకుడు ఈ బురద గుంతలో వచ్చి పడడం కద్దు. ఒక్కో స్త్రీ అతణ్ణి ప్రేమించి, అతని సహాయంతో సానికొంప నుంచి బయటపడటం కూడా జరిగింది. కాని ఏం లాభం? మళ్ళీ ఆమె తిరిగి ఇక్కడికి రాక తప్పింది కాదు. రెండు మూడుసార్లు ఒక ఇంట్లో ఉన్న పడుపుకత్తె గర్భవతి కావడం సంభవించింది. బయటికి చూడ్డానికి ఇదొక అవమానకరంగా, ఆశ్చర్యంగా కనిపించేది. కాని నిజంగా లోతుగా ఆలోచిస్తే, ఇదొక హృదయ విచారకరమైన విషయం కాదూ!

సరే ఇంతకూ ఏం జరిగినా జరక్కపోయినా సంధ్యవేళ కాగానే సానుల హృదయాల్లో ఏదో ఉద్రేకం కలుగుతుంది. ఎన్నెన్నో తలంపులు పుడతాయి. ఏదో పోగొట్టుకున్న వస్తువు కోసం చూస్తున్నట్లుగా ఎదురుచూస్తుంటారు. ఆదుర్దా పడుతుంటారు. సోమరులు, బలహీనులు, పిచ్చివాళ్ళు అయిన ఈ స్త్రీలందరికీ పట్టిన దుర్గతి ఇది.

5

కిటికీల రెక్కలు బార్లగా తీసివున్నాయి. కిటికీలకు కట్టిన తెరలు, రాత్రిపూట గాలికి మెల్లగా అటూ ఇటూ ఊగుతున్నాయి. ల్యూబా మొఖమల్‌తో కుట్టిన మెత్తని రవిక తొడుక్కుంది. మాంచి ముదురయిన నీలపు రంగులో కొట్టవచ్చినట్లు అగుపిస్తోంది. రవిక ముందువైపు చాలా పొట్టిగా, వదులుగా ఉంది. న్యూరా లేత గులాబీరంగు గౌను వేసుకుంది. ఆ గౌను మోకాళ్ళ వరకూ వదులుగా వేలాడుతోంది. ఉంగరాలు తిరిగిన ఆమె వెంట్రుకలు నుదుటి మీద పడుతున్నాయి.

వీరిద్దరూ ఒకరి భుజం మీద ఒకరు చేయి వేసుకుని కిటికీలో కూచున్నారు. మెల్లగా పాట ప్రారంభించారు. ఆసుపత్రి మీద కట్టినపాట ఒకటుంది. ఈ ఆసుపత్రి పాట ఆ రోజుల్లో పడుపుకత్తె లందరినోటా ప్రసిద్ధిగా వినిపిస్తుండేది. న్యూరా తన ముక్కుతో ముందు పాడుతోంది. ల్యూబా వెంటనే అందుకుని వంత పాడుతోంది.

"సోమవారం మళ్ళీ వస్తోందండీ!
నే నాసుపత్రి విడిచి వెళ్ళాలండీ!
కానీ, డాక్టర్ నను పోనివడండీ! ......"

అలా ఇద్దరూ హుషారుగా పాడుతున్నారు. ఇళ్ళలో కిటికీలన్నీ వెలుగుతో

ప్రకాశిస్తున్నాయి. ప్రతి ఇంటికీ గుమ్మం ముందు ఎర్రలాంతర్లు వేలాడుతున్నాయి. ల్యూబాకు, న్యూరాకు ఎదురుగా ఉన్న సోఫియా వాసిలెవ్నా ఇల్లు స్పష్టంగా అగుపిస్తోంది. విటులు వచ్చి కూచునే మొదటి హాల్లో చేసిన వివిధ అలంకారాలు, గోడలకు వేలాడుతోన్న శృంగార చిత్రాలు, నల్లగా మెరుస్తోన్న పియానో - అన్నీ స్పష్టంగా కనిపిస్తున్నాయి.

చీకటి పడినప్పటికీ ఇంకా వెచ్చని గాలి వీస్తోంది. ఎక్కడో దూర దూరంగా రైలుపట్టాలు కనిపిస్తున్నాయి. వాటి వెనకాల మసక మసగ్గా ఉన్న ఇళ్ళ కప్పులు, నల్లగా ఉన్న చెట్లు కనిపిస్తున్నాయి. నగరంలోంచి వస్తోన్న వివిధ రకాల ధ్వనులు మంద్రంగా వినిపిస్తున్నాయి. గాలి మరలు తిరుగుతోంటే వస్తోన్న గరగర ధ్వనులు, 'అంబా' అని అరుస్తోన్న ఆవులు, రాళ్ళ బాటలో నడుస్తోన్న మనుషుల బూట్ల చప్పుడు, బండిచక్రాల బర బర ధ్వనులు 'యామా' అంతటా మెల్లగా, చల్లగా వినిపిస్తున్నాయి. రాత్రి పూట వినిపించే ఈ సందడి అంతా ఏదో సంతోషాన్ని కలిగిస్తోంది. రైలుపట్టాల పక్కన వరుసగా వెలుగుతోన్న ఎర్రని, ఆకుపచ్చని దీప కాంతులు, రైలుబండ్ల కూతలు, చీకటి రాత్రికి ఏదో శోభను చేకూరుస్తున్నాయి.

"నర్సు ఇప్పుడు వస్తుందండీ!
రొట్టె, పాలు తెస్తుందండీ!
రొట్టె, పాలు తెస్తుందండీ!
రోగులందరికి ఇస్తుందండీ!"

ఇద్దరు పిల్లలూ పాడుతున్నారు.

"ఏయ్! ప్రొఖోర్ ఇవానిచ్! ఇవానిచ్! ఇలారా!" అంటూ పెద్దగా అరిచింది న్యూరా పాట ఆపు చేసి. పనివాడు ఇవానిచ్ బీరు షాపు నుంచి పరుగెత్తుకుంటూ ఇంటికి పోతున్నాడు. అతణ్ణి చూచి న్యూరా పిలిచింది.

"ఏమిటే నీ గోల? ఏమిటో చెప్పు?" అడిగాడు ఇవానిచ్ వీధిలో నిలబడి.

"నీ స్నేహితుడొకడు నిన్న నాకు కనిపించాడు. నిన్ను గురించి అడిగాడు" అంది న్యూరా తిరిగి.

"ఎవరు? ఏ స్నేహితుడు?" అడిగాడు ఆదుర్దాగా.

"అతనే! అతనే! నల్లని వెంట్రుకలు, చక్కని కళ్ళూ, మరి ఎక్కడ చూచావని అడగవేం?" అంది న్యూరా త్వరత్వరగా.

"సరేలేవే! ఎక్కడ చూచావో చెప్పు" అన్నాడు ఇవానిచ్ కొంచెం విసుగ్గా.

"తొందరపడితే ఎట్లా? తాపీగా విను, చెప్తాను. ఆ గుంటడు చచ్చిన పిల్లికూనల్ని పారేసే మన కుళ్ళుగుంటలో కనిపించాడు" అంటూ పగలపడి నవ్వడం మొదలుపెట్టింది న్యూరా.

కుడిచి కూచోని పరిహాసాలాడడం న్యూరాకు మామూలు. అందులోనూ ఇవానిచ్

అంటే ఆ పిల్లకు తగని ఇష్టం, సరదా.

"ఓ! నీ పరిహాసాలు పాడు గాను. ఇహ ఊరుకోవే పాపిష్టిదానా" అన్నాడు ఇవానిచ్.

న్యూరా ఇంకా విరగబడి నవ్వుతూనే ఉంది. ఆమె నవ్వు యామా వీధుల్లో మారుమ్రోగింది. కిటికీలో కూచుని తన పొడుగాటి కాళ్ళు బయటికి చాపింది న్యూరా. కాళ్ళకు తొడుక్కున్న నల్లటి మేజోళ్ళు తళ తళ మెరుస్తున్నాయి. అలా నవ్వుతూనే కిటికీలోంచి వంగి వీధిలోకి చూస్తూ రహస్యంగా ఇలా అంది:

"ఈ సంగతి నీకు తెలుసునా? నిరుడుగాక ముందటేడు అతనొక ఆడమనిషి గొంతు కోశాడు."

"ఏమిటీ? ఆమె చచ్చిపోయిందా?" కిటికీ కింద నిలబడి అడిగాడు ఇవానిచ్.

"ఆహాఁ! చావలేదు. అలెగ్జాండ్రోవస్కీ ఆస్పత్రిలో రెండు నెలలు పడుంది. చాలా ప్రమాదమైన గాయం. కొంచెంలో గండం తప్పింది. లేకపోతే చచ్చి ఊరుకునేది."

"ఎందుకు చేశాడు ఆ పని?"

"ఏమో, ఎవడికి తెలుసు? అతను ఆమెకు ప్రియుడు. ఆమె ఏదైనా తప్పుడు పనులు చేసిందేమో? లేకపోతే అతనే ఆమెను తారుస్తాడు కూడా. డబ్బు దగ్గర ఇద్దరికీ పేచీయే వచ్చిందో?"

"ఇలా చేసినందువల్ల అతనికి వచ్చే లాభం ఏమిటి?"

"లాభమూ లేదు, పాడూ లేదు. అసలు ఇతనే ఆ పని చేసినట్లు దాఖలా కూడా లేదు. ఆ రోజున పెద్ద దెబ్బలాట జరిగింది. ఓ వందమంది జనం పోగయి ఒకరినొకరు తన్నుకున్నారు. తనను ఎవరు కొట్టిందీ తెలీదని ఆమె పోలీసువాళ్ళతో చెప్పింది. కాని ప్రోఖోర్ మాత్రం ఆ తరువాత బడాయిలు కొట్టాడు .... "దుంకాను ఆ తడవ పాపమని తలిచి వదిలిపెట్టాను. కానీ ఈసారి దాన్ని చంపితీరుతాను. ఎవడు అడ్డం వస్తాడో, దీని సంపాదన ఏమవుతుందో చూస్తాను" అంటూ మీసాలు దువ్వాడు.

అలా చెప్పేసరికి న్యూరా ఒళ్ళంతా వణికిపోయింది.

"అసలు ఈ తార్పుడుగాళ్ళంతా అంతే, ఎంతకైనా తెగిస్తారు" అంది తిరిగి గద్గదస్వరంతో.

"నిజానికి అంతే! నీకు తెలుసునో లేదో? నేను సిమన్‌ను ప్రాణంతో సమానంగా ప్రేమించాను. ఒక సంవత్సరం సొంతం అతనితో ఉన్నాను. నా ఒంటి మీద దెబ్బ తగలని స్థలం లేదు. పుండు పడని అవయవం లేదు. పోనీ, నేనేమైనా అతనికి ఇష్టం లేని పనిచేశానా అంటే అదీ లేదు. అదొక సరదా కోసం అతనలా ప్రవర్తించేవాడు. ఉదయాన్నే నా గదిలోకి వచ్చేవాడు. లోపల తాళం పెట్టేవాడు. నన్ను నానావిధాల హింసించేవాడు. నా చేతులు పట్టుకుని అటూ ఇటూ విరగతీసేవాడు. నా రొమ్ముల మీద పొడిచేవాడు. తన రెండు చేతులూ నా మెడకు పెనవేసి బలంగా అదుముకునేవాడు. ఇహ ముద్దుల సంగతి చెప్పనక్కర్లేదు. ఒళ్ళు తెలియకుండా గట్టిగా

ముద్దుపెట్టుకునేవాడు. ఓ! ఒకసారి కాదు, రెండుసార్లు కాదు, వందలసార్లు. ఒక్కో మాటు బలంగా కొరికేసేవాడు. నా పెదవుల నుండి రక్తం కారేది! ఓ! వెక్కి వెక్కి ఏడ్చేదాన్ని.... అదీ అతనికి కావల్సిన ఆనందం. మృగంలా నా మీద పడి ఇష్టం వచ్చినట్లు చేసేవాడు. చివరకు నా దగ్గరున్న డబ్బు సొంతం కాజేశాడు. కనీసం ఒక సిగరెట్టు పెట్టె కొనుక్కోవడానికి కూడా లేకుండా చేశాడు. అలా కాజేసిన డబ్బంతా తన పేర బ్యాంకులో వేసుకున్నాడు. వేయి రూబుల్స్ పోగయిన తర్వాత సన్యాసుల మఠంలో చేరతానని చెప్పాడు. దుర్మార్గుడు! వాడు చేసిన పాపాలకు పరిహారం కావాలట. అప్పుడప్పుడు దైవప్రార్థనలు చేసేవాడు. ఓహ్! వాడు చేసిన పాపాలకు అంతులేదు. ఖూనీలు చేశాడు. అందుకే దేవుడంటే భయం పుట్టింది."

"ఏమిటీ? ఖూనీలు చేశాడా?"

"వద్దు. ఇహ అతని మాట ఎత్తవద్దు. పాపం వస్తుంది. ఇవానిచ్ ఇహ ఆ విషయం పోనీలే! మంచి పాట పాడుకుందాం" అంటూ న్యూరా తిరిగి పాడడం మొదలుపెట్టింది.

"మందులషాపుకు వెడతానండీ!
మాత్ర ఒక్కటి తెస్తానండీ!
అది విషం, విషం, విషం!
నాకు నేనే, నేను నాకే
విషం పెట్టుకు చస్తానండీ!"

అప్పటికే ఆలస్యం అయిందని ఇవానిచ్ తన దోవన తాను పోయాడు. జెన్నీ మొదటి హాలులో అటూ ఇటూ పచార్లు చేస్తూ, అద్దం ముందు నిలబడి తన సౌందర్యాన్ని చూచుకుని మురిసిపోతోంది. నారింజ పండురంగులో ఉన్న పట్టుగౌను తొడుక్కుంది జెన్నీ. ఇహ చిన్న మంకా మళ్ళీ పేకాటలో కూచుంది. మంకాకు పేకాట పిచ్చి జాస్తి. విసుగు లేకుండా రాత్రింబగళ్ళు ఆడుతూ కూచుంటుంది. ఇప్పుడామె తన స్నేహితురాలు పాషాతో కలిసి ఆడుతోంది. ఆట పేరు అదే – 'అరవై ఆరు ఓకులు'.

మంకా సాధారణమైన దుస్తులు ధరించింది. నల్లని అల్లిక జాకెట్టు తొడుక్కుంది. గోధుమ రంగు పరికిణీ కట్టుకుంది. మాపుకు ఆగడానికి నడుముకు 'ఆప్రాన్' చుట్టుకుంది. ఈ దుస్తుల్లో మంకా చిన్న పిల్లలా కనిపిస్తోంది. హైస్కూల్లో చదువుకునే అమ్మాయిలా ఉంది.

ఇహపోతే చీట్లాడుతున్న రెండోపిల్ల పాషా చరిత్ర చాలా ఉంది. ఈమె సంగతి వింతగా ఉంటుంది. ఈ అమ్మాయికి చాలా కాలం క్రిందట నరాలకు సంబంధించిన వ్యాధి వచ్చింది. ఆ జబ్బుతో విపరీతంగా బాధపడింది. ఆసుపత్రిలో ఉండడానికి మారుగా దురదృష్టవశాత్తు సానికొంపలో వచ్చిపడింది. ఈ జబ్బు వల్ల ఈమెకొక వెర్రి ఆవేశం, తృష్ణ బయలుదేరుతాయి. మగాడు కనిపిస్తే చాలు తన వాంఛ తీర్చుకోవడానికి పశువులా ప్రవర్తిస్తుంది. అప్పుడీమెకు అణుమాత్రం విచక్షణా జ్ఞానం ఉండదు. ఆ

మగాడు ఎటువంటివాడా అనే ఆలోచనే రాదు. ఈ విషయం తెలుసుకుని ఆమె స్నేహితులంతా ఎగతాళి పట్టిస్తుంటారు.

అసలు మరో వదంతి కూడా ఉంది. పాషాకు వ్యభిచారం చేయాల్సినంత గతి పట్టి అందులో దిగలేదనీ, ఆమె నెవరూ చెరచి చెడగొట్టలేదనీ, ఎవరూ బలాత్కరించి ఈ పనిలో దించలేదనీ, ఆమె బుద్ధిపూర్వకంగా కావాలని ఈ పనిలోకి దిగిందనీ అంతా చెప్పుకుంటారు. ఆమెకు ప్రాప్తించిన విచిత్రమైన వ్యాధి అలా చేయిస్తోందనీ అంటారు. ఏమైనా మగాళ్ళను చూస్తే పడి చచ్చే గుణం పాషాకు ఉంది. ఈ బలహీనతను ఆసరాగా తీసుకుని, యజమానురాలు ఈమెను తన ఇష్టం వచ్చినట్లు ఉపయోగించుకుంటుంది. పాపం ఇంట్లో ఎవరూ ఈమెను సరిగా చూడరు. ఈమెకు గల కామవికారం, దానికి తోడు యజమానురాలి ప్రోద్బలం - ఇంకేం, ఈమె వ్యభిచారం పెచ్చు మీరి విచ్చలవిడి అయిపోయింది. పండుగలు, సెలవు రోజులలో ఈ పిల్లకు ఖాళీ ఉండేది కాదు. అనేకమంది విటులు ప్రత్యేకించి ఈమె కోసం వచ్చేవారు కూడా. అప్పటికీ విరామం లేకుండా పని జాస్తిగా ఉండడం వల్ల, వచ్చిన వాళ్ళకు పాషాకు ఒంట్లో సరిగా లేదనీ, ఏదో రుగ్మత ఉందని సాకులు చెప్పి పంపేవారు.

కాదూ మరి? ఈమె లోపల మరొక విటుడితో ఉన్నదని తెలిస్తే బయట ఉన్న వాడికి ఆగ్రహం, అసూయ పుట్టుకొస్తాయి. అందులో ఈమె దగ్గరికి వచ్చేవారంతా పాత ఖాతాదార్లే. ఎప్పుడూ వతనుగా వస్తూ ఉంటారు. అందరూ తమ ఇష్టమొచ్చినట్లు ఈమెను ఉపయోగించుకుంటారు. అయితే ఏం? డబ్బు మాత్రం పుష్కలంగా ఇస్తారు. నమ్మకంగా ముట్టచెపుతారు. ఇంట్లో ఉన్న పిల్లలందరిలోకీ పాషా అయిదారు రెట్లు ఎక్కువ సంపాదిస్తుంది. ఒక్కోసారి ఆమె వద్దకు ఇద్దరు విటులు ఒకేసారి వస్తారు. ఒకేచోట, ఇంచుమించు ఒకే సమయంలో ఆ ఇద్దరితోనూ ఉండి, వాళ్ళను తృప్తిపరుస్తుంది పాషా. ఆ వచ్చేవారిలో ఒకతను జార్జియా దేశస్థుడు. బ్రాందీషాపులో గుమస్తాగా ఉంటున్నాడు. రెండో అతను రైలురోడ్డు ఏజంటు, మనిషి పొడుగ్గా ఉంటాడు. ఇతనికి ఒక కన్ను లేదు. దానికి నల్లటి అతుకొకటి అడ్డం కట్టుకుంటాడు. ఎవరైతే ఏం? వచ్చిన మనుషులు ఎలాంటివాళ్ళు, వాళ్ళ వేషధారణ, అందచందాలు, ప్రవర్తన, స్వభావం - ఇవేవీ పట్టించుకోదు పాషా. కానీ యజమానురాలు మాత్రం జాగ్రత్తగా కనిపెడుతూ ఆమెకు ప్రమాదం ఏమీ రాకుండా చూచుకుంటుంది.

పాషాకు పిచ్చి- ఉన్మాదం ఉందని ఆమె మొహం చూడగానే చెప్పవచ్చు. ఒక్కోసారి వికృతంగానూ, మరోసారి వింతగానూ అగుపిస్తుంది. కళ్ళు సగం మూసుకుని ఉంటుంది. అర్ధనిమీలిత నేత్రాలతో ఆమె అద్భుతంగా అగుపిస్తుంది. ఏదో సిగ్గు, చిరునవ్వు ఆమె పెదవుల మీద తాండవం చేస్తుంటాయి. ఆమె అస్తమానం తన మెత్తని, పలుచని పెదవులను నాలుకతో తడుపుకుంటూ ఉంటుంది. ఒక్కోసారి విచిత్రంగా పిచ్చిగా నవ్వుతుంది. కాని నిత్యజీవితంలో చాలా నిష్కల్మషంగా, నిజాయతీగా ఉంటుంది

పాషా. అందరితోనూ చనువుగా, హృదయం ఇచ్చి మాట్లాడుతుంది. సున్నితమైన ఆమె మనస్సే ఇందుకు కారణమేమో! డబ్బు మీద కూడా ఆపేక్ష లేదు. తనకు గల విషయాసక్తిని తలుచుకుని చాలా సిగ్గుపడుతూ ఉంటుంది. స్నేహితురాండ్రు అందరిని గట్టిగా ముద్దు పెట్టుకుంటుంది. వాళ్ళను కౌగలించుకుంటుంది. ఏ మాత్రం సిగ్గు, చింత, బెరుకు, బిడియం లేకుండా వాళ్ళతో కలిసి ఒకే పక్కమీద పడుకుని నిద్రపోతుంది. ఆమెకు గల ఇంద్రియలోలత్వమే ఇందుకు కారణం కావచ్చు. కాని తోటిపిల్లలంతా ఈమెను అర్థం చేసుకోలేక అవమానిస్తూ ఉంటారు.

"మంకా! నా ముద్దుల మంకా! నా చిట్టి మంకా! నా జాతకం ఎలా ఉందో చెప్పవే?" అంటూ పాషా చిలిపిగా మంకా భుజం పట్టుకుని తన అరచేయి చూపింది.

"అబ్బ! ఉండవే, ఇంకా కాసేపు ఆడదాం" అంది మంకా పేక ముక్కలు పట్టుకొని.

"మా అమ్మవు కదూ! మా బంగారానివే! మా చిన్నారివే..." అంటూ మళ్ళీ వేలబడింది పాషా పసిపిల్ల మాదిరి. చివరకు మంకా, పాషా చేయి పట్టుకుని అదృష్టం చెప్పింది.

"ఒక మహారాజు నీ దగ్గరికి వస్తానని వాగ్దానం చేశాడు. అతని వల్ల నీకు అమితంగా ధనం వస్తుంది" అని చెప్పింది మంకా. అది వినేసరికి పాషా మొహం ఆనందంతో వికసించింది.

"అవును నిజంగా నా మహారాజు వస్తాడు. లెవ్‌నిష్కీ ఇవాళే వస్తానని చెప్పాడు కూడా" అంది పాషా సంతోషంతో.

"ఎవరే అతను? ఆ జార్జియా దేశస్థుడేనా?" అడిగింది మంకా.

"అవును అతనే, ఎంత అందంగా ఉంటాడనుకున్నావు? అతను ఎప్పుడూ నా దగ్గరే ఉంటే ఎంతో బాగుంటుందే. వదిలిపెట్టడానికి బుద్ధి పుట్టదు. క్రిందటిసారి వచ్చినప్పుడు ఏం చెప్పాడో తెలుసా? "నీ వీ పాదు సానికొంపల్లో ఉంటే నేను సహించను. నిన్ను చంపి, నేను చంపుకుంటాను" అన్నాడు కోపంతో. అతని కళ్ళు చింతనిప్పుల్లా అయినాయి" అని చెప్పింది పాషా.

ఇదంతా వింటోన్న జెన్నీకి ఒళ్ళు మండిపోయింది.

"ఎవడేవాడు? అంత మొనగాడు?" అని అడిగింది జెన్నీ కొంచెం కఠినంగా.

"ఎవరేమిటి? నా చిట్టి లెవన్. జార్జియా దేశస్థుడు. నా ప్రాణానికి ప్రాణం ఇస్తాడు" అంది పాషా తిరిగి.

"ఓసి, పిచ్చి కత్తమ్మా! అతను జార్జియా దేశస్థుడు కానేకాదు. అతను మామూలు ఆర్మేనియా జాతివాడు" అంది జెన్నీ కొంచెం కోపంగా.

"కాదు అతను జార్జియన్. అతనంటే గిట్టక నీవు అలా అంటున్నావు" అంది పాషా తిరిగి మొండిగా.

"ఒసే మొద్దూ! ఎంత మొత్తుకున్నా నీకర్థం కాదు. అతను ముమ్మాటికీ ఆర్మేనియన్.

కావాలంటే ప్రమాణం చేస్తాను. నాకంటే నీకు ఎక్కువ తెలుసటే! పిచ్చిదానా! ఇహ నోరు మూసుకో" అంది జెన్నీ తిరిగి.

"ప్రమాణాలెందుకు జెన్నీ. నీవు అనవసరంగా వాగుతున్నావు. నేను ప్రమాణం చేస్తానన్నానా?"

"అవును, ముందు నీ మాట నెగ్గాలని చూచావు నీవు. నీవు అసలు బుద్ధి లేనిదానివి. వాడి మీద నీకు మనసు మళ్ళిందా ఏమిటే కొంప తీసి?"

"మళ్ళితే మళ్ళింది, ఏం అతణ్ణి ప్రేమించకూడదా?"

"ఎందుకు ప్రేమించకూడదు? సిగ్గు లేనిదానా. ఆ గుడ్డివాడటే నీకు దొరికింది?"

"గుడ్డివాడో, కుంటివాడో ఎవరైతే ఏం? అతనంటే నాకు అభిమానం. అతను అంత మంచివాడు."

"అవును. నీవు ఆ పుస్తకాలమ్ముకునే కోల్కాగాణ్ణి ప్రేమించావు. ఆ కాంట్రాక్టరు వెధవను ప్రేమించావు. తరువాత ఆ టోష్కా కార్కోష్కా గాడంటే పడిచచ్చావు. అటుపైన ఆ దున్నపోతు నటుడి మీద కన్నువేశావు కదూ? ఛీ! సిగ్గులేనిదానా! నీకు నీతి, జాతీ ఉందటే లంజదానా? నీ వెప్పుడూ రోతపుట్టే పనులే చేస్తుంటావు. ఎంత దౌర్భాగ్యురాలివే? నేనైతేనా ఈ పాటికి గొంతుకు ఉరి పోసుకుని చచ్చేదాన్ని. నీవు కనుక ఇంకా బ్రతికివున్నావు. ఛీ! పశువా!"

జెన్నీ అలా అనేసరికి పాషా మాట్లాళ్ళేకపోయింది. ఆమె కళ్ళల్లో నీళ్ళు తిరిగాయి. తల వంచుకుని నేల మీదికి చూస్తూ కూచుంది. అది గమనించి మంకా, పాషాకు వత్తాసు వచ్చింది.

"ఏమిటే జెన్నీ! ఇవాళ ఇలా తయారయినావేమిటి? ఎందుకు పాషాను అలా అవమానిస్తావు?...." అంటూ ఇంకా ఏదో అనబోయింది మంకా. కానీ మధ్యలోనే అందుకుంది జెన్నీ.

"ఓ! మీరందరూ అంతే. సిగ్గూ, ఎగ్గూ లేని లంజలు. ఆత్మగౌరవం ఏ మాత్రం లేదు. ఎవడో రౌడీ వెధవ, కేడీ, పుండాకోరు వస్తాడు. దుకాణంలో ఉన్న మాంసం ముక్కను కొన్నట్లు మిమ్మల్ని కొంటాడు. టాక్సీవాడో, జట్కావాడో బండి అద్దెకు తీసుకున్నట్లుగా, ఓ గంట ప్రణయానికి మిమ్మల్ని బేరమాడి ధరకు మాట్లాడుకుంటాడు. దాంతో మీరంతా ముక్కచెక్కలై మురిసిపోయి, ఉబ్బితబ్బిబ్బు అవుతారు. "హా ప్రియా! హా ప్రాణనాయకా! నీ ప్రేమ అమోఘం, అద్వితీయం" అంటూ పిచ్చివాగుడు వాగుతారు. ఛీ! మీ మొహాలు చూస్తే మహాపాపం" అంటూ జెన్నీ విసురుగా వాళ్ళ దగ్గర్నుంచి వెళ్ళిపోయి అద్దం ముందు నిలుచుంది.

అంతలో పియానో వాయించే అతను ఈసాక్ డావికోవిచ్, ఫిడేలు వాయించే ఇషయా సవిచ్‌తో కుస్తీపట్లు ప్రారంభించాడు. ఫిడేలు శుద్ధ తప్పులు వాయిస్తున్నాడు ఇషయా. పాపం ఈసాక్ తన శాయశక్తులా సరిచేయడానికి యత్నిస్తున్నాడు.

"అబ్బెబ్బే! ఇది కానేకాదు ఇషయా! ఒక్క క్షణం ఫిడేలు అవతల పెట్టి, నేను వాయించేది జాగ్రత్తగా విను. దాని భాగం ఇది" అంటూ ఈసాక్ ఒక చేత్తో పియానో వాయిస్తూ, రెండోచేయి పైకెత్తి పెద్దగా రాగం ఆలాపించసాగాడు.

"ఎస్టాం, ఎస్టాం, ఎస్టియాం-టియాం! ఏదీ వాయించండీ ఒక్కసారి."

గదిలో రిహార్సలు జరుగుతోంది. అక్కడ ఇద్దరు అమ్మాయిలు హాజరై, సంగీతం వింటూ ఆనందిస్తున్నారు. ఒక అమ్మాయి జోయా. గుండ్రని మొహం, ఆర్చీల్లా ఉన్న కనుబొమలు; ముస్తాబు చేసుకుని పియానో పక్కన ఆనుకుని నిలబడి ఉంది. రెండోపిల్ల పేరు వేరా. బక్కపలుచగా ఉంటుంది. పందెపు గుర్రాల్ని పరుగెత్తించే జాకీ ఉంటాడు చూశారూ? వాడి మాదిరి దుస్తులు వేసుకుంది. నీలం, తెలుపు చారలుగల సిల్కు చొక్కా తొడుక్కుంది. తల మీద గుండ్రంగా ఉన్న ఓ చిన్న టోపీ పెట్టుకుంది. ఆ టోపీకి ముందరి భాగం, ముందుకు పొడుచుకొచ్చి కళ్ళకు నీడ పడేలా చేస్తోంది. బిగుతుగా పైజామా వేసుకుంది. కాళ్ళకు మంచి చర్మంతో కుట్టిన బూట్లు తొడుక్కుంది.

నిజానికి వేరా ఈ దుస్తులు వేసుకోకపోయినా జాకీ మాదిరిగానే కనిపిస్తుంది. కోలమొహం, కోటేరు లాంటి ముక్కు, ముక్కుకు ఇరుపక్కలా ఒరుసుకుని చిన్న కళ్ళు మిలమిల మెరుస్తుంటాయి. మనిషి చూడబోతే పొట్టి. ఇంకేం పొడుగు జోయా, పొట్టి వేరా – వీరిద్దరూ ఈ గది అంతా కలయతిరుగుతూ, మధ్య మధ్య సంగీతం వింటూ, ఏదో ఆనందం అనుభవిస్తున్నారు.

న్యూరా ఉంది చూచారూ! ఎక్కడ ఏది జరిగినాసరే టపీమని కనిపెడుతుంది. ముందుగా వచ్చి అందరితోనూ చెబుతుంది. అలా వార్తలు అందించడంలో వాసికెక్కిన న్యూరా గభాలున కిటికీలోంచి దుమికి ఏదో ఉద్రేకంతో అరవసాగింది.

"ట్రెప్పెల్స్‌కు ఓ పెద్ద బండి వచ్చింది. ఆ బండికి ఎలెక్ట్రీ దీపాలున్నాయి... ఓ...నా గుండె పగిలిపోతుందే... అమ్మాయిలూ! రండి, రండి... అబ్బ అన్నీ ఎలక్ట్రీ లైట్లే" అంటూ న్యూరా గంతులు వేస్తూ కేకలు పెట్టింది.

గర్భిష్ఠి అయిన జెన్నీ తప్ప పిల్లలంతా ఆ అరుపులు విని కిటికీల వద్దకు పరుగెత్తారు. కిటికీల్లోంచి వీధిలోకి తొంగి చూచారు. అవును! న్యూరా చెప్పింది నిజమే. ప్రసిద్ధి కెక్కిన సంస్థ ట్రెప్పెల్సు. ఆ ఇంటి ముందు ఒక చక్కని బండి వచ్చి ఆగింది. బండి చాలా శృంగారంగా ఉంది. పసుపు పచ్చని ఎలెక్ట్రీ దీపాలు కూడా ఉన్నాయి. బండికి కట్టిన గుర్రం ఇంకా బాగుంది. పెద్ద గుర్రం, తెల్లగా తళతళ మెరుస్తోంది. చెవులు నిక్కపొడిచి, తల క్రిందికీ పైకీ ఊపుతోంది. బండివాడు చాలా బలంగా, బలిసి ఉన్నాడు. ముందున్న తొట్లో కూచున్నాడు. మోకాళ్ళ మీద చేతులు పెట్టుకుని బొమ్మలా కూచున్నాడు.

"ఏయ్, బండి అబ్బాయ్! ఏయ్ మాఁవా! మమ్మల్ని కూడా బండిలో కూచోపెట్టుకుని ఓ చుట్టు తిప్పుకు రారాదూ? ఈ దిక్కుమాలిన వాళ్ళను కాస్త ప్రేమతో ప్రయాణం చేయించు" న్యూరా కిటికీలోంచి చేతులు ఊపుతూ అరిచింది.

కాని బండివాడు ఏమీ మాట్లాళ్ళేదు. ఆ పిల్ల వైపు ఒకసారి చూచి నవ్వాడు. అమ్మాయిలంతా ఆశ్చర్యంతో చూస్తూ ఉండగానే, అతను బండి తోలుకుని వెళ్ళిపోయాడు.

"ఛీ! సిగ్గుమాలిన ముండల్లారా!" అంటూ ఎమ్మా ఎడ్వర్డోవ్‌నా లోపల్నుంచి అరవడం వినిపించింది. "మట్టు మర్యాదగల పిల్లలెవరైనా ఈ విధంగా కిటికీల్లో వేలబడి, వీధి అంతా వినిపించేలా అరుస్తారుటే! ఎంత అవమానం! ఎంత అవమానం! అసలీ పాడు ముండ న్యూరాయే కారణం. అన్నిటికీ తగుదునమ్మా అని ముందుకొస్తుంది. ఛీ! నీకు సిగ్గు లేదటే" అంటూ చెడామడా తిట్టింది ఎమ్మా.

ఎమ్మా నల్లటి దుస్తులు వేసుకొని భూతంలా ఉంది. ఆమెను చూడగానే పిల్లలంతా ఉప్పిడిచప్పిడి కాకుండా నోళ్ళు నొక్కుకుని ఊరకున్నారు.

కొందరు పిల్లలు గదిలో కుర్చీల మీద కూచున్నారు. జెన్నీ మాత్రం అద్దాల ముందు నుంచుని ఎవరితో సంబంధం లేకుండా తనలో తాను ఆనందిస్తోంది. అంతలో ఎదురుగా ఉన్న సోఫియా ఇంటి ముందు మరి రెండు బండ్లు వచ్చి ఆగాయి. ఇంకో బండి వచ్చి అన్నా ఇంటి ముందు ఆగింది. క్రమక్రమంగా 'యామా'లోకి బండ్లు రావడం ప్రారంభించాయి. సందడి జాస్తి అవుతోంది.

బండ్లోంచి ఒకాయన అన్నా ఇంటి ముందు దిగాడు. కాపలావాడు సిమన్ ఎదురుగా వెళ్ళి, ఆయన కోటు అందుకుని, హాల్లో ప్రవేశపెట్టాడు.

జెన్నీ ఒకసారి ఆ వచ్చిన మనిషి వంక చూచింది. భుజాలు ఎగరేసి తల ఊపుకుంటూ లోపలికి వచ్చింది.

"ఎవరో కొత్త మనిషిలా ఉన్నాడు. ఇంతకు ముందు ఇక్కడికి వచ్చినట్లు లేదు. లావుగా, యూనిఫారం వేసుకుని ఉన్నాడు. బంగారపు ఫ్రేము కళ్ళజోడు పెట్టుకున్నాడు" అంది మెల్లగా జెన్నీ లోపలికి వస్తూ.

ఎమ్మా పెద్ద గొంతు పెట్టుకుని అధికార పూర్వకంగా ఆజ్ఞాపించింది

"అమ్మాయిలూ! అంతా మొదటి గదిలోకి రాండి! ఊఁ! త్వరగా"

పిల్లలంతా ఒకరి తరువాత ఒకరు గదిలోకి వచ్చారు.

మాయ ముత్యాలహారం మెళ్ళో వేసుకున్న టమారా, బలిసి దుక్కలా ఉన్న కాట్కా లోపలికి వచ్చారు. కొత్తపిల్ల నైనా కూడా వచ్చింది. ఆమె ఆకుపచ్చరంగు దుస్తులు ధరించి చిలుకలా ఉంది. పచ్చిసవారిలో పెద్ద మంకా కూడా ఉంది.

ఈ ఇంట్లో ఇద్దరు మంకాలున్నారు. ఇంతకు ముందు చెప్పిన మంకా - చిన్న మంకా. ఈమెను - పెద్ద మంకా అని పిలుస్తారు. ఈ పిల్ల మొసలి మాదిరిగా ఉంటుంది. అంచాతనే ఆ పేరు పెట్టారు.

అందరి కంటె వెనుక సోంకా కూడా గదిలోకి వచ్చింది.

6

వయస్సు మళ్ళిన పెద్దమనిషి ఒకాయన గదిలోకి వచ్చాడు. యూనిఫారంలో ఉన్న దుస్తులు ధరించాడు. ఆయన దుస్తుల్ని బట్టి ధర్మాదాయ శాఖలో ఉద్యోగి అని తోస్తోంది. మెల్లగా దిక్కులు చూచుకుంటూ వచ్చి ల్యూబా పక్కన కూలబడ్డాడు. వెంటనే ల్యూబా మర్యాద కోసం బట్టలూ అవీ సరిచేసుకుని సరిగా కూచుంది.

"ఏం అమ్మాయ్! కులాసాగా ఉన్నావా?" అని అడిగాడు ఆయన.

"ఆ! మీరు క్షేమంగా ఉన్నారా?" తిరిగి కుశలప్రశ్న వేసింది ల్యూబా.

"నీకు బాగా జరుగుతోందా?"

"మీ అనుగ్రహం ఉండాలి కాని, జరుగుబాటుకు ఏం లోటండీ? దయచేసి ఒక సిగరెట్టు ఇప్పించండీ!"

"అయ్యో! నేను సిగరెట్ కాల్చనే!"

"పోనీలెండి... కాస్త నిమ్మరసం ఇప్పిస్తారా? ఐస్ వేసిన నిమ్మరసం అంటే నాకెంతో ఇష్టం."

అందుకు అతనేమీ సమాధానం చెప్పలేదు. ఒక్క క్షణం ఆగి మళ్ళీ ల్యూబా అడిగింది.

"డబ్బుకు మీకూ లంకెలా ఉందే! మీరెక్కడ పనిచేస్తున్నారు? గవర్నమెంటు ఉద్యోగమా?"

"కాదు. నేను టీచరుగా పనిచేస్తున్నాను. జర్మన్ భాష బోధిస్తాను."

"మిమ్మల్ని ఎక్కడో చూసినట్లుంది. మీ మొహం నాకు పరిచితమైందే! ఎక్కడ చూచాను చెప్మా......?"

"అవును. బహుశా బజార్లో చూచి ఉంటావు."

"అవును. బహుశా బజార్లో చూచి ఉంటాను. పోనీ కనీసం 'ఆరెంజి' అయినా ఇప్పించండి. ఆర్డరివ్వమంటారా?"

మళ్ళీ అతను మాట్టాడకుండా ఊరకున్నాడు. గది అంతా కలయచూచాడు. ఆయన మొహాన చెమట పోస్తోంది. ఏ పిల్లను ఎన్నుకుందామా అని ఆలోచిస్తున్నట్లుగా ఉంది. ఏ పిల్లా ఆయనకు నచ్చినట్లు లేదు. మాట్లాడ్డానికి కూడా ఏమీ తోచడం లేదు. ల్యూబా ప్రవర్తన, అవీ-ఇవీ ఇప్పించమని అడగడం ఆయనకు నచ్చినట్లు లేదు. కొద్ది క్షణాలు అలాగే మౌనంగా కూచున్నాడు.

అమ్మాయిలందరినీ పరిశీలించి చూచాడు. కాట్కా బాగా బలిసిన గేదె దూడలా ఉంది. ఈ పిల్ల బాగుంటుందనుకున్నాడు. కానీ వెంటనే మనసు మారింది. సాధారణంగా లావుపాటి ఆడాళ్ళు రతిలో హుషారు చూపించలేరు. మొద్దుల్లా పడుకుంటారు అనుకున్నాడాయన. వేరా వంక చూశాడు. ఆమె బాగానే ఉంది. బిగుతుగా ఉన్న తొడలూ

అదీను. పడుచుపిల్ల. తరువాత తెల్లగా మెరుస్తున్న చిన్న మంకా వైపు చూచాడు. ఏదో అమాయకత్వపు హైస్కూలు అమ్మాయిలా కనిపించింది.

జెన్నీ వైపు చూచాడు. ఆమె అందమైన మొహం, ఆ చలాకీతనం అతనికి బాగా నచ్చాయి. ఆమె తోటి ఉండటానికి నిశ్చయించుకున్నాడు. లేవబోయాడు. కానీ వెంటనే అనుమానించాడు. ఆమె కొంచెం కోపధారిలా, గర్వపోతులా కనిపిస్తోందే! తీరా రంగంలోకి దిగిన తరువాత నిర్లక్ష్యంగా ప్రవర్తిస్తుందేమో! అలా అనుమానం వచ్చి ఆగిపోయాడు. పిల్లలందరిలోకి జెన్నీ అసాధ్యురాలుగా తోచింది అతనికి.

అసలీయన కొంచెం మితవ్యయం మనిషి. ఏం చేస్తాడు పాపం? పెద్ద సంసారం. అనేక బాధ్యతలు పైన ఉన్నాయి. భార్య చూడబోతే స్త్రీ సంబంధమైన రోగాలతో బాధ పడుతోంది. అంచేత స్త్రీ సుఖం లేకపోవడం, ఆయన కామతృష్ణ తీరకపోవడం జరిగింది. ఈయన రెండు బళ్ళల్లో టీచరుగా పనిచేస్తూ చదువు చెపుతున్నాడు. ఆ రెండూ ఆడ పిల్లల బళ్ళే. అనుక్షణం అనేకమంది అందమైన అమ్మాయిలను చూస్తూ, వారిని పొంద లేకపోవడం వల్ల ఈయనలో ఏదో నిరాశ, నిస్పృహ ఆవరించాయి. స్త్రీ సంబంధమైన భంగపాటుతో బాధపడసాగాడు. స్త్రీ సుఖం లేదనే మనోవేదన నిరంతరం పీడిస్తోంది. ఏం చేస్తాడు? వచ్చే ఆదాయం తక్కువ. విలాసాల కోసం ఖర్చు పెట్టుకుందామన్నా మిగిలేది కాదు. అయినా అప్పుడప్పుడు కొద్దిగా కూడబెట్టి ఓ అయిదో, పదో రూబుల్సు తన ఖర్చు కోసం ఉంచుకునేవాడు. ఆ డబ్బుతో మధ్య మధ్య కాస్త బీరు తాగడం, బ్రాందీ సేవించడం, ఓ అమ్మాయితో ఒకసారి ఉండడం చేస్తూ ఉంటాడు. పాపం ఈ జర్మన్ దేశస్థుడి మనస్సులో అనేక ఆలోచనలు, ఊహలు, అమాయకత్వం, భయం, పిచ్చి నమ్మకాలు, కవితాభావాలు మొలకెత్తుతూ చీకాకుపరుస్తుంటాయి. అంచేతనే ఈయన ఎప్పుడూ దైన్యంగా ఏదో పోగొట్టుకున్నవాడికి మల్లే అగుపిస్తాడు. నిజానికి చాలామంది మగాళ్ళు స్త్రీ సౌఖ్యం లేనందువల్ల ఇలా అయిపోతూ ఉంటారు.

"పోనీ, ఒక డాన్సు పెట్టించరాదటండీ?" అనడిగింది మళ్ళీ ల్యూబా. ఆయన మొహం వంక చిలిపిగా చూస్తూ. అది ఆయనకు నచ్చింది. కాస్త నృత్యం ఏర్పాటుచేస్తే కొంతసేపు కులాసాగా కాలక్షేపం అవుతుందనుకున్నాడు.

"డాన్సు ఏర్పాటు చేస్తే ఎంత పుచ్చుకుంటారు?" అన్నాడు ఆయన నింపాదిగా.

"పెద్ద డాన్సు అయితే యాభై కోపెక్కులు, లేక మామూలు చిన్న డాన్సు అయితే ముప్పై కోపెక్కులు పుచ్చుకుంటారు. ఏం? నచ్చిందా?"

"ఆ.. బాగానే ఉంది.. ఇదేమంత ఎక్కువ కాదులే. మరి ఎవరితో చెప్పాలి?"

"అరుగో పాటగాళ్ళు! వాళ్ళతో చెప్పండి."

"ఏమండీ.... కాస్త హుషారుగా ఉండేలా...ఓ చిన్న డాన్సు ఏర్పాటు చేయించండీ" అంటూ ఆయన డబ్బు తీసి పియానో మీద పెట్టాడు.

"చిత్తం. మీకే రకం కావాలో చెప్పండి" అంటూ ఇషయా సవిచ్ డబ్బు తీసి

జేబులో వేసుకున్నాడు. "మీకు వాల్స్ కావాలా? పోకా కావాలా?...." అంటూ అరడజను డాన్సుల పేర్లు గబగబా వల్లించాడు ఇషయా.

పాపం నిజానికి ఆయనకు ఆ డాన్సుల పేర్లు ఏమీ తెలియవు.

"ఏదో అలాంటిదే ఒకటి పెట్టించండి" అన్నాడు ముక్తసరిగా.

"వాల్స్, వాల్స్" అంటూ పెద్దగా అరిచింది వేరా. వేరాకు డాన్సు అంటే తగని ఇష్టం.

అంతలో మిగతావాళ్ళంతా "పోకా, పోకా" అంటూ అరిచారు.

"సరే! పోకా వాయించండి" అంది ల్యూబా కూడా. ఎక్కువమంది అభిప్రాయం గమనించి.

"ఈయన నా ప్రియుడు. నా కోసమే ఈ డాన్సు పెట్టిస్తున్నాడు. ఏమండీ? అంతేనా? చెప్పండి!" అంటూ ల్యూబా తన రెండు చేతులూ ఆ టీచరు మెడకు చుట్టింది.

కాని ఆయన మెల్లగా, ఆమె పట్టు విడిపించుకుని తాబేలులా తన తల అవతలకి గుంజుకున్నాడు. వెంటనే వాద్యాలు మోగాయి. అటు సంగీతం, ఇటు నృత్యం ఆరంభమైనాయి. ల్యూబా, తన స్నేహితురాలు న్యూరాతో కలిపి నృత్యం చేస్తోంది. తక్కిన పిల్లలు కూడా రెండు, మూడు జతలుగా ఏర్పడి డాన్సు చేస్తున్నారు. గది అంతా ధ్వనులతో మోగిపోతోంది. ఆ సందడిలో సందు చేసుకొని టీచరు మెల్లగా చిన్న మంకా దగ్గరికి వెళ్ళాడు.

"మనం వెడదాంరా!" అంటూ తన చేయి అందించాడు.

"అవును. మనం వెడదాం" అంటూ లేచి కిలకిల నవ్వింది మంకా.

మంకా అతణ్ణి వెంట బెట్టుకొని తన గదిలోకి తీసుకువెళ్ళింది. రెండోరకం వ్యభిచార గృహానికి తగినట్లుగానే, పడకగది యావత్తూ అలంకరించి ఉంది. రెండు అరలు గల పెద్ద పెట్టె! దాని మీద ఒక పెద్ద అద్దం అమర్చివున్నాయి. ఒక గుండ్రని టేబులు, వెనక్కు వంపు తిరిగిన కుర్చీలు మూడు ఉన్నాయి. బల్ల మీద ఫేస్ పౌడరు డబ్బా, ఒక విచిత్రమైన యువకుడి ఫొటో పెట్టివున్నాయి. మరోవైపు కాగితపు పూలగుత్తులు అమర్చివున్నాయి. పక్కమీద గులాబీ రంగు దుప్పటి పరిచివుంది. దాని మీద కొన్ని "విజిటింగ్ కార్డులు" పడేసి ఉన్నాయి.

గోడలకు అక్కడక్కడ ఫోటోలు తగిలించారు. ఆ బొమ్మలు కొన్ని నటులవి, మరికొన్ని విటులవి. గులాబీ రంగులో ఉన్న లాంతరు ఒకటి పైకప్పుకు గొలుసుకట్టి వేలాడదీసి ఉంది. పక్క వెనకాల ఒక స్టూల్ వేసి ఉంది. దాని మీద ఎనామిల్‌తో చేసిన ఒక పెద్ద నీళ్ళపళ్ళెం, చెంబు పెట్టివున్నాయి. చేతులు, మొహం కడుక్కోవడానికి, అవసరమైనప్పుడు పరిశుభ్రం చేసుకోడానికి ఇది ఏర్పాటుచేశారు.

"ఏం ప్రియా! కాస్త నిమ్మరసం తెప్పించరూ? ఇక్కడ ఇది ఆచారం. ఎవరొచ్చినా, ఏదో తాగడానికి తెప్పించి ఇస్తారు" అంది మంకా తన జాకెట్టు గుండీలు ఊడదీస్తూ.

"తర్వాత తెప్పిస్తాలే. ముందు పని కానీయ్. అంతా నీలో ఉంది రాణీ! నీవు నన్ను ఎంత సంతోషపెడితే... అంత.... అయినా వెధవది. ఇక్కడ నిమ్మరసం మంచిది దొరకదే...." అన్నాడు టీచరు కొంచెం మూలుగుతూ.

"కాదు, కాదు. మంచి నిమ్మరసం, ద్రాక్ష, ఆరెంజీ అన్నీ దొరుకుతాయి. ఐస్ వేసి చక్కగా తయారుచేసి ఇస్తారు. సీసా ఖరీదు రెండు రూబుల్సు. మరి మీరు ఈ పాటి ఖర్చుకే లోభించినట్లయితే, పోనీ కనీసం కాస్త బీరు అయినా తెప్పించండి. తాగకుండా ఉంటే మజా ఉండదు" అంది మంకా బట్టలు విప్పుతూ.

"సరే బీరు తెప్పిస్తాను" అన్నాడాయన.

"మరి నాకు నిమ్మరసం, ఆరెంజీ తెప్పించండి. అవి లేకుండా ఉండలేను. తెప్పిద్దురూ!" అంది మంకా, పసిపిల్లలా బ్రతిమాలుతున్నట్లు.

"కాదు ముందొక సీసా నిమ్మరసం తెప్పిస్తాను. ఆరెంజి తర్వాత....? అసలు నీవు సరిగా ఉండాలే కాని షాంపేన్ తెప్పించనూ! ముందే చెప్పానుగా అంతా నీలో ఉందని! నీవు నన్ను ఎంత బాగా సంతుష్టిపర్చితే అంత!"

"అయితే నాలుగు బుడ్లు బీరు, రెండు బుడ్లు నిమ్మరసం తెప్పిస్తాను. సరేనా! పోతే ఓ చిన్న చాక్‌లెట్ల పొట్లం నా కోసం తెప్పించుకుంటాను. ఏమంటారు?"

"అలా వీల్లేదు. రెండు బుడ్లు బీరు, ఒక సీసా నిమ్మరసం చాలు. ఇంకేం అక్కర్లేదు. దండుగమారి ఖర్చులంటే నాకు తలనొప్పి. ఆ తరువాత నాకేమైనా కావాలిస్తే ఆర్డరిస్తానులే!"

"పోనీ, నా స్నేహితురాండ్రను పిలుచుకోమంటారా?"

"వద్దు...వద్దు! స్నేహితులు, గీహితులు ఎవరూ అక్కర్లేదు."

వెంటనే మంకా, గది వాకిట్లోంచి తొంగి చూస్తూ పెద్దగా కేక వేసింది.

"జోస్యా! రెండు బుడ్లు బీరు, ఒక బుడ్డి నిమ్మరసం నా గదిలోకి... త్వరగా!"

జోస్యా, కాపలావాడు సిమన్ చేత పానీయాలు పట్టించుకుని మంకా గదిలోకి వచ్చింది. ఒక పళ్ళెంలో బుడ్లు పెట్టుకుని సిమన్ పట్టుకొచ్చాడు. అలవాటు ఉన్నవాడు గనుక సిమన్ క్షణంలో సీసాల మూతలు తీసి బల్ల మీద పెట్టాడు.

"ఏమండీ? ఇక్కడ మీకు సౌకర్యంగా ఉందా? పెళ్ళికొడుకును సత్కరించినట్లు సత్కరిస్తాం మేము" అంది జోస్యా, టీచరుతో.

వెంటనే మంకా అందుకుంది. "ఏమండీ! ఈమె ఈ ఇంట్లో పనిమనిషి. నాకు ప్రాణస్నేహితురాలు. చాలా మంచిమనిషి. ఒక గ్లాసు బీరు ఇవ్వండి. తాగు జోస్యా!"

"చిత్తం. మీ పేరు చెప్పుకుని తాగుతానండీ! తమర్ని ఎక్కడో చూచినట్లు జ్ఞాపకం" అంటూ జోస్యా గ్లాసెడు బీరు గటగట తాగేసింది.

ఆ జర్మన్ టీచరు కూడా గ్లాసు ఖాళీ చేసి మూతి తుడుచుకుంటూ, మీసాలు సరిచేసుకున్నాడు. పనిమనిషి జోస్యా అవతలకి ఎప్పుడు వెళ్ళిపోతుందా అని

ఎదురుచూస్తున్నాడు.

"వీటికి వెంటనే డబ్బు ఇవ్వాలి. తమరు ఏమీ అనుకోకండి. ఇప్పుడే ఇచ్చేయడం మీకూ మాకూ కూడా మంచిది. తరువాత అనవసరమైన శ్రమ చూడండి!" అన్నది జోస్యా.

ముందుగానే డబ్బు అక్కడ పెట్టమని అడగడం అవమానంగా తోచింది ఆ బడిపంతులుకు. అతని సున్నితమైన మనస్సు నొచ్చుకుంది. వెంటనే కోపం కూడా వచ్చింది.

"ఏమిటీ బలవంతం! నేనేం పారిపోతాననుకున్నారా? ఎవరైందీ కొంచెం తెలుసుకుని మాట్లాడాలి. నేను ఉద్యోగిని. మర్యాదస్థుణ్ణి. బికారినో, దేశదిమ్మరినో అనుకున్నారా? కనిపించడంలా! యూనిఫారంలో ఉన్నాను కాస్త జాగ్రత్తగా మాట్లాడడం నేర్చుకోవాలి. ఇహనైనా ఊరకో" అన్నాడాయన గట్టిగా.

జోస్యా వెంటనే తగ్గింది. ఆయనను సమాధానపరచడానికి ప్రయత్నించింది.

"అది కాదు నాయనా! మీరలా కోపగిస్తే ఏం చెప్పను! మీరెంతో మోజుపడి మా చిన్నమ్మాయి దగ్గరికి వచ్చారు. నిజానికి ఈ పిల్ల ఉంది చూచారూ! మాణిక్యం లాంటి పిల్ల. మీ మక్కువ తీరుస్తుంది. ఆమెకు మీరెలాగూ బంగారపు తొడుగు లేస్తారు. మీరు అంతటి ఉదారస్వభావులని నేను ముందుగానే గ్రహించా. కాని మరి, ఈ డబ్బుంది చూచారూ? పానీయాలకు సంబంధించింది. ఎవరినైనా ముందుగానే అడిగి తీసుకోవడం అలవాటు. ఎందుకనుకున్నారు? అవతల నేను, యజమానురాలికి లెక్క అప్పజెప్పాలి. అందుకని అడిగాను నాయనా! రెండు బీరు బుడ్లు – ఒక్కొక్కటి యాభై కోపెక్కులు. అంటే ఒక రూబులు అయింది. పోతే నిమ్మరసం ముప్పై కోపెక్కులు. మొత్తం ఒక రూబులు, ముప్పై కోపెక్కులు అయింది."

"ఆరి దేవుడా! ఒక బీరు బాటిలు యాభై కోపెక్కులే! ఇంత ధర ఎక్కడా లేదే? బజారు షాపులో నేను పన్నెండు కోపెక్కులకే తెస్తాను" అన్నాడాయన నోరు తెరిచి కళ్ళు పెద్దవి చేస్తూ.

"అయితే అంగట్లోకి వెళ్ళి కొనుక్కుని తాగకపోయారా! ఇది అంగడి కాదండీ. మాది ఒక సంస్థ. మర్యాదస్థులచే పరిశుభ్రంగా నడపబడుతోంది. ఇక్కడ బీరు బుడ్డి ధర యాభై కోపెక్కులు. అసలైన సరుకు, సిసలైన ధర! ఈ విషయం అందరికీ తెలుసు. ఒక్క కోపెక్కు కూడా మేం ఎక్కువ పుచ్చుకోం" అంది మళ్ళీ జోస్యా కొంచెం ధీమాగా.

దాంతో టీచరు మళ్ళీ జవాబు చెప్పలేకపోయాడు. మెదలకుండా డబ్బు తీసి బల్ల మీద పెట్టాడు.

"ఇదిగో ఇప్పుడు సబబుగా ఉంది. మర్యాదస్థుల లక్షణమంటే అలా ఉండాలి" నవ్వుతూ డబ్బు తీసుకుంది జోస్యా.

"పోతే మీకు ఇరవై కోపెక్కులు తిరిగి వస్తుంది" అంది ఆమె.

"అవును చిల్లర డబ్బులు ఇచ్చేయండి" అన్నాడు టీచరు.

"అలాగే, అలాగే! అమ్మాయితో కులాసాగా ఉండండి. మంచి పిల్ల" అంటూ జోస్యా గబగబా వెళ్ళిపోయింది.

మంకా వెళ్ళి గదితలుపు వేసి గడియ పెట్టింది. వచ్చి ఆయన తొడల మీద కూచుంది. తన చేయి అతని భుజం మీద వేసింది.

"నీవు ఎంతకాలం బట్టీ ఇక్కడ ఉంటున్నావు?" అడిగాడు ఆయన.

పడుపుకత్తెతో కలిసి పడకగదిలో ఒంటరిగా ఉన్నప్పుడు ప్రతి మగాడూ ఇలానే సంభాషణ జరుపుతాడు. స్నేహం చేసుకోవడం కోసం ఆమె పుట్టుపూర్వోత్తరాలు, పూర్వాపరాలు విచారిస్తాడు. ఇలా అడగడం విటులందరికీ అదో సరదా. కాని సాధారణంగా వేశ్యలంతా ఏవేవో అబద్ధాలు చెపుతారు. తమ అసలు విషయాలు దాచిపెట్టి, లేనివి కల్పించి చెపుతారు.

"ఎక్కువకాలం కాలేదు. నేనిక్కడికొచ్చి ఇది మూడోమాసం. అంతే" అంది మంకా.

"నీకు ఎన్నేండ్లుంటాయి?"

"పదహారండీ!"

మంకా అబద్ధం చెప్పింది. ఆమె వయస్సు ఇరవై ఒకటి, అయిదు సంవత్సరాల వయసు దాచిపెట్టింది.

"నిజంగానా! చాలా చిన్నపిల్లవే?" నివ్వెరపోయి అడిగాడు ఆయన.

ఆయన బూట్లు విప్పదీసుకుంటూ ఉంటే, మంకా చెపుతోంది. "మా ఊళ్ళో ఒక ఆఫీసరు ఉన్నారు. ఆయన నన్ను బలత్కారంగా చెరిచాడు. ఏం చేయను? మా అమ్మ అసాధ్యురాలు. ఆమె ఇలాంటివి సహించదు. ఆమెకు తెలిస్తే నన్ను చిత్రవధ చేస్తుంది. అందుకని భయం పుట్టి పారిపోయి ఇక్కడికి వచ్చాను."

"అయితే నీవు ఆ ఆఫీసరును ప్రేమించావా?"

"నేను ఆయనను ప్రేమించనూ లేదు. ఆయన దగ్గరికి వెళ్ళనూ లేదు. అతగాడే నన్ను పెళ్ళి చేసుకుంటానని ప్రమాణం చేశాడు దుర్మార్గుడు. తన పని కాస్తా కాగానే, జాడా, జవాబూ లేకుండా నన్నొదిలిపెట్టి వెళ్ళిపోయాడు... ... నీచుడు!"

"అవును గాని, మొదటిసారి మగాడితో ఉన్నప్పుడు నీకు సిగ్గెయ్యలా?"

"అవును. చచ్చే సిగ్గేసింది. ఏమండీ మీకు దీపం ఉంటే బావుంటుందా? లేకుండా ఉంటే బాగుంటుందా? పోనీ లాంతరు కొంచెం తగ్గిస్తాను.... సరేనా?"

"అలాగే కాని, నీకిక్కడ సంతోషంగా ఉందా? మరచిపోయా! నీ పేరేమిటి?"

"మంకా. అవును. నాకిక్కడ హాయిగా లేదు. అయినా నాకిక్కడ సంతోషం ఎలా వస్తుంది చెప్పండి?"

టీచరు ఆమె పెదవులను గట్టిగా ముద్దుపెట్టుకుని మళ్ళీ ఇలా అన్నాడు:

"నీవు ఎవరినైనా ప్రేమించావా? నిన్ను ఏ మగాడైనా బాగా సుఖపెట్టాడా! నీకు

ఎలాంటి మగాళ్ళంటే ఇష్టం?"

"అవును. కొందరు నన్ను భలే సంతోషపెట్టారు" అంటూ పెద్దగా నవ్వింది మంకా. "ముఖ్యంగా మీ వంటి మగాళ్ళే నా మనసుకు నచ్చుతారు సుమండీ! మీలాగే లావుగా... బొద్దుగా ఉంటే ఎంతో బాగుంటుంది."

"నిజంగా! నా లాంటి లావాంటివాళ్ళు నీకంత బాగుంటారా!" అంటూ ఆయన మరికొంచెం బీరు చప్పరించారు.

సానులను చేరబోయే ముందు, ప్రతి మగాడూ వాళ్ళ మీద ఎక్కడ లేని ప్రేమ ఒలకపోస్తాడు, వారే తన ఆరాధ్యదేవతలని పొగుడుతాడు. కల్లబొల్లి కబుర్లన్నీ చెబుతాడు. ఇప్పుడీయన కూడా అలాగే మాట్లాడడం ప్రారంభించాడు.

"నిజంగా నీలాంటి పిల్లలంటే నాకెంతో ఇష్టం. నిన్ను మనసారా ప్రేమిస్తున్నాను రాణీ! ఏదీ, ఒక్కసారి నీతో రతిసుఖాన్ని అనుభవిస్తే నా జన్మ తరిస్తుంది."

"మీకు పెళ్ళయిందా?" ఆమె అడిగింది, అతని వేలి ఉంగరం చూస్తూ.

"అయింది. కానీ నేను నా భార్యతో కాపరం చేయడం లేదు. ఆమె రోగిష్ఠిమారి మనిషి. మగాడికి కావల్సిన సుఖం ఆవిడ దగ్గర లేదు."

"పాపం! దురదృష్టవంతురాలు. మీరిలా వేశ్యల్ని మరిగారని ఆమెకు తెలుసా! తెలిస్తే ఎంతగానో దుఃఖిస్తుంది."

"సరే. ఇహ ఆ విషయం పోనీలే! అవును గాని మంకూ! నీ కోసం ఓ అందమైన ఇల్లు తీసుకుంటాను. పంపూ, పాయిఖానా, గాలీ, వెలుతురూ ఉండేలా చక్కని వసతి ఏర్పాటుచేస్తాను. మరి నాతో వస్తావా? పచ్చని ఇంట్లో వెచ్చని పరుపు మీద ఇద్దరం స్వేచ్ఛగా ఉండొచ్చు."

"ఎందుకు రానూ? తప్పకుండా వస్తాను."

మళ్ళీ అతను బలంగా, బరువుగా, భయంకరంగా ఆమెను ముద్దు పెట్టుకున్నాడు.

"నీ దగ్గర ఏమీ జబ్బులు లేవు కదా?" అని అడిగాడు అతను వణుకుతున్న కంఠంతో.

"లేవు. నేను ఆరోగ్యంగా ఉన్నాను. ప్రతి శనివారం ఇక్కడికి డాక్టరొచ్చి మమ్మల్ని పరీక్ష చేస్తాడు."

ఓ అయిదు నిముషాల తరువాత మంకా పక్కమీది నుంచి లేచి తన బట్టలు కట్టుకుంది. అతను ఇచ్చిన డబ్బు మీద ఒకసారి ఉమ్మేసి తన మేజోళ్ళల్లో భద్ర పరుచుకుంది. ఆ రోజు తనకు అదే మొదటి బోణీ అవడం వల్ల ఆమె అలా డబ్బు మీద ఉమ్మేసింది. అక్కడ సానులందరికీ అదొక అలవాటు, మూఢనమ్మకమూనూ.

ఆ తరువాత అతను, ఆమె ఏమీ మాట్లాడుకోలేదు. చాలా సంతోషపెట్టావని కానీ, తనతో రావల్సిందని కానీ అతను అడగనూ లేదూ, ఆమె చెప్పనూ లేదు.

మంకా యొక్క మందకొడితనానికి ఆ జర్మన్ టీచరు అమిత అసంతృప్తి చెందాడు.

పనిమనిషి జోస్యాను పిలవమని ఆమెతో చెప్పాడు.

"జోస్యా! జోస్యా! ఒకసారి ఇలా వచ్చిపో! నా ప్రియుడు పిలుస్తున్నాడు" అంటూ కేక వేసింది మంకా.

మంకా మొదటి హాల్లోకి వచ్చి, అద్దం ముందు నిలబడి తన కురులు సరిచేసుకుంటోంది. ఈ లోపల జోస్యా, మంకా పడక గదిలోకి వెళ్ళి ఆ పెద్దమనిషితో మాట్లాడింది. తరువాత మరో పిల్ల పాషాను ఇవతలకి పిలిచి ఏదో చెప్పి, గదిలోకి పంపించింది. పిమ్మట హాల్లోకి వచ్చి మంకాతో ఇలా అంది:

"ఏం మంకా? నీవు అతణ్ణి సంతోషపెట్టలేదూ? అతగాడు నీ మీద నింద వేస్తున్నాడు. నీవు సరిగా, సరసంగా ఉండలేదట. మొద్దులా పడుకున్నావట. ఐస్‌లా అయిపోయావట. నీ దగ్గర ఏ మాత్రం చురుకుదనం, కరుకుదనం లేదంటున్నాడు పాపం. మళ్ళీ ఇప్పుడతని దగ్గరికి పాషాను పంపించాను" అంటూ జోస్యా విరగబడి నవ్వింది.

"ఛీ! రోతమనిషి" అంటూ మంకా అవతలి వైపుకు తిరిగి తుపుక్కున్న ఉమ్మేసింది. "వచ్చిన లగాయతూ ఏదో వెధవవాగుడు మొదలెట్టాడు. నేనంటే నీకు నచ్చుతానా? ముద్దు పెట్టుకుంటే నీకెలా ఉంటుంది? పడుకునేటప్పుడు నీకు బాగా ఉద్రేకం వస్తుందా? ఇలాంటి వెధవ ప్రశ్నలన్నీ వేసి వేధించుకుతిన్నాడు. ముసలి గాడిద! "నీతో రతి సుఖాన్ని అనుభవించాలని ఉంది" అన్నాడు పాచిపీనుగ" అంటూ జరిగిన తంతు అంతా చెప్పింది మంకా.

"అవును మరి. వచ్చిన ప్రతి వెధవా అలాగే వాగుతాడు" అంది మళ్ళీ జోస్యా.

ఇదంతా వింటున్న జెన్నీకి ఒళ్ళు మండుకొచ్చింది. అసలు పొద్దుటి నుంచీ చిరాగ్గా చిటపటలాడుతూ ఉంది జెన్నీ.

"ఛీ! బుద్ధి లేని ముండల్లారా! ఇలాంటి ఛండాలపు లంజ కొడుకులందరికీ సరసాలు కావాలట. సరసాలు!" జెన్నీ మొహం ఎర్రగా అయిపోయింది. రౌద్రాకారం తాల్చింది. "ఏం? నీవు అందంగా లేవూ? నీవతనికి సరిపోలేదూ? అవును ఎందుకు సరిపోతావు? ఒళ్ళంతా చెమటలు కక్కి, ముక్కు వెంబడి చీమిడి, నోటి వెంబడి చొంగ పడేలా వాడితో కసరత్తు చేసే పిల్ల అయితే వాడికి సరిపోయేది. నాలుగు మాటలూ అడిగి నాయాల్ను వచ్చిన దోవ పట్టించకపోయావుటే? అవును మీ రెందుకు అడుగుతారు? మీరంతా సరసమైన సానులు! మగాళ్ళను ఉద్ధరించడానికి పుట్టిన మగువలు! నేనైతే వాడి తిక్క కుదిర్చేదాన్ని. ప్రేమంటే ఏమిటో ప్రత్యక్షంగా చూపించేదాన్ని. లంజ కొడుకును ముక్కూ చెవులూ పట్టుకుని అద్దం ముందుకు తీసుకొచ్చి, వాడి ముండమోపి ముఖం ఎలా ఉందో చూచుకోమని చెప్పేదాన్ని. తాగిన సారా కక్కించి, నిషా దించి, క్రిందపడేసి పొర్లించి తన్నేదాన్ని. నోటి వెంట చొంగపడే దాకా నేలకేసి బాదేదాన్ని. మీరో? మీరంతా సిగ్గు విడిచిన ముండలు" అంటూ జెన్నీ, మగాళ్ళ మీద తనకున్న అక్కసంతా

వెళ్ళగక్కుతోంది.

అంతలో ఎమ్మా వచ్చి ఆపు చేసింది. "అయ్యో! అయ్యో! జెన్నీ! నీ నోరు పాడుగాను! ఇహ ఊరకోవే! వచ్చిన పెద్దమనుషులు వింటే పరువు పోతుందే!"

"ఏం, ఎందుకు ఊరకోవాలి?" అంటూ ఎదురు జవాబు చెప్పింది జెన్నీ. ఆమె మొహం అంతా కోపంతో వణికిపోతోంది. ఇహ అక్కడొక క్షణం కూడా ఉండకుండా చరచరా అవతలకి వెళ్ళిపోయింది.

7

క్రమక్రమంగా హాలంతా వచ్చే విటులతో నిండిపోతోంది. చాలా మంది సరసులు పోగయ్యారు. ఆ వచ్చినవారిలో 'రోలీ-పోలీ' కూడా ఉన్నాడు. యామాలో ఇతణ్ణి ఎరగనివారు లేరు. తల నెరిసిపోయిన వృద్ధుడు. సన్నగా, పొడుగ్గా ఉంటాడు. ఎర్రని బుర్రముక్కు. ఫారెస్టు గార్డుగా పనిచేస్తున్నాడు. యూనిఫారం వేసుకుని, ఎత్తుబూట్లు తొడుక్కుని, పక్కజేబుకు ఒక చేతి కర్ర తగిలించుకుని దర్జాగా ఉంటాడు మనిషి. రాత్రింబగళ్ళూ క్లబ్బుల్లో, గలాటాల్లో, సారా అంగళ్ళల్లో, సానికొంపల్లో పడి కాలం గడుపుతుంటాడు. జూదంలో, వాదంలో ఆరితేరిన ఘటం. ఎప్పుడూ తాగి సగం మత్తులో ఉంటాడు. అమితమైన వాగుడు, అందరితో పరిహాసాలాడుకుంటూ, నవ్విస్తూ, కవ్విస్తూ ఉంటాడు. హమేషా సానికొంపలకు వస్తాడు. తమాషాలు చేస్తాడు. సానులందరితో సరసాలాడుతూ, నవ్వుతూ, పేలుతూ, కులాసాగా కలిసిమెలిసి ఉంటాడు.

కాపలావాళ్ళు యజమానులు, పనిమనుషులు, పడుపుకత్తెలు – అంతా ఇతనితో చనువుగా ఉంటారు. యజమానురాలి మొదలు పనిమనిషి వరకూ అందరూ ఇతణ్ణి పైకి గౌరవిస్తారు. కాని ఇతని పిచ్చిచేష్టలకు అంతో ఇంతో మనసులో అసహ్యించుకుంటారు. ఒక్కొక్కప్పుడు అమ్మాయిల దగ్గర్నుండి ఉత్తరాలు, చీట్లు వ్రాయించుకుపోయి, వారి వారి ప్రియులకు, మిండగాళ్ళకు అందజేస్తాడు. అవసరం వచ్చి పని చెపితే మార్కెట్టుకూ, మందుల కొట్టుకూ పరుగెత్తుతాడు. పాపం! ఎన్ని పిచ్చి చేష్టలు చేసినా, కేతిగాడిలా తైతక్కలాడినా, మనిషి దగ్గర బెట్టు, గర్వం లేవు. అందరికీ సహాయపడుతూ తలలో నాలుకలా ఉంటాడు. అంచాతనే ఇతని దగ్గర ఎన్ని నీచపు గుణాలున్నా, వేశ్యలంతా ఇతని మీద దయ, దాక్షిణ్యం, జాలి, అభిమానం చూపిస్తారు. ఒక్కోసారి ఎవరైనా పరదేశీయులు వస్తే వారికి సారథ్యం వహించి, సానికొంపలకు తీసుకొచ్చి, పని పూర్తిచేసి పంపుతాడు. ఈ శ్రమపడ్డందుకు వాళ్ళ దగ్గర డబ్బులు అడుక్కుంటాడు. అయితే ఏం? ఆ డబ్బు అంతా ఆ క్షణంలోనే అక్కడే సానుల కోసం ఖర్చు చేస్తాడు. ఏ కొద్ది చిల్లర డబ్బులో మాత్రం తన సిగరెట్ల కోసం అట్టేపెట్టుకుంటాడు. కనుక ఇతనికి డబ్బు దాచుకుందామనే కాంక్ష కూడా లేదు.

"అదుగో! రోలీ-పోలీ వచ్చాడు" అని అరిచింది న్యూరా, అతణ్ణి వాకిట్లోనే చూచి.

రోలీ–పోలీ, కాపలావాణ్ణి పలకరించి, కరస్పర్శ చేసి ఠీవిగా హాల్లోకి వచ్చాడు

"మీ అందరి యోగక్షేమాలు విచారించి రమ్మని, ప్రీవీ కౌన్సిల్‌వారు నన్ను పంపారు. మీ దర్శనం చేసుకుందామని వచ్చాను. నన్ను నేనే పరిచయం చేసుకోవాల్సి వచ్చినందుకు చింతగా ఉంది" అంటూ అతను విచిత్రమైన పోజు పెట్టి, మిలిటరీవాడికి మల్లే శాల్యూట్ చేశాడు.

పిల్లలందరి దగ్గరికి పోయి, పేరుపేరునా పిలిచి వారి మంచిచెడ్డలు విచారించాడు. చివరకు వచ్చి గేదెదూడలా ఉన్న కాట్కా పక్కన కూలబడ్డాడు.

వెంటనే కాట్కా కాడిమానులా ఉన్న తన కాలు గిర్రున అతని వైపుకు తిప్పింది. మోచేయి తీసి తన మోకాలు మీద పెట్టుకుంది. గడ్డం కింద చేయి ఆనించుకుని, అతని వైపు తేరిపార చూస్తూ కూచుంది.

రాత్రి అంతా ఏకధాటిగా కూచుని చెప్పినమాట చెప్పకుండా హాస్యాలాడుతూ, అందరినీ నవ్విస్తూ పొద్దుపుచ్చటం రోలీ–పోలీకి అలవాటై పోయింది. ఎన్నో సాయంత్రాలు, రాత్రిళ్ళు అతనా విధంగా ఈ సాని కొంపలో సరదాగా గడిపాడు. ఇతని వెక్కిరింతలు, వెకిలి చేష్టలు, పిచ్చి పనులు, పరాచికాలు చూచి పడుపుకత్తెలంతా పొట్ట చెక్కలయ్యేట్లు నవ్వేవాళ్ళు. సరదా పడేవాళ్ళు, పిల్లలంతా అతనితో పాటు గంతులేసేవాళ్ళు. వీరందరికీ తమకు తెలియకుండానే అతని మీద ఏదో అభిమానం ఏర్పడింది. అతనొక పరాయివాడని అనుకోకుండా, భేదం లేకుండా తమలో ఒక వ్యక్తిగా భావించుకొని ప్రవర్తించేవాళ్ళు. ఒక్కోసారి ఈ సానులు తమ సొంత డబ్బు ఖర్చుపెట్టి, ఇతనికి బీరు, వోడ్కా ఇప్పించేవాళ్ళు. అవును మరి, ఇలాంటివాడు ఒకడైనా లేకపోతే వీరి దిగుళ్ళన్నీ మరిచిపోవడానికి వీలుండేది కాదు. ఈ దౌర్భాగ్య జీవితాలకు ఈ మాత్రం ఆనందమైనా ఉండదు.

ఇవాళ కూడా రోలీ–పోలీ హాస్యాలతో హాల్లో వారంతా ఆనందంలో మునిగి తేలిపోతున్నారు. పొద్దు పోతోంది. కొంచెం పొద్దుపోయిం తర్వాత మంగలిషాపుల్లో పనిచేసే గుంపు ఒకటి వచ్చిపడింది. ఆ రోజు ఈ పనివాళ్ళందరికీ సెలవు. అంచాత తీరుబడిగా యామాలో ఉన్న సానికొంపలన్నీ చుట్టబెడదామని వచ్చారు. కాని ట్రెప్పెల్సులో ప్రవేశించడానికి మాత్రం వీరికి ధైర్యం చాల్లేదు. కాదూ మరి! అది కాస్త పెద్ద ఎత్తు వ్యవహారం. హైక్లాసుకు చెందిన సానికొంప. అక్కడ వ్యాపారం అంతా హైక్లాసులోనే సాగుతుందాయె! గడపలో కాలుపెట్టగానే డబ్బు గలగల రాల్చాలి. పాపం! ఆ తాహతు వీరికెక్కడుంది? కష్టపడి పనిచేసి మిగుల్చుకున్న సొమ్ము తృణమో, ఫలమో ఇస్తే అక్కడ సానులు సరసకైనా రారు. అన్నా మార్కోవ్‌నా ఇల్లే వీరికి అన్ని విధాల తగినదిగా కనిపించింది. ఇంకేం మందమందగా వచ్చి లోపల చొరబడ్డారు.

మంగలి వాళ్ళంతా మహా హుషారుగా ఉన్నారు సుమండీ! ఇక్కడికి వచ్చి కూడా వీరు సంభాషణలు, సరదాలు ఆపలేదు. మంగలిషాపులో జరిగే అపభ్రంశపు పనులన్నీ

చెప్పుకుని నవ్వడం మొదలుపెట్టారు. తమ యజమానులను గురించి, వారి భార్యల ప్రవర్తనను గురించీ చెప్పుకుంటూ పగలబడి నవ్వసాగారు. తరువాత ఒక పెద్ద డాన్సు పెట్టమని ఆర్డరిచ్చారు. ఇంకేం నృత్యం ప్రారంభమైంది. వాద్యాలు మోగాయి. పిల్లలంతా వరుసలు వరుసలుగా, జట్లు జట్లుగా వచ్చి, అచ్చమైన పర్షియన్ పద్ధతిలో నృత్య ప్రదర్శన జరిపారు. వీరంతా చప్పట్లు కొడుతూ సరసాలాడుతూ ఆనందించారు. కాని వీరెవరూ సానులతో ఉండలేదు. 'యామా' అంతా ఒక చక్కరు కొట్టి, మిగతా ఇళ్ళు కూడా చూచుకుని తరువాత వస్తామని వాగ్దానం చేసి వెళ్ళిపోయారు.

వంకులొంకులు క్రాపులు దువ్వుకొని, వన్నె గల బూట్లు తొడుక్కుని, గవర్నమెంటు గుమస్తాలుగా పనిచేస్తోన్న వయస్సు కుర్రాళ్ళు కూడా కొందరు వచ్చిపోయారు. తరువాత కొందరు విద్యార్థులు, మరికొంతమంది ఆఫీసర్లు వచ్చి వేశ్యలతో ఉండిపోయారు. హాలంతా జనుల తోటీ, ధ్వనుల తోటీ సందడిగా, కల్లోలంగా ఉంది. ఎవరి ఆనందంలో వారు మునిగితేలుతున్నారు.

ఎప్పుడూ వతనుగా వచ్చే విటుడు కూడా ఒకతను ప్రత్యక్షమయ్యాడు. ఇతను సోంకా అనే అమ్మాయిని ప్రేమిస్తున్నాడు. అందుకని సాధారణంగా ప్రతిరోజూ ఇక్కడికి వస్తుంటాడు. తన ప్రియురాలి పక్కన కూచుని, ఆమె సౌందర్యాన్ని తిలకిస్తూ, ఆనందిస్తుంటాడు. వీరిద్దరూ యూదీయులు. వీరి స్వస్థలం 'గోమెల్'. ఒకే జాతికీ, ఒకే మతానికీ చెందినవారవడం చేత, ఈశ్వరుడే వీరిద్దరికీ ఈ సన్నిహితత్వం ఏర్పరచి ఉండవచ్చు. దైవవశాత్తూ ఒకే చోటుకు రావడం, పరస్పరం ప్రేమించుకోవడం జరిగింది.

కాని తన ప్రియురాలు, సానికొంపలో ప్రవేశించి కలుషితమైపోయిందని ఇతను బాధపడుతూ ఉంటాడు. మద్య మాంసాలకు అలవాటు పడి, పురాతన యూదీయ మతానికి ద్రోహం చేస్తోందని ఆవేదనపడేవాడు. నిజానికి వీరిద్దరిదీ పవిత్రమైన ప్రేమ. కాని కాలం, కర్మం కలిసిరాక, దారిద్ర్యం, భయం మొదలైన పరిస్థితులు చుట్టుముట్టి వీరిని వేరు చేశాయి. ఇతను బ్రతుకు తెరువు కానక, నిలువ నీడ లేక అనేక బాధలు పడ్డాడు. చివరకు నగరంలో ఒక మందుల షాపులో పని దొరికింది.

అయినా ఈ లోగా తన ప్రియురాలు పడుపువృత్తిలో ప్రవేశించి సానికొంపలకు అమ్ముడుపోవడం సంభవించింది. సోంకా తల్లి స్వయంగా తన కూతుర్ని సానులకు అమ్మేసింది. ఆ పిల్ల అనేక కొంపలు తిరగడం, అనేకమందికి అమ్ముడు పోవడం, ఇవన్నీ ఇతనికి తెలుసు. ఇంకా ఆమె పతనానికి హేతువులైన భయంకర సంఘటనలు ఇతను ఎరుగును. ఇందులో సోంకాది ఏ మాత్రం తప్పు లేదనీ, వీటన్నిటికీ కారణం ఆ పిల్ల తల్లి, వాళ్ళ దౌర్భాగ్యస్థితి, కుటుంబపరిస్థితులే అనీ ఇతను అనుకునేవాడు. అంచాతనే ఇంత నీచ స్థితిలో ఉన్న ఆ అమ్మాయిని ఇప్పటి వరకూ మనఃస్ఫూర్తిగా ప్రేమిస్తున్నాడు. ఇతనికి మతాభిమానం మెండు. అందులోనూ సనాతన యూదీయ మతానికి ఏ మాత్రం భంగం కలిగినా భరించలేనంత బాధపడేవాడు. అనేక మూఢ

నమ్మకాలు ఇతని మనసులో మెదులుతూ ఉండేవి. వీటన్నిటి మూలానా సోంకా దుఃస్థితిని తలచుకుని దుఃఖించేవాడు. ఏమిటో పాపం! ఆ పిల్ల పక్కన కూచుంటే, ఆమెను తిలకిస్తుంటే ఇతనికేదో అవ్యక్తమైన ఆనందం కలిగేది.

ఒక్కోసారి పనిమనిషి జోస్యా వచ్చి అతనితో ఇలా అనేది:

"ఏం నాయనా! అస్తమానం ఆమె పక్కన కూచోకపోతే, ఆ పిల్లను ఇంట్లోకి పిలుచుకుపోయి సుఖంగా గడపరాదూ?"

అయినా ఇతను ఏమీ మాట్లాడేవాడు కాదు. ప్రతిరోజూ అక్కడికి రావడం, ఆ పిల్లను చూస్తూ కూచోవడం - ఇదే అతనికి ఆనందం. అప్పుడప్పుడు తన సంపాదనలో ఒక రూబులు మిగుల్చుకుని తెచ్చేవాడు. సోంకాను లోపలికి పిలుచుకుపోయేవాడు. ఆ రూబులు ఆమె చేతిలో పెట్టేవాడు. ఇద్దరూ ముద్దులాడేవారు. సంతోషంతో కౌగలించుకుని ఆనందించేవారు. అంతే.

పాపం! వీరికి మనశ్శాంతి లేదు. శాశ్వతమైన ఆనందం లేదు. వెంటనే ఒకరి సమాచారాలు ఒకరితో చెప్పుకునేవారు. మంచి చెడ్డలు విచారించుకునేవారు. మనసిచ్చి మాట్లాడుకునేవారు. తమ నికృష్టమైన జీవితాలు తలుచుకుని, కుమిలి కుమిలి ఏడ్చేవారు. తమ దేశం, తమ మతం, తమ ఆచారాలు, జరిగిపోయిన సంగతులు - ఇవన్నీ చెప్పుకుని, భగవంతుడిలా చేశాడని వెక్కి వెక్కి ఏడ్చేవారు.

ఆ తరువాత సోంకా తిరిగి హాల్లోకి వచ్చి కూచుంటే, ఆమె కళ్ళు వాచి, ఎర్రగా జ్యోతుల్లా ఉండడం అందరికీ అగుపించేది.

తన వద్ద డబ్బు ఉన్నా, లేకపోయినా ఇతను మాత్రం ఇక్కడికి రాకుండా ఉండడు. ఆ పిల్ల పక్కన కూచోవడం మానడు. అలా గంటల తరబడి కూచుని ఓర్పుతో జరిగేవన్నీ గమనిస్తూ ఉంటాడు. అప్పుడప్పుడు కొందరు విటులు వచ్చి సోంకాను లోపలికి పిలుచుకు పోయేవారు. తన ప్రియురాలు అలా పరాయివాడి సొత్తు అయిపోవడం చూచి ఇతను అసూయపడేవాడు.

ఆమె తన పడకగది లోంచి ఇవతలికొచ్చి మళ్ళీ తన పక్కన కూచునే సరికి, ఇతని ఒంటి మీద తేళ్ళూ, జెర్రులూ పాకినట్లు అనిపించేది. అయినా ఆమెను ద్వేషించేవాడు కాదు. ఆమె వంక తేరిపార చూస్తూ కూచునేవాడు. అతని కళ్ళల్లో ఏదో బాధ, ఆ బాధలోనే ఏదో సంతృప్తి అగుపించేవి.

సులోచనాల షాపులో పనిచేసే జర్మనుల తుగిడీ ఒకటి వచ్చిపడింది. ఈ గుంపంతా తాగి తందనాలాడి, సానులతో గడుపుతున్నారు. తరువాత మరో ఇద్దరు ప్రబుద్ధులు కూడా వచ్చారు. ఒకతని పేరు కోల్కా, మరొకతని పేరు మిష్కా. ఇద్దరూ యువకులే. కోల్కా పుస్తకాలమ్ముకునేవాడు. మిష్కా సంగీత గాయకుడు. వీరిద్దరూ యామాకు చిరపరిచితులు. ఇద్దరివీ బట్టతలలు. సన్నగా ఉంటారు.

వీరిద్దరినీ వాకిట్లోనే చూచి న్యూరా ఎగిరి గంతేసింది. "ఒసేయ్ జెంకా! మీ

ఆయన వచ్చా డిలా రా! ఒసేయ్ చిన్న మంకా! నీ ప్రాణసఖుడు వచ్చాడు చూడవే" అంటూ అరిచింది న్యూరా.

మిష్కా సంగీత గాయకుడూ కాదు, పాడూ కాదు. ఇతనొక మందుల షాపు యజమాని. అయినా పాడుతూంటాడు.

"నిజం నిజం! నిజంగా నిజం! ....

అదిగదిగో, అరుణోదయం!"

అన్నా ఇంటికి వచ్చినప్పుడల్లా ఈ పాటే పాడుతూ ఉంటాడు మిష్కా.

టమారా ప్రియుడు శంకా కూడా వచ్చాడు. ఇతను అనవసరమైన వాటికి సొమ్ము ఖర్చు చేసే రకం కాదు. పిల్లలకు చాక్‌లెట్లు కొనివ్వడం గాని అలాంటివి ఏమీ చేయడు. ఇతని వ్యాపారంలో ఏదో తారుమారు అయిందని వినికిడి. కాసేపు ఇషయా సవిచ్ వాయించే సంగీతం విన్నాడు. తరువాత తన ప్రియురాలు టమారాను తీసుకొని పడక గదిలోకి వెళ్ళాడు.

ఎగ్మాంట్ అనే నటుడు కూడా ఇక్కడే దాపురించాడు. పొడుగ్గా ఉంటాడు. శుభ్రంగా గడ్డం గీచుకుని వచ్చాడు. ఇతని మొహం మాత్రం అసహ్యంగా ఉంటుంది.

దుకాణాల్లోనూ, పెద్ద పెద్ద వ్యాపారసంస్థల్లోనూ పనిచేసే గుమస్తాలు చాలామంది వచ్చారు. అందరూ నృత్యంలో పాల్గొని, సానులను చంకన చేర్చుకుని సరదాలు తీర్చుకుంటున్నారు. చేతిరుమాళ్ళు అటూ ఇటూ విసురుతూ, చమత్కారంగా కసురుతూ ఆడవాళ్ళతో కసరత్తు చేస్తున్నారు.

అప్పటికీ చాలా రాత్రి అయింది. యామాలో జరగాల్సిన దారుణాలు అన్నీ జరిగాయి. చాలా కొంపల్లో కొట్లాటలు జరిగాయి. ఒకడికి ఒళ్ళంతా రక్తమయింది. మొహం నిండా గాయాలు పడి నెత్తురు చిమ్ముతోంది. తల మీద టోపీ ఎటో ఎగిరిపోయింది. ఎక్కడ పడిందో అని వెతుక్కున్నాడు. అమ్మ, ఆలి బూతులు తిట్టుకుంటూ, గాయాలు తుడుచుకుంటూ బజారుకు అడ్డంగా పడి పరుగు తీస్తున్నాడు.

చిన్న వీధి అయిన మలాయా యామ్‌స్కాయాలో కొందరు సైనికదళంలో పనిచేసే వారికీ, మరికొందరు నావికులకూ పెద్ద యుద్ధం జరిగింది. పియానోలు, ఫిడేళ్ళు వాయించేవారు పూర్తిగా అలిసిపోయారు. అలవాటు చొప్పున ఏదో వాయిస్తున్నారే కానీ, వారి సంగీతంలో జీవం లేదు.

అర్ధరాత్రి దాటిపోయింది. తెల్లవారుజాము కావస్తోంది.

అప్పుడొక చిత్రం జరిగింది.

అకస్మాత్తుగా, తలవని తలంపుగా ఓ ఏడుగురు విద్యార్థులు, ఒక ప్రొఫెసరు, స్థానిక పత్రికలో పనిచేసే ఒక రిపోర్టర్‌ను వెంటపెట్టుకుని అన్నా మార్కోవ్‌నా ఇంట్లో ప్రవేశించారు.

8

ఆ రోజు మే దినోత్సవం. పత్రిక ఆఫీసులోని రిపోర్టరు మినహా, తక్కినవారంతా మే దినోత్సవాల్లో పాల్గొన్నారు. ఉదయం నుంచే ఉత్సవాలు ప్రారంభమైనాయి. ప్రతివారూ తమ స్నేహితురాండ్రైన యువతులతో కలిసి కులాసాగా గడపడం ప్రారంభించారు. దాపులోనే నీపర్ నది ప్రవహిస్తోంది. అందరూ నది దగ్గరకు వెళ్ళారు. పడవల మీద షికారు చేస్తూ అవతలి ఒడ్డుకు చేరారు. నది చుట్టూ పచ్చని గడ్డీ, పరిమళం వెదజల్లే పొదలూ ఉన్నాయి. అక్కడ కూచుని వనభోజనాలు ఏర్పాటు చేసుకున్నారు. వెచ్చగా, వేగంగా ప్రవహిస్తోన్న నదీజలంలో స్త్రీ-పురుషులు కలిసి జలకాలు ఆడారు. రకరకాల పదార్థాలు చేయించుకొని భుజించారు. సొంతంగా ఇళ్ళల్లో తయారుచేసిన బ్రాందీ సేవించారు. కమ్మని పాటలు పాడారు. అలా సాయంత్రం వరకూ ఆనందాతిశయంతో హాయిగా, తీయగా కాలం గడిపారు.

పొద్దుకూకింది. మళ్ళీ అందరూ పడవల మీద తిరుగు ప్రయాణం కట్టారు. వినీలాకాశం నిర్మలంగా ఉంది. నక్షత్రాలు మిలమిల మెరుస్తున్నాయి. నదీ ప్రవాహంలో పడవలు అటూ, ఇటూ ఊగుతూ, తేలుతూ ప్రయాణం చేస్తున్నాయి. నది మీది నుంచి చల్లని, మెల్లని గాలి వీస్తూ హృదయాహ్లాదాన్ని కలిగిస్తోంది. విద్యుద్దీప కాంతులు, లంగరు వేయడానికి గుర్తు కోసం పెట్టిన దీపాల వెలుతురు నదీజలంలో ప్రతిఫలిస్తూ శోభను కలిగిస్తున్నాయి. పడవలన్నీ ఇవతలి ఒడ్డుకు వచ్చాయి.

అంతా పడవలు దిగారు. కొందరు చెట్టాపట్టాలు వేసుకొని దిగారు. మరికొందరు పురుషులు, స్త్రీలకు తమ చేతులు అందించి వారిని దింపారు. పగలంతా హాయిగా కలిసిమెలిసి తిరగడం వల్ల కాబోలు, వారి హృదయాల్లో ఏదో ఆనందం తొణికిసలాడుతోంది. పరస్పర స్పర్శ వల్ల శరీరాలు వేడెక్కి ఉన్నాయి. నరాల్లో వెచ్చని రక్తం ప్రవహిస్తోంది. సంతోషంతో ఒళ్ళంతా బరువెక్కి ఉంది.

తరువాత వీరంతా ఆ యువతులను వారి వారి ఇళ్ళ వద్దకు తీసుకెళ్ళి దిగబెట్టారు. వీధి వాకిళ్ళలో నిలబడి వీడ్కోలు ఇచ్చారు. కరస్పర్శలు చేసుకొని కడసారి మాటలు మాట్లాడుకున్నారు. పాపం! వీరందరికీ యువతుల ఎడబాటు ఎంతో కష్టం కలిగించింది. కాదూ మరి? పగలంతా వారితో తిరిగి చనువుగా, సంతోషంగా గడిపారాయె! నిర్మలమైన నదీతీరంలో, పచ్చని పచ్చిక బయలులో పగలంతా విహరించారు. మందంగా వీస్తోన్న మలయమారుతం, ఏటి మీది గాలి, చుట్టూ రకరకాల పరిమళాలు వెదజల్లుతోన్న గడ్డిపూలు, పక్కన కూచుని పకపక నవ్వుతోన్న పడుచుపిల్లలు - ఇవన్నీ ఆ లేత హృదయాల్లో ఏవేవో తీయతీయని కోర్కెలను పుట్టించాయి. ఒక్కొక్కరు తమ నేర్పును, బలాన్ని ఉపయోగిస్తూ నదీజలాల్లో ఈదారు. పడవ షికార్లు చేశారు. పైగా ఈ యువతులు ఎటువంటి వారనుకున్నారు? అందగత్తెలు, తెలివైనవారు. చదువుకున్నవారు,

గౌరవనీయమైన కుటుంబాల్లో జన్మించినవారు. వీరి తల్లితండ్రులతోటి యువకులందరికీ అంతో ఇంతో పరిచయముంది. అమ్మాయిలంతా నిర్మలమైన ప్రేమతో, నిష్కల్మషమైన హృదయాలతో మనసిచ్చి మాట్లాడారు. పడవ ఎక్కేటప్పుడో, దిగేటప్పుడో యువతుల నడుము చుట్టూ చేయి వేసి వారికి సహాయపడడం జరిగింది. ఒకరినొకరు తాకారు. ఒకరి పక్కన ఒకరు కూచున్నారు, కలిసి ఉన్నారు, కలిసి తాగారు. ఈ పనులన్నీ అనుకోకుండా, కాకతాళీయంగా జరిగిపోయాయి.

సాధారణంగా స్కూలు పిల్లలు, యువతీ యువకులు వనభోజనాలకూ, విహార స్థలాలకూ వెళ్ళినప్పుడు ఎలా సంచరిస్తారో వీరూ అలాగే విహరించారు. వీరి హృదయాల్లో అసూయ, ద్వేషం, దుర్మార్గం అణు మాత్రమైనా లేవు. ఇలా గడిపిన స్త్రీ పురుషులకు ఎడబాటు సంభవిస్తే ఎలాంటి బాధ కలుగుతుందో ఊహించండి. అంచాతనే తీరా యువతులంతా వెళ్ళిపోయేసరికి ఈ విద్యార్థుల హృదయాలలో కల్లోలం బయలు దేరింది. రమణీయమైన ప్రకృతి సౌందర్యం, కమనీయమైన పరిసరాలు, ఎంతటి మగాణ్ణయినా ఇంతలో మారుస్తాయి. కనుకనే ఈ పసి హృదయాలలో నిర్లిప్తంగా, నిగూఢంగా పశుప్రవృత్తి ప్రవేశించింది. కామవాంఛ రేకెత్తింది.

ఏడుగురు విద్యార్థులు, ఒక ప్రొఫెసరు – మొత్తం ఎనిమిదిమంది రాత్రి రెండు గంటల వరకు 'స్పారోస్' హోటల్లో కులాసాగా గడిపారు. పలురకాల పదార్థాలు భుజించారు. బీరు, బ్రాందీ సేవించారు. చక్కటి రాత్రి! చల్లని రాత్రి! అటుచూస్తే బయట విద్యుద్దీపాలు, ఆకాశంలో నక్షత్రకాంతులు, ఇటు చూస్తే హోటల్లో హాయిగొలిపే సంగీతం – వీటన్నిటి మధ్యా మత్తుగా, ఒత్తుగా తూగుతూ, తాగుతూ, నవ్వుతూ, పేలుతూ, కులాసాగా గడిపారు.

హోటలు కూడా మూసివేయబోతున్నారు. ఇహ ఎవరి ఇళ్ళకు వాళ్ళు వెళ్ళిపోవాలి. అంతా విడిపోవాలి. ఎలా వెళ్ళడం? ఎవరికీ కాలు ఆనడం లేదు. అందరి మనసులలోను ఏదో బాధ, భయం వేధిస్తున్నాయి. మధురమైన రోజు! ఆ రోజంతా కలిసికట్టుగా ఉండి, గంటలు నిమిషాలుగా గడిపి, ఇహ ఇప్పుడు విడిపోవడమా? అసంభవం. ఎవరూ అందుకు సిద్ధపడలేకపోయారు.

ఇంత రాత్రివేళ తీరా ఇంటికి వెడితే మాత్రం ఏమిటి సుఖం? తల్లితండ్రులు, పెద్దవాళ్ళు కోపం చేస్తారు. కాలు చప్పుడు కాకుండా, పిల్లిలా మెట్లెక్కి మేడల మీదికి పోవాలి. ఎందుకీ అవస్థ? ఈ కాస్త రాత్రి కూడా ఎక్కడో హాయిగా గడిపితే తీరిపోదూ? 'తివోలీ' అనే శృంగారమైన తోట ఉంది. అక్కడికి వెడితే హాయిగానే ఉంటుంది. కాని చాలా దూరం వెళ్ళాలి. పోనీ మరికొన్ని పెద్ద హోటళ్ళు తెరిచి ఉంటాయి. వాటిలోకి వెడితే? ఊఁహూఁ! వాటిలో ప్రవేశిస్తే భరించలేని ఖర్చు. అయినా ఎందుకు? హోటలులో కులాసాగా గడవడం ఇంతకు ముందే అయిపోయిందిగా?

ఇలా విద్యార్థుల మనసులలో వివిధ రకాల ఊహలు బయలుదేరాయి. 'హొలోడ్యా

పావ్‌లోవ్' అనే విద్యార్థి, మిత్రులందరినీ తన ఇంటికి రమ్మని ఆహ్వానించాడు. తన గదిలో డజను బీరు బుడ్లు, మరికొంత బ్రాందీ కూడా ఉందని చెప్పాడు. కాని ఎవరూ అంగీకరించలేదు. ఆ వేళప్పుడు, అందులోనూ తాగి ఉండి, ఇంటికి వెడితే మరీ అభాసవుతుందనీ, పెద్దవాళ్ళు లేచి నానా చివాట్లు పెడతారనీ అందరూ అభిప్రాయ పడ్డారు. ఇళ్ళకు వెళ్ళే ప్రసక్తి లేనేలేదు. అందుకు అంతా అంగీకరించారు.

మరి ఇహ ఎక్కడికి వెళ్ళడం? "అయితే 'యామా'కు వెడదామోయ్! పసందైన పడుపుకత్తెలున్నారు. ఇదే మంచి ఆలోచన" అని సూచించాడు చివరకు లిఖోనిన్ అనే విద్యార్థి.

లిఖోనిన్ పొడుగ్గా, వంగి ఉంటాడు. కొంచెం పొడుగ్గా పెరిగిన గడ్డం. మొహంలో దిగులు కనిపిస్తూ ఉంటుంది. ఇతనికి ఒక సిద్ధాంతం, నమ్మకం లేదు. పరిపాలన, కట్టుబాట్లు ఉండకూడదనే అరాజకవాది. అందుకు తగినట్లుగానే ప్రవర్తిస్తుంటాడు. బంతి ఆటలు, గుర్రపుపందాలు, జూదం, లాటరీ – వీటిల్లో మునిగి తేలుతుంటాడు. వీటి కోసం విపరీతంగా దుబారా ఖర్చు చేస్తూ జులాయిగా తిరుగుతూ ఉంటాడు.

అంతకు క్రితం రోజే, క్లబ్బులో ఆటలలో కూచొని వేయి రూబుల్సు గెల్చుకున్నాడు. ఆ డబ్బు ఇప్పుడతని జేబులోనే గులగుల్లాడుతూ ఉంది. ఎప్పుడు ఖర్చుపెడదామా, ఎలా ఖర్చుపెడదామా అని ఉబలాటపడుతున్నాడు. పాపం. అందుకే యామాలో సానికొంపలకు పోదామని స్నేహితులకు సలహా ఇచ్చాడు.

"ఏం ఎందుకు వెళ్ళకూడదూ? తప్పకుండా వెడదాం పదండిరా నాయనా!" అన్నాడు మరో విద్యార్థి.

"పోయినందుకు కాస్త మజాగా ఉంటుందా? లేక వృథా కాళ్ళ తిప్పటయేనా?" అని అడిగాడు మరో అతను, ఎక్కడ ఎలా ఉంటుందో తెలీక.

మరో విద్యార్థి కళ్ళు మూస్తూ, తెరుస్తూ నిద్రమత్తుగా ఉన్నాడు. ఒళ్ళు విరుచుకుని పెద్దగా ఆవులించాడు. పాపం ఇతనికి బద్ధకంగా ఉంది.

"అబ్బ! కళ్ళు కూరుకుపోతున్నాయి, ఇహ ఇంటికి పోదాం పదండి. రోజంతా గడిపాంగా చాలదూ?" అన్నాడతను ఆవులిస్తూనే.

"నీకు నిద్ర తప్ప మరో పని లేదు. ఎప్పుడూ ఉన్న నిద్ర కదోయ్! పాడు నిద్ర. ఏమండీ! ప్రొఫెసరు గారూ! మరి మీరు రారూ?" అడిగాడు మళ్ళీ లిఖోనిన్.

ప్రొఫెసరు పేరు యార్చెంకో. లిఖోనిన్ సలహా వినేసరికి ఈయనకు కోపం వచ్చింది. మనస్సులో ఏం దాగివుందో ఎవరికీ తెలీదు గాని పైకి మాత్రం చాలా అనిష్టంగానే మాట్లాడాడు.

"నన్ను వదలిపెట్టు లిఖోనిన్! అబ్బాయిలూ! మీకో విషయం చెప్పదలుచుకున్నాను. మీరు సూచించిన సలహా నాకే మాత్రం నచ్చలేదు. ఈ రోజంతా మనం ఎంతో హాయిగా గడిపాం కదా! ఇది చాలదూ! ఏమిటీ పిచ్చిపనులు? ఇప్పుడు పోయి ఆ

సానికొంపల్లో జొరబడతామంటారే! ఏమైనా అర్థం ఉందీ? నేను మాత్రం రాను. తరువాత మీ ఇష్టం" అని కచ్చితంగా చెప్పాడు ప్రొఫెసర్ యార్చెంకో.

"ప్రొఫెసర్ గారూ! శ్రీరంగనీతులు ఎన్ని అయినా వల్లించవచ్చు. ఆచరణలోకి వచ్చేసరికి చిక్కొస్తుంది. మీరొక్కరే మడి కట్టుకున్నట్లు మాట్లాడతారేం?" అన్నాడు లిఖోనిన్, ప్రొఫెసర్‌ను ఎత్తిపొడుస్తూ.

లిఖోనిన్ అన్నదాంట్లో కొంత సత్యం లేకపోలేదు. ప్రొఫెసరు ఏం తక్కువవాడు కాదు. చదువుకునే రోజులలోనూ, ఆ తరువాత యూనివర్సిటీలో ప్రొఫెసరుగా ఉంటున్నప్పుడు కూడా అనేక దుర్వ్యసనాలకు లోనై చెడతిరిగాడు. ఈయన అందగాడు కూడా. పొట్టిగా, ఎర్రగా, బొద్దుగా ఉంటాడు. గుండ్రని మొహం. కళ్ళల్లో ఏదో కారుణ్యం తొణికిసలాడుతూ ఉంటుంది. మంచి వాగ్ధాటి గలవాడు. మందహాసం చేస్తూ మహా సరదాగా ఉంటాడు మనిషి. ఇలాంటి యార్చెంకో, నగరంలో వీధులు, విరామ స్థలాలు, హోటళ్ళు, అంగళ్ళు, క్లబ్బులు, థియేటర్లు మొదలైన వినోదాలన్నిటిలో పాల్గొనేవాడు. అన్ని రకాల సరదాలూ అనుభవించి పైలాపచ్చీసుగా తిరిగిన ఘటం!

ఇలా వ్యర్థంగా కాలం గడిపినవాడికి చదువు మీద ధ్యాస ఎలా ఉంటుంది? చదవడానికి తీరుబడి ఎక్కడుంటుంది? అయినా ఏమిటో ఆ మహత్తు. అన్ని పరీక్షలు టకటకా ప్యాసయి పైకి పోయాడు. అంతేకాదు! ప్రతి పరీక్షలోనూ అన్ని సబ్జెక్టుల్లో ఫస్టు మార్కులు కొట్టేవాడు, క్లాస్ వచ్చేది. స్నేహితులు, తోటి విద్యార్థులు ముక్కు మీద వేలేసుకునేవారు. 'ఎంత మేధావి! ఎప్పుడూ తిరగడం తప్ప పుస్తకం తెరిచినట్లే కనపడదే!' అనుకొనేవారు.

యూనివర్సిటీలో ప్రొఫెసర్లు, అధికార్లు ఇతన్ని మెచ్చుకునేవారు. అందరి కన్నా ప్రత్యేకంగా చూస్తూ గౌరవించేవారు. ఆ తరువాత క్రమక్రమంగా యార్చెంకో తన పాత అలవాట్లనూ, ఆ రకమైన స్నేహితులనూ విడిచిపెట్టి మంచి పద్ధతిలోకి మారాడు.

ఇప్పుడీయనకు పెద్ద పెద్ద ప్రొఫెసర్ల తోటీ, వారి కుటుంబాల తోటీ, పండితుల తోటీ, విద్యావంతుల తోటీ సంబంధాలు పెంపొందాయి. మర్యాదస్థుల మధ్య తిరుగుతూ ఒక రకమైన గౌరవాన్ని సంపాదించుకున్నాడు. అయినా విద్యార్థుల నుండి పూర్తిగా విడిపోలేదు. వారితో సన్నిహితంగా ఉంటూ అందరి చేతా గౌరవాన్ని పొందుతున్నాడు. ఎలాగైనా ప్రస్తుతం ఈయనకు తానున్న పరిస్థితిలో లిఖోనిన్ సూచించిన దుర్వ్యసనానికి లొంగడం అనిష్టంగా తోచింది.

"అవును లిఖోనిన్! నేను బుద్ధిమంతుడనని చెప్పడం లేదు. చిన్నతనంలో తెలిసో, తెలియకో అనేక తప్పులు చేశాం. మనం అందరం కూడా పొరపాట్లు చేసినవాళ్ళమే. చిన్న చిన్న వస్తువులు దొంగిలించాం. చొక్కాలు, లాగూలు బురద బురద చేసుకుంటూ ఎగిరాం, గెంతాం, తూనీగలను పట్టుకుని రెక్కలు విరగ్గొట్టేవాళ్ళం. ఇంకా ఎన్నెన్నో పిచ్చి పిచ్చి చేష్టలు చేశాం. కాని ఆ కాలం పోయింది. మనకు వయస్సు వచ్చింది.

బుద్ధి వికసించింది. మరి అప్పుడెప్పుడో చేశామని ఇప్పుడు కూడా చిలిపిచేష్టలు, చెడు పనులు చేయమంటావా? మరో విషయం, వ్యభిచారం చాలా చెడ్డదనీ, మానవజాతి పతనానికి హేతువనీ, మానవ సంస్కృతీ నాగరకతలను విచ్ఛిన్నం చేస్తుందనీ మనందరికీ తెలుసు. ఒప్పుకుంటాం. ఇందుకు కారణం స్త్రీలు కారనీ, ఈ తప్పు వారిది కాదనీ, పురుషుల విషయలోలత్వం వల్లనే ఇది సంభవించిందనీ కూడా మనమంతా అంగీకరిస్తాం. మరి నేనిప్పుడు ఒక గ్లాసు బ్రాందీ తాగాను. నా ఒళ్ళు గులగులలాడుతోంది. అందుకని నేను సానికొంపకు పరుగెత్తాలి. ఒక రూబుల్ పారేసి ఆడదాని శరీరం కొనాలి. ఒక గంటో, రెండు గంటలో నా ఇష్టం వచ్చినట్లు అనుభవించాలి. ఇదేనా నేను చేయాల్సిన పని? ఇదేనా ధర్మం? ఇదేనా నా జీవిత లక్ష్యం? ఇలా చేయడం వల్ల ఎన్ని తప్పులు చేసినవాడిని అవుతానో చెపుతాను వినండి. ఒకటి – ఈ పని నా సంకల్పానికి, నిశ్చయానికే విరుద్ధమైనది. రెండోది – విషయవాంఛకు దాసుణ్ణి అయ్యాను. మూడోది – స్త్రీ జాతికి ద్రోహం చేశాను. స్త్రీ జాతికే కాదు మానవకోటికే తీరని కళంకం తెచ్చిపెట్టాను. నాలుగోది – ఇందువల్ల వ్యభిచారాన్ని ప్రోత్సహించినవాడనయ్యాను. అయిదోది – ఈ ఘోరకృత్యాల వల్ల నా జీవితాన్ని నేనే పాపభూయిష్ఠం చేసుకుని, నా పతనానికి నేనే దారి చేసుకున్నవాణ్ణి అయ్యాను. కనుక లిఖోనిన్! ఈ పని నా సంకల్పానికీ, నా ఆదర్శాలకూ విరుద్ధమైనది" అంటూ యార్చెంకో గంభీరమైన ఉపన్యాసం ఇచ్చాడు.

అది విని వెంటనే 'బోరిస్ సోబాష్నికోవ్' అనే యువకుడు అందుకున్నాడు.

"ప్రొఫెసరుగారూ! మీ అభిప్రాయాలు సమంజసమైనవి కావు. మీరు చెప్పినట్లు నడిస్తే మగాళ్ళంతా మట్టిగొట్టుకుపోవాల్సిందే. ప్రతి మనిషీ భౌతికసుఖాన్ని కోరుకుంటాడు. మరి అతని కోరికలు ఏం కావాలి? వాంఛలు తీర్చుకోకుండా అల్లాడి చావమంటారా? ఏ మనిషి దగ్గరికో వెడితే బండెడు తిట్టిపోస్తుంది. లేక పరాయివాడి భార్య వెంటపడితే ఫెడేల్‌మని దవడ మీద కొడుతుంది. మరింకేం చేయాలి? వేశ్యల దగ్గరికి స్వేచ్ఛగా వెళ్ళవచ్చు. అనుభవించి రావచ్చు" అన్నాడు బోరిస్.

బోరిస్ పొడుగ్గా ఉంటాడు. పొగరుబోతు. మిలటరీవాళ్ళ ప్రౌజరు వేసుకున్నాడు. దాని మీద పొట్టి బుష్‌కోటు లాంటిది తొడుక్కున్నాడు. నెత్తి మీద టోపీ ఉంది.

ఇతని సమాధానం వినేసరికి ప్రొఫెసరుకు మరీ కోపం వచ్చింది.

"అవును. వేశ్యల వద్దకు వెళ్ళొచ్చు. స్వేచ్ఛగా అనుభవించపచ్చు. ఎవరు అడ్డుకుంటారు? కానీ, దీన్ని ప్రేమ అనరు. పశుప్రవృత్తి అంటారు. ఇలా చేయడం, కేవలం మదం, మౌఢ్యం" అన్నాడు తిరిగి ప్రొఫెసరు గట్టిగా.

అంతలో 'రాంసెస్' అనే కుర్రాడు జోక్యం కలిగించుకుని, వీరిద్దరి మధ్యా రాజీ కుదర్చటానికి ప్రయత్నించాడు. ఇతని అసలు పేరు ఏదో ఉంది. అందరూ ముద్దుగా, మారుపేరుతో 'రాంసెస్' అని పిలుస్తారు. పొట్టిగా ఉంటాడు, పచ్చని ఛాయ, గడ్డం

మొనతేలి ఉంటుంది.

"అది కాదు గురువుగారూ! మిమ్మల్ని పాపం చేయమని ఎవరూ బలవంతపెట్టలేదు. మరి మీరెందుకు అంత బాధగా, బరువుగా మాట్లాడుతున్నారో తెలీడం లేదు. ఇది మనకు అనవసరమైన వాదన. ఇప్పుడు మనం అనుకున్న ఆలోచన అతి స్వల్పమైన విషయం. మనమంతా యువకులం. స్నేహితులం. పగలంతా కలిసి కులాసాగా గడిపాం. గాలెన్ల కొద్దీ బ్రాందీ, బీరూ తాగాం. అంతా బాగానే జరిగిపోయింది. ఈ కాస్త రాత్రి కూడా సంతోషంగా గడపడానికి సానికొంపలు తప్ప ఇంకేం లేవు. అందరం వెడదామను కున్నామాయె! దీనికిన్ని సిద్ధాంతాలు, రాద్ధాంతాలు దేనికి చెప్పండి?" అన్నాడు రాంసెస్, ప్రొఫెసరుతో.

"పగలల్లా సంతోషంగా గడిపాం కనుక ఇప్పుడు మాత్రం ఊరకోవడం ఎందుకు, కాబట్టి లంజల దగ్గరికి పోదాం అంటావు నీవు. అంతేనా?" అన్నాడు ప్రొఫెసరు వికృతంగా నవ్వుతూ.

"అవును, వెడితే తప్పేముంది? వెనుకటికొక విషయం ఉండేది. కొందరు సంగీత గాయకులు ఒక వేదాంతిని అవమానించాలనుకున్నారట. అందుకని భోజనాలు చేసేటప్పుడు అతణ్ణి అందరి కంటె చివర ఉన్న బల్ల దగ్గర కూచోబెట్టారట. అప్పుడా వేదాంతి ఏం చేశాడో తెలుసా? బల్ల వైపు తిరిగి ఇటు నుంచి లెక్కపెడితే ఇదే మొదటిది అవుతుంది అన్నాట్ట. అలాగే ఇప్పుడు నేనూ చెబుతున్నాను. ఆడదాన్ని కొన్నట్లవుతుందని నమ్ముతూ, అందుకు మీ అంతరాత్మ అంగీకరించకపోతే, అక్కడికి వచ్చి ఊరకే కూచోండి. ఇంకేం, సరేనా?" అన్నాడు మళ్ళీ రాంసెస్.

"నీవు అధిక ప్రసంగం చేస్తున్నావ్ రాంసెస్. పగలంతా పెద్దమనుషుల్లా తిరుగుతూ, సభల్లో, సమావేశాల్లో ఆదర్శాలను వల్లిస్తూ, చీకటిపడగానే ఇలాంటి నీచకార్యానికి పూనుకోడం ఎంత మోసమో నీవే ఆలోచించు. వ్యభిచారం చాలా దుర్మార్గమైనది రాంసెస్! దీన్ని ప్రోత్సహించడం వల్ల మనం రష్యా దేశానికి ద్రోహం చేసినవారం అవుతాం" అన్నాడు తిరిగి ప్రొఫెసరు.

"వ్యభిచారం, దేశద్రోహం అంటూ గావుకేకలు పెడుతున్నారు మీరు. లిఖోనిన్, నేనూ, బోరిస్, పెట్రోవస్కీ - అందరం కలసి ఏడుగురం. మా అందరికీ లేని దేశద్రోహం మీ ఒక్కరికే వచ్చి పడింది కాబోలు పాపం! వ్యభిచారం వల్ల దేశం నాశనం అవుతుందని అంటున్నారు. అసలు పడుపువృత్తి లేని దేశం పేరు ఒక్కటి చెప్పండి. అన్ని దేశాలలోనూ ఇలాగే ఉంటుంది" అంటూ బ్రహ్మాండంగా అరిచాడు రాంసెస్.

"అరే, రాంసెస్! పులిబిడ్డవురా! భలేగా మాట్లాడావు. ఇదంతా ఎందుకు? ప్రొఫెసరు గారిని కాళ్ళూ, చేతులూ కట్టేసి బండిలో పడేస్తే సరి! తీరిపోతుంది" అంటూ పెద్దగా నవ్వాడు లిఖోనిన్.

విద్యార్థులందరూ యార్చెంకోను చుట్టుముట్టారు. ఒకడు ఆయన రెక్క

పుచ్చుకున్నాడు. మరొకరు నడుం పట్టుకున్నాడు. ఇంకొకరు వాటేసుకున్నాడు. మొత్తానికి అందరూ కలిసి ఆయన్ను లాక్కుని వెడుతున్నారు. యార్చెంకో వాళ్ళ పట్టు వదిలించుకోవాలని పెనుగులాడాడు. కానీ లాభం లేకపోయింది. అంతలో ఒక పోలీసువాడు వాళ్ళకు రోడ్డు మీద కనిపించాడు. అతను అక్కడ నిలుచుని కొంతసేపటి నుంచీ వీళ్ళ చర్యలు గమనిస్తూనే ఉన్నాడు. “అబ్బాయిలూ! మీరంతా స్టూడెంట్లు. ఇంత రాత్రి వేళ నడిరోడ్డు మీద ఇలా ప్రవర్తించడం బాగాలేదు. కాస్త జాగ్రత్తగా మసలుకోవాలి” అని హెచ్చరించాడు పోలీసు.

అతనికేమీ సమాధానం చెప్పకుండా విద్యార్థులు గుంపుగా ముందుకు తోసుకుపోయారు. యార్చెంకో మెల్ల మెల్లగా మెత్తపడి దారికి రాసాగాడు.

“అబ్బాయిలూ! ఎందుకు మనకీ తర్జన భర్జనలు? నా అభిప్రాయం నేను చెప్పాను. మీరంతా కాదని పట్టుబట్టారు. ఎలాగైనా నేను మిమ్మల్ని విడిచి ఉండలేనని తెలుసు కదా? సరే, మీతో పాటే వస్తాను పదండి. ఏం చేస్తాం? కర్మ!” అంటూ ప్రొఫెసరు మెత్తపడి, యామాకు వెళ్ళడానికి అంగీకరించాడు.

“కానీ ఒక షరతు మీద వస్తున్నాను. మీరంతా సానికొంపలో అల్లరి చేసి, అసభ్యంగా ప్రవర్తిస్తే మాత్రం నేను సహించను. తాగడంలో, నవ్వడంలో, సరసాలాడడంలో అన్నిట్లోనూ మితంగా, మప్పితంగా ఉండాలి సుమా! ఏ మాత్రం శ్రుతి మించినా నాకు చెడ్డ కోపం వస్తుంది. ముందే చెపుతున్నాను. మనమంతా విద్యావంతులం, రష్యాలో మేధావుల వర్గానికి చెందినవాళ్ళం. ఆ పేరు నిలబెట్టండి. అప్రతిష్ఠ తీసుకురాకండి” అన్నాడు తిరిగి ప్రొఫెసరు.

“ఓ అలాగే! నేను చాలా జాగ్రత్తగా ఉంటాను” అన్నాడు లిఖోనిన్.

“నేనూ అంతే! ప్రమాణం చేస్తున్నాను!” అన్నాడు రాంసెస్ వెంటనే.

విద్యార్థులంతా యార్చెంకో చెప్పిన షరతులకు అంగీకరించారు. అంతా యామాకు బయలుదేరారు. ఈ ఎనిమిదిమందీ రెండు, మూడు బండ్లల్లో సర్దుకుని కూచున్నారు. అప్పటి దాకా బాడుగ బండ్లు కొన్ని వరుసగా వారి వెంట వస్తున్నాయి. ఏమైనా బేరం తగులుతుందేమో అని మెల్లగా పోనిస్తున్నారు బండ్లవాళ్ళు.

తీరా వీరంతా రెండు, మూడు బండ్లు మాట్లాడుకునేసరికి బాడుగ లేని తక్కిన బండ్లవాళ్ళకు కోపం వచ్చింది. కాసేపు ఒకరినొకరు బూతులు తిట్టుకున్నారు. ఆ తరువాత విద్యార్థులు ఎక్కిన బండ్లు కదిలిపోయాయి.

మధ్యలో ‘డొరోషెంకో’ హోటలు ఉంది. ఇది రాత్రి అంతా ఉండే హోటలు. ఈ హోటలు ముందు బండ్లు ఆపి విద్యార్థులంతా దిగారు. యథార్థానికి తాగాలని కానీ, తినాలని కానీ వాళ్ళకు లేదు. అయినా ఏమిటో పిచ్చి! ఆ ఉన్మాదంలో తెలీకుండానే వాళ్ళ కాళ్ళు లోపలికి ఈడ్చుకుపోయాయి.

బల్ల ముందు కూచుని అందరూ బీరు, వోడ్కా మొదలైన పానీయాలు సేవించారు.

బీరు తాగుతూ రాంసెస్ హోటలులో ఒక మూలకు దృష్టి సారించాడు. అక్కడ ఒకాయన బూడిద రంగు సూటు వేసుకుని కూచుని ఉన్నాడు. ఆయన పక్కన మరెవరో వృద్ధుడు కూడా ఉన్నాడు. సూటు వేసుకున్న వ్యక్తి బ్రాందీ సేవిస్తూ, సన్నగా సంగీతం పాడుతున్నాడు. కొంచెం సేపు అతని వైపే దృష్టి నిగిడ్చి చూచాడు రాంసెస్. ఎవరో ఎరిగిన మనిషిలా తోచింది అతనికి. తాగడం పూర్తి చేసి, అతని దగ్గరకు వెళ్ళాడు.

'ఓ, అవును! ప్లాటొనోవ్! పత్రికా ఆఫీసులో పనిచేసే రిపోర్టరు'.

రాంసెస్ అతణ్ణి బాగా ఎరుగును. కరస్పర్శ చేసి, ఆయనను తన మిత్రుల దగ్గరికి తీసుకొచ్చి, అందరికీ పరిచయం చేశాడు.

"ఇతను నా మిత్రుడు ప్లాటొనోవ్! రిపోర్టరు. పత్రికా నిర్వహణలో చాలా సమర్థుడు."

విద్యార్థులంతా ప్లాటొనోవ్‌తో కరస్పర్శ చేసి, సంతోషంగా కుశల ప్రశ్నలు వేశారు.

"అబ్బాయిలూ! మన కొత్త మిత్రుడి కోసం మరో డోస్ వేసుకుందాం" అని సూచించాడు లిఖోనిన్.

ఇంకేం! మళ్ళీ అంతా కుర్చీలలో చేరగిలబడి బల్ల చుట్టూ కూచున్నారు.

పానీయాలు సేవించారు.

"మేమంతా యామాకు వెడుతున్నాం. మీరు కూడా రావాలని మా కోరిక" అన్నారు ప్రొఫెసర్, లిఖోనిన్‌లు.

రిపోర్టరు ప్లాటొనోవ్ వారి కోర్కెలను తిరస్కరించలేదు. "దానికేం? అలాగే వస్తాను" అన్నాడు క్లుప్తంగా. తరువాత అతను వెళ్ళి తనతో కూచున్న వృద్ధుడికి కొంత డబ్బు ఇచ్చాడు. "మరి వస్తాను తాత గారూ! ఇప్పుడు నేను వెళ్ళేచోటుకు మీరు రావడం భావ్యం కాదు. రేపు మనిద్దరం మళ్ళీ అదే స్థలంలో తప్పకుండా కలుసుకుందాం. మరి సెలవు" అంటూ ప్లాటొనోవ్, వృద్ధుడి దగ్గర సెలవు తీసుకొని, మళ్ళీ విద్యార్థులతో వచ్చి కలిశాడు. అందరూ కలిసి యామాకు వెళ్ళారు.

9

విద్యార్థులంతా అన్నా మార్కోవ్‌నా ఇంట్లోకి వెళ్ళడానికి ఉపక్రమించారు. అది చూచి, ప్రొఫెసర్ ఇలా అన్నాడు:

"అబ్బాయిలూ! ఈ వ్యవహారం నాకేం నచ్చలేదు. ఈ కొంప మరీ ఛండాలంగా ఉంటుంది. రొచ్చుగుంటకూ, దీనికీ తేడాయేం లేదు. వచ్చినవాళ్ళం ఎలాగూ వచ్చాం. ఆ ఏడ్చేదేమిటో కాస్త పరిశుభ్రంగా ఉన్న కొంపలోకి వెళ్ళి ఏడవడం మంచిది. పక్క ఇల్లు ట్రెప్పెల్సు ఉంది చూచారూ? పరిశుభ్రంగా ఉంటుంది. చక్కని వెలుతురు కూడా ఉంటుంది. అక్కడికి వెడదాం పదండి! అంతేగాని, ఈ పాడుకొంపలో నేను కాలు పెట్టను."

"మరేం ఫరవాలేదు. దయచేయండి ప్రొఫెసర్‌గారూ!" అంటూ లిఖోనిన్, ప్రొఫెసర్ చెయ్యి పట్టుకుని అన్నా ఇంట్లోకి తీసుకుపోవడానికి ప్రయత్నించాడు. "ఊఁహూఁ, వదలండి ... నేను..రాను.. ట్రెప్పెల్సులో ఆడాళ్ళు కాస్త కంటికైనా ఇంపుగా ఉంటారు... ఈ కొంప మరీ ఘోరంగా ఉంటుంది" అంటూ ప్రొఫెసర్ మొండికేశాడు.

అది చూచి, వెనుక వస్తోన్న రాంసెస్ నవ్వి ఇలా అన్నాడు: "రైటో, రైట్! ప్రొఫెసర్‌గారూ! మీరెలాగైనా రసజ్ఞులు. అప్పుడే అమ్మాయిలను గురించి వర్ణిస్తున్నారు. చివరి వరకూ ఈ ఉత్సాహాన్ని నిలబెట్టుకోవాలి సుమా! మధ్యలో జారిపోయేరు. మీరన్నట్లు ట్రెప్పెల్సులో పిల్లలు అందంగా ఉండేమాట వాస్తవమే కాని ఒక విషయం. ఇందాకటి నుంచీ, ఆడాళ్ళను ముట్టుకోకూడదన్నారు. ఇప్పుడేమో అందమైన అమ్మాయిలైతే ఫరవాలేదంటున్నారు. ఆకలితో కడుపు మండే బిచ్చగాడు, పాచిపోయిన రొట్టెముక్కనైనా దొంగిలిస్తాడు. అదే కాస్త ఘరానాగా బ్రతుకుతున్న బ్యాంకు ఏజెంటు ఓ యాభై లక్షల రూబుల్సు కొట్టేస్తాడు. రెంటికీ తేడా ఏముంది? ఏదైనా దొంగతనమేగా?"

"అంటే ఏమిటి నీ ఉద్దేశ్యం?" అన్నాడు ప్రొఫెసర్ కొంచెం కష్టంగా. "సరే.. నాదేం పోయింది. మీ ఇష్టం వచ్చినట్లే కానీయండి" అన్నాడాయన తిరిగి, అన్నా గుమ్మంలో అడుగుపెడుతూ.

"అదీ, అసలైన సరసుడి లక్షణం" అన్నాడు లిఖోనిన్, ప్రొఫెసర్‌ను వెంటబెట్టుకుని వెడుతూ.

స్టూడెంట్సు రావడం కాపలావాడు సిమన్ చూచాడు. గుంపుగా విటులు రావడమంటే అతనికి అంతగా నచ్చదు. తరువాత ఏదో గొడవలు లేవదీస్తారని అతని ఉద్దేశ్యం. అందులోనూ ముఖ్యంగా స్టూడెంట్లంటే అతనికి మరీ భయం. వాళ్ళను అల్లంత దూరానే కనిపెడతాడు. వాళ్ళ పోజులు, పోకిరిచేష్టలు - అన్నీ అతనికి అవగాహనే. పైగా విద్యార్థులంతా ప్రభుత్వాన్నీ, చట్టాలనూ ధిక్కరిస్తారని కూడా అతనికి తెలుసు.

లోగడ ఒకసారి విద్యార్థులకూ, కోసక్కులకూ గొప్ప యుద్ధం జరిగిన విషయం ఇంకా అతనికి గుర్తుంది. ఆ రోజు జరిగిన గోల ఇంతా అంతా కాదు. విద్యార్థులు ఇళ్ళ మీదా, అంగళ్ళ మీదా పడి నానా బీభత్సం చేశారు.

మొత్తానికి విద్యార్థులంటే సిమన్‌కు మంచి అభిప్రాయం లేదు. ప్రభుత్వోద్యోగులను, మర్యాదగా సంచరించే పెద్దమనుషులను మాత్రం గౌరవిస్తాడు. వారిని "యువర్ ఎక్సెలెన్సీ" అని కూడా సంబోధిస్తాడు.

సిమన్ ఎదురుగా వెళ్ళి, ప్రొఫెసరు యార్చెంకో కోటు అందుకున్నాడు. ఇంట్లోకి దోవ చూపిస్తూ, వారందరినీ హాలులో ప్రవేశపెట్టాడు.

అప్పటికే హాలంతా జనంతో కిటకిటలాడుతోంది. గుమస్తాలు నృత్యం చేసి చేసి అలసిపోయి, ఆడపిల్లలను పక్కన కూచోబెట్టుకుని గోడలకు చేరగిలబడ్డారు. పాపం ఒళ్ళంతా చెమటలు పోస్తున్నందున చేతి రుమాళ్ళతో విసురుకుంటూ, విశ్రాంతి

తీసుకుంటున్నారు. సంగీత గాయకుడు మిష్కా పుస్తకాలు అమ్ముకునే కోల్కాలు ఒకరికొకరు ఎదురు బదురుగా కూచున్నారు. తూలుతున్నారు. వాళ్ళ గుడ్లు కూరుకు పోతున్నాయి. మిష్కా మెల్లగా ఏదో పాట పాడడానికి యత్నిస్తున్నాడు. ఇంటి పెత్తందారు ఎమ్మా, పనిమనిషి జోస్యాలు వారిద్దరూ తాగుడు మైకంలో అసభ్యంగా ప్రవర్తించకుండా శాయశక్తులా ప్రయత్నిస్తున్నారు.

వచ్చిన విద్యార్థులలో కొందరిని వేశ్యలు గుర్తించారు. వారిని కలుసుకోవాలనే కుతూహలంతో లేచి ఎదురుగా వెళ్ళారు.

"టమారా! అదుగోనేవ్ నీ ప్రియుడొచ్చాడు! న్యూరా! నీ జతగాడు కూడా వచ్చాడే!" అంటూ వేశ్యలంతా ఒకరికొకరు చెప్పుకున్నారు.

న్యూరా తన ప్రియుడైన పెట్రోవస్కీకి ఎదురుగా వెళ్ళి, అతణ్ణి ఆలింగనం చేసుకుంది.

"ఏం ప్రియా! ఎంతకాలం అయింది మనం కలుసుకుని! నాకు కళ్ళు పోయినట్లున్నాయ్" అంది న్యూరా సంతోషంతో పొంగిపోతూ.

అంతమంది జనం మధ్య జరిగే ఈ అపభ్రంశపు పనులన్నీ చూచేసరికి ప్రొఫెసరు యార్చెంకోకు కష్టం వేసింది.

"ఏవమ్మా! నీకా మాత్రం తెలీదూ? మా అందరికీ ప్రత్యేకంగా ఒక గది కావాలి... పోతే ద్రాక్ష సారాయి, కొంచెం కాఫీ కూడా తెప్పించు" అన్నాడు ప్రొఫెసరు ఇంటి పెత్తందారు ఎమ్మాతో.

మర్యాదగా, పెద్దమనిషిలా అగుపిస్తోన్న ప్రొఫెసరును చూచి, ఎమ్మా భయభక్తులతో మెలగసాగింది.

"చిత్తం, చిత్తం! మీకు కావల్సినవన్నీ ఏర్పాటు చేస్తాను. లోపల డ్రాయింగ్ రూంలోకి దయచేయండి" అంటూ ఎమ్మా గుర్రంలా తలూపింది.

"అందమైన అమ్మాయిలున్నారు. మీరు వాళ్ళతో ఉండాలనుకుంటే లోపలికి పిలుస్తాను, పిలవమంటారా?" అనడిగింది మళ్ళీ ఎమ్మా చేతులూపుకుంటూ.

"తప్పనిసరి అయితే అలాగే చూద్దాంలే. ఆ విషయం తరువాత చెపుతాను. ముందు ఈ ఏర్పాట్లన్నీ చేయించు" అన్నాడు ప్రొఫెసరు.

ఎమ్మా లోపలికి దోవ చూపించింది.

ప్రొఫెసరు, మిగతా విద్యార్థులు డ్రాయింగ్ రూంలో ప్రవేశించారు. అది కనిపెట్టి పడుపుకత్తెలు కూడా ఒకరి తరువాత ఒకరు మెల్లగా లోపలికి చొరబడ్డారు. ఆ గది కాస్త చిన్నది. కుర్చీలు, బల్లలు అమర్చి ఉంచారు. నీలి రంగు లాంతరు వెలుగుతోంది.

వేశ్యలంతా మగాళ్ళ దాపుకు వెళ్ళి, వినపడీ వినపడనట్లు తమ తమ పేర్లు చెప్పుకుని పరిచయం చేసుకున్నారు. మంకా, కాట్కా ల్యూబా, ఇంకా.... ఇంకా! ఆ తరువాత వీరంతా పురుషుల తొడల మీద కూచుని ఒయ్యారంగా తమ చేతులు వారి మెడలకు

పెనవేసి, ఇచ్చకాలాడుతూ వలపించసాగారు.

"ఏమండీ? మీరెంత అందంగా ఉన్నారనుకున్నారూ! ఏదీ, నాకో ఆరెంజి ఇప్పించరూ?" అంది ఒకామె తన సరసుడితో.

"హోలోడెంకా! మీరు నాకెంతో ముద్దొస్తున్నారండీ! ఏవీ కాసిని చాక్‌లెట్లు తెప్పిద్దురూ?" అంది మరో ఆవిడ తన విటుడితో.

"ఏం ప్రియా! మిమ్మల్ని చూస్తుంటే నన్ను నేనే మరచిపోతున్నాను. నాకో స్నేహితురాలుంది. పాపం, ఆమెకు జబ్బు చేసి లేవడం లేదు. ఓ అరడజను యాపిల్ పండ్లు ఆర్డరివ్వండి. పట్టుకెళ్ళి ఆమెకిస్తాను" అంది వేరా, ప్రొఫెసరు యార్చెంకో తొడ మీద కూచుని కులుకుతూ.

"మీ వేషాలన్నీ నాకు తెలుసులే! అన్నీ దొంగ అబద్ధాలు. స్నేహితురాలూ లేదు, పాడూ లేదు గాని, అల్లరి చేయకుండా అవతలికెళ్ళి కుర్చీలో బుద్ధిమంతురాలిలా కూర్చో!" అన్నాడు ప్రొఫెసరు, ఆమెతో.

"అమ్మో! మిమ్మల్ని వదిలేసి దూరంగా వెళ్ళడమే! నా చేత కాదు బాబూ!" అంది మళ్ళీ వేరా.

వేశ్యలంతా తమ అలవాటు ప్రకారం వలపులు కురిపిస్తూ, తళుకులు మెరిపిస్తూ ఉన్నారు. పాపం, ఏం చేస్తారు! ఇలా చేయడం వల్ల ప్రత్యేకంగా వీరికి ఒరిగేది ఏమీ లేదు. విటుల నుండి సంపాదించిన సొమ్మంతా యజమానురాలికి పోతుంది. అయినా ఇది వీరి అలవాటు. విధ్యుక్తధర్మం కూడా. అప్రయత్నంగానే పసిపిల్లల్లా వెకిలిచేష్టలు, వెక్కిరింతలు చేస్తూ విచిత్రంగా ప్రవర్తిస్తుంటారు.

సిమన్ ఒక పళ్ళెంలో పెట్టుకుని కాఫీ, బీరు, బ్రాందీ మొదలైనవన్నీ పట్టుకొచ్చాడు. బ్రాందీ సీసాలు, బీరు బుడ్లు మూతలు తీసి సిద్ధంగా ఉంచాడు.

"మీరు కూడా కొంచెం సేవించరూ?" అన్నాడు యార్చెంకో, రిపోర్టరు ప్లాటొనోవ్‌తో.

"తమ పేరు...ప్లాటొనోవే కదూ?" అన్నాడాయన మళ్ళీ.

"అవును" అని జవాబు చెప్పాడు ప్లాటొనోవ్.

"ఓ కప్పు కాఫీ తాగి, ఓ గ్లాసు బ్రాందీ సేవించండి" అన్నాడు తిరిగి యార్చెంకో.

"క్షమించండి.... నేను తాగే రకం వేరే ఉంది. సిమన్‌కు తెలుసు" అన్నాడు ప్లాటొనోవ్.

"అవును, ఆయన తాగేది కాగ్‌నాక్" అంది న్యూరా వెంటనే.

కాగ్‌నాక్ అనేది ఒక రకమైన సారాయి. ప్లాటొనోవ్ ఎప్పుడూ ఇదే తాగుతూ ఉంటాడు. ఆ ఇంట్లో అందరికీ ఈ విషయం తెలుసు.

"ఇదుగో మీ రకం కూడా తెచ్చాను" అంటూ సిమన్, రిపోర్టరు కోసం తెచ్చిన వేరే రకం బ్రాందీ సీసా మూత తీసి అక్కడ ఉంచాడు.

"అరె! ఈ రకం బ్రాందీ ఇక్కడ ఉండడం ఇంతకు ముందు నేను చూళ్ళేదు" అన్నాడు లిఖోనిన్, ఆశ్చర్యపడుతూ.

"మన రిపోర్టరు గారి కోసం ఇది ప్రత్యేకంగా తెప్పించి ఉంటారు" అన్నాడు బోరిస్ అనే మరో విద్యార్థి.

"నాలో ప్రత్యేకత ఉండి కాదు ఇది తెప్పించింది. నాకు ఈ రకం అలవాటు. ఒకోసారి నేను గుర్రంలా తాగుతాను. మరొకప్పుడు దాన్ని అసలు ముట్టుకోను కూడా. తాగినా, తాగకపోయినా, నేను ఒకలాగే ఉండగలను. ఒకరి జోలికి పోవడం గానీ, ఒళ్ళు తెలీకుండా ప్రవర్తించడం గానీ చేయను. ఇదే నాలో ఉన్న విశేషం. అంచాతనే ఇక్కడి వారంతా నా మీద కాస్త గౌరవం ఉంచుతారు" అన్నాడు ప్లాటొనోవ్ కొంచెం ధీమాగా.

"అయితే కావచ్చు... మా బ్రాందీ కూడా కొంచెం రుచి చూడండి" అన్నాడు లిఖోనిన్ నవ్వు మొహం పెట్టి.

"ఓ! తప్పకుండా, సంతోషంగా సేవిస్తాను" అంటూ ప్లాటొనోవ్, లిఖోనిన్ అందించిన బ్రాందీ గ్లాసు తీసుకున్నాడు.

"ఇంతకు ముందెప్పుడూ నేను మిమ్మల్ని అన్నా ఇంట్లో కలుసుకోలేదు. అదే నాకు ఆశ్చర్యంగా ఉంది. మీరు తరచు ఇక్కడికి రారనుకుంటాను" అన్నాడు మళ్ళీ లిఖోనిన్.

"అవును. ఇక్కడికి అరుదుగా వస్తుంటాను" అని సమాధానం చెప్పాడు ప్లాటొనోవ్.

"మా ఇంటికి వచ్చే ముఖ్యమైన అతిథుల్లో వీరొకరు. ప్లాటొనోవ్ గారు మాతో అతి చనువుగా, సోదరుడికి మల్లే ఉంటూ ఉంటారు" అంది న్యూరా మధ్యలో అందుకుని.

"ఇహ నీవు నోరు మూయవే మొద్దూ!" అని టమారా, న్యూరాను కోప్పడింది.

"నేను నిత్యం ఇక్కడికి వచ్చేవారిలో ఒకణ్ణి, కానీ మీకు ఇక్కడగల గౌరవం, చనువు చూస్తే నాకు కన్ను కుడుతోంది" అన్నాడు లిఖోనిన్.

"ఇంటి మీద పెత్తనం చేస్తుంటాడోయ్" అన్నాడు బోరిస్, ప్లాటొనోవ్‌ను ఎత్తిపొడుస్తూ.

కాని ఈ మాట మెల్లగా అతనికి వినిపించకుండా ఉండేలా అన్నాడు. అయినా ప్లాటొనోవ్ ఇది వినీ, వినపడనట్లు నటించాడు.

రిపోర్టరు మీద బోరిస్‌కు సదభిప్రాయం లేదు. పనివాడు మొదలుకొని, యజమానురాలి వరకూ ప్రతి ఒక్కరూ అతని పట్ల గౌరవం చూపించడం బోరిస్‌కు గిట్టలేదు. ఎవరో ఒక పడుపుకత్తె బ్రాందీ గ్లాసులో పోసి అతనికి అందించేది. మరో అమ్మాయి ఇంకేదో సేవ చేసేది. అంతా అతని ఎడల ఏదో తెలీని భక్తి, వినయం ప్రదర్శిస్తున్నారు. పైగా ఎవరూ కూడా అతణ్ణి డబ్బివ్వమని అడగడం గాని, లేక మరేదైనా కొనిపెట్టమని కోరడం గాని లేదు. దీన్నిబట్టి ఈ రిపోర్టరుగాడు ఒక 'డాఫర్' అనుకున్నాడు

బోరిస్. వేశ్యలకు విటులను తార్చడమే ఇతని ఉద్యోగమని అభిప్రాయపడ్డాడు.

రిపోర్టరు మాత్రం తక్కువవాడా? బోరిస్ స్నేహపాత్రుడు కాదని ఎప్పుడో గ్రహించాడు. బోరిస్ తనను గురించి అన్న మాట విని కూడా విననట్లు నటించాడు. జేబులోంచి రుమాలు తీసి చమత్కారంగా చేత్తో పట్టుకున్నాడు. బోరిస్ వంక అదో మాదిరి చూచాడు.

“అవును, నిజమే! నేనిక్కడ వీరి కుటుంబంలో ఒకణ్ణిగా మెలగుతున్నాను. మీరు ఊహించలేని విషయం మరొకటుంది. గత నాలుగు మాసాల నుంచి నేను ఇక్కడే, ఈ ఇంట్లోనే, వీరితో పాటే భోంచేస్తున్నాను” అన్నాడు ప్లాటొనోవ్.

“నిజంగా?” ప్రొఫెసరు నివ్వెరపోతూ అడిగాడు.

“యథార్థం! పైగా నాకు వీళ్ళు పెట్టే భోజనం ఎలాంటి దనుకున్నారూ? మంచి భోజనం. నా కోసం ప్రత్యేకంగా వంట తయారుచేస్తారు.”

“చాలా విచిత్రంగా ఉందే మీ వ్యవహారం. ఏమిటి దీనికి కారణం?”

“ఏముంది? ఈ ఇంటి యజమానురాలు అన్నా ఉంది చూచారూ? ఆమె కూతురుకు నేను చదువు చెబుతున్నాను. హైస్కూలులో పరీక్షలకు తయారుచేస్తున్నాను. ఆమె నాకివ్వాల్సిన జీతం క్రింద ఇక్కడే భోంచేస్తుంటాను. అదీ విషయం.”

“అలాగా! చాలా తమాషాగా ఉందే! అయితే, ఏమండీ! మరో మాట అడుగుతాను, వేరే విధంగా అనుకోకండే?”

“మరేం ఫరవా లేదు, అవశ్యం అడగండి.”

“మీరు బుద్ధిపూర్వకంగా ఇలా చేస్తున్నారా? లేక.... జరుగుబాటుకు ఇబ్బందిగా ఉండి ఈ పనికి ఒప్పుకున్నారా?”

“జరుగుబాటు లేక కాదు. కావాలనే ఈ పని చేస్తున్నాను. అన్నా నన్ను నాలుగు మూడుసార్లు పిల్లకు చదువు చెప్పమని బ్రతిమాలింది. అదీకాక మరో ముఖ్యమైన విషయం కూడా ఉంది. ఈ సానివాడ అంతా ఒక విచిత్రమైన ప్రపంచంలా అగుపిస్తుంది నాకు. వీళ్ళ మధ్య కొంతకాలం జీవించాలనే కుతూహలం కలిగింది. ఇంకేం? చుట్టరికం, పేరంటం రెండూ కలిసి వస్తాయన్నట్లు, ఈ పనికి అంగీకరించాను.”

“ఓ! ఇప్పుడు నాకు అర్థమైంది. ఈ పాపపు జీవితాల్ని పరిశోధించి విషయ సంగ్రహణ చేస్తున్నారు కదూ?” అన్నాడు యార్చెంకో. “అబ్బాయిలూ! మన రిపోర్టరు గారు కొద్ది రోజులలో ఒక ఉద్గ్రంథాన్ని వ్రాయబోతున్నారు. త్వరలోనే వారి రచన చదివి, ఆనందించే భాగ్యం మనందరికీ కలుగుతుంది” అన్నాడు తిరిగి, విద్యార్థుల వైపు చూస్తూ.

“బహుశా ఆ పుస్తకంలో పడుపుకత్తెల విషాద జీవితం వర్ణిస్తారు కాబోలు!” అన్నాడు బోరిస్ – నటుడిలా వదనంలో విషాదం కనబరుస్తూ.

అంతలో టమారా లేచి, మెల్లగా బోరిస్ దగ్గరకు వెళ్ళింది. అతని చెవిలో నోరుపెట్టి

రహస్యంగా అంది. "మీరు ఆయన్ను ఒంటరిగా ఉండనీయండి. ప్రమాణం చేసి చెబుతున్నాను. అది మీకే మంచిది."

"అంటే ఏమిటి నీ ఉద్దేశ్యం? అతను నీ ప్రియుడా? లేక తార్పుడుగాడా?" కోపంగా అడిగాడు బోరిస్.

"మీరాయన్ను గురించి దురభిప్రాయపడుతున్నారు. దైవసాక్షిగా చెబుతున్నాను. ఆయన అలాంటివాడు కాదు. ఇంతవరకూ ఏ పడుపుకత్తెతోనూ ఉండలేదు. నేను కోరేది ఒకటే - అతణ్ణి అనవసరంగా బాధించవద్దు" అంది మళ్ళీ టమారా.

"ఏమిటి నీ వాగుడు? అతనంటే ఎందుకు మీ అందరికీ అంత అభిమానం? ఏం ఆయన ఒక్కడి నెత్తినే కొమ్ములు మొలిచాయా? చూడబోతే యామాలో ఉండే సానులంతా అతని పక్షాన నిలబడి యుద్ధం చేసేలా కనిపిస్తూ ఉందే!" అన్నాడు బోరిస్, టమారాను విదిలించి వేస్తూ.

"నా అభిప్రాయం అది కాదండీ! ఆయన చాలా తమాషా అయిన మనిషి. ఎవరితోనూ కలిసే రకం కాదు. కోపం రాదు గాని, వస్తే ఎవరమూ ఆపలేం. చెవులు పట్టుకొని కిటికీలోంచి విసరి అవతల పారేస్తాడు. ఇదివరకొకసారి ఇలాగే జరిగింది. అందుకని చెపుతున్నా" అంది టమారా, ఎలాగైనా బోరిస్‌ను శాంతపర్చాలని.

"ముందు నీ విక్కణ్ణుంచి వెడతావా, లేదా?" గుడ్లురిమాడు బోరిస్.

"సరే ఎందుకంత కోపం? వెడతాను లెండి" అని టమారా మెల్లగా అతని దగ్గర్నుంచి అవతలికి వెళ్ళిపోయింది.

ఒక క్షణం విద్యార్థులంతా బోరిస్ వైపు తీక్షణంగా చూచారు.

"నీతో పెద్ద చిక్కొచ్చిందోయ్? కాస్త మర్యాదగా మాట్లాడరాదూ!" బోరిస్‌ను హెచ్చరించాడు లిఖోనిన్. "ఊఁ, చెప్పండి తరువాత? మీ విషయం వినాలని కుతూహలంగా ఉంది" అన్నాడు మళ్ళీ రిపోర్టరు వైపు తిరిగి.

"అబ్బే! అలాంటిదేమీ లేదు. నేను పుస్తకం వ్రాయడం లేదు కూడా. వీరు ఎలాంటి బ్రతుకు బ్రతుకుతున్నారో ఊరకే చూస్తున్నాను" అంటూ ప్లాటొనోవ్ ప్రశాంతంగా, గంభీరంగా మాట్లాడసాగాడు.

"ఈ సానుల జీవితాల గురించి తెలుసుకోవాలంటే చాలా ఉంది. నిజంగా వీరి బ్రతుకులో ఏదో పరమ సత్యం దాగివుంది. మొదటి నుంచీ చివరి వరకు ఒక గీతంలా, సంగీతంలా ఉంటుంది. దాన్ని వింటూంటే, చూస్తూ అనుభవిస్తూ ఉంటే ఏ మానవుడికైనా నరనరాలు స్పందిస్తాయి. తీరని భయంతో గుండె బరువెక్కిపోతుంది. ఈ స్త్రీలంతా తమ జీవితాలను తివాచీల్లా పరిచారు. వాటి మీద ఎందరెందరో పురుషులు స్వేచ్ఛగా నడిచిపోతున్నారు. ఏదో హాయి, ఆనందం అనుభవిస్తున్నారు. ఇదొక అనంతమైన యాత్ర. ఇది ఎక్కడ మొదలుపెట్టిందో, ఎక్కడ అంతమవుతుందో ఎవరూ చెప్పలేరు... ఈ వ్యభిచారం పట్టణాల్లో పుండు మాదిరి పుట్టింది. మానని పుండు,

మందు లేని పుండు! వేలవేల హస్తాలు ఈ వ్రణాన్ని కెలుకు తున్నాయి... అబ్బ... దుర్భరమైన బాధ! భయంకరం! చివరికిదొక వ్యాపారంగా వర్ధిల్లింది. దేశంలో వివిధ వ్యాపారాలకు మల్లే ఇది స్వేచ్ఛగా, సాఫీగా సాగిపోతోంది.... చూచారా? ఆడవాళ్ళ సంత.. ఆడవాళ్ళ అంగడి...."

"నిజం, ముమ్మాటికీ నిజం" అన్నాడు మధ్యలో లిఖోనిన్.

ప్లాటొనోవ్ గ్లాసులో బ్రాందీ వైపు చూస్తూ మళ్ళీ చెప్పసాగాడు:

"వార్తాపత్రికల్లో అప్పుడప్పుడు మనం వీళ్ళ గురించి భయంకరమైన విషయాలు చదువుతూ ఉంటాం. అందులో అణుమాత్రం అసత్యం కాదు. కొందరు వేశ్యల గురించి క్రూరమైన గాథలున్నాయి. వీరు గర్భవతులవుతుంటారు. కడుపులు దిగతాగి, శిశుహత్యకు పాల్పడుతూ ఉంటారు. లేడీ డాక్టర్లు, మంత్రసానులు – వీరికి పనిలో అండగా నిలబడి, దండిగా సహకారం ఇస్తూ ఉంటారు. నిజం ఆలోచిస్తే, వీరు ఈ పడుపుకత్తెల రక్తాన్ని పీల్చే జలగలు.... ఇలాంటి గాథలు, బాధలు ఎన్నో ఉన్నాయి. కాపలావాడు సిమన్ ఉన్నాడు చూచారూ? అతనితో నాకు బాగా పరిచయముంది. అలాంటి నీచుడు, దౌర్భాగ్యుడు, పతనమైపోయిన మనిషి పృథ్విలో మరెక్కడా ఉండడేమో అనిపిస్తుంది. వాడు చేసే ఘోరాలు వర్ణించలేను. స్త్రీలను బలాత్కారంగా ఈ మురికికూపంలోకి తీసుకువస్తాడు. వాళ్ళను భయంకరంగా కొడతాడు. వాళ్ళ కష్టాన్ని దోచుకుంటాడు. అవసరమైనప్పుడు ఖూనీ చేస్తాడు కూడా. ఇన్నీ చేస్తూనే ఆ నీచుడు మళ్ళీ మహా వేదాంతిలా, దైవ భక్తుడిలా ప్రవర్తిస్తాడు. మతాన్ని గురించీ, దేవుణ్ణి గురించీ చర్చిస్తాడు. ఆలోచిస్తాడు. దైవప్రార్థనలు జరుపుతాడు. బైబిల్‌లోని గీతాలు పాడుతాడు. పరవశుడవుతాడు చూడండి! ఒకదానికొకటి ఎంత విరుద్ధమో!"

"అవును అలాంటి దుర్మార్గులు దైవప్రార్థన చేస్తూనే, క్షణంలో ఎవడి గొంతో కోసివేసి, చేతులు కడుక్కుని, కొవ్వొత్తి వెలిగిస్తారు. నీచులు!" అన్నాడు రాంసెస్ అనే విద్యార్థి.

"నిజంగా అంతే! చేసిన పాపాలకు ప్రాయశ్చితంగా ఆ పని చేస్తుంటాడు. మతాన్ని గురించి అతను మాట్లాడినట్లు మరెవ్వరూ మాట్లాళ్ళేరు. అతనికీ, నాకూ స్నేహం అయింది ఈ మత చర్చల్లోనే" అన్నాడు తిరిగి ప్లాటొనోవ్.

"మీరు తప్పకుండా ఇలాంటి పాపపు జీవితాలు పరిశీలించాల్సిందే" అన్నాడు ప్రొఫెసరు యార్చెంకో, వేశ్యలందరి వైపు చూస్తూ.

"కాని సిమనూ, నేను వెనుకటిలా ఇప్పుడు స్నేహితులం కాము" అన్నాడు మళ్ళీ ప్లాటొనోవ్.

"అదేమిటి? ఎందుకలా జరిగింది?" అడిగాడు అప్పటి వరకూ మాట్లాడని పావ్‌లోవ్ అనే విద్యార్థి.

"కారణమా?... అది అంత చెప్పదగింది కాదు లెండి... ఏదో చిన్న విషయంలోనే

చెడింది వ్యవహారం....” అన్నాడు ప్లాటొనోవ్ చిరునవ్వు నవ్వుతూ.

ఆ తరువాత ప్రొఫెసరు దగ్గరవున్న బ్రాందీ గ్లాసు కూడా తీసుకుని తాగడం మొదలుపెట్టాడు.

ఇదంతా వింటోన్న న్యూరా ఊరకున్నది కాదు. అసలు ఏ విషయమైనా, ముందు వెనుకలు ఆలోచించకుండా వెళ్ళగక్కే స్వభావం ఆమెది. సిమన్‌కూ, రిపోర్టరుకూ తగాదా ఎందుకొచ్చిందీ చెప్పడం మొదలెట్టింది.

“అవునవును. ఆ విషయం నేను చెపుతాను వినండి. నైనా విషయంలో వారిద్దరికీ తగవు వచ్చింది... ఒక రాత్రి ఒక ముసలాడు, నైనా దగ్గరికి వచ్చాడు... నైనాకు అతనంటే ఇష్టం లేదు... కాని అతను ఆమెను హింసించాడు. నైనా పెద్దపెట్టున ఏడ్వసాగింది...”

న్యూరా అలా చెబుతోంటే ప్లాటొనోవ్ ఆపు చేశాడు.

“ఇహ ఊరకో న్యూరా! ఆ విషయాలు ఇప్పుడేమీ ఎత్తకు... అదంతా ఒక పాత కథ” అన్నాడు ప్లాటొనోవ్.

“ఇహ నోరు మూయవే!” అంది టమారా కూడా.

కాని న్యూరాను నోరు మూయించడం ఎవరికీ సాధ్యం కాదు. ఆమె ఒక విషయం చెప్పడం మొదలెడితే మధ్య ఆపనే ఆపదు.

“నైనా ఎంతకూ ఆ ముసలాడికి లొంగలేదు. “నన్ను మీరు నరకండి, కొయ్యండి, నేను మాత్రం ఒప్పుకోను” అంటూ నైనా అతని చేతుల్లోంచి తప్పించుకుని పరుగెత్తింది. ఆ ముసలాడు, సిమన్ దగ్గరికి వెళ్ళి జరిగినదంతా చెప్పుకున్నాడు. అప్పుడు సిమన్ ఆగ్రహంతో వచ్చి నైనాను చావచితకకొట్టాడు. ఇది వాడికి మామూలే. పిల్లలందరినీ చంపుకుతింటూ ఉంటాడు. అప్పుడు ప్లాటొనోవ్ గారు ఏదో వ్రాసుకుంటూ కూచున్నారు. ఈ గోలంతా ఆయనకు వినిపించింది--”

“జోయా! నీవైనా ఆ న్యూరా నోరు ముయ్యి” అన్నాడు ప్లాటొనోవ్ - ఇహ అంతటితోనైనా ఆ విషయం ఆపు చేయించాలని.

వెంటనే జోయా తన రెండు చేతులతో గట్టిగా న్యూరా నోరు మూసింది.

విద్యార్థులంతా ఫక్కున నవ్వారు. ఒక్క బోరిస్ మాత్రం మొహం ఏదో అసహ్యంగా పెట్టి తనలో తాను గొణుక్కున్నాడు. అప్పటికే బోరిస్ విపరీతంగా తాగి తూలుతూ ఉన్నాడు. రెండు చేతులూ పాంటు జేబులో దోపుకున్నాడు. నోట్లో సిగరెట్టుంది. గోడకు ఆనుకుని నిలబడివున్నాడు.

“నైనా అంటే ఎవరు? ఎక్కడుంది ఆ అమ్మాయి?” అడిగాడు రాంసెస్ ఆశ్చర్యంగా.

“లేదు, ఇప్పుడిక్కడ లేదు. చిన్నపిల్ల, అమాయకంగా, పల్లెటూరి రకంగా కనిపిస్తుంది” అంటూ రిపోర్టరు పెద్దగా నవ్వాడు. “నవ్వుతున్నందుకు క్షమించండి. మరేం కాదు. ఏవో విచిత్రమైన విషయాలు గుర్తుకొస్తే నవ్వాను. ఆ ముసలివాడింకా

నా కళ్ళల్లో మెదలుతున్నాడు. అతణ్ణి నేను బాగా ఎరుగుదును. చాలా తమాషా అయిన మనిషి లెండి. అతను ఎక్కడ పని చేస్తున్నది కూడా నాకు తెలుసు. మీరందరూ కూడా అతణ్ణి ఎరుగుదురు... పరమ నీచుడు... ఇలాంటి ఘోరాలు ఇక్కడ అతి సామాన్యంగా జరుగుతుంటాయి. రకరకాల మనుషులు, రకరకాల అనుభవాలు. ఓహ్!... కాని సిమన్ లాంటి వ్యక్తి నూటికో కోటికో కాని కనిపించడు...

యజమానురాలు అన్నా మార్కోవ్నా ఉంది చూచారూ? ఆమె కొక్కతే కూతురు. ఆ పిల్ల పేరు బెర్తా. ఆ పిల్ల కోసం అన్నా పడే బాధలు ఇన్నీ అన్నీ కావు. ఆమె ఒక గయ్యాళి గంప. శివమెక్కిన సివంగి. రక్తం తాగే రాక్షసి. అయితే ఏం? తన ముద్దుబిడ్డ కోసమే ఇదంతా చేస్తోంది. తను సాగించే నీచపువృత్తి కుమార్తె కంటపడకుండా వేయికళ్ళతో కనిపెడుతోంది. ఆ పిల్ల ఎదుట అతి జాగ్రత్తగా మసలుకుంటుంది. మాటల్లో, చేతల్లో ఏ మాత్రం తన గుట్టు బయటపడకుండా ప్రవర్తిస్తోంది. అవును, ఆ పసిపిల్లకు ఈ వ్యవహారమంతా తెలిస్తే ఇంకేమైనా ఉందా? ఆ చంటిబిడ్డ తన సర్వస్వం. ఆమె భావిజీవితం ఒక నందనవనం కావాలని కోరుకుంటోంది. తను చేసే ప్రతి పనీ ఆమె కోసమే. కూతురుకు దాసీలా సేవ చేస్తుంది. భక్తురాలికి మల్లే కొలుస్తుంది.

ఆమె కోసం కావల్సినంత ధనం ఆర్జించింది. తనక్కూడా ముసలితనం ప్రాప్తిస్తోంది. ఈ వృత్తి నుంచి విరమించుకుని విశ్రాంతి తీసుకోకూడదూ? ఊఁహూఁ! ఉన్నది చాలదు మరో వేయి రూబుల్సు సంపాదించాలి ....ఇంకో వెయ్యి... ఇంకో వెయ్యి.... అంతులేని ధనం ఆర్జించినా అంతా తన బంగారు కొండ బెర్తా కోసమే. బెర్తా స్వారీ చేయడానికి ఒక గుర్రం ఉంది. ఆమె ఆలనా పాలనా చూడడానికి ఇంగ్లీషు నర్సును కూడా ఉంచింది! ప్రతి సంవత్సరం ఆ పిల్ల విదేశాలకు వెళ్ళి కులాసాగా షికారు చేసి వస్తూ ఉంటుంది. ఆ పిల్లకు నలభై వేల రూబుల్సు విలువ చేసే వజ్రాలు పోగుచేసి ఉంచింది. ఆ విలువైన వజ్రాలు ఎవరివో, ఎక్కడివో ఆ దేవుడికే తెలియాలి.

తన కూతురు సుఖం కోసం అన్నా ఎలాంటి నీచానికి, ఘోరకృత్యానికి ఒడికట్టిందో చూచారా? మన చెల్లెళ్ళు, కూతుళ్ళ వంటి ఆడపిల్లలను కొనుక్కుంది. అంగట్లో పెట్టి వాళ్ళ శీలాన్ని వేలం వేస్తోంది. పడుపువృత్తికి పునాది వేసి, పాపం పెంచినట్లు పెంచుతోంది. ఈ వేశ్యలంతా దుర్భరమైన సుఖవ్యాధులతో బాధపడుతున్నారు. ఈ అంటువ్యాధులు వీరి నుండీ మనకూ, మన సంతానానికీ సంప్రాప్తమవుతున్నాయి.

ఇలా చేస్తున్నందుకు మనమంతా అన్నాను ఒక నరరూప రాక్షసిగా భావిస్తాం. కాని, ఈ పని ఆమె ఎందుకోసం చేస్తోంది! తన కూతురు కోసం! బిడ్డ మీద ఉన్న మాతృప్రేమ ఆమెను అంధురాలిగా, పిచ్చిదానిగా, రాక్షసిగా మార్చింది. మనల్ని మన తల్లులు ప్రేమించినట్లే ఆమె తన కూతురుని ప్రేమిస్తోంది. ఆ మమకారమే ఆమె చేత ఈ మహా పాపాన్ని చేయిస్తోంది. చూచారా గమ్మత్తు? ఇది గ్రహించినప్పుడు మనకు ఎంత విచిత్రంగా తోస్తుందో?" గంభీరంగా సత్యసూక్తులు పలుకుతున్న వాడికి మల్లే

మాట్లాడాడు ప్లాటొనోవ్.

"అన్నాను కూడా అందరి తల్లులతో పోలుస్తున్నారా, హుం!" అన్నాడు బోరిస్ పళ్ళు బిగబట్టి.

"క్షమించండి. నా ఉద్దేశ్యం అది కాదు. ఈ జీవితాలకు వెనుక దాగి ఉన్న సత్యాల్ని వెల్లడించాను. అంతకన్నా మరేం లేదు. ప్రపంచంలో నిస్వార్థంగా బిడ్డల్ని ప్రేమించే తల్లులున్నారు. పవిత్ర జీవితాల్ని గడుపుతూ ఉన్న తల్లులు లేకపోలేదు. అయినా ఈ విషయం ఇంత సులభంగా తేలేది కాదు. ఇది చాలా చిక్కు సమస్య పోనీయండి. ఇహ దీన్ని గురించి చర్చించవద్దు" అన్నాడు మళ్ళీ ప్లాటొనోవ్.

"అలా కాదు, మిగతా వివరాలు కూడా చెప్పండి. మాకెంతో కుతూహలంగా ఉంది. ఈ విషయాలు మీరు బాగా తరచి చూచి ఒక అభిప్రాయానికి వచ్చినట్లు తోస్తోంది" అన్నాడు అంతలో లిఖోనిన్.

"అభిప్రాయం ఏముంది? ఇవాళ సాయంత్రం కూడా నా మిత్రుడు ఒక ప్రొఫెసరు కనిపించి ఇదే ప్రశ్న అడిగాడు. ఒక పుస్తకం వ్రాద్దామనే ఉద్దేశ్యం. పుస్తకం వ్రాయాలని కాదు. కేవలం వీరి జీవితాల్లోని విచిత్రాలు పరిశీలిస్తున్నాను. ముఖ్యంగా యజమానురాలు అన్నా, కాపలావాడు సిమన్ – నన్ను ఆకర్షించారు. ఎందుకో చెప్పలేను కాని, వారి జీవితాల వెనుక... ఏదో అద్భుతశక్తి ఒకటి దాగివున్నట్లు నాకు తోచింది. ఇదేమిటో నేను సరిగా వ్యక్తం చేయలేను. వీరి జీవితాల్లో జరిగే ఏ చిన్న సంఘటన తీసుకున్నా అదొక పెద్ద సత్యమై, నిత్యమై ఉండిపోతుంది. ఇవన్నీ ఒక గ్రంథంగా వ్రాస్తే, చదువరి దాన్ని చదువుతూ తనకు తెలీకుండానే నోరు తెరచి, నివ్వెరపోతాడు" అలా మెల్లగా మాట్లాడుతూ మాట్లాడుతూ ప్లాటొనోవ్ మధ్యలో అకస్మాత్తుగా ఉద్రిక్తుడయ్యాడు.

"ఈ యువతులందరినీ మీరు పడక గదిలోకి తీసుకెళ్ళండి. వారి వైపు చూడండి. పరీక్షగా చూడండి. అంతా పసిపిల్లల్లా అగుపిస్తారు. పదకొండేండ్ల బాలికల్లా తోస్తారు. విధి వీరందరిని ఈ పడుపువృత్తిలోకి తరిమింది. అప్పటి నుండి విచిత్రంగా, వెర్రిగా, కృత్రిమంగా, అమాయకులై, మూర్ఖులై, పిచ్చివాళ్ళయి, బొమ్మరింట్లో ఉన్న బొమ్మల మాదిరి పడున్నారు. వీరి మనస్సులు వికసించినవి కావు. పరిపూర్ణమైన జీవితానుభవాలు వీరికి లేవు. అంచేతనే పసిపిల్లల మాదిరి ప్రవర్తిస్తారు. వారు చేసేదేమిటో వారికే తెలీదు. అరగంట క్రితం జరిగింది, చేసిందే మళ్ళీ చెప్పలేరు. ప్రకాశవంతమైన అతి విచిత్రమైన పసితనం వీళ్ళల్లో నాకు స్పష్టంగా కనిపిస్తుంది. అయితే ఒక విషయం. పతనమై, వ్యాధిగ్రస్థులై, వికలమై, విరిగి, మురిగిపోయిన వీరి హృదయాల్లో అసహాయత, జాలి, బాధ, మానవులు పొందే వేదన, మానవులకు ఉండాల్సిన సహజమైన ప్రేమ – ఇవి మాత్రం అంతరించలేదు.... ఉదాహరణకు...." అని చెపుతూ ప్లాటొనోవ్ ఒకమారు గది చుట్టూ కలయచూచాడు. చేయి మొహానికి అడ్డం పెట్టుకుని అలిసిపోయిన కంఠస్వరంతో ఇలా అన్నాడు మళ్ళీ –

"అబ్బ! పోనీయండి ఇవాళ అంతు లేకుండా మాట్లాడాను... అనవసరంగా వాగాను."

"అయితే ప్లాటొనోవ్ గారూ! ఇదంతా ఒక గ్రంథంగా ఎందుకు వ్రాయకూడదూ. ఈ సమస్య హృదయానికి గాఢంగా హత్తుకుని వేధిస్తున్నట్లుగా ఉంది" అన్నాడు ప్రొఫెసరు యార్చెంకో.

"ప్రయత్నించి చూచాను. కానీ ప్రయోజనం లేకపోయింది. ఏమిటి? ఎప్పుడు? ఎందుకు? ఇలాంటి చాలా ప్రశ్నలు ఎదురైనాయి. వర్ణనలు వివర్ణమైనాయి, మాటలు చల్లగా చల్లారిపోయినాయి. అంతా ఏదో పశువులు నమిలి పారేసిన పదార్థంలా కనిపించింది.... కాని నాకు నమ్మకముంది. ఇప్పుడు కాకపోయినా, ఇంత తొందరలో కాకపోయినా, ఓ యాభై ఏళ్ళ తరువాతనైనా, ఒక రష్యన్ మేధావి... ఒక సుప్రసిద్ధ రచయిత అవతరిస్తాడు. ఈ పతితల జీవితం, వారి ఆత్మవేదన అతను అవగాహన చేసుకుంటాడు. వారిలో లీనమైపోతాడు. వీరందరినీ, మరణం లేని శాశ్వతమైన పాత్రలుగా చేసి, ఉత్తమ కళాసృష్టి చేస్తాడు. ఇది నిజం. ఇది తప్పదు. ఆ కళాఖండంలో మనమంతా భయకరమైన సత్యాన్ని దర్శిస్తాం. నేను ఇప్పుడు పొందుతూ ఉన్న హృదయ వేదన, నన్ను పీడిస్తున్న సమస్యలు, ఇవన్నీ ఆ మహా రచయిత కలం నుండి వెలికి వస్తాయని నా నమ్మకం. నేను మాత్రం ఈ పని చేయడానికి అసమర్థుణ్ణి."

"ఓ! అత్యద్భుతంగా ఉంది. అందరం మరో డోస్ వేసుకుందాం పట్టండి" అంటూ లిఖోనిన్ ఉత్సాహంగా బ్రాందీ గ్లాసు పైకెత్తాడు.

"నిజంగా ఏ రచయిత అయినా పూనుకుని, మా నికృష్ట జీవితాలను గురించి యథార్థం చిత్రిస్తే ఎంత బాగుండును! అప్పుడైనా మా భయంకరమైన బ్రతుకును తెలుసుకొని లోకం మమ్ములను దయ తలుస్తుందేమో?" అంది చిన్న మంకా, ఖిన్నురాలై.

అంతలో గది తలుపు చప్పుడైంది. కళ్ళు మిరుమిట్లు గొలిపేలా నారింజ పండు రంగు దుస్తులు ధరించిన జెన్నీ లోపలికి వచ్చింది.

10

గదిలోకి రాగానే జెన్నీ అందరి వైపు ఆప్యాయంగా చూచింది. ముఖ కవళికలతోనే స్నేహపూర్వకంగా పరిచయం చేసుకుంది. వేశ్యలందరిలోనూ ఒక విశిష్టమైన స్థానాన్ని, ఒక ప్రముఖ పాత్రను కలిగివున్నట్లుగా ఆమె నడక, తీరు, రూపురేఖా విలాసాదులు అన్నీ స్పష్టం చేస్తున్నాయి. ఆ తరువాత ఆమె వచ్చి రిపోర్టరు ప్లాటొనోవ్‌కు వెనుక పక్కన కూచుంది.

ఆ రోజు పొద్దుగూకగానే వచ్చిన ఆ జర్మన్ టీచరుతో ఆమె అప్పటివరకు గడిపివచ్చింది. అతను ముందు మంకాతో ఉండడం, ఆమె సంతృప్తి పరచనందున

జోస్యా సలహాపై పాషాతో కూడా గడపడం జరిగింది కదూ! అయినా ఆ ఇద్దరితోనూ అతనికి తృప్తి కలగలేదు. అతని మనస్సంతా జెన్నీ పైనే ఉంది.

ఏం చేస్తాడు పాపం? బయటికి వెళ్ళి, బీరు షాపులలో, హోటళ్ళలో రెండు మూడు గంటలు కులాసాగా గడిపాడు. ధైర్యం తెచ్చుకుని, బలం కూడగట్టుకుని, మళ్ళీ అన్నా ఇంటికి వచ్చాడు. కాని అప్పటికీ జెన్నీతో ఉండడానికి అవకాశం చిక్కలేదు.

జెన్నీ కోసం నిత్యం వచ్చే విటుడు ఒకాయన ఉన్నాడు. అతని పేరు కారల్ కార్లొవిచ్. సులోచనాల షాపులో పనిచేస్తున్నాడు. అతను మామూలు ప్రకారం వచ్చి జెన్నీతో సుఖం అనుభవించి వెళ్ళిపోయాడు. పాపం, అప్పటి వరకూ ఈ జర్మన్ టీచరు కాటి దగ్గర నక్కలాగా కాచుక్కూచున్నాడు. ఎలాగైతేనేం అతను వెళ్ళిపోయిన తరువాత ఆ అవకాశం చూచుకొని జెన్నీ దగ్గరకు వెళ్ళాడు. అప్పుడామె ఇతణ్ణి తన పడక గదిలోకి తీసుకెళ్ళింది. సంతృప్తి పరచి ఇప్పుడిక్కడికి వచ్చింది.

టమారా, జెన్నీ వైపు చూచి, 'అతను వెళ్ళిపోయాడా' అని కళ్ళతో ప్రశ్నించింది.

"ఆ! వెళ్ళిపోయాడు....హుఁ!" తలూపుతూ జవాబు చెప్పింది జెన్నీ.

ప్లాటొనోవ్ పక్కకు తిరిగి తదేకదృష్టితో జెన్నీ వైపు చూడసాగాడు. అసలు జెన్నీ అంటే అతనికొక అభిమానం ఉంది. ఆమెలో ఒక ప్రత్యేకత అగుపిస్తుంది. అతనికి ఆమె సౌందర్యం, దుస్తులు ధరించే తీరు, మాట్లాడే వైఖరి, ఆ గాంభీర్యం, గడుసుతనం, ఆ నిబ్బరం, నిండుదనం... అన్నీ అతనికి నచ్చాయి. అతనొక్కణ్ణే కాదు, సాధారణంగా విటులందరినీ ఆమె ఆకర్షిస్తూ ఉంటుంది. ఒకసారి ఆమె వైపు కన్నెత్తి చూస్తే చాలు, ఎంతటి వాడైనా చిత్తయిపోతాడు. అందులోనూ ఇవాళ మరీ అందంగా, అప్సరసలా అగుపిస్తోంది జెన్నీ. ఒక్క లిఖోనిన్ తప్ప తక్కిన విద్యార్థులంతా ఆమె వైపు అదో రకంగా కుతూహలపడుతూ చూచారు. అందరి మనస్సుల్లోనూ ఏవో రహస్యమైన ఆలోచనలు, ఆకాంక్షలు దాగివున్నాయి. కొందరు వాటిని బయటికి వ్యక్తం చేస్తూ చూచారు. మరికొందరు వాటిని పైకి కనిపించనీయకుండా దొంగచూపులు చూచారు. ఇదంతా ప్లాటొనోవ్ గమనిస్తూనే ఉన్నాడు.

జెన్నీ మొహం మీద చెమటలు పోస్తున్నాయి. ఆమె బుగ్గల మీద ఎర్రగా కందిన గాట్లు కనిపిస్తున్నాయి. పెదవులు వణుకుతున్నాయి.

"ఏం జెన్నీ! ఏమైనా కష్టం కలిగిందా?" అన్నాడు ప్లాటొనోవ్ మెల్లగా.

"ఎబ్బెబ్బే! ఏమీ లేదు... మీరు ఇవేమీ ఆలోచించకండి... ఏవో మా ఆడవాళ్ళ గొడవలు..." అంటూ జెన్నీ తన చేయి నతని భుజం మీద వేసి ప్రేమతో తడిమింది.

గభాలున టమారా వైపు తిరిగి, పడుపుకత్తెలందరికీ పరిపాటయిన అపభ్రంశపు భాషలో, అస్పష్టంగా, అతి త్వరగా మాట్లాడుతోంది. ఆమె సంభాషణలో అక్కడక్కడ హీబ్రూ, రోమన్, రుమేనియన్ మాటలు కలిసివున్నాయి.

పక్కన రిపోర్టరు ఉన్నాడని టమారా తన కళ్ళతో జెన్నీకి సైగ చేసింది.

అవును. టమారా చెప్పింది నిజమే. ఆ భాష ప్లాటొనోవ్ అర్థం చేసుకోగలడు. ఇప్పుడు జెన్నీ మాట్లాడిందంతా అతను గ్రహించాడు కూడా! జెన్నీ, పాషాను గురించి చెబుతోంది. ఆ రాత్రి చాలామంది బికారి వెధవలు పాషా కోసం వచ్చారు. రకరకాల విటులు వచ్చి, మొత్తం పదిసార్లకు పైగా ఆ పిల్లను పడకగదిలోకి తీసుకుపోయారు. కొద్ది నిమిషాల క్రితం ఆ అమ్మాయికి ఫిట్సు-- మూర్ఛ వచ్చి పడిపోయింది. అప్పుడు ఎమ్మా ఎడ్వర్డోవ్నా జటామాంసి వేరు అరగదీసి మందిచ్చింది. ఆ పిల్ల కొంచెం తేరుకోగానే మరల హాల్లోకి పంపింది. ఈ ఘోరాన్ని చూచి, జెన్నీ సహించలేక ఎమ్మాను ఎదిరించింది. కాని ఆ దయ్యం లెక్క చేయలేదు. జెన్నీని నానా తిట్లూ తిట్టి, బెదిరించి తన పని తాను చేసుకుపోయింది. ఇదీ జరిగిన సంగతి.

ఈ విషయమంతా జెన్నీ, టమారాకు మాత్రమే అర్థమయ్యే విధంగా చెప్పింది. అయినప్పటికీ ప్లాటొనోవ్‌కు అది అర్థమైనందున సంగతంతా తెలుసుకున్నాడు.

"ఏమిటి ఆ పిల్ల మాట్లాడుతున్నది?" అనడిగాడు ప్రొఫెసరు ఏమీ అర్థం కాక.

"ఏం లేదు, మీకు సంబంధించింది కాదు లెండి - ఏదో మా సంసారం గొడవలు" అంది జెన్నీ విషయం కప్పిపుచ్చుతూ.

"ప్లాటొనోవ్ గారూ! మీ బ్రాందీ కొంచెం తాగుతాను" అంటూ జెన్నీ, ఒక అరగ్లాసు కాగ్నాక్ పోసుకుని అమాంతం తాగేసింది.

ప్లాటొనోవ్ మెల్లగా లేచి ద్వారం దాకా వెళ్ళాడు. "వద్దు. మీరు వెళ్ళకండి. ఈ విషయాన్ని ఇంతటితో వదిలేసెయ్యండి" అంది జెన్నీ, ఆయన్ని ఆపుచేయాలని.

"ఏం? ఎందుకు వెళ్ళొద్దూ? అవసరమైతే పాషాను ఇక్కడికి తీసుకొస్తాను... కావాలంటే ఆ డబ్బు మీ యజమానురాలి మొహాన నేనే పారేస్తాను. ఆ పిల్ల ఇక్కడ కాసేపు సోఫా మీద పడుకుని విశ్రాంతి తీసుకుంటుంది... న్యూరా! నీవు వెళ్ళి త్వరగా ఒక దిండు పట్టుకురా..." అలా అంటూనే ప్లాటొనోవ్ అవతలికి వెళ్ళిపోయాడు.

ఇదంతా చూస్తోన్న బోరిస్‌కు అసహ్యం పుట్టుకొచ్చింది. ప్లాటొనోవ్‌కు ఆ ఇంట్లో ఉన్న గౌరవం, వేశ్యలంతా అతని పట్ల చూపిస్తోన్న ఆదరణ, అభిమానం - ఇవన్నీ అతనికి ద్వేషాన్ని, అసూయను కలిగించాయి.

"ఏమిటీ వెధవ గోల? మనమంతా ఇక్కడ హాయిగా గడుపుకుందామని వచ్చాం. మధ్యలో ఈ చెత్తాకానీ వెధవ ఒకడు దాపురించాడు. ఏమిటీ పీడ! అసలు అతను ఎవరో కాకా పట్టే వెధవలా కనిపిస్తున్నాడు. దీని కంతకూ కారణం నీవే లిఖోనిన్! నీ చనువు చూచుకొనే అతనిలా ప్రవర్తిస్తున్నాడు" అన్నాడు బోరిస్ ద్వేషం వెళ్ళగక్కుతూ.

"బోరిస్! అతని విషయం నీకెందుకోయ్?" అన్నాడు లిఖోనిన్.

"ఒక్క లిఖోనిన్‌కే అతణ్ణి పరిచయం చేయలేదు. మిత్రులందరికీ నేనే అతణ్ణి పరిచయం చేశాను" అన్నాడు రాంసెస్.

"నాన్‌సెన్సు! ఇలాంటివాడితో మనకు స్నేహమేమిటోయ్? మంది సొమ్ము ఖర్చు

పెట్టి మహా దర్జాగా తాగుతున్నాడు. హుం! అతని మొహమే చెపుతోంది. తార్పుడుగాడు! వేశ్యలకు మిండగాళ్ళను తార్చి, అందుకు ప్రతిఫలంగా తాగుతూ, తింటూ కాలం గడుపుతున్నాడు" అన్నాడు బోరిస్ తిరిగి కోపంగా.

"ఏమిటా మాటలు? అనవసరంగా పేలకు బోరిస్!" హెచ్చరించాడు ప్రొఫెసర్ యార్చెంకో.

కాని బోరిస్ ఎవరి మాటా లెక్క చేయకుండా, ప్లాటొనోవ్‌ను గురించి ఇష్టం వచ్చినట్లు వాగడం మొదలెట్టాడు. బోరిస్ అసలే పొగరుబోతు. పైగా తాగుడు కూడా తలకెక్కింది. ఇంకేం? దెబ్బలాటకు దేవులాడుతున్నాడు. కయ్యానికి కాలుదువ్వుతున్నాడు.

సాధారణంగా ఇద్దరు ముగ్గురు కలిసి సానికొంపలోకి వస్తే, తగాదా వచ్చి తీరుతుంది. ఒకడికి కాస్త మర్యాద జరిగితే, రెండోవాడికి చురుక్కుమంటుంది. ఇప్పుడు బోరిస్ పరిస్థితి కూడా అలాగే ఉంది.

"అతను మాట్లాడే వైఖరి చూళ్ళేదూ? ఏమిటో ఆ దర్జా? తాను లోకాన్ని అంతా జయించిన వాడికి మల్లే విర్రవీగాడు. గురువు, శిష్యులకు ఉపదేశించినట్లు మాట్లాడాడు. వాడేమో గురువైనట్లు, మనమంతా కుంకలమైనట్లూ...! హుం! దరిద్రపుగొట్టు పెద్దమ్మ!" అన్నాడు మళ్ళీ బోరిస్ పళ్ళు కొరుకుతూ.

బోరిస్ వైపే చూస్తూ, అతని మాట వింటోన్న జెన్నీ గభాలున చప్పట్లు కొట్టింది.

"భలే! భలే! విద్యార్థి వీరా! వీరుడవంటే నీవే! అతనంటే అంత అక్కసుగా ఉందా? రానీ చెపుతాను. నీవన్నవన్నీ అతనితో చెపుతాలే" అంది జెన్నీ పకపక నవ్వుతూ.

"చెప్పుకో పో! నాకేం భయమనుకున్నావా? ఇలాంటివాళ్ళను చాలా మందిని చూచాను" అంటూ బోరిస్ పళ్ళు పటపట కొరికి, గుడ్లు తాటికాయలంత చేశాడు.

"అదీ అసలైన వీరుడి లక్షణం! ధైర్యం అంటే అలా ఉండాలి" అంది మళ్ళీ జెన్నీ అతణ్ణి ఉసిగొల్పుతూ.

దెబ్బలాటంటే జెన్నీకి మహా ఇష్టం. ఇద్దరు తగాదా పెట్టుకుంటూ ఉంటే తమాషా చూస్తుంది. ఒకరి మీద ఒకరిని ఉసిగొలిపి, దెబ్బలాట పెంచుతుంది. అందుకు గుర్తుగా ఆమె ముక్కులు వణుకుతున్నాయి. కళ్ళు చింతనిప్పుల్లా జ్వలిస్తున్నాయి.

"బోరీ! అనవసరంగా గొడవలు తీసుకురాకు. మనమంతా స్నేహితులం, ఇక్కడ హెచ్చుతగ్గు లెవరికీ లేవు. అంతా మనమే" అన్నాడు లిఖోనిన్, సర్దుబాటు చేస్తూ.

ఇంతలో న్యూరా తలగడ తీసుకొచ్చి సోఫా మీద పెట్టింది. "ఏమిటది? ఆ దిండు అక్కణ్ణుంచి తీసేయ్. ఇదేం పడకగది అనుకున్నావా?" అరిచాడు బోరిస్.

"ఎందుకు ప్రియా! అంత కోపం? ఆ విషయాలతో మనకెందుకు? నేను మీ పక్కన కూచుంటాను. మనిద్దరం హాయిగా మాట్లాడుకుందాం" అంటూ జెన్నీ, తలగడ టమారా వెనకాల దాచిపెట్టింది. బోరిస్ దగ్గరకు వెళ్ళి అతణ్ణి బలవంతాన కూచోపెట్టి తను అతని తొడల మీద కూచుంది. రెండు చేతులతో గట్టిగా కౌగలించుకొని,

బలంగా ముద్దు పెట్టుకుంది. ఆమె ముక్కుల్లోంచి వెలువడుతోన్న ఉచ్ఛ్వాస నిశ్వాసాలు వెచ్చగా బోరిస్ మొహానికి తగిలాయి. ఆడదాని అనుభవం అంతగా లేని ఆ యువకుడికి ఒక క్షణం వరకూ ఊపిరి సలపలేదు. ఏదో భయం, ఉద్రేకం మనసులో ముసిరాయి. అతని శరీరం పట్టుతప్పిపోతున్నట్లుగా ఉంది. ఎంతో కష్టం మీద ఆమె పట్టు విడిపించుకున్నాడు.

“అబ్బ! నీకు ఎంత ఉద్రేకం! జెన్నీ అంటే నీవే కదూ? భలే పిల్లవు” అన్నాడు బోరిస్ ఐస్‌లా అయిపోయి.

ప్లాటొనోవ్, పాషాను వెంటబెట్టుకుని గదిలోకి వచ్చాడు. పాపం! ఆ పిల్ల పరిస్థితి మరీ ఘోరంగా ఉంది. ఆమెను చూస్తే ఎవరికైనా జాలి, జుగుప్స – రెండూ పుట్టుకొస్తాయి. మొహమంతా నల్లగా కప్పు వేసినట్లు మాడిపోయింది. కళ్ళు సగం మూతలు పడివున్నాయి. తెరిచి ఉన్న ఆమె పెదవులు చీలిన ఎర్రగుడ్డ పీలికల్లా ఉన్నాయి. వాటి మీద ఏదో వికృతమైన చిరునవ్వు కనిపిస్తోంది. ఆమె నడవలేక పోతోంది. కాళ్ళు మెలికలు పడుతున్నాయి. ఒక అడుగు దూరంగా, మరో అడుగు దగ్గరగా వేస్తోంది. మెల్లగా వచ్చి సోఫా మీద పడుకుంది. దిండు మీద తల పెట్టుకుంది. ఆమె శరీరం చలువలు కమ్మివుందని దూరం నుంచే తెలుసుకోవచ్చు.

లిఖోనిన్ తన కోటు విప్పదీసి, ఆమె ఒంటి మీద కప్పాడు. “టమారా! ఈమెకు చాక్‌లెట్లూ, కొంచెం ‘వైను’ ఇవ్వు!” అన్నాడు లిఖోనిన్.

బోరిస్ పోజుపెట్టి ఒక మూల నిలుచున్నాడు. ఈ తంతు అంతా చూస్తోంటే అతని తల తిరిగిపోతోంది. ప్లాటొనోవ్ వైపు తిరిగి, అతణ్ణి సూటిగా అడిగాడు –

“హుం! నీ పేరేమిటి? ఈ పిల్ల నీ ఉంపుడుగత్తా?” అంటూ తన బూటుకాలు కొంచెం పైకెత్తి, పాషా వైపు చూపించాడు.

“ఏమిటి?” అన్నాడు ప్లాటొనోవ్ మొహం చిట్లిస్తూ.

“పోనీ, నీ వామెకు ప్రియుడివేమోలే? కాకపోతే ఎందుకిలా అవస్థ పడతావు. అవును గాని, వాళ్ళ సంపాదనలో నీకెంత భాగం?” అడిగాడు మళ్ళీ బోరిస్.

అది విని ప్లాటొనోవ్, బోరిస్ వైపు తీక్షణంగా చూచాడు. ఆ చూపులో ఏదో బరువూ, బాధా స్పష్టంగా కనిపిస్తున్నాయి.

“నీవు వచ్చినప్పటి నుంచీ చూస్తున్నాను. నీవు తగాదాకు సిద్ధం కావడం ఇది మొదటిసారి కాదు. ఒకటి నీవు తాగి ఉన్నావనీ, రెండోది నీ స్నేహితుల మొహాలు చూచీ నిన్ను వదిలిపెట్టాను. లేకపోతే సున్నంలోకి ఎముక లేకుండా తన్నేవాణ్ణి. జాగ్రత్త! మళ్ళీ ఇలా మాట్లాడావూ అంటే మనిషివే మిగలవు… ఎందుకైనా మంచిది, ఆ కళ్ళజోడు తీసి అవతలపెట్టు” అన్నాడు ప్లాటొనోవ్ గంభీరంగా.

“ఏం? నా కళ్ళజోడుతో నీకేం పని”? అన్నాడు బోరిస్ అర్థంకాక.

“ఎందుకా? నిన్ను మొహం పగిలేటట్లు తంతే, ఆ అద్దాలొచ్చి నీ కళ్ళలో

గుచ్చుకుంటాయి. అందుకని చెప్పాను" అన్నాడు ప్లాటొనోవ్ హేళనగా.

అకస్మాత్తుగా పుట్టిన ఈ తగాదా చూచి ఎవరూ నవ్వలేదు. మంకా మాత్రం ఆశ్చర్యంగా చూసింది.

జెన్నీ అందరి మొహాలు పరిశీలిస్తూ, ఏం జరుగుతుందో అని చూస్తోంది.

"ఎవరు ఎవర్ని కొట్టేదీ ఇప్పుడే తేల్చివేయగలను. కాని నీ లాంటి పనికిమాలిన వాడి మీద చేయి చేసుకుని పాడు చేసుకోవడం నాకిష్టం లేదు...." పసిపిల్లాడిలా అరిచాడు బోరిస్. ఇంకేదో అనబోయాడు. కానీ మాటలు తడబడ్డాయి.

"అబ్బాయిలూ! ఇహ నేనిక్కడ ఒక్క క్షణం కూడా ఉండదలుచుకోలేదు" అంటూ బోరిస్ గది తలుపు దాకా వెళ్ళాడు. ఒకవైపు కూచుని తీక్షణంగా తన వైపు చూస్తోన్న ప్లాటొనోవ్‌ను సమీపించాడు. అకస్మాత్తుగా అతని మీద పడి, కొట్టాలనుకున్నాడు, కానీ మళ్ళీ పస్తాయించాడు. గదిలో ఉన్నవారంతా అతని పక్షం వహించి, తనకు ఎదురు తిరుగుతారని గ్రహించాడు. పైగా ప్లాటొనోవ్ బలమైన శరీరం, తీక్షణమైన చూపులు ఆ యువకుడి మనస్సులో భయాన్ని రేకెత్తించాయి. మారు మాటాడకుండా, మొద్దులా తలుపు తెరుచుకుని, అవతలికి వెళ్ళిపోయాడు.

"పోయాడు! పీడ వదిలింది!" అంది జెన్నీ నవ్వుతూ.

"టమారా! మరో గ్లాసు 'కాగ్‌నాక్' పొయ్యవే!" అంది తిరిగి.

పొడుగ్గా ఉన్న పెట్రోవస్కీ లేచి, తన మిత్రుడు బోరిస్‌ను సమర్థించసాగాడు. బోరిస్ వెళ్ళిపోవడం ఇతనికి చిన్నతనంగా తోచింది.

"మిత్రులారా! నేనూ బోరిస్‌తో పాటే వెళ్ళిపోతున్నాను. అతనిది తప్పో, రైటో అలా ఉంచండి! ఏమైనా, కొత్త స్థలంలో మొహం ఎరుగనివాళ్ళ ఎదుట మన మిత్రుడికి అవమానం జరుగుతోంటే, మీరంతా పట్టనట్లు ఊరకున్నారు. ఇది నేను సహించలేను. మీ ఇష్టం. ఏమైనా చేసుకోండి. నేనూ వెళ్ళిపోతున్నాను."

"అరెరె! అదేమిటి పెట్రో!" వెంటనే ఆశ్చర్యపోతూ అందుకున్నాడు లిఖోనిన్. "ఇదేం న్యాయం? బోరిస్ వచ్చిన లగాయతు చాలా అసహ్యంగా మనందరికీ తలవంపులు తెచ్చేలా ప్రవర్తించాడు. సర్దుబాటు చేయడం పోయి నీవు కూడా అతనితో వెడతానంటున్నావా, హుఁ! పత్రికాఫీసుల్లో, రాజకీయ సభల్లో, మీటింగుల్లో 'వాకౌట్' చేయడం కద్దు. ఇహ ఈ పాడు సానికొంపల్లో కూడా సమష్టిగా వాకౌట్ సాగించారటోయ్. మనమేం సైనిక దళంలో పనిచేసే ఆఫీసర్ల మనుకున్నారా? ఒకడు చేసిన పిచ్చి పనులు రెండోవాడు కప్పిపుచ్చి సమర్థించడానికి?" నిర్మొహమాటంగా హెచ్చరించాడు లిఖోనిన్.

అయినా పెట్రోవస్కీ, అతని మాటలు ఖాతరు చేయలేదు. విసురుగా గదిలోంచి వెళ్ళిపోయాడు. "హుఁ! ఇద్దరూ కట్టకట్టుకుని చావండి" అంది జెన్నీ.

మనుషుల మనస్సుల్లో చీకటి మూలలు ఉంటాయి. ఆ మూలల్లో అనేక

రహస్యమైన ఆలోచనలు బూజులా దాక్కుని ఉంటాయి. బోరిస్, అతని పెట్రోవస్కీ - ఇద్దరూ అవతలికి వెళ్ళిపోయారే కాని, ఆ ఇరువురి మనసుల్లో ఉన్న ఆలోచనలు వేరు. బోరిస్‌కు జెన్నీ మీద మనస్సు మళ్ళింది. ఆ పిల్లను చూచిన లగాయతు అతనికి పిచ్చెక్కినట్లుగా ఉంది. ఎలాగైనా యజమానురాలితో మాట్లాడి, జెన్నీతో వేరే గదిలో పడక ఏర్పాటు చేసుకోవాలని నిశ్చయించుకున్నాడు.

ఇహ పెట్రోవస్కీ పరిస్థితి కూడా అలాగే ఉంది. అతనికీ జెన్నీ మీద మోహం పుట్టింది. కాని అతని దగ్గర డబ్బు లేదు. స్నేహితుడు బోరిస్‌ను అడిగి ఒక మూడు రూబుల్సు అప్పు తీసుకోవాలనుకున్నాడు. ఇంకేం? ఇద్దరూ హాలులో కలుసుకొని తమ అభిప్రాయాలూ ఒకరితో ఒకరు చెప్పుకుని ఒక నిశ్చయానికి వచ్చారు.

ఆ తరవాత పనిమనిషి జోస్యా డ్రాయింగ్ రూంలోకి వచ్చి జెన్నీని, న్యూరాను ఏదో పని ఉంది రమ్మని పిలిచింది.

బోరిస్, పెట్రోవస్కీ వెళ్ళిపోయిన తర్వాత గదిలో కాసేపటి వరకూ ఎవరూ మాట్లాడలేదు. ప్లాటొనోవ్ మనసు మాత్రం ఏదో బాధగా ఉంది. అనవసరంగా ఇవాళ మిత్రుల మధ్య కల్లోలం బయలుదేరిందే అని అతని ఆత్మ క్షోభపెట్టసాగింది. ఇలా జరిగినందుకు కొంచెం సిగ్గుపడ్డాడు కూడా! "నేను కూడా వెళ్ళిపోవడం మంచిదని తోస్తోంది. నా వల్ల మీ స్నేహాలు చెడిపోవడం నా కేమాత్రం ఇష్టం లేదు. బహుశా నేనే పొరపాటుగా ప్రవర్తించానేమో! ఇవ్వాల్సిన బిల్లును గురించి మీరేమీ విచారించకండి. ఇందాక నేను పాషా కోసం బయటికి వెళ్ళినప్పుడు ఇవ్వాల్సిన డబ్బంతా సిమన్‌కు ఇచ్చేశాను" అన్నాడు ప్లాటొనోవ్, ఇహ వెళ్ళిపోవాలనే తలంపుతో.

కానీ లిఖోనిన్ వెంటనే లేచి నిలబడ్డాడు. "మీరేం బాధపడకండి. నేనిప్పుడే వెళ్ళి మా వాణ్ణి తీసుకొస్తాను. కుర్రకుంక. నిజానికి ఇద్దరూ మంచివాళ్ళే. మాకు ప్రాణస్నేహితులు. కానీ చూడండి! ఇంకా పిల్ల చేష్టలు పోలేదు. కుక్కపిల్లల్లా తమ తోకల్ని తామే కొరుక్కుంటారు. ఇప్పుడే వెళ్ళి ఇద్దరినీ తీసుకొస్తాను. చేసిన తప్పుకు బోరిస్ మిమ్మల్ని క్షమాపణ వేడుకుంటాడు కూడా. సందేహం లేదు" అన్నాడు లిఖోనిన్.

లిఖోనిన్ గదిలోంచి వెళ్ళిపోయి, కొద్ది నిమిషాల తరువాత తిరిగి వచ్చాడు. "లాభం లేదు, ఇద్దరూ అవతల విశ్రాంతి తీసుకుంటున్నారు. ప్రస్తుతం ఇక్కడికి వచ్చేలా లేరు" అన్నాడు కొంచెం కష్టంగా. అలా అయిందని అతను కొంచెం నిరుత్సాహపడ్డాడు.

11

అప్పుడే కాపలావాడు సిమన్ అక్కడికి వచ్చాడు. అతని చేతిలో ఓ పెద్ద విజిటింగు కార్డు ఉంది.

"అయ్యా! ఇక్కడ యార్చెంకో గారు అనే ఆయన ఉన్నారా? ఉంటే ఎవరో చెప్పండి"

అని అడిగాడు సిమన్ అందరి మొహాల వైపు చూస్తూ.

"నేనే" అన్నాడు యార్చెంకో.

"ఈ కార్డు తమకిమ్మని ఒక నటుడు పంపించాడు" అంటూ కార్డు అందించాడు సిమన్.

దాన్ని తీసుకొని యార్చెంకో బిగ్గరగా చదివాడు. అందులో ఇలా ఉంది -

"ఎగ్మాంట్ లావ్రెటిస్కీ

డ్రామా యాక్టర్, మెట్రొపాలిటన్ థియేటర్సు"

"అరె! పేరు భలే తమాషాగా ఉందే! రష్యన్ యాక్టర్సులో పేర్లు ఇలాగే విచిత్రంగా ఉంటాయి" అన్నాడు లిఖోనిన్.

"అసలు అతను ఎవరో నాకు తెలీదే? ఎవరు చెప్మా? మెట్రొపాలిటన్ థియేటర్సులో ఏ యాక్టర్‌తోటీ నాకు పరిచయం లేదే" అంటూ యార్చెంకో కార్డు రెండోవైపు తిప్పి చూచాడు. దాని మీద ఇలా వ్రాసివుంది:

"మిమ్మల్ని ఇంతకు ముందే లోపలికి వెడుతూ ఉండగా చూచాను. కలుసుకుందామనుకున్నాను. కాని అవకాశం లేకపోయింది. బహుశా నేను మీకు గుర్తు లేనేమో! పీపుల్స్ థియేటర్ జ్ఞాపకం తెచ్చుకోండి. 'దరిద్రంలోనే శాంతి' అనే నాటకం ఆడాం. మీరు కూడా వచ్చారు. ఆ నాటకంలో ఆఫ్రికావాడి వేషం వేసింది నేనే.."

ఇప్పుడు యార్చెంకోకు జ్ఞాపకం వచ్చింది. "అవును. అతను చెప్పింది నిజమే. ఆ నాటకానికి నేను వెళ్ళాను. అతని మొహం శుభ్రంగా గడ్డం గీచుకుని, నున్నగా ఉంటుంది. కాస్త పొగరుబోతులా అగుపిస్తాడు... అబ్బాయిలూ! ఇప్పుడేమిటి చేయడం?" అని మిత్రుల్ని అడిగాడు యార్చెంకో.

"దీనికి ఆలోచన ఎందుకు? ఇక్కడికే రమ్మనండి. సరదాగా ఉంటాడేమో!" అన్నాడు లిఖోనిన్.

"నాకేం అభ్యంతరం లేదు. పిలిపించండి. అతను నాకు చూచాయగా తెలుసు. ఫరవాలేదు సరదా మనిషే" అన్నాడు ప్లాటొనోవ్.

ఎలాగైతేనేం అక్కడున్న విద్యార్థులంతా అంగీకరించారు. ఆ నటుడు అక్కడికి రావడానికి ఎవరికీ అభ్యంతరం లేదని తెలియజేశారు.

ఇహనేం? యార్చెంకో, నటుణ్ణి లోపలికి రావలసినదిగా ఓ చీటీ ముక్క వ్రాసి సిమన్ చేత పంపించాడు.

వెంటనే నటుడు ఎగ్మాంట్ డ్రాయింగ్‌రూంలో ప్రవేశించాడు. అతని అలవాటు ప్రకారం అంగవిన్యాసాలు, హస్తవిన్యాసాలు చేసుకుంటూ హావభావాలు ప్రదర్శిస్తూ గదిలో ప్రవేశించాడు. పొడుగాటి కోటు ధరించి ఉన్నాడు. ఒపేరాలలో పెట్టుకునే టోపీ పెట్టుకున్నాడు. సింహంలా, సంఘం పెద్దలా, బ్యాంకు డైరెక్టర్‌లా ఉన్నాడు.

"మిత్రులారా! నన్ను మీ బృందంలోకి రానిస్తారా?" అంటూ ఒక పోజు పెట్టి,

అందరికీ వంగి శాల్యూట్ చేశాడు. విద్యార్థులు అతణ్ణి గదిలోకి ఆహ్వానించారు. ఆ నటుడు తనకు తానే పరిచయం చేసుకుని అందరితో కరస్పర్శ చేశాడు. అతని మొహం చాలా బిరుసుగా ఉంది. మందంగా విశాలంగా ఉన్న కనుబొమలు, కనురెప్పలు ఏదో వికృతంగా, మొరటుగా ఉన్నాయి. మొహమంతా నూనె పూసినట్లు జిడ్డు కారుతోంది.

అతని వెంట ఇద్దరు అమ్మాయిలు కూడా వచ్చారు. ఒకామె పేరు హెన్రీటా. అన్నా ఇంట్లో ఉండే సానులందరిలోకీ పెద్దది. అయినా ఆమె అందం చెడలేదు. గంభీరమైన కంఠస్వరం. రకరకాల అనుభవాలుగల మనిషి. ఎన్నో విషయాలు చూచింది. జీర్ణించుకుంది. అన్నిట్లోనూ ఆరితేరిన ఘటం.

ఇహ రెండోపిల్ల పేరు మంకా. చిన్న మంకా కాదు. పెద్ద మంకా. అంటే ముసలి మంకా. హెన్రీటాను, ఈ నటుడు గత రాత్రి తన వెంట తీసుకువెళ్ళాడు. ఒక హోటల్లో మకాం పెట్టి, మళ్ళీ వచ్చాడు. అప్పటి నుంచీ ఈమె అతనితోనే ఉంది. అతను వచ్చి యార్చెంకో పక్కన కూచున్నాడు.

“మిత్రులారా! నాకు తెలుసు మీరంతా విద్యార్థులు. నవయౌవనంలో ఉన్న కుర్రాళ్ళు, విద్యార్థులంటే నేను పడి చస్తాను. మన లాంటి రష్యన్ యువకులకు కావల్సిందేముంది? బూందీ లాంటి పిల్లలు, బ్రాందీ లాంటి పానీయం.... షాంపేన్!” అంటూ అతను పిడికిలితో బల్ల మీద గుద్దాడు.

ఇంకేం? విద్యార్థులందరికీ హుషారెక్కింది. అందరూ గొల్లున లేచారు. ఎవరి పోర్షన్ వారు అందుకున్నారు. ఎవరి పాత్ర వారు అభినయించసాగారు. మాటల్లోనూ, చేతల్లోనూ నటుడు ముందు దారి చూపుతున్నాడు. తక్కినవారంతా అతణ్ణి అనుసరిస్తున్నారు. యార్చెంకో, లిఖోనిన్ కూడా ప్రధాన పాత్రలు తీసుకొని పోషిస్తున్నారు. పాటగాడు మిష్కా పెద్దగా గొంతెత్తి పాట లంకించుకున్నాడు. పుస్తకాలమ్ముకునే కోల్కా కూడా అక్కడ హాజరై ఆనందిస్తున్నాడు. కొంచెంసేపట్లో రోలీ–పోలీ కూడా వచ్చి వీళ్ళల్లో చేరాడు.

గదంతా కోలాహలంగా ఉంది. తింటున్నారు, తాగుతున్నారు, వాగుతున్నారు. వేశ్యలు విలాసంగా అందరి చుట్టూ తిరుగుతూ నృత్యం చేస్తున్నారు. అందరి దగ్గరికీ వెళ్ళి ముద్దులందిస్తున్నారు. ఈ గందరగోళం చూచి కాపలావాడు సిమన్ జాగ్రత్త కోసం కిటికీలు, అద్దాల తలుపులు అన్నీ మూశాడు. తెరలు దించాడు.

లోపల జరుగుతోన్న ఈ మహాసభలో పాల్గొనడానికి అనేకమంది విటులు, వేశ్యలు హాల్లోంచి వచ్చేశారు. కొందరు సిగరెట్లు కాలుస్తూ పొగ విడుస్తున్నారు. మరికొందరు కబుర్లు చెప్పుకుంటున్నారు. మరికొంత మంది ఘనులు వేశ్యల్ని పక్కన కూచోబెట్టుకుని గిల్లుతూ ఆనందిస్తున్నారు. విటుల తొడల మీద కూచొని ఒయ్యారంగా, విలాసంగా సరసాలాడుతున్నారు. హాల్లోంచి వచ్చి కొందరు గుమస్తాలు, విద్యార్థులతో వాదనకు దిగారు. మాటలు ముదురుతున్నాయి. తగాదాకు దిగుతున్నారు. అది కనిపెట్టి సిమన్

వాళ్ళను మంచిమాటలతో కొంత సర్దుబాటు చేశాడు.

'న్యూరా' తన పడకగది లోంచి ఇవతలికి వచ్చింది. ఆమె వచ్చిన కాసేపటికి పెట్రోవస్కీ కూడా వచ్చాడు. అంతవరకూ వీధిలో షికారు చేస్తున్నానని, జరిగిన తగాదాను గురించి ఆలోచిస్తున్నానని మిత్రులతో చెప్పాడు. బోరిస్‌దే తప్పు అని ఇప్పుడు తాను గ్రహించానని కూడా చెప్పాడు. తరువాత కొద్ది క్షణాలకు జెన్నీ కూడా తన పడకగదిలోంచి వచ్చింది. బోరిస్ ఆమె గదిలో పడుకుని నిద్రపోతున్నాడు.

నటుడు వివిధ రకాల పోజులు పెట్టి రకరకాల పాత్రలు అభినయించాడు. అనేకమందిని అనుకరిస్తూ, అచ్చం వాళ్ళ మాదిరిగానే హాస్యం కురిపించాడు. టెలిఫోనులో మాట్లాడ్డం, గ్రామఫోను రికార్డులా పాట పాడడం, ఈగలు ముసిరినట్లు బోంయ్‌మని అరవడం – అవన్నీ అభినయించాడు. చివరకు కోతిని వెంట పెట్టుకున్న పర్షియన్ కుర్రాడి మాదిరిగా నటించాడు.

అందరూ అతని ప్రదర్శనాలను మెచ్చుకున్నారు. పగలబడి నవ్వారు. ఆనందించారు. తరువాత ఒక్కొక్కరూ ఒక్కొక్క అమ్మాయిని వెంటతీసుకుని తమాషాగా అదృశ్యం కావడం మొదలు పెట్టారు. వెల్ట్‌మాన్ అనే విద్యార్థి, పాషాతో గుసగుసలాడి అవతలికి పోయాడు. అతని వెనుకనే ఆమె కూడా, ఆ పిచ్చినవ్వుతోనే వెళ్ళిపోయింది.

తక్కిన విద్యార్థులు కూడా ఒక్కొక్కరే జారుకున్నారు. ఏవేవో వంకలు చెప్పి తప్పించుకున్నారు. కొందరు తలనొప్పిగా ఉన్నదన్నారు. మరికొందరు పొద్దున్నే లేచి పనిలోకి పోవాలనీ, అంచేత రెండు మూడు గంటలైనా నిద్ర పోవాల్సిన అవసరం ఉందని చెప్పి వెళ్ళారు. మరికొందరు హాల్లోకి పోయి సంగీతం వింటామని చెప్పారు.

అందరూ దొంగలు. అన్నీ అబద్ధాలే! వీరంతా పడుపుకత్తెలను వెంటబెట్టుకుని పడకగదుల్లోకి చేరారు. రాంసెస్ కూడా జెన్నీకి సైగ చేసి అవతలికి తప్పుకున్నాడు.

ఇహ అక్కడ మిగిలిందల్లా – లిఖోనిన్ అనే విద్యార్థి, రిపోర్టరు ప్లాటొనోవ్. వీరిద్దరూ, మరికొందరు వేశ్యలు ఉన్నారు.

"ఏం లిఖోనిన్! మీ మిత్రులంతా ఎవరి వాటా వారు పట్టుకుపోయారు. ఇహ నీ వంతే మిగిలివుంది. నీవూ ఓ అమ్మాయిని జత చేసుకో" అన్నాడు ప్లాటొనోవ్.

"లేదు బ్రదర్! నన్ను పొరపాటుగా అర్థం చేసుకుంటున్నారు. నేను ఈ పని చేయను, చేయలేను. ఇందులో తప్పు ఉన్నదనే అభిప్రాయం కూడా కాదు. ఒక ఆదర్శం కోసం అంతకన్నా కాదు. నాకు ఓ సిద్ధాంతం, ఓ పద్ధతి అంటూ లేవు. సాధారణంగా దేనికీ కట్టుబడి ఉండను. ప్రపంచంలో అందరూ అసహ్యించుకునే విషయాలు, నీచమైన పనులు – వీటినే నేను స్వీకరిస్తాను. వీటిల్లోనే ఆనందం ఉందని భావిస్తాను. అంచేత వ్యభిచారం చేస్తే తప్పు అని కాదు, నేను మానుకున్నది. ఏమిటో చిత్రం! ఆ పనిలో నాకు ఆసక్తి లేదు. పైగా చూచారూ! నా ఉత్సాహం, నా ఆనందం అంతా జూదంలోనే! జూదంతో, తాగుడుతో నా జీవితం తెల్లవారిపోతోంది. ఎందుకో వ్యభిచారం అంటే

నాకు జుగుప్స ఏర్పడింది. ప్లాటొనోవ్! అదే మిమ్మల్ని అడుగుదామనుకుంటున్నాను" అన్నాడు లిఖోనిన్.

"నేనూ అంతే. ఒక్కోసారి అలసిపోయి రాత్రిళ్ళు కూడా ఇక్కడే పడుకుంటాను. కాని ఇంతవరకూ స్త్రీ సౌఖ్యం ఎరగను. ఏ వేశ్యతో కూడా ఉండలేదు. ఇషయాను అడిగి అతను పడుకునే చిన్న గది తాళం చెవులు తీసుకుంటాను. వెళ్ళి ఆ గదిలో పడుకుంటాను" అన్నాడు ప్లాటొనోవ్.

"నిజంగా!... ఒక్కసారి కూడా?" ఆశ్చర్యంగా అడిగాడు మళ్ళీ లిఖోనిన్.

"అవును. ఒక్కసారి కూడా ఆ పాడు పని చేయలేదు" నింపాదిగా జవాబు చెప్పాడు ప్లాటొనోవ్.

"అవును. ఆయన చెప్పింది వేదవాక్కు. పరమసత్యం! ఎన్నడూ స్త్రీని ముట్టలేదు. ఆయన ఒక మహర్షి లాంటివాడు" అంది న్యూరా మధ్యలో.

తిరిగి ప్లాటొనోవ్ చెప్పడం ప్రారంభించాడు:

"ఓ అయిదేండ్ల క్రితం నా కిలాంటి అనుభవం కలిగింది. కానీ చూచారూ? ఇది నాకెంతో అసహ్యంగానూ, దుర్భరంగానూ అగుపించింది. ఇందాక ఆ నటుడు ఈగలు ముసరడం అభినయించాడే, ఫక్తు అలాగే అనిపించింది నాకు. అబ్బ! రొచ్చుగుంట చుట్టూ దోమలు, ఈగలు ముసిరినట్లుగా ఉంది. ఏమిటీ ఇందులో ఉన్న సుఖం? ఇదీ ఒక ప్రేమేనా? మొత్తానికి ఏమిటో ఈ వృత్తి నాకు సరిపళ్ళేదు. వేశ్యలకు కూడా నేనంటే ఏవగింపుగానే ఉంది. నేను వాళ్ళకు తగినవాణ్ణి కాదని తేల్చుకున్నాను. కథానాయకుడికి మల్లే వీరోచితంగా, సాహసంగా ప్రవర్తించలేకపోయాను. స్త్రీల ఎదుట నాకు సిగ్గు, బిడియం, భయం, అనుమానం - ఇవన్నీ కలిగాయి. అబ్బెబ్బె! పశుప్రవృత్తి తప్ప ప్రేమ అనేది నాకు కనిపించలేదు. ద్వేషం, విషం, కన్నీళ్ళు, రక్తపాతం, బలిదానం... ఇవే ఇందులో ఉన్నాయి. ఒక్క మాటలో చెప్పాలంటే ఇదొక జబ్బు- ప్రేమజబ్బు, మూర్ఛవ్యాధి. ఈ వేశ్యల హృదయాల్లో స్వచ్ఛమైన ప్రేమ లేదు! వాళ్ళ హృదయాలు కరుడుకట్టి పోయాయి. ప్రతిరోజూ అర్థం లేని ఒక రకమైన మాటలు వారి నోటి నుండి వెలువడుతుంటాయి. ఇలాంటి యాంత్రికమైన ప్రవృత్తిలో వాళ్ళకు ఏదో చురుక్కుమనే ప్రేమ కావాలి. అదే వాళ్ళు వాంఛిస్తారు. కామవికారం కలిగించే మాటలు చెపితే వారికి సరిపోదు. కామవికారాన్ని రేకెత్తించే పని కావాలి. కఠినమైన విషాదకరమైన పని కావాలి. అంచాతనే ఈ స్త్రీలు విచిత్రమైన విటులను ప్రేమిస్తారు తెలుసా? వీరికి నచ్చేవాళ్ళు దొంగలు, ఖూనీకోర్లు, బటాచోర్లు, పచ్చిరక్తం తాగేవాళ్ళు. ఇలాంటి విటులంటే వీరు పడిచస్తారు... కనుక ఈ పనికి నేను తగనివాణ్ణి."

ప్లాటొనోవ్ చెప్పింది విని, లిఖోనిన్ ఇలా అడిగాడు:

"ఏమోనండీ! మీ మాటలు నమ్మలేకుండా ఉన్నాను. రోజుల తరబడి రాత్రింబగళ్ళు ఇక్కడే గడుపుతూ, వేశ్యలను ముట్టుకోకుండా ఉండడం సాధ్యమా? పైగా మీరు రచయిత

అయినా అయితే, ఏదో నిర్లిప్తంగా పరిశోధన చేస్తున్నారని అనుకోవచ్చు."

"అవును. నేను రచయితను కాదని చెప్పానుగా!"

"మరి ఇహ అలాంటప్పుడు మీరిక్కడ ఉండడంలో అర్థం లేదు. ఇష్టం లేకపోయినా, ఈ వెధవ కొంపల్లో పడి దొర్లడం దేనికి? తాగుడు, జూదం, ద్వేషం, వ్యభిచారం, మొదలైనవాటికి ఆలవాలమై దుర్గంధ భూయిష్ఠమైన ఈ నరకంలో ఉండడానికి కారణం ఏమిటో కనిపించడం లేదు. ఇక్కడ మీరు పరిశీలించేది ఏమిటో తెలీడం లేదు."

దీనికి ప్లాటొనోవ్ వెంటనే జవాబు చెప్పలేదు. మెల్లగా మధ్య మధ్య ఆగుతూ మాట్లాడసాగాడు.

"చూడండీ! మీరు అడిగిన ప్రశ్నకు ఎలా సమాధానం చెప్పాల్సిందీ చేతకాకుండా ఉంది. వీరి జీవితంలో నన్ను ఆకర్షించిందీ, ఆసక్తి కలిగించింది ఏమిటంటే... అబ్బ! ఎలా చెప్పను? ఏమని చెప్పను? ...వీరి జీవితం నన్ను ఆకర్షించింది. సత్యాన్ని దాచిపెట్టే ముసుగు లేదిక్కడ. అబద్ధం, ఆడంబరం, మోసం, డంబాచారం – ఇవి మచ్చుకైనా ఇక్కడ అగుపించవు. వంశపారంపర్యంగా వచ్చిన నిరంకుశాధికారం గాని, లేక ప్రజాభిప్రాయం గాని, ఇవేవి కాక, ఎవరికివారు బుద్ధిపూర్వకంగా నిర్ణయించుకున్న అభిప్రాయం గాని వీరిలో పనిచేయదు. వీటితో సంబంధం లేని జీవితం వీరిది. వీరి బ్రతుకులో భ్రాంతి, పటాటోపం – ఇవేవీ లేవు. "నేనొక పడుపుకత్తెను. అందరికీ ఉపయోగమైన పాత్రను. నగరంలోని భోగాసక్తిని తీర్చడానికై భద్రంగా దాచిపెట్టబడిన వస్తువును నేను. రండి! కావల్సినవారంతా రండి! అనుభవించండి! సిద్ధంగా ఉన్నాను. ఎవరినీ కాదనను. మిమ్ములను తృప్తిపరచడమే నా విధి. ఎవరైతే ఏం? అందరికీ ఆనందం పంచి పెడతాను. కానీ ఒక విషయం. మీరు పొందే ఈ క్షణికమైన ఆనందానికి ప్రతిఫలం నాకు ఏమి ఇవ్వాల్సి ఉంటుందో తెలుసా? జబ్బు, దబ్బు, అసహ్యం, అవమానం! ఇవి మాత్రం ఇచ్చిపోవాలి! అంతే" అంటుంది ప్రతి సానీ. చూచారా? ఇక్కడ ఉండే ప్రతి ప్రాణి వెనుకా భయంకరమైన సత్యం, మానవ జీవితానికి ప్రధానమైన సత్యం, స్వచ్ఛమైన సత్యం ప్రకాశించడం లేదూ?"

"ఏమోనబ్బా! ఈ వేశ్యలు పచ్చి అబద్ధాలు ఆడతారు. ఏ వేశ్యనైనా 'నిన్ను మొదట చెరిచింది ఎవరని' అడగండి.....ఓహ్! దాని మీద ఆమె బ్రహ్మాండమైన కల్లబొల్లి కథలు చెప్తుంది."

"అవును. ఆ విషయం అడగకండి. దాంతో మీకేం పని? వాళ్ళ జీవిత రహస్యాలతో మీకేమిటి అవసరం? వాటిని గురించి మీరు తెలుసుకోడానికి ప్రయత్నిస్తే, వాళ్ళు అబద్ధం ఆడే మాట నిజమే. కాని వీరి అబద్ధాలు ఎలా ఉంటాయో తెలుసా? చంటివాళ్ళు అబద్ధం ఆడినట్లుంటుంది. ప్రపంచంలో అబద్ధాలాడడంలో పసిపిల్లలది పెట్టినపేరని మీకు తెలుసు. వారిలాగా తీయగా, చమత్కారంగా అబద్ధాలు చెప్పేవారు మరెవరూ ఉండరు. కాని చంటిపిల్లలలో ఉన్న నిజాయతీ, నిష్కాపట్యం భూమి మీద మరెక్కడైనా

ఉందీ? అలాగే వేశ్యలు కూడా! ఈ విషయంలో పసిపిల్లలకూ, పడుపుకత్తెలకూ తేడా ఏ మాత్రం లేదు. ఇద్దరూ ఒకటే! వీరి అబద్ధాలలో చక్కని నీతి, నిజాయతీ, అమాయకత్వం, అవ్యాజమైన ప్రేమ కనిపిస్తాయి. వీరి అబద్ధంలోనే నిజం ఉంది. వీరి అబద్ధంలో అందం, ఆనందం ఉన్నాయి. మరో విషయం, మనతోనే వీరిలా అసత్యాలు పలుకుతారు. వారిలో వారు చస్తే అబద్ధాలు చెప్పుకోరు. ఇహ మనం ఉన్నాం చూడండి. మన బ్రతుకే ఒక అబద్ధం. నిత్యం అబద్ధాలతో ఒకరినొకరు మోసగించుకుంటూ నీచంగా, కృత్రిమంగా, కుట్రతో జీవిస్తున్నాం. అసలు వీరు ఈ అబద్ధాలు ఎందుకు ఆడతారనుకున్నారు? మన కోసం, మనం అలా కోరుతున్నాం కనుక. అబద్ధాలాడమని మనమే వీరిని ఉసిగొల్పుతున్నాం. ఒత్తిడి చేస్తున్నాం."

"అదేమిటి? మనం వీరిని అబద్ధమాడమని అడుగుతున్నామా? అదెలాగా?"

"అదే చెబుతాను వినండి. ఆమె తన మొహానికి రంగు పులుముకుంటుంది దేనికి? మనకు అందంగా అగుపించాలి కనుక. కాని ఈ రంగు ఒక్కోసారి ఆమె మొహాన్ని పాడు చేయడమే కాకుండా, అనారోగ్యం కూడా తెచ్చిపెడుతుంది. ఇది తెలిసి కూడా ఆమె మన కోసం ఇలా చేస్తోంది. ఆమె కోసం వచ్చేవాళ్ళు ఎవరు? మిలిటరీవాళ్ళు, విద్యార్థులు, పనికిమాలిన గవర్నమెంటు గుమస్తాలు, గర్భవతిగా ఉన్న ఇల్లాండ్ర భర్తలు, పదిమంది బిడ్డల్ని కన్న తండ్రులు – వీరంతా ఇక్కడికొస్తారు. స్వచ్ఛమైన ప్రేమ వీళ్ళకు అక్కర్లేదు. కేవలం కామవాంఛ తీర్చుకున్నంత మాత్రాన వీరు తృప్తిపడరు. ఈ నీచులందరికీ ఒక అందం కావాలి. ఒక తళుకు కులుకు, వలపు – ఇవన్నీ కావాలి. ఇలాంటి అందంలో ఒక ఆనందం కలుగుతుంది వాళ్ళకు. అందుచేతనే పాపం వేశ్య! ఎర్రగా, బుర్రగా, తళతళలాడే రంగులు అద్దుకుని, తక్కుతూ, తారుతూ దగ్గరకు వస్తుంది. ఇదొక కారణం.

"ఇహ రెండోది. ఆ వచ్చిన విటుడు అంతటితో ఊరుకోడు. అందంతో పాటు ప్రేమ కావాలంటాడు. అది ఎలాంటి ప్రేమ? కాగితాల్లో, కావ్యాల్లో వర్ణించిన ప్రేమ, కామవాంఛలోని నిప్పుకణికెల్లాంటి ప్రేమ కావాలి అతనికి. 'సరే, అదీ ఇస్తాను, ఆగండి' అంటుంది ఆమె. హావభావాల్లోనూ, మాటలలోనూ, చేష్టలలోనూ, నిట్టూర్పులలోనూ, మూల్గుళ్ళలోనూ – అన్నిట్లోనూ ఎక్కడా లేని ప్రేమ ఒలకబోస్తుంది ఆమె. తెచ్చిపెట్టుకుని నటిస్తుంది. ఆఖరుకు తన అవయవాలు కూడా అనేక భంగిమలలో ఆడిస్తూ, వాటిక్కూడా ప్రేమ ఉందని చెబుతుంది ఆమె. అయితే ఈ విషయం ఆ వచ్చిన రసికుడికి తెలీదనుకుంటున్నారా? తెలుసు, బాగా తెలుసు. ఆమె చూపే వలపంతా నిజమైన ప్రేమ కాదనీ, అంతా నటన అనీ అతనికి తెలుసు. అయినా ఏమీ అనడు. తన్ను తాను మోసం చేసుకుంటాడు. 'నిజంగా! నేను అంత అందంగా అగుపిస్తున్నానా? అవును. నేనంటే ఆడాళ్ళు పడిచస్తారు. నా సౌందర్యం ఆడాళ్ళను పిచ్చెక్కిస్తుంది. పద! నీవు అద్భుతమైన అమ్మాయివి!' అంటూ ఆమెను చేరుతాడు. మరి ఈ అబద్ధానికి

కారణం ఎవరంటారు? అతగాడేగా?

"ఇహ మూడో విషయం. సరీగా ఇందాక మీరడిగిన ప్రశ్నే! వారి జీవిత రహస్యాల్ని గురించి అడిగితే, అబద్ధాలు చెపుతారని మీరన్నారు కదూ! జవాబు చెబుతాను వినండి. ఆ వచ్చిన విటుడు ఆమె వలపుతో సంతృప్తిపడి అంతటితో ఊరకోవచ్చుగా! ఊహూఁ! ఆమె రహస్యాలు తెలుసుకోవాలని ప్రశ్నలు ప్రారంభిస్తారు. 'నిన్ను ఎవరు చెరిచారు? నీవిక్కడకి ఎలా వచ్చావు? మగాడితో మొదటిసారి ఉన్నప్పుడు నీకెలా ఉంది?' ఇలాంటి దుర్మార్గమైన ప్రశ్నలు వేసి వేధిస్తాడు. ఈ ప్రశ్నలు అడగడానికి అతనికేం హక్కుంది చెప్పండి? పాపం! ఆమె అతణ్ణి గురించి ఏమీ అడగదే? అతని చెల్లెల్ని గురించి, అక్కల్ని గురించి గాని, భార్యల్ని గురించి గాని, వారి శీలాన్ని గురించి గాని ఆమె ప్రశ్నించదే? అలాంటప్పుడు అతని కెందుకు ఆమె విషయాలలో జోక్యం? ఎందుకంటే అతను డబ్బిస్తున్నాడనేగా? అవును. పోలీసులు, ప్రభుత్వం, డాక్టర్లు, తార్పుడుగాళ్ళు, సంఘం, అంతా అతని వెనకాల అండగా నిలబడి ఉంది. అంచేత అతను ఏదైనా అడగొచ్చు. క్షణం సుఖం కోసం ఎలాగైనా వేధించవచ్చు. 'హూఁ! నీవిచ్చే డబ్బుకు ప్రేమ, వలపు, ఇవే కాకుండా నిజం కూడా కావాలటయ్యా? అయితే సరే విను. కల్లబొల్లి కథలల్లి నమ్మిస్తాను విను' అనుకుంటుంది ఆమె. నిన్ను తృప్తిపరచడం కోసం అబద్ధాలు చెపుతుంది. అవునా? మరి, ఈ మూడు అబద్ధాలకూ కారణం నీవా? ఆమెయా? ఇప్పుడు చెప్పు? నీవంటే నీవు కాదు. మీరంతా.... మనమంతా... ఇక్కడికి వస్తోన్న ఈ విటులంతా... చేస్తున్న పని ఇదేగా!"

అలా గంభీరంగా మాట్లాడి ప్లాటొనోవ్ బ్రాందీ త్రాగాడు. లిఖోనిన్ కూడా తాగాడు.

"క్షమించు లిఖోనిన్! నీకు విసుగు కలిగిస్తున్నానా? చాలాసేపు మాట్లాడాను కదూ?" అన్నాడు ప్లాటొనోవ్.

"ఫరవాలేదు చెప్పండి" అన్నాడు లిఖోనిన్.

"అవును. ఇహ అసలు ప్రశ్న అలాగే ఉండిపోయింది. ఇక్కడ నేనుండడానికి కారణం చెప్పలేదు. ఏం చెప్పను లిఖోనిన్! మానవుడు ఆనందం అనుభవించడం కోసం పుట్టాడు. ఈశ్వరదత్తమైన ఈ అనంత సృష్టిలో అతనే ఈశ్వరుడు, ప్రేమమూర్తి, ప్రకృతిలోని ప్రతి వస్తువునూ స్వేచ్ఛగా, స్వచ్ఛంగా ప్రేమిస్తాడు. రాత్రింబగళ్ళు, సూర్యచంద్రులు, భూమి, ఆకాశం, చెట్లు, జంతువులు, తోటి మానవులు, సృష్టికి ఆధారమైన మాతృత్వం - ఇవన్నీ తిలకిస్తాడు. ప్రతిదానిలో ఒక అద్భుతం, ఒక పరమార్థం, ఒక వెలుగులో అతనికి అగుపిస్తాయి. కాని అలాంటిమనిషి, అబద్ధంతో, మోసంతో, కుట్రతో, ద్వేషంతో జీవయాత్ర సాగిస్తున్నాడు. తన పతనాన్ని తానే సృష్టించుకుంటున్నాడు. ఓ లిఖోనిన్! ఇదంతా నాకు అయోమయంగా ఉంది. ఈ ఆలోచనలతో అలసిపోయాను లిఖోనిన్!"

కొంచెం ఆగి మళ్ళీ చెప్పసాగాడు ప్లాటొనోవ్.

"ఏం చెప్పను లిఖోనిన్! నా జీవితం బహు చిత్రమైంది. పుట్టుకతోనే కొన్ని విచిత్రమైన గుణాలతో పుట్టాను. జీవితాన్ని గాఢంగా, పిచ్చిగా ప్రేమించాను. చిన్నతనం నుంచీ అంతే. జీవితం తీయగా, దేవతలా అగుపించేది నాకు. జీవితం మీద ఉన్న ఈ వెర్రిప్రేమే నా మనసును అనేక విషయాలపై ఉసిగొలిపింది. అనేక దోవలు పట్టించింది. నేను చేయని పనంటూ లేదు. వడ్రంగం, కమ్మరం పనులు చేశాను. అచ్చాఫీసులో పనివాడుగా ఉన్నాను. పొగాకు పండించి దానితో వర్తకం చేశాను. స్టీమరులో బొగ్గువేసేవాడిగా పని చేస్తూ సముద్రాల మీద ప్రయాణం చేశాను. నల్లసముద్రంలో చేపలు పడుతూ, బెస్తవాడిగా జీవించాను. 'నీపర్' నదిలో పడవల పైన పండూ ఫలాలు, ఇటుకలు, ఇతర సామానులు ఎగుమతి చేస్తూ బ్రతికాను. ఒక సర్కస్ కంపెనీ వెంట దేశదేశాలు తిరిగాను. ఒకప్పుడు నేను యాక్టర్‌ను కూడా. రంగస్థలంపై రంగు పూసి, అనేక వేషాలు వేసి నటించాను. లిఖోనిన్! ఇంకా ఎన్నో పనులు చేశాను. నాకు గుర్తు లేదు కూడా. ఇవన్నీ చేయడం దేనికనుకున్నారు? తిండి లేకకాదు. దారిద్ర్యం వల్ల కాదు. జీవితం మీద ఉండే తీపి, ఆకాంక్ష, గాఢమైన ప్రేమ, అంతులేని పిపాస నన్నిలా లాక్కొనిపోయాయి. నిజం చెపుతున్నాను. నేను ఏ చెట్టునో, చేపనో, పుట్టనో, పురుగునో అయిపోయి కొంతకాలం జీవించమంటే కూడా నేనెంతో ఇష్టపడతాను. నేనొక స్త్రీగా మారిపోయి, పిల్లల్ని కంటే ఎంతో బాగుంటుందని కూడా అనుకునేవాణ్ణి. ప్రపంచంలో ఉన్న ప్రతి ప్రాణిలోనూ ప్రవేశించి, ఆయా ప్రాణుల అంతర్జీవితాన్ని పరిశోధించాలని నా ఆరాటం. నా కళ్ళతో ప్రతి జీవిని పరిశీలించి ఆయా జీవుల బాహ్య జీవితాన్ని తెలుసుకోవాలని నా ఆకాంక్ష. ఆ ఉద్దేశ్యంతోనే ప్రతి పట్టణం చూశాను. ప్రతి చోటూ పరిశీలిస్తూ స్వేచ్ఛగా తిరిగాను. విధి నన్ను ఎక్కడికి తీసుకువెడితే అక్కడికల్లా వెళ్ళాను. ఇప్పుడీ సానివాడలో ప్రవేశించాను... ఇక్కడ జీవితాన్ని చూస్తున్నకొద్దీ నాలో కల్లోలం ఎక్కువవుతోంది.. ఇక్కడి జీవితం కూడా కొద్ది రోజులలో అయిపోతుంది. తరువాత ఒక స్నేహితుడి దగ్గరికి వెడదామనుకుంటున్నాను.అతను ఒక మిల్లులో పనిచేస్తున్నాడు. నాకేదైనా ఉద్యోగం ఇప్పిస్తాడు."

ప్లాటొనోవ్ సంభాషణ పూర్తిచేసేసరికి ఎదురుగా ఉన్న గదిలో యాక్టర్ ఎగ్మాంట్, ప్రొఫెసర్ యార్చెంకో, మరికొందరు వేశ్యలు ఉన్నారు. ఎగ్మాంట్ అప్పటి వరకూ అనేక వేషాలు వేసి నటించాడు. అతనికి తాగుడు పూర్తిగా తలకెక్కింది. కళ్ళకు మైకం కమ్మింది. నిలుచోలేకపోతున్నాడు. అతని కంఠస్వరం గాద్గదికమైపోయింది.

"నేను అద్భుతంగా నటించలేదూ? పూర్వం నా నటన చూచి ప్రజలు మూర్ఛపోయే వారు... కాని అదెప్పటిమాటో... ఇప్పుడో... అంతాపోయింది. అయినా నేను గొప్ప నటుణ్ణి... ఏయ్ యార్చెంకో! నిన్నొకసారి ముద్దు పెట్టుకోనీయి" అంటూ అతను ప్రొఫెసరును ముద్దుపెట్టుకోబోయాడు. అతని అవయవాలు స్వాధీనం తప్పుతున్నాయి.

"నేను మూర్ఖుణ్ణి. మీరంతా మంచివాళ్ళు, గొప్పవాళ్ళు, నేను తాగాను. నేను

అమ్ముడుపోయాను. ఈ మురికికూపంలో ఒక పశువులా పడి ఉన్నాను.... ఓ! నా భార్య... దేవత... మహాపతివ్రత... అందమైన పిల్ల... గుడ్డల కొట్లో పని చేస్తోంది... గుడ్డలు కుడుతుంటే ఆమె మృదువైన వేళ్ళు రక్తమయమైపోతాయి... ఎంత మంచి ఇల్లాలు! నేనో... ఒక స్కౌండ్రల్‌ను! ప్రొఫెసరు గారూ! నన్ను ముద్దుపెట్టుకోనివ్వరూ? మీరొక్కరే నన్ను అర్థం చేసుకోగలరు. రండి, మిమ్మల్ని నా భార్యకు పరిచయం చేస్తాను. ఆమె ఎలాంటిదో, అర్థమవుతుంది. నిజంగా ఆమె దేవత... రాత్రిళ్ళు నిద్ర పోకుండా నా కోసం ఎదురుచూస్తూ ఉంటుంది. దేవుడి ఎదుట ప్రార్థనలు చేస్తుంది. 'ప్రభూ! నా భర్తను కాపాడు' అంటూ మొరపెట్టుకుంటుంది. ఆమె మహా ఇల్లాలు!" అంటూ ఎగ్మాంట్ పసివాడిలా ఏడ్చాడు.

"ఛీ ఇహ ఊరకో! పెళ్ళామట, మహా పతివ్రత అట!" అంది తప్పతాగి ఉన్న చిన్న మంకా. "ఆమె దైవప్రార్థనలు చేస్తున్నదట. అంతా అబద్ధం. ఆమె చేసేదేమిటో నేను చెబుతాను విను. మిండగాణ్ణి పక్కన పడుకోబెట్టుకుని హాయిగా నిద్రపోతోంది" అంది ఆమె తిరిగి కోపంగా.

"నోర్ముయ్! లంజ!" అరిచాడు ఎగ్మాంట్. అతని కళ్ళు ఎర్రగా చింతనిప్పుల్లా ఉన్నాయి. ఒక ఖాళీ సీసా తీసుకొని మంకాను కొట్టాలని పైకెత్తాడు.

"ఎవరూ నాకు అడ్డు రాకండి. దీని తల ముక్కలు ముక్కలు చేస్తాను, సిగ్గులేని ముండ! నా భార్యను అంతమాట అనడానికి నీకు నోరు ఎలా వచ్చిందే? లంజవి నీవూ నాకు నీతులు చెప్పొచ్చావుటే!" అంటూ అరిచాడు మళ్ళీ ఎగ్మాంట్.

కానీ మంకా ఆగలేదు. బాగా తాగివుంది. మత్తులో ఒళ్ళు తెలియడం లేదు.

"పోరా వెధవా! నీవు చెప్పొచ్చావా? హుఁ! సానికొంపల్లో పడిదొర్లే నీ బోటి చవట వెధవకు మంచి భార్య కూడానా? ఏ ఇల్లాలు నీతో సంసారం చేస్తుంది? నీ బుద్ధే ఆమెక్కూడా పట్టుబడుతుంది. పైగా నా మీద పళ్ళు కొరుకుతున్నావా? నిన్ను చూచి భయపడతాననుకున్నావేమో? నీ బోటి బడుద్ధాయిలను సవాలక్ష మందిని చూచాను. హుఁ! నీవే లంజకొడుకువు!" అంటూ అరిచింది మంకా.

ఆ ఇద్దరినీ సర్దుబాటు చేసేసరికి ప్రొఫెసర్ యార్చెంకోకు తలప్రాణం తోకకు వచ్చింది. బ్రాందీయే ఇంత పని చేసిందని అతను గ్రహించి, ఇద్దర్నీ సర్ది తగాదా చల్లార్చాడు. ఎగ్మాంట్ కిందపడి పసివాడిలా పెద్దగా ఏడ్వడం మొదలుపెట్టాడు. పాపం! అతను చాలా బలహీనమైపోయాడు.

అప్పుడు హెన్రీటా వచ్చి అతణ్ణి మెల్లగా తన గదిలోకి తీసుకెళ్ళింది. అంతా అలసిపోయారు. విద్యార్థులు కూడా తమ తమ పడకగదుల్లోంచి బయటి కొచ్చారు. వారి మొహాలు చూస్తే, ఏదో జబ్బు మనుషుల్లా అగుపిస్తున్నారు. ఆడాళ్ళు, మగాళ్ళు కూడా తూలుతూ తేలుతూ నడుస్తున్నారు. ఒకరితో ఒకరు వీడ్కోలు చెప్పుకుని వెళ్ళిపోతున్నారు.

ప్లాటొనోవ్ కూడా లేచాడు. అది చూచి లిఖోనిన్ మెల్లగా అడిగాడు: "మీరిప్పుడు

ఎక్కడికి వెడతారు?"

"సరిగ్గా చెప్పలేను. 'ఇషయా' గదిలోకి వెళ్ళి పడుకోవాలని ఉంది. కానీ ఇప్పుడు పడుకుంటే ఉదయాన్నే లేవలేను. బంగారం లాంటి ప్రాతఃకాలాన్ని వృథా చేయడం నాకిష్టం లేదు. అంచేత స్నానం చేసి, పడవ మీద నది అవతలికి వెళ్ళాలనుకుంటున్నాను. అక్కడొక స్నేహితుణ్ణి కలుసుకోవాలి."

"ఏం? ఎందుకు?" అనడిగాడు ప్లాటొనోవ్.

"అందరూ వెళ్ళిపోయిన తరువాత కొంతసేపు మీతో ఏకాంతంగా గడపాలను కుంటున్నాను. ఒక ముఖ్యమైన విషయాన్ని గురించి మీతో కాస్త మాట్లాడాలని ఉంది" అన్నాడు లిఖోనిన్.

అందరి కన్నా వెనుక యార్చెంకో వెళ్ళిపోయాడు. తలనొప్పిగానూ, అలసటగానూ ఉందని చెప్పాడు. కాని అతను బయటికి వెళ్ళగానే, లిఖోనిన్ చేయి పుచ్చుకుని కిటికీ దగ్గరకు తీసుకెళ్ళాడు ప్లాటొనోవ్. "చూడండి! మీ ప్రొఫెసర్ ఎక్కడికి వెడతాడో!" అన్నాడు ప్లాటొనోవ్.

యార్చెంకో, అన్నా ఇంట్లోంచి బయటికి వచ్చి, సరాసరి (ట్రెప్పెల్స్) భవనం ముందు కెళ్ళి తలుపు తట్టాడు. కిటికీలోంచి చూస్తోంటే లిఖోనిన్‌కు స్పష్టంగా అగుపించింది. ప్రొఫెసరు కూడా అలా చేస్తాడని అతను అనుకోలేదు. అంచాత ఆశ్చర్యపోయాడు.

"మీరెలా కనిపెట్టారీ విషయం?" అన్నాడు లిఖోనిన్ నివ్వెరపోతూ.

"అవును అది చాలా సులభం. మనుషుల సంగతి నాకు బాగా తెలుసు. అతని మొహం కనిపెడుతునే ఉన్నాను. ఆ పెద్దమనిషి కూచున్నంతసేపూ ఏం చేశాడో తెలుసా? 'వేరా' కాళ్ళను తన కాళ్ళతో గీరడం మొదలుపెట్టాడు" అన్నాడు ప్లాటొనోవ్.

"సరే! మనం అవతలి గదిలోకి వెడదాం రండి. కొంచెం మాట్లాడాలి" అంటూ ప్లాటొనోవ్‌ను పిలుచుకుపోయాడు లిఖోనిన్.

12

లిఖోనిన్, ప్లాటొనోవ్ – ఇద్దరూ కలసి రహస్య సమాలోచనలు జరిపే ప్రత్యేకమైన గదిలోకి వెళ్ళారు. అప్పటికి ఆ గదిలో ఇద్దరు అమ్మాయిలు మాత్రం మిగిలిపోయారు. ఒకామె జెన్నీ. అప్పుడే అవతల్నుంచి వచ్చింది. పడుకునేటప్పుడు వేసుకునే జాకెట్టు తొడుక్కుంది. ఇహ రెండో అమ్మాయి 'ల్యూబా'. పడక కుర్చీలో పడుకుని గాఢంగా నిద్రపోతోంది. ఆమె మొహంలో ఏదో అమాయకత్వం అగుపిస్తోంది. పెదవులపై ప్రశాంతమైన చిరునవ్వు ప్రకాశిస్తోంది. గది అంతా సిగరెట్ల పొగతోను, కొవ్వొత్తులు కాలి, కరిగి జారిన బొట్లతోను వాసన కొడుతోంది. టేబుల్ మీద ఒలికిపోయిన కాఫీ,

బ్రాందీ మరకలుకట్టి ఉన్నాయి. నారింజలు, మొదలైన పండ్లు ఒలిచి తిని పారేసిన తొక్కలు పడి ఉన్నాయి. గది అంతా చూడ్డానికి చాలా అసహ్యంగా ఉంది.

ఓ మూల ఉన్న సోఫా మీద జెన్నీ కాళ్ళు ముడుచుకుని కూచుని ఉంది. ప్లాటొనోవ్ కుర్చీ మీద కూచుంటూ ఉజ్జ్వలంగా ప్రకాశిస్తోన్న జెన్నీ కళ్ళల్లోకి ఒక క్షణం చూచాడు.

"ఈ కొవ్వొత్తులు ఆర్పేయనా?" అన్నాడు లిఖోనిన్. ఆర్పేయమన్నట్లు తల ఊపాడు ప్లాటొనోవ్. లిఖోనిన్ కొవ్వొత్తులను ఆర్పేశాడు. వాటి నుండి సన్నని పొగలు గీరలు గీరలుగా పైకి పోయి మాయమైనాయి. తెల్లవారడానికి అట్టే వ్యవధి లేదు. మెల్లగా మంద మందంగా వ్యాపిస్తోన్న ఉదయ కాంతులు, తలుపుల సందు లోంచి, కిటికీ పగుళ్ళ లోంచి గదిలో ప్రవేశిస్తున్నాయి. తడిగాలి వల్ల గదిలో తేమగా ఉంది.

"ఇప్పుడు బాగుంది" అన్నాడు లిఖోనిన్ - కొవ్వొత్తులు ఆర్పేసి కుర్చీలో కూచుంటూ. "మీతో మాట్లాడడం త్వరగానే ముగిస్తానులెండి. మీకు ఎక్కువ శ్రమ కలిగించను - కానీ ఎలా ప్రారంభించాలా అని ఆలోచిస్తున్నాను" అన్నాడు మళ్ళీ లిఖోనిన్. అంటూ అతను జెన్నీ వంక ఒకసారి చూశాడు.

జెన్నీ వెంటనే గ్రహించింది. "నేనుంటే మీ సంభాషణకు ఆటంకమేమో! వెళ్ళమంటారా?" అన్నది ఆమె.

"ఫరవాలేదు కూచో!" అన్నాడు రిపోర్టరు ప్లాటొనోవ్, ఆమెతో.

"ఆమె మన మాటలకు అడ్డురాదు లేండి! అయినా మీరు మాట్లాడేది వ్యభిచారాన్ని గురించే అనుకుంటాను" అన్నాడు మళ్ళీ.

"అవును ...ఒక విధంగా అదే."

"అయితే మరీ మంచిది. జెన్నీ కూడా మన సంభాషణకు సహకారిగా ఉంటుంది. చూచారూ? ఆమెకు మనుషుల మీద మంచి అభిప్రాయం లేదు. వారిని ద్వేషిస్తుంది. కానీ ఒక్కోసారి అద్భుతంగా మాట్లాడుతుంది. అమూల్యమైన సలహాలు ఇస్తుంది" అన్నాడు ప్లాటొనోవ్.

లిఖోనిన్ తన రెండుచేతులతో గట్టిగా మొహాన్ని రుద్దుకున్నాడు. రెండుసార్లు వేళ్ళు విరుచుకున్నాడు. మథనపడుతూ ఏదో చెప్పడానికి ప్రయత్నిస్తూ, మళ్ళీ చెప్పలేని బాధపడుతున్నాడు.

ఉన్నట్లుండి తీవ్రంగా అడిగాడు – "ఎలాగైతేనేం లెండి! ఇదేమంత పెద్ద విషయం కాదు. చెప్తాను వినండి; ఇవాళ మీరు ఈ వేశ్యలను గురించి మాట్లాడారు... నేను విన్నాను... కానీ మీరు చెప్పిందాంట్లో కొత్త సంగతి నాకేమీ కనిపించదు... హాయిగా గడుస్తోన్న నా జీవితంలో తొలిసారిగా ఇవాళ ఈ ప్రశ్న కళ్ళారా చూడగలుగుతున్నాను. చెప్పండి. ఈ పడుపు వృత్తి ఏమిటి? ఎందుకొచ్చింది? దీనికి అంతం ఉందా? ఉంటే ఎప్పుడు? ప్రతి నగరంలో విచిత్రంగా వృద్ధి పొందిన వెర్రితనమా ఇది? లేక తరతరాల చరిత్ర నుండి స్వతహాగా వస్తోన్న సత్యమా ఇది? దీనికి అంతేమీ లేదా? లేక మానవులు

అంతమైనప్పుడే ఇదీ నశిస్తుందా? ఎవరు చెపుతారు దీనికి సమాధానం?"

అతని ప్రశ్నలు విని ప్లాటొనోవ్, అతనివంక తేరిపార చూచాడు. ఈ విషయాన్ని గురించి లిఖోనిన్ ఆత్మలో ఇంతగా ఆవేదన బయలుదేరడానికి కారణం ఏమిటా అని ఆశ్చర్యపోయాడు.

"వ్యభిచారం ఎప్పుడు నశిస్తుందో ఎవరూ చెప్పలేరు. సోషలిస్టులు, కమ్యూనిస్టులు అద్భుతమైన కలలు కంటున్నారు. స్వర్గాన్ని నిర్మిస్తామంటున్నారు. బహుశా వారి కలలు నిజమైన నాడు ఈ వ్యభిచారం అంతం కావచ్చు. ఈ ప్రపంచం ఏ ఒకరిది మాత్రమే కాక, అందరూ సమాన హక్కుతో అనుభవించినప్పుడు కూడా ఇది అంతం కావచ్చు. లేక ప్రేమ అనేది అందరికీ, కోరికల ప్రమాణాన్ని బట్టి స్వేచ్ఛగా దొరికినప్పుడూ నశించవచ్చు. లేక దివి భువిమీదికి దిగివచ్చి లోకమంతా స్వర్గతుల్యమైనప్పుడు, నీవూ నేనూ అనే భేదం లేకుండా విశ్వమానవకోటి ఏకకుటుంబమై మనగలిగినప్పుడు, మానవుడు యోగియై, మహర్షియై, దిగంబరుడై, పాపరహితుడై, పవిత్రుడైనప్పుడు - ఈ వ్యభిచారం నాశనమైపోవచ్చు" అని జవాబు చెప్పాడు ప్లాటొనోవ్.

"కాని ఇప్పుడో? ...ఇప్పుడు మనం ఏమీ చేయలేమా?" లిఖోనిన్ ఆసక్తిగా అడిగాడు. "అంతవరకు మనం చేతులు ముడుచుకుని కూచోవలసిందేనా? మన పని కానట్లు, మనకు సంబంధం లేనట్లు ఊరుకోవలసినదేనా? ఇదొక అనివార్యమైన చెడు అనుకుని భరించాల్సిందేనా? దీన్ని ఒప్పుకుని ఆశీర్వదిస్తూ సహించాల్సిందేనా? తరుణోపాయమే లేదా ప్లాటొనోవ్? చెప్పరేం?"

"లేదు లిఖోనిన్! మనం చేయగలిగింది ఏమీ లేదు" ప్రశాంతంగా చెప్పాడు రిపోర్టరు ప్లాటొనోవ్. "సొంత ఆస్తులు ఉన్నంతవరకూ దారిద్ర్యం కూడా ఉంటుంది. అలాగే వైవాహిక వ్యవస్థ ఉన్నంత వరకూ వ్యభిచారం కూడా ఉంటుంది. ఈ దుర్మార్గాన్ని ఎవరు ప్రోత్సహిస్తున్నారో నీకు తెలుసా? నిత్యం మన మధ్య తిరుగుతూ మన చేత గొప్పవారనిపించుకునే ఆ పెద్ద మనుషులే. నీతులు వల్లిస్తూ మర్యాదస్థులుగా వ్యవహరిస్తున్న సంసారులు, కుటుంబ పెద్దలు, తండ్రులు, కొడుకులు, భర్తలు - వీరంతా ఈ వృత్తిని దొంగచాటుగా నిలబడి ప్రోత్సహిస్తున్నారు. ఈ వృత్తి సక్రమంగాను, చట్టబద్ధంగాను నడిచేలా నిత్యం చూస్తూ ఉంటారు. అందుకు వీలుగా చట్టాలు, అధికారాలు హస్తగతం చేసుకుని దీన్ని నడిపిస్తూ ఉంటారు. వీరు ఇలా చేయకపోతే ఏం జరుగుతుందో తెలుసా? ఈ పడుపువృత్తి వీరి పడక గదుల్లోనే ప్రవేశించి, ఒక్కసారిగా ఇల్లంతా అల్లుకుని దుర్గంధం బయటపడుతుంది. ఈ భయం వల్లనే వీరు ఇలా చేస్తుంటారు. ఇంట్లో మాత్రం రహస్యంగా ఈ వ్యాపారం సాగుతూనే ఉంటుంది. పదిమంది బిడ్డల్ని కన్న తండ్రి కూడా సిగ్గు లేకుండా ఇంట్లో పనిమనిషితో ఏడుస్తుంటాడు. మరికొందరు తమ భార్యల స్నేహితురాండ్రను పరిచయం చేసుకొని మిడుకుతూ ఉంటారు. ఈ గొప్పవారి ఇళ్ళన్నీ ఈ విధమైన కుళ్ళుతో మురుగుతూ ఉంటాయి. పైకి

మాత్రం పెద్ద మనుషుల్లా నీతులు చెబుతుంటారు. వ్యభిచారం పనికిరాదని ఉపన్యాసాలు ఇస్తారు. పతితలను ఉద్ధరించడానికి ఒక సంఘం కూడా పెట్టి, దానికి పెద్దగా వ్యవహరిస్తూ ఉంటారు."

"అవును. ఈ విషయాలు నాకూ తెలుసు. కాని ఇలాంటి అవినీతిని ఎలా అరికట్టడం? ఇదొక బడబాగ్ని. దేశాన్నీ, మానవజాతినీ దహించి వేస్తోంది. దీన్ని చల్లార్చే మార్గం కావాలి? అదే నా ప్రశ్న!" అన్నాడు లిఖోనిన్.

"నిజమే కాని, ఒక మనిషి ఏం చేయగలడు? ఒక మనిషి వెళ్ళి దోసెడు నీళ్ళు పోస్తే ఈ బడబానలం చల్లారుతుందా?"

"చల్లారదు. కాని ఎవరు చెప్పగలరు?... ఒక నిప్పుకణికైనా చల్లారవచ్చు... అలాగే నేనూ ఒక పతితురాలి బ్రతుకునైనా బాగు చేయవచ్చుగా! ఒక్క పడుపుకత్తెనైనా ఉద్ధరించవచ్చుగా! అదే ప్లాటొనోవ్! నా ఉద్దేశ్యం అదే! ఈ విషయమే మీతో చెబుదామనుకుంది. మిమ్మల్ని వేడుకుంటున్నాను ప్లాటొనోవ్! నన్ను నిరుత్సాహపరచకండి. నాకు చేయూత నివ్వండి" అన్నాడు లిఖోనిన్ ఉద్రేకంగా.

"అయితే ఒక అమ్మాయిని ఇక్కణ్ణుంచి తీసుకుపోవాలనుకుంటున్నావు అంతేనా? ఆ పిల్లను రక్షిస్తానంటావు. అవునా?" అనడిగాడు ప్లాటొనోవ్, అతని మొహంలోకి సూటిగా చూస్తూ.

లిఖోనిన్ తనతో మాట్లాడాలనుకున్న విషయం ఏమిటో, ప్లాటొనోవ్‌కు ఇప్పుడు పూర్తిగా అర్థమైంది.

"అవును....శాయశక్తులా ప్రయత్నించి చూస్తాను....సాధ్యం కాకపోతుందా?" అన్నాడు ఆ విద్యార్థి లిఖోనిన్.

"కాని ఆ అమ్మాయి నీ దగ్గర్నుంచి మళ్ళీ ఈ మురికికూపంలోకి రావల్సి ఉంటుంది."

"అవును, తప్పదు. వచ్చి తీరుతుంది" అంది జెన్నీ దృఢనిశ్చయంతో.

విద్యార్థి లిఖోనిన్ గభాలున లేచి జెన్నీ దగ్గరకు వెళ్ళాడు. ఆమె రెండుచేతులూ పట్టుకున్నాడు. ఉద్రేకం వల్ల అతని కంఠస్వరం వణుకుతోంది.

"జెనీచ్కా!... ఏమంటావు? అపార్థం చేసుకోకు. నా ప్రియురాలిగా కాదు. నిన్ను నా సోదరిగా, స్నేహితురాలిగా చూసుకుంటాను... ఓ ఆరునెలల పాటు చూద్దాం ఏం జరుగుతుందో... తరువాత ఏదో పని చేసుకుందువుగాని... లేదా మనిద్దరం కలిసి చదువుకుందాం" అన్నాడు లిఖోనిన్.

జెన్నీకి కోపం వచ్చింది. అతని చేతులు విదిలించివేసింది.

"హుఁ! మిమ్మల్ని బాగా ఎరుగుదును నేను. మనుషులంటే ఏమిటో, ఎలాంటివాళ్ళో నాకు బాగా తెలుసు. నీకు బూట్లు తొడగమంటావు, వంట చేసి పెట్టమంటావు. లాంతరు తుడిచి ముట్టించమంటావు. నీవు రాత్రింబగళ్ళు కులాసాగా స్నేహితులతో తిరుగుతూ

ఉంటే నన్ను నీ గదికి కాపలా కూచోమంటావు. నీవు వచ్చేసరికి అన్నీ సిద్ధం చేసి పెట్టి, దాసిలా పనిచేయమంటావు. ఆ తరువాత నీవు చదువు పూర్తి చేసుకొని ఏ డాక్టరువో, ప్లీడరువో, లేక గవర్నమెంటు ఆఫీసరువో అయిపోతావు. అప్పుడు నేను నీకు అక్కర్లేదు. నన్ను మెడపట్టి గెంటేస్తావు. 'పోవే లంజా! వీధి వెంట తిరుగు, నీవెందుకు నా దగ్గర? నీ వల్ల నా జీవితం పాడయిపోయింది. నా పరువు ప్రతిష్ఠలు మంట కలిశాయి. జాతి, నీతి, కులం, గోత్రం, పరువు, ప్రతిష్ఠ గల ఓ చక్కని అమ్మాయిని వెదికి పెళ్ళి చేసుకుంటాను' అంటావు నీవు. అవునా?" అంది జెన్నీ క్రోధంగా.

"లేదు జెన్నీ! నిన్ను వదలిపెట్టను. అలాంటి పని ఎన్నడూ లేదు. నిన్ను నా సోదరిలా చూసుకుంటాను..." అన్నాడు మళ్ళీ లిఖోనిన్ కొంచెం కంగారుపడుతూ.

"నాకు తెలుసు... సోదరి... ఈ అభిప్రాయం మొదటి రాత్రి మాత్రం ఉంటుంది. మరునాటి నుంచీ ప్రేమకలాపాలు ప్రారంభిస్తావు. నన్ను నీ ఉంపుడుకత్తెగా చేసుకుంటావు... ఛీ! ఇలాంటి పిచ్చివాగుడు నా దగ్గర వాగకు... తలనొప్పి" అంది మళ్ళీ జెన్నీ చీదరింపుగా.

"ఏం లిఖోనిన్? ఇప్పుడేమంటావు? ఎలాగైనా ఈ కార్యభారాన్ని నీవు నిర్వహించ లేవు. నాకు తెలుసు. నేను చాలామందిని చూచాను. మొదట్లో అంతా నీ లాగే ఆదర్శాలు చెపుతారు. ఆచరణలోకి వచ్చేసరికి దెబ్బతింటారు. పీపుల్స్ పార్టీలో చాలామంది సభ్యులను నేనెరుగుదును. ఆదర్శం కోసం వాళ్ళు చదువురాని రైతుబిడ్డల్ని పెళ్ళి చేసుకున్నారు. కాని తరువాత వారితో సంసారం నెగ్గలేక దెబ్బతిన్నారు. ఆ ఇల్లాండ్రు కూడా చెడిపోయి పనివాళ్ళతో, బంట్రోతులతో రహస్య వర్తనం సాగించారు. ఇప్పుడు నీ వ్యవహారం కూడా అలాగే అవుతుంది. నీవు చెడిపోవడమే కాకుండా ఆ పిల్ల జీవితాన్ని కూడా మరీ పాడుచేస్తావు" అన్నాడు ప్లాటొనోవ్.

కొద్దిక్షణాలు ఆ ముగ్గురూ మాట్లాడకుండా మౌనంగా ఉన్నారు. లిఖోనిన్ మొహాన చెమటలు పోశాయి. కళావిహీనమైంది. జేబు రుమాలుతో చెమట తుడుచుకున్నాడు.

"నో! మీ అభిప్రాయాలు నేనంగీకరించను. మీరు చెప్పినట్లు జరుగుతుందని నాకు నమ్మకం లేదు. మీ మాటలతో నాకు పని లేదు కూడా" అంటూ "ల్యూబా" అని పిలిచాడు లిఖోనిన్ పెద్దగా.

నిద్రపోతున్న ల్యూబా మేల్కొంది. చేత్తో పెదవులు తుడుచుకుంది. ఆవులించింది. ఓ చిరునవ్వు నవ్వింది. "నేను నిద్రపోవడం లేదు. అంతా వింటూనే ఉన్నాను. కళ్ళు కూరుకుపోతుంటే పడుకున్నాను అంతే" అంది ల్యూబా.

"ల్యూబా! నీవైనా చెప్పు, నాతో రావడం నీకిష్టమేనా? ఇది నీ జీవితంలో మంచి కోసం వచ్చిన మార్పు. మళ్ళీ ఈ సానికొంపలో అడుగుపెట్టొద్దు. ఏమంటావు?" అడిగాడు లిఖోనిన్ ఆమె చెయ్యి పట్టుకుని.

అది విని ల్యూబా కొంచెం కలవరపడింది. 'దీని భావమేమి?' అన్నట్లు జెన్నీ

వంక చూచింది. తరువాత ఇలా అంది: "నీ వింకా విద్యార్థివి. చదువుకుంటున్నావు. ఓ ఆడపిల్లను తీసుకెళ్ళి ఎలా ఉంచుకోగలవు?"

"నా అభిప్రాయం అది కాదు ల్యూబా! నీకు సహాయం చేస్తాను. నీ జీవితం ఇక్కడ దుర్భరంగా లేదూ! బాగు చేస్తాను."

"అవును. ఇక్కడ బ్రతుకు దుర్భరంగా ఉండక తీయగా ఉంటుందా? నేను జెన్నీ మాదిరి ధైర్యశాలిని కాదు. పాషా మాదిరి అందకత్తెను కాదు. అంచేత నాకిక్కడ బ్రతుకు మరీ సంకటంగా ఉంది."

"అయితే ఇంకేం? నాతో వచ్చేయ్. నీకు కుట్టుపనీ అదీ వచ్చు కదూ!"

"ఊఁహూఁ! నాకలాంటివి ఏమీ రావు. ఓ రైతుబిడ్డకు ఏం తెలుసో నాకూ అంతే తెలుసు. కాస్త వంట చేసి పెట్టగలను. ఇది వరకు ఒక మతగురువు దగ్గర వంటమనిషిగా పనిచేశాను" అంది ల్యూబా సిగ్గుతో నవ్వుతూ. పనేమీ రాదని చెప్పడానికి ఆమె బిడియపడింది. నోటికి చేయి అడ్డం పెట్టుకుంది.

"అద్భుతం! అంతకన్నా ఏం కావాలి! వంట చేయడం వచ్చు అన్నావుగా? మనమొక చిన్న హోటలు పెడదాం. నేనూ స్టూడెంట్సు అందరికీ ఈ విషయం చెప్పి ప్రచారం చేస్తాను. విద్యార్థులంతా మన హోటలుకే వచ్చి భోంచేస్తారు. నీవూ, నేనూ హాయిగా జీవించవచ్చు" అన్నాడు లిఖోనిన్ సంతోషంగా.

"పోదురూ! నాతో ఎందుకు ఈ వేళాకోళాలు?" అంది ల్యూబా.

అతని మాటలు ఆమె నమ్మలేదు. తమాషాగా అంటున్నాడనుకుంది.

మళ్ళీ ప్రశ్నార్థకంగా జెన్నీ వైపు చూసింది.

"ఎగతాళి కాదు ల్యూబా! అతను నిజమే చెపుతున్నాడు" అంది జెన్నీ వణుకుతున్న స్వరంతో.

"నిజం చెపుతున్నాను ల్యూబా! మాట తప్పను. దేవుడి మీద ప్రమాణం చేసి చెపుతున్నాను" అన్నాడు లిఖోనిన్.

ఇప్పుడు జెన్నీకి కూడా అతని మాట మీద కాస్త నమ్మకం కలిగింది.

"అయితే మంచిదే. ల్యూబాను నీతో తీసుకెళ్ళు. అది నా లాంటిది కాదు. నేను ఆరితేరిన సర్కస్ గుర్రం లాంటిదాన్ని. కొరడాలు, కళ్ళేలు నా ముందు పనిచేయవు. నన్ను మార్చలేవు. ల్యూబా అతి సామాన్యమైన పిల్ల. మాలాగా ఈ మురికి జీవితానికి ఇంకా అలవాటు పళ్ళేదు... మాట్లాడవేమే మొద్దూ? అలా గుడ్లు మిటకరించుకుని నా వైపు చూస్తావేం? ఆయన నిన్నే అడుగుతున్నాడు. ఏం చెబుతావో చెప్పు! ఆయనతో వెడతావా? లేదా?" అన్నది జెన్నీ.

"అవును... నీ సలహా ఏమిటో చెప్పు జెనీచ్కా!" అనడిగింది తిరిగి ల్యూబా అమాయకంగా.

"ఓసి మొద్దూ!" జెన్నీకి కోపం వచ్చింది. "నా సలహా ఏమిటే? నీ జీవితం నీకు

తెలియడం లేదూ? ఈ నరకంలో కొట్టుకుని కొట్టుకుని చివరకు కన్నో, కాలో పోతుంది. లేకపోతే ఏ గోడ కిందనో దిక్కు లేని కుక్కచావు చస్తావు. ఇది ఇక్కడ జీవితం. మరి ఇది మార్చుకోవడం మంచిది కాదా? నీకు గౌరవంగా బ్రతకాలని లేదూ? ఇలా అడిగినందుకు అతనికి కృతజ్ఞత తెలుపుకో. గాడిదలా నోరు మూసుకుని అతని వెంట వెళ్ళు."

అమాయకురాలైనా ల్యూబా, మెల్లగా లేచి లిఖోనిన్ దగ్గరికి వెళ్ళింది. అతని చేయి తీసుకుని ముద్దు పెట్టుకుంది.

"ఇప్పుడు నాకెంతో సంతోషంగా ఉంది ల్యూబా! సరాసరి వెళ్ళి యజమానురాలితో చెప్పు. ఇక్కణ్ణుంచి వెళ్ళిపోతున్నానని చెప్పు. నీకు అత్యవసరమైన వస్తువులు ఒకటి రెండు తీసుకో. కాలం మారిందనీ, పడుపుకత్తెకూడా స్వేచ్ఛ ఉందనీ మీ యజమానురాలికి బుద్ధొస్తుంది. పద ఆలస్యం చేయకు" అన్నాడు లిఖోనిన్ ఉత్సాహంగా.

"వద్దు, వద్దు. అది కాదు సరైన మార్గం" అంటూ ఆపు చేసింది జెన్నీ. "ఎవరి ఇష్టమొచ్చినప్పుడు వారు వెళ్ళిపోవచ్చు. అది నిజమే. కానీ దీని వల్ల ముందు కొన్ని చిక్కులొస్తాయి. ఎలా చేస్తే బాగుంటుందో నేను చెప్తాను. లిఖోనిన్! మీరొక పది రూబుల్సు ఖర్చు పెట్టలేరూ?"

"ఓ నిరభ్యంతరంగా" అంటూ లిఖోనిన్ జేబులోంచి పది రూబుల్స్ తీశాడు.

"అయితే ఒక పని చెయ్యి. ల్యూబాను ఈ రాత్రికి నీ గదికి తీసుకెడుతున్నానని యజమానురాలితో చెప్పు. అందుకు చార్జీ పది రూబుల్సు. ఎవరికైనా అదే రేటు. ఆ డబ్బు ఆమె మొహాన పారెయ్యి. తరువాత ఆమెకు టికెట్ కొనడం కోసం మీరు రేపు రావచ్చు. అప్పుడు మేం అన్ని వ్యవహారాలు జాగ్రత్తగా పూర్తి చేస్తాం. ఆ తరువాత ఆ టికెట్ తీసుకొని మీరు పోలీసుల దగ్గరకు వెళ్ళండి. ల్యూబా అనే ఫలానా పిల్లను దాసీగా ఉండటానికి కుదుర్చుకున్నాననీ, టికెట్‌ను ప్యాస్‌పోర్టుగా మార్చమనీ కోరండి. తీరిపోతుంది. ఊఁ! ఊఁ! త్వరగా తెమలండి. ఇహ ఆలస్యం ఎందుకు? నిలబడతావేమే మొద్దూ! ఆ డబ్బు తీసుకుని 'ఎమ్మా' దగ్గరికి వెళ్ళు. కాస్త తెలివి ఉపయోగించి మాట్లాడు. అది అసలే అసాధ్యురాలు. కళ్ళల్లోనే సంగతంతా కనిపెట్టేస్తుంది. పోవే ముండ! నే చెప్పినట్లు జాగ్రత్తగా ప్రవర్తించు" – ఇలా విషయమంతా చెప్పిన జెన్నీ, వారి ప్రయాణానికి తొందర చేసింది.

ఓ అరగంట తరువాత ల్యూబా, లిఖోనిన్ బండ్లో ఎక్కారు.

జెన్నీ, రిపోర్టరు ప్లాటొనోవ్ గుమ్మంలో నిలబడ్డారు.

"నీవు తెలివిగల పని చేయడం లేదు లిఖోనిన్! కానీ నీ ధైర్యానికి, మంచితనానికి మెచ్చుకుంటున్నాను. ఆచరణలో నీ ఆదర్శాలన్నీ చూపించాలి సుమా!" అన్నాడు రిపోర్టరు.

"జీవితాన్ని సుఖంగా, కొత్త పంథాలో ప్రారంభించండి" అంది జెన్నీ నవ్వుతూ.

"విందుకు నన్ను కూడా ఆహ్వానిస్తారు కదూ?"

"మేం విందు చేసేంతవరకూ నీవు అలాగే ఉండాలి" అన్నాడు లిఖోనిన్ తిరిగి నవ్వుతూ. తల మీద టోపీ తీసి ఊపాడు అతను – బండి కదలబోతుంటే!

బండి బరబర కదిలిపోయింది.

రిపోర్టరు, జెన్నీ వంక చూచాడు.

ఆమె కళ్ళ వెంట నీళ్ళు కారడం చూచి నివ్వెరపోయాడు.

అవును మరి! అంతకు ముందెప్పుడూ ఆమె కంట తడిపెట్టగా అతను చూళ్ళేదు.

"భగవంతుడు ఆమెకు మేలు చేకూరుస్తాడు" అంది జెన్నీ మెల్లగా.

"ఏం జెన్నీ? నీ మనసు బాగా లేదా? దిగులుగా ఉందా? నా సహాయం ఏమైనా కావాలా?" అనడిగాడు రిపోర్టరు ప్లాటొనోవ్ ఆప్యాయంగా.

ఆమె అతని వంక చూడకుండా వెనక్కు మళ్ళింది. "అవసరమైతే మీకు జాబు వ్రాస్తాను. ఎక్కడికి వ్రాయాలి?" అడిగిందామె, మొహం తిప్పి.

"ఓ! అదా! మామూలు అడ్రెస్సుకే వ్రాయి. 'ఎకో' పత్రికాఫీసుకు వ్రాస్తే నాకు చేరుతుంది."

"నేను....నేను....నేను...." అంటూ జెన్నీ పసిపిల్లలా భోరున ఏడ్చింది. రెండు చేతులతో మొహాన్ని కప్పుకుంది. "జాబు వ్రాస్తాను లెండి" అందామె ఏడుస్తూనే.

అలా అంటూనే ఆమె వేగంగా మెట్లెక్కి గభాలున తలుపు మూసి, ఇంట్లోకి పరుగెత్తింది.

రెండో భాగం

ప్యాసింజరు బండి శరవేగంతో ఉత్తరదిశగా ప్రయాణం చేస్తోంది. బంగారంలా మెరుస్తున్న గోధుమ పొలాల్లోంచి, శృంగారంగా పెరిగివున్న ఓక్ తోపుల మధ్యగా పోతోంది. నదులు, వంతెనలు దాటి భుగభుగమని పొగలు విడుస్తూ పరుగెడుతోంది.

రెండో తరగతి పెట్టెలో కిటికీలన్నీ తెరిచి ఉన్నాయి. అయినా పెట్టెలో వెచ్చగా ఉంది. ఇంజను నుంచి వస్తోన్న పొగ ప్రయాణికుల గొంతుల్లో చొరబడి సంకటం కలిగిస్తోంది. ప్రయాణికులంతా అలసి ఉన్నారు. ఒకతను మాత్రం చాలా ఉత్సాహంగా, హుషారుగా ఉన్నాడు. మంచి దుస్తులు ధరించాడు. అందరితో చనువుగా ఉంటూ, వినయ విధేయతలు చూపిస్తున్నాడు. నట్టు లేకుండా ధారాళంగా మాట్లాడుతున్నాడు. ఆయన వెంట ఒక యువతి కూడా ఉంది. చూస్తే వారిద్దరూ నవ దంపతుల వలె అగుపిస్తున్నారు. ఆమె తరచు భర్త వంక చూస్తూ అతని చర్యలు కనిపెడుతోంది. అతని వైపు చూచినప్పుడల్లా ఆమె కళ్ళు నక్షత్రాల్లా మెరుస్తున్నాయి. ఆమె మోహం చాలా అందంగా ఉంది. అప్పుడప్పుడే ప్రేమ అంకురిస్తోన్న యువతిలా ఉంది. పల్చని పెదవులు, నల్లగా మెరుస్తోన్న పెద్ద కళ్ళు, గులాబీ రంగులో ఉంది ఆమె మోహం.

ఆ పెట్టెలో మరో ముగ్గురు ప్రయాణికులున్నారు. ఆ కొత్తవాళ్ళు ఏమైనా అనుకుంటారని కూడా సంకోచించకుండా, ఇతను తన భార్యను గురించి అనవసరమైన జాగ్రత్తలు తీసుకుంటున్నాడు. ఆమెతో మోటుగా ప్రవర్తిస్తున్నాడు. తనే ఆవిడ భర్తననీ, ఆమె తనను అధికంగా ప్రేమిస్తోందనీ అందరికీ తెలియాలని తంటాలు పడుతున్నాడు. గర్వం, అహంకారం వెళ్ళగక్కుతున్నాడు.

"చూడు ! మనం ఎంత హాయిగా ఉన్నామో! నీకు మాత్రం సంతోషంగా లేదూ?" అంటూ తన చేయి ఆమె తొడల మీద వేయడమో, ఆమె దుస్తులు పట్టుకోవడమో, లేక ఆమె బుగ్గలు గిల్లడమో – ఇలాంటి అవకతవక పనులు చేస్తున్నాడు. బిరుసుగా, పొడుగ్గా ఉన్న తన మీసాలు మధ్య మధ్య ఆమెకు తాకిస్తూ చక్కలిగింతలు పెడుతున్నాడు.

ఈ దంపతులకు ఎదురుగా ముగ్గురు ప్రయాణికులు కూచుని ఉన్నారు. ఒకాయన – వృద్ధుడు. జనరల్‌గా పనిచేసి పింఛను పుచ్చుకున్నాడు. శుభ్రంగా తల దువ్వుకుని ముచ్చటగా కూచున్నాడు. రెండో ఆయన – భూస్వామి. లావుగా ఉన్నాడు. అతనికి చాలా వేడిగా ఉన్నట్లుంది. తడి రుమాలు తీయకుండా మోహాన వేసుకుని ఒత్తుకుంటున్నాడు. మనిషి కాస్త ఆయాసపడుతున్నాడు కూడా. ఇకపోతే మూడో అతను – ఒక యువకుడు. పదాతిదళంలో ఆఫీసరుగా పనిచేస్తున్నాడు.

అంతు లేకుండా గోరిజాంట్ (తన పేరు గోరిజాంట్ అని అదివరకే చెప్పి తన్ను తానే పరిచయం చేసుకున్నాడు) మాట్లాడుతుంటే, ఆ ముగ్గురు ప్రయాణికులకు విసుగు,

చిరాకు కలుగుతోంది. గోరిజాంట్ వసపిట్టలాగా వాగుతున్నాడు. ఈగలు ముసిరినట్లు గోల పెడుతున్నాడు. మాటల్లో చమత్కారం, హాస్యం కురిపిస్తూ రకరకాల కథలు అల్లి చెపుతున్నాడు. అతను మాట్లాడని విషయమేమీ లేదు. అతని భార్య విసనకర్రతో విసురుతోంది. రుమాలుతో అతని మొహం మీద చెమట తుడుస్తోంది. అటూ ఇటూ చెదురుతూ, ముడతలు పడుతోన్న అతని 'టై' అస్తమానం సరిచేస్తోంది.

ఇతని చేష్టలు చూస్తే అందరికీ నవ్వు వస్తోంది. కానీ ఇతని వ్యవహారం ఆ ముగ్గురు ప్రయాణికులకు నచ్చలేదు. అసలే పెట్టెలో వేడిగా ఉక్కలు పోసి ఊపిరాడకుండా చస్తో ఉంటే, పైగా చెవులు గింగుర్లు పుట్టేలా ఇతని గోల ఒకటి. ఏమిటీ పాడు పీడ? ప్రయాణం చేసిన కాసేపూ కాస్తయినా విశ్రాంతి లేకుండా బడాయిలు కొట్టే బడుద్ధాయిలా ఉన్నాడు చూడబోతే.

"ఏమండీ! మీరు ఏం చేస్తుంటారో అడగొచ్చా?" అన్నాడు వృద్ధుడు నెమ్మదిగా.

"ఓ! అదా! ఈ రోజుల్లో పేదవాళ్ళు చేసేపని ఏముంటుంది? నేనేదో చిన్న వ్యాపారం చేసుకుంటున్నాను లెండి. బ్రోకరుగా, సేల్స్‌మాన్‌గా ఉండి బేరాలు కుదురుస్తుంటాను. సరుకులు అమ్ముతుంటాను. కమీషను వస్తుంది. అయినా ప్రస్తుతం నేను వ్యాపారం పని మీద వెళ్ళడం లేదు. మీకు తెలుసునో, లేదో!.. మేము నూతన దంపతులం. భార్యతో కలసి ప్రయాణం చేయడం నాకిదే మొదటిసారి.... కులాసాగా, షికారు వెడుతున్నాం. అహ్హహ్హ!.... నేను సిడ్రిస్ అనే గొప్ప వ్యాపార సంస్థ తరఫున, మరి రెండు ఇంగ్లీషు కంపెనీల తరఫున పని చేస్తున్నాను. కొన్ని వస్తువుల శాంపిల్సు ఇక్కడ నా దగ్గరే ఉన్నాయి, చూస్తారా!" అంటూ అతను వెంటనే తన దగ్గర ఉన్న ఒక తోలుసంచీ తీశాడు. అందులోంచి కార్డుబోర్డు కాగితంతో కుట్టిన మడత పుస్తకాలు బయటికి తీసి, వాటిని తెరచి చూపించసాగాడు.

"చూడండి! ఎంత మంచి రకాలో! దిగుమతి అయ్యే చెత్త రకాలు కావు. దయచేసి గమనించండి. ఇది ఇంగ్లండులో తయారైంది. ఇది రష్యాలో తయారు చేసింది" అంటూ వివిధ రకాల ఊలు, ఊలుతో తయారుచేసిన గుడ్డముక్కలు చూపించాడు. "బాగా పరిశీలించండి. ఈ రెండు రకాలకూ ఎంత తేడా ఉందో! ఇంగ్లండులో తయారైన దాని కంటే రష్యాలో తయారైన రకం ఘనంగా లేదూ? అంటే మనదేశం పారిశ్రామికంగా ముందడుగు వేసిందన్నమాట. నవీన నాగరకతలో పురోగమిస్తోందన్న మాట. హుఁ! ఐరోపా దేశస్థులు మనల్ని మోటువాళ్ళంటారు, అర్థం లేదు. ...మా ప్రయాణంలో మధ్యలో దిగి బంధువులను చూడాలనుకుంటున్నాం. తరువాత ఓల్గా నదీ తీరంలో కూడా బంధువులున్నారు. వారిని చూచి తిరిగి మా స్వస్థలమైన 'ఒడెస్సా' వెడతాం."

"అయితే చాలా మంచి ప్రయాణమే" అన్నాడు ఆఫీసర్.

"అవును. మంచి ప్రయాణమే కాని, వెనుకటికి ఏదో సామెత చెప్పినట్లు ఎంత

మంచి గులాబీకైనా ముళ్ళు ఉంటాయి. అలాగే ప్రయాణంలో కూడా కొన్ని ఇబ్బందులు లేకపోలేదు. మా వ్యాపారం ఉంది చూచారూ? శ్రమతో కూడిన పని. సేల్స్‌మాన్‌గా పని చేయడమంటే సామాన్యమైన విషయం కాదు. అంత మాత్రపు వాళ్ళయితే ఇందులో తట్టుకోలేరు. నేనంటే మొండిఘటాన్ని. వ్యాపారపు కిటుకులన్నీ నా కొనవేళ్ళల్లో ఉన్నాయి. చూచారూ? ఈ పనికి చదువు కాదు కావాల్సింది, బుర్ర! ఎంత బుర్ర కలవాడైతే అంత బాగా వర్తకం సాగుతుంది. కేవలం వర్తకానికి సంబంధించిన తెలివి మాత్రమే చాలదు. ఎంతో అనుభవం, ప్రపంచ జ్ఞానం కావాలి. అవతలివాణ్ణి ఆకర్షించగల నేర్పు, వాగ్ధాటి కావాలి. నేనున్నాను చూచారూ? ఎంతో నీతి, నిజాయతీ చూపిస్తూ ఈ వ్యాపారం నడుపుకొస్తున్నా. నా వ్యవహారంలో ఎవరితోనూ ఎంత మాత్రం మాట తబ్బీలు రాదు. ఎవరినైనా నన్ను గురించి అడగండి. 'ఫలానా గోరిజాంట్ ఎలాంటివాడు?' అంటే చాలు. ఎవరైనా చెపుతారు. 'అతనా? ఎంత నిక్కచ్చి! ఎంత నిజాయతీ! అతను కల్తీ లేని బంగారం లాంటి వాడండి! స్వార్థం కోసం చస్తే పనిచేయడు. గోరిజాంట్ అంటే వజ్రపు తునక కదండీ' అంటారు అందరూ. ఎవరి నోట అయినా మీరు ఇదే మాట వింటారు" అంటూ అతను ఆ పుస్తకాలు మూసేసి, మరికొన్ని పెద్ద అట్ట ముక్కలు బయటికి తీశాడు. వాటికి రంగు రంగుల గుండీలు అతికించి ఉన్నాయి, అవన్నీ వారికి చూపించాడు.

ఓ అరగంట గడచిన తరువాత మళ్ళీ సంభాషణ ప్రారంభించాడు గోరిజాంట్.

"మీరు తరచుగా 'కె...' (నగరం పేరు) వస్తూ ఉంటారా?" అనడిగాడు యువకుడైన ఆఫీసరును.

"లేదండీ! ఇదే మొదటిసారి. మా పటాలం 'చెర్ నో బాబ్' దగ్గర మకాం చేసింది. నేను 'మాస్కో' నుంచి వస్తున్నాను" అని జవాబు చెప్పాడు ఆఫీసరు.

"అరెరె! అయితే చాలా దూరం నుంచి వస్తున్నారన్నమాట?"

"ఏం చేస్తామండీ? మిలిటరీ స్కూలు నుంచి మొన్ననే పట్టభద్రుణ్ణయి బయటికొచ్చాను. ఈ పటాలం నాకు అప్పచెప్పారు."

"చెర్ నో బాబ్ ఉంది చూచారూ? చాలా అసహ్యమైన ఊరండి. మురికికూపంలా ఉంటుంది."

"ఏం చేస్తాం? తప్పదు."

"అయితే ఇప్పుడు 'కె'లో దిగి కొన్ని రోజులు గడపరూ?"

"అవును. రెండు మూడు రోజులు గడుపుదామనుకుంటున్నా. నాకు ఎక్కువ వ్యవధి లేదు. అయినా ఈ నగరం చూడాలని ఉంది. చాలా అందమైన పట్టణమని విన్నాను."

"అయ్యయ్యో? విన్నాననంటారేం? అద్భుతమైన పట్టణం కదండీ. అంతా యూరోపియన్ పద్ధతిలో ఉంటుంది. విశాలమైన విధులు, విద్యుద్దీపాలు, సిటీ బస్సులు,

ఒకటో రకం సినిమా థియేటర్లు, హోటళ్ళు, అందమైన నైట్ క్లబ్బులూ, విహారస్థలాలు! ఓ! మీరు నిజంగా మూర్ఛపోతారనుకోండి. పోతే నది సమీపంలో ఉన్న ప్రాంతం తప్పక చూడాల్సిందే, ఓ! ఏం ఆడాళ్ళు ఏం ఆడాళ్ళు! ఆడాళ్ళు కాదండీ అప్సరసలు!"

గోరిజాంట్ అలా చెప్పేసరికి ఆ యువకుడు కొంచెం సిగ్గుపడ్డాడు. కొంచెం వణుకుతోన్న కంఠంతో ఇలా అడిగాడు:

"అవునండీ! నేనూ విన్నాను. నిజంగా వాళ్ళు అంత అందంగా ఉంటారా?"

"ఓ! ఉండేదేమిటండీ! చిన్నగా అంటున్నారా? నేనైతే వాళ్ళను చూచి మూర్ఛపోతాను. పై ప్రాణాలు పైనే ఎగిరిపోతాయి. ఆ అందం, ఆ చందం, ముఖ్యంగా ఏమిటంటే, ఈ పిల్లలందరూ వివిధ జాతులకు చెందినవారు. పోలిష్, యుక్రేనియన్, జూయిష్... ఓ! ఏం చెప్పమంటారు. రంగు రంగుల పిల్లలు. రకరకాల రక్తాన్ని రుచి చూడవచ్చు. అబ్బ! ఏం ప్రేమ చూపిస్తారనుకున్నారు? నిప్పులు కురిపిస్తారనుకోండి. ఇలాంటి అందగత్తెలను మీరు లండన్, ప్యారిస్ నగరాల్లో కూడా చూచి ఉండరు. అనేకమంది అక్కడికి వెళ్ళి అనుభవించిన వాళ్ళు చెప్పగా విన్నాను" అంటూ గోరిజాంట్ కంఠస్వరం తగ్గించి, రహస్యంగా మళ్ళీ ఆ యువకుడితో చెప్పసాగాడు –

"ఈ ఆడాళ్ళలో ఉన్న విశేషం ఏమిటంటే – వచ్చిన విటులతో, ఒక కొత్త పద్ధతిలో వ్యవహరిస్తారట. ఎంతో మంది చెప్పారు. అదే గొప్ప సంగతి. అసలెందుకు? వాళ్ళను చూస్తేనే మనకు పిచ్చెక్కుతుందండీ!" అంటూ ఒకసారి అటూ ఇటూ చూచాడు. ఆ తరువాత మెల్లగా తన కోటు జేబులోంచి ఒక చిన్న అట్టపెట్టెను బయటికి తీశాడు.

అది మామూలు చీట్ల పేకముక్కలు పెట్టే పెట్టెలా ఉంది. గోరిజాంట్ అందులోంచి కొన్ని ఫొటోలు తీసి, యువకుడైన ఆ ఆఫీసరుకిచ్చాడు. "చూడండి! ఒక్కసారి ఈ బొమ్మలు చూస్తే మీకే తెలిసిపోతుంది .... దయచేసి ఒకసారి .... ఊరకే..అలా చూడండి....చాలు" అన్నాడు గోరిజాంట్ ఏదో పోజు పెట్టి.

ఆ యువకుడు ఫొటోలు చూడ్డం మొదలెట్టాడు. నల్లటి ఫొటోలు. అందమైన అమ్మాయిలు. అనేకమంది అమ్మాయిల ఫొటోలు అవి. నగ్నసౌందర్యాన్ని నిప్పురవ్వల్లా కురిపించి మురిపిస్తున్నారు. ఆ యువతుల మొహాలు రకరకాల పోజులలో ఉన్నాయి. ఓ! ఏం మజా! అవయవాలు అనేక భంగిమలలో తిప్పి చూపిస్తున్నారు. బహిరంగంగా ప్రేమను గుమ్మరిస్తున్నారు. మగాళ్ళ కళ్ళు జిగేల్మంటాయి. ఒళ్ళు పులకరిస్తుంది సుమా!

బహిరంగంగా పశుప్రవృత్తిని ప్రేరేపిస్తూ, పురుషులను రెచ్చగొట్టే ఆ బొమ్మలను ఒక్కొక్కటి తిరగేస్తూ చూస్తున్నాడు ఆఫీసర్. గోరిజాంట్ అతని భుజాల మీది నుంచి తొంగిచూస్తూ, మధ్య మధ్య సైగ చేస్తూ, రహస్యంగా ఇలా అన్నాడు:

"ఫొటోలు ఎలా ఉన్నాయి? అద్భుతంగా లేవూ? నిజంగా ఇలాంటి స్త్రీలను ప్యారిస్, వియన్నా నగరాల్లో కూడా చూడం."

మొదటి నుంచి చివర దాకా ఫొటోలన్నీ తిరగేశాడు ఆఫీసరు. తరువాత బొమ్మలన్నీ ఆ పెట్టెలో భద్రంగా సర్దిపెట్టి, గోరిజాంట్‌కు తిరిగి ఇచ్చాడు. అప్పటికి ఆయన మొహం అంతా చెమట పట్టింది. చేతులు వణుకుతున్నాయి కళ్ళల్లోనూ, పెదవులలోనూ ఏదో సిగ్గు కనపడింది. అతనికి ఒక విధమైన తృష్ణ కలిగినట్లు మొహం స్పష్టపరుస్తోంది.

"ఏం! ఏదో సందేహిస్తున్నారు? నేనిప్పుడు అన్ని విధాల పతనమై భ్రష్టుడైనవాణ్ణి, నేను కట్టుకున్న భవనాలన్నీ కాలిపోయాయి. నా ఆశాసౌధాలు కూలిపోయాయి. అన్నీ వదలిపెట్టాను. భగవద్ధ్యానంతో కాలం గడుపుతున్నాను. మనసు బాగా లేక అప్పుడప్పుడు ఈ బొమ్మలు చూస్తూ కాలక్షేపం చేసేవాణ్ణి... వీటి ఖరీదు ఏమంత ఎక్కువ కాదులెండి... నేను కొన్న ఖరీదులో సగం ఇస్తే చాలు... తమరు అట్టిపెట్టుకుంటారా?" అన్నాడు గోరిజాంట్.

"ఎందుకు? .... నేను ..... అంటే ...... సరే, తీసుకుంటాను."

"చాలా సంతోషం. మన స్నేహానికి గుర్తుగా మీ దగ్గర ఉంటాయి. మీరు నాకు ఎక్కువ ఇవ్వక్కర్లేదు లెండి.... ఒక్కొక్క ఫొటోకు యాభై కోపెక్కులు ఇవ్వండి. ఏమంటారు? ఎక్కువ ధర అంటారా? సరే..... మీ ఇష్టప్రకారమే కానీయండి..... నేను మీ దగ్గర ఎక్కువ పుచ్చుకుంటానా? మీ సొమ్ము అన్యాయంగా దోచుకుంటానా? ...ఒక్కోదానికి ముప్ఫయ్ కోపెక్కులివ్వండి.... ఏం? ఇంకా ఎక్కువ ధరే అంటారా? మీ ఇష్టం... ఇరవై అయిదు చొప్పున ఇవ్వండి. ఏమిటీ, ఇదీ ఎక్కువేనా?... సరే... ఇహ నేను మాట్లాడను... ఇరవై కోపెక్కుల చొప్పున ఇవ్వండి. ఇంత చౌకగా ఇచ్చినందుకు తరువాత మీరే నన్ను మెచ్చుకుంటారు. మరో విషయం. నేను 'కె...'లో ఉన్నప్పుడు 'హెర్మిటేజ్' హోటల్లో బస చేస్తాను. ప్రొద్దున్నే గాని, లేక సాయంత్రం 5 గంటలకు గాని నన్ను మీరు కలుసుకోవచ్చు. ప్రతిరోజు ఆ టైముకు నేను అక్కడే ఉంటాను. నాకు చాలామంది అందమైన యువతులు తెలుసు. వారితో మీకు పరిచయం చేస్తాను. ఏమంటారు? మీకేం ఎక్కువ డబ్బు ఖర్చుకాదు లెండి. మీలాంటి అందమైన ఆరోగ్యవంతులైన యువకులు కొంతసేపు సరదాగా, జల్సాగా కాలం గడపాలి. తప్పదు. ఆ యువతులకు ఒక గ్లాసు బ్రాందీ త్రాగడానికీ, లేకపోతే ఒక బాటిల్ షాంపేన్ సేవించడానికీ ఇస్తే చాలు. ఎంతో సంతోషిస్తారు. సరే... గుర్తుంచుకోండి. 'హెర్మిటేజ్ హోటల్! గోరిజాంట్!' ఒకవేళ తమకు ఆ అమ్మాయిల మీద మక్కువ లేకపోయినా, నా పేరు, అడ్రస్సు మాత్రం మరచిపోకండి. మీకు ఏదో రకంగా నేను ఉపయోగపడగలను. ఆఁ ... ఇహ ఈ ఫొటోలంటారా?... వీటికి మీరు పెట్టిన ఖర్చు లెక్కలోది కాదు... కొందరికి ఇవంటే ప్రాణం... అవసరమైన వాళ్ళు ఒక్కొక్క ఫొటో మూడు రూబుల్సు ఇచ్చి తీసుకుంటారు. అయితే కాస్త ఉన్నవాళ్ళే అలా చేయగలరనుకోండి" అంటూ గోరిజాంట్, ఆయన మీదికి వంగి చెవిలో ఇలా అన్నాడు: "మీరు నవయౌవనంలో ఉన్నారు. మీరు రకరకాల స్త్రీలతో సౌఖ్యం అనుభవించాలి."

ఆఫీసర్ ఫొటోలు తీసుకుని డబ్బిచ్చాడు. గోరిజాంట్ దాన్ని జాగ్రత్తగా లెక్కపెట్టుకొని జేబులో భద్రపరచుకున్నాడు. మరోసారి సంతోషంతో ఆఫీసర్ కరస్పర్శ చేశాడు.

ఇహ ఆఫీసర్, గోరిజాంట్‌తో మాట్లాళ్ళేదు. ఏదో సిగ్గు, భయం. అతని వైపు కన్నెత్తి కూడా చూళ్ళేకపోయాడు. తరువాత గోరిజాంట్ తిరిగి తన పెట్టెలోకి వెళ్ళిపోయాడు.

ప్రయాణం చేసిన ఇరవైనాలుగు గంటలలో గోరిజాంట్ అనేకసార్లు రెండో తరగతి పెట్టె లోంచి మూడో తరగతిలోకి, మూడో తరగతి పెట్టె లోంచి రెండో తరగతి లోకి తిరుగుతూనే ఉన్నాడు. ఇప్పుడు మళ్ళీ అతను మూడో తరగతి పెట్టెలో ప్రవేశించాడు.

ముగ్గురు అందమైన స్త్రీలు, ఒక పురుషుడు కలిసి ఒకచోట కూచుని ఉన్నారు. అతనిది నల్లటి గడ్డం. మౌనంగా, ఖిన్నవదనుడై కూచున్నాడు. గోరిజాంట్ అతని వద్దకు వెళ్ళి, ఏదో విచిత్రమైన భాషలో స్వల్ప సంభాషణ జరిపాడు.

ఆ ముగ్గురు స్త్రీలు గోరిజాంట్ వైపు ఏదో ఆతురతతో తేరిపార చూస్తున్నారు. అతణ్ణి ఏదో అడగాలని వారి మనసులో ఉంది. కాని అతనితో చెప్పడానికి ధైర్యం చాలక నోళ్ళు కట్టేసుకుని అదే పనిగా చూస్తున్నారు. అప్పటికి మధ్యాహ్నం అయింది. ఆ ముగ్గురిలో ఒకామె కొంచెం తెంపు చేసి, గోరిజాంట్‌ను ఇలా అడిగింది:

"అయితే అది నిజమేనా? ఆ ప్రదేశాన్ని గురించి విపులంగా చెప్పండి. నాకెంత బాధగా ఉందో మీకు కనిపించడం లేదూ?"

"ఓ! ఏమిటి సంగతి మార్గరీటా! మహా జోరుగా ఉందే వ్యవహారం? ఏదో చెప్పానుగా? అంతటితో ఊరుకోరాదూ? ఇదేం ప్రామిసరీ నోటనుకున్నావా? లేక పత్రికా ప్రకటన అనుకున్నావా?" అంటూ గోరిజాంట్ కసురుకొన్నాడు.

తరువాత ఆ పురుషుడి వైపు తిరిగి ఇలా అన్నాడు: "లాజర్! ఇంకో నిమిషంలో స్టేషన్ వస్తుంది. వెళ్ళి వాళ్ళకు కావల్సినవి ఏమిటో పట్టుకురా! రొట్టెలు, మాంసం – అన్నీ దొరుకుతాయి. ఇక్కడ బండి కూడా దాదాపు అరగంట ఆగుతుంది."

"నాకు మాంసంతో కాచిన చారు కావాలి" అంది ఆ ముగ్గురిలో ఒక అందగత్తె. ఆమె వెంట్రుకలు పండిన గోధుమరంగులో ఉన్నాయి. ఆమె కళ్ళు గడ్డిపూలలా మెరుస్తున్నాయి.

"నీకు ఏం కావల్సుంటే అది తీసుకో బెల్లా! దానికింత రాద్ధాంతం ఎందుకు? నేను కూడా స్టేషన్‌లో దిగి భోజనానికి ఆర్డరిస్తాను" అన్నాడు గోరిజాంట్, ఆమెతో.

ఆ మూడో తరగతి పెట్టె చాలా పెద్దది. పొడుగ్గా రైల్లో సగం ఆక్రమించుకుని ఉంది. అక్కణ్ణుంచి గోరిజాంట్ అదే పెట్టెలో అవతలి వైపుకు వెళ్ళాడు.

అక్కడొక ఆడవాళ్ళ మంద ఉంది. దాదాపు పన్నెండు మంది ఒకేచోట కూచున్నారు. వాళ్ళందరి మీదా పెద్దగా ఉండి పెత్తనం చేయడానికి ఒక వృద్ధురాలు కూడా ఉంది. ఆమె లావుగా, బలిసి ఉంది. పెద్ద పొట్ట, మందంగా, విశాలంగా ఉన్న కనుబొమలు, ఆమె మాట్లాడుతోంటే భలే గమ్మత్తుగా ఉంటుంది. రైలుబండి కదలిక వల్ల ఆమె

ఒళ్ళంతా అటూ ఇటూ ఊగుతోంది. ముఖ్యంగా ముడతలు పడివున్న ఆమె పెద్ద పొట్ట మగ్గం వేసినట్లు అటూ ఇటూ తిరుగుతోంది.

ఈ పన్నెండుమంది స్త్రీలు బెంచీల మీద కూచుని సిగరెట్లు కాలుస్తూ, పేకాట ఆడుకుంటున్నారు. మధ్య మధ్య బీరు తాగుతున్నారు. పెట్టెలో ఉన్న మగాళ్ళు అప్పుడప్పుడు వీరితో హాస్యాలాడుతున్నారు. పెద్ద గొంతుతో మొరటుగా, నిర్లక్ష్యంగా జవాబు చెబుతున్నారు. పెట్టెలో కొందరు యువకులున్నారు చూచారూ? వాళ్ళకు ఈ స్త్రీలంటే సరదాగానే ఉంది. బ్రాందీ, సిగరెట్లు వాళ్ళకు అందిస్తూ ఆనందిస్తున్నారు.

వీరి దగ్గరికి వచ్చేసరికి గోరిజాంట్ ప్రవర్తన పూర్తిగా మారిపోయింది. ఠీవిగా వాళ్ళ దగ్గరకు వెళ్ళి కూచున్నాడు. కులాసాగా మాట్లాడాడు. పాడుతూ, అభినయిస్తూ ముచ్చట్లు చెప్పాడు. వారంతా కూడా ఇతని పట్ల ఆదరం, అభిమానం చూపిస్తూ ప్రసంగించారు. యూదీయులు, రుమేనియనులు, పోలిష్, రష్యన్ మొదలైన వివిధ జాతులకు చెందిన స్త్రీలు వీరిలో ఉన్నారు. అందరితోనూ అన్ని భాషలలోను మాట్లాడాడు గోరిజాంట్. ఫలహారాలకు, భోజనాలకు ఆర్డర్లిచ్చాడు. స్టేషను వచ్చింది. బండి ఆగగానే వారికి కావాల్సినవన్నీ ఇప్పించాడు.

తరువాత మళ్ళీ వచ్చి తన మామూలు చోట భార్య ప్రక్కనే కూచున్నాడు. యథావిధి ఆమెతో కబుర్లు, కథలు ప్రారంభించాడు.

సాయంత్రమైంది. సూర్యుడు పశ్చిమాద్రిని చేరబోతూ ఎర్రని కాంతులు వెదజల్లుతున్నాడు. రైలుబండి ఓ పెద్ద స్టేషన్ సమీపించబోతోంది. ఒక పురాతనమైన నగరం దాపులో ఉన్నట్లు గుర్తులు స్పష్టంగా అగుపిస్తున్నాయి. ఎత్తుగా కొండ మీద కట్టిన చర్చి భవనాలు, గోపురాలు సాయంత్రపు నీరెండకు తళతళ మెరుస్తున్నాయి. కొండ దిగువన ఏపుగా పెరిగివున్న చెట్లు, తోపులు కన్నుల పండువగా కనిపిస్తున్నాయి. దట్టంగా అల్లుకొని ఉన్న పొదలు, పెనవేసుకొని ఉన్న తీగెలు చక్కని శోభను చేకూరుస్తున్నాయి. కొండ మీది నుంచి ఏటవాలుగా నీలిరంగులో ఒక నది ప్రవహిస్తూ కిందికి దూకి, చెట్లు, పొదలు – వీటి మధ్య గుండా అదృశ్యమవుతోంది.

రైలుబండి స్టేషన్‌లోకి వచ్చి ఆగింది. వెంటనే గోరిజాంట్, కూలీలను పిలిచాడు. తన పెట్టెలు, సామానులు చూపించి ఒకటో తరగతి వెయిటింగ్ రూమ్‌లో పెట్టమని ఆజ్ఞాపించాడు. భార్యను కూలీలతో వెళ్ళి, వెయిటింగ్ రూమ్‌లో కూచోమని చెప్పాడు. తను మాత్రం పెట్టె తలుపు దగ్గరే నిలుచోని ఆడవాళ్ళు దిగిందాకా ఊరకున్నాడు.

ఆడవాళ్ళు రెండు పార్టీలుగా దిగారు. పన్నెండుమంది ఆడవాళ్ళు, వృద్ధురాలు ఒకసారి దిగారు. గోరిజాంట్ ఆ వృద్ధురాలితో ఇలా చెప్పాడు:

"గుర్తుంచుకో మేడమ్ బెర్మన్! 'అమెరికన్ హోటలు, ఇవానో వస్కాయా వీధి, ఇరవై రెండో నెంబరు.' మరచిపోయేవు జాగ్రత్త!"

ఆ తరువాత గడ్డపువాడైన లాజర్‌తో ఇలా అన్నాడు:

"లాజర్! ఆ ముగ్గురు అమ్మాయిలకు మంచి భోజనం పెట్టించు. తరువాత సినిమాకు తీసుకెళ్ళు. రాత్రి పదకొండు గంటలకు నేనొస్తాను. మాట్లాడదాం. ఊం! ఈలోగా ఎవరైనా అవసరం అని అడిగితే, నా అడ్రెస్సు నీకు తెలుసుగా? హెర్మిటేజ్ హోటలు. అక్కడికి కబురు పంపించు. ఒకవేళ నేనక్కడ లేకపోతే రీమన్ కేఫ్‌లో గాని, దానికి ఎదురుగా ఉన్న రెస్టారెంట్‌లో గాని చూడండి. తప్పక ఉంటాను. ఊం, మరచిపోయేవు. ఆ పిల్లలకు మాత్రం జల్సా చేయించి, అడిగినవన్నీ ఇప్పించు. వస్తాను మరి!" ఇలా చెప్పి గోరిజాంట్ వెళ్ళిపోయాడు.

2

గోరిజాంట్ చెప్పిన కథలన్నీ కటిక అబద్ధాలు. ఒక్క మాట కూడా నిజం లేదు. వ్యాపారమూ లేదు, పాడూ లేదు. పచ్చి అబద్ధాలు పలుకుతూ, పైకి ఒక పెద్దమనిషిలా నటిస్తున్నాడు, అంతే. అతను చూపించిన గుండీలు, ఊలు శాంపిల్సు - ఇవన్నీ అసలు వ్యాపారానికి సంబంధించినవి కావు. అతను చేసే అసలైన వ్యాపారం వేరే ఉంది. అదేమిటంటే ఆడపిల్లలను ఎత్తుకుపోయి అమ్మడం. ఇదే అతని అసలు వృత్తి. దీన్ని కప్పిపుచ్చడం కోసం, అనేక నాటకాలు ఆడుతుంటాడు. అనేక బూటకాలు చెబుతుంటాడు. అయితే ఒకటి మాత్రం నిజం. ఎప్పుడో పదేండ్ల క్రితం ఇతను వ్యాపారం చేస్తూ రష్యా అంతా తిరిగాడు. ఏదో పేరు తెలీని కంపెనీకి ఏజంటుగా ఉండి, బ్రాందీ, విస్కీ అమ్మకం చేస్తుండేవాడు. సహజంగా ఇతను చురుకైనవాడు. మంచి మాటకారి. ఇంకేం? ఇవి వ్యాపారంలో అక్కరకు వచ్చాయి. కాస్త పేరు, ప్రతిభ సంపాదించుకున్నాడు. ఆ తరువాత ఈ విచిత్రమైన వృత్తిలోకి దిగాడు. అయినప్పటికి వెనుక తను చేసిన వ్యాపారం పేరు చెప్పుకుని, పైకి పెద్ద మనిషిలా నటిస్తూ తిరుగుతున్నాడు.

పూర్వం ఒకప్పుడు ఏం జరిగిందనుకున్నారు? అప్పటికి గోరిజాంట్ మాంచి వయసులో ఉన్నాడు. ఒకసారి ప్రయాణం చేస్తూండగా, దోవలో గుడ్డలు కుట్టే ఒక అమ్మాయి తగిలింది. చూడగానే ఇతని మీద ఆ పిల్లకు మనసు మళ్ళింది. ప్రేమించి దగ్గర కొచ్చింది. ఆమె చూడ్డానికి అందంగానే ఉంది. ఆమె చరిత్ర ఏమిటో ఎవరికీ తెలీదుగాని, ఒక పడుపుకత్తె అని పోలీసులు అధికారపూర్వకంగా తమ లిస్టులో మాత్రం ఎక్కించలేదు. ఇంకేం? గోరిజాంట్, ఈ అమ్మాయిని తనతో లేవదీసుకుపోయాడు. తనతో పాటు దేశదేశాలు తిప్పాడు. ఓ ఆరు మాసాలు గడిచేసరికి, ఇతనికి ఆ పిల్ల మీద వ్యామోహం పోయింది. స్వేచ్ఛగా తిరిగే తనకు ఆమె ఒక ఆటంకంగా అగుపించింది. తల మీది కెత్తుకున్న బరువులా, మెడకు తగిలించుకున్న గుదిబండలా తోచింది. అప్పటి నుంచీ ఆమె పీడ వదిలించుకోవడం ఎలాగా అని అహర్నిశలు ఆలోచించసాగాడు. ఆ పిల్లపై అసూయ, ద్వేషం, అపనమ్మకం కలిగాయి. క్రమక్రమంగా

ఆమెను కొట్టి హింసించడం మొదలుపెట్టాడు.

మొదట్లో ఆమె అతని ప్రవర్తనకు, మార్పుకు ఆశ్చర్యపడింది కాని, రాను రాను తన్నులకు అలవాటుపడి పూర్తిగా లొంగిపోయింది.

ఇలా ప్రేమించి వచ్చిన స్త్రీలలో సాధారణంగా రెండు రకాలవాళ్ళు ఉంటారు. ఒక రకం వాళ్ళు – తమ ప్రియులతో జంకూ గొంకూ లేకుండా పచ్చి అబద్ధాలు చెబుతారు. ఎంతకైనా తెగిస్తారు. సిగ్గు విడిచి ప్రవర్తిస్తారు. పాపపు ఆలోచన వీరి మనసులో నిత్యం నీడలా వదలకుండా ఉంటుంది. ప్రియుడికి తెలీకుండా రహస్యంగా దుర్వ్యాపారం సాగిస్తూ ఉంటారు. కాని పైకి మాత్రం అగుపించరు. ప్రియుడితో ఇచ్చకాలు ఆడుతూ, ప్రేమిస్తున్నట్లు నటిస్తూ, కుటిలంగా జీవిస్తారు.

ఇహ రెండవ రకం స్త్రీలున్నారు చూచారూ? ప్రియుణ్ణి పచ్చిగా ప్రేమిస్తారు. అతని కోసం తమ సర్వస్వం వదులుకుంటారు. అతను కొట్టినా, తిట్టినా పడుంటారు. అడుగులకు మడుగులొత్తుతూ, దాసీల మాదిరిగా సేవిస్తారు. వీరికి అహంకారం, ఆత్మాభిమానం లేవు. పాపం! వట్టి మూర్ఖులు, అమాయకులు.

గోరిజాంట్‌ను ప్రేమించిన స్త్రీ ఈ రెండో తరగతికి చెందిన మనిషి. అంచాతనే అతను కొట్టినా, కోసినా పడివుండగలుగుతోంది. నీచుడైన గోరిజాంట్ ఈమెను అంతటితో వదలి పెట్టలేదు. అంగట్లో వస్తువుగా చేశాడు. ఈమె శీలాన్ని బహిరంగంగా అమ్మకానికి పెట్టాడు. ఇంకేం? ఈమె, అతని కోర్కెను తిరస్కరించలేదు. ఒప్పుకుని అతనికి తల వంచింది. అలా వ్యభిచారానికి దిగిన మొదటినాడే అయిదు రూబుల్సు తెచ్చి, గోరిజాంట్ చేతుల్లో పెట్టింది. ఆ రోజు లగాయతు అతను ఈ వ్యాపారంలోకి దిగాడు. ఇది అతనికి సులువుగా, ధనార్జనకు వీలుగా అగుపించింది. అప్పటి నుంచి ఇప్పటిదాకా ఇతను ఎంతమంది స్త్రీలను కలుసుకున్నాడో లెక్క లేదు. ఎన్ని వందల మంది ఆడవాళ్ళో ఇతని చేతుల్లోకి వచ్చారు.

ప్రేమించిన ఆ స్త్రీని అతను ఎన్ని రకాలుగా హింసించాడో వర్ణించలేము. ఆమె ఎన్నడూ ఎదురు తిరగలేదు. అతని పాదాల మీద పడి ఏడ్చింది. అతని చేతులు ముద్దు పెట్టుకుంది. ఆవిడ లొంగిపోతున్న కొద్దీ అతనికి అసూయ, ద్వేషం ఎక్కువైనాయి. ఆఖరుకు నడివీధిలోకి నెట్టాడు. కానీ ఆమె వెళ్ళిపోయేది కాదు. కొంతసేపటికి మళ్ళీ వచ్చేది. వర్షంలో తడిసి, చలికి వణుకుతూ, కళ్ళ నీళ్ళు కారుస్తూ వచ్చేది. ఆఖరుకు అతనికి విసుగు పుట్టింది. ఆమెను ఒక సానికొంపకు అమ్మేశాడు.

ఈ వృత్తిలోకి దిగిన తొలిరోజులలో గోరిజాంట్ ఈ పనిలో తనకు కలిసివస్తుందో, రాదో అని సందేహించాడు. కృతకృత్యుడనవుతానో, కానో అని భయపడ్డాడు. కాని పోను పోనూ ఈ వ్యాపారంలో అఖండమైన విజయం సాధించాడు.

ఖార్కోవ్‌లో ఒక బోగంకొంప ఉంది. ఆ ఇంటి యజమానురాలు, గోరిజాంట్‌ను బాగా ఎరుగును. గోరిజాంట్ ఏం తక్కువవాడా? మంచి డాన్సరు. పియానో అద్భుతంగా

వాయిస్తాడు. చమత్కారమైన మాటలు చెబుతూ, చెణుకులు విసురుతూ అందరినీ నవ్విస్తాడు. ఆకర్షిస్తాడు. ఆడవాళ్ళను అమ్మడంలోనూ, మార్పిడి చేయడంలోనూ ఎలాంటి చిక్కులూ రాకుండా చూచుకోగల ఘటికుడు. బేరసారాల్లోను, డబ్బు దాలకంలోను, రెండోవాళ్ళకు చిక్కకుండా సానులకు ఏ ముప్పూ రాకుండా చూసుకోగల సమర్థుడు.

ఇంకేం? ఇలాంటివాడు ఉండడం అవసరమని భావించింది ఆ బోగంకొంప యజమానురాలు. పిల్లల్ని బేరానికి తెచ్చిపెడతానని ఇతను చెప్పడం, వెంటనే ఆమె అంగీకరించడం జరిగిపోయాయి. మొదట తన భార్యను ఈ బోగందానికే అమ్మాడు. కానీ పాపం! ఆ ఇల్లాలు ఒప్పుకోలేదు. అతణ్ణి వదలిపెట్టి ఆ కొంపలో ఉండనని ఏడ్చింది. మొత్తుకుంది. ఆఖరుకు ఇలా చేస్తే ఆత్మహత్య చేసుకుంటాననీ, విషం తిని చస్తాననీ, పోలీసులకు కూడా రిపోర్టు చేస్తాననీ కచ్చితంగా చెప్పింది.

అప్పుడితను ఏం చేశాడో తెలుసా? ప్లేటు మార్చాడు. మరో పన్నాగం పన్నాడు. ప్రస్తుతం తానేదో చిక్కుల్లో ఉన్నాననీ, పోలీసులు తనను వెంటాడుతున్నారనీ ఆమెతో చెప్పాడు. కనపడితే తనను జైల్లో పెడతారని కూడా బొంకాడు. అందు కోసం కొన్ని నెలల పాటు ఎవరికీ అగుపించకుండా, ఎక్కడో తలదాచుకోవాలని అన్నాడు. పైగా దూరదేశంలో ఒక వ్యాపారం కూడా ఉందనీ, అక్కడికి వెళితే కొన్ని వందల రూబుల్సు లాభం వస్తుందనీ ఇచ్చకాలు పలికాడు. పాపం! ఆ ఇల్లాలు ఇతను చెప్పినవన్నీ నిజమని నమ్మింది. ప్రియుడి కోసం, తను ఈ కొంపలో కొంతకాలం తలదాచుకోవడం మంచిదని భావించింది. అతని కష్టాలలో భాగం పంచుకోవాల్సిన అవసరం తనకు ఉందనీ, అతని కోసం తను కష్టాలు పడడం, త్యాగం చేయడం ధర్మమనీ తలచింది. పిమ్మట తన ప్రియుడికి కష్టాలు తొలగిపోతాయనీ, తిరిగి వచ్చి తన్ను ఆదరించి తీసుకువెడతాడనీ విశ్వసించింది. సానికొంపలో ఉండడానికి అంగీకరించింది.

అలా గోరిజాంట్, ఆమెను అనేక విధాల మోసగించాడు. ఆమెతో నాటకాలు ఆడాడు. ఒకనాడు "స్నేహితుల్ని చూడ్డానికి వెళ్ళాలి. దుస్తులు ధరించి ముస్తాబు కమ్మ"ని ఆమెతో చెప్పాడు. ఆమెను ఒక స్నేహితుడి ఇంటికి తీసుకెళ్ళాడు. అక్కడ మాయ చేసి, మోసగించి, ఆమె ప్యాస్‌పోర్టును పోలీస్‌స్టేషనులో పచ్చటిక్కెట్టుగా మార్చాడు.

పిమ్మట తను వెళ్ళిపోతున్నానని ఆమెతో చెప్పాడు. ఆమె కంటతడి పెట్టింది. తనూ నిజమైన ప్రేమగల వాడిలా ఆమెను ఓదార్చి, కౌగిలించుకుని మాటలు చెప్పాడు. తరువాత రహస్యంగా వచ్చి, యజమానురాలిని కలుసుకున్నాడు. రెండొందల రూబుల్సు ఇవ్వమని అడిగాడు. కాని ఆమె యాభై మాత్రమే ఇచ్చింది. మారుమాట్లాడకుండా అంతే చాలునని తీసుకున్నాడు. అవును, ఇది తొలి బేరం కదా! ఇప్పుడే గట్టి పట్టు పడితే ప్రమాదం వస్తుందని అతని అభిప్రాయం. పైగా ముందు చేయబోయే వ్యాపారానికి ఇది పునాది అని కూడా భావించి వెళ్ళిపోయాడు. తరువాత అతను, ఆమెను పూర్తిగా మరచిపోయాడు. సంవత్సరం దాటిపోయినా ఆమె ఇతనికి గుర్తుకు రాలేదు. కనీసం

ఎలా ఉందో చూడాలని కూడా అభిలాష కలగలేదు.

దక్షిణ రష్యాలో పడుపువృత్తిలో బ్రతుకుతోన్న ప్రధాన వ్యక్తులలో ఒకడైపోయాడు గోరిజాంట్. సానులను సప్లయి చేయడంలో ప్రతిభావంతుడని కీర్తి గడించాడు. కాన్‌స్టాంట్ నోపిల్ తోటి, అర్జెంటీనా తోటి ఇతనికి ఎడతెగని వర్తక సంబంధాలున్నాయి. ఒడెస్సాలో బోగంకొంపలు అసంఖ్యాకంగా ఉన్నాయి. అక్కణ్ణుంచి వేశ్యలను జట్లు జట్లుగా ఓడల మీద రవాణా చేస్తాడు. 'కీవ్'కు తీసుకొస్తాడు. కీవ్ నుంచి మళ్ళీ కొందరు పిల్లలను 'ఖార్కోవ్'కు పంపిస్తాడు. తిరిగి ఖార్కోవ్‌లో ఉన్న సానులను 'ఒడెస్సా'కు ఎగుమతి చేస్తాడు. ఇదీ ఇతని వర్తకం. చూచారా, ఎంత పెద్ద వ్యాపారమో! అంతేకాదు అప్పుడప్పుడు "ఈ సరుకును" ప్రఖ్యాతి వహించిన రెండో రాజధాని నగరాలని పేరు గాంచిన పెద్ద పెద్ద పట్టణాలలో కూడా పెడతాడు. ఈ నగరాలలో ఇతనికి రకరకాల ఖాతాదార్లు ఉన్నారు. అనేకమంది పుర ప్రముఖులు, పెద్ద మనుషులు, అధికారులు, ఆఫీసర్లు, లెఫ్టినెంట్లు, గవర్నర్లు, పేరు పొందిన ప్లీడర్లు, ప్రఖ్యాతి వహించిన డాక్టర్లు, సిరిసంపదలతో తులతూగే భూస్వాములు, మహదైశ్వరంతోను, మద్యమాంసాలతోను మత్తెక్కిన షావుకార్లు – వీరంతా ఇతనికి చిరపరిచితులు. ప్రాణస్నేహితులు. వీరంతా వేశ్యలను అనుభవించడానికి ఇతని దగ్గరకు వచ్చి లావాదేవీలు జరుపుతుంటారు.

పురుషుల కామవాంఛను తీర్చే ఈ వేశ్యా ప్రపంచానికి ఇతను సంపూర్ణాధికారి. నదురు బెదురు లేని ఏకచ్ఛత్రాధిపతి. పడుపుకత్తెలు, పతితలు, వేశ్యావృత్తిని నడిపే వృద్ధమాతలు, దూతికలు, తార్పుడుకత్తెలు, తక్కువ రకపు డాన్సర్లు, ఎక్‌స్ట్రా తారలు, నాటకాల్లో చిన్న చిన్న వేషాలు వేసే నటీమణులు, కోరసు పాడే అమ్మాయిలు, తెర వెనుక పాటలు పాడే గాయకురాండ్రు – వీరందరితోనూ ఇతనికి దోస్తీ. ఖగోళ శాస్త్రజ్ఞుడికి ఆకాశంలోని నక్షత్రాలు అరచేతిలో ఉన్నట్లే – వీరంతా అతని గుప్పిట్లో ఉంటారు. ఈ యువతుల పేర్లు, మారుపేర్లు, వీరి చిరునామాలు, స్వభావాలు, రూపురేఖలు – అన్నీ అచ్చుగుద్దినట్లు ఇతని మనసులో మెదులుతూ ఉంటాయి. ఇతని మెదడుకు ఇంత జ్ఞాపక శక్తి ఎక్కడిదో ఆశ్చర్యం! నిజానికి వీటి కోసం ఒక చిఠా, ఖాతా, ఆవర్జా పెట్టి ఎక్కౌంటు నడపాల్సిన అవసరం ఉంది. కాని వీటితో పని లేకుండానే ఈ వివరాలన్నీ ఇతను ఎప్పటికప్పుడు గడగడ అప్పచెపుతాడు. వేశ్యల కోసం ఇతని దగ్గరకు వతనుగా వచ్చే పురుషులకు రకరకాల అభిరుచులు ఉంటాయి. ఎవరి అభిరుచి ఎలాంటిదో, ఎవరికి ఎలాంటి అమ్మాయి నచ్చుతుందో– ఇవన్నీ ఇతనికి కొట్టిన పిండి.

తిరుగుబోతులైన మగాళ్ళున్నారు చూచారూ? వీరికి ఒక్కొక్కరికి ఒక్కో రకమైన అభిరుచి ఉంది. వీరి ఇష్టాలు బహు చిత్రంగా ఉంటాయి. కొందరికి కాస్త హైక్లాస్ అమ్మాయి కావాలి. కొందరికి సామాన్యమైన యువతి చాలు. మరికొందరికి తన కంటె వయసు ముదిరిన, ఒళ్ళు వచ్చిన స్త్రీ అయితే గాని సరిపోదు. ఇంకా కొందరికి అమాయకంగా ఉండే అమ్మాయిలు కావాలంటారు. మరి కొంతమంది అయితే వయసు

కూడా రాని పసిపిల్లలను తెచ్చిపెట్టమని పట్టుబడతారు. కొందరు విటులు చపలచిత్తంగాను, చెడ్డ వెగటుగాను ప్రవర్తించే స్త్రీలు కావాలంటారు. ఇంకా కొందరు మోటుగా, విపరీతంగా సంభోగం జరిపే వేశ్యలు కావాలని కోరతారు.

కాని ఒక విషయం! ఇలాంటి విచిత్రమైన, విడ్డూరమైన కోర్కెలు తీర్చడానికి మామూలుగా ఇచ్చేదాని కన్నా, ఎంతో ఎక్కువ డబ్బు ఇస్తే గాని ఒప్పుకోడు. మొత్తానికి ఎలాగైతేనేం, ఏ పురుషుడు ఎలాంటి స్త్రీ కావాలన్నా కాదనడు, లేదనడు. సప్త సముద్రాలయినా దాటి, వెదకి వేధించి, సాధించి పట్టుకొచ్చి ఇస్తాడు. ఇలాంటి ఘోరమైన నేరాలు చేస్తూన్నందుకు ఇతణ్ణి రెండు మూడు సార్లు జైలులో కూడా పెట్టారు. అయితే ఏం! ఇతను ఏ మాత్రం చలించలేదు. పైగా దాని వల్ల ఇంకా ధైర్యం వచ్చింది. నేర విచారణలు జరుగుతూ, శిక్షలు పడుతూ ఉన్న కొద్దీ ఇతనిలో సాహసం, తెగింపు వృద్ధి అవుతూ వచ్చాయి. ఏటికేడు పైన పడుతున్న కొద్దీ, అనుభవం గడిస్తున్న కొద్దీ, ఇతనీ వ్యాపారంలో ఆరితేరి, అఖండుడైనాడు. అమితమైన లాభం పొందుతూ వచ్చాడు.

ఈ కాలంలో ఇతను దాదాపు పదిహేను పెళ్ళిళ్ళు చేసుకున్నాడు. ప్రతి దఫా కావల్సినంత కట్నం కూడా గుంజాడు. భార్య రాగానే ఆమె ఆస్తిపాస్తులన్నీ కాజేసి హఠాత్తుగా మాయమయ్యేవాడు. లేక సాధ్యపడితే ఆమెను రహస్యంగా ఉన్న సానికొంపకు తీసుకెళ్ళి అమ్మేసేవాడు. పదిహేను మంది భార్యలనూ ఇలాగే మోసగించాడు. కొన్నిసార్లు ఆ అమ్మాయిల తల్లితండ్రులకు ఈ విషయం తెలిసి వాళ్ళు రావడం కూడా జరిగింది. అప్పుడు వాళ్ళు జరిగిన అన్యాయానికి, ద్రోహానికి ఇతని మీద పోలీసులకు ఫిర్యాదు చేయడం, పోలీసులు ఇతన్ని వెదికి పట్టుకోవాలని ప్రయత్నించడం జరిగింది. అప్పుడీ ఘనుడు దొరికేవాడు కాదు. రకరకాల పేర్లు పెట్టుకుని ఎవరికీ చిక్కకుండా ఒక ఊరి నుంచి మరొక ఊరికి తిరుగుతూ ఉండేవాడు. మారుపేర్లతో, మారువేషాలతో ఎవరికీ అంతు చిక్కకుండా తిరిగేవాడు. ఈ విధంగా ఎన్ని పేర్లు పెట్టుకున్నాడో, ఎన్ని సార్లు పేరు మార్చుకున్నాడో ఇతనికే తెలీదు, జ్ఞాపకం లేదు. అసలు తన సొంత పేరేమిటో కూడా ఇతనికి గుర్తు లేదు. అంచాత ఇతని అసలు పేరు ఏమిటో ఈశ్వరుడికే తెలియాలి.

ఇంతటి నీచకార్యాలు చేస్తున్నా, ఇవన్నీ నేరాలు అని గానీ, తప్పులని గానీ ఇతడు భావించడు. గోధుమ పిండి, మాంసం, చేపలు, సున్నం, కలప సామానులు మొదలైన వ్యాపారాలన్నీ ఎంతో – ఇదీ అంతే అనుకుంటాడు. తక్కిన వ్యాపారాల మీద తిరిగేవాళ్ళు ఎలాంటివాళ్ళో, తనూ అలాంటివాడినేననీ, అంత కన్నా అధికమైన నేరం తనదేమీ లేదనీ ఇతని నమ్మకం. ఏమైతేనేం? ఈ వృత్తి ఇతనికి న్యాయమైనదిగానే తోచింది. తన వృత్తిలో తాను హుందాగానే ప్రవర్తిస్తాడు. తన వృత్తికి సంబంధించిన నీతి, నిజాయతీ ఇతనిలో ఉన్నాయి. పండుగలలోను, పవిత్రమైన దినాలలోను తను ఎక్కడున్నా సరే, ఎన్ని పనులలో ఉన్నా సరే, చర్చికి పోకుండా ఉండడు. ప్రార్థన చేసుకోవడం మరిచిపోడు.

ఇతనికి తల్లి ఉంది. ఒక సోదరి కూడా ఉంది. తల్లి వృద్ధురాలు. సోదరికి గూని

వచ్చింది. వీరిద్దరూ ఒడెస్సాలో ఉన్నారు. వీరిద్దరి పోషణకూ, ఇతను ఎప్పటికప్పుడు డబ్బు పంపిస్తూ ఉంటాడు. ఒక్కోసారి పెద్ద మొత్తాలు పంపుతాడు. మరోసారి స్వల్పమొత్తం కూడా పంపడం కద్దు. ఏమైనా, తను ఏ ఊరిలో మకాం చేస్తే ఆ ఊరి నుంచి ఇంటికి తప్పకుండా పైకం పంపుతుంటాడు. ఆ విషయంలో ఏ మాత్రం అశ్రద్ధ చేయడు. ఇతనికి బ్యాంకులో డబ్బు నిల్వ ఉంది. ఆ సొమ్మును వడ్డీ కూడా ముట్టుకోకుండా, క్రమంగా వృద్ధి చేస్తూ వచ్చాడు. అత్యాశ, లోభితనం ఇతని స్వభావంలోనే లేవు. నిజానికి ధనార్జన కోసమని ఇదొక సులువైన వర్తకమని ఇతను ఈ వృత్తి చేపట్టలేదు. ఇతనిది విచిత్రమైన ప్రవృత్తి. ఆ చురుకుదనం, ఆ సాహసం, ప్రమాదాలను, ఆటంకాలను ఎదుర్కొంటూ ఉంటే కలిగే ఆనందం – ఇవన్నీ ఇతణ్ణి ఈ వృత్తిలోకి దింపాయి. ఈ పని కులాసాగా, ఒక ఆట ఆడుతున్నట్లుగా ఉంటుంది. ఇతనికి ఈ వృత్తిలో తనకు అపజయం లేదనే గర్వం కూడా ఉంది.

ఇహ ఆడవాళ్ళను ఆకర్షించడంలో గోరిజాంట్‌కు ఒక ప్రత్యేకత ఉంది. ఎంత లావు ఆడదాన్ని అయినా ఇట్టే వల్లో వేసుకుంటాడు. వాళ్ళను ఒక ఆట ఆడిస్తాడు. సర్కస్ చేయిస్తాడు. ఇలాంటి ప్రజ్ఞ కనుక లేకపోయినట్లయితే ఇతను ఈ పనిలో ఎప్పుడో దెబ్బ తినేవాడు. కాదూ మరి! స్త్రీలంటే సామాన్యమా? అందులోనూ వేశ్యలు! హుఁ! ఒక్కొక్క వేశ్య ఎన్ని జిత్తులు పన్నుతుంది! ఎన్ని గమ్మత్తులు చేస్తుంది! ఎంతో మంది కొమ్ములు తిరిగిన మగాళ్ళను చిత్తు చేసిన ఘటాలు అవి.

అయితే ఏం? ఎంత కిలాడీ అయిన ఆడది అయినా సరే, గోరిజాంట్ చేతుల్లో పిల్లికూనలా పడివుండాల్సిందే. వేశ్యలందరికీ గురువు గోరిజాంటు. అతను ఏ పని చేయమంటే వాళ్ళు ఆ పని చేస్తారు. అతను పిలవగానే దగ్గరికొస్తారు. అతనికి మచ్చిక అవుతారు. లొంగిపోతారు. దాసీలై, బానిసలై, భయభక్తులతో పడివుంటారు. అతను కూడా వాళ్ళను తగిన కట్టుబాట్లలోనే ఉంచుతాడు. అనవసరంగా చనువు ఇవ్వడు. గొప్ప ఆత్మవిశ్వాసం, సాహసం, అధికారం వెళ్ళగక్కుతూ వాళ్ళ మీద పెత్తనం చేస్తాడు. కీలుబొమ్మల్లా ఆడిస్తాడు. సర్కస్‌లో జంతువు ఉంటుంది చూచారూ? తన పొగరంతా చంపుకుని యజమానికి దాసోహం అంటుంది. అతని చూపులు, కంఠస్వరం, తాకడం – వీటిని బట్టే అది తన యజమాని అభిప్రాయాలు గుర్తించి ఆ ప్రకారం నడుచుకుంటుంది. అలాగే ఈ వేశ్యలు కూడా సర్కస్‌లో జంతువుల మాదిరి ఇతనికి బానిసలై, ఇతని ఉద్దేశ్యాలను నెరవేరుస్తూ పడివుంటారు.

గోరిజాంటు తాగుతాడు. కాని ఒంటరిగా తాగడు. మిత్రులతో కలిసి ఉన్నప్పుడు మాత్రమే మితంగా తాగుతాడు. భోజనం విషయంలో కూడా పెద్ద పట్టింపు లేదు. వేళకు ఏది ఉంటే అది సరిపుచ్చుకుంటాడు. కాని ప్రతి మనిషికీ ఏదో ఒక బలహీనత ఉన్నట్లే, ఇతనికి కూడా షోకుల పిచ్చి జాస్తి. మంచిగుడ్డ కంటికి కనపడితే వదిలిపెట్టడు. ఎప్పుడూ మంచి మంచి సూట్లు వేస్తాడు. ఖరీదైన దుస్తులు ధరిస్తాడు. రకరకాల నెక్

టైలు మారుస్తాడు. డ్రాయర్లు, పాంట్లు, చొక్కాలు, కోట్లు - అన్నీ సరికొత్త రకాలు సంపాదించి ధరిస్తాడు. క్రొత్త క్రొత్త చేతి గడియారాలు పెడుతుంటాడు. చాలా అందమైన, విలువైన బూట్లు ధరించడం కూడా ఇతనికి అలవాటు.

గోరిజాంటు, తన భార్యను వెంట తీసుకుని స్టేషను నుంచి సరాసరి హెర్మిటేజ్ హోటలుకు వెళ్ళాడు. హోటలులో పనివాళ్ళు అంతా ఒకే రకమైన నీలిరంగు దుస్తులు వేసుకుని, టోపీలు పెట్టుకొని యూనిఫారంలో ఉన్నారు. వాళ్ళు ఇతని సామాను మోసుకుని హోటలు ముందున్న వరండాలో దింపారు.

గోరిజాంటు తన భార్య చేయి పట్టుకుని ఠీవిగా వారి వెంట వెళ్ళాడు. ఈ దంపతులిద్దరూ మంచి దుస్తుల్లో ఉన్నారు. గోరిజాంటు పొడుగాటి ఇంగ్లీషు ఓవర్‌కోటు ధరించాడు. సరికొత్త పెనామా హేటు పెట్టుకున్నాడు. చేతిలో నాజూకైన చిన్న పేము బెత్తం ఉంది. దానికి వెండి పొన్ను కూడా వేయించాడు. నిజంగా ఈ దుస్తుల్లో ఒయ్యారంగా గోరిజాంటు నడిచివెళుతూంటే ఎంతవాడికైనా కళ్ళు చెదురుతాయి.

"ముందు యజమాని దగ్గర ఉత్తర్వు తీసుకుని పేరు రిజిష్టరులో చేర్పించుకుంటే గాని హోటల్లోకి రావడానికి వీల్లేదు" అన్నాడు దున్నపోతులా ఉన్న హోటలు కాపలావాడు.

కాని గోరిజాంటు, అతని మాటకు చలించలేదు. అతని వ్యవహారం తనకు తెలియకపోతే కదూ?

"ఓ! జాఖర్! నీ కది ఎప్పుడూ ఉన్నపాటే కదోయ్!" అన్నాడు గోరిజాంటు సరదాగా, సంతోషంగా! అతని భుజం తట్టుతూ, "ఏం! జాఖర్! యజమాని ఉత్తర్వు ఉంటే గాని వీల్లేదు అంటావే ఎప్పుడు బట్టినా? నేనేం కొత్తవాణ్ణనుకున్నావా? ఎప్పుడొచ్చినా ఇక్కడే దిగుతానని నీకు తెలుసుగా! సరే లే! నేను మూడు రోజులు మాత్రమే ఇక్కడుంటాను. నీ ఇల్లు బంగారం గాను, గోల చేయక ఊరకో! ఆ తరువాత గదులన్నీ నీ ఇష్టం. ఏమైనా చేసుకోవచ్చు. ఒక్క మూడు రోజులు, అంతే. జాఖర్! ఇటు చూడు! నీ కోసం ఒడెస్సా నుంచి ఓ మంచి వస్తువు పట్టుకొచ్చానోయ్! చూస్తే కళ్ళు చెదురుతాయి. ఏమనుకున్నావో" అంటూ గోరిజాంటు, కాపలావాడి చేతిలో ఒక బంగారపు కణికె పడేశాడు.

అలాంటిది ఎప్పుడు పడుతుందా అనే వాడు ఎదురుచూస్తున్నాడాయె! దాన్ని తీసుకొని జేబులో పడేసుకుని, మళ్ళీ మారు పలకకుండా ఊరకున్నాడు.

3

గోరిజాంటు ఆ హోటల్లో మూడు రోజులున్నాడు. ఈ మూడు రోజుల్లోనూ అతను కనీసం మూడొందలమంది మనుష్యులను కలుసుకున్నాడు. అది అసలే ఒక పెద్ద రేవు పట్టణం. సొగసుకు, శృంగారానికి నిలయం. ఇతని రాకతో ఆ నగరం

అల్లకల్లోలమైంది. అక్కడి ప్రజానీకంలో ఓ కొత్త జీవితం ప్రారంభమైంది. ఇళ్ళలో పని చేయడానికి దాసీలను సమకూర్చే ఏజన్సీలు కొన్ని ఉన్నాయి. వాటి యజమానురాండ్రు ఇతణ్ణి చూడ్డానికి వచ్చారు. వేశ్యాగృహాలు నడిపే యజమానురాండ్రు, పడుపుకత్తెలను తార్చే దూతికలు, ఈ వృత్తిలో ఆరితేరి తలపండిపోయిన వృద్ధురాండ్రు అనేకమంది వచ్చి ఇతణ్ణి కలుసుకున్నారు. గోరిజాంటు తన శక్తివంచన లేకుండా అందరి కోర్కెలు తీర్చడానికి, అందరి పనులు నెరవేర్చడానికి కృషి చేశాడు. ఈ పని అంతా అత్యాశ వల్ల కాదు చేసింది. సహజంగా అతనికి ఈ వృత్తిలో ఉన్న ఆపేక్ష, అహంకారం వల్లనే అలా చేశాడు. అందరితోనూ గీచి గీచి గట్టిగా బేరం చేశాడు. ఆడవాళ్ళను వీలైనంత చౌకగా కొనాలని, తనకు వచ్చే కమీషన్‌లో కాస్త అయినా తగ్గిపోకూడదని గట్టిగా పట్టుపట్టి కచ్చితంగా బేరాలు ఆడాడు. అయితే మంచిబేరంగా తోచినప్పుడు అవసరమైనప్పుడు పదిహేను రూబుల్సు తేడా కోసం వ్యాపారం పాడు చేసుకోడు.

ఈ వృత్తిలో ఇతనికి పోటీగా మరొకతను ఉన్నాడు. అతని పేరు యామ్‌పాలోస్కీ. అతణ్ణి ఎలాగైనా పడగొట్టాలని గోరిజాంటు ఉద్దేశ్యం. అతను తనకు పోటీగా వచ్చినప్పుడు కాస్త ఎక్కువయినా, తక్కువయినా సరే లెక్కచేయకుండా బేరం కుదుర్చుకుంటాడు.

వచ్చిననాడే గోరిజాంటు, బెల్లా అనే అందమైన పిల్లను వెంటబెట్టుకుని ఒక ఫొటోగ్రాఫరు దగ్గరకు వెళ్ళాడు. అతని పేరు మెజర్. అక్కడ ఆ అమ్మాయితో కలిసి రకరకాల పోజులలో ఫొటోలు తీయించుకున్నాడు. ఆ విధంగా ఇరవై ఫొటోలు ఎత్తించాడు. ఫొటోగ్రాఫరు వద్ద నుంచి ప్రతి ఒక్క ఫొటోకు అయిదు రూబుల్సు చొప్పున డబ్బు గుంజాడు. ఆ డబ్బులో ఫొటోకు ఒక్కొక్క రూబులు చొప్పున మాత్రమే బెల్లాకు ఇచ్చాడు. మిగతాదంతా తనదే. ఆ తరువాత 'బార్సుకోవా'ను చూడ్డానికి వెళ్ళాడు.

ఆమె ఒక వేశ్య. ఒకప్పుడు బ్రహ్మాండంగా పడుపువృత్తి సాగించి పదివేళ్ళతో సొమ్ము సంపాదించిన ఆడది. ఇప్పుడు విశ్రాంతి తీసుకుంటోంది. బాగా వృద్ధురాలు అయిపోవడం వల్ల వ్యాపారం తగ్గించింది. 'పోల్' అనే అందమైన వయసు కుర్రాణ్ణి ఇంట్లో పెట్టుకొని, అతణ్ణే భర్తగా చూచుకుంటూ పోషిస్తోంది. అతని చేత ఒక నైటు క్లబ్ కూడా నడిపిస్తోంది. ఈమెకు ఏ విషయంలోనూ కొదవ లేదు. కావాల్సినంత ధనం ఆర్జించడం వల్ల విలాసంగా, వినోదంగా జీవిస్తూ ఉంది.

గోరిజాంటు వెళ్ళి ఆమెను కలుసుకున్నాడు. ఇద్దరూ నిర్భయంగా, స్వేచ్ఛగా, సిగ్గు, బిడియం లేకుండా, పాత స్నేహితులకు మల్లే మాట్లాడుకున్నారు.

"ఏవమ్మా! నా దగ్గర ముగ్గురు అందమైన స్త్రీలు ఉన్నారు. నీవు కావాలంటే ఇచ్చేస్తాను. ఒకామె – బాగా మదించి ఉన్న మందయాన. చెప్పినట్లు అణగిమణగి ఉంటుంది. రెండోది – కుర్రది. మాంచి వయసులో ఉన్న కోమలి. దేనికైనా సిద్ధం. మాట తబ్బీలు వస్తే నన్ను అడుగు. ఇహ మూడో ఆమె – ఒక అద్భుతమైన అమ్మాయి. పల్లెత్తి మాట్లాడదు. ఎప్పుడూ చిరునవ్వుతో ఉంటుంది. కాని ప్రాణం అయినా ఇస్తుంది

సుమా! అందమైన అమ్మాయి కూడాను!" అన్నాడు గోరిజాంటు, ఆ వృద్ధ వేశ్యతో.

ఆమె ఒకసారి అతని వైపు చూచి లాభం లేదన్నట్లు తలూపింది.

"ఎందుకు గోరిజాంటు! మళ్ళీ నన్నెందుకు ఈ రొంపిలోకి లాగుతావ్? ఇదివరకు చేసినట్లే చేయడానికా?"

"ఆరిదేవుడా! నేను బ్రతికుండగా నిన్ను మోసం చేస్తానటమ్మా? అసలు విషయం చెపుతాను విను. ఈ ముగ్గురితో పాటు మరో చదువుకున్న స్త్రీని కూడా నీకు అప్పచెపుతాను. మాంచి విద్యావంతురాలు. ఆమెతో నీవు ఏం కావాలంటే అది చేయించుకోవచ్చు. సంగీతం, సాహిత్యం, నృత్యం, చిత్రకళ – అన్నిటిలోనూ ఆరితేరిన స్త్రీ. నా మాట నమ్ము... కావాల్సినంత ధనం గడించవచ్చు...."

"మళ్ళీ ఒక పెళ్ళాన్ని తెచ్చావూ?" అంది ఆమె నవ్వుతూ.

"కాదు ఆమె గొప్ప ఇంట పుట్టిన పిల్ల."

"అయితే ఇంకేం? మళ్ళీ పోలీసులతో చిక్కులు తెచ్చిపెడతావు."

"ఆరిదేవుడా! నా మాట నమ్మవేం? నీవు ఎక్కువ డబ్బు పెట్టాల్సిన పనే లేదని చెపుతున్నా. అదీ అసలు సంగతి... ఈ నలుగురికీ కలిపి వెధవ వేయి రూబుల్సు పడేయి, చాలు."

"ఎందుకు? మొహమాటం లేకుండా మాట్లాడుకుందాం చెప్పు. అయిదొందలిస్తాను. ఒంటికి మించిన లాయిలాసా నాకక్కర్లేదు నాయనా!"

"నా మాట వినవమ్మా తల్లీ! మనం కొత్తవాళ్ళమా చెప్పు? ఎన్నోసార్లు నీకూ నాకూ బేరాలు జరిగాయి. నిన్ను చస్తే మోసం చేయలేదు. నీవు 'ఊఁ' అంటే చాలు. ఆమెను సరాసరి ఇక్కడకు తీసుకొచ్చేస్తాను. కానీ దయచేసి నీవొక పని చేయాలి. నీవు నా పినతల్లివని చెప్పు. ఆమె దగ్గర అలాగే నటించు. ఏమంటావు? నేనిక్కడ ఓ మూడు రోజులు మాత్రమే ఉంటాను."

అతని మాటలు విని 'బార్సుకోవా' పెద్దగా పొట్ట ఉబ్బేలా నవ్వడం మొదలెట్టింది. అలా నవ్వుతోంటే ఆమె రొమ్ములు, పొట్ట కంపరం పుట్టినట్లు కదులుతున్నాయి.

"అనవసరంగా అడ్డదిడ్డమైన బేరం చేస్తే ప్రయోజనం లేదు. నేను నిన్ను మోసం చేయను, నీవు నన్ను మోసం చేయవు. చెప్పు. ఇప్పుడు ఆడవాళ్ళకు మాంచి గిరాకీ ఉంది. ఈ గిరాకీలోనే తోసెయ్యాలి. ఏమంటావు? నేను అడిగిన మొత్తానికి ఇష్టమేనా? గోరిజాంటు! ఒక గ్లాసు ద్రాక్ష సారాయి పుచ్చుకోవూ? చాలా కాలమైంది" అన్నదామె – అతణ్ణి మర్యాదగా బేరానికి ఒప్పించాలని.

"థ్యాంక్సు. చాలా సంతోషం. నీ చేతి సారా తాగి చాలా కాలమైంది."

"లోపలికిరా! ఎంత చెడ్డా మనం పాత స్నేహితులం. అయితే గోరిజాంటు! ఏడాదికి ఏ పాటి సంపాదిస్తున్నావ్?"

"ఏం చెప్పమంటావమ్మా? ఏదో వస్తూనే ఉంది....పన్నెండు వేలు, ఇరవై –

అలా ఉంటుంది మొత్తం మీద. కాని విపరీతమైన ఖర్చులున్నాయి. నీకు తెలియనిదేమున్నది? నా ప్రయాణపు ఖర్చే బోలెడంత గుంజుకు పోతోంది."

"అయితే ఏ మాత్రం మిగలడం లేదా?"

"ఆ! ఏదో కొద్దిగ... అన్నీ పోను సంవత్సరానికి ఓ రెండు మూడు వేలు మిగులుతాయి."

"నేను ఒక పదో, ఇరవయ్యో మిగులుస్తావనుకుంటున్నాను....."

అలా ఆమె తన స్వసంపాదన విషయంలో అత్యాసక్తి చూపించడం గోరిజాంటుకు నచ్చలేదు.

"నా సంపాదన విషయంలో నీకేమిటి అంత ఆసక్తి?" కొంచెం కోపంగానే అడిగాడు గోరిజాంటు.

బార్సుకోవా కాలింగ్‌బెల్ నొక్కింది. వెంటనే లోపల్నుంచి ఓ చురుకైన దాసీ పిల్ల వచ్చింది. ఒక సీసా ద్రాక్షసారాయి, గట్టి మీగడ కలిసిన కాఫీ పట్టుకురమ్మని ఆమెను ఆజ్ఞాపించింది. అవును. గోరిజాంటుకు ఎలాంటి పానీయాలు ఇష్టమో బార్సుకోవాకు బాగా తెలుసు.

"నీకు షెప్‌షెరోవిచ్ తెలుసా?" మళ్ళీ అడిగింది ఆ వృద్ధురాలు.

"ఆరిదేవుడా! అతణ్ణెవరు ఎరుగరు, దేవుడి లాంటి వాడైతేను. అమోఘమైన బుర్ర కదూ?" అన్నాడు గోరిజాంటు. ఆమె ప్రారంభించిన సంభాషణ నిజానికి అతనికి ఇష్టం లేదు. తనను ఏవేవో మాటల్లో పడేసి బుట్టలో పెట్టుకోడానికి చూస్తోందని వెంటనే గ్రహించాడు. కొంచెం ఉద్రేకంతో మళ్ళీ మాట్లాడసాగాడు.

"షెప్‌షెరోవిచ్ గత సంవత్సరం ఏం చేశాడో చూచావా? కోవ్‌నో, విల్‌నో, ఝిటోమిర్ మొదలైన ప్రదేశాల నుంచి ముప్ఫయ్ మంది ఆడవాళ్ళను అద్దెకు తనతో కొట్టుకుపోయాడు. అక్కడ ఒక్కొక్క అమ్మాయిని వేయి రూబుల్సుకు అమ్మేశాడు. ఇహ లెక్క వేసుకోవమ్మా! ఎంత డబ్బొచ్చిందో! ముప్ఫయ్ వేల రూబుల్సు! కాని అంతటితో అతను తృప్తి పడ్డాడనుకున్నావా? లేదు. కొంతమంది నీగ్రో పిల్లలను కొన్నాడు. వాళ్ళను మళ్ళీ వెనక్కు తీసుకొచ్చి, మాస్కో, పీటర్స్‌బర్గు, కీవ్, ఒడెస్సా పట్టణాలలో పెట్టాడు. చూచావా? ఖర్చుకు లోభించకుండా బేరం చేసి, రెండు గుప్పిళ్ళతో సొమ్ము సంపాదించాడు. వాడు మనిషి కాదమ్మా! రాబందు! వ్యాపారం అంటే అతనికొక్కడికే తెలుసు."

అది విని ఆమె నవ్వుతూ తన చేయి అతని తొడ మీద వేసింది. స్నేహం కలుపుతూ ఇలా అంది: "అది సరే గోరిజాంటు!... నాకొకటి చెప్పు... నీ దగ్గర ఎవరైనా అమాయకులు, అవివేకులు అయిన అమ్మాయిలున్నారా? అలాంటి పిల్లలకు ఇప్పుడు మాంచి గిరాకీ ఉంది. నా మాట అబద్ధమేమో చూస్తూ ఉండు. నీ ఖాతాదారులు కూడా ఇలాంటి పిల్లలే కావాలంటూ నీ దగ్గరికొస్తారు... అసలేమిటో అందరికి ఇలాంటి పిల్లల మీద మనసు మళ్ళింది.... నాకేం అర్థం కాకుండా ఉంది."

గోరిజాంట్ నేల మీదికి చూస్తూ తల గోక్కున్నాడు. తరువాత ఇలా అన్నాడు:

"సరే..చూడు..నా భార్య ఉంది....నీవు ఇందాకనే గ్రహించావనుకుంటా?..."

"గ్రహించకపోతే ఏం లే? ఇప్పుడు పోయిందేముంది? విప్పి చెప్పరాదూ?"

"ఏం చెప్పను బార్సుకోవా? నాకు సిగ్గుగా, చిన్నతనంగా ఉంది... భార్య అని చెప్పడానికి నోరు రావడం లేదు... నిజంగా ఆమె నా అర్ధాంగి... ప్రధానం కూడా అయిపోయింది."

అది విని తిరిగి ఆమె బిగ్గరగా నవ్వసాగింది. పిమ్మట ఇలా అంది: "గోరిజాంట్! నిజంగా నీవింత దుర్మార్గుడవని కలలో కూడా అనుకోలేదు. సరే, మాకు నీ భార్యనే అప్పజెప్పు. కాని మరి నీ అదుపులో ఉందా?"

"ఓ! ఆ విషయంలో నాదీ పూచీ. కాని వేయి రూబుల్సు."

"ఆ సొమ్ము నాకో లెక్కలోది కాదు. కాని సందేహం అల్లా ఒక్కటే. ఆవిడను నేను వంచుకు రాగలనో లేనో తేల్చి చెప్పు."

"ఆ విషయం నీవు అణుమాత్రం సందేహించాల్సిన పని లేదు. మళ్ళీ నీవు నా పినతల్లిగా మారిపోతావు. నీ దగ్గర ఆమెను ఉంచి వెడుతున్నట్లు, మామూలు ప్రకారం నటిస్తాను. చూడు మేడమ్! ఆమె నేనంటే పడిచస్తుంది. నన్ను చూడకపోతే ఆమెకు పిచ్చెక్కుతుంది. నా కోసం నీవు 'అది చెయ్యి, ఇది చెయ్యి' అని చెప్పు. తక్షణం చేసేస్తుంది. నీకు ఏ గొడవా రాదు."

గోరిజాంట్ అలా నిక్కచ్చిగా అన్ని విషయాలు చెప్పేసరికి, ఆ వృద్ధురాలు ఇహ మాట్లాడకుండా అంగీకరించింది. వెంటనే ఒక ప్రామిసరీ నోటు తెప్పించింది. దాని మీద తన పూర్తి సంతకం చేసింది. చదువు రానందున సంతకం పెట్టేసరికి ఆమె తాతలు దిగొచ్చారు.

నిజానికి ఈ ప్రామిసరీ నోటుకు విలువ లేదు. అయితే ఏం? వీరంతా దీన్ని బాండు కన్నా ఎక్కువగా చూచుకుంటారు. ఈ పాడు వృత్తిలో ఉన్న నీతి అల్లా ఇదే! ఇలాంటి వ్యవహారాల్లో ఒకరినొకరు ఎన్నడూ మోసం చేసుకోరు. అలా ఎవరైనా చేశారా! అంతటితో చెల్లు. ఆ మనిషి ఏ నడివీధిలోనో, లేక ఏ ఇంట్లోనో, ఏ దిబ్బ మీదనో చచ్చిపడుండాల్సిందే.

ఆ తరువాత బార్సుకోవా ఉంచుకున్న కుర్రాడు పోల్ అక్కడికి వచ్చాడు. వంకులొంకుల క్రాపు, కోరమీసాలు – ముచ్చటగా ఉన్నాడు. వాళ్ళ మధ్యకు వచ్చి కూచుని బ్రాందీ తాగాడు. జరుగుతోన్న బేరాన్ని గురించి సంగతి సందర్భాలు అడిగి తెలుసుకున్నాడు. ఇతనే నైటుక్లబ్‌కు యజమాని. అక్కడేదో వ్యాపారం బాగా లేదని ఆమెతో చెప్పాడు. తరువాత గోరిజాంటు తన హోటలుకు టెలిఫోన్ చేసి భార్యతో మాట్లాడాడు. తాను ఉన్నచోటు చెప్పాడు. వెంటనే ఆమెను అక్కడికి వచ్చి కలుసుకో మన్నాడు. అలాగే ఆమె వచ్చింది. రాగానే ఆమెకు తన పినతల్లి అని వృద్ధురాలినీ,

తన పినతల్లి కొడుకని చెప్పి పోల్‌నూ పరిచయం చేశాడు. తనేదో చిక్కుల్లో ఉన్నాననీ, రాజకీయ కారణాల వల్ల వెంటనే పట్నం వదిలిపెట్టి పోవాల్సి వచ్చిందని తన మామూలు పాఠం చెప్పి ఒప్పించాడు. తను వచ్చిందాకా పినతల్లి దగ్గరే ఉండమని నచ్చచెప్పాడు. ప్రేమతో ఆమెను కౌగలించుకున్నాడు. ఆమె పేరు సారా. వెళ్ళిపోతూ గోరిజాంటు కంటతడి కూడా పెట్టాడు. పాపం! ఆ ఇల్లాలు నిజమని నమ్మింది.

4

గోరిజాంట్ (అతని పేరేమిటో ఆ భగవంతుడికే తెలియాలి – గోగోలివిచ్, గిడాలెవిచ్, ఒకావ్‌నోవ్, రోస్మీటావ్‌స్కీ – ఇలాంటి పేర్లు చాలా ఉన్నాయి) రాకతో…'యామా'లో కూడా పెద్ద సంచలనం కలిగింది. అక్కడ అనేక మార్పులు జరిగాయి. ఆ మార్పులు చాలా పెద్ద ఎత్తున జరిగాయి. ట్రెప్పెల్సులో ఉన్న వేశ్యలు అన్నా ఇంట్లోకి, అన్నా దగ్గర ఉన్న వేశ్యలు ఇంకా తక్కువ రకమైన – అంటే ఒక రూబులు రేటు గల కొంపల్లోకి మార్చబడ్డారు. అలాగే ఈ కొంపల్లో ఉన్న ఆడవాళ్ళు ఇంకా నీచస్థితిలో ఉన్న కొంపల్లోకి, అంటే యాభై కోపెక్కుల రేటు గల చోటికి మారారు. ఒక్క అమ్మాయి కూడా పైమెట్టుకు పోవడం లేదు. అంతా కిందికే. దిగజారుడే.

ఈ విధంగా మార్పులు చేసి గోరిజాంటు బాగా డబ్బు గడించాడు. ఇలా ఆ ఇంట్లోంచి ఈ ఇంట్లోకి సానులను మార్చినందుకు, ప్రతి మార్పునకు వారి వారి గిరాకీని బట్టి అయిదు రూబుల్సు మొదలు అయిదు వందల వరకు గడించాడు. నిజానికి ఇలాంటి మార్పులు, మారు బేరాలు చేయడానికి గొప్ప శక్తి, సాహసం, తెలివి, చాకచక్యం కావాలి. ఈ పనిలో గోరిజాంటు ప్రతిభాశాలి అని చెప్పవచ్చు. ఫిన్‌లాండ్‌లో ఉన్న 'ఇమాట్రా' జలపాతానికి ఎలాంటి శక్తి ఉందో, ఇతనికి అలాంటి శక్తి ఉంది. ఒకనాటి మధ్యాహ్నం గోరిజాంట్, అన్నా ఇంట్లో కూచుని కాళ్ళూపుకుంటూ, సిగరెట్టు కాలుస్తూ మాట్లాడుతున్నాడు.

"సోంకా విషయం ఏమాలోచించావు 'అన్నా'? అది చాలా తక్కువ రకపు పిల్ల. ఇప్పుడే దాన్ని మరో చోటుకు మార్చావూ అంటే, ఓ వంద రూబుల్సు నీకూ, ఓ పాతిక నాకూ వస్తాయి ఏమంటావు? నిజంగా చెప్పు. ఇంతకంటె ఆ పిల్లకు ఎక్కువ గిరాకీ ఉందంటావా?" అని అడిగాడు గోరిజాంట్.

"అబ్బ నీవు వేధించుకు తినడంలో మొనగాడివి షాట్‌స్కీ! ఆ పిల్లను చూస్తే నాకు జాలి వేస్తుంది. నిజానికి నీవనుకున్నంత చెడ్డపిల్ల కాదు ఆమె" అంది అన్నా.

గోరిజాంటు (షాట్‌స్కీ) ఒక క్షణం మౌనంగా ఉన్నాడు. ఆమెకు తగిన సమాధానం చెప్పాలని మంచి మాట కోసం వెదుకుతున్నాడు. కొంచెం ఆగి, గభాలున ఇలా అన్నాడు:

"ఎవడైతే పడతాడో వాణ్ణే నెట్టాలమ్మా! నా మాట విను. ఆ పిల్లకు ఏ మాత్రం

గిరాకీ లేదు."

పక్కన ఉన్న అన్నా మొగుడు ఇషయా కూడా గోరిజాంటు అభిప్రాయంతో ఏకీభవిస్తూ అతణ్ణి సమర్థించసాగాడు.

"గోరిజాంటు చెప్పింది అక్షరాలా నిజం. ఆ పిల్లకు గిరాకీ లేదు. ఆమె సామాను అంతా కలిసి యాభై రూబుల్సు ఖరీదు చేస్తుంది. పాతిక రూబుల్సు షాట్స్కీకి పోతాయి. మనకో యాభై రూబుల్సు మిగులుతాయి. అన్నా! దేవుడి దయ వల్ల ఆ పిల్లతో మనకు బాధ తప్పుతుంది. ఆ పిల్ల కాస్త బయటికి పోయిందంటే, ఇహ మన ఇంట్లో మిగిలినదంతా కల్తీ లేని సరుకు. ఒక పిల్ల క్కూడా వంక లేదు" అన్నాడు ఇషయా.

ఇంకేం? సోంకాను అన్నా ఇంట్లోంచి బయటికి పంపడం జరిగింది. ముందు ఒక రూబులు ఇంట్లోకి, పిమ్మట అన్నిటి కంటే అధ్వాన్నమైన యాభై కోపెక్కుల కొంపలోకి మారింది. ఈ కొంపల్లోకి రాత్రి అంతా సందు లేకుండా వట్టి అలగాజనం, చెత్తమూక వచ్చిపోతుంటారు. ఇక్కడ ఉండే వేశ్యలకు మాంచి బలం, నరాల్లో పటుత్వం, ఎన్ని దెబ్బలకైనా తట్టుకునే ఓర్పు ఉండాలి. లేకపోతే భరించడం కష్టం. వచ్చిన రాత్రే చెల్లుకోవాల్సిందే!

ఈ కొంపల్లో ఒకనాటి రాత్రి ఏం జరిగిందనుకున్నారు! ఇక్కడ ఫెక్లా అనే వేశ్య ఒకతె ఉంది. పర్వతం లాంటి ఆకారం, పందెపు గుండులా మూడొందల పౌనుల బరువు ఉంటుంది. తన వద్దకు వచ్చిన విటుడితో బయటికి పరుగెడుతూ, పనిమనిషితో పెద్దగా ఇలా అంది:

"ఏవమ్మోయ్! విను. ఇతనితో మొత్తం ముప్ఫయ్ ఆరుగురు. జ్ఞాపకం ఉంచుకో!"

అది వినేసరికి 'సోంకా' భయంతో వణికిపోయింది. "ఎంత దారుణం! ఒక రాత్రి, ఒక స్త్రీతో ముప్ఫయ్ ఆరుగురు మగాళ్ళే!" ఆ పిల్ల గుండెలు కొట్టుకున్నాయి.

కాని అదృష్టవశాత్తూ 'సోంకా'ను ఇక్కడ కూడా అనాకారి క్రిందనే జమ కట్టారు. వచ్చిన విటులు చాలామంది ఆమె అంటే ఇష్టపడక, తక్కిన పిల్లలతో ఉండిపోయేవాళ్ళు. అంచేత ఈమెకు, అందరికి మల్లే యమయాతన పడాల్సిన అవసరం లేకపోయింది.

ఈమెను ప్రేమిస్తున్న ఆ మందుల షాపు కుర్రాడు ఇక్కడికి కూడా వచ్చేవాడు. ప్రతిరోజు తన మామూలు ప్రకారం రావడం, ఆ పిల్ల పక్కన కూచుని గడపడం జరుగుతూనే ఉంది. ఇంత నీచస్థితిలోకి దిగజారిపోయినా, ఆమె మీద అతనికి ప్రేమ పోలేదు. వెనుకటి మాదిరిగానే ప్రేమిస్తూ ఉన్నాడు. కాని ఆ పిల్లను అక్కణ్ణుంచి తప్పించి, బయటికి తీసుకుపోలేదు. అతనికి సహజంగా ఉన్న పిరికితనం, అసమర్థత అందుకు కారణాలు అవుతూనే వచ్చాయి. అయినా ఆమెను ప్రేమించడం మానలేదు. ఆమెను చూస్తూ, జరుగుతున్న ఘోరాలన్నీ ఓర్పుతో సహిస్తూ ఉన్నాడు. అడపాదడపా ఏ మగాడైనా ఆ పిల్ల వద్దకు వస్తే అసూయపడుతున్నాడు. మనసులో కుమిలిపోతున్నాడు. పాపం! ఆ దుర్బల హృదయుడు చేయగలిగింది అంతే!

5

నగరంలో ప్రసిద్ధ గాయకురాలు ఒకామె ఉంది. ఆమె పేరు ఎల్లెనా రోవిన్స్కాయా. ఆమె పాటకచ్చేరీ చేస్తే జనం పగలపడి, విరగబడి వచ్చి వింటారు. అలాంటి ఆమెకు ఒకనాడు పొద్దు పోలేదు. మనసంతా చికాకుగా ఉంది. ఏదో కొత్త విషయం వైపు బుద్ధి మళ్ళిస్తే గాని కులాసా చిక్కదని భావించింది. 'యామా'ను గురించి అంతా ప్రసిద్ధంగా చెప్పుకుంటారు కదూ? ఇంకేం? అక్కడ ఉన్న వింతలు, విశేషాలు ఏమిటో వెళ్ళి చూస్తే ఆనాడు బాగా కాలక్షేపం అవుతుందని నిశ్చయించుకుంది. తన స్నేహితులను వెంటబెట్టుకుని యామా వీధులు చూడ్డానికి బయలుదేరింది.

ఎల్లెనాకు బరోనెస్ వాన్ టెప్లింగ్ అనే స్నేహితురాలు ఉంది. మరో ఇద్దరు స్నేహితులు కూడా ఉన్నారు. రియాసనోవ్ అనే లాయరు ఒకాయన, వొలోడ్యా అనే సంగీత విద్వాంసుడు మరొకాయన. ఎల్లెనా, వొలోడ్యాను ప్రేమిస్తోంది. ఈ నలుగురు కలిసి యామా వీధులకు షికారు వెళ్ళారు.

దోవలో ఎల్లెనా, తన ప్రియుడైన వొలోడ్యాతో ఇలా అంది:

"ఏం ప్రియా! యామాలో మూడు రకాల వ్యభిచార గృహాలున్నాయని చెప్పుకుంటారు కదూ! నన్ను ఆ మూడు రకాల ఇళ్ళలోకి తీసుకెళ్ళి చూపించండి. ముందు కాస్త మంచి ఇళ్ళు, తరువాత మధ్యరకం, ఆఖరుకు తక్కువ రకం. ఎలా ఉంటాయో చూద్దాం!"

నిజానికి ఆమెను ఈ మురికికూపంలోకి తీసుకెళ్ళడం వొలోడ్యాకు ఇష్టం లేదు. కాస్త మర్యాదస్థుల్లా తిరిగేవాళ్ళు ఆ వీధులలో అడుగుపెట్టడం అవమానకరమైన విషయమని అతనికి తెలుసు. అయినా, ఆమె పట్టు పట్టడం వల్లనే అంగీకరించాడు. కాదంటే ఆవిడ మనస్సు నొచ్చుకొంటుందని విధి లేక ఒప్పుకున్నాడు.

"ఎల్లెనా! నీవు ఏం చేయమంటే అది చేయడానికి సిద్ధంగా ఉన్నాను. ఎందులో దూకమన్నా దూకుతాను. నీవు కావాలంటే నా ప్రాణాలు కూడా ఇస్తాను.... కాని, ఈ పాడుకొంపలకు నిన్ను తీసుకెళ్ళడం ప్రమాదకరమైన విషయం... ...అయినా ఆ కొంపల్లో చూసేదేముంది? విశేషం ఏమీ ఉండదు. అంతా రష్యన్ పద్ధతిలోనే ఉంటుంది. అవే ఆచారాలు, అవే అలవాట్లు! సానులున్నారు చూచావూ? మరీ మోటుగా, అసహ్యంగా ప్రవర్తిస్తారు. అదే నా భయం. ఏదో అనరాని మాట అని నిన్ను అవమానపరుస్తారు. అక్కడికి వచ్చే విటులు కూడా అంతే. నీ కళ్ళ ఎదుటే ఏవో అపభ్రంశపు పనిచేస్తారు. చివరకు మనం బాధపడాల్సి వస్తుంది. అందుకని ఇంతగా చెపుతున్నాను" అన్నాడు వొలోడ్యా, ఆమెను ఎలాగైనా అక్కడికి వెళ్ళడం మాన్పించాలని.

కానీ ఆవిడ ఊరకుంటుందా? తిరిగి ఇలా అడిగింది: "నీవు పొరపాటు పడుతున్నావు వొలోడ్యా! అలా ఎన్నటికీ జరగదు. ఇలాంటి విషయాలలో నాకు బాగా

అనుభవం ఉంది. నేను లండన్‌లో ఉన్నప్పుడు ఊరూరా తిరిగి పాటకచ్చేరీలు చేసేదాన్ని. అనేక జిల్లాలు తిరిగాను. అందరూ నా పాట మెచ్చుకొనేవారు. రకరకాల మనుషుల దగ్గర్నుంచి కాంట్రాక్టులు వచ్చేవి. వెళ్ళేదాన్ని. విచిత్రమైన మనుషుల్ని కలుసుకునేదాన్ని. వారిలో అమాంబాపతు జనం ఉన్నారు. కానీ ఎన్నడూ, ఎవరూ నన్ను పల్లెత్తుమాట అనలేదు. అవమానించలేదు. ఎవరు ఎంతలో ఉండాలో అంతలోనే ఉండేవారు. అంచాత ఇప్పుడు కూడా నా కలాంటి భయం లేదులే! నీవు అసలు పిరికివాడివి. అందుకని జడుస్తున్నావు వెడదాం పద."

"ఓ! అది కాదు ఎల్లెనా! నీ మీద ఉన్న ప్రేమ చేత అలా హెచ్చరించాను. ఎందుకైనా మంచిదని చెప్పాను. అంతేగాని పిరికితనం వల్ల కాదు. నీవు నిప్పులో దూకమన్నా దూకుతాను ఎల్లెనా! ముష్టిది ఇదొక పనా? మృత్యువు దగ్గరకు వెళ్ళమన్నా వెడతాను."

వారిలా మాట్లాడుకుంటూ ఉండగానే, బండి యామా వీధిలో ప్రవేశించి, ట్రెప్పెల్సు భవనం సమీపించింది.

"ఇహనేం? ట్రెప్పెల్సు వచ్చింది. మీ తనిఖీ ఇక్కణ్ణుంచే ప్రారంభించండి" అన్నాడు లాయర్ రియాసనోవ్, ఎగతాళిగా నవ్వుతూ.

అంతా బండి దిగి, అందమైన ట్రెప్పెల్సు భవనంలో ప్రవేశించారు. అక్కడి పనివాళ్ళు వీరిని ఆహ్వానించి ఒక ప్రత్యేక గదిలో కూచోబెట్టారు. గది అందంగా అలంకరించి ఉంది. గోడల నిండా కోరిందకాయ రంగు కాగితాలు అతికించి ఉన్నాయి. వాటి మీద బంగారపురంగులో వివిధ రకాల డిజైనులు వేసి ఉన్నాయి.

అది చూడగానే ఎల్లెనాకు ఒక విషయం గుర్తుకొచ్చింది. వారు నలుగురూ అంతక్రితమే ఒక నైట్‌క్లబ్బులో ఫలహారాలు చేసి వచ్చారు. ఆ క్లబ్‌లో కూడా గోడ నిండా ఇలాంటి కాగితాలే ఉన్నాయి. ఎల్లెనాకు అది జ్ఞాపకం వచ్చింది.

తరువాత నలుగురు వేశ్యలు ఆ గదిలోకి వచ్చారు. ఆ నలుగురూ బాల్టిక్ రాష్ట్రాల నుండి వచ్చిన జర్మన్ యువతులు. లావుగా, బొద్దుగా ఉన్నారు. ఉన్నతమైన వక్షోజాలతో సొగసుగా, చూస్తోన్నకొద్దీ నోరూరేలా ఉన్నారు. మొహాలకు దట్టంగా పౌడరు కొట్టుకున్నారు. తళుకులతో, బెళుకులతో తన్మయత్వం కలిగిస్తూ ఉన్నారు.

మొదట ఆ పిల్లలు ఏమీ మాట్లాడలేదు. కదలకుండా, మెదలకుండా ప్రతిమల్లా కూర్చున్నారు. ఆడవారు కూడా ఉన్నారే! వారితో ఎలా మెలగాలా అని అర్థం కాక ఆలోచనలలో పడ్డారు ఆ వేశ్యలు.

ఇహ ఊరకుంటే లాభం లేదని ఎల్లెనాయే వారిని పలకరించింది. ఆ నలుగురు పిల్లల్లోనూ బాగా బలిసి, పండులా ఉన్న ఓ అమ్మాయిని చూస్తూ ఇలా అడిగింది:

"ఏవమ్మా? నీవు ఎక్కడ దానివి? బహుశా జర్మనీ నుంచి వచ్చావనుకుంటా! అవునా?"

"లేదండీ! నేను 'రీగా' నుంచి వచ్చాను."

"ఈ వృత్తిలోకి ఎందుకు దిగావు? ఇదంత మంచి పని కాదే?"

"అవునండీ! నాకు తెలుసు. కాని ఏం చేయమంటారు? నేను హేన్స్ అనే అతణ్ణి ప్రేమించాను. అతను ఇక్కడే ఒక హోటల్లో వెయిటరుగా పనిచేస్తున్నాడు. మేమిద్దరం పేదవాళ్ళం. పెళ్ళిచేసుకోడానికి కూడా మా దగ్గర డబ్బు లేదు. ప్రస్తుత పరిస్థితులు అనుకూలించలేదు. అంచాత ఇద్దరం సంపాదనలోకి దిగాం. నా సంపాదన అంతా నేను బ్యాంకులో దాచుకుంటున్నాను. అతనూ అలాగే చేస్తున్నాడు. ఇలా మాకు అవసరమైన పదివేల రూబుల్సు పోగు కాగానే పెళ్ళి చేసుకుంటాం. దేవుడు చల్లగా చూస్తే మా సొంతంగా ఓ బీరు షాపు కూడా పెట్టుకోవాలనుకున్నాం. ఇంకా మేలు చేస్తే ఆ తరువాత ఓ ఇద్దరు బిడ్డలు కూడా పుడతారు – ఒక అబ్బాయి, ఒక అమ్మాయి."

అది విని ఎల్లెనా నివ్వెరపోయి చూచింది. తిరిగి ఇలా అడిగింది:

"అమ్మాయ్! నీవు చూడబోతే అందమైనదానివి. వయసులో ఉన్నావు కూడా! పైగా రెండు భాషలు వచ్చు........"

"రెండు కాదండీ! మూడు భాషల్లో మాట్లాడగలను. నాకు 'ఈస్తోనియన్' కూడా వచ్చు. మున్సిపల్ హైస్కూల్లో మూడేళ్ళు చదువుకుని పరీక్షలు పాసయ్యాను" అంది ఆ యువతి గర్వంగా.

"మరి అంత చదువు చదువుకున్న దానివి ఏదైనా ఉద్యోగం కోసం యత్నించక పోయావా? ఏదైనా పని దొరికేదేనే! అన్నం పెట్టి, వసతి ఇచ్చి నెలకు ముప్ఫయ్ రూబుల్సు జీతం ఇచ్చేవాళ్ళు సులభంగా – మాట వరసకు ఏ పనిమనిషిగానో, పిల్లల దాదిగానో, లేకపోతే ఏ స్టోర్సులో అయినా హెడ్ గుమస్తాగానో, క్యాష్‌కీపర్‌గానో చేరితే ఎంత హాయిగా ఉండేది. నీ ప్రియుడు ఫ్రిడ్జ్ కూడా....."

"ఫ్రిడ్జ్ కాదండీ హేన్సు!" ఆ పిల్ల సరిచేసింది.

"ఆః! మరిచాను. హేన్సు. ఇద్దరూ కొంచెం మప్పితంగా వాడుకుంటే, ఆ డబ్బుతో మీ భార్యాభర్తలు సుఖంగా కాపురం చేసేవాళ్ళు. అవునా?"

"మీరీ విషయంలో కొంచెం పొరపాటు పడుతున్నారండీ! మీరు చెప్పినట్లు మంచి ఉద్యోగం చేసినా, నాకు నెలకు ఓ పదిహేను, ఇరవై రూబుల్సు కంటే ఎక్కువ మిగలవు. ఇప్పుడు నేనిక్కడ ఇంత సంపాదిస్తున్నానా? ఎంత పొదుపుగా వాడుకున్నా ఓ వంద రూబుల్సు కంటే ఎక్కువ మిగలడం లేదు. దీన్నిబట్టి మీరే ఆలోచించండి. పైగా మరో విషయం. ఎవరి దగ్గరో సేవికా వృత్తి చేయడం ఎంత నీచమో మీకు తెలియంది కాదు. యజమానుల అడుగులకు మడుగులొత్తుతూ, అనుక్షణం భయంతో కుంగిపోతూ, చెప్పు కింద తేలులా పడుండాలి. యజమానురాండ్రు ఉన్నారు చూశారూ? ఛీ! వాళ్ళకు ఎంత చేసినా మెప్పు లేదు. ఏదో వంకలు చూపిస్తూ, తప్పులు పడుతూ ఉంటారు. నోటికి వచ్చినట్లు తిడతారు."

"ఏమోనమ్మాయ్! నీవు ఎన్ని చెప్పినా నాకీ పని మాత్రం నచ్చలేదు. పడుపువృత్తితో

జీవిస్తోన్న మిమ్మల్ని గురించి చాలామంది చెప్పగా విన్నాను. ఈ పాడుకొంపల్లో... ఛీ... అసలివి మనుషులుండే కొంపలేనా? అబ్బెబ్బె! ఎంత అసహ్యమైన మగాళ్ళు... ముసలివాళ్ళు ఇక్కడికి వస్తారనీ, ఇష్టం లేకపోయినా బలవంతాన మీరు వాళ్ళను ప్రేమించి, సంతుష్టిపర్చాలనీ విన్నాను... ఈ విధంగా మీ మానాన్నే కాక, డబ్బునూ దోచుకుంటున్నారు" అంది ఎల్లెనా నేల మీదికి చూస్తూ.

"ఓ! అలా కాదండీ! మా డబ్బు ఎక్కడికీ పోదు. మాకు రావల్సింది సక్రమంగా వస్తుంది. ఇక్కడ ఉన్న సానులందరికీ ఒక్కొక్కరికి ఒక్కొక్క అక్కౌంటు పుస్తకం ఉంది. అందులో ఏ రోజుకారోజు మా సంపాదన, మా కింద ఖర్చు అన్నీ వ్రాస్తుంటారు. మాటవరసకు చెపుతాను. క్రిందటి నెలలో నేను అయిదొందల రూబుల్సు సంపాదించాను. అందులో రివాజు ప్రకారం మూడింట రెండొంతులు యజమానురాలు తీసుకుంటుంది. అవును. మా పొట్ట, బట్ట, పడక, పాపం – ఇవన్నీ ఆమే సమకూరుస్తుందిగా! వీటి కింద మూడొందల యాభై రూబుల్సు తీసుకుంది. తక్కిన నూట యాభై నావి. అందులో నాకు కావాల్సిన దుస్తులు, ఇంకా ఇతర వస్తువులు, వీటి కింద ఓ యాభై రూబుల్సు ఖర్చుపెట్టుకున్నాను. పోతే మిగిలిన వంద రూబుల్సు బ్యాంకులో వేసుకున్నాను. ఇందులో వాళ్ళు దోచుకోవడం ఏముంది చెప్పండి? ఇహ వచ్చే విటులంటారా? రకరకాల మగాళ్ళు వస్తారు. నాకు ఇష్టం కాని మనిషి వస్తే ఒంట్లో బాగాలేదని చెప్పి పడుకుంటాను. నా బదులు మరెవరో కొత్త పిల్ల అతనితో ఉంటుంది. సరిపోలే?"

"కాని...... క్షమించు, నీ పేరు ఏమిటో నాకు తెలీదు."

"ఎల్సా!"

"ఆఁ! ఎల్సా! ఇంతకూ నే చెప్పేదేమంటే ఈ పని నీ లాంటి అందగత్తెకు, విద్యావతికి తగింది కాదని. నీకు ఇష్టం లేకుండా, బలత్కారంగా ఇలాంటి నీచమైన పని చేయిస్తున్నారు. నీకు అసహ్యంగా లేదూ?"

"లేదు అమ్మగారూ! ఇక్కడ మమ్మల్ని ఎవరూ, ఏ విధంగాను నిర్బంధించరు. అందరం ఒక సమష్టి కుటుంబంలో మాదిరి జీవిస్తున్నాం. మేమంతా బాల్టిక్ రాష్ట్రాల నుంచి, ఇంకా ఆ దరిదాపుల నుంచి ఇక్కడికి వచ్చాం. నిజం చెపుతున్నాను. పెద్ద కుటుంబంలో వాళ్ళు ఎంత సుఖంగా ఉంటారో, మేమూ అంత హాయిగా జీవిస్తున్నాం. యామా వీధులను గురించి లోకం విపరీతంగా చెప్పుకుంటుందని నాకు తెలుసు. ఇక్కడ తిట్టుకోవడం, కొట్టుకోవడం – అన్ని అపభ్రంశపు పనులూ జరిగేమాట వాస్తవమే. కాని ఎక్కడనుకున్నారు? మరీ అధ్వాన్నంగా తగలడే, ఒక రూబులు పుచ్చుకునే ఆ పాడు కొంపల్లోనే అదంతా! ఇక్కడ అలాంటివి ఎన్నడూ చూడం.... మీరు అక్కడికి పోయి చూస్తే తెలుస్తుంది. వేశ్యలంతా ఎప్పుడూ తప్పతాగి ఉంటారు. పబ్లిక్కుగా పక్కన మిండగాణ్ణి కూచోబెట్టుకుని సరసాలాడుతుంటారు.... అందరూ రష్యన్ పిల్లలే.... వాళ్ళకు

భవిష్యత్తు లేదండీ!"

"నీవు చాలా తెలివైన అమ్మాయివి. నీవు చెప్పినదంతా బాగానే ఉంది. కానీ హఠాత్తుగా జబ్బు పడతావనుకో! లేకపోతే ఏదైనా అంటురోగం తగులుతుందనుకో! అప్పుడు నీ గతి ఏం కావాలి? అల్లాడి, మురికి చావు చావడమేగా... ముందు నీ జీవితంలో ఏం జరుగుతుందో ఎలా చెప్పగలవు?"

"అదే, మీరు మళ్ళీ పొరపాటుపడుతున్నారు. వచ్చిన విటుణ్ణి పై నుంచి కింది దాకా డాక్టర్ పట్టి చూస్తాడు. జబ్బులేమైనా ఉన్నాయేమో అని అతి జాగ్రత్తగా పరీక్ష చేస్తాడు. తృప్తికరంగా ఉంటే తప్ప, లేకపోతే అతణ్ణి నా పక్క దగ్గరకి కూడా రానివ్వను. మరి ఇహ నాకు నష్టం ఏముందండీ? మూడొంతులు నాకు రక్షణ ఉంది."

"నీ రక్షణ పాడుగాను!" అకస్మాత్తుగా ఉలిక్కిపడి మాట్లాడింది ఎల్లెనా. ఆ వేశ్య చెప్పే మాటలన్నీ ఆమెకు వెగటుగా ఉన్నాయి. బల్ల మీద గట్టిగా పిడికిలితో గుద్దుతూ మళ్ళీ ఇలా అంది: "అయితే నీ ప్రియుడు ఆల్‌బర్ట్....."

"ఆల్‌బర్ట్ కాదండీ, హేన్సు!" మళ్ళీ ఆ పిల్ల సరిదిద్దింది.

"క్షమించు. అదే, నీ ప్రియుడు హేన్సు. నీవు అలా ప్రవర్తిస్తూన్నందు వల్ల అతనికి ద్రోహం చేసినట్లు కాదూ?"

"ఓ! లేదండీ! నా బొందిలో ఊపిరి ఉండగా అతనికి ద్రోహం చేయను అమ్మగారూ! అలా చేసేది వాళ్ళు – ఆ పాడు ముండలు. ముఖ్యంగా రష్యన్ పిల్లలు! ఒక చెంపన ప్రియుడున్నాడని చెపుతూ, మరో వైపు పదిమంది మిండగాళ్ళను పెట్టుకుని బ్రతుకుతుంటారు."

ఆమె అలా చెప్పేసరికి ఎల్లెనాకు చాలా కష్టం కలిగింది. ఆ వేశ్య మీద అసహ్యం పుట్టుకొచ్చింది. గభాలున కుర్చీ నుండి లేచి "ఇహ వెడదాం. మన బిల్లు ఎంతయిందో ఇచ్చేయి వొలోడ్యా!" అంది తన ప్రియుడితో.

నలుగురూ ఆ భవనంలోంచి బయటికొచ్చారు.

వొలోడ్యా, ఎల్లెనా చేయి పట్టుకుని ఇలా అన్నాడు: "ఎల్లెనా! ఒక ఇల్లు చూచాం. అన్ని ఇళ్ళూ ఇలాగే ఏడుస్తాయి. ఇహ వెడదాం పద!"

"అబ్బెబ్బే! వీళ్ళ బ్రతుకు ఎంత నీచంగా ఉంది! ఎంత అసహ్యం! ఎంత దారుణం" అంది ఆమె తిరిగి చీదరింపుగా.

"అందుకే నేను మొదటే చెప్పాను – ఇక్కడి రావద్దని! ఇంతటితోనైనా ఇంటికి వెడదాం పద!"

"అహ! అలా కాదు వొలోడ్యా! ఇంతకంటే తక్కువ రకం సానులు కూడా ఎలా ఉంటారో చూచి వెడదాం."

వొలోడ్యా ఎంత చెప్పినా ఆమె వినలేదు. ఒకచోట అనుభవం అయినా, తక్కిన ఇళ్ళు కూడా చూడాలని అభిలషించింది. చివరకు వొలోడ్యా అక్కడికి కొన్ని అడుగుల

దూరంలోనే ఉన్న 'అన్నా' ఇంటికి వెడదామని సూచించాక ఆమె అంగీకరించింది.

నిజానికి రకరకాల అనుభవాలు, విచిత్రమైన వేశ్యలను చూడాలంటే అందుకు 'అన్నా' ఇల్లే పెట్టినపేరు. నలుగురూ 'అన్నా' ఇంట్లోకి వచ్చారు. కానీ వాకిట్లోనే కాపలావాడు సిమన్ వాళ్ళను అటకాయించి, బంగారపు నాణాలు చేతులో పడ్డ తరువాత లోపలికి పోనిచ్చాడు. లోపల వీరినొక ప్రత్యేకమైన గదిలోకి తీసుకెళ్ళి కూచోపెట్టాడు.

ట్రెప్పెల్సులో చూచిన గదికీ, ఈ గదికీ చాలా వ్యత్యాసం ఉంది. ఈ గది మరీ అసహ్యంగా పొగచూరిపోయి ఉంది. తరువాత ఎమ్మా ఉత్తర్వుపై పడుపుకత్తెలు గుంపుగా గదిలోకి వచ్చి కూచున్నారు. ఇహనేం? అసలే అధ్వాన్నంగా ఉన్న ఆ గదిలోకి ఈ సాని గుంపంతా వచ్చిపడేసరికి పుండు మీద కారం చల్లినట్లయింది.

మరో పెద్ద పొరపాటు పని ఏమిటంటే – జెన్నీని కూడా ఆ గదిలోకి పంపడం. ఆమె అసలే మనుష్యులను ద్వేషించే మనిషి. దానికి తోడు ఆ సమయంలో కోపంగా, చిరాగ్గా కూడా ఉంది. ఆమె కళ్ళ నుండి నిప్పులు కురుస్తున్నాయి. అందరి కన్నా వెనుక వచ్చిన పిల్ల టమారా చిరునవ్వులు ఒలికిస్తూ సాక్షాత్కరించింది.

మొత్తానికి అన్నా ఇంట్లో ఉన్న ముఖ్యమైన వేశ్యలంతా అక్కడ పోగయ్యారు. వారి జీవిత వివరాలను గురించి అడగడానికి ఎల్లెనా జంకింది. అవును. వాళ్ళ చర్యలు, చేష్టలు ఆమెను భయపెట్టాయి. చివరకు ఆమె వారిని ఒక పాట పాడి వినిపించమని అడిగింది. అందుకు వాళ్ళంతా సంతోషంతో అంగీకరించారు.

అంతా సక్రమంగానే జరిగేది. కాని అంతలో అకస్మాత్తుగా చిన్న మంకా అక్కడికి రావడంతో గందరగోళం ప్రారంభమైంది. ఆ పిల్ల క్రితం రాత్రి ఒక ధనికుడైన షావుకారుతో ఉంది. ఒళ్ళు తెలియకుండా తాగి, రాత్రి అంతా అతనితో ఖుషీ చేసింది. ఆమెకింకా తాగుడు మైకం వదల్లేదు. ఇప్పటి వరకూ బుర్రలో పనిచేస్తూ, పిచ్చి ఎక్కిస్తూనే ఉంది. మంకా తూలుతూ అక్కడికి వచ్చింది.

రాగానే గుంపంతా ఆమె కళ్ళపడింది. దాంతో మరీ రెచ్చిపోయింది. గదిలో నేల మీద వెల్లకిలా పడుకుని, పగలపడి నవ్వసాగింది. తక్కిన వేశ్యలంతా ఆమె చుట్టూ చేరారు. అలా కొంతసేపు నవ్వి మంకా చివాలున లేచి కూచుంది.

"శెభాష్! కొత్త ముండలు వచ్చి మనలో చేరారు" అంటూ బిగ్గరగా అరిచింది.

అది వినేసరికి ఆ వచ్చిన నలుగురూ ఒకరినొకరు తెల్లబోయి చూచుకున్నారు. పిమ్మట వారిలో టెప్లింగ్ కోపంతో ఇలా అడిగింది:

"ఏమిటా మాటలు? మేం ఎవరం అనుకున్నావు? పతితలైన స్త్రీల మతానికి నేను పోషకురాలిని."

అది వినేసరికి జెన్నీ భగ్గున మండుతూ లేచింది.

"ఓసి ముసలిదానా! వెంటనే లేచి వచ్చిన దోవన వెళ్ళిపో! సిగ్గు లేక నీవూ మాట్లాడొచ్చావా? పనికిమాలిన ముండ! మతమట! మతం! నీవు పోషించే మతం

సంగతి ఎవరికి తెలీదనుకున్నావ్? అది జైలు కంటే అన్యాయం. నీ మఠంలో పనిచేసే సెక్రటరీలు ఆడపిల్లలను కుళ్ళిన మాంసం కంటే హీనంగా చూస్తారు. నీ మఠానికి పెత్తనం చేసే ఆడాళ్ళు, కాపలావాళ్ళతోటీ, బళ్ళవాళ్ళతోటీ వ్యభిచరిస్తారు. మీరంతా మఠంలో ఉండే పిల్లలను అన్యాయంగా, అక్రమంగా, క్రూరంగా హింసిస్తారు. మీ తండ్రులు, మీ భర్తలు, మీ సోదరులు – వీళ్ళంతా మా దగ్గరకొచ్చి పొర్లాడి, రకరకాల రోగాలు తగిలించుకుని పోతుంటారు. మళ్ళీ వాళ్ళు ఆ రోగాలు మీకు అంటిస్తారు. ఇక్కడేదో నాటకం చూడ్డానికి వచ్చినట్లు వచ్చావు. ఇది యథార్థం! ఉన్న నిజాన్ని మీ మొహాన్నే పగలేస్తున్నా" అంటూ జెన్నీ వాళ్ళ మీద విరుచుకుపడింది.

ఇంకా ఏదో అనబోతుంటే, టమారా మధ్యలో కల్పించుకొని ఇలా అంది:

"ఇహ నీవు ఊరుకోవే జెన్నీ! నేనే వాళ్ళకు సరీగా బుద్ధి చెబుతాను. ఏవమ్మా! మీ ఇళ్ళలో ఉండే ఆడాళ్ళ కంటె మేం చెడిపోయామా? ఆ వచ్చే మగాడెవడో నా దగ్గరికి దర్జాగా, పబ్లికుగా వస్తాడు. ఒకసారికి రెండు రూబుల్సు, రాత్రికి అయిదు రూబుల్సు పారేసి ఉంటాడు. నాకు అతని దగ్గర దాపరికాలు ఏమీ ఉండవు. అబద్ధాలు చెప్పను. నేను వేశ్యననీ, వ్యభిచారిననీ అందరికీ తెలుసు. ఇహ మీ సంగతి చెప్పవమ్మా! పెళ్ళి చేసుకుని భర్తతో కాపురం చేస్తోన్న మీ ఆడాళ్ళలో కనీసం ఒక్కత్తైనా బుద్ధి కలిగి ఉంటుందా చెప్పు! కామం కళ్ళకు ఎగతట్టి రహస్యంగా ఓ పడుచు కుర్రాడి దగ్గర పడుకుంటుంది. లేదా డబ్బు కోసం గడ్డి తిని, ఓ ముసలాడితోనైనా ఉంటుంది. అవునా? ఇలా చేయని స్త్రీలు మీలో ఎంతమంది ఉన్నారు? మీ పెద్దమనిషి తరహా ఎలాంటిదో నాకు బాగా తెలుసునమ్మోయ్! మీ వయసులో ఉన్నవాళ్ళు నూటికి యాభై మంది ప్రియుల దగ్గర ఉంపుడుకత్తెలుగా ఉంటున్నారు. మీ కంటె ముసలివాళ్ళయిన మిగతా యాభై మంది స్త్రీలు పడుచు కుర్రాళ్ళను మిండగాళ్ళుగా చేసుకుని బ్రతుకుతున్నారు. మీలో చాలామంది కన్న తండ్రులతోటీ, తోబుట్టువులతోటీ, ఇంకా మాట్లాడితే కొడుకు తోటీ కూడా కాపురం చేస్తున్నారని కూడా నాకు తెలుసు. కాని ఇవన్నీ మీరు రహస్యంగా, దొంగతనంగా చేస్తుంటారు. ఈ తప్పులన్నీ బయటపడకుండా కప్పుకుంటారు. ఈ రహస్యాన్ని, ఈ చీకటి రహస్యాన్ని మీరు మీ హృదయాల్లో దాచుకుంటారు. మీకూ, మాకూ తేడా అల్లా ఏమిటంటే, మేం పతితలం. చస్తే అబద్ధాలు చెప్పం. నటించం. బహిరంగంగా తప్పు చేస్తాం. ఒప్పుకుంటాం. దాచుకోం. మీరో! పాపం చేస్తూనే పచ్చి అబద్ధాలు చెపుతారు. ఇప్పుడు చెప్పవమ్మా! ఇందులో ఎవరు ఉత్తమ స్త్రీలో మీరా? మేమా?"

"భళిరె! టమారా! బాగా చెప్పుతో కొట్టావే!" అంటూ మళ్ళీ అరిచింది మంకా.

"ఊరకుంటావేమే! ఇంకా చెప్పు, సొంతం కడిగి వదలిపెట్టు" అంటూ జెన్నీ మధ్యలో పురి ఎక్కించింది. ఆమె కళ్ళు నిప్పుకణాల్లా ఉన్నాయి. తిరిగి టమారా మాట్లాడసాగింది.

"అవును జెనీచ్‌కా! నాకు భయం ఎందుకు? ఉన్నమాట చెపుతున్నాను. ఇంకా చెప్పాల్సి వస్తే మాలో కడుపులు పోగొట్టుకునే స్త్రీలు వెయ్యికి ఒకరు కూడా ఉండరు. మీలో అందరూ పదే పదే కడుపులు దిగ దింపుకుంటారు. ఏవమ్మా ఇది నిజం కాదూ! ఎందుకు చేస్తున్నారో నే చెపుతా విను. పిల్లల్ని కంటే మీ అందం చెడిపోతుంది. అదే మీ భయం! సౌందర్యం కాస్తా పోతే ఇంకేముంది? మీ పని క్షవరమే. సౌందర్యం మీ మూలధనం. అది కాపాడుకోవడం కోసమే, మీరీ మహాపాపాలకు ఒడి కట్టుకుంటారు!"

జెన్నీ, టమారా చెరొక వైపు ఇలా తగులుకునేసరికి ఆ వచ్చిన నలుగురూ ఉక్కిరిబిక్కిరి అయిపోయారు. ముఖ్యంగా వచ్చిన నలుగురిలో ఆడవాళ్ళిద్దరి మొహాలు నల్లగా మాడిపోయాయి.

"జాగ్రత్త టెప్లింగ్! ఈ పిల్ల ఎవరో అసాధ్యురాలులా ఉంది. చదువుకున్నట్లుగా ఉంది కూడా!" అంది ఎల్లెనా, తన మిత్రురాలి చెవిలో. ఆమె ఈ మాటలు ఫ్రెంచి భాషలో చెప్పింది.

"అమ్మాయ్!.. నిన్నెక్కడో బాగా చూచినట్లుగా ఉందే... ఎక్కడ చెప్మా... కలలోనా?... లేక నా చిన్నతనంలో చూచానో?.... గుర్తు రావడం లేదు" అంది టెప్లింగ్ మళ్ళీ.

"ఓ అదా! మీరేం కష్టపడనక్కర్లేదు. నేనెవరో మీకు గుర్తులేక పోయినా, మీరెవరో నాకు గుర్తున్నారు. చెప్తాను వినండి.. ఖార్కోవ్‌లో గది... కొనియాక్సిన్ హోటలు... సొలోవిచిక్ అనే థియేటరు యజమాని.. జ్ఞాపకం వచ్చానా..? అప్పుడు మీరింకా ఇంత పెద్దమనిషి కాలేదు" అంటూ టమారా కూడా ఫ్రెంచి భాషలోనే మాట్లాడింది.

"ఓ! ఇహ ఫ్రెంచి భాష ఎందుకులెండి. మామూలు రష్యన్‌లోనే మాట్లాడుకుందాం. అప్పుడు మీరు కోరస్ గీతాలు పాడేవారు. మీరూ, నేనూ కలిసే పనిచేశాం" అంది తిరిగి రష్యన్ భాషలో.

"ఆరిదేవుడా! జ్ఞాపకం వచ్చింది. చాలా చిత్రంగానే ఉంది మార్గరిటా! నీవిక్కడికి ఎలా వచ్చావు?" అనడిగింది టెప్లింగ్ నివ్వెరపోతూ.

"అదే నేనూ ఎప్పుడూ ఆలోచిస్తుంటాను. ఎలా వచ్చానో నాకే తెలీదు. బుద్ధిపుట్టిందీ వచ్చాను. అంతే. అవును గాని, మీతో ఇంతసేపూ కాలక్షేపం చేశాం కదా! మాకు ఏదో డబ్బు ముట్టచెప్పరూ?"

అది విని మళ్ళీ మంకా చర్రున లేచింది. గభాలున తన కాలి మేజోడు బయటికి లాగింది. అందులోంచి రెండు బంగారు నాణాలు తీసి బల్ల మీదికి విసిరింది.

"నువ్వూరుకోవే టమారా! వాళ్ళిచ్చేదేమిటి? మనమే వాళ్ళకు డబ్బిచ్చి పంపిస్తాం. ఇదుగోనమ్మా డబ్బు! బండి చార్జీకి! ముందిక్కణ్ణుంచి బయటికి కదలండి. లేదా ఇక్కడున్న సీసాలు, అద్దాలు ముక్కలు ముక్కలు చేస్తాను జాగ్రత్త!" అంటూ అరచింది మంకా.

వెంటనే ఎల్లెనా లేచి నిలబడింది. ఆమె కళ్ళ నుండి వేడి బాష్పాలు రాలాయి.

"వెడతామమ్మా వెడతాం! మార్గరీటా మాకు మంచి గుణపాఠం చెప్పిందిలే! సరే,

మీరు నా కోసం ఒక పాట పాడారు. ఇహ నేనూ మీ కోసం ఒక పాట పాడి వెళ్ళిపోతాను. అంతే" అంటూ ఎల్లెనా, పియానో వద్దకు వెళ్ళింది.

ఆమె ఒక మంచి ప్రేమగీతం పాడి అక్కడ ఉన్న వేశ్యలందరినీ ఆనందంలో ఓలలాడించింది. చిన్ననాటి ప్రియులు, వారితో గడిపిన రాత్రిళ్ళు, తొలిప్రేమలో కలిగిన ఆనందం, ప్రియుడు వెళ్ళిపోయేటప్పుడు చెప్పుకునే చివరి మాటలు, ప్రేయసీ ప్రియుల హృదయాల్లో స్పందించే విరహతాపం – ఇవన్నీ ఆ పాటలో వర్ణించి ఉన్నాయి.

ఆ పాట వింటూన్నంతసేపూ వేశ్యలంతా నిశ్చేష్టులై విన్నారు. టమారా, మంకా, జెన్నీ – ఎవరూ నోరు మెదపలేదు. కాని జెన్నీ మాత్రం గభాలున లేచి, గొప్ప సంగీత గాయకురాలైన ఎల్లెనా వద్దకు పరుగెత్తింది. ఆమె కాళ్ళ మీద పడి, వెక్కి వెక్కి ఏడ్వసాగింది.

అవును. ఆమె పాడిన పాట జెన్నీ హృదయాన్ని చీల్చివేసింది. అంత గొప్ప విద్వాంసు రాలు, కళామూర్తి పట్ల తాను అవమానకరంగా ప్రవర్తించానని పశ్చాత్తాపపడింది.

ఎల్లెనా, జెన్నీని లేవనెత్తి ఆప్యాయంగా ఆమె చెయ్యి ముద్దుపెట్టుకుంది. జెన్నీ, ఆమె చెవిలో రహస్యంగా బాధపడుతూ ఏదో చెప్పింది.

"ఓ! అదేమంత ప్రమాదకరం కాదులేమ్మా! కొద్ది నెలల పాటు మందు పుచ్చుకుంటే తగ్గిపోతుంది" అంది తిరిగి ఎల్లెనా ప్రేమతో.

"ఊఁహుఁ! అలా కాదు. దీంతో నేను అందరినీ నాశనం చేయదలచుకున్నాను. పోనీ అంతా భ్రష్టులై యమయాతన అనుభవించనీ!" అంది తిరిగి జెన్నీ.

"వద్దమ్మా! అలా చేయొద్దు. నీ స్థితిలో నేనే ఉంటే అలా చేయను" అంది ఎల్లెనా.

జెన్నీ ఆమె మీదికి ఎగబడి, మరీ మరీ ముద్దుపెట్టుకుంది. "మనుషులు నన్నెందుకు ఇలా బాధించుతారు?" అంటూ మళ్ళీ వలవల ఏడ్చింది జెన్నీ.

ఎల్లెనా, ఆమె తల నిమురుతూ మెల్లగా ఇలా అంది:

"అధైర్యపడకు. ఒక్కోసారి భయంకరమైన మృత్యువు మన ముందు సాక్షాత్కరిస్తుంది. ఎటూ దోవ కనిపించదు. మృత్యువుకు ఎర కావడం తప్ప మరి మార్గం లేదనుకుంటాం. కానీ అంతలో – అకస్మాత్తుగా– ఆ మర్నాడే వస్తుందమ్మా! కారుచీకటిలో కాంతిరేఖ కనిపిస్తుందమ్మా! మళ్ళీ మన జీవితంలో మహోదయమైన ఆనందం వెల్లివిరుస్తుందమ్మా! పిచ్చిపిల్లా! ఇంకా నీకు అనుభవం లేదు. నా సంగతి చెపుతాను విను. నేనిప్పుడు ప్రసిద్ధికెక్కిన గాయకురాలిని. కాని ఒకప్పుడు నేను పొందిన బాధలు, కష్టాలు, అవమానాలు, పతనావస్థలు – ఓహ్! ఎన్ననుకున్నావు? తలుచుకుంటే గుండెలు పగిలిపోతాయి. అదృష్టమమ్మా, అదృష్టం! దానికి మించింది లేదు. అది చల్లగా ఉంటే నీ జీవితం ఒక్క క్షణంలో మారుతుంది."

మంకా కుర్చీలో కూచుని రుమాలుతో మొహం కప్పుకుంది. టమారా మొహానికి చేతులు అడ్డం పెట్టుకుని నేల మీదికి చూస్తోంది. సిమన్ గది వాకిలికి చేరువగా కాచుకొని ఉన్నాడు – ఏమైనా గోల జరుగుతుందేమోనని.

జెన్నీ, ఎల్లెనా దుస్తుల చాటున మొహం ఉంచి వెక్కివెక్కి ఏడుస్తూనే ఉంది. ఎల్లెనా ఆమెను అవతలికి తీసి, నుదుటి మీద పదేపదే ముద్దు పెట్టుకుంది. బుజ్జగించింది.

ఈ దృశ్యమంతా రెప్పవాల్చకుండా వొలోద్యా, అతని స్నేహితుడు లాయరు చూస్తున్నారు. తరువాత ఎల్లెనా, టమారాను సమీపించి ఆమె చేయి ముద్దుపెట్టుకుంది.

అంతా గదిలోంచి ఇవతలికొచ్చారు. లాయరు రియాసనోవ్ మాత్రం కొంచెం వెనుకవుండి జెన్నీను సమీపించాడు. ఆమె చెయ్యి ముద్దుపెట్టుకుని ఇలా అన్నాడు:

"మేం ఇక్కడికి వచ్చినందుకు అపార్థం చేసుకోకు. అన్యథా భావించకు. మళ్ళీ ఇలా రాము. నాతో నీకు ఎప్పుడు పని ఉన్నా కబురు చెయ్యి. ఇదుగో నా అడ్రస్ కార్డు. దీన్ని మీ యజమానురాలికి చూపించకుండా దాచుకో. నీకు ఏం కావాలంటే, ఆ సహాయం చేస్తాను. ఈనాటి నుంచీ నేను, నీకు ప్రాణస్నేహితుణ్ణి అనుకో" అంటూ అతను మళ్ళీ ఆమె చెయ్యిని ముద్దుపెట్టుకుని వెళ్ళిపోయాడు.

6

అది గురువారం. ఆరోజు ఉదయం నుంచీ సన్నని వర్షపుజల్లు పడుతోంది. అడవిబాదం చెట్లు, పోప్లార్ చెట్లు, కసింద చెట్లు పచ్చని ఆకులతో మిలమిలా మెరుస్తూ ప్రకాశిస్తున్నాయి.

'అన్నా' ఇంట్లో పడుపుకత్తెలంతా అలవాటు ప్రకారం జెన్నీ గదిలో పోగయ్యారు. ఈ రోజు జెన్నీ చాలా వింతగా ప్రవర్తిస్తోంది. ఆమె నవల చదువుకోవడం లేదు. పరిహాసాలాడడం లేదు. కనీసం నవ్వడం కూడా లేదు. బోర్లా పడుకుని ఉంది.

ఏదో చెప్పలేని బాధ, ఆవేదన, ద్వేషం – ఆమె కళ్ళల్లో కనిపిస్తున్నాయి. ఆమెను ప్రాణప్రదంగా ప్రేమించి, ఆరాధించే చిన్న మంకా అక్కడ ఉంది. ఆమెను ఆకర్షించి, మనసు మళ్ళించాలని విశ్వప్రయత్నం చేసింది. కాని వృథా అయింది. ఎంతచేసినా ఆమె, తన దృష్టిని మార్చలేదు. మంకా తన స్నేహితురాండ్రతో ఏదో ముచ్చట చెపుతూనే ఉంది.

బయట తెరిపి లేకుండా, నిదానంగా, నిండుగా, జల్లు పడుతూనే ఉంది. చాలాకాలం తరువాత వచ్చిన వర్షం అది. జెన్నీ మనసు కూడా ఆ వర్షం మాదిరి నిశ్చలంగా, తొణకకుండా ఉంది.

జెన్నీ పక్క మీద ఆమెను ఆనుకుని టమారా కూచుని ఉంది. ఆమె భుజం మీద చెయ్యి వేసి, వంగి చెవిలో రహస్యంగా ఇలా అంది: "అలా ఉన్నావేమిటి జెనీచ్కా? కొంతకాలం నుంచి నీవు సరిగా ఉండడం లేదు. మామూలు మనిషిగా అగుపించడం లేదు. నేను కనిపెట్టాను. మంకా కూడా గమనించింది. నీవు మాట్లాళ్ళేదని దానికెంతో కష్టంగా ఉంది. ఏమిటో నాతో చెప్పవే! నాచేతనైన సహాయం చేస్తాను."

జెన్నీ కళ్ళు మూసుకుని ఏమీ లేదన్నట్లు తలూపింది. టమారా కొంచెం పక్కకు జరిగి మళ్ళీ ఆమె భుజాన్ని తట్టింది.

"ఇది నీ సొంత విషయం జెనీచ్కా! నీ మనసును నొప్పించాలని నాకు లేదు. కాని నేను కోరేదల్లా ఏమంటే నీవు ఎందుచేత........."

ఆమె పూర్తిగా అడగక ముందే, ఏదో నిశ్చయానికి వచ్చినట్లుగా జెన్నీ లేచి కూచుంది. రెండు చేతులతో టమారాను పట్టుకుని ఊపింది.

"సరే. రావే! ఒక క్షణం మనిద్దరం ఇక్కణ్ణుంచి అవతలికి వెడదాం. అంతా నీతో చెపుతాను. ఎంతకాలమని దాచుతాను? నీతో కాకపోతే, మరెవరితో చెపుతాను?" అంది జెన్నీ ఏదో గంభీరంగా. "అమ్మాయిలూ! ఇక్కడే ఉండండి. ఇప్పుడే వస్తాం" అంది జెన్నీ తక్కిన స్నేహితురాండ్రతో.

జెన్నీ తన గదిలోంచి నడవలోకి వెళ్ళి, అక్కడ కిటికీ నానుకుని నిలబడింది.

టమారా, ఆమెను వెంబడించింది.

"సరే! అమ్మాయ్! వినవే! నాకు కొరుకు సవాయి వ్యాధి అంటుకుంది. ఎవడో పుణ్యాత్ముడు ఈ రోగం నాకు తగిలించాడే తల్లీ!" అంది జెన్నీ, టమారా భుజం మీద చెయ్యి వేసి.

ఆ మాట చెప్పేటప్పుడు ఆమె నాలుక పిడచ కట్టింది. మొహం వివర్ణమై పోయింది.

"ఓ! ఎంత దరిద్రురాలివే! చాలాకాలం అయిందా?" అన్నది టమారా.

"అవును. నీకు జ్ఞాపకం ఉందో, లేదో? కొందరు విద్యార్థులు వచ్చి ప్లాటొనోవ్‌తో దెబ్బలాడారు. ఆ రోజే, ఆ నాటి మధ్యాహ్నమే మొదటిసారిగా నేనిది కనిపెట్టాను."

"అవును. నీకు తెలుసునో, లేదో? ఒకనాటి సాయంత్రం మన దగ్గరకు ఒక గాయకురాలు వచ్చింది చూచావూ? నీవు ఆమె కాళ్ళ మీద పడి వెక్కి వెక్కి ఏడ్చావు. ఆమె చెవిలో ఏదో గుసగుసలాడావు. అప్పుడే నీకేదో మునిగిందని నేను గ్రహించాను. సరే, జెనీచ్కా! ఇప్పుడైనా నీవేదో, మందో మాకో తిని జాగ్రత్తపడాలి" అంది టమారా మెల్లగా.

టమారా అలా అనేసరికి జెన్నీ కోపంతో మండిపోయింది. కాలితో నేల మీద గట్టిగా తన్నింది. చేతిలో ఉన్న నాజూకైన రుమాలును నడిమికి రెండుగా చింపింది.

"అహఁ! వీల్లేదు! మందూ గిందూ ఏమీ తినను. ఈ జబ్బు మీకెవరికీ అంటించనులే మీకెందుకా భయం. నీవు గమనించావో లేదో! కొన్ని వారాలబట్టీ నేను మీ అందరితో కలసి భోంచేయడం లేదు. అందరం కూచుని తినే బల్ల మీద తినడం లేదు. అందరం కడుక్కునే చోట కడుక్కోవడం లేదు. తినడానికి, కడగటానికి వేరే గిన్నెలు పెట్టుకున్నాను. అంచేతనే నా ప్రాణసఖి మంకాను కూడా బారెడు దూరంలో ఉంచుతున్నాను. నేనా పిల్లను ఎంతగా ప్రేమిస్తానో నీకు తెలుసు. అయినా, నా జబ్బు దానికి తగులుతుందనే భయంతో నా వల్ల అది కూడా నాశనం అవుతుందనే బాధతో, ఎడమెడంగా తప్పుకుని

తిరుగుతున్నాను. ఇహ మగాళ్ళు, ఈ ద్విపాద పశువులు! వీళ్ళ సంగతా? వాళ్ళకు నేను బుద్ధిపూర్వకంగా రోగం తగిలించడం లేదు. ప్రతి సాయంత్రం వాళ్ళే కావాలని నా దగ్గర కొస్తున్నారు. ఒక్కోసారి పదిమంది, మరోసారి పదిహేనుమంది నా దగ్గర ఉండి, రోగం తగిలించుకొనిపోతున్నారు! చావనీ లంజాకొడుకుల్ని! ఈ భయంకరమైన సవామేహపు జబ్బు మూటకట్టుకుపోయి, వాళ్ళ భార్యలకు, తల్లులకు, ఉంపుడుకత్తెలకు తగిలించుకుని చావనీ! అవును. ఇంకా మాట్లాడితే వాళ్ళ తల్లులు, తండ్రులు, తాతలు, ముత్తాతలు, అవ్వలు, ముత్తవ్వలు - అంతా ఈ రోగంతో కుళ్ళి, కృశించి చావనీ! లంజకొడుకులు!" అంటూ చింపిన చేతి రుమాలు విసరి అవతల పారేసింది జెన్నీ.

టమారా ఆమె తల నిమురుతూ మెల్లగా అంది:

"నీవు నిజంగా అంత పని చేయాలనుకుంటున్నావా జెనీచ్కా?"

"అవును. నాకు పాపభీతి లేదు. దయాదాక్షిణ్యాలు లేవు. ఇహ మీ సంగతి, మీరెవరూ నన్ను గురించి భయపడనక్కర్లేదు. ఈ మగాళ్ళ పని నేను పడతాను. బాగా మత్తెక్కిన వెధవలు, అందమైన మగాళ్ళు, ఐశ్వర్యవంతులు, పెద్దమనుషులని పేరు గాంచిన మొనగాళ్ళు- వీరందరి అంతూ తేలుస్తాను. నిస్సందేహంగా చేస్తాను. నీవేమీ దిగులు పడకు. ఆ తరువాత వాళ్ళు చస్తే మీ దగ్గరికి రారు. ఓ! నా తెలివితో, చేష్టలతో అద్భుతంగా నటించి, వాళ్ళను మోహించి, కామించి, పిచ్చికుక్కల్ని చేసి వదలిపెడతాను. మీరే చూద్దురు గాని! ఆశ్చర్యపోతారు. ఆనందిస్తారు. వాళ్ళను కొరుకుతాను, రక్కుతాను, పిచ్చిదానిలా ఊపేసి, ఊగిస్తాను. వెధవలు! పశువులు! నిజంగా నా మాట నమ్ము."

"సరే జెనీచ్కా! నీ ఇష్టం" అంది టమారా ఏదో ఆలోచిస్తూ. "బహుశా నీవు చేయనున్న పని మంచిదే కావచ్చు... ఎవరు చెప్పగలరు? కాని నాకో సంగతి చెప్పు. డాక్టరు పరీక్ష చేయడానికి వస్తాడే! మరెలా తప్పించుకుంటావు?"

అది విని జెన్నీ గభాలున కిటికీ వైపు మళ్ళింది. కిటికీ తలుపులకు తల ఆనించి బిగ్గరగా వెక్కివెక్కి ఏడ్వసాగింది. ద్వేషాగ్నిలో తుకతుక ఉడికిన కన్నీళ్ళు ధారగా కారసాగాయి. ఆమె గజగజ వణుకుతోంది. వేగంగా ఊపిరి పీలుస్తోంది.

"అవును... అవును. దేవుడి దయ వల్ల నేనింకా అదృష్టవంతురాలిని టమారా! ఇలా జరిగినందుకు ఆయనకు చెయ్యెత్తి నమస్కరిస్తున్నాను.... నాకు... నాకు... ఈ వ్యాధి సోకిన చోటు ఏ డాక్టరూ చూడడానికి అవకాశం లేని స్థలం టమారా! అందులో మన దగ్గరికొచ్చే డాక్టరు ముసలాడు! బుద్ధి లేని మొద్దు! మరేం ఫరవా లేదు" అని జెన్నీ ఒక క్షణం ఏడుపు ఆపుకుంది. అంతలో మళ్ళీ హఠాత్తుగా ఎక్కిళ్ళుపెట్టి ఏడ్వసాగింది. "ఇహ గదిలోకి వెడదాం టమారా! ఈ విషయం ఎక్కడా బయటపెట్టవు కదూ?"అంది.

"అలాగే ఎవరితోనూ చెప్పనులే."

తిరిగి వారిద్దరూ గదిలోకి వచ్చి కూచున్నారు. జరిగిన సంగతి బయటికి తెలీకుండా ఇద్దరూ నిభాయించుకొని మౌనంగా ఉన్నారు.

అంతలో సిమన్ అక్కడికొచ్చాడు. ఎంత దుర్మార్గుడైనా జెన్నీతో మాత్రం మర్యాదగానే మాట్లాడాడు. “జెనీచ్కా! హిజ్ ఎక్సెలెన్సీ, ‘వాండా’ను చూడాలని వచ్చాడు. ఆమెను ఓ పది నిమిషాల పాటు అతని దగ్గరకు పంపించు.”

అక్కడి వేశ్యలలో ‘వాండా’ ఒకతె. సన్నగా నాజూగ్గా ఉండే పిల్ల. కళ్ళు నీలాల్లా మెరుస్తుంటాయి. మొహం చాలా విచిత్రంగా ‘లిథూనియన్’లా ఉంటుంది. ఎర్రగా ఉన్న పెద్ద నోరు.

సిమన్ చెప్పిన మాట విని వాండా, జెన్నీ వంక చూచింది. జెన్నీ వెళ్ళొద్దంటే అక్కడే ఉండిపోవాలని ఆ పిల్ల ఉద్దేశ్యం. కాని జెన్నీ ఏమీ చెప్పకుండా కళ్ళు మూసుకుంది. అందుకని వాండా మెల్లగా గదిలోంచి అవతలికి వెళ్ళిపోయింది.

హిజ్ ఎక్సెలెన్సీ జనరల్, వాండా కోసం నెలకు రెండుసార్లు అయినా తప్పక వస్తుంటాడు.

ఉండి ఉండి జెన్నీ తన చేతిలో ఉన్న పుస్తకం తీసి ఆవల పడేసింది. ఆమె కళ్ళల్లో బంగారపు తళుకులు మెరిశాయి.

“ఈ జనరల్ గురించి మీరు నీచంగా చెప్పుకోవాల్సిన పని లేదు. నేను ఇంతకంటే కిరాతకులను ఎరుగుదును. ఒకమాటు నాకో విచిత్రమైన విటుడు తటస్థమయ్యాడు. వాడి కంటే అడవిపంది నయం. వాడు నాతో ఎలా ఉన్నాడనుకున్నారు?... నిజం చెప్పాలంటే, నా రొమ్ముల్ని గుండు సూదులతో గుచ్చిందాకా వాడికి తోచలేదు. నేను ‘విల్నా’లో ఉన్నప్పుడు నా దగ్గరకు ఒక మతగురువు వచ్చేవాడు.... అతను ఏం చేసేవాడో తెలుసా?.... నాకు తెల్లని దుస్తులు తొడిగేవాడు. నా మొహానికి పౌడరు అద్దేవాడు. నన్ను పక్కమీద పడుకోబెట్టి కదలవద్దని చెప్పేవాడు. తరువాత నా తల దగ్గర మూడు కొవ్వొత్తులు వెలిగించి పెట్టేవాడు. అలా నేను చచ్చిపోయినట్లు భావించుకుని, పిమ్మట ఎగిరి నా మీదికి ఎక్కేవాడు.”

తెల్ల మంకా అందుకొని బిగ్గరగా ఇలా అంది:

“అవును జెంకా! నీవు చెప్పింది ముమ్మాటికీ నిజం. ఒకప్పుడు నా దగ్గరకు ఒక ముసలి మొద్దు వచ్చాడు. నన్ను ఏడవమనీ, అరవమనీ, పిచ్చిదానిలా నటించమనీ బలవంతపెట్టాడు.... చూడు జెనీచ్కా? మా అందరిలోకీ నీవు తెలివైన పిల్లవు... మరి పందెం వేస్తాను. ఇప్పుడు నే చెప్పిన అతను ఎవరో తెలుసుకోగలవా?”

“జైలు కాపలావాడా?”

“ఊఁహూఁ”

“మరలో నిప్పు వేసేవాడా?”

అంతలో హఠాత్తుగా ‘కాట్యా’ నవ్వడం మొదలెట్టింది. తరువాత ఇలా అంది:

“నాకు చదువు చెప్పే టీచర్ ఒకాయన ఉండేవాడు. లెక్కలో పాడో చెప్పేవాడు – గుర్తు లేదు. అతను ఏం చేసేవాడనుకున్నారు! నన్ను మగాడిలా నటించమని చెప్పేవాడు.

తను ఆడదానిలా నటించేవాడు... నేను అతణ్ణి... బలాత్కారంగా... ... అబ్బ దుర్మార్గుడు!.. ఇహ ఊహించుకోండే అమ్మాయిలూ! ఎలా ఉంటుందో... 'నేను నీ దాన్ని... నేను నీ దాన్ని... నన్ను తీసుకుపో... నన్ను నీ దరి చేర్చుకో...' అంటూ కేకలు పెట్టేవాడు....."

"పిచ్చి ముండా కొడుకు!" అంది వెర్కా అనే పిల్ల.

"పిచ్చేం పిచ్చి? పిచ్చీ కాదు. పాడూ కాదే! అందరు మగాళ్ళకు మల్లే అతనూ దుర్మార్గుడు. నీచుడు. ఇంట్లో సుఖం లేక విసిగిపోయి ఇక్కడికొచ్చాడు. డబ్బు పారేస్తే కోరుకున్న సుఖం ఇక్కడ లభిస్తుందని అనుకున్నాడు. అంతకన్నా మరేం లేదు. మగాళ్ళంతా ఇంతే!" అంది టమారా.

వీళ్ళ సంభాషణలో పాల్గొనకుండా ఉన్న జెన్నీ గభాలున పక్కమీద నుంచి లేచి కూచుంది.

"మీరు మూర్ఖులు! మీకు బుద్ధి లేదు! మీరంతా అంతే" అని బిగ్గరగా అరిచింది జెన్నీ. "...ఇలాంటి పనులు చేసే మగాళ్ళను మీరెందుకు క్షమించాలి? నేనూ మొదట్లో కొంచెం మెత్తగా ఉండేదాన్ని. కాని ఇప్పుడలా కాదు. వచ్చినవాడినల్లా చెవులు పట్టుకుని ఆడిస్తున్నాను. గుంజిళ్ళు తీయిస్తున్నాను. బలవంతాన నా కాళ్ళు పట్టుకునేలా చేస్తున్నాను. అవును, వాళ్ళు నా కాళ్ళు ముద్దు పెట్టుకుంటారు. అలాంటి నీచమైన పనులు వాళ్ళకు ఇష్టం. అది ఒక ప్రేమ అని భావిస్తారు. డబ్బంటే లెక్కచేసేదాన్ని కాదు. మీ అందరికీ తెలుసు. అయినప్పటికీ వాళ్ళను నిర్దాక్షిణ్యంగా దోచుకుంటున్నాను. వాళ్ళు తమ భార్యలవి, ఉంపుడుకత్తెలవి, తల్లులవి, కూతుళ్ళవి ఫొటోలు తెచ్చి నాకిస్తూ ఉంటారు. పుండాకోర్లు!... ఆ నీచులకు కాస్తయినా ఇంగిత జ్ఞానం ఉందా?..... స్త్రీ అంటే, ఒకే ఒకసారి, ఒకే ఒక పురుషుణ్ణి ప్రేమిస్తుంది. వాళ్ళు స్త్రీలకు ద్రోహం చేస్తారు. ఒక ప్రియురాలుతో ప్రాణం ఇస్తామని చెపుతూ, రహస్యంగా మరో స్త్రీని పొందుతూ ఉంటారు. నీతి లేని గాడిదలు! మగాళ్ళలో చాలామంది ఇంతే! అయితే.... ఈ నాటి యువకులలో కొంతమంది నిజాయతీ గలవాళ్ళు ఉన్నారు.... కాని బోడిముండకు దొరికేవన్నీ మొద్దు శిశ్నాలే అన్నట్లు, మన దగ్గరకి వచ్చే వెధవలంతా కటిక దుర్మార్గులు! క్రూరులు, మోసగాళ్ళు, వంచకులు... ఇటీవల నేనొక పుస్తకం చదివాను. అందులో మన పడుపుకత్తెల జీవితం భయంకరంగా వర్ణించబడింది... ఇప్పుడు నేను ఏ సంగతులు చెపుతున్నానో... అవన్నీ అందులో ఉన్నాయి" అంటూ ద్వేషం వెళ్ళగక్కుతూ చెప్పింది జెన్నీ.

వాండా తిరిగి వచ్చింది. మెల్లగా జెన్నీ పక్కమీద లాంతరు నీడలో కూచుంది. సాధారణంగా ఉరిశిక్ష పడిన నేరస్థులు, కఠిన శిక్ష పడిన ఖైదీలు, పడుపుకత్తెలు విచిత్రమైన మనస్తత్త్వం కలిగివుంటారు. ప్రతి చిన్న విషయానికి వీరు అపార్థం చేసుకుంటారు. స్వల్ప విషయాలకే వీరి సున్నితమైన మనస్సు నొచ్చుకుంటుంది. ఈ అరగంట బట్టి ఆ పిల్ల తన విటునితో ఎలా గడిపిందీ మిగతావాళ్ళు అడగలేదు.

హఠాత్తుగా వాండా పాతిక రూబుల్సు తీసి, బల్ల మీదికి విసిరింది.

"ఒక బుడ్డి ద్రాక్ష సారాయి, ఒక కర్బూజ పండు పట్టుకురాండి" అంటూ నిర్లక్ష్యంగా ఉత్తర్వు చేసింది ఆ పిల్ల.

తరువాత ఆమె తన రెండు చేతులతో మొహాన్ని కప్పుకుని, నిశ్శబ్దంగా కుమిలి కుమిలి ఏడవడం మొదలెట్టింది. అప్పటికీ ఏం జరిగిందో అడగడానికి ఎవరూ సాహసించలేదు. జెన్నీ మాత్రం ఆగ్రహంతో వణికిపోతోంది. ఆమె మొహం తేరిపార చూడడానికి వీలు లేకుండా ఉంది. పళ్ళతో బలంగా కింది పెదవి కొరుక్కుంది. అప్పుడు వాండా ఇలా చెప్పసాగింది:

"అవును టమారా! ఇప్పుడు నిన్ను అర్థం చేసుకోగలిగాను. టమారా! నన్ను క్షమించవూ? పచ్చి దొంగ అయిన ఆ 'శంకా' గాణ్ణి నీవు ప్రేమిస్తూంటే నేను ఎగతాళి చేసేదాన్ని. నిన్ను అవమానపర్చేదాన్ని. కాని ఇప్పుడు నాకు అర్థమైంది. మగాళ్ళందరిలోకి నీతీ, నిజాయతీ గలవాళ్ళు ఇద్దరే! ఒకడు - దొంగ, రెండోవాడు - హంతకుడు. వీరిద్దరూ ప్రియురాలితో మనసిచ్చి మాట్లాడతారు. చచ్చినా అబద్ధం చెప్పరు. అవసరమైతే ప్రియురాలి కోసం దొంగతనంగాని, హత్యగాని చేస్తారు. తమ ప్రాణాలు ఇస్తారు. కాని తక్కినవాళ్ళు పచ్చి మోసగాళ్ళు! అబద్ధాలకోర్లు! కనిపించకుండా జిత్తులు పన్నుతారు. కుట్రలతో, కుత్సితాలతో మనల్ని వంచించి నాశనం చేస్తారు. ఆ క్రూరుడున్నాడు చూచారూ? మూడు కుటుంబాలు నడుపుతున్నాడు. భార్య, అయిదుగురు బిడ్డలు ఉన్నారు. ఇద్దరు బిడ్డల్ని ఒక పోషకురాలికి అప్పజెప్పి దూరదేశానికి పంపించాడు. వాళ్ళు అక్కడ ఉంటున్నారు. ఇంకా అతనికి మొదటి సంబంధం భార్యకు ఒక కూతురు ఉంది. ఈ దుర్మార్గుడు కూతురితోనే సంసారం చేసి ఆమె వలన ఒక బిడ్డను కూడా కన్నాడు. నగరంలో ప్రతివారికీ ఈ విషయం తెలుసు - అతని పసిబిడ్డలకు తప్ప! తక్కినవారంతా ఈ సంగతి పోలునాడుగా చెప్పుకుంటారు. ఆ బిడ్డలు కూడా కొంచెం అనుమానం కలిగి ఈ విషయం గుసగుసలాడుకుంటుంటారు. మరి చూడండి! ఇలాంటి దుర్మార్గుణ్ణి పెద్దమనిషిగా, గౌరవనీయుడిగా, ప్రసిద్ధమైన వ్యక్తిగా చెప్పుకుంటుంది లోకం... చూడండి అమ్మాయిలూ! నిజానికి మనం ఇంతకు ముందు ఎన్నడూ ఒకరికొకరం హృదయాలు విప్పి మాట్లాడుకోలేదు. కాని ఇప్పుడు నా చరిత్ర మీ అందరితో చెప్పదలచాను. నేను పదేళ్ళ పిల్లగా ఉన్నప్పుడు, నా కన్నతల్లి నన్ను ఝిటోమిర్ నగరంలో ఒక డాక్టర్‌కు అమ్మింది. అతని పేరు - లాంబర్ క్లైన్. నాకప్పటికి సరిగ్గా పదేళ్ళ వయస్సు. నేను డాక్టర్ కాళ్ళు పట్టుకుని ప్రార్థించాను. అన్నెంపున్నెం ఎరుగని అమాయకురాలిననీ, పసితనంలో ఉన్నాననీ ఏడ్చాను. కాని అతను నన్ను వదిలిపెట్టలేదు. "మరేం ఫరవాలేదు. నీవు తొందరలోనే బాగా ఎదిగి వస్తావులే" అంటూ జవాబు చెప్పాడు..... ఏం చెప్పను? ఆ వయస్సులో... అలాంటిపని... ఎంత నొప్పి పుట్టిందో చెప్పలేను. అబ్బ... అసహ్యం. ఆ తరువాత అతను ఏం చేశాడో తెలుసా?

తనొక పెద్ద ఘనకార్యం చేసినట్లు, ఈ విషయం ఊరంతా చాటించాడు... అవమానంతో కుమిలి, కుళ్ళి, గుండె పగిలేలా ఏడ్చాను."

"సరే, ఎలాగూ మొదలుపెట్టనే పెట్టారుగా! అందరం చెప్పుకుందాం" అంది జోస్యా మెల్లగా విచారకరమైన మొహంతో. "ఇవాన్ పెట్రొవిచ్ మునిసిపల్ హైస్కూల్లో పనిచేసే ఒక టీచరు నన్ను చెరిచాడు. ఒకనాడు నన్ను తన ఇంటికి రమ్మని పిలిచాడు. నేను ఎందుకో అని వెళ్ళాను. అతని భార్య మార్కెట్టుకు పోయింది. క్రిస్టమస్ పండుగకు బాతును కొనడానికి వెళ్ళిందట. నా చేతిలో పటికబెల్లం ముక్క ఒకటి పెట్టాడు. ఏం చేయను? అతను చెప్పినట్లు చేయాల్సి వచ్చింది. ఒసేవ్! మీకు తెలుసునో, లేదో? ఇప్పుడంటే ఇంత గడితేరి, మన ఇష్టం వచ్చినట్లు నిర్భయంగా ప్రవర్తిస్తున్నాం కాని, ఆ రోజుల్లో టీచర్లంటే చచ్చే భయం. మేం చదువుకునే రోజుల్లో పంతుళ్ళకు మా మీదున్న అధికారం – జార్ చక్రవర్తికి, ఆఖరుకు దేవుడికి కూడా లేదు" అంటూ జోస్యా తన చరిత్ర చెప్పింది.

"నన్నొక విద్యార్థి చెడగొట్టాడు. నేను దాసీగా పనిచేస్తోన్న ఇంట్లో పిల్లలకు అతను చదువు చెపుతూండేవాడు...ఓ చెప్తాను వినండి..." అంటూ న్యూరా తన చరిత్ర చెపుతూ మధ్యలో ఒక క్షణం ఆగింది. ఎందుకో తల తిప్పి, గది వాకిలి వైపు చూచింది. వెంటనే ఆమె మొహం అదో రకంగా మారిపోయింది.

ఆమె అలా చూడ్డానికి కారణం ఏమిటని, తక్షణమే జెన్నీ కూడా వాకిలి వైపు చూచింది. ఏముంది! వాకిట్లో ల్యూబా నిలబడి ఉంది. ఆమె మొహం వివర్ణమై పోయింది.

ల్యూబా విపరీతమైన బాధతో కుమిలిపోతున్నట్లు కనిపించింది. నిలబడడానికి కూడా శక్తి ఉన్నట్లు లేదు. పడిపోకుండా తలుపు బొద్దె పట్టుకుని నిలుచుంది.

లిఖోనిన్ వెంట వెళ్ళిన ల్యూబా హఠాత్తుగా అక్కడ సాక్షాత్కరించేసరికి జెన్నీ నివ్వెరపోయింది.

"ల్యూబా! ఇక్కడికొచ్చావేం? ఏం జరిగిందే పాపిష్టిదానా?" అని అడిగింది జెన్నీ బిగ్గరగా. కానీ ఆమె కంఠస్వరం గాద్గదికమైంది.

"నీకు తెలీదూ? అతను నన్ను వెళ్ళగొట్టాడు" అంది ల్యూబా.

ఎవరూ మాట్లాడ్లేదు. జెన్నీ తన చేతులతో కళ్ళను కప్పుకుంది. వేగంగా ఊపిరి తీస్తోంది. ఆమె ముఖకవళికలు క్షణక్షణం మారుతున్నాయి.

"జెనీచ్కా! ఇహ నా గతి ఏం కావాలి? నేను నీ మీదనే ఆశ పెట్టుకున్నాను. నీకంటే నాకు దిక్కెవ్వరున్నారు? ..ఎలాగైనా ఇక్కడి వారంతా నిన్ను గౌరవిస్తారు. ఏమే! నాకు సహాయం చెయ్యవూ? దయచేసి అన్నాతోటో, సిమన్‌తోటో మాట్లాడు. నన్ను మళ్ళీ చేర్చుకోమని చెప్పు" అంది ల్యూబా. ఆమె ఆ మాటలు ఎంతో కష్టంతో అంది.

జెన్నీ వెంటనే లేచి కూచుంది. ఒకమాటు ల్యూబా వైపు చూచింది. ఆమె కళ్ళలో జాలి, కోపం, ద్వేషం – అన్నీ పెనవేసుకుని ఉన్నాయి.

"ఇవాళ అన్నం తిన్నావటే?" అనడిగింది జెన్నీ.

"లేదు. ఇవాళా లేదు. నిన్నా లేదు."

"జెనీచ్కా! నన్ను కొంచెం ద్రాక్షసారాయి ఇవ్వమంటావూ? వెర్కా వెళ్ళి వంటింట్లో మాంసం ఏమైనా ఉందేమో వెదకితెస్తుంది. ఏం, తెమ్మంటావా?" అంది వాండా, జెన్నీతో.

"సరేనే! ఏదో ఒకటి చేయండి. అమ్మాయిలూ! దాని మొహం చూడండే, ఎట్లా ఉందో? మంచులో తడిసి ఒళ్ళంతా ముద్దయిపోయింది. తెల్ల మంకా! ఏమేవ్ టమారా! ముందు ఒక జత బట్టలు దానికివ్వండి. ఒక జత మేజోళ్ళు, స్లిప్పర్లు కూడా పట్టుకు రండి. ఊc, త్వరగా వెళ్ళండి."

ముందు ల్యూబా ప్రాణాలు నిలవడం కోసం జెన్నీ అందరినీ తలా ఒక పని చేయమని పురమాయించింది. "ఏమే ల్యూబా! అసలు ఏం జరిగిందో చెప్పవే మొద్దూ!" అనడిగింది మళ్ళీ జెన్నీ, ఆమె వైపు చూస్తూ.

7

వేసవికాలంలో ఆనాటి తెల్లవారుజామున లిఖోనిన్ అనే విద్యార్థి, ల్యూబాను 'అన్నా' ఇంట్లోంచి తప్పించి తనతో తీసుకువెళ్ళాడు కదూ! అది లిఖోనిన్ జీవితంలో ఒక మరపురాని సంఘటన. అతని జీవయాత్రలో ఒక మలుపు! అతని విద్యార్థి దశలో ఒక పిలుపు!

చెట్ల ఆకులన్నీ ఇంకా పచ్చగానే ఉన్నాయి. పసిరిక నుంచీ, పచ్చని ఆకుల నుంచీ గాలిపాటు వచ్చే సువాసనలు హృదయాహ్లాదకరంగా ఉన్నాయి. ఉత్సాహాన్ని కలిగిస్తున్నాయి. ఆ నిశీథిలో నిశ్చలంగా, నిశ్శబ్దంగా నిలబడి ఉన్న చెట్ల వైపు చూచాడు లిఖోనిన్. అతనికి ఆశ్చర్యం కలిగింది. నిర్మలంగా, పరమశాంతంగా ఉన్న ఈ ప్రకృతి సౌందర్యాన్ని ఈశ్వరసృష్టిని మానవులు అనుభవించకుండా తృణీకరిస్తున్నారు కదా అనుకున్నాడు. అంతలోనే అతనికి విచారం కలిగింది. బండి వేగంగా పోతోంది. బండిలోంచి బయటికి పరిశీలించి చూస్తున్నాడు. దోవకు ఇరు పక్కలా చెట్లు ఉన్నాయి. అవి ఎంతో ఎత్తున ఆకాశంలోకి తొంగి చూస్తున్నాయి. నదిలో నీరు నీలంగా, నిశ్చలంగా అగుపిస్తోంది. కర్రవంతెన కింది నుంచి ప్రవహిస్తోన్న ఆ నీరు ఎంత మనోహరంగా ఉంది? ఆకాశంలో తెల్లని తెరలు, పొరలు విచ్చుకున్నాయి. తూర్పు దిశను ప్రభాత కాంతులు గోచరిస్తున్నాయి. ప్రాగ్దిశ ఉదయభానుణ్ణి తన విశాల హస్తాలతో ఆహ్వానిస్తోంది.

రాత్రి అంతా నిద్ర లేకుండా అప్పటి వరకు సెగలు, పొగలు, చప్పట్లు, కేకలు, నవ్వులు, తువ్వులు – వీటితో సందడిగా ఉన్న సానికొంపలో గడిపి బయటపడిన ఆ విద్యార్థికి ఇప్పుడెంతో హాయిగా, ఆనందంగా ఉంది. బయట వీస్తోన్న చల్లని గాలి, నిర్మలమైన వాతావరణం, ప్రఫుల్లమైన ప్రాతఃకాల సౌందర్యం – ఇవన్నీ అతని

హృదయంలోను, ఊపిరితిత్తులలోను ప్రవేశించి సంతోషసాగరంలో ముంచివేశాయి. అంతేకాదు, వీటికి తోడు అతను చేసిన ఘనకార్యం ఒక స్త్రీని - ఒక పతితను యమకూపంలోంచి బయటపడేసి ఉద్ధరించడం. ఇది తలుచుకునేసరికి అతని హృదయం మరీ ఉప్పొంగిపోయింది.

అవును. అతను మనిషిలా వ్యవహరించాడు. నిజమైన మానవుడిలా ప్రవర్తించాడు. ఇప్పటికీ అతను, తను చేసిన పనికి చింతించడం లేదు. సంసార స్త్రీల ముందు, చక్కని ఇల్లాండ్ర ముందు కూచుని కులాసాగా టీ తాగుతూ, వ్యభిచారం చాలా చెడ్డదనీ, మహాపచారమనీ కబుర్లు చెప్పడం 'వాళ్ళకు' సులభం కావచ్చు (ఈ 'వాళ్ళు' అంటే ఎవరో అతనికి సరీగా తెలీదు). కానీ 'వాళ్ళు', లేక తన తోటి విద్యార్థులు, ఎవడైనా ఒక్కడు, ఒక్కడంటే ఒక్కడు ముందుకు వచ్చి, నడుంకట్టి, ఒక్క పడుపుకత్తెనైనా ఉద్ధరించాడూ? హుఁ! మరి తనూ? తను అలా కాదు. కబుర్లు చెప్పడం కాదు. తను పని చేసి చూపిస్తాడు. లిఖోనిన్ అంటే ఒక పని చేసి చూపించేవాడు!

అతను, ల్యూబా నడుం చుట్టూ తన చేతిని పోనిచ్చి, ప్రేమపూరిత నయనాలతో ఆమె వంక చూచాడు. కాని వెంటనే ఆ క్షణంలోనే తను ఆమెను తండ్రిలా, సోదరుడిలా ప్రేమిస్తున్నానని భావించాడు.

ల్యూబా బాగా నిద్ర మత్తులో ఉంది. ఆమె కళ్ళు కూరుకుపోతున్నాయి. కాని ఎంతో కష్టం మీద, కళ్ళు తెరిచి మేలుకొని ఉండడానికి ప్రయత్నిస్తోంది. ఆమె పెదవుల మీద అలాగే అమాయకమైన అలసిపోయిన చిరునవ్వు తాండవం చేస్తోంది. ఆమె నోట్లో ఒక వైపు నుంచి సన్నని ధారగా చొంగ కారుతోంది.

"ల్యూబా! చూడు! ఇటు చూడు! మన చుట్టూ ఎంత అందంగా ఉందో చూడు! స్వర్గం దిగి వచ్చినట్లుగా ఉంది, నేను సూర్యోదయాన్ని చూచి అయిదేళ్ళయింది ల్యూబా! ఎప్పుడూ ఏదో ఒక ఆటంకం వచ్చేది. గుంపులో కూచుని పేకాట ఆడుతూ ఉండడమో, లేక తాగుడుతో మైకంలో ఉండడమో, లేక యూనివర్సిటీకి పరుగెత్తడమో సంభవించేది. సరీగా సూర్యోదయం అయ్యే సమయానికి ఎప్పుడూ ఇలాంటి ఆటంకాలే వచ్చేవి. చూడు! ఆ తూర్పుదిశను చూడు ప్రభాతకాంతులు.. ఉదయభానుని అరుణ కాంతులు ఎలా వెల్లివిరుస్తున్నాయో! ఇది నీ జీవితానికి కూడా అరుణోదయం ల్యూబా! ఇప్పుడు నీ జీవితానికి నూతనాధ్యాయం ఆరంభమైంది. ఫరవాలేదు. సందేహించకుండా, నిర్భయంగా నా చెయ్యి మీద ఆనుకొని కూచో! నీకు మంచి మార్గం చూపిస్తాను. నిన్ను ఆదర్శ మార్గంలో నడిపిస్తాను. భయపడకు. జీవితంలో కష్టాలను, క్రూరమైన సంఘటనలను ధైర్యంతో, సాహసంతో ఎలా ఎదుర్కోవాలో నీకు నేర్పుతాను. చివర వరకూ నీకు అండగా నిలబడి పోరాడుతాను ల్యూబా!" అన్నాడు లిఖోనిన్.

ల్యూబా అతని వైపు ప్రశ్నార్థకంగా చూచింది. అతను ఇంకా తాగుడు మైకంలోనే ఉన్నాడు. అంచాత ఏదో ఉద్రేకంగా మాట్లాడుతున్నాడు... అయినా ఫరవాలేదు.

మంచివాడు. కొంచెం సంసారపక్షంగా ఉంటాడు. అంతకన్నా ఏం లేదు అనుకుంది తనలో. తరువాత మత్తుగా నవ్వి, వ్యంగ్యంగా ఇలా అంది:

"అవును. మీరు నిస్సందేహంగా నన్ను మోసం చేస్తారు. మగాళ్ళంతా అంతే! మీ అవసరం తీరే వరకు, మీకు సుఖం దొరికేవరకు బాగానే చూస్తారు. తరువాత అవతలికి పొమ్మంటారు. అవునా?"

"ఏమిటీ? నేనా? బొందిలో ప్రాణం ఉండగా అలా చెయ్యను" అన్నాడు లిఖోనిన్ రోషంతో. అతను, తన పిడికిలితో గుండె మీద కొట్టుకోడానికి సిద్ధపడ్డాడు కూడా. "నీకు ఇంకా నా సంగతి బాగా తెలీదు ల్యూబా! ఓ దిక్కులేని ఆడపిల్లను అన్యాయంగా మోసం చేసే నీచుణ్ణి కాదు నేను. నీవు పడిన కష్టాలన్నీ మరిచిపోవడానికి నా శాయశక్తులా కృషి చేస్తాను. నీకు విద్యాబుద్ధులు చెప్పిస్తాను. నీకు ప్రపంచజ్ఞానం కలిగిస్తాను. నీ దారిద్ర్యం, నికృష్ట జీవితం, నీ దుష్ప్రవర్తన - అన్నీ మారుస్తాను ల్యూబా! నేను తండ్రిలా, సోదరుడిలా వ్యవహరిస్తాను. నీవు నిజంగా, పవిత్రంగా, హృదయపూర్వకంగా ఎవరినైనా ప్రేమించడం సంభవిస్తే, ఆనాడు నేను హర్షిస్తాను. నిన్ను ఆ యమకూపంలోంచి బయటికి తెచ్చిన శుభదినాన్ని అభినందిస్తాను."

లిఖోనిన్ ఇలా ఉద్రిక్తుడై మాట్లాడుతుంటే, బండివాడు నిశ్శబ్దంగా తనలో నవ్వుకొనసాగాడు. అవును. వృద్ధులైన బండ్లవాళ్ళకు ఇలాంటి విషయాలు ఎన్నో తెలుసు. వాళ్ళు ఇలాంటి సంఘటనలు ఎన్నో చూచారు. ఇలా మహోపన్యాసాలు చేసే మోసగాళ్ళను ఎంతోమందిని చూచారు.

అతను చెప్పింది విని ల్యూబా, అతనికి తనపై కోపం వచ్చిందనీ, లేకపోతే ఎవరో ప్రతికక్షి అయినట్లు అసూయ కలిగిందనీ భావించింది. వెంటనే ఆమె బాగా మెలకువ తెచ్చుకుని లిఖోనిన్ వైపు మొహం తిప్పింది. కళ్ళు పెద్దవి చేసి, వినయంగా, మార్దవంగా అతని వంక చూసింది. తన నడుం మీద ఉన్న కుడిచేతిని మెల్లగా వేళ్ళతో తాకింది.

"కోపం వచ్చిందా ప్రియా! మీకు కాకుండా మరొకరికి మనసు ఇస్తానన్నమాట కల్ల. దేవుడి మీద ప్రమాణం చేసి చెపుతున్నాను. మీరు నన్ను కాపాడాలని ప్రయత్నిస్తున్నారు. ఆ మాత్రం నేను అర్థం చేసుకోలేదనుకున్నారా? మీరు...మీరు అందమైన యువకులు. ఇహ ఎందుకు కాదంటాను! పోనీ మీరు వృద్ధులన్నా అయితే అనుకోవచ్చు....."

"నా అభిప్రాయం అది కాదు" గట్టిగా అన్నాడు లిఖోనిన్. ఆమె తన భావాలు అర్థం చేసుకోలేదని తెలుసుకుని, మళ్ళీ ఆమెకు విపులంగా చెప్పసాగాడు. స్త్రీల హక్కుల గురించీ, మానవజీవితాన్ని గురించీ, న్యాయాన్ని గురించీ, చెడును, దాస్యాన్ని నిర్మూలించే స్వేచ్ఛను గురించీ గంభీరమైన ఉపన్యాసం ఇచ్చాడు.

కాని పాపం, అప్పటికీ ఆ పిల్ల గ్రహించలేదు. అతను చెప్పే విషయాల్లో ఒక్క

మాట కూడా ఆమెకు అర్థం కాలేదు. అందుకు ఎంతో విచారించింది. తన అసమర్థతకు, తప్పిదానికి దుఃఖించింది. తన కోసం అంతగా కృషి చేస్తోన్న యువకుణ్ణి, అతని మనస్తత్వాన్ని, అతని భావాలను గ్రహించలేనందుకు ఎంతో చింతించింది. అతనికి కనిపించకుండా మనసులోనే కుమిలి కుమిలి ఏడ్చింది.

"అదుగో మన ఇల్లు వచ్చింది.... ఆపవోయ్ బండి!" అన్నాడు విద్యార్థి.

బండి ఆగింది. అతను బండిలోంచి దిగాడు. ల్యూబాను చెయ్యి పట్టుకుని మెల్లగా దింపాడు. బండివాడికి ఇవ్వాల్సిన బాడుగ ఇచ్చేశాడు.

అతను దర్జాగా ల్యూబా చేయి పుచ్చుకుని, ఏదో పోజుపెట్టి ఇంటిలోకి తీసుకుపోతోంటే, బండి తోలే ఆ ముసలాడు అదోలా చూచాడు.

"ఇది నా సుందర భవనం!
లేదు ఇసుమంత భయం!
ఇది నిశ్శబ్దం, నిర్మల సౌధం!
ఈ భవనానికి రాణివి నీవే!
ఈ హృదయానికి దేవివి నీవే!
పదవే ఓ ప్రియురాలా!
పదవే ఓ సఖురాలా!"

అని ఏదో పాట వినపడుతున్నట్లు అనిపించింది ఆ బండివాడికి. ఏదో విచిత్రంగా, వేదాంతిలా నవ్వాడు అతను.

8

లిఖోనిన్ నివసిస్తోన్న గది, మేడ మీద అయిదో అంతస్థులో ఉంది. ల్యూబా ఎంతో కష్టం మీద మేడ మెట్లు ఎక్కసాగింది. ఇహ రెండు మూడు మెట్లెక్కితే, నీరసం వల్ల అక్కడే పడిపోయి మరి లేవలేనని కూడా అనుకుంటోంది. కానీ లిఖోనిన్ ఇంకా మాటలు చెపుతూనే ఉన్నాడు.

"ల్యూబా! నీవు బాగా అలసిపోయినట్లున్నావు. మరేం ఫరవాలేదు. నన్ను ఆనుకొని నడువు. మనం పైకి పోతున్నాం. మానవుడు పురోగమిస్తాడనడానికి ఇదే తార్కాణం. ఫరవాలేదు నా సోదరీ! నా కామ్రేడ్! ఇలా నా భుజానికి ఆనుకో!"

అసలే అలసివున్న ల్యూబాకు ఇది మరీ కష్టంగా ఉంది. తనొక్కతే ఎక్కడం కష్టంగా ఉంటే, ఇప్పుడు లిఖోనిన్‌ను కూడా ఈడ్చుకుపోవాల్సి వచ్చింది. పైగా అతను చాలా బరువుగా ఉన్నాడు. పోనీ ఎలాగో బాధకు తట్టుకుందామా అంటే, దీనికి తోడు అతగాడు ఊరక తెరిపి లేకుండా వదరుతున్నాడు. అర్థం లేని వాగుడుతో ఊదరకొడుతున్నాడు. ఇది మరీ బాధగా ఉంది ల్యూబాకు. పిప్పిపన్ను పోటులా, పసివాడి

ఏడుపులా, 'గీ' అని అరిచే కీచురాయి ధ్వనిలా ఉంది అతని వాగుడు.

చివరకు ఎలాగైతేనేం, ఇద్దరూ లిఖోనిన్ గదికి చేరుకున్నారు. గదికి తాళం లేదు. అసలెప్పుడూ అది తాళం వేసి ఉండదు. లిఖోనిన్ తలుపు తోశాడు. తలుపు తెరుచుకుంది. ఇద్దరూ లోనికి ప్రవేశించారు. గది అంతా చీకటిగా ఉంది. మసక మసకగా అగుపిస్తోంది. గదంతా కంపు కొడుతోంది. చిట్టెలుకల వాసన, కాల్చిపారేసిన పొగాకు, సిగరెట్ల వాసన, కిరసనాయిలు కంపు, మాసిపోయి మురిగిపోయిన బట్టల వాసన ఈ దుర్గంధంతో ముక్కులు పగిలిపోతున్నాయి. ఆ మసక వెలుతురులో ఎవరో గాఢంగా ఒళ్ళు తెలీకుండా గుర్రుపెట్టి నిద్రపోతున్నారు.

గదికి అడ్డం కట్టిన తెరలు తొలగించాడు లిఖోనిన్. కిటికీ తలుపులు కూడా తెరిచాడు. అప్పుడు గదిలోకి కాస్త వెలుతురు వచ్చింది. చూస్తే ఒక మామూలు పెళ్ళికాని పేద విద్యార్థి గది ఎలా ఉంటుందో అలాగే ఉంది. ఆ గది ఒక వైపు కుక్కి అయిపోయి ఊగుతోన్న మంచం, దాని మీద అట్ట కట్టుకు పోయిన ఒక దుప్పటి ఉన్నాయి. మరో మూల కాలు విరిగిన టేబులు, దాని మీద కొవ్వొత్తులు వెలిగించి పెట్టే దీపపుసెమ్మా ఉన్నాయి. కొవ్వొత్తులు మాత్రం లేవు. కొన్ని పుస్తకాలు టేబులు మీద, మరికొన్ని క్రిందా చిందర వందరగా పడేసి ఉన్నాయి. గది నిండా ఎక్కడ పడితే అక్కడ కాల్చి పారేసిన సిగరెట్టు ముక్కలు పడివున్నాయి. గోడకు ఆనించి, బాగా పాతబడిపోయిన ఒక సోఫా ఉంది. ఆ సోఫాలో ఒక యువకుడు పడుకుని నిద్ర పోతున్నాడు. నల్లగా వంకులు తిరిగిన జుట్టు, నల్లని కోరమీసాలు, నోరు తెరుచుకుని గురక పెడుతూ నిద్ర పోతున్నాడు. అతని చొక్కాకు గుండీలు ఊడతీసి ఉన్నాయి. అంచేత ఎదురురొమ్ము, దాని మీద నల్లగా, ఒత్తుగా ఉన్న వెంట్రుకలు స్పష్టంగా అగుపిస్తున్నాయి.

"నిజేరా! ఏయ్ నిజేరా! లేవ్వోయ్! లే!" అంటూ అరిచాడు లిఖోనిన్ అతని డొక్క మీద తడుతూ.

"ఊం! ఊం...." మూలిగాడు అతను.

"లేవ్వోయ్! లే! నిన్నే. గాడిదలా ఏమిటా నిద్ర!"

"అబ్బ! ఊం...... ఊం......"

నీకేరా చెప్పేదీ! నీ నిద్ర పాడుగాను. ఏమిటా మొద్దు నిద్ర దున్నపోతులా దొర్లుతున్నావ్. లేరా అరబ్బీ లొట్టిపిట్ట! లేవవేం రా రాస్కెల్!" చెడామడా తిట్టాడు లిఖోనిన్.

అంతలో ల్యూబా అడ్డొచ్చింది. భయపడుతూ అతని చెయ్యి పట్టుకుని ఇలా అంది:

"ఊరకోండి పాపం! ఎందుకాయన్ను బాధ పెడతారు? అలసిపోయి పడుకున్నట్లున్నారు. అతణ్ణి నిద్ర పోనీయండి.... నేనే తిరిగి ఇంటికి వెడతాను. బండి బాడుగకు ఓ యాభై కోపెక్కులుంటే ఇవ్వండి, చాలు. మళ్ళీ మీరు రేపొచ్చి నన్ను

చూడొచ్చు... రారూ!"

ల్యూబా అన్న మాటలు విని లిఖోనిన్ కలవరపడ్డాడు. నిద్ర మత్తులో ఉన్న ఆ పిల్ల, అనవసరంగా జోక్యం కలిగించుకుని తనను అటకాయించడం విచిత్రంగా తోచింది అతనికి. కాని ఆ నివ్వెరపాటు ఎంతోసేపు లేదు అతనికి. మళ్ళీ అనుకున్నాడు, బహుశా ఆమె నిద్రపోతున్న మనిషిని చూచి జాలిపడిందని భావించాడు. మొత్తం మీద అతని మనసు కాస్త నొచ్చుకుంది. నిద్రపోతోన్న నిజేరా చెయ్యి కిందికి వేలాడుతోంది. అతని చేతిలో సిగరెట్టు కూడా ఉంది. అలాగే పట్టుకుని ఉన్నాడు. ఇహ లాభం లేదని లిఖోనిన్ అతని చెయ్యి పుచ్చుకుని బలవంతాన ఊపుతూ, తీవ్రంగా ఇలా అన్నాడు:

"నిజేరా! ఎంత పిలిచినా నీవు లేవడం లేదు. మనిషి అన్న తరువాత జ్ఞానం ఉండాలి. నేను ఒంటరిగా లేను, నాతో ఒక ఆడమనిషి కూడా ఉంది. లేరా పంది!"

ఈసారి ఈ మాటలు మంత్రంలా పనిచేశాయి. నిజేరా ఒక్కసారిగా ఉలిక్కిపడి లేచాడు. ఎగిరి కూచున్నాడు. చేతులతో కళ్ళు నులుముకున్నాడు. కన్నెత్తి చూచాడు. ఎదురుగా ఆడమనిషి అగుపించింది. కలవరపడ్డాడు. గొణుక్కుంటూ గబాగబా చొక్కాకు గుండీలు పెట్టుకున్నాడు.

"నువ్వేనా లిఖోనిన్? నీ కోసం కూచుని కూచుని విసుగుపుట్టింది. ఆఖరుకు కునుకుపట్టింది. దయచేసి ఆమె గారిని ఒక నిమిషం అటు తిరగమని చెప్పు" అన్నాడు నిజేరా నిద్ర మత్తుగానే.

అతను గబగబా తన బూడిద రంగు కోటు – విద్యార్థులు వేసుకునే కోటు తొడుక్కున్నాడు. రెండు చేతులూ జుట్టులోకి పోనిచ్చి, వేళ్ళతో క్రాఫు సరిచేసుకున్నాడు. ప్రతి ఆడమనిషికీ వగలాడితనం సహజంగా పుట్టుకతో వచ్చిన గుణం. ఎంత వయసు వచ్చినా, ఏ పరిస్థితిలో ఉన్నా వాళ్ళకు ఆ గుణం పోదు. అందులోనూ కొత్త మగాడు కనిపించగానే ఆడది తప్పకుండా ఒయ్యారం ఒలకపోస్తూ మరులు గొలుపుతుంది. అలాగే ఇప్పుడు ల్యూబా కూడా ఎదురుగా ఉన్న నిలువుటద్దం ముందుకు వెళ్ళి జుట్టు సవరించుకోసాగింది. నిజేరా తన కళ్ళసైగల తోటే, 'ఆ వచ్చిన ఆమె ఎవర'ని లిఖోనిన్‌ను ప్రశ్నించాడు.

"ఎవరోలే" అన్నాడు పెద్దగా లిఖోనిన్. "ముందు మనం బయటకి వెడదాం రా! అంతా చెప్తుతాను. ల్యూబ్‌కా! ఇప్పుడే ఒక నిమిషంలో వస్తాను. మరేం అనుకోకు. వచ్చి నీకు కావాల్సిన ఏర్పాట్లు అన్నీ చేసి మరీ వెడతాను."

"మరేం ఫరవాలేదు" అంది ల్యూబా. "నాకా సోఫా చాలు. మీరా మంచం మీద పడుకోండి. నాకింకేమీ అక్కర్లేదు."

"అలా కాదు ల్యూబా! నా స్నేహితుడు కూడా ఈ ఇంట్లోనే ఉంటున్నాడు. నేను అతనితో గడుపుతాను. మళ్ళీ ఇప్పుడే వస్తాను."

ఆ ఇద్దరు విద్యార్థులు నడవలోకి వెళ్ళారు.

"ఏమిటి కలలా ఉందే? ఎవరా పిల్ల? ఎక్కణ్ణుంచీ కొట్టుకొచ్చావోయ్?" కళ్ళు పెద్దవి చేస్తూ అడిగాడు నిజేరా.

లిఖోనిన్ ఏదో అర్థవంతంగా తలూపి మొహం చిట్లించాడు.

"చూడు మిత్రమా!" అన్నాడు లిఖోనిన్ తడబడుతూ, స్నేహితుడి కోటు గుండీ చేత్తో కదుపుతూ. అతని మొహంకేసి చూడకుండా చెప్పసాగాడు. "నీవు అపార్థం చేసుకుంటున్నావు నిజేరా! ఆమె... ఆమె... నేను స్నేహితులతో కలిసి... ఊరకే ఒక నిమిషం అన్నా మార్కోవ్‌నా ఇంటికి వెళ్ళాం...."

"నీతో ఎవరెవరు వచ్చారు?" ఆసక్తితో అడిగాడు స్నేహితుడు.

"ఎవరైతే ఏమోయ్? రాంసెస్, బోరియా, ఇంకా కొద్దిమంది వచ్చారు. యార్చెంకో అనే ప్రొఫెసరు కూడా ఉన్నాడు... అందరి పేర్లూ నాకు గుర్తు లేవు. మేమంతా కలసి పగలంతా నది మీద పడవ షికారులో గడిపాం. తరువాత రెస్టారెంటులో ఫలహారాలు చేశాం. అంతటితో ఊరకోక, అందరూ పందుల్లా పోయి యామాలో పడ్డారు. నా సంగతి నీకు తెలుసుగా? నేనీ పాడుపనిలో జోక్యం కలిగించుకోలేదు. కాస్త బ్రాందీ పుచ్చుకుంటూ, నా స్నేహితుడు ఒక రిపోర్టరు ఉంటే అతనితో మాట్లాడుకుంటూ కూచున్నాను. ఇహ మనవాళ్ళంతా ఊరకునే రకమా? వాళ్ళ గోలలో వాళ్ళు ఉన్నారు. తెల్లవారుజాము అయ్యేసరికి ఎంచేతనో తెలీదు గాని, నా హృదయం కరిగిపోయింది. అభాగ్యులైన ఆ వేశ్యల మీద జాలి కలిగింది. ఎక్కడ లేని దుఃఖం ముంచుకొచ్చింది. మనం మన అక్కచెల్లెళ్ళను, అమ్మలను అమితంగా ప్రేమిస్తాం. వాళ్ళ మీద ఈగ వాలనివ్వం. వాళ్ళ శీలాన్ని, గౌరవాన్ని, మానమర్యాదలను మన ప్రాణాలు ధారపోసి కాపాడుకుంటాం. వాళ్ళను ఎవడైనా పల్లెత్తు అనరాని మాట అంటే ఊరకుంటామా? వెంటనే ఎగిరి, మీద పడి ముక్కలు ముక్కలు చేసెయ్యం? అవునా?"

"అవును."

"మరి, వాళ్ళ గతి ఏమిటి? వారు మన అప్పచెల్లెళ్ళ వంటివారు కాదూ! వారు మన తల్లుల వంటి వారు కాదూ! ముసలివాళ్ళు, పడుచువాళ్ళు, నీచులు, వెధవలు – అంతా వాళ్ళ దగ్గరకు వెళ్ళి డబ్బు పారేసి... ఇది ఎంత దారుణమో ఆలోచించు. పాపం! ఆ స్త్రీలు ఒక నిమిషానికో, ఒక రాత్రికో డబ్బు తీసుకుని, అనాగరకులు, రోగులు అయిన పురుషులను సుఖపెట్టడానికి ప్రయత్నిస్తారు. వాళ్ళు చేయమన్న పిచ్చి పనులన్నీ చేస్తారు. దీన్ని ప్రేమ అంటావా? చెప్పు? ఈ నీచులు ఆ పిల్లల్ని నానాహింసలు పెడతారు. వాళ్ళను క్రిందపడేసి, తొక్కి, ఉక్కిరిబిక్కిరి చేసి, తమ మోజు తీరా అనుభవించి, ఆనందించి, డబ్బులు పారేసి ఇవతలి కొస్తారు. హాయిగా, కులాసాగా, ఖుషీగా జేబుల్లో చేతులు పెట్టుకుని, తల ఊపుతూ, ఈలపాట పాడుకుంటూ వెళ్ళిపోతారు. ఆ విధంగా ఆ స్త్రీలు, ఈ పురుషులు కూడా అలవాటు పడిపోయారు. ఆ స్త్రీలలో హృదయం, అంతరాత్మ చచ్చిపోయాయి. వాళ్ళు యంత్రాల మాదిరి అయిపోయారు. నిజంగా వారిని

చూస్తోంటే నాకు మన సోదరీమణులు, తల్లులు గుర్తుకొస్తారు నిజేరా! ప్రపంచంలోని స్త్రీ జాతి అంతా వారిలో నాకు గోచరమవుతూ ఉంది. అవునా?"

"అవును" గొణుగుతూ అటూ ఇటూ చూచాడు నిజేరా.

"అంచాత ఇవన్నీ నా మనసులో మెదిలాయి. ఇవన్నీ అందరికీ తెలుసు. అంతా మాటలు చెపుతారు పెద్ద పెద్ద సమావేశాలలో, సభలలో నిలుచుని వ్యర్థోపన్యాసాలు చేస్తారు. నీతులు వల్లిస్తారు. బైబిల్ గ్రంథాలు పంచిపెడతారు. పవిత్ర సూక్తులు పఠిస్తారు. అనాచారాన్నీ, అన్యాయాన్నీ తొలగించాలని వాగుతారు. కలుషితాన్ని, కశ్మలాన్ని కడిగివేయాలంటారు. ఆదర్శమైన నవసమాజాన్ని నిర్మించాలంటారు. (ఇక్కడ లిఖోనిన్, అకస్మాత్తుగా రిపోర్టరు చెప్పిన మాటలు గుర్తుకు తెచ్చుకున్నాడు). కానీ ఏం ప్రయోజనం? ఎవరూ ముందుకు దూకరు. కార్యాచరణకు పూనుకోరు. కావాల్సిన దానికి నడుం కట్టరు. నేనే ఈ పనికి పూనుకోవాలని నిశ్చయించుకున్నాను. రంగంలోకి దిగాను. ఆ నికృష్టం లోంచి, ఆ రొంపి లోంచి ఈ పిల్లను బయటికి తీసుకువచ్చాను. ఆమెకు సహాయం చేసి, మంచి మార్గంలో పెడతాను. ఆమె భయాన్ని, బాధను పోగొడతాను. ఆమెకు కావల్సినంత ప్రోత్సాహం ఇస్తాను. ఆమె పట్ల దయ, సానుభూతి ప్రదర్శిస్తాను."

"ఊఁ" మళ్ళీ మూలిగాడు జార్జియన్ కుర్రాడు నిజేరా.

"ఊఁ ఏమిటీ నీ మొహం? నే చెప్పేది నీవు అర్థం చేసుకోవడం లేదు. మానవకోటి గురించి మాట్లాడుతున్నాను. అది కూడా శరీరాల గురించి కాదు. మానవ ఆత్మలను గురించి చెబుతున్నాను."

"అవును, బాగుంది. తరువాత ఏం జరిగిందో చెప్పు?"

"తరువాత ఏముంది? ఈ అమ్మాయిని అన్నా ఇంట్లోంచి తప్పించి తాత్కాలికంగా ఇక్కడికి తీసుకొచ్చాను. తరువాత ఏం జరుగుతుందో ఆ భగవంతుడే ఉన్నాడు. ముందామెకు చదవడం, వ్రాయడం నేర్పిస్తాను. తరువాత ఆమె కోసం ఒక చిన్న హోటలో, భోజనశాలో పెట్టిస్తాను. లేకపోతే ఒక చిన్న చిల్లర దుకాణం పెడతాను. మిత్రులంతా నాకీ విషయంలో తప్పక సహాయం చేస్తారు. మానవ హృదయం మిత్రమా! ఎవరైనా సరే, ఎలాంటివాడైనా సరే, మనిషి అన్న తరువాత మనసు ఉండాలోయ్! దయాదాక్షిణ్యాలు లేనివాడు మనిషేనా? చూస్తూ ఉండు! ఒకటి రెండేండ్లలో ఆమెను ఒక ఆదర్శ స్త్రీని చేసి నిలబెడతాను. సంఘంలో ఆమెకూ ఒక స్థానం ఉందని నిరూపిస్తాను. ఎందుకంటే ఆమె ఆత్మ అగ్ని మాదిరి పవిత్రంగా ఉంది. శారీరకంగా ఆమె చెడిపోయిందే కాని, ఆత్మకు ఎలాంటి చెడుగూ అంటలేదు సోదరా!"

"ఓ అదా సంగతి! అయితే..." అంటూ స్నేహితుడు నాలుక కొరుక్కున్నాడు.

"ఏమిటి అయితే? నీ తలకాయ! గాడిదలా మొహమూ నీవూనూ!"

"అయితే ఆమెకు కుట్టుమిషన్ కొనిపెడతావా?"

"నీ మొహం? కుట్టుమిషనే ఎందుకు కొనాలి? ఏమిట్రా నీ మాటలు నాకర్థం

కావడం లేదు."

"ఎందుకో చెప్తాను విను. నవలల్లో ఇలాగే ఉంటుందిలే! కథానాయకుడు, నాయకిని రక్షించగానే, ఒక కుట్టుమిషన్ కొనిపెడతాడు. నీవూ అలాగే చేస్తావన్నమాట."

"ఇహ ఆపరా ఇడియట్! నీ పరిహాసాలూ నీవూనూ!" కోపంగా అన్నాడు లిఖోనిన్.

అది వినేసరికి జార్జియన్ కుర్రాడైన నిజేరాకు ఉద్రేకం వచ్చింది. అతని నల్లటి కళ్ళు ధగధగ మెరిశాయి. కంఠస్వరం కూడా మారింది.

"అవునోయ్! నే చెప్పిందాట్లో అర్థం లేకపోలేదు. నీవు, ఆమె కోసం ఏ రకంగా శ్రమపడ్డా సరే ఫలితం ఒకటే. చెప్తాను విను! నీవు ఆమెతో కలిసి కాపురం ఉంటావు. ఓ అయిదు నెలల తరువాత ఆమెను బయటికి వెళ్ళగొడతావు. అప్పుడామె మళ్ళీ సానికొంపకు చేరుతుంది. లేదా వీధుల్లో పడి అడుక్కు తింటుంది. ఇది సత్యం! ఒకవేళ నీవు ఆ పిల్లతో కలిసివుండకుండా ఆమె కోసం ఏదో ఆదర్శాలు, ఆశయాలు ఆలోచిస్తూ, బుర్ర పగులగొట్టుకుంటూ కూచుంటావనుకో! ఆ పిల్లకు మానసిక పరివర్తన తీసుకు రావడానికీ, చైతన్యం కలిగించడానికి ప్రయత్నిస్తావనుకో! అప్పుడైనా ఇలాగే జరుగుతుంది. ఆ పిల్ల అవివేకి, అమాయకురాలు. అవిద్య, అజ్ఞానం ఆమెలో పేరుకొని ఉంది. అంచాత నీవు చెప్పే నీతులు, బోధలు ఆమె బుర్ర కెక్కవు. అర్థం చేసుకోలేదు. చివరకు విసుగు పుట్టుతుంది. వెగటుగా తోస్తుంది. అలవాటు లేని ఈ వాతావరణంలో క్షణం కూడా నిలబడలేకపోతుంది. అప్పుడు మళ్ళీ తన మామూలు జీవితంలోకి, సానికొంపలోకి పరుగెడుతుంది. కనుక రెంటికీ ఫలితం ఒకటేగా? ఇంకో విషయం. పోనీ నీవు, ఆమెను పొందకుండా పవిత్రంగా ఉంటావనుకో! సోదరుడిలా ప్రేమిస్తూ, నిక్కచ్చిగా, నిజాయతీగా ఉంటావనుకో! అప్పుడామె మరెవరో పురుషుణ్ణి ప్రేమిస్తుంది. నా మాట నమ్ము సోదరా! ఆడది ఎప్పుడూ ఆడదేరా అబ్బాయ్! ప్రేమ లేకుండా, ప్రేమించకుండా ఏ ఆడదీ బ్రతకదు. బ్రతకలేదు. ఇది నిప్పు లాంటి నిజం. అందుకని ఆమె మోహం ఆపుకోలేక ప్రేమించిన పురుషుడితో లేచిపోతుంది. అతగాడు ఆమె నుంచి శరీరసుఖం పొంది, ఆ వలపు, ఆ తలపు తీరగానే అవతలికి నెట్టుతాడు. ఇది మగాళ్ళ గుణం. అప్పుడామె యథావిధిగా ఏడుస్తూ వచ్చిన దోవనే వెళ్ళి సానికొంపకు చేరుతుంది. లేదా వీధుల వెంట పడుతుంది. మరి ఇప్పుడేమంటావు?"

నిజేరా గంభీరంగా ఉపన్యసించాడు.

అతను చెప్పిందంతా విని లిఖోనిన్ నిట్టూర్పు విడిచాడు. అతని గుండె బరువుగా ఉంది. ఎక్కడో లోతుగా అతని అంతరాంతరాళాలలో ధ్వనులు పలికాయి. నిజేరా చెప్పింది అక్షరాలా నిజం అనిపించింది. కాని వెంటనే మనసు మార్చుకుని, గుండె నిబ్బరం చేసుకుని, నిజేరా భుజం పట్టుకున్నాడు. ఉద్రేకం తెచ్చుకొని ఇలా అన్నాడు:

"ఒరేయ్! పందెం వేస్తున్నాను. ఓ ఆరు నెలల తరువాత చూద్దువు గాని, ఏం జరుగుతుందో! అప్పుడు నీ మాటలు నీకే అప్పచెపుతాను. 'ఇలా అన్నానే' అని చింతించి,

నీవు నాకు పది సీసాలు ద్రాక్ష సారాయి పోయించి, నన్ను క్షమాపణ వేడుకుంటావు. హుఁ! మేకపోతు వెధవా!"

"వహ్వా! భలే అన్నావు" అంటూ ఆ కుర్రాడు, లిఖోనిన్ చెయ్యి పుచ్చుకొని ఊపాడు. "నీవు చెప్పినట్లు జరిగితే చాలా సంతోషం. అలా కాక నే చెప్పిందే నిజం అవుతుందనుకో, అప్పుడు నీవే నన్ను అలా క్షమాపణ వేడుకోవాలి అంతేనా?"

"ఓ! తప్పకుండా, అది సరే కాని రాజా! ఇప్పుడు నీవు ఎక్కడ పడుకుంటావు?"

"ఎక్కడేముంది? ఇక్కడే ఈ నడవలోనే పడుకుంటాను. మన మిత్రుడు సాలోవీవ్ కూడా ఇక్కడే ఉన్నాడు. మరి నీవూ! అవునులే! రాజకుమారుడిలా, మహాయోధుడిలా రెండు వైపులా పదును గల కత్తి మధ్యన పెట్టుకుని, ఆమె, నీవు పడుకుంటారు కాబోలు! అహ్హాహ్హా!"

"నాన్సెన్స్! అలా కాదు. నేనూ ఇక్కడే పడుకుని, సాలోవీవ్‌తోనే గడుపుదామను కుంటున్నాను. కాని కొంచెంసేపు బజార్లో తిరిగి రావాలని ఉంది. సరే, నీవు పడుకో. నేను అక్కణ్ణుంచి, జైచెవిస్కీ గదికో, డ్రంప్ గదికో వెడతాను. సరే! నే వస్తాను."

9

లిఖోనిన్ ఒక్కడూ నడవలో ఉండిపోయాడు. అతని బుర్రలోకి రకరకాల ఆలోచనలు వస్తున్నాయి. ఏదో ఆవేదన, ఆరాటం. ఎందుకో తెలీదు. ఎన్నో అహోరాత్రులు నిద్రాహారాలు లేకుండా ఉన్నవాడు ఎలా బాధపడతాడో అలా బాధపడు తున్నాడతను. సాధారణమైన జీవితపు సరిహద్దులు దాటి ఎక్కడికో ప్రయాణం చేస్తున్నట్లు తోచింది. ఏవో దూరంగా, అందని విషయాలను గురించి ఆలోచిస్తున్నట్లు, వాటిపై ఆసక్తి చూపుతున్నట్లు అనిపించింది. ఇలా అనుకునేసరికి, తను మరీ చీకట్లోకి పోతున్నట్లు భయపడ్డాడు. బాధపడ్డాడు. అందరికి మల్లే కాక, తన జీవితం ఏదో ప్రత్యేకంగా, పేరు పెట్టునట్లుగా కనిపిస్తోంది.

ఇలాంటి స్థితిలో ఉన్న లిఖోనిన్‌కు అకస్మాత్తుగా ల్యూబా జ్ఞాపకం వచ్చింది. వెంటనే గదిలోకి పోవాలనిపించింది. ఆమె హాయిగా ఉందో, లేదో చూడాలని ఆదుర్దా కలిగింది. ఉదయాన్నే ఆమె ఫలహారం కోసం అన్ని ఏర్పాట్లూ చేయాలని తోచింది. కానీ మళ్ళీ అంతలోనే మనసు మార్చుకున్నాడు. గదిలోకి పోతే ఏమవుతుందో, తను ఎలా ప్రవర్తిస్తానో అని భయపడ్డాడు. అందుకని గభాలున లేచి వీధిలోకి వెళ్ళిపోయాడు.

ఒక గమ్యం అంటూ లేకుండా గంటల తరబడి రోడ్ల మీద నడిచాడు. తిరిగినచోటే తిరిగాడు. చూచిన స్థలమే చూచాడు. చివరకు ఊరు దాటి దూరంగా ఉన్న పొలాల్లోకి కూడా వెళ్ళాడు. "ఏం చేయాలి? ఏం చేయాలి?" ఇదే ప్రశ్న అతణ్ణి పట్టుకుని బాధిస్తోంది. ఏం చేయాలో తన అంతరాత్మకి తెలుసు. కాని తెలుసునని చెప్పడానికి

సాహసించలేకపోతున్నాడు.

అలా తిరుగుతూ ఉండగానే, హఠాత్తుగా తెల్లవారిపోయిందని గ్రహించాడు. అప్పటికి తెల్లగా తెల్లవారింది. వీధుల వెంట జనం తిరుగుతున్నారు. ఎవరి పనుల మీద వారు పోతున్నారు. కూర, నార వస్తువులు అమ్ముకునే బేరగాళ్ళ కేకలు వినిపిస్తున్నాయి. సూర్యుడు తూర్పున ప్రత్యక్షమై పైకి ఎగబాకిపోతున్నాడు.

'ఈపాటికి ఆమె నిద్ర లేచివుంటుంది. ఒకవేళ ఆమె లేవకపోయినా, నే వెళ్ళి కదలకుండా సోఫాలో పడుకుని కాసేపు నిద్రపోతాను' అనుకున్నాడు. తనలో అలా నిశ్చయించుకుని, ఇంటి మొహం పట్టాడు లిఖోనిన్.

గది తలుపు దగ్గరగా వేసివుంది. మెల్లగా తలుపు తీసుకొని లోపలికి వెళ్ళాడు. కిటికీలోంచి సన్నని వెలుతురు గదిలో పడుతోంది. గది మధ్యకు పోయి ఆగాడు లిఖోనిన్. ప్రశాంతంగా, బుసకొడుతూ నిద్ర పోతున్న ల్యూబా వైపు ఆసక్తితో చూచాడు.

అతని పెదవుల మీద తడి ఆరిపోతోంది. ఎండిపోయిన పెదవులను తడవ తడవకు నాలుకతో తడుపుకుంటున్నాడు. అతని కాళ్ళు గజగజ వణుకుతున్నాయి.

'ఆమెకు ఏమైనా కావాలేమో అడుగుతాను' ఈ ఆలోచన మళ్ళీ అతని మనసులోకి మెరుపులా వచ్చింది.

బరువుగా ఊపిరి తీస్తూ, నోరు తెరుచుకుని, తాగినవాడికి మల్లే తూలుతూ మంచం దగ్గరకు వెళ్ళాడు.

ల్యూబా వెల్లకిలా పడుకుని ఉంది. ఒక చెయ్యి ఎదురు రొమ్ము మీద పెట్టుకుని ఉంది. రెండోచేయి పక్కన ఒంటికి ఆనించుకుంది. లిఖోనిన్ దగ్గరగా వంగి, ఆమె మొహంలోకి చూచాడు. ఆమె బలంగా శ్వాస పీలుస్తోంది. మంచి యౌవనంలోను, పరిశుభ్రంగాను, ఆరోగ్యంగాను ఉన్న ఆమె శరీరంలోంచి తీయని పరిమళం వస్తోంది.

అతను తన మునివ్రేళ్ళతో జాగ్రత్తగా ఆమె రొమ్ములను తాకి, తట్టాడు. 'ఏమిటి నీవు చేస్తున్నది?' ఎవరో పెద్దగా అరిచినట్లనిపించింది అతనికి. 'నేనేం తప్పు చేయడం లేదు. ఆమె సరిగా నిద్ర పోయిందో, లేదో అడుగుతున్నాను. ఆమె కాస్త టీ తాగుతుందేమో అని తెలుసుకుంటున్నాను.' అంతలో తన కోసం, ఎవరో ఆ ప్రశ్నకు సమాధానం చెప్పినట్లు తోచింది.

వెంటనే ల్యూబాకు మెలకువ వచ్చి కళ్ళు తెరిచింది. మళ్ళీ ఒక క్షణం గట్టిగా మూసుకుంది. తిరిగి రెండోమాటు కళ్ళు తెరిచి చూచింది. ఆమె మొహం ఇప్పటికీ అమాయకంగా మెరుస్తూ ఉంది. మత్తుగా మందహాసం చేసింది. తన వెచ్చని, పచ్చని చేతిని ముందుకు చాచి అతని మెడకు చుట్టింది.

"ఏం ప్రియా!" ఆమె పలుకుల్లో ఏదో హాయి, ఆనందం ప్రతిధ్వనిస్తున్నాయి. మీ కోసం ఎంతోసేపు వేచివున్నాను. చివరకు కొంచెం కోపం కూడా వచ్చింది. ఆ తరువాత గాఢంగా నిద్ర పట్టింది. నిద్ర పోతున్నంతసేపూ మీరే కలలో కనిపించారు. రాత్రి

అంతా కలలో మిమ్మల్ని పలవరిస్తున్నాను. ఏదీ! రండి! రండి! ప్రియా!" అంటూ ఆమె అతణ్ణి దగ్గరకు తీసుకుని, వక్షోజాలకు గట్టిగా అదుముకుంది.

లిఖోనిన్ ఆమె పట్టు నుంచి తప్పించుకోవాలని కొంచెం పెనుగులాడాడు. కాని అతనిలో శక్తి లేదు. గాలికి ఊగే ఎండుటాకులా వణుకుతున్నాడు.

తడబడుతోన్న గొంతుతో రహస్యంగా ఇలా అన్నాడు:

"వద్దు ల్యూబా! వద్దు... నిజంగా ఆ పని చెయ్యొద్దు ల్యూబా! నన్ను హింసించకు... దేవుణ్ని ప్రార్థిస్తూ చెపుతున్నాను. నన్ను వెళ్ళనీయి ల్యూబా! నన్ను వదిలిపెట్టు...."

"అమ్మదొంగా! నాతోనే వేషాలు వేస్తున్నావా?" కిలకిల నవ్వుతూ అంది ఆమె.

అప్పటికీ లిఖోనిన్‌లో తిరస్కారం చాలావరకు తగ్గిపోయింది. ఆమె, అతణ్ణి లొంగతీసుకుంది. అతని పెదవులకు తన పెదవులు తాకించి, బలంగా, బరువుగా ముద్దు పెట్టుకుంది. నిజంగా ఆమె నిజమైన ప్రేమతోటి, స్వచ్ఛమైన హృదయంతోటి, కల్మషం లేని కామోద్రేకం తోటీ అతణ్ణి తొలిసారి ముద్దు పెట్టుకుంది.

నిజంగా ప్రేమించి, పురుషుణ్ణి ముద్దు పెట్టుకోవడం ఆమె కదే మొదటిసారి. బహుశా ఆమె జీవితానికి అదే చివరిసారి కూడా!

'ఓరి దుర్మార్గుడా! నీవు చేస్తున్న పనేమిటి?' తన అంతరాత్మలో ఎవరో ఘోషించినట్లు అనిపించింది అతనికి. ఆ మాట ఎంతో నిజంగా, నీతిగా, జాగ్రత్తగా అంటున్నట్లుగా ఉంది. కాని అది నిజం కాదు. మోసం! కృత్రిమం!

"సరే కాని... ఏమండీ? ఇప్పుడెలా ఉంది? హాయిగా ఉందా?" అంటూ ల్యూబా అతణ్ణి మళ్ళీ ఇంకోసారి ముద్దు పెట్టుకుంది. "ఓహ్! అబ్బ! నీవు నా ప్రియమైన విద్యార్థివి" అంది ఆమె ప్రేమగా.

10

లిఖోనిన్ బట్టలు కూడా విప్పకుండా పోయి ఆ సోఫాలో కూలబడ్డాడు. ఆ సోఫా పాతబడిపోయి, నుగ్గునుగ్గయి ఊగుతోంది. అతని గుండెల్లో మంట బయలుదేరింది. తన మీద తనకే అసహ్యమేస్తోంది. ల్యూబా మీద కూడా కోపం వస్తోంది. అసలు ప్రపంచం మీదనే ద్వేషం పుట్టుకువస్తోంది. అవమానం, సిగ్గు దహించి వేస్తున్నాయి. పళ్ళు పటపట కొరికాడు. తను చేసిన పని తలుచుకుంటూ ఉంటే నిద్ర కూడా వచ్చేట్లు లేదు. 'నేను చేసింది ఏమిటి? ఛీ! ఎంత పాడు పని చేశాను? నీచమైన కామవాంఛకు దాసుడనయ్యాను. నేను అనుకున్నదేమిటి? జరిగింది ఏమిటి? అవును. ఇది నా దౌర్బల్యం. ఆడదాని వ్యసనానికి బానిస కానివాడు చరిత్రలో ఎవడున్నాడు? ఇలా జరగడానికి వీల్లేదు. ఇహ ముందైనా తగు జాగ్రత్తలో ఉంటాను.'

తల తిరిగిపోతోంది. కళ్ళు మండుతున్నాయి. పెదవులు ఎండిపోయినాయి.

ఒంట్లోంచి సెగలు, పొగలు బయటికొస్తున్నాయి. సిగరెట్టు మీద సిగరెట్టు తెరిపి లేకుండా కాల్చి పారేస్తున్నాడు. గొంతు ఎండిపోతోంటే తడవ తడవకు టేబుల్ దగ్గరికి వెళ్ళి కూజాలో నీళ్ళు తాగుతున్నాడు. అలా యాతన పడి పడి చివరకు గడిచిన విషయం మరచిపోవడానికి ప్రయత్నించాడు. వెంటనే అతణ్ణి దయ్యం లాంటి నిద్ర ఆవహించింది. సోఫాలో పడుకుని, ఒళ్ళు తెలీకుండా, గాఢమైన నిద్రలో మునిగిపోయాడు.

అతను లేచే సరికి సాయంత్రం మూడు గంటలయింది. కానీ ఎంత టైం అయిందో సరీగా అతనికి తెలీదు. ఏదో బిత్తరపోయి చుట్టూ కలయచూచాడు. అతని మనసులో ఏమీ ఆలోచనలు లేవు. రాత్రి జరిగిన విషయాలు, అసలు ఏం జరిగిందో కూడా అతని స్మృతిపథంలోకి రాలేదు. కాని అంతలో మంచం మీద కదలకుండా కూచుని ఉన్న ల్యూబా కనిపించింది. ఆమె తల వంచుకుని, చేతులు ముడుచుకుని కూచుంది. ఆమెను చూడగానే మళ్ళీ అతనికి అంతా జ్ఞాపకం వచ్చింది. అవమానం, సిగ్గు, బాధ – అన్నీ మళ్ళీ పట్టుకుని వేధించసాగాయి. తనలో తాను ఏదో గొణిగాడు, సణిగాడు.

"మీరు మేల్కొన్నారా?" అంది ల్యూబా ప్రేమగా.

ఆమె తన మంచం మీద నుంచి లేచి సోఫా వద్దకు వచ్చింది. అతని కాళ్ళ దగ్గర, క్రింద కూచుంది. అతని పాదాలను తన చేతితో మెల్లగా తట్టింది.

"నేను లేచి చాలాసేపయింది. మిమ్మల్ని లేపుదామనుకున్నాను. కాని భయం వేసింది. మీరు గాఢనిద్రలో ఉన్నారు. ఒక్కదాన్ని కదలకుండా కూచున్నాను" అంటూ అతని మీదికి వంగి, బుగ్గలు ముద్దుపెట్టుకుంది.

లిఖోనిన్ మొహం చిట్లించుకున్నాడు. మెల్లగా ఆమెను అవతలకు నెట్టాడు.

"ఊరకో ల్యూబ్కా! ఏమిటా పని? గుర్తుంచుకో! ఇలాంటి పిచ్చి పనులు మరెప్పుడూ చెయ్యకు... పొద్దున జరిగిందంటావా?... అవును. పొరపాటున జరిగింది.... ప్రమాదవశాత్తు జరిగింది... అది నా బలహీనత... కాకపోతే నాలో ఉన్న నీచబుద్ధి!... నన్ను ద్రోహం చేసింది. కాని నిజం చెపుతున్నాను! దేవుడి మీద ప్రమాణం చేసి చెపుతున్నాను. నా మాట నమ్ము. నిన్ను నా ప్రియురాలుగా చేసుకోవాలని ఎప్పుడూ అనుకోలేదు. ఆ తలంపు నాకు ఏ కోశానా లేదు. నిన్ను నా సోదరిలా, స్నేహితురాలిలా, కామ్రేడ్‌లా చూచుకుంటాను. అదే నా కోరిక. జరిగిన దానికి విచారించకు. మళ్ళీ అంతా సక్రమంగా సర్దుబాటు చేసుకుందాం. కాని ఒకే ఒక విషయం. మనం మాత్రం స్థిరచిత్తంతో మెలగాలి. ఏ క్షణంలో కూడా మన మనసులు చలించకూడదు. అంతే... సరే... ఒకసారి ఆ కిటికీ వైపు మళ్ళు. నేను కొంచెం బట్టలు సరిచేసుకోవాలి."

అది విని ల్యూబా కొంచెం అలకతో పెదవి విరిచింది. మెల్లగా కిటికీ వద్దకు వెళ్ళి, అటుపక్కకు తిరిగి నిలుచుంది. ఆ పసి హృదయానికి, అమాయకమైన ఆ రైతుబిడ్డకు అతను చెప్పిన మాటల్లో ఒక్క అక్షరం కూడా అర్థం కాలేదు. సోదర ప్రేమ, స్నేహం, కామ్రేడ్ – ఇవేవీ ఆమె బుర్రకు ఎక్కలేదు. అవును. ఆమె అజ్ఞాని.

ఆమె బుద్ధి వికసించలేదు. ఆమెకు తెలిసిందల్లా ఒక్కటే! అతనొక విద్యార్థి! అందులోనూ అందరు విద్యార్థుల లాంటివాడు కాదు. మంచివాడు. బాగా చదువుకున్నవాడు. ఇహ ముందు ఏ డాక్టరో, ప్లీడరో అవుతాడు. లేకపోతే జడ్జీ కూడా కావచ్చు. అలాంటివాడు తనకు ఆశ్రయం ఇచ్చి, ఆధారం కల్పిస్తానన్నాడు. తను పొంగిపోయింది. తీసుకువచ్చాడు కాని, ఇప్పుడతనికి ఆ మోజు కాస్తా తీరినట్లుంది. తనను వదిలించుకోవాలని చూస్తున్నాడు. హుఁ! అంతే! ఈ మగాళ్ళంతా అంతే! ఇదే ఆమె గ్రహించింది.

లిఖోనిన్ గబగబా సోఫాలోంచి లేచి, కాసిని నీళ్ళు పోసుకుని మొహం కడుక్కున్నాడు. తువ్వాలుతో తుడుచుకున్నాడు.

తరువాత గదికి మూతలా వేసివుంచిన కప్పులు తొలగించాడు. తెరలు కూడా అడ్డం తీశాడు. అప్పుడు గదిలోకి బాగా సూర్యరశ్మి, వెలుతురు వచ్చాయి.

అక్కడి నుంచి చూస్తే నగరం అంతా కనిపిస్తోంది. వీధులలో సందడి, జనం, రోడ్ల మీద పోయే ట్రాలీ బండ్లు, టాక్సీలు, కార్లు, రోడ్ల మీద రేగిన దుమ్ము, ధూళి, పైన ఆకాశం, నగరం చుట్టూ ఉన్న కసింద చెట్లు, అడవి బాదం చెట్లు, పోప్లార్ చెట్లు – అన్నీ ప్రత్యక్షమయ్యాయి. నగరంలోని ధ్వనులన్నీ అయిదో అంతస్థులో అటకలాగా, గుహలాగా ఉన్న ఆ చిన్న గదిలోకి ఒక్కసారిగా ప్రవేశించి, ప్రతిధ్వనించి మూలిగినట్లయింది. లిఖోనిన్ ఆమెను సమీపించి, భుజం మీద తట్టాడు.

"మరేం భయం లేదు ల్యూబా! అయిందేదో అయిపోయింది. ఇహ ఆ విషయం ఆలోచించకు. ఇది మనకొక గుణపాఠం. ముందైనా జాగ్రత్తగా ఉంటాం! అవును గాని, నీవేమీ ఫలహారం తీసుకోలేదుగా?" అనడిగాడు అతను.

"లేదు. మీ కోసం కూచున్నాను. అయినా, ఎవర్ని అడగాలో, నాకు తెలీదు కూడా. మీరు భలేవారండీ! రాత్రి మీ స్నేహితుడితో మాట్లాడారు. తరువాత గదివాకిలి వద్దకు వచ్చి నిలబడ్డారు. లోపలికి వచ్చి నన్ను పలకరిస్తారేమో అనుకున్నాను. కాని తీరా చెప్పకుండానే వెళ్ళిపోయారు. ఇలా చేయడం న్యాయమేనా?" అంది ఆమె.

ఆమె కొత్తగా వచ్చిన ఆడపిల్ల. అందులోనూ అమాయకురాలు. ఇంటిపనులు స్వయంగా నిర్వహించుకోలేని సుకుమారి. కనుక మగాడు, ధీరుడు అయిన తనే ఇంట్లో వ్యవహారాలన్నీ సర్దుకోవాలి. భోజనం మొదలైనవాటికి ఏర్పాట్లు చేసుకోవాలి అనుకున్నాడు లిఖోనిన్ తనలో. ఒక ఆడకూతురు కోసం, ఇంటి పెత్తనం చేయాల్సి వచ్చినందుకు అతనికి ఆనందం, ఉత్సాహం కలిగాయి. వెంటనే గది తలుపు బార్లగా తీశాడు. నడవలోకి వెళ్ళి పెద్దగా కేక వేశాడు. "అలెగ్జాండ్రా! రెండు రొట్టెలు, వెన్న, టీ పట్టుకురా!.. ఒక చిన్న సీసా వోడ్కా కూడా!.. ఊఁ... త్వరగా!"

నడవలోకి ఎవరో గబగబ నడచి వచ్చినట్లు స్లిప్పర్ల చప్పుడైంది. ఒక ముసలి గొంతుక ముద్దగా వినిపించింది.

"ఏమిటి? ఏమిటా కేకలు? మహాగొంతంతా చించుకుంటున్నావే... పెద్ద

మగాడిలా... ఏం కావాలి?"

కొద్ది క్షణాల తరువాత గదిలోకి ఒక వృద్ధురాలు వచ్చింది. ఈమె అలెగ్జాండ్రా. అరవై అయిదేండ్ల వయస్సుంటుంది. కాని మనిషి దుక్కలా ఉంది. విద్యార్థులుండే లాడ్జికి ఈమె సేవకురాలు. ఎన్నో ఏండ్ల బట్టి పనిచేస్తోన్న మనిషి. విద్యార్థులందరితోనూ చనువుగా, స్నేహంగా ఉంటుంది. అడపాదడపా వాళ్ళకు అప్పులు కూడా ఇస్తూ ఉంటుంది.

లిఖోనిన్ తనకు కావల్సినవన్నీ ఆమెకు మరోసారి చెప్పి ఒక రూబుల్ నోటు చేతిలో పెట్టాడు. కాని ఆ ముసల్ది అక్కడ నుంచి కదల్లేదు. గదిలో ఏదో పని ఉన్న దానికి మల్లే అటూ ఇటూ తారట్లాడుతూ, ల్యూబా వంక విషపు చూపులు చూడ్డం మొదలెట్టింది. లిఖోనిన్ వెంటనే కనిపెట్టాడు.

"ఏమిటి సంగతి అలెగ్జాండ్రా? ఎవరా అని చూస్తున్నావా?" అన్నాడు లిఖోనిన్ నవ్వుతూ. "ఎవరూ కాదులే! ఆమె మా పెత్తల్లి కూతురు. పేరు ల్యూబోవ్..." అంటూ ఒక క్షణం కలవరపాటు చెందాడు. మళ్ళీ ఇలా అన్నాడు – "అవును! ల్యూబోవ్ వాసిలెవ్‌నా! నేను మాత్రం 'ల్యూబోచ్‌కా' అని పిలుస్తాను. పసిపిల్లగా ఉన్నప్పటి నుంచీ నాతో చనువుగా ఉండేది. చెప్పిన మాట వినకపోతే చెవులు పట్టుకుని మెలేసేవాణ్ణి... ముద్దుగా ఈమెకు సీతాకోకచిలుకలు, తూనీగలు పట్టి ఇచ్చేవాణ్ణి...." అంటూ అతను అభినయిస్తూ మాట్లాడాడు. తిరిగి ఇలా అన్నాడు – "సరే అలెగ్జాండ్రా!.. ఇహ త్వరగా వెళ్ళి, ముందు ఫలహారాలు పట్టుకురా! ...ముసిలి ముండవు! ఒక కాలు ఇక్కడ, ఒక కాలు అక్కడ పెడుతుంటావు. నానుడు బేరం నీవూ! ఊఁ.... త్వరగా వెళ్ళు!"

కానీ అప్పటికీ ఆ ముసల్ది అక్కడి నుంచి కదల్లేదు.

అటూ ఇటూ పచార్లు చేస్తూ, ల్యూబా వంక కోరచూపులు చూస్తోంది. ఏదో లోలోపల గొణుక్కుని, తరువాత ఇలా అంది:

"పెత్తల్లి కూతురా!... ఇలాంటి పెత్తల్లి కూతుళ్ళను చాలామందిని చూచాం.. హుఁ!... పెత్తల్లి కూతురట, పెత్తల్లి కూతురు!... ఆ కాష్టనోయా వీధిలో ఇలాంటివాళ్ళు వందలమంది తిరుగుతున్నారు... కుక్కలు!"

"నోర్మూయ్! ముసలి తొత్తా! ఏమిటే ఆ వాగుడు?" అరిచాడు లిఖోనిన్ – "ముందిక్కడ నుంచి వెళ్ళి నీ పని చూసుకో! లేదా, పీక పిసికేస్తా! పాడు ముండ! ఆ త్రియాసోవ్ గాడు చేసినట్లు నిన్ను రోజంతా నీళ్ళ కొట్లో పెట్టి తాళం వేస్తే గాని నీ తిక్క కుదరదు."

అలెగ్జాండ్రా వెళ్ళిపోయింది. ఆమె పోతూ పోతూ నడవలో గొణగడం వాళ్ళకు వినిపిస్తూనే ఉంది. అవును. ఆమె ఈ పని నలభై ఏండ్ల బట్టి చేస్తూ ఉంది. నలభై ఏండ్ల సర్వీసు. ఎంతమంది విద్యార్థులను చూచి ఉంటుందో ఊహించుకోవచ్చు. వాళ్ళ గుణగణాలు, మనస్తత్త్వాలు – అన్నీ ఆమెకు కొట్టినపిండే. అయినా పాపం, ప్రేమగా

చూస్తోంది. ఎన్ని తప్పుడు పనులు చేస్తున్నా భరిస్తుంది.

విద్యార్థులేం తక్కువవాళ్ళా? వాళ్ళు చేసే అల్లరి అంతా ఇంతా కాదు. తాగుడు, జూదం, కొట్లాటలు, కేకలు, పెడబొబ్బలు, ఈలలు, ఊరందరికీ వినిపించేటట్లు రాగాలు తీయడం, ఇవ్వాల్సిన బాకీలు ఎగర గొట్టడం – ఇవన్నీ ఆమె ఓర్పుతో, సానుభూతితో ఏండ్ల తరబడి సహిస్తూ వచ్చింది. నిజంగా ఆమె దేవత. ఇన్నీ సహిస్తుంది గాని, ఆమె పవిత్ర హృదయం ఇలాంటి చెడు నడతను మాత్రం సహించలేదు.

11

"ఓహ్! అద్భుతం...! బాగుంది... చాలా బాగుంది" అన్నాడు లిఖోనిన్ టేబుల్ మీద పెట్టిన టీ, ఫలహారాలు, పానీయాలు అనవసరంగా సర్దుతూ.

టేబుల్ మీద ఏ వస్తువు ఎక్కడ పెడితే బాగుంటుందో అని అతను వాటిని పదే పదే ఒకవైపు నుంచి మరొకవైపుకు మారుస్తున్నాడు. "ఇలా టీ తాగి ఎంత కాలమైంది. నిజం చెపుతున్నాను ల్యూబా! ఎప్పుడో మా ఇంట్లో, మా వాళ్ళ మధ్య ఇలా బల్ల మీద ఫలహారాలు అమర్చుకుని, టీ తాగాను. మళ్ళీ ఇన్నాళ్ళకు ఇవాళ తాగుతున్నాను. ఇదుగో! ఇలారా! ఈ సోఫా మీద కూచుని నీ చేతుల మీదుగా టీ కలిపి ఇవ్వు... నీవు ఈ వేళప్పుడు 'వోడ్కా' తాగలేవనుకుంటాను. నేను మాత్రం తాగగలనులే... అది కొంచెం నరాలకు బలం ఇస్తుంది. హుషారెక్కిస్తుంది. నాకు టీ కొంచెం స్ట్రాంగ్‌గా చెయ్యి. ఒక ముక్క నిమ్మకాయ కూడా పిండు. ఓహ్! మృదువైన ఆడవారి చేతుల మీదుగా తయారు చేసిన వేడి వేడి టీ ఒక గ్లాసు తాగితే ఎంత రుచిగా ఉంటుంది!

అతని మాటలు వింటోంటే, ల్యూబాకు కొంచెం విసుగు కలిగింది. అవును, అతను అనవసరంగా మాట్లాడుతున్నాడని ఆమె అభిప్రాయం. అయినా, సహజమైన ధోరణిలో మందహాసం చేస్తూ టీ కలిపింది. నిజానికి ఆమె 'టీ' బాగా చెయ్యలేదు. అవును, ఆ పని చేయాల్సిన అవసరం కలిగి చాలాకాలమైంది. 'టీ' చేసే అలవాటు తప్పిపోయింది. లిఖోనిన్ ఊరకోకుండా మళ్ళీ మాట్లాడటం ప్రారంభించాడు.

"ల్యూబా! 'టీ' తయారుచేయడం కూడా ఒక కళ ల్యూబా! అది అందరికీ పట్టుబడదు. మాస్కోలో 'టీ' ఎంత బాగా చేస్తారనుకున్నావు! నిజంగా టీ చెయ్యడం చూడాలంటే అక్కడే చూడాలి. అక్కడే నేర్చుకోవాలి" అంటూ అతను మాస్కోలో టీ ఎలా తయారుచేస్తారో వర్ణించసాగాడు.

"....ఓహ్! నీవు ఊహించలేవు ల్యూబా! ఆ రుచి, ఆ రంగు, ఆ కమ్మదనం, ఆ గమాయింపు... అద్భుతం ల్యూబా! ...ఆ టీ తాగుతుంటే స్వర్గసుఖం అనుభవిస్తున్నట్లు ఉంటుంది."

అమాయకంగా, ఆకర్షణీయంగా ఉన్న ల్యూబా మొహం అంతలో పాలిపోయింది.

తనకు 'టీ' చేయడం చేతకాదని అతను ఎద్దేవా చేస్తున్నట్లుగా భావించింది.

"దైవసాక్షిగా మిమ్మల్ని వేడుకుంటున్నాను. నా మీద కోప్పడకండీ... మీపేరు వాసిలీ వాసిలిచ్ కదూ? దయచేసి కోప్పడకండి వాసిలీ వాసిలిచ్! నాకు టీ చేయడం చాతకాదు. ఇహ నేర్చుకుంటాను. ముమ్మాటికీ నేర్చుకుంటాను... త్వరలోనే... మీరు నన్ను అతిగా గౌరవిస్తున్నారు. ఎవరో కొత్తవారిని పిలిచినట్లుగా మర్యాద ఇచ్చి మాట్లాడుతున్నారు... ఏం? మనం ఇంకా అపరిచితులమే అనుకున్నారా?" అంది ల్యూబా.

ఆమె, అతని వంక చూచింది. ఆమె చూపుల్లో కారుణ్యం తొణికిసలాడుతోంది. అవును. ఈనాడు ఆమె జీవితంలోకి వసంతం వచ్చింది. డబ్బు కోసం కాకుండా, అనిష్టంగా ఒకరి బలవంతం మీద కాకుండా, ఇవాళ తన జీవితంలో తొలిసారిగా ఒక పురుషుణ్ణి హృదయపూర్వకంగా ప్రేమించగలిగింది. తన శరీరాన్ని, ఆత్మను కూడా అతనికి అర్పించగలిగింది. అవును. కేవలం కామవాంఛ కాదు ఆమెను అలా చేసింది. ఒక మనిషికి మరొక మనిషి మీద ఉండే జాలి, ఒకరు మరొకరికి చూపవలసిన కృతజ్ఞత – ఆమెను అలా చేయించాయి.

ఇప్పుడామె హృదయం నిజంగా ఉప్పొంగిపోతోంది. సహజమైన ఆ స్త్రీ హృదయం ఇప్పుడు నిజమైన, శాశ్వతమైన ప్రేమ వైపు మళ్ళుతోంది. పొద్దుతిరుగుడు పువ్వు సూర్యుడి వైపు తిరిగినట్లు ఆమె హృదయం స్వచ్ఛమైన ప్రేమ వైపు తిరిగింది.

లిఖోనిన్ అకస్మాత్తుగా ఏదో అవమానం పొందినట్లు బాధపడ్డాడు. ఆమె మీద ద్వేషం, అసహ్యం కలిగాయి. ఆమె తన శత్రువనే భావన కలిగింది. నిన్న ఆమె ఎవరో తనకు తెలీదు. ఇవాళ అప్రయత్నంగా ఇంటి యజమానురాలు అయిపోయింది. 'అప్పుడే కుటుంబ గొడవలు ప్రారంభమయ్యాయి' అనుకున్నాడు తనలో. వెంటనే లేని ఉత్సాహాన్ని తెచ్చుకొని లేచాడు. ఆమెను సమీపించి తల నిమురుతూ ఇలా అన్నాడు:

"నా ప్రియమైన స్నేహితురాలా! నా ప్రియమైన సోదరీ!" ఈ మాటలు మనఃస్ఫూర్తిగా అన్నవి కావు. ఏదో తెచ్చిపెట్టుకుని అసహజంగా అనేశాడు. "ఇవాళ జరిగినపని, మరెన్నడూ జరగదు. ఇలా జరిగినందుకు నన్ను క్షమించమని వేడుకుంటున్నాను. నిజం. ఇది నా ఇష్టానికి వ్యతిరేకంగా జరిగింది. అకస్మాత్తుగా, అనుకోకుండా జరిగింది. నన్ను అర్థం చేసుకో ల్యూబా! ... ఇంతవరకు ఒక స్త్రీతో కూడా చనువుగా ఉండి ఎరగను... అంచాత నిభాయించుకోలేకపోయాను... నాలో ఏదో పశువు మేలుకొంది. ఆ క్షణంలో దయ్యం ముసిరింది... నన్ను బలహీనుణ్ణి చేసి లొంగ తీసుకుంది... ఆపుకోలేక పోయాను.. కాని భగవంతుడా! నేనంత గొప్ప తప్పు చేశానా? పవిత్రమైన ఋషులు, మహాపురుషులు, మతగురువులు నన్ను క్షమించరూ? అవును... మహాత్ములు కూడా ఈ తృష్ణకు, ఈ వాంఛకు లొంగిపోయారే! ...ల్యూబా! ప్రమాణం చేస్తున్నాను. ఈ పని మళ్ళీ జరగదు... ...ఏం? ఇప్పుడు నీకు మనశ్శాంతి

కలిగిందా?"

అతను మాట్లాడుతున్నంతసేపూ ల్యూబా, అతని చెయ్యి వదిలించుకోవాలని ప్రయత్నించింది. ఆమె పెదవులు వణుకుతున్నాయి. బిత్తర బిత్తర చూపులు చూస్తూ తత్తరపాటు చెందుతోంది.

"అవును" అంటూ ఆమె మూర్ఖంగా అతని చెయ్యి విదలించివేసింది. "నాకర్థమైంది నేనంటే మీకు ఇష్టం లేదు. మరి ఆ మాట స్పష్టంగా, ముఖాముఖి చెప్పవచ్చుగా! ఇన్ని డొంక తిరుగుడు మాట లెందుకు?... నాకు బండి బాడుగ ఇప్పించండి. వెళ్ళిపోతాను... ఒక రాత్రి ఉంచుకున్నందుకు ఇవ్వాల్సిన పైకం అప్పుడే ఇచ్చేశారుగా! ఇప్పుడెలాగైనా నేను కొంప చేరడం కావాలి.. అంతే" అంది ఆమె కొంచెం ఈసడింపుగా.

లిఖోనిన్ తల పట్టుకుని, గదిలో ఒక మూల నుంచి మరొక మూలకు గబగబ తిరుగుతూ, విచారంగా ఇలా అన్నాడు:

"ఓ! అది కాదు ల్యూబా! నే చెప్పింది అది కాదు. నన్ను నీవు అర్థం చేసుకోలేదు... ల్యూబా! పొద్దున జరిగినపని మళ్ళీ జరక్కూడదన్నాను. అది నా ఉద్దేశ్యం. నిజానికి ఎంత అసహ్యమైన పనో ఆలోచించు... అబ్బే రోత కదూ! మానమర్యాదలు గల మనిషి దాన్ని సహించలేడు. అది పతనానికి హేతువు. ప్రేమ! ప్రేమ అనేది హృదయంలో ఉంటుంది. శరీరంలో కాదు. ప్రేమ చాలా గొప్పది. ఉన్నతమైనది. గంభీరమైంది. అగాధమైంది. ప్రేమ, ప్రపంచం కంటె గొప్పది ల్యూబా! ప్రేమ అంటే పక్కమీద పడి పొర్లడం కాదు. అలాంటి ప్రేమ మనకు అక్కర్లేదు. నీవు నా జీవితంలో నమ్మకమైన మిత్రురాలివి. సోదరివి. సోదర ప్రేమయే మనిద్దరి హృదయాల్లో నాటుకుపోవాలి. అలా మనం ప్రేమించుకున్ననాడు అపూర్వమైన ఆనందం కలుగుతుంది. దాని ముందు ఈ తుచ్ఛమైన వాంఛలన్నీ తీసికట్టు. అది స్వర్గం ల్యూబా! అదే నాకు కావాల్సింది. అంతే!"

ల్యూబా కుంగిపోతున్నట్లు కనిపించింది. 'నేను పెళ్ళి చేసుకోమని అడుగుతున్నానని భావించాడు. నాకది అసలు అక్కర్లేదు' అనుకుంటూ, తనలో తాను ఆలోచించుకోసాగింది. 'పెళ్ళితో పని లేకుండానే ఇద్దరం జీవించవచ్చు. అనేకమంది మగాళ్ళు, ఆడాళ్ళను ఉంచుకోవడం లేదూ? ఇందులో నాకొచ్చే నష్టం ఏముంది? ఇలా జీవించినా హాయిగా, ప్రశాంతంగానే ఉంటుంది. అతనికి మేజోళ్ళు కుట్టిపెడతాను. అతని బూట్లు తుడుస్తాను. ఇల్లు శుభ్రం చేస్తాను. ఏదో కొంచెం వంట కూడా చేస్తాను. తరువాత అతనికి ఒక శ్రీమంతుల పిల్లను పెళ్ళాడే అవకాశం కలుగుతుంది. అప్పుడు నన్ను బయటికి గెంటేస్తాడు. అతనేదో కాస్త అతిగా మాట్లాడుతాడు. అంతకన్నా మరో దుర్గుణం లేదు. మంచివాడు. ఎలాగో ఓలాగు నన్ను పోషించకపోడు. ఇహ నేనంటే అతనికి ప్రేమ మాత్రం ఎందుకు ఉండదు? నన్నెందుకు సుఖపెట్టడు? నేను గండాగొండి పిల్లను కాను. అతని పట్ల వినయ విధేయతలతో ప్రవర్తిస్తాను. అతనికి ద్రోహం చెయ్యను.

మరెందుకో పొద్దున నా దగ్గరికి రాగానే అదోలా అయిపోయాడు. ఏమోలే! ఒక్కొక్కప్పుడు మగాళ్ళకు అలాగే అవుతుందని చెపుతారు. అయినా చూస్తాను. ముందు ముందు ఏం జరుగుతుందో!'

లిఖోనిన్ మౌనంగా ఆలోచిస్తున్నాడు. తనకు మించిన భారం తల మీద పెట్టుకున్నట్లు తోస్తోంది అతనికి. అంతలో గది తలుపు చప్పుడైంది. ఇద్దరు విద్యార్థులు లోపలికి వచ్చారు. ఒకతను - సాలోవీవ్. రెండో అతను - నిజేరా. ఆలోచనలతో విసుగ్గా ఉన్న లిఖోనిన్‌కు ఆ ఇద్దరు మిత్రుల్ని చూచేసరికి సంతోషమైంది.

సాలోవీవ్ లావుగా, పొడుగ్గా ఉంటాడు. విశాలమైన మొహం. కుర్రాడే. గడ్డం వెంట్రుకలు వంకులు తిరిగి ఉన్నాయి. ఇతను కూడా యూనివర్సిటీలో చదువుతున్నాడు. నిజేరా వలె ఇతను కూడా లిఖోనిన్‌కు ప్రాణస్నేహితుడు. తరచూ వీరు ముగ్గురూ కలిసిమెలిసి తిరుగుతూ ఉంటారు. పొద్దుటి నుంచి రాత్రి వరకూ రకరకాల విషయాలు చర్చిస్తూ, కాలం గడుపుతారు.

"లోకంలో ఎక్కడ చూచినా ప్రతి ఇల్లూ పాపభూయిష్ఠమైపోయింది" అంటూ సాలోవీవ్ గదిలోకి వస్తూనే, పెద్దగా సంభాషణ ప్రారంభించాడు.

అలా అంటూ అతను ల్యూబా వంక చూచి, హఠాత్తుగా ఆగిపోయాడు. "ఏమిటీ... ఆమె ఎవరబ్బా!... ఓ సోన్యా కదూ!...అహఁ, కాదు కాదు. పొరపాటు పడ్డాను...నడియా...కాదురా దేవుడా... ఇప్పుడు గుర్తొచ్చింది...ల్యూబా! అన్నా మార్కోవ్‌నా ఇంట్లో ఉండే సాని, ల్యూబా!" అన్నాడు ఆశ్చర్యచకితుడై.

ల్యూబా సిగ్గుతో క్రుంగిపోయింది. ఆమె ఒళ్ళంతా అవమానంతో దహించుకుపోయింది. గభాలున మొహం రెండు చేతులతో కప్పుకుంది.

ఆమె కళ్ళల్లో నీళ్ళు తిరిగాయి. లిఖోనిన్ గమనించాడు. స్నేహితుడన్న మాటకు ఆమె నొచ్చుకుందనీ, విపరీతంగా బాధపడుతోందనీ గ్రహించి వెంటనే ఆమెకు వత్తాసు వెళ్ళి, సాలోవీవ్‌తో గట్టిగా మొరటుగా ఇలా అన్నాడు:

"అవును మిత్రమా! నగరంలోని ప్రజలను, ప్రదేశాలను వివరించి చూపే పట్టిక ప్రకారం ఆమె 'యామా'లో నివసిస్తున్న పిల్ల. పేరు ల్యూబా. నిన్నటి వరకూ పడుపుకత్తె. ఇవాళ్టి నుంచీ నా సోదరి, నా స్నేహితురాలు! నన్ను గౌరవించేవాళ్ళు ఎవరైనా ఉంటే, నాతో పాటు ఆమెనూ అదే విధంగా గౌరవించాల్సి ఉంటుంది. లేకపోతే....."

అతను మాట పూర్తి చేయక ముందే సాలోవీవ్ గభాలున వచ్చి, లిఖోనిన్‌ను గట్టిగా కౌగిలించుకున్నాడు. వీపు మీద తట్టుతూ ఇలా అన్నాడు:

"భలే, భలే! ఏదో తొందరపడి అనేశానురా! ...ఏం చెల్లీ! మరేం అనుకోకు" అంటూ అతను, ల్యూబా ముందుకు వెళ్ళి కరస్పర్శ చేశాడు. "చాలా మంచిపని చేశావు. మావాడి మనసు మంచిది. నీ రాక వల్ల మా అందరికీ ఎంతో సంతోషంగా ఉంది. అలెగ్జాండ్రా! బీర్!" అంటూ అరిచి, తిరిగి ల్యూబాతో ఇలా అన్నాడు: "మేమంతా

గడుగ్గాయలం. తాగుడు, జూదం, సోమరితనం – వీటన్నిటికీ అలవాటుపడ్డాం. చేయరాని పనులు చేస్తాం. దీనికంతకూ కారణం – మా అందరికీ సరైన స్త్రీ ఆదరణ, అభిమానం లేకపోవడమే! నీ కోమలమైన హస్తాలను మరోసారి స్పృశించనీ! అలెగ్జాండ్రా! బీర్!"

"వస్తున్నా!" అంటూ అవతల్నుంచి అరిచింది అలెగ్జాండ్రా. "వస్తుంటే ఎందుకలా కేకలేస్తావు? ఎన్ని సీసాలు కావాలి?"

సాలోవీవ్ నడవలోకి వెళ్ళి, ఏమేమి కావాలో పనిదానితో చెప్పాడు. లిఖోనిన్ చిరునవ్వుతో అతని వైపు చూచాడు. నిజేరా కూడా తన మిత్రుని హడావిడి చూచి, సంతోషంతో లిఖోనిన్ వీపు మీద చరిచాడు.

సాలోవీవ్ మళ్ళీ గదిలోకి వచ్చి ఒక పాత కుర్చీలో జాగ్రత్తగా కూచున్నాడు. "ఇహ చెప్పండోయ్! ఏమేమి కావాలో? నాకో అరగంట వ్యవధి ఇస్తే హోటలుకు పరుగెత్తి, ఎవణ్ణో ఒకణ్ణి మస్కా కొట్టి కావాల్సినవన్నీ పట్టుకొస్తాను. ఆ మాత్రం అప్పు పుట్టించే ధైర్యం ఉందిలే!"

"అక్కర్లేదోయ్! ఇంకా నా దగ్గర బోలెడు డబ్బుంది. మనమందరం కలిసి ఓ చిన్న రెస్టారెంటుకు వెడదాం. ముందు నిన్ను కొన్ని సలహాలు అడగదలుచుకున్నాను. నీవు నా ప్రాణస్నేహితుడివి. అన్ని విషయాలూ తెలిసినవాడివి. అనుభవం ఉన్నవాడివి. నన్ను సరిగా అర్థం చేసుకొని, నేను చేయబోయే పనులలో మీరు కూడా సహాయపడాలి. కొంత బాధ్యత వహించాలి. ఆమెకు కావాల్సిన ఏర్పాట్లు చేయడానికి ప్రయత్నిస్తాను. ఆమెకు ప్యాస్‌పోర్టు కావాలి. చాలా తతంగం ఉంది. ఏంరా అబ్బాయిలూ! ఆషామాషీ అనుకోకండి. ఈ విషయంలో మీరు కూడా నా పక్కన నిలబడి గట్టిగా పనిచెయ్యాలి. ఏమంటారు?" అన్నాడు లిఖోనిన్.

"భేష్! ఏం అభ్యంతరం లేదు. సంతోషంగా అంగీకరిస్తున్నాం. నీతో పాటు నిలబడతాం" అంటూ నిజేరా, ఒకసారి ల్యూబా వంక చూచాడు. తన కోరమీసం సరిచేసుకున్నాడు. సాలోవీవ్ మాత్రం మెల్లగా ఇలా అన్నాడు:

"చాలా మంచిపని చేశావు లిఖోనిన్! నీవు ప్రారంభించిన కార్యం అద్భుతమైనది. అత్యున్నతమైంది. యువకులమైన మనం చేయాల్సిన పనులు ఇవేనోయ్! సాహస కృత్యాలు. సీసా నా చేతికివ్వు అలెగ్జాండ్రా! నీకు మూత తీయడం సరిగా చేత కాదు. నీవు కార్కు తీస్తోంటే, బీరు కాస్తా బుస్సున పొంగి గదంతా ఖరాబవుతుంది. ల్యూబోచ్‌కా!.. అహఁ కాదు కాదు.. ల్యూబోవ్!"

"దయచేసి నన్ను ల్యూబా అనే పిలవండి!"

"అవును ల్యూబా! నీ కొత్త జీవితం ఆనందమయం కావాలి. గ్లాసులు తీసుకోండ్రా!" అన్నాడు సాలోవీవ్.

మూడు గ్లాసుల నిండా బీరు పోసుకుని ముగ్గురూ తీసుకున్నారు. ఒకరి గ్లాసు మరొకరి గ్లాసుకు తాకించారు.

ముగ్గురూ గ్లాసులు ఖాళీ చేశారు.

"మరొకసారి నిన్ను అభినందిస్తున్నాను లిఖోనిన్" అన్నాడు సాలోవీవ్ మీసాలు తుడుచుకుంటూ. "నాకెంతో సంతోషంగా ఉంది. మా అందరిలోకి, నీ ఒక్కడిలోనే ఆ సాహసం, ఆ నిజాయతీ, రష్యన్ యువకుడికి ఉండాల్సిన వీరధైర్యం - అన్నీ ఉన్నాయి లిఖోనిన్! నీవు మా లాగా అనవసరంగా వాగవు. ఏ పని అయినా చేసి చూపిస్తావు."

"ఇహ ఆపరా నీ వెధవ వాగుడు! సాహసం లేదూ, వీర ధైర్యమూ లేదు!" అన్నాడు లిఖోనిన్ మొహం చిట్లిస్తూ.

"నిజంగానోయ్! లిఖోనిన్ చెప్పింది నిజం. నన్నెప్పుడూ వాగేవాణ్ణి అంటూంటావే మరి నీవూ! నీవిప్పుడు అనవసరంగా మాట్లాడుతున్నావు" అన్నాడు నిజేరా, సాలోవీవ్‌తో.

"మరేం ఫరవా లేదు. నేను కాస్త అతిగా మాట్లాడే మాట నిజమే. అయినా నా మాటలకు ఒక విలువ ఉందోయ్. మన లాడ్జీలలో ఉండే విద్యార్థులందరికీ పెద్దగా మరోసారి చెపుతున్నాను. ల్యూబా కూడా ఇవాళ్టి నుంచి మన సంఘంలో గౌరవ సభ్యురాలు" అంటూ అతను కుర్చీలోంచి లేచాడు. చేతులు పైకెత్తి, కరుణరసభరితంగా ఇలా పాడాడు:

"ఇది నా సుందర భవనం!
లేదు ఇసుమంత భయం!
ఇది నిశ్శబ్దం, నిర్మల సౌధం!
ఈ భవనానికి రాణివి నీవే!
మా హృదయాలకు దేవివి నీవే!"

ఆ పాట వినగానే లిఖోనిన్‌కు గుర్తొచ్చింది - తెల్లవారుజామున ఆమెను గదికి తీసుకొస్తూ తను ఇదే పాట, ఇలాగే పాడాడు.

అది తలుచుకునేసరికి వెంటనే అతని హృదయం సిగ్గుతో, అవమానంతో నిండిపోయింది. గట్టిగా కళ్ళు మూసుకున్నాడు.

"సరే ఇహ చాల్లేవోయ్! ల్యూబా! బట్టలు వేసుకో! హోటలుకు వెడదాం" అన్నాడు లిఖోనిన్.

12

'స్పారోస్' రెస్టారెంటు దగ్గరలోనే ఉంది. అక్కడికి ఓ రెండొందల అడుగుల కంటే ఎక్కువ దూరం లేదు. వెళ్ళేటప్పుడు దోవలో ల్యూబా, లిఖోనిన్‌ను పక్కకు పిలిచింది. అంచేత ముందు పోతున్న స్నేహితులకూ, వీళ్ళకూ కొంచెం ఎడం అయింది.

అప్పుడు ఆమె, లిఖోనిన్‌తో మెల్లగా ఇలా అంది:

"ఏమండీ! ఏమిటిదంతా? నిజంగా మనం హోటలుకు వెడుతున్నామా...నేనేదో

పరిహాసానికి అన్నారనుకున్నాను."

"పరిహాసాల కిది సమయం కాదు ల్యూబా! ఇలాంటి విషయాల్లో నా దగ్గర హాస్యాలు పనికిరావు. నిజంగా మనమంతా హోటలుకు వెడుతున్నాం. తప్పేముంది? మరొకసారి చెబుతున్నాను. నీవు నా సోదరివి. స్నేహితురాలివి. కామ్రేడ్‌వు. సరేనా? మీరెప్పుడూ ఇలాంటి ప్రస్తావన తీసుకురావద్దు. ఇవాళే నీ కోసం ప్రత్యేకంగా ఒక గది కూడా తీసుకోదలచుకున్నాను" అన్నాడు లిఖోనిన్ తీవ్రంగా.

స్పారోస్ హోటల్లో లిఖోనిన్ అంటే గౌరవం చూపిస్తారు. అవును, అతను అందరితోనూ తెలివి, జాగ్రత్తలతో సంచరిస్తాడు. ఎన్నడూ డబ్బు ఎగనామం పెట్టడు. ఇవ్వాల్సిన బిల్లులన్నీ సక్రమంగా ఇస్తాడు. అంచాత అతనికొక ప్రత్యేకమైన చిన్న గది ఇచ్చారు. ఆ గదిలోకి పగలు కూడా వెలుతురు రాదు. అంచాత గ్యాస్‌లైట్లు వెలిగించారు. నేలమట్టానికి కొంచెం పైన ఒక చిన్న కిటికీ ఉంది. ఆ కిటికీలోంచి చూస్తే, వీధిలో పోయేవాళ్ళ బూట్లు, చెప్పులు, చేతికర్రలు ఇవి మాత్రమే కనిపిస్తాయి.

వీరంతా హోటల్లోకి వెళ్ళేసరికి అక్కడ మరో విద్యార్థి కూడా తటస్థపడ్డాడు. అతని పేరు – 'సిమనోవస్కీ'. ఇహనేం! అతణ్ణి కూడా ఆహ్వానించారు.

అంతా కలసి గదిలోకి వెడుతూంటే, ల్యూబా వెనుక ఆగి, లిఖోనిన్‌తో రహస్యంగా అంది: "ఏమండీ! ఎందుకు వీళ్ళంతా? నాకు చాలా సిగ్గేస్తోంది. ఇంతమందితో ఇలా బహిరంగంగా తిరుగుతోంటే నాకు అదోలా ఉంది."

అవును పాపం. తనొక పడుపుకత్తెననీ, పదిమందిలో తిరగడానికి తగినదాన్ని కాదనీ ఆమె తలంపు. అందరూ తనను గురించి "ఫలానా" అని చెప్పుకుంటారని, ఆమెకు తలవంపులుగా ఉంది.

ఆమె అడిగిన దానికి లిఖోనిన్ తిరిగి ఇలా జవాబు చెప్పాడు:

"ఏమిటి ల్యూబా! ప్రతి చిన్న విషయానికీ ఇలా గొడవ చేస్తే ఎట్లా? ఇందులో పరాయివాళ్ళు ఎవరూ లేరు. అంతా మన స్నేహితులే. అందరూ మంచివాళ్ళు. మన కోసం ఏం కావాలంటే అది చేస్తారు. ప్రాణాలైనా ఇస్తారు. వాళ్ళు తమాషాకు, పరిహాసానికి ఏదైనా అన్నా, నీవు పట్టించుకోకు. వాళ్ళ హృదయాలు పవిత్రమైనవి ల్యూబా! బంగారం వంటి మనసు వాళ్ళది."

లిఖోనిన్ రహస్యంగా ఆమెతో చెప్పినప్పటికీ, ల్యూబా మనసు కుదుటపళ్ళేదు.

"మీరు ఎన్ని అయినా చెప్పండి. నాకు మాత్రం సిగ్గుగా ఉంది. నేను ఎక్కడ నుంచి వచ్చిందీ, వీరిలో చాలామందికి తెలుసు" అంది మరల ల్యూబా.

"తెలిస్తే తెలియనీ! మరేం ఫరవా లేదు. అసలు తెలియాలనేగా ఇదంతా. జరిగిన దాని గురించి సిగ్గుపడడం ఎందుకు? జరిగింది దాచి పెట్టడం లేదు. ఇహ ముందు మంచి మార్గంలో నడవడానికి ప్రయత్నిస్తున్నాం. చూస్తూ ఉండు. ఒక ఏడాదిలో వీరంతా నిన్నెలా గౌరవిస్తారో! ఎప్పటికైనా కిందపడ్డవాడే లేస్తాడు! పడనివాడు

లేచేదేముంది? రా! లోపలికి వెడదాం."

అందరూ గదిలోకి వెళ్ళి కూచున్నారు. అందరి కోసం భోజనం తెమ్మని ఉత్తర్వు చేశాడు లిఖోనిన్. ఒక్క 'సిమనోవస్కీ' మాత్రం భోంచేయనన్నాడు. అప్పుడే ఫలహారం చేశానని, ఒంట్లో కూడా బాగా లేదని చెప్పాడు. తక్కినవారంతా భోంచేస్తున్నారు.

భోజనాల ముందు ఒక్క ల్యూబా తప్ప, తక్కినవారంతా అతి ధోరణిగా మాట్లాడడం మొదలెట్టారు. అందులోనూ లిఖోనిన్, సాలోవీవ్, నిజేరా - వీరు ముగ్గురూ మరీ వాగుతున్నారు. ఆ పిల్లకు పట్టిన దుర్గతిని గురించి చర్చిస్తున్నారు. దాని మీద ప్రతి ఒక్కరూ తమ తమ అభిప్రాయాలు వెల్లడిస్తున్నారు.

ల్యూబా మాత్రం ఒక్క మాట కూడా మాట్లాడడం లేదు. అందరూ అడుగుతోన్న ప్రశ్నలకు "అవును", లేక "కాదు" అని మాత్రం ముక్తసరిగా జవాబు చెప్తోంది. భోజనం కూడా ఆమె ఇష్టంగా తినడం లేదు.

"అవును. లిఖోనిన్ భేషయిన పని చేశాడు" అన్నాడు సిమనోవస్కీ వేళ్ళతో టేబుల్ మీద దరువు వేస్తూ. "చాలా సాహసమైన పని చేశాడు. మన మిత్రులు సాలోవీవ్, నిజేరా సహాయం చేస్తానని వాగ్దానం చేశారు. నేను కూడా మీతో ఉంటాను. నా చేతనైన సహాయం తప్పక చేస్తాను. కాని ముందే ఆమెను ఏదో ఒక పనిలో పెడితే బాగుంటుందేమో! ఆమె అభిరుచి దేని మీద ఉందో తెలుసుకోవడం మంచిది" అంటూ అతను, ల్యూబా వైపు తిరిగాడు. "ఏం ల్యూబా? నీవు ఏం చేయగలవో చెప్పు. అంటే నీకు ఏ పని చాతనవునో చెప్పు -- కుట్టుపని వచ్చా--? లేసు అల్లడం--?"

"నాకేమీ రాదండీ" అంది ల్యూబా - వినపడీ వినపడనట్లు తల దించుకుని. ఎంతో కష్టం మీద అంది ఆ మాట. "అసలు మీరు మాట్లాడేది ఏమిటో కూడా నాకు అర్థం కావడం లేదు."

వెంటనే లిఖోనిన్ జోక్యం కలిగించుకున్నాడు. "చూడండి! ఆదిలోనే హంసపాదు అన్నట్లు, అసలు మనం మొదట్లోనే తప్పటడుగువేశాం. ఈ విషయం ఇలా ప్రారంభించకూడదు. ఆమెను ఎదురుగా పెట్టుకుని మనం మాట్లాడుతూ ఉంటే ఏం సబబుగా ఉంటుంది? పైగా ఆమెను ఇరకాటంలో పెడుతున్నాం. ఆమె ఎంత కలవరపడుతూందో! మీకు కనిపించడం లేదూ? పాపం మాట్లాళ్ళేక గుడ్ల నీళ్ళు కుక్కుకుంటోంది" అంటూ ల్యూబా వైపు మళ్ళాడు. "లే ల్యూబా! మనం వెడదాం. నిన్ను ఇంటి దగ్గర దిగబెట్టి వస్తాను. నేనో పది నిమిషాల్లో వచ్చేస్తానోయ్! అప్పుడు మనం అన్నీ వివరంగా ఏమి చేయాల్సిందీ, ఏ మార్గం తొక్కాల్సిందీ నిర్ణయిద్దాం."

"మీ ఇష్టం. మీరు ఏం చేయమంటే అది చేస్తాను. కాని మళ్ళీ గదికి వెళ్ళడం మాత్రం నాకిష్టం లేదు" అంది ల్యూబా గద్గద స్వరంతో.

"ఏం ఎందుకని?"

"నేనా గదిలో ఒంటరిగా ఉండలేను. కాకపోతే ఈ దగ్గరలో ఉన్న పార్కులో

బెంచీ మీద కూర్చుంటాను మీరు వచ్చిందాకా!"

"ఓ అదా సంగతి! నా కర్థమైంది. అలెగ్జాండ్రా నిన్ను హడలగొట్టింది కదూ? ఉండు, దాని పని చెపుతాను. ఆ ముసలి ముండకు ముక్క చివాట్లు పెడితే గాని బుద్ధి రాదు. ఇహ లే! మన వెడదాం."

ల్యూబా జంకుతూ లిఖోనిన్‌కు తన చెయ్యి అందించింది.

ఆమెను వెంటబెట్టుకుని లిఖోనిన్ వెళ్ళిపోయాడు.

కొద్ది నిమిషాల తర్వాత మళ్ళీ వచ్చాడు. తను లేని సమయంలో మిత్రులు తనను గురించి ఏదో అనుకున్నారని అనుమానించాడు. కొంచెం మనసులో మెదిలింది. అయినా మామూలుగా కూచుని టేబుల్ మీద చేతులు ఆనించి మాట్లాడడం మొదలెట్టాడు.

"మీరు నా ప్రాణస్నేహితులు. నాకు తెలుసు" అంటూ అతను ఒకసారి గభాలున సిమనోవస్కీ వంక చూచి, మళ్ళీ మామూలుగా మాట్లాడసాగాడు.

"నేను మనఃస్ఫూర్తిగా మీ సహాయాన్ని అర్థిస్తున్నాను. ఈ విషయంలో ముందు వెనుకలు ఆలోచించకుండా నేను కొంచెం తొందరపడ్డ మాట నిజమే. అయినా నిష్కల్మంగా, సదుద్దేశ్యంతోటే ఈ పని చేశాను."

"అసలు కావాల్సింది అదే" అన్నాడు సిమనోవస్కీ ఉత్సాహంగా.

"నన్ను గురించి స్నేహితులు గాని, పరాయివాళ్ళు గాని ఎవరేమి అనుకున్నా నేను లెక్క చేయను. నా నిశ్చయాన్ని మార్చుకోను. ఆమెను రక్షించడమే -- క్షమించండి నోరు జారి తెలివితక్కువ మాట అన్నాను - ఆమెకు ప్రోత్సాహం ఇచ్చి, సహాయం చేస్తాను. ప్రస్తుతానికి ఆమె కోసం చౌకలో ఒక చిన్న ఇల్లు అద్దెకు తీసుకుంటాను. ఆమె జరుగుబాటుకు అవసరమైన డబ్బు ఇస్తాను. డబ్బు విషయంలో నాకు బాధ లేదు. కాని ఆ తరువాత ఏం చేయాలనేదే ప్రశ్న. అదే నన్ను కలవరపెడుతోంది. డబ్బును గురించి నా కెప్పుడూ భయం లేదు. అంచాత ఆమె జరుగుబాటుకు ఏ లోటూ రానివ్వను. కాని తింటూ, సోమరిపోతులా ఎంతకాలమని కూచుంటుంది? కనుక మనం ఏదో ఒక పని ఆలోచించాలి. ఆమెకు ఒక వృత్తిని కల్పించాలి. ఇక్కడే మీ సలహా నాకు అవసరం. కాస్త ఆలోచించి చెప్పండోయ్!"

"మరి ఆమె చేయగలిగిన పనేమిటి? సానికొంపలో ప్రవేశించక ముందు ఏ వృత్తిలో ఉండేది?" అనడిగాడు సిమనోవస్కీ.

"ఆమెకు చదువు కూడా రాదోయ్!"

"చదువు రానంత మాత్రాన ప్రమాదం ఏమీ లేదు. చదువుకున్నా, చదువుకోక పోయినా మనకు ఒకటే. మన ఆలోచనలన్నీ, నీటి బుడగల మాదిరి ఉన్నాయి. కానీ ఆమె కన్నెపడుచు. అదే జాగ్రత్తగా ఆలోచించండి" అన్నాడు సాలోవీవ్.

"హి, హి, హీ" అంటూ సందేహంగా సకిలించాడు నిజేరా.

అప్పుడు సాలోవీవ్ కొంచెం కోపంగా ఇలా అన్నాడు:

"నిజేరా! నీ వ్యవహారం నాకు నచ్చలేదు. ఇక్కడ మాట్లాడుతోన్న విషయాలు, నీకంత ఎగతాళిగా ఉంటే ఇదుగో దోవ! వచ్చిన దోవనే వెళ్ళిపోవచ్చు."

"మరి... ఆ మాట... ఇందాక నీవే అన్నావు కదోయ్!"

"అవును.. నోరు జారి అన్నాను. క్షమాపణ చెప్పుకున్నాను. దాంతో ఆ విషయం అయిపోయింది. లిఖోనిన్ అంటే నాకు గౌరవం, ప్రేమ, అతని కోసం నే చేయగలిగింది చేస్తాను. ఇప్పుడు అసలు విషయం ఏమిటంటే ఆమెకు చదువు రానంత మాత్రాన ఇబ్బంది లేదు. చదువురాని వాళ్ళు అనేకమంది రకరకాల వృత్తులు చేసుకుని సుఖంగా, గౌరవంగా బ్రతకడం లేదూ! ఈమె క్కూడా ఏదో పని నేర్పిస్తే, రెండువారాల్లో ఆరి తేరుతుంది" అన్నాడు సాలోవీవ్.

"ఏదీ ఉదాహరణకు ఒక్కటి చెప్పు" అన్నాడు నిజేరా.

"చెప్తాను... కాగితపు పూలు తయారుచేయడం... ఎంతో హాయిగా ఉంటుంది. పరిశుభ్రమైన వృత్తి... పరువుగా బ్రతకొచ్చు. లేదా పూల వర్తకుడి దగ్గర పని చెయ్యొచ్చు కూడా!" అన్నాడు సాలోవీవ్.

"ఇంతకూ, ఏ పనిలో అయినా అభిరుచి ఉండాలోయ్" అన్నాడు మామూలు ధోరణిలో సిమనోవస్కీ.

లిఖోనిన్ ఏదో ఆలోచించినట్లు తల పంకించి ఇలా అన్నాడు:

"ఆమె చేత ఓ చిన్న భోజనశాల పెట్టించాలని నా మనసులో ఉంది. అది అయితే పెద్ద కష్టం ఉండదు. పైగా మన విద్యార్థులంతా సహాయపడతారు. వాళ్ళు ఎక్కడ తిన్నా, ఏం తిన్నా పెద్దగా పట్టించుకోరు. అంతేకాక, విద్యార్థులకు భోజనం పెట్టే హాస్టల్ ఎప్పుడూ జనంతో కిటకిటలాడుతూ రద్దీగా ఉంటుంది. అంచాత మన స్నేహితులందరినీ ఇక్కడికే కొట్టుకు రావచ్చు."

"ఈ ఆలోచన పసందుగా ఉంది" అన్నాడు నిజేరా -- "కాని నా కొకటే సందేహం. భోజనశాల నడపడం మనకు అలవాటు లేని పని. అందులోనూ మనవాళ్ళంతా యఫ్.యస్.గాళ్ళు. ఒక్కడికీ చేతిలో పైసా ఉండదు. అప్పులు పెట్టి ఆ తరువాత పీక్కోలేక చావాలి. మన పని ఖాళీ. హోటలు మర్రోజే దివాళా తీస్తుంది. అందుకని ఎవరో ఒకడు కనిపెట్టుకుని ఉండాలి. ఎవడి చాతనవుతుందేమిటి? ఆమెను చూడబోతే పసితనం, అమాయకురాలు. లిఖోనిన్ మాత్రం పొద్దస్తమానం గల్లాపెట్టె దగ్గర కూచుంటాడా ఏమిటి?"

అది విని లిఖోనిన్ కొంచెం అనిష్టంగానే అతని వైపు చురచుర చూశాడు. కాని ఏమీ మాట్లాడకుండా పెదవులు కొరుక్కుని ఊరకున్నాడు.

అప్పుడు సిమనోవస్కీ కొంచెం ధీమాగా తలూపుతూ ఇలా అన్నాడు:

"అబ్బాయిలూ! మీ ఆలోచనలు బాగానే ఉన్నాయి. ఆచరణలోనే వస్తుంది చిక్కు. హోటలు కానీయండి, మరొకటి కానీయండి. వ్యాపారం అన్న తరువాత ఎవడైనా

కాస్త దిట్టమైన మనిషి పక్కన నిలబడాలి. లిఖోనిన్ చెప్పినట్లు డబ్బు విషయం కాదు ప్రధానం! నిర్వహణ!! వ్యాపారంలో ఎంతటెంతటివాళ్ళూ పల్టీలు కొట్టడం కద్దు. అంచాత ఏది మొదలెట్టినా మొదట్లో కొన్ని చిక్కులు, కష్టాలు తప్పవు. తడిసి గాని గుడిసె కప్పడు, తాకి గాని తల ఒగ్గడన్నట్లు – కొన్ని దెబ్బలు తిన్న తరువాత గాని జ్ఞానం కలుగదు. పసిపిల్లాడు నడవడం నేర్చుకునే ముందు కనీసం ఓ యాభై సార్లయినా కింద పడతాడు. అలాగే వ్యాపారం కూడా! కనుక మొదట్లోనే ఆ దిక్కు లేని పిల్లకు కష్టాలు తెచ్చిపెట్టే దాని కంటే ఆమెను తన కాళ్ళ మీద తాను నిలబడేలా చేయడం మంచిది. స్వశక్తి మీద ఆధారపడి జీవించడం ఎప్పుడైనా శ్రేయస్కరమోయ్!"

"అయితే ఏమిటి నీ ఉద్దేశ్యం? ఆమెను ఎక్కడైనా పనికి కుదరమంటావా?" అనడిగాడు సొలోవీవ్.

"అవును. హోటల్లో వంటమనిషిగానో, పళ్ళాలు కడగడమో, లేకపోతే లాండ్రీలో పనిమనిషిగానో కుదరడం మంచిది" అన్నాడు సిమనోవస్కీ.

లిఖోనిన్ ప్రయోజనం లేదన్నట్లు తల ఊపాడు.

"మాటలు చెప్పడం తేలికే. వంటమనిషి, పనిమనిషి.... కాని మొదటిది – అలాంటి పనులు ఆమె చేయగలుగుతుందా అని నా అనుమానం. ఇహ రెండోది – ఇదివరకు ఇలాంటి పనులు చేసి, ఆమె చాలా కష్టాలు అనుభవించింది. యజమానులు నీచంగా చూడడం, వాళ్ళ తిట్లూ, చీవాట్లు – అన్నీ రుచి చూచింది. మీకు తెలీదూ! అసలు పడుపుకత్తెలలో నూటికి తొంభైమంది అంతకు ముందు పనిమనుషులుగా ఉన్నవాళ్ళే. దాసీలుగా ఉండి, నానాయాతనలు పడి, చివరకు సానికొంపలలో ప్రవేశిస్తారు. ఇప్పుడు కూడా ల్యూబాను మనం ఆ పనిలో పెట్టామూ అంటే, తిరిగి ఆమె దానికి ఉద్వాసన చెప్పి, తొందరలోనే యథాస్థానానికి చేరుకుంటుంది" అన్నాడు లిఖోనిన్.

"అవును నీవు చెప్పింది నిజం" అన్నాడు సొలోవీవ్.

"సరే! నీ ఇష్టం వచ్చినట్లు చెయ్యవోయ్!" అన్నాడు సిమనోవస్కీ అనిష్టంగా.

"ఇహ నా విషయంలో ఒకటే సంగతి" అన్నాడు నిజేరా.

"నీకు పొద్దున్నే చెప్పాను. అసలు ఇలాంటి విషయాల్లో దిగడం చాలా పొరపాటు. అనేకమంది మనలాగే ఈ పడుపుకత్తెలను బాగు చేయడానికి ప్రయత్నించి, చాతగాక పప్పులో కాలు వేశారు... అలాంటి వాళ్ళను మనం రళ్ళారా చూచాం. అయినా కూడా నీవు నడుం కట్టావు. మంచిదే! నీవు ఏ పని, ఎలా ప్రారంభిస్తే, ఆ పనిలో నా శక్తివంచన లేకుండా తప్పక సహాయం చేస్తాను."

లిఖోనిన్ పిడికిలితో టేబుల్ మీద గ్రుద్దాడు.

"వీల్లేదు" పెద్దగా అరిచాడతను. "సిమనోవస్కీ చెప్పినదాంట్లో కొంత అర్థం ఉంది. వ్యాపారంలో కొన్ని ప్రమాదాలు ఎదుర్కోవాల్సిన మాట వాస్తవం.... ముందామెకు ఒక చిన్న గది తీసుకుంటాను. తిండీ తిప్పలు ఏర్పాటు చేస్తాను. తరువాత ఆమెకు

విద్యాబుద్ధులు నేర్పడానికి మనమంతా ప్రయత్నిద్దాం. క్రమక్రమంగా దోవకు వస్తుంది. నాకు తెలుసు. ఆమె హృదయం, ఆత్మ పవిత్రమైనవి. ఈ మాట చెప్పడానికి నాకు తగినంత ఆధారం లేకపోయినా, అలా అని నేను నమ్ముతున్నాను. నిన్ను అనేకసార్లు హెచ్చరించాను నిజేరా! పరిహాసాలు ఆడొద్దని పదే పదే చెప్పాను. ఎన్నోసార్లు కోపాన్ని ఆపుకున్నాను. అయినా నీ పాడు బుద్ధి పోలేదు. అవతలవాడు ఎంత బాధపడతాడో నీవు గ్రహించలేదు. మళ్ళీ చెపుతున్నాను. నీవు ఎంత విడ్డూరంగా, పరిహాసంగా మాట్లాడినా నేను లెక్కచెయ్యను. నా నిశ్చయాన్ని మార్చుకోను. అనుకున్నది చేసి తీరాల్సిందే" చాలా కోపంగా, తీవ్రంగా అన్నాడు లిఖోనిన్.

"ఓ! నా ఉద్దేశ్యం అది కాదోయ్... కోప్పడకు లిఖోనిన్... నేను సరదాగా మాట్లాడేవాణ్ణని నీకు తెలుసు...పోనీ అంత ఇష్టం లేకపోతే ఇహ మాట్లాడను సరేనా?... ఏదీ? ఒకమాటు షేక్ హ్యాండ్ ఇవ్వు ...ఇద్దరం కలిసి ఒక డోస్ వేసుకుందామా?" తగ్గి, స్నేహం కలుపుతూ అన్నాడు నిజేరా.

"సరే! నన్ను ఒంటరిగా ఉండనివ్వు... ఇహ ముందైనా చిన్న పిల్లాడిలా ప్రవర్తించకు... దీని వల్ల మన స్నేహాలు చెడగొట్టుకోవడం ఎందుకు?.... ఇహ ఆ విషయం పోనీయండి.... ల్యూబాకు ముందు చదువు నేర్పించాలి. ఆమెను ఎగ్జిబిషన్‌లకు, థియేటర్లకు తీసుకెళ్ళాలి, మీటింగులకు తీసుకెళ్ళి ఉపన్యాసాలు వినిపించాలి. మ్యూజియమ్‌లు, ప్రదర్శనశాలలు, రేడియో వార్తలు, పాట కచ్చేరీలు - ఇవన్నీ ఆమెలో చైతన్యం కలిగిస్తాయి. ఆ అమాయక హృదయాన్ని వికసింపచేస్తాయి. ఈ పనిలోనే మీరంతా తోడ్పడాలి. తరువాత ఏం జరుగుతుందో చూద్దాం" అన్నాడు మళ్ళీ లిఖోనిన్ కోపం తగ్గించుకుని.

"ఓ! అద్భుతంగా ఉంది" అన్నాడు సిమనోవస్కీ. "ఇలా చేస్తే ఓ కొత్త పంథా తొక్కినవాళ్ళం అవుతాం. ఏమో! ఎవరెరుగుదురు? ముందు ముందు లిఖోనిన్ ఆమెకొక తండ్రి లాంటివాడు, పవిత్రమైన గురువు లాంటి వాడు కావచ్చు. నేను సహాయం చెయ్యడానికి సిద్ధంగా ఉన్నానోయ్!"

"నేను! నేను కూడా!" అరిచారు మిగతా ఇద్దరు విద్యార్థులు.

మొత్తం నలుగురూ కలిసి ల్యూబాకు చదువు చెప్పే విషయంలో తీర్మానాలు చేశారు. వెంటనే అందరూ ముందుకొచ్చి, ఎవరి నిశ్చయాలు వారు చెప్పారు.

సాలోవీవ్ ఆ పిల్లకు వ్యాకరణం, వ్రాయడం నేర్పుతానన్నాడు. ఆమెకు నేర్చుకోవడానికి కష్టంగాను, విసుగ్గాను లేకుండా, ఎప్పటికప్పుడు తేలిక అయిన పాఠాలు రష్యన్ భాషలోను, ఇతర భాషలలోను చదివి వినిపిస్తానన్నాడు. తద్వారా, వీటిల్లో ఆమెను ఉత్తీర్ణురాలుగా చేస్తానన్నాడు.

లిఖోనిన్ ఆమెకు లెక్కలు, భూగోళం, చరిత్ర చెప్తానన్నాడు.

తరువాత నిజేరా, ఈ సారి పరిహాసంగా కాకుండా, హృదయ పూర్వకంగా ఇలా

అన్నాడు:

"అబ్బాయిలూ! నాకు ఏ సబ్జెక్టున్నూ పరిపూర్ణంగా తెలీదు. పైగా నేనిది వరకు కొంతకాలం పిల్లలకు చదువు చెప్పి విసుగెత్తినవాణ్ణి. అంచాత ఆమెకు నేను మా జార్జియన్ మహాకవి 'రోస్టవెల్లీ' కావ్యాలు చదివి వినిపిస్తాను. ప్రతి పంక్తికీ అర్థం చెప్పుకుంటూ పోతాను. అంతే కాదు! వీణ, ఫిడేలు, సితారు వాయించడం నేర్పుతాను. సంగీతంలో నాకు కొంత పాండిత్యం, ప్రతిభ, అనుభవం ఉన్నాయి."

జార్జియన్ విద్యార్థి నిజేరా సంగీతం చెపుతాననేసరికి, లిఖోనిన్, సాలోవీవ్ పకపక నవ్వుతూ, సంతోషంతో చప్పట్లు కొట్టారు.

పిమ్మట సిమనోవస్కీ ఇలా అన్నాడు: "ఒరేయ్! ఇందాకటి నుంచీ ఎంత పరిహాసమాడినా, ఇప్పుడు మాత్రం బ్రహ్మాండంగా మాట్లాడావు. అవును. సంగీతం నేర్పావూ అంటే, అది ఆమెకు ఎన్నోవిధాల ఉపకరిస్తుంది. ముందు ముందు ఏవో కొన్ని వాద్యాలు వాయించడం ఆమె క్షుణ్ణంగా నేర్చుకుంటుంది. మరి నేను ఏం బోధించదలచుకున్నానో తెలుసా! కారల్‌మార్క్స్ వ్రాసిన 'కాపిటల్', మానవ విజ్ఞానానికి, సంస్కృతికి సంబంధించిన చరిత్రలు చదివి వినిపిస్తాను. అంతేకాదు, సైన్సులో నాకు అభిమాన విషయాలైన పదార్థ విజ్ఞానశాస్త్రం, రసాయనిక శాస్త్రం – ఇవి కూడా ఆమెకు బోధిస్తాను."

ఇది విని తక్కిన విద్యార్థులంతా మరీ సంతోషంతో చప్పట్లు కొట్టారు.

అలా నిశ్చయించుకొని, విద్యార్థులంతా ఎటువాళ్ళు అటు వెళ్ళిపోయారు.

లిఖోనిన్ మాత్రం ల్యూబా కూచుని ఉన్న పార్కులోకి వెళ్ళి ఆమెను కలుసుకున్నాడు.

అతనితో తిరిగి గదికి వెళ్ళడానికి ఆమె మనస్సు అంగీకరించలేదు. లాడ్జిలో పనిమనిషి అలెగ్జాండ్రా అసాధ్యురాలు. ఆమెకు పడుపుకత్తెలంటే సరిపడదు. తనను నలుగురిలోనూ అవమానపరుస్తుందని ల్యూబా భయపడింది. పైగా తన పూర్వవృత్తాంతం కప్పిపుచ్చుకుందామన్నా లిఖోనిన్ అందుకు అంగీకరించడం లేదు. చేసేపని ఏదో బహిరంగంగా, పదిమందితోనూ చెప్పి చేద్దామనుకుంటున్నాడు అతను. ఈ కారణాల వల్ల తిరిగి లాడ్జికి వెళ్ళడానికి ల్యూబా బాధపడుతోంది.

అయినా లిఖోనిన్ ఊరకోలేదు. ఆమెకు నచ్చచెప్పి తీసుకెళ్ళాడు. ఇహ చేసేది లేక ఆమె, అతని మాటకు ఎదురుచెప్పకుండా గుడ్డిదానిలా అనుసరించింది.

కపట మనస్కురాలైన అలెగ్జాండ్రా ఊరకోలేదు. ఈ లోపుగా, విద్యార్థుల లాడ్జికి అధికారి అయిన సూపరింటెండెంటు దగ్గరకు వెళ్ళి లిఖోనిన్ మీద రిపోర్టు చేసింది. ఎవరో పిల్లను తీసుకొచ్చి గదిలో పెట్టాడనీ, రాత్రి అంతా ఆమెతో గడిపాడనీ చెప్పింది. ఆ పిల్ల ఎవరో తనకు తెలీదనీ, ఆమె తన పెత్తల్లి కూతురనీ లిఖోనిన్ చెపుతున్నాడనీ, కాని ప్యాస్‌పోర్టు చూపించలేదనీ ఆమె ఎన్నెన్నో విధాల అధికారితో మొర పెట్టుకుంది.

అధికారి వెంటనే లిఖోనిన్‌ను పిలిపించి అడిగాడు. సూపరింటెండెంటు తక్కువ

వాడు కాదు. గదులకూ, ఇళ్ళకూ కచ్చితంగా అద్దెలు వసూలు చేస్తుంటాడు. అడపా దడపా లంచాలూ పుచ్చుకుంటూ, చేసే పాపాలు బయటపడకుండా మాపు చేస్తూ ఉంటాడు. లిఖోనిన్ అతనితో వినయంగా మాట్లాడాడు. తక్షణం ఆమె కోసం వేరే గది అద్దెకు తీసుకుంటున్నానని నచ్చచెప్పడానికి ప్రయత్నించాడు.

అయినా అధికారి ఊరకోలేదు.

"లిఖోనిన్! నీవు ఆ పిల్ల కోసం వేరే గది తీసుకుంటున్నానని చెప్పావు. బాగానే ఉంది. అయినా నాకు ప్యాస్‌పోర్టు చూపించాలి. రేపే తీసుకొచ్చి చూపించు. ఇంతగా ఎందుకు చెపుతున్నానంటే, నీ మీద నాకు నమ్మకం లేక కాదు. నిన్ను ఎంతోకాలం నుంచి ఎరుగుదును. పైగా నీవు అద్దె బకాయి పెట్టకుండా సక్రమంగా ఇస్తుంటావు. కాని కాలం మారింది. పరిస్థితులు వెనుకటిలా లేవు. ఎవడైనా నా మీద పై అధికారులకు రిపోర్టు చేశాడూ అంటే, నాకు జరిమానా విధించడమే కాకుండా, శిక్ష కూడా పడుతుంది" అన్నాడు అధికారి.

ఆ సాయంత్రం లిఖోనిన్, ల్యూబాను వెంటబెట్టుకుని పార్కుకు వెళ్ళాడు. అక్కడ కొంతసేపు కులాసాగా తిరిగి, నోబెల్స్ క్లబ్‌లో సంగీతం వింటూ హాయిగా గడిపారు. తరువాత ఇద్దరూ గదికి చేరుకున్నారు. లాడ్జీలోనే కొంచెం ఎడంగా లోపలకు ఉన్న ఓ చిన్న గది తీసుకుని, అందులో ఆమెను దిగపెట్టాడు. వెళ్ళొస్తానని చెపుతూ, పితృప్రేమతో ఆమె నుదుటి మీద ముద్దుపెట్టుకున్నాడు. పిమ్మట తన మామూలు గదిలోకి వచ్చేశాడు.

కానీ, ఓ పది నిమిషాలు అయినా కాకముందే, ఆమె తిరిగి లిఖోనిన్ గదిలోకి వచ్చింది. అప్పటికి లిఖోనిన్ దుస్తులు విప్పుకుని, 'లా బుక్కు' చదువుకుంటూ, మంచం మీద పడుకుని ఉన్నాడు. ల్యూబా పిల్లిలా ప్రవేశించి, తలుపు దగ్గర నిలబడి గీరడం మొదలెట్టింది. లిఖోనిన్ తలెత్తి చూచాడు. అకస్మాత్తుగా ల్యూబా అక్కడికి రావడం చూచి చకితుడయ్యాడు. అప్పుడు ల్యూబా మెల్లగా ఇలా అంది:

"ఏమండీ! మీ చదువుకు భంగం కలిగించినందుకు నన్ను క్షమించండి. నాకు ఒక సూది, దారం కావాలి. కోప్పడకండి! ఒక్క నిమిషంలో వెళ్ళిపోతాను."

"ల్యూబా! నీవు తక్షణం ఇక్కణ్ణుంచి వెళ్ళిపోవాలి. నిమిషం కాదు, అర నిమిషం కూడా ఉండటానికి వీల్లేదు" అన్నాడు లిఖోనిన్ గట్టిగా.

"ఓ! కోపగించకండి ప్రియా! ఎందుకు నా మీద అలా విరుచుకు పడతారు?" అంటూ ఆమె వెలుగుతోన్న కొవ్వొత్తిని గభాలున ఆర్పేసింది.

అతణ్ణి గట్టిగా కౌగలించుకుని, పెద్దగా నవ్వడం మొదలెట్టింది.

ఓ పది నిమిషాల తరువాత లిఖోనిన్ గది తలుపు దగ్గరకొచ్చి నిలబడ్డాడు. ఒంటి మీద దుప్పటి కప్పుకుని ఉన్నాడు. తువ్వాలుతో చెమట తుడుచుకుంటూ ఇలా అన్నాడు:

"ల్యూబా! ఇలా అయితే మనం జీవించలేం. ఎన్నిసార్లు చెప్పినా నీవు వినడం లేదు. రేపు నీ కోసం దూరంగా ఇల్లు ఒకటి తీసుకుంటాను. నీకు మళ్ళీ చెపుతున్నాను.

ఇలా ఎన్నడూ చెయ్యొద్దు. ఇలా జరగడం నాకిష్టం లేదు. మన సంబంధం కేవలం స్నేహంగానే ఉంటుందని నాకు మాట ఇవ్వు!"

"అలాగే ప్రియా! నేను కాదన్నానా?" అంటూ ఆమె మందహాసంతో, మరోసారి అతని పెదవులను, చేతిని ముద్దు పెట్టుకుంది. పిమ్మట తన గదిలోకి వెళ్ళిపోయింది.

13

రష్యన్ మేధావులలో అద్భుతమైనవాళ్ళు అనేకమంది ఉన్నారు. స్వచ్ఛమైన సంస్కృతి, విజ్ఞానం కలిగినవాళ్ళు ఉన్నారు. తమ ఆదర్శాల కోసం పడరాని పాట్లు పడుతూ, చెప్పరాని చిత్రహింసలకు గురి అవుతూ, ఓర్పుతో సహించేవాళ్ళు, ఆఖరుకు ఏ మాత్రం తొణకకుండా, నిర్భయంగా మృత్యుముఖంలోకి పోయేవాళ్ళు అనేకమంది ఉన్నారు. కాని ఇలాంటి ధీరోదాత్తులు తీరా ఏ బంట్రోతువాడు సరీగా ప్రవర్తించలేదనో, చాకలిది తలబిరుసుగా మాట్లాడిందనో కలవరపాటు చెంది, మనఃస్థయిర్యాన్ని కోల్పోయి వారి మీద దురుసుగా ప్రవర్తిస్తారు. తత్ఫలితంగా మనసులో బాధపడుతూ పోలీస్‌స్టేషన్‌కు వెడతారు. ఇలాంటి ఘనులలో లిఖోనిన్ ఒకడు.

ఆ మర్నాడు ఉదయాన్నే లేచి, ల్యూబా ప్యాస్‌పోర్టు కోసం ఈ ప్రయత్నాలు ప్రారంభించాడు. (కిందటిరోజు సెలవుదినం అవడం వల్ల ఈ పని మీద ఎవరినీ కలుసుకోలేదు). చీకటితోనే లేచాడు. ఆమెకు ప్యాస్‌పోర్టు సంపాదించడం ఎలాగా అని ఆలోచించసాగాడు. అతనికి తల తిరిగిపోతోంది. ఒళ్ళంతా వణుకుపుడుతోంది. పరీక్షలు దగ్గరపడుతున్నాయి. ఈ గొడవల్లో పడితే తన చదువు పాడయిపోతుంది. తను తప్పడం ఖాయం. ఇవన్నీ జ్ఞాపకం వచ్చేసరికి హృదయమంతా కలచివేసింది.

ఆ వేళ ప్రొద్దుటి నుంచే సన్నగా వర్షం కూడా ప్రారంభమైంది. ముసురు పట్టినట్లు కురుస్తోంది. ఇదొక ఆటంకం. ఎక్కడికి వెడదామన్నా, ఏం చేద్దామన్నా చిరాగ్గా ఉంది. తనకు తెలుసు. తను ఏ పని ప్రారంభించినా, సరిగ్గా అదే సమయానికి వర్షం ముంచుకొస్తుంది. ఈ వర్షం తన అపజయానికి, కష్టాలకు చిహ్నమని అతని ఉద్దేశ్యం. ఈ ఆలోచనలతో ఏమీ పాలుపోక, అలాగే మెల్లగా కాలకృత్యాలు తీర్చుకొని, దుస్తులు వేసుకుని బయలుదేరాడు.

'యామా' అతని గదికి అట్టే దూరం లేదు. ఒక మైలుకు లోపే ఉంటుంది. ఆ దోవన వెళ్ళడం అతనికి మామూలే. కాని ఎప్పుడూ రాత్రిళ్ళు తప్ప, పగటిపూట వెళ్ళి ఎరుగడు. అంచాత ఇవాళ పట్టపగలే బయలుదేరి 'యామా'లోకి వెడుతోంటే, మనస్సంతా పరిపరి విధాల బాధిస్తోంది. వచ్చే పోయే జనమంతా తన వైపే అదో రకంగా చూస్తున్నట్లు తోస్తోంది. ఎదురుపడ్డ ప్రతి మనిషి, ప్రతి బండివాడు, ప్రతి పోలీసువాడు అంతా తన వైపే పరీక్షగా, విచిత్రంగా చూస్తున్నాడు. వాళ్ళచూపుల్లో

ఏదో అనుమానం, అసహ్యం అగుపిస్తున్నాయి. తను అటువైపు ఎందుకు వెడుతున్నదీ వాళ్ళు స్పష్టంగా గ్రహించినట్లు తోస్తోంది. ఈ విషపు చూపులను భరించలేకపోతున్నాడు లిఖోనిన్. అలాగే బరువుగా, బాధగా కాలు సాగిస్తున్నాడు.

నగరం దాటి, ఊరి వెలుపలకు చేరుకున్నాడు. రోడ్డుకు రెండు వైపులా పచ్చిక మైదానాలున్నాయి. చిన్న చిన్న కాలువలు, నీళ్ళ మడుగులు ఉన్నాయి. వాటి పక్కన ఆవులు, దూడలు మేస్తున్నాయి. వాటిని దాటేసి, యామ్స్కాయా వీధి వైపు మళ్ళాడు.

అన్నా మార్కోవ్నా ఇంటి దగ్గరకు చేరుకున్నాడు. ఇంటి తలుపులు కిటికీలు, అన్నీ మూసివున్నాయి. అలాగే తక్కిన ఇళ్ళు కూడా నిశ్శబ్దంగా నిద్రపోతున్నాయి. ఎక్కడా అలికిడి లేదు. వీధి అంతా నిర్మానుష్యంగా, కళాహీనంగా పాడుపడ్డట్టుంది. ప్లేగు, కలరా, మహమ్మరి మొదలైన అంటువ్యాధులు ప్రబలంగా వ్యాపించి, విహారం చేసి వెళ్ళిన తరువాత ఎలా ఉంటుందో, అలా ఉంది ఆ ప్రదేశం.

లిఖోనిన్ బరువెక్కిన గుండెతో అన్నా మార్కోవ్నా ఇంట్లోకి వెళ్ళి 'కాలింగ్ బెల్' నొక్కాడు.

ఒక దాసీది వచ్చి తలుపు తీసింది. ఆమె చేతిలో తడిగుడ్డ ఉంది. ఒళ్ళంతా మడ్డికారుతూ ఉంది. ఇల్లు కడిగి తుడిచే పనిలో ఉంది.

"జెన్నీని చూడాలని వచ్చాను" అన్నాడు లిఖోనిన్, కొంచెం సందేహిస్తూ.

"జెన్నీ తన విటుడితో ఉంది. ఇంకా నిద్ర లేవలేదు" అని చెప్పింది దాసీ.

"పోనీ, టమారా?"

ఆమె మొహం చిట్లిస్తూ అతని వంక ఓరగా చూచింది.

"టమారా.... ఏమో, నాకు తెలీదు.. ఆమె కూడా తీరుబడిగా లేదనుకుంటాను... అయినా ఎందుకూ? మీకేం కావాలి? ఆమెతో ఉండటానికే వచ్చారా?"

"ఏదో కొంచెం...... అవును, ఆమెతో ఉండటానికే వచ్చాను."

"అయితే, నాకు తెలీదు. మీరు ఉండండి. వెళ్ళి చూస్తాను".

లిఖోనిన్‌ను హాలులో నిలబెట్టి దాసీ మనిషి లోపలికి వెళ్ళిపోయింది. హాలంతా మసకమసకగా ఉంది. బ్రాందీ, పొగాకు వాసన గుప్పుమంటోంది. దుమ్ము, ధూళి గది నిండా అలాగే పేరుకుని ఉంది. గత రాత్రి జనం తొక్కిసలాటతో హాలంతా కిటకిటలాడిపోయింది కదూ! దాని ఫలితం ఇంకా పోలేదు. ఆ చిహ్నాలు మిగిలివున్నాయి. నాటకశాలలు, నృత్యశాలలు, సినిమాహాళ్ళు, సర్కస్ డేరాలు ప్రదర్శనానంతరం ఎలా ఉంటాయో అలా ఉంది హాలు. దూరంగా వీధిలో ఎక్కడో బండి పోతున్న చప్పుడు వినిపించింది. గోడ గడియారం యథావిధిగా టిక్ టిక్‌మని ధ్వని చేస్తోంది. లిఖోనిన్ బిక్కుబిక్కుమంటూ ఒక్కడూ కూచున్నాడు. చలి వలన అతని చేతులు వణుకుతున్నాయి.

జెన్నీ వచ్చింది. ఆమె జుట్టు రేగి ఉంది. కళ్ళు నిద్రమత్తుగా ఉన్నాయి. పడుకునేటప్పుడు తొడుక్కునే తెల్లని జాకెట్టు తొడుక్కుని ఉంది. అప్పుడే పక్కమీద

నుంచి లేచి వస్తునట్లు స్పష్టంగా తెలుస్తోంది.

'ఆ!....' అంటూ పెద్దగా ఆవులించింది జెన్నీ. చెయ్యి ముందుకు చాపుతూ, "గుడ్ మార్నింగ్ స్టూడెంట్! ల్యూబా కులాసాగా ఉందా? కొత్తగా కాపురం పెట్టారు కదా! మీ ఇంటికి నన్ను విందుకైనా పిలవలేదేం? అసలు ఎవరికీ తెలీకుండా, దంపతులిద్దరూ ఏకాంతంగా శోభన వైభవంలో మునిగి తేలుతున్నారా?" అంది జెన్నీ.

"ఏమిటా పిచ్చిమాటలు జెనీచ్కా? ఇహ అంతటితో ఆపు. నేను ప్యాస్‌పోర్టు కోసం వచ్చాను."

"ఓ! ప్యాస్‌పోర్టా!"అంది జెన్నీ ఏదో ఆలోచిస్తూ. "ప్యాస్‌పోర్టు ఇక్కళ్ళేదు. యజమానురాలి దగ్గర్నుంచి మీరు వట్టి కాగితం ఒకటి తీసుకోవాలి. అది మామూలుగా పడుపుకత్తెలందరికీ ఇచ్చే కాగితం. అది తీసుకుని పోలీస్‌స్టేషన్‌కు వెడితే వాళ్ళు దాన్ని అక్కడ ప్యాస్‌పోర్టుగా మార్చి ఇస్తారు. చూడండి! ఈ విషయంలో మీకు నేను అంతగా సహాయం చేయలేను. నేను యజమానురాలితో కాని, కాపలావాడితో కాని మాట్లాడితే వాళ్ళు ఊరకోరు. నన్ను చావచితక కొడతారు కూడా! అందుకని నేను మీకు ఒక మార్గం చెపుతాను. అలా చేయండి. పనిమనిషిని యజమానురాలి దగ్గరకు పంపండి. తరచూ వచ్చే ఒకాయన, స్వయంగా కలుసుకుని మాట్లాడాలంటున్నారని కబురు చేయండి. ఆమె వస్తుంది. నేను వెనకాల ఉండి, పని జరిగేలా చూస్తాను. మరేమీ అనుకోకండి. ఇలా చెప్పినందుకు నా మీద ఆగ్రహించకండి. ఏం చేయమంటారు? ఈ విషయంలో నేను ప్రత్యేకంగా ఆసక్తి చూపిస్తున్నట్లు యజమానురాలికి తెలిస్తే, ఇహ నాకు పుట్టగతులుండవు. సరే! మీరిక్కడ చీకట్లో ఒంటరిగా దేనికి ఉండడం? రండి! లోపల గదిలో కూచుందురు గాని! ఒక బుడ్డి బీరు తెప్పించనా? లేకపోతే కొంచెం కాఫీ పుచ్చుకోండి..." అంటూ జెన్నీ ఒకసారి అటూ ఇటూ చూచింది. ఆమె కళ్ళు మెరిశాయి. మళ్ళీ ఇలా అంది "ఎవరైనా అమ్మాయి కావాలా? టమారాకు తీరుబడి లేదు. పోనీ న్యూరా? వెర్కా? పిలిపించనా?"

"అబ్బ! ఇహ ఆపు జెన్నీ! ఏమిటా మాటలు? నేను ఎంతో ముఖ్యమైన పని మీద వస్తే, ఇప్పుడా ఇవన్నీ?...." అన్నాడు లిఖోనిన్ చిరాగ్గా.

"అబ్బెబ్బె! ఏం లేదు. ఊరకే అడుగుతున్నాను – ఎవరైనా కావాలేమో అని. లేకపోతే మీ సంగతి నాకు తెలీదూ? మీరు ఎలాగైనా సత్పురుషులు. సరే, లోపలికి రండి."

జెన్నీ అతణ్ణి గదిలోకి తీసుకెళ్ళి కూచోబెట్టింది. గది కిటికీ తలుపులు తెరిచింది. మందమందంగా వెలుతురు గదిలోకి వచ్చింది. ఒక సోఫా, కొన్ని కుర్చీలు ఉన్నాయి.

"ఇక్కడే కూచోండి. ఇహ నేను వెడతాను. మీరు మాత్రం కాస్త తెలివి, జాగ్రత్తలతో ఉండండి. యజమానురాలుగాని, సిమన్‌గాని అతిగా మాట్లాడి మీద కొస్తారేమో! జాగ్రత్త! మీరేం భయపడకండి. పిరికి వాళ్ళను మరీ తరుముతారు. మీరు మెత్తమెత్తగా

ఉంటే వాళ్ళకు మరీ అలుసు. గండడ మిండడైతే వీళ్ళు అదురుకు చస్తారు. పళ్ళు నూరి ఎదురు తిరిగి మాట్లాడండి. దాంతో హడలిపోయి అడుగులకు మడుగులొత్తుతారు. ఆ ముండ అసాధ్యురాలు. అయినా ఇది పట్టపగలు. మీకొచ్చిన ప్రమాదం లేదు. మీదు మిక్కిలి ఏదైనా అంటే, చెప్పండి. సరాసరి గవర్నర్ దగ్గరికెళ్ళి రిపోర్టు చేస్తాననీ, ఇరవై నాలుగు గంటల్లో ఈ పాడుకొంపకు తాళం వేయిస్తాననీ బెదిరించండి. కుక్కిన పేనులా పడివుంటుంది ముండ. నోటికి వచ్చినట్లు బూతులు తిట్టండి. మెత్తగా పట్టుకుచ్చులా అయిపోతుంది పాపిష్టిది. మరి నే వస్తాను!"

వ్యవహారం ఎలా నడపాల్సిందీ వివరంగా చెప్పి జెన్నీ వెళ్ళిపోయింది.

ఓ పది నిమిషాల తరువాత ఇంటి పెత్తందారు ఎమ్మా గదిలోకి వచ్చింది. విశాలమైన మొహం, నల్లటి కళ్ళు, శరీరం లావెక్కి దుక్కలా ఉంది. నీలపు రంగు దుస్తులు ధరించి ఉంది.

రాగానే లిఖోనిన్ ఆమెతో కరస్పర్శ చేశాడు. ఆమె చెయ్యి రోకలిబండలా ఉంది. చేతికి బంగారపు కడియాలు, వేళ్ళకు ఉంగరాలు ఉన్నాయి. 'ఈ పాడుముండ ఎన్నెన్ని పాపాలు చేసిందో? ఎంతమంది ప్రాణాలు తీసిందో?' అనుకున్నాడు లిఖోనిన్ తనలో.

'యామా'లో వ్యవహారాన్నీ లిఖోనిన్‌కు బాగా తెలుసు. అతను అక్కడికి ఎప్పుడు వెళ్ళినా సరే, కావల్సిన డబ్బే కాకుండా, వెంట ఒక రివాల్వరు కూడా తీసుకొని వెడతాడు. ఈసారి కూడా అలాగే చేశాడు. పరిస్థితి ఎటు పోయి ఎటు వస్తుందో అని ఒక రివాల్వరు గుండ్లతో నింపి, భద్రంగా జేబులో ఉంచుకున్నాడు. పుష్కలంగా, డబ్బు కూడా దగ్గర ఉంది. వ్యవహారం ఏ మాత్రం బెడిసినా, వాళ్ళు ఏదైనా తూలుడుగా ప్రవర్తించినా, అందుకు సిద్ధపడే ఉన్నాడు లిఖోనిన్.

అయినా అతనికి ఈ వ్యవహారం నడపడం ఏదో కష్టంగా, బాధగా ఉంది.

"ఆహా! భలే! భలేవారండీ మీరు!" అంది ఎమ్మా పడకకుర్చీలో కూచుంటూ. సిగరెట్టు ముట్టించి మళ్ళీ ఇలా అంది – "మీరు ఒక రాత్రికని పైకం ఇచ్చి పిల్లను తీసుకుపోయారు. కాని, మరో పగలు, మరో రాత్రి కూడా అక్కడే ఉంచుకున్నారు. కనుక మీ దగ్గర నుండి మాకు ఇంకా పాతిక రూబుల్సు రావలసి ఉన్నాయి. ఒక రాత్రికి అమ్మాయిని పంపిస్తే పది రూబుల్సు వసూలు చేస్తాం. అలాంటిది మీరు ఇరవై నాలుగు గంటలు ఎక్కువ ఉంచుకొన్నారు కనుక, మరో పాతిక రూబుల్సు మాకు ఇవ్వాల్సి ఉంటుంది. దయచేసి సిగరెట్టు కాల్చరూ?" అంటూ ఆమె సిగరెట్టు పెట్టె అందించింది.

లిఖోనిన్ ఆలోచించకుండా వెంటనే సిగరెట్టు తీసుకుని వెలిగించాడు.

"నేను మీతో వేరే విషయం మాట్లాడడానికి వచ్చాను" అన్నాడు లిఖోనిన్.

"ఓ! అదా సంగతి. నాకంతా తెలుసులెండి. వయసులో ఉన్న కుర్రాళ్ళు మీరు. మా ల్యూబాను తీసుకెళ్ళి ఆమెను మీతోనే ఉంచుకోవాలనుకుంటున్నారు..... లేక,

ఆమెను ఉద్ధరించి రక్షించాలనుకున్నారు.... అవునా? ఇది సాధ్యమయ్యే పని కాదు బాబూ! నాకు తెలుసు. యువకులంతా ఇలాగే మూర్ఖులై, అర్థం లేని పనులు చేస్తుంటారు. పడుపుకత్తెను ఎవరైనా మార్చగలరటయ్యా! మీదంతా పిచ్చిగానీ!" అంది ఎమ్మా – ఈ విషయమంతా ముందే తనకు తెలిసినట్లు.

"బాగుపరుస్తానో, చెడగొడతానో అది వేరే సంగతి. ఆమెను తీసుకెళ్ళి రక్షించడం నా ధర్మం" అన్నాడు లిఖోనిన్ కొంచెం నిర్లక్ష్యంగా.

"అవును, మీ ధర్మం" అంటూ ఎమ్మా మొహం అష్టవంకరలు తిప్పి పరిహాసంగా నవ్వడం మొదలెట్టింది. "ఇలాంటి నీతులు, ధర్మపన్నాలు వల్లించే యువకులను చాలామందిని చూశాం. సరే! మీరు ఆ పిల్లను బాగుచేస్తే సంతోషమే. కాని ఒక సంగతి చెపుతున్నాను. గుర్తుంచుకోండి! ఆ సిగ్గులేని లంజ ల్యూబా ఉన్నదే! మీరు అక్కర్లేదని మెడపట్టి గెంటిన తరువాత ఇక్కడికి ఏ మొహం పెట్టుకొని వస్తుంది? గడపలో కాలుపెడితే ముక్కుకు తాడేసి అవతలికి ఈడుస్తాను. ఏమనుకున్నారో! దిక్కూ మొక్కూ లేకుండా నడిరోడ్డు మీద కుక్కచావు చావాల్సిందే! లేదా, ఆ యాభై కోపెక్కుల అధ్వాన్నపు కొంపలో ప్రవేశించి, సోల్జర్ల చేత తొక్కించుకుని మురికిచావు చస్తుంది" అంది ఎమ్మా ఒళ్ళంతా కళ్ళు చేసుకొని.

"అనవసరమైన మాటలతో పని లేదు. ఆమె ఎన్నటికీ ఇక్కడికి రాదు. దృఢ సంకల్పంతో చెపుతున్నాను. నాకిప్పుడు ఆమె సర్టిఫికెట్ కావాలి. అందుకే వచ్చాను" అన్నాడు లిఖోనిన్.

"సర్టిఫికెట్టా? హుంఁ! సరే ఇప్పుడే ఇస్తాను. కాని ముందామె ఇవ్వాల్సిన బాకీలు చెల్లించండి. ఇలా జరుగుతుందని నాకు ముందే తెలుసు. అందుకే ఆమె పద్దుల పుస్తకం పట్టుకొచ్చాను" అంటూ ఎమ్మా తన చెయ్యి రొమ్ముల్లోకి పోనిచ్చి, జాకెట్టులోంచి ఒక చిన్న నోటు బుక్కు బయటికి తీసింది. అలా చేసేటప్పుడు లావుగా, పచ్చగా ఉన్న ఆమె రెండు స్తనాలు లిఖోనిన్‌కు స్పష్టంగా కనిపించేలా చేసింది.

పుస్తకం టేబుల్ మీద పడేస్తూ, "మీరే చూడండి, మీకే తెలుస్తుంది" అంది ఎమ్మా.

లిఖోనిన్ పుస్తకం తీసుకుని చూడడం మొదలెట్టాడు. దానికి నల్లటి అట్ట వేసి ఉంది. అట్ట మీద "ఇరినా ఓశ్చెంకోవా (ల్యూబ్‌కా); అన్నా మార్కొవ్‌నా ఇంట్లో వేశ్య తాలూకు జమాఖర్చు పుస్తకం: యామ్‌స్కాయా వీధి, ఇంటి నెంబరు...." ఫలానా అనే వివరాలున్నాయి. లిఖోనిన్ మెల్లగా పుస్తకం లోపలిపేజీలు తిరగేయబోయాడు.

మొదటి పేజీలో కొన్ని రూల్సు, నిబంధనలు అచ్చులో ఉన్నాయి. ఈ జమాఖర్చు పుస్తకం రెండు ప్రతులుగా ఉంటుందనీ, ఒకటి యజమాని దగ్గర, రెండోది సాని దగ్గర ఉంటాయనీ, సంపాదించే సొమ్ము, ఆమె కోసం యజమానురాలికి అయ్యే ఖర్చు, ఎప్పటికప్పుడు ఈ రెండు పుస్తకాల్లోనూ వ్రాయబడతాయనీ ఉంది. సాని తన ఇంట్లో ఉన్నందున – భోజనం, పడక, దీపపు చమురు, స్నానం, పానం, ఇంకా ఇతర చిల్లర

ఖర్చులు వీటి కింద యజమానురాలు, సాని సంపాదనలో 2/3వ వంతు తీసుకుంటుంది.

మిగతా ఒక వంతు సొమ్ములో చాలావరకు ఆమె దుస్తులు, అలంకారాలు మొదలైన ఖర్చుల కింద పోతుంది. సాని పరిశుభ్రంగాను, అందంగాను అలంకరించుకోవాల్సిన అవసరముంది. అంచాత కనీసం రెండు జతలయినా మంచి రకం దుస్తులు కావాలి. ఇందువల్ల కొంత సొమ్ము యజమానురాలు తీసుకుంటుంది. ఇహ మిగతా సొమ్ము ఏమైనా నిల్వ ఉంటే అది సానికి చెందుతుంది. సాని దగ్గర్నుంచి ఎప్పటికప్పుడు స్టాంపు అంటించిన రశీదు మీద సంతకం తీసుకొని, ఆ డబ్బు ఆమెకు ఇవ్వబడుతుంది.

ప్రతి నెలా ఆఖరున ఇచ్చిపుచ్చుకునే లెక్కంతా పరిష్కారం చేయబడుతూ ఉంటుంది. పోతే, వేశ్య ఎప్పుడైనా ఇక్కణ్ణుంచి వెళ్ళిపోదలచుకుంటే, యజమానురాలికి ఇవ్వాల్సిన బాకీలు చుప్తాగా రొఖ్ఖం ఇచ్చిగాని, లేదా 'సివిల్ లా' ప్రకారం ప్రామిసరీ నోటు వ్రాసి ఇచ్చిగాని వెళ్ళాల్సి ఉంటుంది. అలా చేసిన తరువాత స్వేచ్ఛగా వెళ్ళిపోవచ్చు.

ఇదీ ఆ నిబంధనల సారాంశం.

ఇదంతా చదివి, లిఖోనిన్ ఇలా అన్నాడు: "ఏమమ్మా? ఇందులో ఎప్పుడుబడితే అప్పుడు ఆమె వెళ్ళిపోవచ్చునని ఉందే? ఇహ మీ అభ్యంతరం ఏమిటి?"

"అవును. నే చెప్పేదీ అదే నాయనా! వెళ్ళవచ్చు. కాని ఆమె వద్ద నుండి మాకు రావలసిన డబ్బు మాట చెప్పండి" అంది ఎమ్మా.

"అయితే, ప్రామిసరీ నోటు వ్రాసి ఇస్తుంది."

"ప్రామిసరీ నోటా! భలేవాడివయ్యా! దానికి చదువు రాదు... చదువురాని మొద్దు వ్రాసిచ్చిన నోటుకు ఎక్కడైనా విలువ ఉంటుందటయ్యా! అందుకని నాకు నమ్మకమైన పెద్దమనిషి ఎవరైనా హామీ ఉండాలి. అప్పుడు ఒప్పుకుంటాను."

"హామీ సంగతి ఈ రూల్సులో ఎక్కడా లేదే!"

"ఆ రూల్సులో చాలా సంగతులు ఉండవు. యజమానురాలికి చెప్పకుండా, ఏ పెద్దమనిషి అయినా సానిని తనతో తీసుకుపోవచ్చునని కూడా ఆ రూల్సులో లేదు."

"ఎలాగైనా ఇప్పుడు నాకు ఆమె సర్టిఫికెట్ ఇవ్వాలి."

"నేనంత పిచ్చిముండను కాదయ్యోయ్ – బోల్తాపడడానికి! ఎవరైనా బాధ్యతగల పెద్దమనిషిని హామీ తీసుకురా! ఒక పోలీసును కూడా వెంట బెట్టుకురా! నీకూ, ఆ పిల్లకూ ఉన్న సంబంధం చట్టసమ్మతమైనదనీ, న్యాయబద్ధమైందనీ ఆ పోలీసాయన వ్రాసి ఇవ్వాలి. నీవు ఆ పిల్లను తీసుకుపోవడం ఏ లాభం కోసమూ ఆశించి కాదనీ, ఆమెను మరో సానికొంపకు అమ్మడానికి కాదనీ ఆ వచ్చిన పెద్దమనిషి హామీపత్రం మీద సంతకం పెట్టి ఇవ్వాలి. ఇలా ఆ ఇద్దర్నీ తీసుకొచ్చి, ఆ రెండు పనులూ చేస్తే నీకు వెంటనే సర్టిఫికెట్టు దొరుకుతుంది."

"దీని పాడుగాను! ఎన్ని తికమకలు పెడుతున్నావమ్మా! నేనే ఆమెకు హామీ ఉంటాను. ఏం, పనికిరానా? ఈ నిమిషంలో ప్రామిసరీ నోటు వ్రాసి ఇస్తాను...."

“ఇదుగో అబ్బాయ్! నీకు ఆ కాలేజీల్లో ఏం చదువు చెపుతున్నారో నాకర్థం కావటం లేదు. హుఁ! చదువుకున్నాట్ట చదువు? బుర్ర లేదేఁ నీకు! బుద్ధి లేని మనిషి! పాంటు మీద పాంటు, కోటు మీద కోటు వేసి, రోడ్ల మీద తిరగడమనుకున్నావా? వ్యవహారమయ్యా వ్యవహారం! ‘పిల్ల కాకికేం తెలుసు ఉండేలు దెబ్బ’ అన్నట్లు నీకేం తెలుసు వ్యవహారం సంగతీ, ప్రామిసరీ నోట్ల సంగతీ? ఇదేం మజాకా అనుకున్నావా? నన్నే మస్కా కొట్టాలని చూస్తున్నావే? అమ్మపిల్లగాడూ!”

ఇది వినేసరికి లిఖోనిన్‌కు పూర్తిగా కోపం వచ్చింది. జేబులోంచి డబ్బుల సంచి తీసి టేబుల్ మీద విసిరేశాడు.

“అయితే ఇదిగో డబ్బు! ఇవ్వాల్సింది అవతల పారేస్తాను. సర్టిఫికెట్టు ఇచ్చెయ్యి.”

“ఆహా! ఇదొక ఎత్తు వేశావూ? అయితే సరే! ఆ పుస్తకంలో మిగతా పేజీలు చూడు. నీ ప్రియురాలు మాకెంత బాకీ ఉందో తెలుస్తుంది” అంది ఎమ్మా హేళనగా.

“నోర్ముయ్. లంజదానా!” పెద్దగా అరిచాడు లిఖోనిన్.

“మూసుకుంటాలే ఫూల్! ముందిది చూడు” అంది ఆమె పెద్దగా ఎదురు తిరుగుతూ.

రూళ్ళు వేసిన పేజీలు తిరగేశాడు లిఖోనిన్.

ఎడమ వైపున సాని సంపాదించిన సొమ్ము జమ చేసి ఉంది. కుడి పక్కన ఆమె కోసం చేసిన ఖర్చులు వ్రాసి ఉన్నాయి. ముందు జమలు చదవడం మొదలెట్టాడు.

“ఏప్రిల్ 15న --10 రూబుల్సు; 16న --4 రూబుల్సు; 17న--12 రూబుల్సు; 18న -- సుస్తీగా ఉండి లేవలేదు, 19న -- సుస్తీ; 20న -- 6 రూబుల్సు; 21న-- 24 రూబుల్సు.”

‘అరిదేవుడా! ఒక రాత్రి పన్నెండుమంది దగ్గర పడుకుందా?’ అనుకున్నాడు లిఖోనిన్ తనలో! బరువుగా, భారంగా నిట్టూర్పు విడిచి మళ్ళీ చదివాడు.

“నెలకు సంపాదించిన మొత్తం 330 రూబుల్సు.”

“అరి భగవంతుడా! ఇంత ఘోరం జగత్తులో ఎక్కడా చూళ్ళేదు... నూట అరవై అయిదు మందితో ఉంది.” పేజీలు తిరగేస్తూ, లెక్కంతా చూస్తుండేసరికి లిఖోనిన్‌కు గుండె ఆగిపోయేటంత భయం పుట్టింది.

తరువాత పుస్తకం కుడి వైపున చూడడం మొదలెట్టాడు.

“లేసు అల్లిన సిల్కు దుస్తులకు- కుట్టుపనివాడు ‘ఎల్డోకిమోవా’కు ఇచ్చినది- 84 రూబుల్సు; పడుకునేటప్పుడు వేసుకునే లేసు అల్లిన దుస్తులకు, వాటి పనివాడికి ఇచ్చినది- 35 రూబుల్సు; 6 జతల సిల్కు మేజోళ్ళు- 36 రూబుల్సు; బండి బాడుగ, పౌడరు, తలనూనెలు మొదలైనవి- మొత్తం 205 రూబుల్సు.” కనుక మొత్తం 330 రూబుల్సులో యజమానురాలు పెట్టిన ఖర్చు 220 రూబుల్సు తగ్గించటమైనవి. పోతే మిగిలినవి 110 రూబుల్సు. ఇహ గత సంవత్సరం ఇరీనా (ల్యూబ్‌కా) ఇవ్వాల్సిన అప్పు 418 రూబుల్సు. ఈ ఏడు మళ్ళీ వాడుకున్న బాకీ 95 రూబుల్సు; మొత్తం 513

రూబుల్సు ఆమె ఇవ్వవలసిన బాకీ.

ఇదంతా పరిశీలించేసరికి లిఖోనిన్‌కు తల తిరిగిపోయింది.

ఆమె కోసం ఇంత ఖరీదైన దుస్తులు, విలువైన వస్తువులు ఎందుకు ఖర్చు చేయాల్సి వచ్చిందని ఎమ్మాను అడిగాడు. కాని ఆమె పెడసరంగా సమాధానం చెప్పింది.

అందుకు తన జవాబుదారీ ఏమీ లేదని, కాస్త మర్యాదగల వేశ్యాగృహంలో ఉండేవారు మంచి దుస్తులు, అలంకారాలు వేసుకుని ఉండడం విధాయకమనీ చెప్పింది.

"నీవూ, నీ ఖర్చులు, నీ కుట్టు పనివాళ్ళు – అంతా దొంగలు! మోసగాళ్ళు! నీ లెక్కంతా తప్పుడు లెక్క! నీవొక సాలెపురుగువు! నీ కొంపంతా ఒక సాలెగూడు. సానులంతా ఈగలు, దోమలు! నీవు మానవ రూపంలో రక్తాన్ని పీలుస్తున్న జలగవు. నీవు క్రూరసర్పానివి, విషపురుగువు. నీ నాశనం కాను! నీకు దయాదాక్షిణ్యాలున్నాయటే! నీకు హృదయం ఉందీ? నీకు అంతరాత్మ ఉందా? దుర్మార్గురాలా?" ఒళ్ళు మండిపోయి నోటికి వచ్చినట్లు తిట్టాడు లిఖోనిన్.

అతను కోపంతో రెచ్చిపోతున్న కొద్దీ, మరీ హేళన చేయడం మొదలెట్టింది ఎమ్మా.

"అబ్బాయ్! నీవు అడిగేవాటితో నాకు సంబంధం లేదని ఇందాకే చెప్పాను... అనవసరంగా తిట్టావూ అంటే, కాపలావాణ్ణి పిలిచి బయటికి గెంటిస్తాను" అంది ఆమె రోషంగా.

లిఖోనిన్ ఆమెతో తెగించి, నిర్దాక్షిణ్యంగా బేరమాడాడు. గొంతు పగిలిపోయేలా అరిచాడు. చివరికి ఎలాగైతేనేం ఆమె అంగీకరించింది. 250 రూబుల్సు రొఖ్ఖం తీసుకోవడానికి, ఇంకో 200 రూబుల్సు అతని చేత ప్రామిసరీ నోటు వ్రాయించుకోడానికి ఒప్పుకుంది.

కానీ మళ్ళీ ఒక షరతు పెట్టింది. యూనివర్సిటీ అధికార్ల చేత, అతను 'లా'చదువుతున్నట్లు, ఆ వేసవిలో పరీక్షలు పూర్తి చేసి, 'లా పట్టా' పుచ్చుకోనున్నట్లు సంతకాలు చేయించిన సర్టిఫికెట్లు తీసుకురావాలని చెప్పింది. అలా తెస్తేనే ప్రామిసరీ నోటు వ్రాయించుకుంటానని కచ్చితంగా చెప్పింది. అతను వీటికి 'సరే' అన్నాడు.

వెంటనే ఆమె పచ్చ టిక్కెట్టు కోసం లోపలికి వెళ్ళింది. గదిలో లిఖోనిన్ ఒక్కడూ అటూ ఇటూ పచారు చేస్తున్నాడు. గోడలకు ఉన్న పటాలు, తైలచిత్రాలు అనేకం అతనికి అగుపించాయి. అవన్నీ శృంగార చిత్రాలే. వాటి వంక చూస్తూ ఉండగా హఠాత్తుగా అతని దృష్టి గోడకు వేలాడగట్టి ఉన్న ఒక నోటీసు బోర్డు మీద పడింది.

ఒక పొడుగాటి అచ్చు కాగితానికి ఫ్రేమ్ కట్టి, గోడకు తగిలించి ఉంది. బూజు, మట్టిపడి మసగ్గా ఉన్న అద్దంలోంచి ఆ కాగితం ఏమిటో అని చూచాడు లిఖోనిన్. అది పోలీస్ డిపార్టుమెంటు వారు, వ్యభిచార చట్టం క్రింద ఏర్పాటుచేసిన రూల్సుకు, నిబంధనలకు సంబంధించిన కాగితం. అలాంటిది ఇంతకు ముందెప్పుడూ లిఖోనిన్ చూళ్ళేదు. అంచేత ఆదుర్దాగా, ఆసక్తితో ఆ రూల్సు చదవసాగాడు.

ఆ ప్రకటన అంతా పోలీసు భాషలో అచ్చు వేయబడివుంది. తెర వెనకాల ఉండడం వల్ల సరీగా కనిపించలేదు. అవును. ఎవరి కంటబడినా ఆ రూల్సు చదివి తెలుసుకుంటారు. ఆ ప్రకారం నడపడం లేదని యజమానురాలి మీద రిపోర్టు చేయ వచ్చు. అందుకని ఆ ప్రకటన కనిపించీ కనిపించనట్లు తెరచాటున గోడకు వేలాడగట్టారు.

తెర తొలగించి చదివాడు లిఖోనిన్. వేశ్యాగృహాలు నడిపేవారు తీసుకోవలసిన జాగ్రత్తలన్నీ అందులో ఉన్నాయి. ఇళ్ళు పరిశుభ్రంగానూ, ఆరోగ్యకరంగానూ ఉంచాలనీ, అల్లర్లు, కొట్లాటలు జరగకుండా జాగ్రత్త వహించాలనీ, ఇంట్లో ఉంటున్న వేశ్యల యొక్క పూర్తి వివరాలు వ్రాసి ఉంచాలనీ, వారిని వారం వారం డాక్టర్ చేత పరీక్ష చేయిస్తూ ఉండాలనీ, అందుకు అవసరమైన చికిత్సా సామగ్రి, పరికరాలు భద్రపరచాలనీ మొదలైనవన్నీ ఉన్నాయి. అంతేకాదు, వేశ్యాగృహాలు చర్చిలకు, స్కూళ్ళకు, కోర్టు భవనాలకు కనీసం నూరు అడుగుల దూరంలో ఉండాలనీ, వాటిని కేవలం ఆడవాళ్ళే నడపాలనీ ఉంది. అలా నడిపే స్త్రీలకు బిడ్డలుగాని, బంధువుల పిల్లలుగాని ఉంటే, వారు ఏడు సంవత్సరాల కంటే తక్కువ వయస్సుగల పిల్లలయితేనే, వారితో పాటు అక్కడే ఉండవచ్చు. లేకపోతే వేరుగా ఉండాలి. వేశ్యాగృహాల యజమానురాండ్రు, వేశ్యలు, పనిమనుషులు, దాసీలు – వీరంతా ఎవరి బాధ్యతలు వారు గుర్తించి మెలగాలనీ, వచ్చే విటులను మర్యాదగా ఆహ్వానించి, వారి పట్ల వినయ విధేయతలు, అణకువ ప్రదర్శించాలనీ ఉంది. వేశ్యలుగానీ, వచ్చిన విటులు గానీ ఎప్పుడూ తాగకూడదు. ప్రమాణాలు చెయ్యడం, పోట్లాటలు పనికిరావు. వేశ్య తప్పతాగి, వచ్చిన విటునితో ప్రేమకలాపాలు సాగించడం పనికిరాదు. తాగి ఉన్న పురుషుడితో గాని, లేక మత్తుగా గాని, పిచ్చిగా గాని, అసహ్యంగా, అసభ్యకరమైన స్థితిలోగాని ఉన్న పురుషుడితో గాని వేశ్యలు గడపకూడదు. కడుపు పోగొట్టుకోవడం, దిగతాగడం పెద్ద నేరంగా భావించబడుతుంది. పై నిబంధనలు అతిక్రమించినవారు చట్టప్రకారం శిక్షార్హులగుదురు.

'ఛా! ఏం నీతి సూత్రాలు వ్రాశారు వెధవలు!' అనుకున్నాడు లిఖోనిన్. అదంతా చదివి విపరీతంగా కోపగించుకున్నాడు. అసహ్యం కూడా వేసింది. తుపుక్కున ఉమ్మేశాడు.

చివరకు ఎమ్మాతో జరగాల్సిన పని అంతా పూర్తి అయింది. అనుకున్న ప్రకారం డబ్బు తీసుకుని రశీదు వ్రాసి ఇచ్చింది. రశీదు, పచ్చటికెట్టు – రెండూ అతనికిచ్చింది.

ఇలా ఇచ్చేటప్పుడు ఒక తమాషా జరిగింది. ఇద్దరూ ఒకరినొకరు నమ్మలేక పోయారు. రశీదు, టిక్కెట్టు తీసుకోకుండా కాగితాలివ్వడానికి లిఖోనిన్ సందేహించాడు. ముందు డబ్బు తీసుకోకుండా కాగితాలు ఇవ్వడానికి ఎమ్మా అనుమానించింది.

ఈ పని జరిగేటప్పుడు ఇద్దరి చేతులూ వణికాయి. చివరకు ఎలాగో డబ్బు ఇవ్వడం, కాగితాలు తీసుకోవడం – రెండు పనులూ ఒకేసారి జరిగాయి. కాగితాలు తన సంచిలో భద్రపరుచుకుని లిఖోనిన్ లేచాడు. వాకిలి దాకా అతణ్ణి సాగనంపడానికి ఎమ్మా వెంట వచ్చింది. అతను వీధిలోకి వెళ్ళిన తరువాత ఆమె వెనక్కు పిలిచింది.

"ఏమండోయ్! విద్యార్థిగారూ!"

అతను ఆగి వెనుతిరిగి చూచాడు.

"ఏమిటి?"

"ఏం లేదు, ఒక విషయం చెపుదామని పిలిచాను. ఆ ల్యూబా ఉంది చూచారూ? వట్టి భ్రష్టముండ! దొంగది! చెడామడా తిరిగి చెడు రోగాలన్నీ తగిలించుకుని చస్తోంది. మా ఇంటికి వచ్చే మర్యాదస్థుడు ఎవడూ దాన్ని ముట్టుకోడు. ముందు ముందు నీకే తెలుస్తుంది. అసహ్యం పుట్టి బయటికి గెంటేస్తావు. మరో విషయం. దాని దృష్టి అంతా ఎప్పుడూ పనివాళ్ళ మీద, పాకీవాళ్ళ మీద, పోలీసువాళ్ళ మీద, కాపలావాళ్ళ మీదా, దొంగల మీదా ఉంటుంది. వాళ్ళతోటే సుఖం అనుభవిస్తూ ఉంటుంది. జాగ్రత్త! ఉద్ధారకుడవు! ముందు ముందు నీకే తెలుస్తుందిలే! పాపం, ఎంత మోజుపడ్డావో! సక్రమంగా పెళ్ళి చేసుకుని సుఖపడు నాయనా!" అంది ఎమ్మా.

"ఛీ! నీ బ్రతుకు పాడుగాను!" పెద్దగా అరిచి, తుపుక్కున ఉమ్మేశాడు లిఖోనిన్.

"పోరా! పుండాకోరు వెధవ!" అని గొణుక్కుంటూ గభాలున తలుపు వేసుకుంది ఎమ్మా.

లిఖోనిన్ బండి మాట్లాడుకుని సరాసరి పోలీస్‌స్టేషన్‌కు వెళ్ళాడు. దోవలో సంచిలోంచి పచ్చటికెట్టును తీశాడు. అందరూ 'పచ్చ టికెట్ట'ని ప్రసిద్ధిగా చెప్పుకుంటారు, కాని అది ఎలా ఉంటుందో ఇంతవరకు అతను చూచి ఎరుగడు. అందుకని ఆదుర్దాగా ఆ కాగితాన్ని పరిశీలించసాగాడు. చూస్తే, అదేం వింతగా కనిపించ లేదు.

అదొక మామూలు తెల్ల కాగితం. ఒక సాదా కవరు అంత ఉంది. ఒకవైపున ల్యూబా పూర్తి పేరు, ఆమె వృత్తి "పడుపుకత్తె" అనీ వ్రాసి ఉంది. రెండోవైపున ఎమ్మా ఇంట్లో గోడకు కట్టిన ప్రకటనలో ఉన్న నిబంధనలే క్లుప్తంగా వ్రాసివున్నాయి. "వేశ్యతో ఉండడానికి వచ్చిన ప్రతి విటుడూ, ఆమెకు కిందటిసారి డాక్టర్ పరీక్ష చేసి ఇచ్చిన సర్టిఫికెట్ చూపించమని అడగడానికి సంపూర్ణాధికారం కలిగివున్నాడు." ఇది చదివేసరికి లిఖోనిన్ మెదడులో మళ్ళీ వేశ్యలను గూర్చి సానుభూతి, సంతాపం కలిగాయి.

'పాపం! అభాగ్యులైన స్త్రీలు! ఈ పాడువృత్తిలో వీళ్ళు పడే బాధలకు అంతు లేదా?' అని చింతించాడు తనలో.

లిఖోనిన్ పోలీస్‌స్టేషన్‌కు వెళ్ళేసరికి అక్కడ పోలీసుల ఆఫీసర్ కెర్బేష్ డ్యూటీలో ఉన్నాడు. రాత్రి అంతా డ్యూటీ చేసి, నిద్రలేక అలిసిపోయి మనిషి చాలా కోపంగా ఉన్నాడు. ఎర్రగా, ముచ్చటగా ఉండే అతని గడ్డం అటూ ఇటూ చెదిరిపోయి ఉంది. అక్కడ ఉన్న తోలుకుర్చీలోనే ఇరుక్కొని, ముడుచుకుని పడుకోవడం వల్ల, అతని మొహాన ఒక చెంపన ఎర్రగా కంది, గుర్తు పడింది. కళ్ళు జ్యోతుల్లా ఉన్నాయి.

పోలీసులు రాత్రి ఒక గుంపును పట్టుకొచ్చారు. వాళ్ళంతా పనీపాట లేకుండా తిరిగే బదుద్ధాయిలు, దేశదిమ్మరులు. ఒళ్ళు తెలీకుండా తాగి, రోడ్ల మీద పడి నానా అల్లరి చేస్తోంటే పట్టుకొచ్చారు. ఆ గుంపునంతా తిట్టి, కొట్టి, చీవాట్లు పెట్టి, చిక్కుప్రశ్నలు

అడిగి వేధించాడు కెర్బెష్. ఇప్పుడే రికార్డు తయారుచేసి, వాళ్ళ పని అంతా పూర్తి చేసి, ఎక్కడెక్కడికి పంపాలో పంపేశాడు. కుర్చీకి చేరగిలబడి కూచున్నాడు. కాళ్ళు టేబుల్ మీద పంబ తన్ని, రెండు చేతులూ వెనక్కు పెట్టుకున్నాడు. ఆ ఎద్దు లాంటి శరీరం అటూ ఇటూ కదిలిస్తోంటే కుర్చీ కిరకిరలాడుతోంది.

లిఖోనిన్ లోపలికి రాగానే, అతణ్ణి ఒక అచేతనమైన వస్తువును చూచినట్టు చూచి ఇలా ప్రశ్నించాడు కెర్బెష్:

"ఏం, విద్యార్థి మహాశయా? ఇలా దయచేశావేం?"

తను వచ్చిన పనిని గురించి క్లుప్తంగా వివరించి చెప్పాడు లిఖోనిన్.

"కనుక... ఆమెను నా సేవకురాలిగానో, లేక... వీలైతే చుట్టంగానో నా దగ్గర అట్టిపెట్టుకోదలచుకున్నాను... ఒక్కమాటలో తేల్చి చెప్పండి ఏం చేయాలో?" అన్నాడు లిఖోనిన్ సంభాషణ ముగిస్తూ.

"సరేలే! ఆమెను ఉంపుడుకత్తెగానో, భార్యగానో ఉంచుకుంటావన్న మాట" అన్నాడు కెర్బెష్ అనిష్టంగా. చేతిలో ఉన్న వెండి సిగరెట్ కేసును టేబుల్ మీద పెట్టి అటూ ఇటూ ఆడిస్తూ మళ్ళీ ఇలా అన్నాడు: "ఈ విషయంలో నేను చేయగలిగిందేమీ లేదు.. అందులోనూ ప్రస్తుత పరిస్థితిలో నీవు, ఆమెను పెళ్ళి చేసుకోదలుచుకుంటే, మీ యూనివర్సిటీ అధికార్ల నుండి సక్రమైన అనుమతిపత్రం తీసుకురావాలి. లేక ఆమెను ఉంపుడుకత్తెగా ఉంచుకుంటానంటావా! అది అర్థం లేని పని... నీతి, జాతి లేకుండా సానికొంపల్లో పడి చెడిపోయిన పిల్లను ఉంపుడుకత్తెగా స్వీకరించడం ఎంత సిగ్గుమాలిన పనో మరి చెప్పనక్కర్లేదు."

"పోనీయండి! ఆమెను నేను సేవకురాలిగానే స్వీకరిస్తాను" అన్నాడు లిఖోనిన్.

"సేవకురాలైనా అంతేనయ్యా! ముందు నీవు నివసిస్తోన్న ఇంటి యజమాని దగ్గర్నుంచి సర్టిఫికెట్ తీసుకురావాలి... ఇంతవరకూ నీవు వేరే ఇల్లు తీసుకోలేదనుకుంటాను... ఎలాగైనా సరే ఒక సర్టిఫికెట్ యూనివర్సిటీ అధికారుల నుంచీ, మరొకటి నీ జిల్లాకు సంబంధించిన పోలీస్‌స్టేషన్ నుంచీ నీవు దాసిదాన్ని పెట్టుకునే స్థితిలో ఉన్నావనీ, మిగతా వ్యవహారాలన్నీ సక్రమంగా ఉన్నట్లూ, ఇంకా తదితర వివరాలతో దాఖలు చేసుకోవాలి. నీ పేరు టౌను రిజిష్టరులో నమోదు అయివుందా? లేక... నీవు కూడా బేవార్సుగా తిరిగేవాళ్ళల్లో ఒకడివా?"

"లేదు. రిజిష్టరులో నమోదు అయింది" అన్నాడు లిఖోనిన్.

అప్పటికే లిఖోనిన్‌కు కోపం రావడం ప్రారంభించింది.

"అయితే సరే! మరి ఆ పిల్ల పేరు?" మళ్ళీ అడిగాడు కెర్బెష్.

"అవును. ఆమె పేరు ఇంకా నమోదు చేయలేదు. కాని ఆమె టికెట్ నా దగ్గరుంది. దాన్ని మీరు ప్యాస్‌పోర్టుగా మార్చిపెట్టండి. వెంటనే పేరు రిజిష్టరు చేయిస్తాను."

కెర్బెష్ తిరిగి చేతులు చాచి, సిగరెట్ కేసును అటూ ఇటూ ఆడించడం

మొదలుపెట్టాడు.

"అబ్బాయ్! నేను నీకు ఏ విధంగానూ సహాయం చేయలేను. నాకు సరియైన కాగితాలు, రికార్డు తీసుకొచ్చి చూపిస్తేనే కాని, ఈ పని ముట్టుకోను. ఇహ ఆ పిల్ల సంగతి - ఇల్లు తీసుకుని ఉండడానికి ఆమెకు పర్మిషన్ లేదు. కనుక ఎక్కణ్ణుంచి వచ్చిందో మళ్ళీ అక్కడికే వెళ్ళిపోవాలి. లేదా, మేమే పట్టుకుని పోలీసు స్టేషన్‌కు తీసుకొస్తాం. ఇహ మీరు వెళ్ళొచ్చు" అన్నాడు కెర్బెష్ తలబిరుసుగా.

లిఖోనిన్ అక్కణ్ణుంచి తలుపు దాకా వచ్చాడు. హఠాత్తుగా అతని కొంక సులువైన ఆలోచన తట్టింది. కాని అది అతనికి ఇష్టం లేని ఆలోచన. అయినప్పటికీ మళ్ళీ వెనక్కు తిరిగి టేబుల్ వద్దకు వెళ్ళాడు. తను చేయబోయే పని చాలా అసహ్యమైందని బాధపడుతూనే, మళ్ళీ నిలదొక్కుకుని ఇలా అన్నాడు:

"ఆఫీసరు గారూ! మన్నించండి. ముఖ్యమైన విషయం ఒకటి మరచిపోయాను. మీకూ, నాకూ పరిచయం ఉన్న ఒకతను, మీకివ్వాల్సిన డబ్బు నా చేతికిచ్చి పంపాడు."

ఈ మాటలు అనేటప్పుడు లిఖోనిన్ కంఠస్వరం పూర్తిగా మారింది.

"ఓ పరిచయస్థుడా? ఎవరబ్బా అతను!" అన్నాడు కెర్బెష్ కళ్ళు పెద్దవి చేసి.

"బార్....బల్‌సోవ్."

"ఓ! బార్‌సోవ్! వాడా? జ్ఞాపకం వచ్చింది."

"ఆఁ ! అతనే! మరి అతనిచ్చిన ఈ పది రూబుల్సు తీసుకోరూ?"

కెర్బెష్ అక్కర్లేదన్నట్లు తల ఊపాడు. లిఖోనిన్ ఇవ్వబోయిన పది రూబుల్సు నోటు తీసుకోలేదు.

"అయితే వాడు నీకు తెలుసన్నమాట... వట్టి దొంగముండా కొడుకు! వాడు నాకు ఇవ్వాల్సింది పది రూబుల్సు కాదు. పాతిక రూబుల్సు. నీచపు వెధవ! పుండాకోరు. పాతిక రూబుల్సు, ఇంకా కొంత చిల్లర డబ్బులు కూడా ఇవ్వాలి.... పోనీ, చిల్లర దానిదుంప తెగిరి, వదులుకుంటాను. మరి పాతిక రూబుల్సు? జూదంలో బాకీపడ్డాడు... రాస్కెల్!.... వాడికి ఆట చాత కాదు, పాడూ కాదు. వద్దన్నకొద్దీ ఆడి, డబ్బు ఎగనామం పెట్టాడు. అందుకని మిగతా పదిహేను రూబుల్సు కూడా కలిపి మొత్తం పాతిక ఇవ్వండి" అన్నాడు కెర్బెష్.

"ఆఫీసరు గారూ! మీరు డబ్బు విషయంలో చాలా గట్టివారులా ఉన్నారు" అన్నాడు లిఖోనిన్ మిగతా డబ్బు తీస్తూ.

"అవును నాయనా! ఏం చేయమంటావు చెప్పు? పెళ్ళాం బిడ్డలు కలవాణ్ణి... నాకొచ్చే జీతం ఎంతో తెలుసా?.... ఆశ్చర్యపోతావు.... ఇదుగో నీ ప్యాస్‌పోర్టు.... నాకు ఓ రశీదు ఇవ్వు...మంచిది. ఇహ వెళ్ళు."

'మానవ స్వభావం ఎంత చిత్రమైంది! పాతిక రూబుల్సు జేబులో పడేసరికి టపీమని ప్యాస్‌పోర్టు వచ్చింది' అనుకుంటూ లిఖోనిన్ అక్కడ నుంచి బయటపడ్డాడు.

గదికి వెళ్ళి ల్యూబాను కలుసుకున్నాడు. అష్టకష్టాలు పడి ప్యాస్‌పోర్టు సాధించానని చెప్పి ఆమెకిచ్చాడు. కాని తన కోసం ఇంత ఘనవిజయం సాధించుకొచ్చినందుకు ల్యూబా సంతోషపడలేదు. ఆశ్చర్యమూ వెలిబుచ్చలేదు.

పాపం, ఆమె సంతోషం అల్లా మళ్ళీ ఎలాగైనా లిఖోనిన్ తన కంటపడ్డాడని! అదే ఆ అమాయకురాలి ఆనందం! గభాలున పరుగెత్తుకుంటూ వచ్చి లిఖోనిన్ మెడకు రెండు చేతులూ చుట్టి కౌగిలించుకుంది.

కాని లిఖోనిన్ అలా చెయ్యొద్దని వారిస్తూ, మెల్లగా ఆమె చెవిలో అన్నాడు:

"ల్యూబా! నిజం చెప్పు! ఏ మాత్రం భయపడకుండా, దాచకుండా నాతో నిజం చెప్పు! ...ఇవాళ అన్నా ఇంటికి వెడితే అక్కడ వాళ్ళు నాతో చెప్పారు... నీ దగ్గర జబ్బులున్నాయటగా? ఘోరమైన వ్యాధులు! ...ఎంత వరకు నిజం? మరేం ఫరవాలేదు. దాచకుండా, స్పష్టంగా చెప్పు ల్యూబా!"

అది వినగానే ల్యూబా మొహం ఎర్రబారిపోయింది. రెండు చేతులతో మొహాన్ని కప్పుకుని, సోఫా మీద పడి, పెద్దగా వెక్కివెక్కి ఏడ్వసాగింది.

"ప్రియా! మై డార్లింగ్! దేవుడి మీద ప్రమాణం చేసి చెపుతున్నాను. అలాంటిది ఏమీ లేదు... నేనెప్పుడూ చాలా జాగ్రత్తగా సంచరించేదాన్ని. ...రోగాలే తగిలివుంటే ఈ పాటికి చచ్చివుండేదాన్ని... మిమ్మల్ని ప్రేమిస్తున్నాను.... మీతో కాక మరెవరితో చెపుతాను. అంతా అబద్ధం. నా దగ్గర ఏ జబ్బూ లేదు" అంది ఆమె వెక్కివెక్కి ఏడుస్తూనే!

తరువాత ఆమె, అతని చేతులు పట్టుకుని, తన గుండె మీద పెట్టుకుంది. పసిపిల్లలా ఏడుస్తూ కాళ్ళ మీద పడింది.

వెంటనే లిఖోనిన్ ఆమె చెప్పింది నిజమని నమ్మాడు. "ఊరకో ల్యూబా! నీ మీద నాకు నమ్మకం లేకపోలేదు. వాళ్ళు చెప్పబట్టి విషయం తెలుసుకుందామని అడిగాను. అంతే! ఇప్పుడు నీవు చెప్పింది మనఃస్ఫూర్తిగా విశ్వసిస్తున్నాను. అనవసరంగా బాధపడకు... నాకు కావల్సిందల్లా ఒక్కటే... మనం ఆ బలహీనతకు తావు ఇవ్వకూడదు... ఇది వరకు జరిగిందేదో జరిగింది. మళ్ళీ అలాంటిది జరక్కుండా ఇద్దరం చూచుకోవాలి" అన్నాడు లిఖోనిన్, ఆమె తల నిమురుతూ.

"మీ ఇష్టం వచ్చినట్లు కానీయండి" అంటూ ల్యూబా అతని చేతిని, కోటును ముద్దు పెట్టుకుంది.

కాని మళ్ళీ అదే రాత్రి జరగాల్సిందంతా జరిగింది. ఇంతవరకూ లిఖోనిన్ ఏ పని అయితే చేయకూడదని పదే పదే చెపుతూ వచ్చాడో, ఏ బలహీనతకు లొంగకూడదని అనేకసార్లు హెచ్చరిస్తూ వచ్చాడో తిరిగీ అదే బలహీనతకు దాసుడయ్యాడు. స్త్రీ వాంఛకు లొంగిపోయి, అదే పని చేయడం ప్రారంభించాడు.

మొదట మొదట కొంచెం సిగ్గుపడి తన్ను తాను నిందించుకున్నాడు. కాని క్రమంగా ఆ పనికి అలవాటుపడడం వల్ల సిగ్గు, బిడియం, బాధ, బరువు – అన్నీ దిగమింగాడు.

14

న్యాయంగా చెప్పాలంటే, ల్యూబా కోసం తాను చేయగల పనులన్నీ శక్తివంచన లేకుండా చేశాడు లిఖోనిన్. ఆమె జీవితం ప్రశాంతంగాను, సౌఖ్యవంతంగాను ఉండటానికి తగిన ఏర్పాట్లన్నీ చేశాడు. తన లాడ్జీ వసతిగా లేదని గ్రహించాడు. అది ఎక్కడో చాలా ఎత్తున అయిదో అంతస్థులో అటక మాదిరి ఉంది. చిటారు కొమ్మన ఉండే పక్షిగూడు మాదిరి ఉంది. పైగా లాడ్జీ నిండా విద్యార్థులు, తక్కిన జనం. అహర్నిశలూ సందడి! ప్రశాంతత ఏ మాత్రం ఉండదు. దీనికి తోడు అలెగ్జాండ్రా పోరు కూడా ఎక్కువైంది. ల్యూబా వైపు విషపు చూపులు చూస్తూ ఆమెను ద్వేషించడం మొదలుపెట్టింది. లేనిపోని తప్పులుపట్టి ఆమెను ఎత్తి పొడవసాగింది. ఇలా అస్తమానం అలెగ్జాండ్రా ఏదేదో గొణుక్కుంటూ, మూలుక్కుంటూ ఉంటే లిఖోనిన్ సహించలేక పోయాడు. ఇవన్నీ గమనించి వేరే ఇల్లు తీసుకోవడం మంచిదని నిశ్చయించాడు.

వెంటనే వెళ్ళి నగరానికి వెలుపల ఒక చిన్న ఇల్లు అద్దెకు తీసుకున్నాడు. ఒక వంట ఇల్లు, రెండు వేరే గదులు – మొత్తం మూడు గదుల ఇల్లు. ఫరవాలేదు, వసతిగానే ఉంది. పైగా అద్దె కూడా ఏమంత ఎక్కువ కాదు. నెలకు తొమ్మిది రూబుల్సు మాత్రమే. అయితే ఒకటి మాత్రం నిజం. ఇల్లు ఊరి చివర ఉండడం వల్ల అస్తమానం పనుల మీద అటూ ఇటూ తిరిగే లిఖోనిన్‌కు కొంచెం ఇబ్బందిగా ఉంటుంది. అంతదూరం నుండి రోజూ అనేకసార్లు నగరంలోకి రావడం, పోవడం కష్టమే.

అయినప్పటికీ లిఖోనిన్ అందుకు బాధపళ్ళేదు. మంచి ఆరోగ్యంగా ఉన్నాడాయె. ఒంట్లో కావల్సిన శక్తి, ఓపిక ఉన్నవాయె. ఇహనేం! ల్యూబా కోసం తను ఈ మాత్రం శ్రమ పడడం ఒక లెక్కలోది కాదనుకున్నాడతను. 'మరేం ఫరవాలేదు. నా కాళ్ళల్లో కావల్సినంత సత్తువ ఉంది' అనేవాడు అతను తరచుగా.

ఇంట్లోకి అవసరమైన సామానులు కూడా కొన్నాడు. దాంతో లిఖోనిన్ వద్దనున్న జూదంలో గెలిచిన సొమ్ము చాలావరకు ఖర్చయిపోయింది.

తిరిగి సంపాదించాలనే తలంపుతో మళ్ళీ పేకాటకు వెళ్ళి కూచున్నాడు. కాని ముక్క ఎక్కలేదు, డబ్బు చిక్కలేదు. తన జాతకం మారిందనీ, తన అదృష్టం తిరిగిపోయిందనీ వెంటనే గ్రహించి, తెలివిగా బయటపడ్డాడు.

ఇప్పటికి లిఖోనిన్‌కూ, ల్యూబాకూ మధ్యనున్న నిజబాంధవ్యం ఏమిటో స్నేహితులందరికీ తెలిసిపోయింది. అవును, ఎంతకాలం దాగుతుంది? రహస్యం బయటపడినప్పటికీ లిఖోనిన్ మాత్రం తన మామూలు పాట మానలేదు. స్నేహితులందరి తోను ల్యూబా తన సోదరి అనీ, స్నేహితురాలు అనీ చెప్పడం మానలేదు. వాళ్ళ సమక్షంలో అలాగే నటిస్తూ వచ్చాడు. తను ఎంత తెలివిగా అబద్ధమాడినా, ఎంత యుక్తిగా ప్రవర్తించినా స్నేహితులు కనిపెట్టారని అతను గ్రహించాడు. అయినప్పటికీ

ఆ విధంగా నటించకుండా ఉండలేకపోయాడు. తనకు తెలిసినప్పటికీ కొంతకాలం అలవాటుపడిన ప్రవర్తనను మార్చుకోలేకపోయాడు.

ల్యూబాతో అతనెప్పుడూ కర్తగా కాకుండా, కర్మగానే వ్యవహరిస్తూ వచ్చాడు.

ప్రేమ, ప్రోత్సాహం, ఉత్సుకత, ఉబలాటం - అన్నీ ల్యూబా వైపు నుంచే రావాలి. అన్నిట్లోనూ ప్రతిసారీ ఆమెదే పైచేయి. తనకేమీ తెలీనట్లు ఆమె ప్రోద్బలం వల్లనే తానలా చేస్తునట్లు నటించసాగాడు. బహుశా నేరం అంతా ఆమె మీద వెయ్యడానికి కాబోలు అలా చేయసాగాడు. (ప్యాస్‌పోర్టులో ఆమె అసలు పేరు ఇరినా అని ఉన్నా అతను ఆ విషయం మరిచిపోయి, ల్యూబా అనే పిలుస్తూ వచ్చాడు)

విచక్షణ లేకుండా కొన్ని వందలమంది పురుషులకు తన శరీరాన్ని అప్పగించిన ల్యూబా, ఈనాడు లిఖోనిన్‌కు తన శరీరం, ప్రేమ, హృదయం, ఆత్మ, ఆలోచన - అన్నీ అప్పగించి ఊరకుంది. అతణ్ణి వదిలిపెట్టి ఒక్క క్షణం కూడా ఉండలేకపోతోంది. అతన్ని చూడలేకపోతే కళ్ళు పోయినట్లుంటున్నాయి ఆమెకు. అంతెందుకు? అతనికి పూర్తిగా దాసురాలై, భక్తురాలై సేవించడం మొదలెట్టింది.

చిన్న సెలయేరులా ప్రారంభమై, చివరకు మహానదియై, ఒడ్డులను ఒరుసుకుని ప్రవహిస్తోన్న ఆమె ప్రేమ ప్రవాహంలో లిఖోనిన్ నిలబడలేకపోతున్నాడు. ఆ వేగానికి, వేడికి తట్టుకోలేకపోతున్నాడు. పైగా, ఈ బరువు ఎప్పుడు దించుకుందామా అని ఆలోచిస్తున్నాడు.

రానురాను లిఖోనిన్ స్నేహితులతో కూడా ఆమెకు అతి చనువు ఏర్పడింది. వాళ్ళు ఏం చేసినా, ఏమన్నా ఊరకుంటుంది. జార్జియన్ కుర్రాడు నిజేరా అస్తమానం కులాసాగా కబుర్లు చెపుతూ ఆమెకు ఆనందం కలిగిస్తున్నాడు. సాలోవీవ్ కూడా హుషారుగా, ఉత్సాహంగా ఉంటున్నందున అతనంటే ఆమెకు ఇష్టం, ఆసక్తీ ఏర్పడినాయి. సిమనోవస్కీ మాత్రం తనంటే ఆమెకు కొంచెం భయం కలిగేలా ప్రవర్తిస్తున్నాడు.

మొత్తానికి అందరితోనూ చనువుగా ఉన్నప్పటికీ లిఖోనిన్ మాత్రం ఆమెకు దేవుడు, యజమాని, పూజనీయుడు. అతనొక్కడూ తన సొంత సొత్తు అయినట్లు భావించుకుని, తనకు కావల్సిన సర్వసుఖాలు అనుభవిస్తోంది.

ఇంటికి వచ్చే విద్యార్థులను చూచి అతను బాధపడసాగాడు. వాళ్ళ చూపుల్లో, చర్యల్లో, మాటల్లో, చేతల్లో - అన్నిట్లో అతనికి అనుమానం కలగడం, దాంతో అవమానం పొందుతున్నట్లు బాధపడటం జరుగుతూ వచ్చింది. వాళ్ళంతా ఒక స్నేహితుడి భార్యను, లేక సోదరిని చూచినట్లు ఆమెను చూడ్డం లేదు. గౌరవం, మర్యాద చూపించడం లేదు. 'నీవు ఒక పడుపుకత్తెవు. ఇంతకు ముందు అనేకమంది సొత్తువు. ఇప్పుడొక యువకుడి సరదా తీర్చడం కోసం ఇక్కడికి వచ్చావు. అంతమాత్రాన నీవొక పవిత్రమైన స్త్రీవి, పతివ్రతవు అయిపోవు. నీ కళంకం నీ వద్దనే కలకాలం నిలుస్తుంది' అని వారంతా తమ మనసుల్లో అనుకుంటున్నట్లుగా తోచేది లిఖోనిన్‌కు. తమ

మిత్రులంతా తనను కూడా ల్యూబా స్థాయిలోకే దించుతున్నట్లు అనిపించేది అతనికి.

దీంతో ల్యూబా మీద ద్వేషం, శత్రుభావం ఆరంభమైనాయి. గుండెల్లో చెప్పలేనంత మంట బయలుదేరింది. ఆమె పీడ ఎప్పుడు వదిలించుకుందామా, ఎలా వదిలించుకుందామా అని మార్గాలు ఆలోచించసాగాడు. ఆ తరువాత తానిలా నీచమైన తలంపులతో ఉన్నందుకు సిగ్గుపడేవాడు. తన్ను తాను నిందించుకుని బాధపడేవాడు.

ఒక్కోసారి అతని మనసులో ఇలాంటి ఆలోచనలు వచ్చేవి.

'నేను నైతికంగా, మానసికంగా రెండు విధాలా ఘోరమైన పతనాన్ని పొందుతున్నాను. సంస్కృతి, నాగరకత గల పురుషుడు అవిద్యతో, అజ్ఞానంలో జీవిస్తోన్న ఒక స్త్రీని బాగుపరచడానికి ప్రయత్నిస్తే విఫలుడై తీరతాడు. పైగా అతను కూడా తన పూర్వపు ఔన్నత్యాన్ని కోల్పోయి, ఆమె స్థాయిలోకి దిగిపోతాడు. ఈ విషయం నేను పుస్తకాలలో చదివాను. అనేకమంది పెద్దలు చెప్పగా విన్నాను. ఇది యథార్థం. ఇప్పుడు నేనూ అలాగే భ్రష్టుడనయ్యాను.'

ఇలాంటి ఆలోచనలతో రెండు వారాలైనా గడవక ముందే లిఖోనిన్‌లో ల్యూబాను ఉద్ధరించే తలంపు సంపూర్ణంగా నశించిపోయింది. అతను ఆమెను తరచుగా తిట్టడం, ఆ తరువాత జాలిపడి ఓదార్చడం జరుగుతూ వచ్చింది.

ల్యూబా ఇప్పుడు వెనుకటిలా లేదు. తన జీవితంలో ఎన్నడూ ఎరగని ప్రశాంతమైన వాతావరణం ఈనాడు ఆమెకు లభించింది. ఒక యువకుని అండ, ఆశ్రయం దొరికాయి. తనకు కావల్సిన సౌఖ్యం అతని నుండి పుష్కలంగా లభిస్తోంది. నిజంగా ఇవి ఆమె జీవితంలో పర్వదినాలు. వెనుకటి విచారమంతా మరిచిపోయింది. సంతోషంగా రోజులు గడుస్తున్నాయి. ఉల్లాసంగా, ఉత్సాహంగా ఉంటోంది.

సంతోషం సగం బలం అన్నట్లు ఎప్పుడైతే దిగులు, చింతా లేకపోయాయో అప్పుడే ఆమె పూర్తిగా మారిపోయింది. మొహంలోకి తేజస్సు వచ్చింది. కళ్ళు ప్రకాశవంతంగా ఉన్నాయి. శరీరం పుష్టిగా ఎదిగింది. పెదవులు ఎర్రబడ్డాయి. ఒంట్లోకి కొత్త రక్తం వచ్చింది. అంతకు ముందు సానిగా ఉన్నప్పుడు ఆమెలో కనపడే అనారోగ్య లక్షణాలన్నీ ఈనాడు మాటుమాయమై పోయాయి. తొలకరించినప్పుడే చిగురించే లేత తీగ లాగ, అప్పుడప్పుడే వికసిస్తోన్న గులాబీపూవులా తయారైంది ల్యూబా. దినదిన ప్రవర్ధమానమవుతోన్న ఆ యువతి సౌందర్యాన్ని తిలకిస్తూ ఉంటే, విద్యార్థులకు పిచ్చెక్కినట్లు ఉండేది.

క్రమక్రమంగా ల్యూబా గృహకృత్యాల్లో కూడా ఆరితేరింది. చక్కగా వంట చేసేది. కాబేజి పులుసు మాంచి రుచికరంగా తయారుచేసేది. మాంసం కూడా మజాగా వండడం నేర్చుకుంది. లిఖోనిన్ ఇచ్చిన తర్ఫీదు వృథా కానీయకుండా మాస్కోలో మాదిరి 'టీ' తయారుచేయడం శ్రద్ధగా నేర్చుకుంది. ఇంట్లో వస్తువులన్నీ జాగ్రత్తగా సర్దుకుని, అందంగా అమర్చిపెట్టుకునేది. ఇల్లు పదే పదే నీళ్ళతో కడిగి, శుభ్రపరుస్తూ ఉండేది. కాని పాపం

ఆమెలో ఇంకా అజ్ఞానం పూర్తిగా పోలేదు. అవును మరి, ఎవరైనా తమ తమ స్థాయిని బట్టి కొంతవరకే అభివృద్ధి చెందగలరుగాని, అన్నిట్లో పూర్తిగా ఆరితేరడం సాధ్యం ఎలా అవుతుంది! ఇల్లంతా తడిలో నానుతూ ఉండడం వల్ల అక్కడక్కడ చెదలు పట్టేది.

ఒకసారి వార్తాపత్రికలో ప్రకటన చూచి లిఖోనిన్ ఆమెకు ఒక కుట్టుమిషను కొనుక్కొచ్చాడు. దాంతో మేజోళ్ళు కుట్టవచ్చు. ఈ కుట్టుపని నేర్చుకోవడం బ్రహ్మవిద్య కాదు. లిఖోనిన్, సాలోవీవ్, నిజేరా – వీరంతా మిషన్‌తో ఎలా కుట్టాల్సిందీ అతి సులభంగానే నేర్చుకున్నారు. ల్యూబాకు మాత్రం చాత కాలేదు. ఆమె ఎంత ప్రయత్నించినా ఏదో పొరపాటు జరుగుతూనే ఉండేది. పాపం, చాతకాక దారం చిక్కుపడేది. వెంటనే ఎవరినో ఒకరిని సహాయం చేయమని పిలిచేది.

కాని మరో పనిలో ల్యూబా ఆరితేరింది. కాగితపు పూలు తయారుచేయడం అతి తేలిగ్గా నేర్చుకుంది. ఎన్ని పూలు అయినా ఎంతో అందంగా ఇట్టే తయారుచేసేది. ఈ పని నేర్చుకొనడానికి ఆమె అంతగా శ్రమ పడలేదు కూడా! ఒక టీచరు దగ్గర ఒకటి రెండు పాఠాలు చెప్పించుకుంది. తక్కినదంతా పుస్తకం దగ్గర పెట్టుకుని 'నమూనా'లు చూస్తూ నేర్చుకుంది. ఒక నెల తిరగకముందే ఆమె పనికి మెచ్చుకుని, ఒక అంగడివాడు పూలు కొనడం మొదలెట్టాడు. తీరుబడిగా ఉన్నప్పుడే ఆమె ఈ పని చేసేది. అంచాత పెద్ద సంపాదన కాదు గాని, మొత్తం మీద వారానికి ఒకటి రెండు రూబుల్సు కాగితపు పూల ద్వారా సంపాదిస్తూ వచ్చింది. ఇదే ఆమె ఒక పెద్ద ఘనకార్యంలా భావించి గర్వపడేది. సంతోషించేది. ఈ విధంగా మొదటిసారి వచ్చిన సొమ్ము యాభై కోపెక్కులు పెట్టి లిఖోనిన్‌కు ఒక 'సిగరెట్ హోల్డర్' కొని తెచ్చింది.

నిజానికి లిఖోనిన్‌కు కూడా ఇప్పుడు ఎంతో ప్రశాంతంగా, సుఖంగా ఉంది జీవితం. ఇల్లు, కుటుంబాన్ని, బంధువులను వదిలిపెట్టి అనేక సంవత్సరాల నుంచి ఏకాంతంగా, విసుగ్గా విద్యార్థి జీవితాన్ని గడుపుతున్నాడు. అలాంటివాడు అకస్మాత్తుగా ఇలాంటి గృహ వాతావరణంలో పడేసరికి అతనికి ఎంతో ప్రశాంతత ఏర్పడింది.

కాదూ మరి! తను ఒంటరిగా ఉన్నప్పుడు ఎలా గడిపేవాడో తలుచుకుంటే విచారం వేస్తుంది. వేళకు తిండి లేదు. స్నేహితులతో కలిసి ఎక్కడో తిరగడం, ఏ వేళకో గదికి చేరడం, ఒక్కోసారి నిద్ర కూడా ఉండేది కాదు. అనాచారంతో, అనారోగ్యంతో బ్రతుకీడ్చాడు. కృత్రిమంగా, కుటిలంగా జీవించాడు. మరి ఇప్పుడలా కాదు. తనకొక ఇల్లు, ఇంట్లో ఒక స్త్రీ. ఆమె చేతి మీదుగా చేసిపెట్టిన భోజనం. జీవితానికి ఒక బాధ్యత, ఒక పద్ధతి ఏర్పడ్డాయి. మిత్రులంతా తన ఇంట్లో చేరతారు. వారితో కులాసాగా, దిలాసాగా కబుర్లు చెప్పుకుంటూ, హాయిగా కాలక్షేపం చేస్తున్నాడు.

ల్యూబాకు చదువు నేర్పే విషయంలో వ్యవహారం కాస్త వెనుక పడిందనే చెప్పాలి. ఆమెకు చదువు చెప్పడానికి పూనుకున్న ఈ ఉపాధ్యాయులంతా మిత్రులేగా! ఒక్కోసారి అంతా కలిసి, మరొకసారి వేరు వేరుగాను దెబ్బలాడుకునేవారు. చదువు చెప్పే విషయంలో

వీరికి భిన్నమైన అభిప్రాయాలున్నాయి. ఫలానా విధంగా బోధిస్తే చదువు వస్తుందని ఒకరు, కాదు ఈ విధంగా నేర్పితే సులభంగా అబ్బుతుందని మరొకరు - ఇలా ఎవరి అభిప్రాయాలు వారు చెపుతూ వాదించుకోసాగారు. చివరకు అంతా కలిసి అసలు విషయం సున్నా చుట్టారు. వీరు మాట్లాడే పెద్ద పెద్ద విషయాలు, చెప్పే అద్భుతమైన శాస్త్రాల్లోని సంగతులు ల్యూబా అర్థం చేసుకోలేక మొహం తేలవేసేది.

అసలే ఆమె అమాయకురాలు, పల్లెటూరి పిల్ల. పైగా ఇంతకాలం అవిద్యతో, అజ్ఞానంతో, అనాగరక జీవితం గడిపిన మనిషి. ఇహ ఒక్కసారిగా చదువు, విజ్ఞానం అంతా రోట్లో వేసి తొక్కమంటే ఎలా చాతనవుతుంది!

లిఖోనిన్ ఆమెకు లెక్కలు చెప్పేవాడు. ఆమె గుణించే పద్ధతి చూస్తే అతనికి చిరాకు పుట్టేది. పల్లెటూరి బళ్ళో ఒకటో తరగతి పిల్లలయినా ఈమె కంటే మెరుగని భావించేవాడు. పన్నెండు లెక్కపెట్టమంటే ఆమె ఎలా లెక్కించేదనుకున్నారు! ముందు రెండు మూళ్ళు తీసుకునేది. మళ్ళీ రెండు మూళ్ళు తీసుకునేది. ఆ తరువాత మొత్తం కలుపుకొని పన్నెండని చెప్పేది. అలాగే పందొమ్మిది అంటే - మూడు అయిదులు, రెండు రెండ్లు. ఇలా ఆమె ఎప్పుడూ ఒకట్లూ, రెండ్లూ, మూళ్ళూ, అయిదులు ఉపయోగించి లెక్క వేసేది. ఈ విధంగా వంద వరకూ చెప్పగలిగేది. ఆ తరువాత ఆమె వశం కాకపోయేది. లిఖోనిన్ ఆమెను పదుల్లో లెక్కపెట్టేలా చేయాలని విశ్వప్రయత్నం చేశాడు. కాని ఎంత బోధించినా ఆమె బుర్రకు ఎక్కలేదు.

అతనికి వెర్రెత్తిపోయి పెద్దగా అరిచేవాడు. కేకలుపెట్టేవాడు. జుట్టు పీక్కునేవాడు. ఆమె అతని వంక దీనంగా చూచేది. ఎదురు మాట్లాడేది కాదు. బిక్కమొహం పెట్టి, తప్పు చేసిన దానికి మల్లే భయంతో బెదిరి బెదిరి అతని మొహంలోకి చూచేది. తరువాత కళ్ళనీళ్ళు కార్చేది. అయితే కూడికలు, హెచ్చవేతలు అలాగే తంటాలు పడి చేసేది. తీసివేతలు, భాగహారాలు ఆమెకు చచ్చినా అర్థమయ్యేవికావు.

ఇహ భూగోళం విషయం: అది కూడా లిఖోనినే చెప్పేవాడు. భూమి గుండ్రంగా ఉందనీ, తన చుట్టూ తాను తిరుగుతోందని చెపితే ఆమె నమ్మలేకపోయేది. పైగా పగలపడి నవ్వేది. 'మ్యాపు' చూపించినా ఆమెకు తెలిసేది కాదు. 'ఏమిటీ అర్థం లేని పిచ్చిగీతలు? ఏమిటీ రంగులు?' అన్నట్లు వాటి వంక విచిత్రంగా చూచేది. రంగును బట్టి ఫలానా దేశమని ఆమె చెప్పలేకపోయేది. ఆకారాన్ని బట్టి కొంచెం సులువుగా గుర్తించగలిగేది. "ఇటలీ ఎక్కడుందో చూపించు?" అని అడిగితే, ఆమె "ఇదిగో బూట్" అని చెప్పేది. అలాగే చరిత్ర కూడా ఆమెకు రాలేదు. లిఖోనిన్ చరిత్రలో సంగతులు అనేకం చెప్పాడు. అనేక యుద్ధాల పేర్లు, ప్రసిద్ధికెక్కిన వీరుల పేర్లు, తేదీలు ..... ఇన్నీ చెప్పేసరికి ఆమె హడలిపోయేది. అదేమంటే గుడ్లనీళ్ళు కుక్కుకునేది.

నిజేరా మాత్రం ఆమెకు ఉపాధ్యాయుడిగా ఉండి ఎంతో ఆనందం పొందేవాడు. అతని 'సితారు' వీళ్ళ భోజనశాలలో గోడకు వేలాడదీయబడి ఉండేది. నిజేరా రాగానే

(అతను ఇక్కడికి వారానికి మూడు, నాలుగుసార్లు సాయంత్రం పూట వచ్చేవాడు) ఆమె ఉల్లాసంగా, గోడకు ఉన్న సితారు తీసి, రుమాలుతో దుమ్ము, ధూళి తుడిచి అతని చేతికి అందించేది. అతను కాస్త గొంతూ అదీ సవరించుకుని ధీమాగా కుర్చీలో కూచుని వాయించడం మొదలెట్టేవాడు. కళ్ళు మూసుకుని, తల తిప్పుతూ, అభినయిస్తూ అద్భుతమైన ప్రేమగీతాలు పాడేవాడు.

అతనికి అనేక మధురమైన ప్రేమగీతాలు, హుషారిచ్చే లల్లాయి పదాలు, పూర్వకాలపు జానపద గీతాలు వచ్చును. ఇవన్నీ శ్రావ్యంగా పాడేవాడు. చిందులు తొక్కేవాడు. తరువాత తన ప్రతిభ చూడమన్నట్లు ల్యూబా కళ్ళల్లోకి చిలిపిగా చూచేవాడు.

అతని సమక్షంలో ల్యూబా ఎంతో సంతోషంతో ఉండేది. అతను ఆడుతూ, పాడుతూ, పరవశుడై, తన్మయత్వం చెందుతూ ఉంటే, తను కూడా అతనితో పాటు ఆ సంగీతంలో లీనమయ్యేది. తమాషాగా ఉంటే అతని అభినయం చూచి కడుపుబ్బ నవ్వేది. ఆమె కళ్ళ నుండి ఆనందాశ్రువులు రాలేవి. ఒక్కోసారి ఇద్దరూ కలిసి పాడేవారు. ల్యూబా కంఠస్వరం మంచిదే. పూర్వం తాగుడు మొదలైన దురభ్యాసాలతో గడిపినా ఆమె కంఠం చెడిపోలేదు. మెల్లగా, చల్లగా, హాయిగా, తీయగా పాడేది. అలా ఇద్దరూ సంగీతంలో లీనమై ఊగుతూ, తేలుతూ, గంటలకొద్దీ గడిపేవారు.

ఒక్కోసారి నిజేరా పాట పాడుతూ, శృంగారచేష్టలు చేసేవాడు. ఆమె వైపు కొంటెగా, చిలిపిగా చూచేవాడు. అనవసరంగా ఒళ్ళూ, ఒళ్ళూ తాకించేవాడు. ఆమెను కౌగలించుకోబోయేవాడు.

“ల్యూబా! స్వర్గంలో పుష్పోద్యానం ఉంది చూచావూ? అందులో నీవు గులాబీ పువ్వువు. నీ పెదవుల్లో పాలు, తేనె ఉన్నాయి ల్యూబా! నీ తీయని గాలి సోకితే దేవతలు మూర్ఛపోతారు. నీ సౌందర్యం, నీ శరీర సౌరభం ప్రకృతిలో మరి దేనికీ లేవు. నీ పెదవుల్లోని అమృతాన్ని గ్రోలనివ్వు! స్వర్గసామ్రాజ్యాన్ని, నిర్వాణసిద్ధిని పొందనివ్వు” అంటూ ఆమె చెవిలో రహస్యంగా ప్రలాపాలు పలికేవాడు.

అతని ప్రేమ ప్రలాపాలు, చిలిపిచేష్టలు చూచి ల్యూబా నవ్వేది. ఒక్కోసారి అతని చేతుల మీద కొడుతూ, తిట్టేది. “లిఖోనిన్‌తో చెప్పి నీ పని పట్టిస్తానుండు! అమ్మ దొంగా!” అంటూ బెదిరించేది.

“మరేం ఫరవాలేదు. లిఖోనిన్ నా సోదరుడే కదూ! అయినా అతనికి ప్రేమ సంగతి తెలీదు ల్యూబా! మా జార్జియన్ కుర్రాళ్ళే ప్రేమకు పెట్టిందిపేరు. అసలైన సిసలైన ప్రేమ ఎలా ఉంటుందో నీవు ఎరగవు. చూపిస్తానుండు” అంటూ నిజేరా, ఆమెను చేరబోయేవాడు. ఇదంతా పరిహాసం అనుకునేది ఆమె. పసిపిల్లలా భయపడుతూ, చిక్కకుండా గెంతుతూ, అవతల గదిలోకి పరుగెత్తేది.

ఇహ పోతే, సాలోవీవ్ వ్యవహారం! ఆమెకు వ్రాయడం, చదవడం నేర్పే వంతు ఇతనిది. ఈ విషయంలో అతను ప్రత్యేకమైన శ్రద్ధ, పట్టుదల చూపించాడనే చెప్పాలి.

సాలోవీవ్ గుండె గట్టిది. ఎంతో సహనం, ఓర్పు వహించి ఆమెకు బోధించేవాడు. ఎక్కువమంది పిల్లల్లాగే ఈమె కూడా చదవడం కంటె, ముందు వ్రాయడం నేర్చుకుంది. కాగితం మీదికి వంగి కూచుని, పళ్ళు బిగించి బలవంతాన వ్రాయడానికి ప్రయత్నించేది. మధ్య మధ్య నాలుక బయటికి పెట్టేది. ఎలాగయితేనేం, వ్రాయడంలో కొంచెం కొంచెం దోవలో పడింది. చదివే విషయంలో ఈమెకు చాలా కష్టంగా ఉండేది. ప్రతి అక్షరాన్ని వ్రేలితో గుర్తుపెట్టుకుంటూనే తడబడేది.

ఇలా ఈమె పడే తిప్పలన్నీ, జాగ్రత్తగా పరిశీలిస్తూ, ఓర్పుతో బోధిస్తూ, ఆమె కృషిలో సహాయం చేస్తూ వచ్చాడు సాలోవీవ్. ఎన్నెన్నో పుస్తకాల్లో కథలు చదివి వినిపించేవాడు. వాటికి అర్థం చెప్పేవాడు. ఇవన్నీ ఆమె అతి శ్రద్ధగా వింటూ, ఆ యా సందర్భాలను బట్టి ఏడుస్తూ, నవ్వుతూ ఉండేది. అతని తెలివికి, విజ్ఞానానికి ఆశ్చర్యపోయేది ల్యూబా. ఈ నెలా పదిహేను రోజులలో అతను ఆమెకు ఎంతో చనువు అయ్యాడు. అయినా ఆమె అతని యందు భయభక్తులు చూపిస్తూ వచ్చింది. అతనికి కూడా ఆ పిల్ల మీద అవ్యాజమైన ప్రేమ, కరుణ, జాలి కలిగాయి. ఉదారబుద్ధి, దయ గల ఒక పెద్ద ఏనుగు, దిక్కు లేక నిస్సహాయురాలై పడివున్న ఒక చిన్న కోడిపిల్ల పట్ల ఎలాంటి ప్రేమ, జాలి చూపిస్తుందో అలా చూపించసాగాడు సాలోవీవ్.

15

మొత్తం మీద లిఖోనిన్‌తో పాటు అతని మిత్రులు నిజేరా, సాలోవీవ్ కూడా పట్టుదలతో ల్యూబాకు చదువు చెపుతూ వచ్చారు. ఆమె బుద్ధి వికసించడానికి తాము చేయగలిగిన కృషి అంతా చేస్తున్నారు.

ఇహపోతే మరో మిత్రుడు సిమనోవస్కీ వ్యవహారమే ఏమీ బాగా లేదు. ఇతను చదువు చెప్పేతీరు ల్యూబాకు అతి బాధాకరంగా పరిణమించింది. ఇతను ప్రతిరోజూ వేళ తప్పకుండా వచ్చేవాడు. జీతం తీసుకుని ఇంటికి వచ్చి పిల్లలకు చదువుచెప్పే ట్యూటర్‌లా కష్టపడుతున్నాడు. ఒకరోజు కూడా బీరు పోకుండా సక్రమంగా రావడం, తీరుబడిగా ఆమెకు చదువు చెప్పడం చేస్తూ ఉండేవాడు.

విద్య బోధించే విషయంలో ఇతనికి కొన్ని నిశ్చితమైన అభిప్రాయాలుండేవి. పైగా ఇతని కంఠస్వరం అతి కర్కశంగా ఉండేది. పాపం, ఆమె ఇతణ్ణి చూచి హడలిపోయేది. అంచేత చదవేస్తే ఉన్న మతి కూడా పోయినట్లు, ఇతని బోధనల వల్ల ఆమె ఏమీ నేర్చుకోలేక పోగా, అంతకు ముందున్న గ్రహణశక్తి కూడా కోల్పోసాగింది. ఆమె మనస్సు చికాకు పడేది. అవును, సిమనోవస్కీ అలాంటివాడే. ఇతను తరచు స్కూలు మీటింగులలో పాల్గొనేవాడు. బ్రహ్మాండమైన ఉపన్యాసాలిచ్చి, లేత వయస్సులో ఉన్న విద్యార్థుల మనస్సును చెదరగొట్టేవాడు. స్కూల్లో జరిగే సభలు, సమావేశాలు అన్నిట్లో పాల్గొని

చాలా చురుగ్గా పనిచేసేవాడు. వాల్ పోస్టర్లు అచ్చు వేయించడం మొదలు పుస్తకాలు, పత్రికలు, ఉపన్యాసాలు అచ్చు గుద్దించడం వరకూ అన్ని పనులు స్వయంగా చేసేవాడు. అనేకసార్లు స్కూలు పెద్దగా కూడా ఎన్నిక అయినాడు. విద్యార్థి నిధి వసూలు చేయడంలో ప్రముఖ పాత్ర నిర్వహించాడు. ఇలాంటి ఘనుడికి ల్యూబాకు చదువు చెప్పడంలో కష్టమేముంది? ఆమెకు ఏ పద్ధతిలో విద్యాబోధ చెయ్యాలో ముందే ఒక నిర్ణయం చేసుకుని, ఒక గిరి గీచుకుని ఆ ప్రకారం ప్రారంభించాడు. ముందు భౌతికశాస్త్రం, రసాయనిక శాస్త్రం బోధించడం మొదలెట్టాడు.

'ఏమీ తెలీని అమాయకురాలు. చిన్న చిన్న ప్రయోగాలు చేసి చూపిస్తే ఆమె ఏదో తమాషా అనుకుని కుతూహలంగా చూస్తుంది. తేలిగ్గా అర్థం చేసుకుంటుంది. ప్రకృతిలో గల పరమ రహస్యాలన్నీ ఆమెకు ఈ విధంగా తేటతెల్లం చేస్తాను. స్వచ్ఛమైన శాస్త్రాన్ని, విజ్ఞానాన్ని ఆమెకు ప్రసాదిస్తాను' అనుకున్నాడు తనలో సిమనోవస్కీ. అలా అనుకుని అందు క్కావల్సిన పరికరాలన్నీ ఎంతో అవస్థ పడి సంపాదించుకుని వచ్చాడు. అక్కడే గదిలో కూచుని ఆమె సమక్షంలో ప్రయోగాలు చేస్తూ వచ్చాడు. ఒకనాడు చిన్న నాటు బాంబు ఒకటి తయారుచేసి గదిలోనే పేల్చాడు. ఆమె భయపడి పరుగెత్తింది.

ఇలా అతని ప్రయోగాలు, గంభీరమైన ఉపన్యాసాలు ల్యూబాకు బుర్రకెక్కక చిరాకు పడుతోంటే, ఇంకొకనాడు మరొక సంఘటన జరిగింది. సిమనోవస్కీ పాఠం చెపుతూ మధ్యలో దేవుణ్ణి గురించి ఉపన్యాసం ప్రారంభించాడు. దేవుడు లేడనీ, నిస్సందేహంగా లేడనీ, కావాలంటే అయిదు నిమిషాల్లో ఆ విషయం ఋజువు చేస్తాననీ సిమనోవస్కీ అన్నాడు. ఇది వినేసరికి ల్యూబా కూచున్న చోటు నుంచి ఉలిక్కిపడి లేచింది. తను పడుపుకత్తెగా, పతితురాలుగా జీవించినప్పటికీ దేవుడు లేడనేమాట నమ్మనని కచ్చితంగా చెప్పింది. దేవుడి మీద తనకు పూర్తి విశ్వాసం ఉందనీ, తన సమక్షంలో భగవంతుణ్ణి నిందించడం, పరాభవించడం సహించలేననీ చెప్పింది. ఇలాంటి పిచ్చిమాటలు ఇహ ముందెప్పుడూ మాట్లాడవద్దనీ, వాసిలీ వాసిలిచ్‌తో (లిఖోనిన్‌ను ఆమె అలా పిలుస్తుంది) ఫిర్యాదు చేస్తాననీ తీవ్రంగా హెచ్చరించింది.

"నే నాయనతో చెపుతాను. మీరు నాకు పాఠాలూ పాడూ చేప్పేది లేకపోగా, అనవరమైన పిచ్చివాగుడు వాగుతున్నారు. మీరు చెప్పే విషయాలు నాకు ఏ మాత్రం బోధపడలేదు. పైగా ఇక్కడున్నంత సేపూ నా మోకాలు మీద చెయ్యి వేసి కూచుంటారు. ఇదేమీ బాగా లేదు. మీ నడవడిక నాకే మాత్రం నచ్చలేదు" అంటూ ఆమె, అతణ్ణి తీవ్రంగా హెచ్చరించి, చీదరించుకుంటూ అవతలికి వెళ్ళిపోయింది.

సిమనోవస్కీ అంటే ఆడాళ్ళు ఇష్టపడరని చెప్పడానికి వీల్లేదు. అతనికి తను చేసే ప్రతి పని మీదా అచంచలమైన విశ్వాసం ఉంది. అమోఘమైన వాగ్ధాటి ఉంది. వీటివల్ల అమాయకులైన యువతుల హృదయాలను ఆకర్షిస్తాడు. ముఖ్యంగా కల్లా కపటం ఎరుగని అమ్మాయిలు ఇతనంటే ఇష్టపడతారు. ఆడవాళ్ళను సులభంగా వలలో వేసుకునే

శక్తి, సామర్థ్యాలు తన దగ్గర ఉన్నాయని గర్వపడుతుంటాడు.

అలాగే ల్యూబా కూడా తనను మెచ్చుకుని ప్రేమిస్తుందని భావించాడు. తీరా ల్యూబా నిరాదరణ చూపేసరికి ఇతని మనస్సు కొంచెం దెబ్బతిన్నది.

'ఇన్నాళ్ళూ స్వేచ్ఛగా పడుపు వృత్తి సాగించి, ఒకే రాత్రి అనేకమంది పురుషులకు శరీరం అప్పగించి ఊరకున్న ల్యూబా, ఈనాడు తనకు శ్రీరంగనీతులు చెప్పడం ఏమిటి? పరపురుషుణ్ణి అంటని మహాపతివ్రతలా, నంగనాచిలా నటించడం ఏమిటి? తను ఒక్క లిఖోనిన్‌ను మాత్రమే భర్తగా, దైవంగా భావించడం ఏమిటి? ఇదంతా బూటకం! ఇందులో అర్థం లేదు. తనొక ఇల్లాలుగా, పత్తిత్తుగా నాటకం ఆడుతోంది. ఈవిడ అంతు ఏదో తేల్చుకుంటాను. ఎలా లొంగదో చూస్తాను. ఈమె పాతివ్రత్యం సంగతేమిటో పట్టిచూస్తాను' అని నిశ్చయించుకున్నాడు సిమనోవస్కీ.

అవును. ఒక వేశ్య, ఒక నీచురాలు తనను నిరాదరణ చేసిందని అతనికి ఆవేశం, ఆగ్రహం వచ్చాయి. పట్టుదలగా ఆమెను పరాభవించడానికి పూనుకున్నాడు. రోజు రోజుకు ఇంకా అసహ్యంగా, అసభ్యంగా ప్రవర్తించడం మొదలెట్టాడు.

ఆమె, ఇతని పోటుకు తట్టుకోలేక చివరకు ఒకనాడు లిఖోనిన్‌తో చెప్పింది:

"ఏమండీ! మీ స్నేహితుడున్నాడు చూచారూ? ఆయనగారు చెప్పే చదువు ఏమయినా గానీ నాకు తల తిరిగిపోతోంది. ఒక్కమాట కూడా అర్థం కావడం లేదు. ఇహ నుంచీ ఆయన దగ్గర నాకు పాఠాలు అక్కర్లేదు" అంది ల్యూబా గద్గదస్వరంతో.

వెంటనే లిఖోనిన్, సిమనోవస్కీని పిలిచి జరిగిన సంగతేమిటని అడిగాడు. సిమనోవస్కీ చాలా ప్రశాంతంగా ఇలా జవాబు చెప్పాడు:

"అబ్బాయ్! ఒక మాట చెపుతాను వింటావ్! నేను ల్యూబాకు చదువు చెప్పే పద్ధతి నీకూ, ఆమెకూ కూడా నచ్చకపోతే ఆ మాట చెప్పేయండి. వెంటనే మానేస్తాను. ఆమెకు సరియైన క్రమశిక్షణ ఇచ్చి, విద్య బోధించడానికి తంటాలుపడ్డాను. నే చెప్పేది అర్థం కాకపోతే, ముందు కొంతకాలం వరకూ కంఠస్థం చేయిస్తాను. తరువాత క్రమక్రమంగా దారిలో పడుతుంది. చదువంటే మాటలనుకున్నావటోయ్! మనం లెక్కలు, ఆల్‌జీబ్రా నేర్చుకునేటప్పుడు ఎంత అవస్థ పడ్డాం? గ్రామరు అర్థం కాక ఎంత తల పగులగొట్టుకునే వాళ్ళమో నీకు తెలీదూ?"

ఆ రోజుకు అలా వెళ్ళిపోయింది. ఆ మరుసటి రోజే సిమనోవస్కీ మామూలుగా ల్యూబాకు దగ్గరగా కూచుని పాఠం ప్రారంభించాడు. రొమ్ముకు రొమ్ము తాకేలా ఆమె మీదకి వంగి, ఆ యువతి శరీరం నుండి వచ్చే పరిమళాన్ని ఆస్వాదిస్తూ ఇలా అన్నాడు:

"ఒక త్రికోణం గియ్యి. అవును, అంతే. ఈ మొదటికోణానికి ప్రేమ అని పేరు పెడతాను. తక్కిన రెండు కోణాలు - ఒకటి స్త్రీ, మరొకటి పురుషుడు. అనగా అర్థం ఏమిటంటే, స్త్రీ పురుషుల ప్రేమ. ఎలా ఉంది? అద్భుతంగా లేదూ?"

ఒక క్షణం ఆగి, మళ్ళీ ఇలా చెప్పడం మొదలెట్టాడు:

"చూడు ల్యూబా! తినడం, తాగడం, నిద్రపోవడం మానవులకు అవి ఎంత అవసరమో ప్రేమ కూడా అంతే అవసరం. ఇవి లేకుండా మనం బ్రతగ్గలమా? అలాగే ప్రేమ లేకపోయినా బ్రతకలేం" అంటూ అతను ఆమె తొడ మీద మెల్లగా గిల్లాడు. తరువాత తన కాలు తీసి ఆమె తొడ మీద వేశాడు.

ల్యూబా నివ్వెరపోయి చూచింది. ఆమెకు వణుకు పుట్టింది. కాని ఏమైనా అంటే బాధపడతాడనీ, గొడవ అవుతుందనీ దిగమింగి ఊరకుంది. మెల్లగా తన కాలు అవతలికి లాక్కుంది. మళ్ళీ అతను ప్రారంభించాడు.....

"చూడు ల్యూబా! మాట వరుసకు నిన్ను నీ సోదరిగాని, తల్లిగాని, భర్తగాని ఇంట్లో అవమానపరిచి బాధిస్తారనుకో! నీకేమో ఆకలి వేస్తూ ఉంటుంది. వాళ్ళతో కలిసి ఇంట్లో భోంచెయ్యడానికి మనస్కరించదు. అప్పుడేం చేస్తావు చెప్పు? గబగబ హోటలుకు పోయి, అక్కడ కమ్మగా భోంచేసి, ఆకలి చల్లార్చుకుంటావు కదూ? అలాగే ప్రేమ కూడా సరీగ్గా అంతే! ఏమీ తేడా లేదు. ఆకలికి మల్లెనే ప్రేమ కూడా ఒక తృష్ణ. ఒక పిపాస! శారీరకమైన సుఖం వల్ల గాని ఈ తృష్ణ చల్లారదు. కాకపోతే, తక్కిన కోరికలు అన్నిటి కంటే ఇది చాలా బలమైనది. అంత కన్నా మరేం లేదు. మాట వరుసకు నిన్ను, నేను పొందాలని అనుకుంటున్నాననుకో...."

"ఇహ ఆపండి!" అంది ల్యూబా కోపంగా. "ఏమిటా వాగుడు వసపిట్టలా? ఇలాంటి మాటలు అనవద్దని పదే పదే చెప్పలేదూ? మీరు చెప్పే విషయాల్లోని అంతరార్థం ఏమిటో నాకు తెలీదనుకున్నారా? నేను ఎన్నటికీ లిఖోనిన్‌కు ద్రోహం చేయను. ఆయన నన్ను ఉద్ధరించాడు.... నా మనసు ఆయనకు అంకితం చేశాను... ఆయన్ను పూజిస్తాను... ప్రేమిస్తాను...మీ చొల్లుకబుర్లు వింటూ ఉంటే నాకసహ్యం పుట్టుకొస్తోంది."

ల్యూబా అలా అతణ్ణి కసురుకుని బుద్ధి చెప్పింది.

ఆ తరువాత మరొకనాడు సిమనోవస్కీ ఆమె హృదయానికి మరీ నొప్పి కలిగేపని చేశాడు. అంతకు ముందే లిఖోనిన్ యూనివర్శిటీలో తన స్నేహితులందరికీ తనొక పతితురాలిని ఉద్ధరించాననీ, ఆమెను సంఘంలో ఒక ఉన్నత స్థానానికి తీసుకుపోవాలని ప్రయత్నిస్తున్నాననీ చెప్పాడు. ఈమె విషయం యూనివర్శిటీలో దాదాపు అందరికీ తెలిసింది. ఈ అవకాశం తీసుకొని సిమనోవస్కీ నలుగురు అమ్మాయిలకు కూడా ఈ విషయం తెలియచేశాడు. ఆ నలుగురు యువతులు యూనివర్శిటీలో చదువుతున్న విద్యార్థినులు. అందులో ఇద్దరు వైద్యశాస్త్రం చదువుతున్నారు. ఒకామె చరిత్ర అభ్యసిస్తోంది. నాలుగో ఆమె మంచి కవయిత్రి. కావ్యాలు, వ్యాసాలు వ్రాస్తోంది.

ఈ నలుగురినీ వెంటబెట్టుకుని ల్యూబా ఇంటికి తీసుకొచ్చాడు సిమనోవస్కీ.

ల్యూబాకు ఒక్కొక్కరిని పరిచయం చేశాడు. యూనివర్శిటీలో చదువుతున్న విద్యార్థినులని చెప్పాడు. లీజా, నడిమా, సాషా, రాఛల్ అంటూ వాళ్ళ పేర్లు చెప్పాడు.

పిమ్మట విద్యార్థినులతో ల్యూబా పరిస్థితి క్లుప్తంగా చెప్పాడు. ఆమె ఒక సాని

అనీ, భయంకరమైన జీవితం గడిపిందనీ చివరికిప్పుడు లిఖోనిన్ సహాయంతో బయటికొచ్చిందనీ చెప్పాడు.

విద్యావంతులైన ఆ యువతుల ఎదుట ల్యూబా విపరీతంగా భయపడింది. తన పాపపు జీవితం వారికి కూడా తెలిసిందని సిగ్గుతో, అవమానంతో కుంగిపోయింది. వారిని కూచోమని చెప్పి, మర్యాద చేసింది. టీ, రొట్టె, ఫలహారాలు అందించింది. వారు కులాసాగా టీ తాగుతూ ఉంటే, తనొక దాసీదానిలా దూరంగా నిలబడింది. కనీసం వారి పక్కన కూచోడానికే సిగ్గుపడింది. ఒకామె చేతిరుమాలు కిందపడితే, పరుగెత్తుకుంటూ వెళ్ళి తీసి ఆమెకిచ్చింది.

వారు ఈమెను ప్రశ్నలు అడిగారు. అన్నిటికీ తల ఎత్తకుండా "అవును, లేక కాదు" అని మాత్రం జవాబు చెప్పింది. వచ్చిన యువతులు నలుగురూ ఊరకేపోక తలా ఒక విధంగా ఆమె హృదయానికి నొప్పి తగిలేలా ప్రవర్తించి, అవమానించారు.

ఒకామె లావుగా ఉంది. ఎర్రని మొహం, చప్పిడి ముక్కు, నల్లగా మెరుస్తోన్న చిన్న కళ్ళు. ఈమె వచ్చినప్పటి నుంచీ ల్యూబాను ఆపాద మస్తకం పరీక్షిస్తూ అదోలా చూడడం మొదలెట్టింది. ఈమె విషపు చూపులు ల్యూబా హృదయంలో ములుకుల్లా తాకాయి. 'ఆమె నా వైపు ఎందుకలా చూస్తోంది? ఆమె అందాన్ని నేనేం దోచుకోలేదే?' అలా మనసులో అనుకుంటూ ల్యూబా తప్పు చేసినదానిలా బాధపడింది.

మరొక ఆమె బక్క పల్చగా, నాజూగ్గా ఉంది. మెడకు గులాబీ రంగు రుమాలు ఒకటి కట్టుకుంది. "నీవు పడుపుకత్తెగా జీవించడానికి కారణం ఏమిటి? వేశ్యావృత్తిలో ఎలా ప్రవేశించావు?" అంటూ ఆమె ప్రశ్నించసాగింది.

ఒకసారి కాదు. దాదాపు పదిసార్లు అదే ప్రశ్న తరచి తరచి అడిగింది.

"నిన్ను మొట్టమొదట చెడగొట్టిన దుర్మార్గుడెవరు?" అని ఆమె ప్రశ్న.

వెంటనే ల్యూబాకు తన పాత స్నేహితురాండ్రు జెన్నీ, టమారా గుర్తుకొచ్చారు. వాళ్ళు కళ్ళల్లో మెదిలారు. వినయంగా ఇలా జవాబు చెప్పింది:

"చాలామంది ఉన్నారు – నాకు జ్ఞాపకం లేదు. కోల్కా మిష్కా వొలోడ్కా, సెరెజ్కా, జోరిజిక్, ట్రోష్కా, పెట్కా, తరువాత కూష్కా, గూహ్కా, ఇంకా వాళ్ళ స్నేహితులు..." అంటూ ఆమె తన వద్దకు వచ్చిన విటుల పేర్లు కొన్ని గబగబ చెప్పింది. తిరిగి ఇలా అంది – "అయినా ఈ విషయంలో మీకింత ఆసక్తి ఎందుకు?"

"మరేం లేదు. తెలుసుకుందామని! నీవు ఎవరినైనా ప్రేమించావా?"

"క్షమించండి. మీరడిగే ప్రశ్నలు నాకర్థం కావడం లేదు. ...నాకు పని ఉంది, అవతలకి వెళ్ళాలి."

"ఏం మేం అడిగేది నీకర్థం కావడం లేదూ? నీ వెప్పుడైనా పురుషుడి దగ్గర పడుకుని నిద్ర పోయావా?"

అప్పటికి ల్యూబాకు బాగా తలనొప్పి వచ్చింది. "ఏమండీ సిమనోవస్కీ గారూ!

మీరిలాంటి వారిని నా దగ్గరకు తీసుకొస్తారని అనుకోలేదు. మీరు చేసిన మహోపకారానికి ఎంతో కృతజ్ఞురాలిని. దయచేసి ఇహ వారిని వెళ్ళమనండి" ఆగ్రహంతో అంది ల్యూబా.

సాధారణంగా అమాయకులు అణిగిమణిగి పడివుంటారు. వారికి త్వరగా ఆగ్రహం రాదు. వచ్చిందా! మరి ఆగదు. ల్యూబాకు ఒళ్ళంతా తేళ్ళూ, జెర్రులూ పాకినట్లయింది. ఒక్కసారిగా తన స్నేహితురాండ్రయిన జెన్నీ, టమారా – ఇలాంటి సమయాల్లో చూపే గర్వం, సాహసం, తిరుగుబాటు – ఇవన్నీ గుర్తొచ్చాయి.

ఆ వచ్చిన నలుగురినీ విదలించి వేస్తూ ఇలా అంది: "మీ చరిత్ర నాకు తెలుసు. నా కంటే మీరు ఏ మాత్రం ఎక్కువ కాదు. కాని మీకు తల్లితండ్రులున్నారు. చేసిన పాపాలను కప్పిపెట్టుకోడానికి కావల్సినన్ని అవకాశాలున్నాయి. అంచాత మీరు చేసే తప్పుడు పనులు బయటపడవు. మీరు కడుపులు చేయించుకుని పోగొట్టుకుంటారు. మీరంతా ఇంతే. మీ చరిత్రంతా ఇంతే. మగాళ్ళు కుక్కల్లా మీ పడక గదుల్లో దూరుతారు. కేళీ విలాసంగా వారితో సుఖాలు అనుభవిస్తారు మీరు. ఇహ మీకు కావల్సిందేముంది? మీరు సానికొంపల్లో ఎందుకు ప్రవేశిస్తారు? నా స్థితిలో మీరుంటే తెలిసేది! తినడానికి తిండి, కట్టడానికి బట్టా లేక, విద్యా విహీనురాలనై అవస్థ పడ్డాను. ఇలాంటి గతి మీకు పట్టినట్లయితే, ఈ పాటికి బహిరంగంగా బోర్డు కట్టి, తెరిపిలేకుండా పడుపువృత్తి సాగించేవారు. నాలాంటి దీనురాలిని కనికరించడానికి మారుగా, హేళన చేస్తూ తూలనాడుతున్నారా? మీకు సిగ్గు వెయ్యడం లేదూ?"

సిమనోవస్కీ బిత్తరపోయి చూచాడు. ల్యూబా ఇంత తీవ్రంగా ఎదుర్కొంటుందని కలలో కూడా అనుకోలేదు. ఏం చేస్తాడు? ఏదో అర్థం కాని తిట్లు తిట్టి, గొణుక్కుంటూ వెంటనే ఆ నలుగురు యువతులను తీసుకొని వెళ్ళిపోయాడు.

ల్యూబా తనకూ, సిమనోవస్కీకి జరుగుతోన్న నిత్య సంఘర్షణలను గురించి అనేకసార్లు లిఖోనిన్‌తో చెప్పింది. తన పట్ల చాలా అసహ్యంగానూ, అసభ్యంగానూ ప్రవర్తిస్తున్నాడనీ, చివరకు తనను వశం చేసుకోడానికి కూడా దిగాడనీ అనేక పర్యాయాలు మొర పెట్టుకుంది. కాని లిఖోనిన్ పెడచెవిని పెట్టి ఊరకున్నాడు. ఏ మాత్రం పట్టించుకోలేదు. అసలు సిమనోవస్కీ అంటే అతనికొక విధమైన నమ్మకం, అభిమానం ఉన్నాయి. అవసరమైతే ల్యూబాను శంకిస్తాడు గాని, మిత్రుణ్ణి శంకించడు.

అదీగాక, కొంతకాలం నుంచి ల్యూబాతో కలిసి జీవించడం అతనికి ఇష్టంగా లేదు. విసుగ్గా ఉంది. అనేకసార్లు తనలో తాను ఆలోచించేవాడు. 'ఈమె నా జీవితంలో ప్రవేశించింది. నన్ను నాశనం చేస్తోంది. నేను పతనమైపోతున్నాను. ఎందుకూ పనికిమాలినవాడిగా, మూర్ఖునిగా తయారవుతున్నాను. అర్థం లేని పని చేశాను. ఈమెను దగ్గరకు చేర్చుకున్నందు వల్ల నా జీవితం తల్లక్రిందులైంది. ఆఖరుకు ఈమెను పెళ్ళి కూడా చేసుకున్నాను అంటే, దాంతో నా జీవితం పరిసమాప్తమయినట్లే! ఇంత విద్య, విజ్ఞానం, మేధస్సు, శక్తి, సామర్థ్యం – ఇన్నీ ఉన్న నేను, చివరకు అబ్కారీ శాఖలోనో,

తాలూకా ఆఫీసులోనో, కోర్టులోనో ఒక చిన్న గుమస్తాగా చేరి, నీచంగా జీవించాల్సిన గతి పడుతుంది. లేదా దిక్కూ మొక్కూ లేని బడిపంతులుగా బ్రతకాల్సి వస్తుంది. ఇహ నా గతి ఏమిటి? నా ఆశలు, ఆశయాలు అన్నీ సర్వనాశనమైపోతాయి. నా జీవితంలో సేవ చేయాలనుకున్నా! జీవితంలోని మాధుర్యాన్ని చవిచూడాలనుకున్నా! ఎన్నెన్నో సాహసకృత్యాలు చేసి సంఘంలో ఉన్నతస్థాయిని అందుకోవాలని కలలు కన్నాను. ఈ కలలన్నీ గాలిమేడలై కూలిపోవల్సిందేనా? ఎన్నటికీ ఇలా జరగకూడదు. ఇది నేను సహించలేను.' ఈ విధంగా అనుకునేసరికి అతనికి పిచ్చెక్కిపోయేది.

ఒక్కోసారి బయటపడి ల్యూబాతో పెద్దగా అనేవాడు. జుట్టు పీక్కుంటూ, నేలను కాళ్ళతో గట్టిగా తన్నుతూ, ఒళ్ళు తెలీని కోపంతో అరిచేవాడు. పాపం! ఆమె అతని తిట్లు, చీవాట్లు, భరిస్తూ మాటాళ్ళేక నోరు మూసుకుని ఊరకునేది. మెల్లగా వంటింట్లోకి పోయి తనలో తాను కుమిలి కుమిలి ఏడ్చేది.

ఈ విధంగా క్రమక్రమంగా కుటుంబ కలహాలు పెచ్చు మీరిపోయాయి.

ఒక్కోసారి కోపం లేనప్పుడు లిఖోనిన్, ల్యూబాతో మెల్లగా, ప్రశాంతంగా ఇలా అనేవాడు: "చూడు ల్యూబా! మనిద్దరికీ పొత్తు కుదరదు. మనం ఒకరికొకరం తగినవాళ్ళం కాము! ఇదుగో! నూరు రూబుల్సు ఇస్తున్నాను. ఇవి తీసుకొని మీ ఊరు వెళ్ళిపో! పల్లెటూళ్ళో, మీ వాళ్ళు, మీ బంధువులు – అంతా కలవరిస్తూ ఉంటారు. నిన్ను చూడగానే సంతోషంతో పొంగిపోతారు. అక్కడే ఉండు! ఓ ఆరు నెలల పాటు హాయిగా, కులాసాగా బాధలన్నీ మరచిపోయి మీ వాళ్ళతో గడుపు. ఆ తరువాత నేనక్కడికి వస్తాను. అప్పుడు నీవు స్వయంగా జీవించడానికి వీలు కలుగుతుంది."

కాని, ఈ మాటలు ఆమెను సంతుష్టిపరుస్తాయా? తన జీవితంలో తొలిసారి, అదే చివరిసారి అయినట్లు ఒక పురుషుణ్ణి ప్రాణప్రదంగా ప్రేమించింది. ఇలాంటి ఉప్పుచప్పని మాటలు చెప్పి, విడిపోయి దూరంగా ఉండమంటే ఆమె మనస్సు అంగీకరించగలదా? అంచేత ఆమె వెళ్ళిపోలేదు. అతనితోనే ఉంటూ వచ్చింది.

ఇది లిఖోనిన్‌కు మరీ కష్టం కలిగించింది. ఆమె పీడ ఎలా వదిలించుకుందామా అని ఆదుర్దాపడుతున్నాడు.

సిమనోవస్కీ మీద అతనికి ఎంత అభిమానం, ప్రేమ ఉన్నా అంతరాత్మలో అతని ప్రవర్తనను గురించి అనుమానించకపోలేదు. ల్యూబా మీద అతనికి మనసుందనీ, ఆమెను వశం చేసుకోవాలని కుతూహలపడుతున్నాడనీ పూర్తిగా గ్రహించడానికి లిఖోనిన్‌కు ఎక్కువ కాలం పట్టలేదు. కాని ఇది తెలుసుకున్నందుకు ఏ మాత్రం కించపడలేదు. పై పెచ్చు సంతోషించాడు కూడాను!

'అవును. సిమనోవస్కీ ల్యూబా మీద కన్ను వేశాడు. ఆమెను ప్రేమిస్తున్నాడు. పోనీ ఇందులో నాకొచ్చిన నష్టమేముంది? నేనైతే ఏం? వాడైతే ఏం? లేక మరొకడైతే మాత్రం ఏం? మన లాంటి వాళ్ళను ఎంత మందిని చూచిందో ఆమె! నేనే అతణ్ణి

పిలిచి ముఖాముఖి మాట్లాడతాను, ఉన్న విషయం తేల్చిచెప్పేస్తాను. పాపం! అతని కోరికా తీరుతుంది. నా బాధా తప్పుతుంది. ల్యూబాను తనతో తీసుకుపోయి, స్వేచ్ఛగా అనుభవించమని చెపుతాను. అలాగైనా ఈ మూర్ఖురాలు నన్ను వదిలిపెడుతుందేమో?' అని దురాలోచన చేశాడు తనలో. కాని మళ్ళీ సందేహం వచ్చింది. 'ఏమో నబ్బ! ఇంత మాత్రానికే ఈ పిశాచం నన్ను వదలిపెడుతుందా? పైగా నా మీద ఊరందరితో చెప్పి అల్లరి పెట్టెయ్యదూ!' అని మళ్ళీ అనుకున్నాడు.

అవును మరి! నిగ్రహం లేని వాళ్ళు ఇలాగే చేస్తుంటారు. తొందరపడి ముందొక పని చెయ్యడం, తరువాత నిగ్రహించుకోలేక ఎందుకు చేశామా అని పశ్చాత్తాపపడడం, చేసింది వదిలించుకోవాలని అనడం.... ఇది వీళ్ళకు పరిపాటి.

ఇప్పుడు లిఖోనిన్ కూడా ఫక్తు అలాగే ఉన్నాడు. ఎలాగైనా ఆమెను తన దగ్గర్నుంచి వెళ్ళగొట్టాలని పథకం మీద పథకం వేస్తున్నాడు.

'ఆః! ఇలా కాదు దీని వ్యవహారం. సిమనోవస్కీ ల్యూబా - ఇద్దరూ ప్రేమకలాపాలు జరిపేటప్పుడు పట్టుకుంటాను.... అప్పుడు నాటకం పరాకాష్ఠ నందుకుంటుంది... ఒక పాత్ర ధరించి చిన్న దృశ్యం ఆడేస్తాను. కొంత డబ్బు అవతల పారేసి... వెళ్ళిపొమ్మని చెపుతాను.' చివరికిలా ఉపాయం పన్ని, ఒక నిశ్చయానికి వచ్చాడు లిఖోనిన్.

ఇప్పుడు లిఖోనిన్ వెనుకటిలా ఇంటి వ్యవహారాలు పట్టించుకోవడం లేదు. అసలు వరుసగా రోజుల తరబడి ఇంటి ఛాయలకు కూడా పోకుండా అక్కడక్కడ గడుపుతూ వచ్చాడు. చివరకు ఏ వారానికో, రెండు వారాలకో వెళ్ళేవాడు. వెంటనే ఎక్కడికి వెళ్ళారని ల్యూబా ప్రశ్నల మీద ప్రశ్నలు వెయ్యడం, తను కోపం తెచ్చుకోవడం, ఆమె బాధపడడం, తాను రెచ్చిపోయి నానా తిట్లూ తిట్టడం, చివరకామె గండమోర్లు పెట్టి ఏడవడం - ఇదీ వరస. చివరకు ఇల్లొక కల్లుపాకలా, అల్లరిమూకలా తయారైంది.

ల్యూబాకు ఈ విచారం వల్ల మతిభ్రమ కలగడం, మూర్ఛలు రావడం కూడా జరిగింది. లిఖోనిన్ ఇంట్లో ఒక్క క్షణం కూడా ఉండకుండా వెళ్ళిపొయ్యేవాడు. ఆమె వెర్రెత్తినట్లు అతని వెంట పడేది. అతను పోయి పోయి ఏ ఇంట్లోనే దూరేవాడు. తను వాకిట్లో గంటల తరబడి నిలబడి, అతను వచ్చేదాకా కాచుకుని ఉండేది.

అతను వచ్చేవాడు. అతణ్ణి కౌగలించుకొని, కాళ్ళ మీద పడి ఏడ్చేది. అతను విదిలించి, వదిలించుకుని వెళ్ళిపోయేవాడు.

లిఖోనిన్ పేర ఇంటికి ఉత్తరాలు వచ్చేవి. వాటిని చదవడానికి ఆమెకు చాత కాదాయె! పోనీ! సాలోవీవ్, నిజేరా - వీరెవరి చేతనైనా చదివించుదామంటే అందుకు సాహసించలేకపోయేది. అంచేత వాటినన్నింటినీ కట్టకట్టి, బీరువాలో పంచదార, టీ మొదలైన వస్తువులతో పాటు దాచి ఉంచేది. చివరికామె ఏ స్థితికి వచ్చిందంటే, అన్నభేది, మైలుతుత్తం - ఇలాంటి మందేదో తిని చావాలనే స్థితికి వచ్చింది.

ఇవన్నీ గ్రహించి లిఖోనిన్ మళ్ళీ అనుకునేవాడు. 'పాపిష్టిది, ఎలాగైనా చావనీ!

దానికీ, సిమనోవస్కీకి మధ్య ఏమీ లేకపోవచ్చు. అయితే ఏం? నేనే ఒక మంచి నాటకం వేస్తాను. భయంకరమైన నాటకం ఆడి ఇద్దరినీ నేరస్థులుగా చేస్తాను.' అలా ఆలోచించుకుని ముందుగానే అందుకు రిహార్సలు వేసుకున్నాడు.

'ల్యూబా! ఇది నీ బ్రతుకు! నిన్ను మనసారా ప్రేమించి తీసుకొచ్చాను. ఆశ్రయం ఇచ్చాను. కాని చివరకు ఏం జరిగింది? నీ నీచ బుద్ధి బయటపడింది. నీవు చేస్తోన్న ద్రోహం కళ్ళారా చూచాను. ఏమోయ్! సిమనోవస్కీ! నీవు నా ప్రాణస్నేహితుడవు. కాని నీవు చేసిందేమిటి? నా సుఖానికే అడ్డు తగిలావు. నా ప్రేమ సామ్రాజ్యాన్ని ఆక్రమించుకున్నావు... వద్దు వద్దు... మీ ఇద్దరినీ నేను వేరు చేయదలచుకోలేదు. కళ్ళ నీళ్ళు కారుస్తూ దుఃఖిస్తూ వెళ్ళిపోతాను... నేను మీ ప్రేమకు అడ్డు రాను. నా దోవను నేను వెళ్ళిపోతాను... ఇంకా, ఇంకా ఇలా నాటకం ఆడితే బ్రహ్మాండంగా ఉంటుంది' అనుకున్నాడు లిఖోనిన్.

కాని ఇలాంటి దుర్మార్గపు ఆలోచనలు, కుతంత్రాలు, లోకం మెచ్చుతుందా? తరువాతనైనా నిజస్థితి బయటపడదూ? లిఖోనిన్ చేసిన పనికి లోకం నిందించదూ? కాని అతని అదృష్టం కలిసివచ్చింది. అకస్మాత్తుగా అతని దురాలోచనలు ఫలించే అవకాశం కలిగింది. అది చాలా చెడ్డరోజు. ఉపద్రవమైన రోజు.

సాలోవీవ్ మామూలు ప్రకారం ల్యూబాకు పాఠం చెపుతున్నాడు. ఆమె ఎక్కువ కష్టపడకుండా పెద్ద పెద్ద వాక్యాలు చదవగలుగుతోంది. సాలోవీవ్ చాలా సంతోషించాడు. పాఠం ఆపేసి మధ్యలో సరదా కోసం కలాస్కినోనీ అనే వర్తకుడి కథ చెప్పాడు. ఆ కథ ఎంతో ముచ్చటగా ఉన్నందున, కుర్చీలో కూచునివున్న ల్యూబా ఆనందంతో చప్పట్లు కొట్టింది. కాని అంతలో సాలోవీవ్ తనకు అత్యవసరమైన పని ఉందని వెళ్ళిపోయాడు. ఆమె తన కృతజ్ఞత తెల్పే అవకాశం కూడా ఇవ్వకుండా వెళ్ళిపోయాడు.

ఇంతలో సిమనోవస్కీ వచ్చాడు. ఉపన్యాసం ప్రారంభించాడు. మానవుడు స్వేచ్ఛాజీవి అనీ, అతణ్ణి ఏ కట్టుబాట్లూ, ధర్మాలూ ఆపలేవనీ, అతను అన్నింటికీ అతీతుడనీ ఉపన్యాసం ఇచ్చాడు.

"మనిషి కావాలనుకుంటే దైవసమానుడు కావచ్చు. లేదా పనికిమాలిన పురుగులా పతనం చెందవచ్చు" అన్నాడతను. చివరకు విషయాన్ని, స్త్రీ పురుషుల ప్రణయ సంబంధంలోకి దించాడు. కాని విషయం పూర్తి కాకముందే అతనికి ఉద్రేకం ఎక్కువైంది. గభాలున ఆమె దగ్గరికి జరిగి కౌగలించుకున్నాడు. 'ఇహ ఆమె ఎదురు చెప్పలేదు, ఈ ఉద్రేకంలో లొంగిపోతుంది' అనుకున్నాడు తనలో. తరువాత బలవంతాన ఆమె పెదవులను ముద్దు పెట్టుకోవడానికి ప్రయత్నించాడు.

కాని ఆమె పెద్దగా అరవడం మొదలెట్టింది. ఇహ మెత్త మెత్తగా ఊరకోలేక, కఠినంగా మారిపోయింది. "ఛీ! దుర్మార్గుడా! వదిలిపెట్టు. నీకు సిగ్గులేదుట్రా నీచుడా! పందీ! కుక్కా! నీ మోహం పాడుగాను! నిన్ను ముక్కలు ముక్కలు చేస్తాను" అంటూ

ల్యూబా తీవ్రంగా అతణ్ణి ఎదిరించింది.

సానులకు సహజంగా ఉండే ధైర్యం, సాహసం, మోటుతనం, పొగరుబోత్తనం – అన్నీ మళ్ళీ ఒకేసారి ఆమెలో ప్రవేశించాయి. సిమనోవస్కీని మొహం మీద కొట్టి, ఒళ్ళంతా రక్కి, అవతలికి తోసింది. అతని కళ్ళజోడు కింద పడిపోయింది. మొహమంతా ఆకారం మారిపోయింది. ఆమె వంక దీనంగా చూస్తూ ఇలా అన్నాడు:

'ప్రేయసీ!.... మరేం ఫరవాలేదు. ఒక్క క్షణం... నీ తీయని పెదవులను ముద్దు పెట్టుకోనియ్... ఎవరూ రారులే!....ఊఁ!...త్వరగా... నన్ను నీ వాణ్ణిగా చేసుకో!"

సిమనోవస్కీ ఇలా ఆమెను చెరచడానికి ప్రయత్నిస్తూ ఉండగా, సరిగ్గా అదే సమయానికి లిఖోనిన్ గదిలోకి వచ్చాడు.

నిజానికి ఇలా జరుగుతుందని అతను అనుకుని రాలేదు. కాని అనుకోకుండానే ఆ క్షణం అతనికి అనుకూలంగా కలిసివచ్చింది. అతని మొహం పాలిపోయింది.

దూరంగా నిలబడి, నాటకం అంతిమ ఘట్టంలో నటించే నటుడిలా పోజుపెట్టి ఇలా అన్నాడు: "అవును ల్యూబా! ఎన్నో అనుకున్నాను గానీ, ఎన్నడూ ఇలా జరుగుతుందని అనుకోలేదు. అయినా నిన్ను క్షమిస్తున్నాను. ల్యూబా! నీవొక అనాగరకురాలివి! పశువువు! పనికిమాలిన పురుగువు! మరి నీవూ?... సిమనోవస్కీ! ...నిన్ను నేను గౌరవించాను... ముందు కూడా గౌరవిస్తాను... కామం అన్నిటి కంటె బలమైందని నాకు తెలుసు. ...కామం కళ్ళను కప్పేస్తుంది. విచక్షణాజ్ఞానాన్ని నశింపజేస్తుంది. ఇవిగో యాభై రూబుల్సు!... ఇవి ల్యూబా కోసం ఇస్తున్నాను. ఫరవాలేదు నీకు వీలైతే మళ్ళీ ఉన్నప్పుడు ఇవ్వవచ్చు. నీ మీద నాకు నమ్మకముంది. ఆమె కోసం ఏదో ఒకటి చెయ్యి. చివరకామె అదృష్టం ఎలా ఉంటే అలా జరుగుతుంది. నీవు తెలివైనవాడవు. దయ, దాక్షిణ్యం, నీతి, గౌరవం కలవాడవు. ఇహ నేనో... ..." ('ఒక దుర్మార్గుణ్ణి! కటిక దుర్మార్గుణ్ణి!!' అని అతని అంతరాత్మలో ఏదో ఘోషించినట్లు వినిపించింది). "...నేను వెడుతున్నాను. ఎందుకంటే, ఇహ ఈ యాతన, ఆవేదన నేను భరించలేను. మీ ఇద్దరూ సుఖంగా ఉండండి."

అద్భుతంగా నటించాడు లిఖోనిన్. దీనంగా తల వంచుకుని, విషాదం పొందిన కథానాయకుడిలా నటించాడు. జేబులోంచి యాభై రూబుల్సు తీసి టేబుల్ మీద పడేశాడు.

తలను రెండు చేతులతో అదిమి పట్టుకుని, గబగబ గదిలోంచి ఇవతలికి వస్తూ మళ్ళీ అన్నాడు:

"ల్యూబా! నీ ప్యాస్‌పోర్టు ఆ డ్రాయరులో ఉంది."

అతను కోరింది ఇదే!

అతను అనుకున్నట్లు అద్భుతంగా, దిగ్విజయంగా ముగిసింది నాటకం!

మూడో భాగం

ఆ విధంగా జరిగిన ఈ చరిత్ర అంతా ల్యూబా, జెన్నీతో చెప్పింది. ఎంతో బాధపడుతూ మధ్య మధ్య ఆమె భుజం మీద పడి ఏడుస్తూ చెప్పింది.

ఆమె చెప్పిన మాటలను బట్టి చూస్తే ఇదంతా లిఖోనిన్ తను స్వయంగా కావాలనుకొని చేసినట్లు అనిపిస్తుంది. లిఖోనిన్ తనను తీసుకెళ్ళింది ఉద్ధరించడానికి కాదనీ, ఆశ పెట్టి పిచ్చిదాన్ని చేసి, చెరిచి వశపరచుకున్నాడనీ, ఇష్టం వచ్చినన్నాళ్ళు అనుభవించి తరువాత బయటికి గెంటాడనీ ఆమె అభిప్రాయం. తను మూర్ఖురాలై ఆ విషయం గ్రహించలేక అతణ్ణి పిచ్చిగా ప్రేమించానని చెప్పింది. తనను వదలించు కోవడానికి కపటోపాయం పన్ని మిత్రుడైన సిమనోవస్కీనీ తన మీదికి ఉసిగొలిపాడనీ, తనను బలత్కారం చేయమని పంపాడనీ చెప్పింది. తరువాత జరిగిన సంగతులు కూడా ఆమె విపులంగా జెన్నీతో వెళ్ళబోసుకుంది.

అలా నాటకం ఆడి లిఖోనిన్ బయటికి వెళ్ళిపోయాడు. కాని సిమనోవస్కీ ఆమెను వదలిపెట్టలేదు. తన పశుబలం ప్రయోగించి ఆమెను లొంగదీసుకోవాలని చూస్తున్నాడు. ల్యూబా తన శాయశక్తులా పోరాడుతూ విరోధిస్తూ ఉంది.

ఇంతలో అక్కడికి ఆ ఇంటి యజమాని వాస్కా వచ్చి చూచాడు. ఒక్కక్షణం కూడా ఆలోచించకుండా ల్యూబాను మెడపట్టి బయటికి గెంటాడు.

పాపం ఆమె ఏం చేస్తుందీ? మగదిక్కు లేదు. వెంట తోడు లేదు. నిలువ నీడ లేదు. నగరంలో ఎక్కడికి వెళ్ళాలో, ఏం చేయాలో తెలియదు. ఎటూ దోవ కనిపించదు. అలా ఒంటిరిదై వీధుల పట్టింది ల్యూబా. పిచ్చిదానిలా తిరిగి తిరిగి, తుదకు నగరం చివర కొట్లాడుతోన్న ఒక వీధిలో గల చౌకబారు హోటల్లో చిన్న గది తీసుకుంది.

ఆ హోటల్లో పనిచేసే రౌడీ వెధవ ఒకడు ఆమె సంగతి గ్రహించాడు. ఆమెతో చెప్పకుండానే పడుపువృత్తి చేయించి డబ్బు గడించాలనీ, వీలైతే మరొకరికి అమ్మేయాలనీ పన్నాగాలు పన్నాడు. కానీ, ల్యూబా అది కనిపెట్టింది. ఆ నికృష్ట వాతావరణంలో జీవించలేనని తెలుసుకుని, గది వదలిపెట్టి మళ్ళీ రోడ్లు పట్టింది.

తలవని తలంపుగా లిఖోనిన్‌తో సంబంధం ఏర్పడడం, అతణ్ణి మనఃస్ఫూర్తిగా ప్రేమించడం, విద్యావంతులతో కలిసిమెలసి ఈ కొద్దికాలం ఒక్క చక్కని వాతావరణంలో జీవించడం – ఇవన్నీ ఆమె మనస్సును దృఢతరం చేశాయి. మళ్ళీ పతనమై పోకుండా ప్రతిఘటించే శక్తిని ప్రసాదించాయి. అంచేత స్వయంకృషితో మంచిమార్గాన జీవించడానికి ప్రయత్నించింది. పనిమనిషిగా కుదురుతానని రెండు, మూడు పత్రికలలో ప్రకటించింది. కాని ప్రయోజనం లేకపోయింది. ఆమెకు సిఫార్సులు లేవు. సర్టిఫికెట్లు లేవు. ఇహ నౌకరీ ఎవరిస్తారు? పైగా మరో చిక్కు కూడా తటస్థించింది. తను ఉద్యోగం

కోసం వెళ్ళినచోటల్లా వృద్ధులైన యజమానురాండ్రను కలుసుకోవలసి వచ్చేది. వారంతా ఈమెను చూడగానే సంసారి లక్షణాలు లేవని కనిపెట్టేవారు. ఇలాంటి గుంటను పనికి కుదుర్చుకుంటే గొంతుకు ఉరి పోసుకున్నట్లేననీ, ఏ క్షణానో తమ భర్తలను, తండ్రులను, కొడుకులను వలలో వేసుకు తీరుతుందనీ భావించి, వెళ్ళిపొమ్మనే వాళ్ళు.

తన స్వగ్రామం వెళ్ళడం మరీ బుద్ధితక్కువ పని అని ఆమె గ్రహించింది. నిజానికి వాళ్ళ ఊరు ఎక్కువ దూరం లేదు. అక్కడికి పదిహేను మైళ్ళు మాత్రమే. కాని ఏం లాభం? పడుపువృత్తితో జీవిస్తున్నట్లు చాలాకాలం క్రితమే వాళ్ళ ఊళ్ళో అందరికీ తెలిసిపోయింది.

తరచూ వాళ్ళ ఊరి నుంచి అనేకమంది నగరానికి వస్తూ ఉంటారు. అనేకసార్లు తిరుగుతుండగానో, అన్నా మార్కోవ్‌నా ఇంట్లో ఉండగానో అందరూ చూచారు. పైగా నగరంలో ఆమె చరిత్ర ప్రసిద్ధి కెక్కింది. హోటల్లో పనివాళ్ళు, బండ్లవాళ్ళు, కాపలావాళ్ళు – వీరంతా ఆమెతో ఒకసారో అరసారో ఉండిపోయినవాళ్ళే! వీరంతా ఆమె సొంత ఊరికి ఉత్తరాలు వ్రాసీ, వచ్చినవాడితో అల్లా ముఖాముఖి చెప్పీ, తన బ్రతుకు చాటింపు చేశారు. ఇహ అలాంటి స్థితిలో గ్రామం వెడితే ఏమిటి లాభం? ఎవరైనా మర్యాదగా చూస్తారా? పైగా పరాభవం చెయ్యరూ? కనుక తిరిగి స్వగ్రామం వెళ్ళడం కంటే, ఉరి పోసుకుని చావడం నూరు రెట్లు ఉత్తమం. ఇవన్నీ ఆలోచించుకుని ఆమె సొంత ఊరు వెళ్ళడం మానేసింది.

డబ్బు జాగ్రత్త పరుచుకునే విషయం ల్యూబాకు బొత్తిగా తెలీదు. ఈ విషయంలో ఈమె కంటె అయిదేళ్ళ పసిపిల్ల నయమనిపిస్తుంది. అంచేత చేతిలో ఒక కోపెక్కు కూడా లేకుండా ఖర్చు చేసుకుంది. ఇహ ఎలా బ్రతకడం? మళ్ళీ సానికొంపకు పోవడం సిగ్గుచేటని భావించింది. ఆమె మనస్సు అంగీకరించలేదు.

ఈ విధంగా ల్యూబా అహర్నిశలు రోడ్ల మీద పడి తిరుగుతూ ఉంటే అనేక అవాంతరాలు, ఉపద్రవాలు వచ్చిపడేవి. పనీపాట లేని భటాచోర్లు, దొంగలు, దుర్మార్గులు, దేశదిమ్మరులు, మోటు సరసాలాడే ముసలి ముండా కొడుకులు, మగాళ్ళకు ముండల్ని తార్చే ముసలి తొత్తులు – వీరంతా ఎదురుపడేవారు. రకరకాల మాటలు చెప్పి అనేక విధాల వంచించడానికి ప్రయత్నించేవారు. తూలనాడేవారు. పరాభవించేవారు. 'ఎందుకు తిరుగుతావు? నా వెంట రా అమ్మాయ్! అన్ని సుఖాలూ అమరుతాయి' అంటూ వెంటపడేవారు. తరిమేవారు. దినదిన గండంగా ఉంది ల్యూబా బ్రతుకు. ఏ క్షణాన ఏం ముంచుకొస్తుందో తెలీదు. ఆమె బ్రతుకు దుర్భరమైంది. తిండి లేదు. నిలువ నీడ లేదు. ఎంతకాలం ఇలా?

విధి లేక, వేరే గతి లేక చివరకామె తల నెరిసిన ఒక వృద్ధుని వెంట వెళ్ళడానికి అంగీకరించింది. అతను మంచి దుస్తులు, అవీ వేసుకుని చూడ్డానికి పెద్దమనిషి లాగానే అగుపించాడు. మర్యాదగానే ప్రవర్తించాడు. అతను ఆమెను తీసుకెళ్ళి

అనుభవించి, ఒక రూబులు చేతిలో పెట్టాడు. అంత తక్కువ సొమ్ము ఇచ్చినందుకు ఆమె బాధపడింది. కాని ఎదిరించి అడగడానికి సాహసించలేకపోయింది.

అవును. దుర్భరమైన ఆమె జీవితం, చుట్టుముట్టిన పరిస్థితులు – అన్నీ ఆమెను ఎందుకూ పనికిమాలినదానిగా, బలహీనురాలుగా మార్చివేశాయి. ఆ తరువాత కొన్నిసార్లు ఆ వృద్ధుడు ఏమీ డబ్బివ్వకుండానే ఆమెను అనుభవించి వెళ్ళిపోయాడు.

తరువాత ఒక అందమైన యువకుడు తగిలాడు. సిల్కు చొక్కా తొడుక్కొని, టోపీ పెట్టుకున్నాడు. మనిషి మహా దర్జాగా ఉన్నాడు. అతను ఈమెను చేపట్టి ఓ హోటలుకు తీసుకెళ్ళి అక్కడ గదిలో మకాం పెట్టాడు. భోజనం, ఫలహారాలు, బ్రాందీ – అన్నీ తెప్పించాడు. తనొక పెద్ద జమీందారు కొడుకుననీ, నగరంలో పెద్ద పేరు గల బంతి ఆటగాణ్ణనీ, తనను చూచి ఆడపిల్లలందరూ పిచ్చెక్కిపోయి వెంటబడతారనీ చెప్పాడు. తనను అంటిపెట్టుకుని ఉన్నట్లయితే ఒకటో రకం సానిగా జీవించవచ్చుననీ చెప్పాడు. ఇతను వట్టి బడాయికోరు, కోతలరాయుడు. అమాయకురాలైన ల్యూబాతో డాబులు కొట్టి, దర్జాగా తనకు కావాల్సిన సుఖం అనుభవించాడు. పిమ్మట తనకేదో 'పని ఉంది. ఇప్పుడే వస్తాన'ని చెప్పి, పత్తా లేకుండా పోయాడు. పాపం ల్యూబా పని ఇరకాటంలో పడింది. హోటలు కాపలావాడు కటిక దుర్మార్గుడు. గుడ్డికన్నూ వాడూ, అతి భయంకరంగా ఉంటాడు. ల్యూబా మీద పడి గట్టిగా ఆమె నోరు మూసి ఒళ్ళంతా చితకపొడిచాడు. ఎంతోసేపు అలా హింసించి, చివరకు ఆమె తప్పు కాదనీ, ఆ వచ్చిన తుంటరి వెధవ మోసం చేసి ఉడాయించాడనీ తెలుసుకున్నాడు. ఆఖరుకు ఆమె దగ్గరనున్న పర్సు లాక్కొన్నాడు. అందులో ఒక రూబులు, మరికొంత చిల్లర ఉన్నాయి. ఆ గది అద్దె కింద ఇవ్వాల్సిన సొమ్ముకు 'హామీ'గా ఆమె తల మీద ధరించిన చిన్న టోపీ, ఒంటి మీద వేసుకున్న ఓవరు కోటూ కూడా లాక్కొని బయటికి గెంటివేశాడు.

తరువాత నలభై ఐదు సంవత్సరాల వయస్సు గల ఒక పెద్ద మనిషి ల్యూబాను తీసుకుపోయి, రెండుగంటల సేపు భయంకరంగా హింసించి, తనకు కావాల్సిన సుఖం అనుభవించాడు. చివరకు 80 కోపెక్కులు చేతిలో పెట్టి పొమ్మన్నాడు. ఇలా చేయడం అన్యాయమని ఆమె అడిగేసరికి, ఉగ్రుడై మీద కొచ్చాడు.

దయ్యం లాంటి పిడికిలితో ఆమె ముక్కును అదిమిపట్టి, భీకరంగా ఇలా అన్నాడు: "అనవసరంగా వాగావూ అంటే చిత్రవధ చేస్తాను. జాగ్రత్త! ...తక్షణం పోలీసువాణ్ణి పిలిచి, 'నేను నిద్రపోతూ ఉండగా ఈ దొంగ లంజ నా డబ్బు కాజేసింద'ని చెపుతాను. దాంతో నీ తిక్క కుదురుతుంది.... ఎంతకాలమయింది నీవు పోలీస్ స్టేషన్ చూచి?"

అలా అతను బెదిరించి, బాధించి వెళ్ళిపోయాడు.

ఇంకా ఇలాంటి భయంకరమైన సంఘటనలు అనేకం జరిగాయి.

ఆ విధంగా మానం, అభిమానం, డబ్బు, వస్తువులు – అన్నీ కోల్పోయి జీవచ్ఛవంలా ఆమె మళ్ళీ రోడ్లు పట్టింది. సిగ్గుతో అవమానంతో కుమిలి కుమిలి

ఏడుస్తూ, ఎండనకా వాననకా, రాత్రనకా పగలనకా, తిరిగినచోట తిరక్కుండా, పోలీసువాళ్ళను, రౌడీలను తప్పించుకుంటూ, తిండీ తిప్పలు లేకా, పానం లేకుండా నాలుగు రోజులు నగర వీధుల్లో పిశాచంలా తిరిగింది ల్యూబా. ఆఖరుకు లిఖోనిన్‌ను సహాయం అర్థించుదామని నిశ్చయించుకుని అతని లాడ్జీకి వెళ్ళింది. కాని అతను కనిపించలేదు. విచారించగా అతను ఊళ్ళో లేడనీ, తనను అవమానించి వెళ్ళగొట్టిననాడే సెలవుపెట్టి పిరికిపందలా ఎక్కడికో పారిపోయాడనీ తెలియవచ్చింది. ఇహ దిక్కూ దిబాసీ లేక, చేసేదేమీ కనపడక కాళ్ళీడ్చుకుంటూ, నడవలేక నడుస్తూ, తూలిపడబోతూ మెల్లగా మళ్ళీ 'యామా'లో ప్రవేశించింది. "యథాస్థానం ప్రవేశయామి" అన్నట్లు తన మామూలు సానికొంపలోకి వచ్చి, యజమానురాలితో కాపాడమని మొర పెట్టుకుంది.

2

"జెనీచ్‌కా! నీవెలాగైనా తెలివైనదానివి. ధైర్యసాహసాలు కలదానివి. 'ఎమ్మా'తో చెప్పి, నన్నెలాగైనా మళ్ళీ పనిలో చేర్పించు" అంటూ ల్యూబా, జెన్నీ భుజాల మీద పడి వెక్కి వెక్కి ఏడుస్తూ, ఆమె చేతుల్ని ముద్దుపెట్టుకుంటూ బ్రతిమాలుకుంది.

"ఎమ్మా ఎవరు చెప్పినా వినే ఘటం కాదు" అంది జెన్నీ.

"అయినా, ఏం చూచుకుని ఎందుకూ పనికి రాని, ఏమీ చేతగాని ఆ మూర్ఖుడి వెంట వెళ్ళావే?" అనడిగింది ఆమె కొంచెం కష్టంగా.

"జెనీచ్‌కా!.... మరి...... వెళ్ళమని నీ మటుకు నీవే సలహా చెప్పావుగా..." అంది ల్యూబా, భయపడుతూ.

"నేనా! నేను నీకు సలహా ఇచ్చానా?.... నేనెప్పుడూ నీతో చెప్పలేదు....... ఎందుకే ఈ అబద్ధాలు? ... సరే ...ముందు లోపలికి రా!... తరువాత చూద్దాం" అంటూ జెన్నీ ఆమెను పిలుచుకొని తన గదిలోకి తీసుకెళ్ళింది. ఆమెకు భోజనం తెప్పించి పెట్టించింది.

ల్యూబా తిరిగి తన దగ్గరకు రాక తప్పదని 'ఎమ్మా'కు ఎప్పుడో తెలుసు. ల్యూబా రావడం కూడా ఆమె కనిపెట్టింది. మెల్లగా ఇంట్లో ప్రవేశించి, అటూ ఇటూ బెదురుగా చూస్తూ, నడవలో తచ్చాడుతూ ఉండడం 'ఎమ్మా' చూసింది. ఆ పిల్లను తిరిగి చేర్చుకోవడానికి తనకు ఎట్టి అభ్యంతరమూ లేదు. ఆమె వెళ్ళేటప్పుడు అంగీకరించడానికి కూడా కారణం లేకపోలేదు. మొదటిది – డబ్బు వస్తోంది. రెండోది – ల్యూబా తిరిగి తన దగ్గరకు రాక తప్పదు. ఒకవేళ రాకపోయినా మరేం ఇబ్బంది లేదు. ఆమె లాంటి సానులు అనేకమంది చౌకగా దొరుకుతున్నారు. మరెవరినైనా తీసుకొచ్చి ఆమె స్థానాన్ని భర్తీ చేయవచ్చు. ఇలా ఆలోచించుకునే ఆమె ల్యూబా వెడుతూ ఉంటే అంగీకరించింది.

ఇప్పుడు మళ్ళీ చేర్చుకోవాలని మనసులో ఉన్నా, అలా చేస్తే చులకనయిపోతామనీ, ముందు కొంత బెట్టు చేసి, పెట్టవలసిన చీవాట్లన్నీ పెట్టి, తరువాత ఒప్పుకుందామనీ

ఎమ్మా ఆలోచించింది. "ఏమిటీ? నిన్ను మళ్ళీ మా కొంపలోకి తీసుకోవాలా? ఓసి! బుద్ధి లేని ముండా! ఇన్నాళ్ళబట్టీ ఎక్కడెక్కడో వీధుల్లో, గోడల పక్కనా, దిబ్బల్లో, దొడ్లల్లో అడ్డమైన వెధవలందరితో పడి పొర్లి చివరికి ఇక్కడి కొచ్చావుటే! ఓసి భ్రష్టు ముండా! మాకేం పరువూ, మర్యాద లేవనుకున్నావా – నీ లాంటి తక్కువ రకం ముండలందరినీ ఇక్కడ చేర్చుకోవడానికి?.... పందీ!.. ముందిక్కణ్ణుంచి పో!" అంటూ ఎమ్మా, ల్యూబా మీద విరుచుకుపడింది.

పాపం! ల్యూబా దీనంగా ఆమె చేతులు పట్టుకుని ముద్దు పెట్టుకోవాలని ప్రయత్నించింది. కాని ఆమె మొహమంతా కళ్ళు చేసుకుని దయ్యంలా ల్యూబా మీదకి వచ్చింది. పళ్ళు కొరుకుతూ చెంప మీద ఫెళ్ళున కొట్టి, మెడ పట్టుకుని అవతలికి తోసింది.

ల్యూబా కిందపడింది. కాని వెంటనే లేచి, వెక్కి వెక్కి ఏడుస్తూ, "నన్ను కొట్టకండి! నన్ను కొట్టకండమ్మా! మీకు పుణ్యముంటుంది" అంటూ ఎమ్మా కాళ్ళు పట్టుకోబోయింది.

అప్పటి దాకా జరుగుతోన్న ఘోరకృత్యమంతా జెన్నీ చూస్తూ నిలబడింది. కాని ఇహ సహించలేక పోయింది. వీరావేశంలో ఒక్క ఉరుకులో వెళ్ళి ఎమ్మాను జుట్టు పట్టుకుని క్రిందపడేసింది. ఆమె తొడుక్కున్న గౌను చింపి పీలికలు చేసింది. వెర్రెత్తిన దానికి మల్లే అరవడం మొదలెట్టింది.

"దుర్మార్గురాలా!...హంతకురాలా!.... దొంగ ముండ! .... సిగ్గు విడిచిన లంజ!...."

అలా ఆ ముగ్గురు ఆడాళ్ళ మధ్య జరుగుతున్న కొట్లాటకు ఇల్లంతా ఎగిరిపోతోంది. వెంటనే లోపల గదులలోంచి, నడవలోంచి పడుపుకత్తెలంతా పిచ్చెక్కినట్లు పరుగెత్తుకుంటూ వచ్చారు. ఒకరి మీద ఒకరు పడి కొట్టుకోవడం మొదలెట్టారు. ఒకరికీ ఒళ్ళు తెలియడం లేదు. కేకలు, అరుపులు, పెడబొబ్బలు, ఏడుపులు, మూలుగుళ్ళు, జుట్టు పీక్కోవడం, బట్టలు చింపుకోవడం, ఒళ్ళంతా గిచ్చుళ్ళతో, కొరుకుళ్ళతో గాయాలు చేసుకోవడం... ఓహ్! ఒకటేమిటి? సంకుల సమరం జరిగింది.

పిచ్చికుక్కలకు మల్లే పోట్లాడుకున్నారు. ఇలాంటి వెర్రెత్తిన సంఘటనలు అనేకసార్లు జరగడం కద్దు. పడుపుకత్తెలందరికీ ఒక్కో సందర్భంలో ఏదో ఎరగని పూనకం పుట్టుకొస్తుంది. హిస్టీరియాలా వస్తుంది. పిచ్చాసుపత్రిలో, పిచ్చాళ్ళకు మల్లే ప్రవర్తించి కొన్ని గంటల సేపు కోలాహలం చేస్తారు. ఇప్పుడూ అలాగే జరిగింది.

కాపలావాడు సిమన్, మరికొంతమంది రౌడీల సహాయంతో వచ్చి, గంటసేపు పోరాడి, గలాటా సర్దుబాటు చేశాడు. ఇలా చేసినందుకు ఇంట్లో ఉన్న పదముగ్గురు వేశ్యలను కఠినంగా, ఘోరంగా శిక్షించారు. క్రిందపడి ఉన్న ల్యూబాను కూడా చావచితక తన్ని, అవతలికి లాక్కుపోయారు. అందరిలోకి జెన్నీ పని మరీ అధ్వాన్నమయింది. ఎందుకంటే ఈ గలాటాకు ఆమెయే నాయకురాలు కనుక. 'ఎమ్మా' మీద తిరుగుబాటు చేసినందుకు, పిల్లందరి కన్నా ఆమెను ఎక్కువ బాధించి, చెప్పరానన్ని హింసలు పెట్టారు.

అయినా జెన్నీ ఏ మాత్రం బెదరలేదు. దెబ్బ తిన్న సింహంలా, పగబట్టిన నాగులా

గర్జిస్తూ, బుసలు కొడుతోంది. చీకటిపడేంత వరకూ ఆమె తన గదిలో పక్కమీద కూచునే ఉంది – భోజనం చేయడానికీ నిరాకరించి! తనను ఎవరైనా చూడ్డానికి వచ్చినా వీల్లేదని చెప్పింది. పాపం! ఆమె కంటి దగ్గర బలమైన గాయం తగిలింది. చొక్కా అంతా బదాబదలుగా చిరిగిపోయి, రొమ్ముల మీద ఎర్రగా గీరుకుపోయి రక్తం చిమ్ముతోంది. మెడ చుట్టూ తాడు తీసుకుని కొట్టినట్లుగా ఎర్రగా వాతలు పడి పొంగి పోయాయి. ఈ పని చేసింది ఆ కర్కోటకుడు సిమన్ గాడే! ఆమె తన గదిలో ఒంటరిగా ఉంది. ఆమె బుర్ర తీవ్రంగా ఆలోచిస్తోంది. కళ్ళు జ్యోతుల్లా వెలుగుతూ, ఏదో క్రూరమైన పశుత్వాన్ని వెళ్ళగక్కుతున్నాయి. మొహం పొంగులు వారుతోంది. నాసికా రంధ్రాలు గడగడ వణుకుతున్నాయి. కోపోద్రేకంలో ఏదో గొణుక్కుంటూ ఉంది.

“ఉండండి చెప్తాను! కొంచెం... కొంచెం ఓపిక పట్టండి! ...లంజల్లారా!... చూద్దురు గాని ... నరమాంసం భక్షించే రాక్షసి ముండల్లారా!....”

హాలులో లైట్లు వెలిగించారు. పనిమనిషి జోస్యా వచ్చి గది తలుపు తట్టింది. “టైమ్ అయిందమ్మా! ...అలంకారాలు చేసుకొని బయటికి రండి!” అని హెచ్చరించి వెళ్ళిపోయింది.

జెన్నీ గబగబా లేచి మొహం కడుక్కుంది. బట్టలు వేసుకుంది. కంటి దగ్గర, రొమ్ముల మీద, గాయం తగిలిన చోటనల్లా పౌడరు అద్దుకుని కనిపించకుండా చేసుకుంది. హాలులోకి వెళ్ళింది. దీనంగా చూస్తోంది కాని గర్వంగా అగుపిస్తోంది. ఆమె కళ్ళు భయంకరమైన ఆగ్రహంతో ప్రకాశిస్తున్నాయి. కాని ఏదో మానవాతీతమైన సౌందర్యం ఆమెలో అగుపిస్తోంది.

3

కోల్యా గ్లాడిషెవ్ అనే ఒక చక్కని యువకుడున్నాడు. ఎర్రని ఛాయ. గులాబీ రంగు బుగ్గలు. కళ్ళు నీలాల్లా మెరుస్తూ ఉంటాయి. గుండ్రని తల. వంకులొంకులు తిరిగిన నల్లని జుట్టు. నూనూగు మీసం. మనిషి మహా అందంగా, కులాసాగా ఉంటాడు. కొంచెం సిగ్గుపడుతూ మాట్లాడతాడు. సాధారణంగా ఎవరినీ ప్రేమించని జెన్నీ, ఈ కుర్రాడంటే మహా ఇష్టపడుతుంది. ఇతనామె జతగాడు. గడచిన శీతకాలంలో జెన్నీ ఇతనితో కలసి కులాసాగా, ఖుషామత్తుగా గడిపింది. పసిపిల్లల్లా ఇద్దరూ బొమ్మలు పెట్టుకొని ఆడుకునేవారు. ఆమె అతనికి యాపిల్ పండ్లు, లేకపోతే పటికబెల్లం ముక్కలు పెట్టేది.

ఎన్నో నెలల తరువాత మళ్ళీ ఇప్పుడితను ఇక్కడికి వచ్చాడు. అవును, ఇతను మిలిటరీలో పనిచేస్తున్నాడు. మిలిటరీ స్కూల్లో శిక్షణ పొంది పట్టభద్రుడై, ఆఫీసరుగా నియమింపబడ్డాడు. డ్యూటీ మీద క్యాంపు వెళ్ళి, ఎన్నో ఊళ్ళు పర్యటన చేసి, మళ్ళీ

ఇన్నాళ్ళకు తన ప్రియురాలైన జెన్నీని చూడాలనే కుతూహలంతో వచ్చాడు. మనిషి వెనుకటి మాదిరిగా లేడు. మాంచి రంగు తేలాడు. పొడుగు పెరిగాడు. బొదబొదలాడుతూ ఎదిగి వచ్చాడు. ఠీవిగా, ఉల్లాసంగా ఉన్నాడు. మిలిటరీలో పని చేస్తున్నా ఇతనికి అన్ని విధాలా స్వేచ్ఛ ఉంది. ఇంట్లో కూడా తల్లితండ్రులు ఇతణ్ణి ప్రేమగా, గారాబంగా చూస్తారు. ఇంట్లో పెద్దవాళ్ళ ఎదుటే సిగరెట్లు కాలుస్తాడు. వాళ్ళ నాన్న గారే, ఇతనికొక సిగరెట్ కేసు కూడా బహుమతి ఇచ్చారు. పై ఖర్చు కోసం ఇష్టమొచ్చినట్లు ఖర్చు పెట్టుకోమని నెల నెలా ఓ పదిహేను రూబుల్సు కూడా ఇస్తుంటారు.

ఇలాంటి వాతావరణంలో పెరిగిన కుర్రాడు సానికొంపకు అలవాటుపడడం, తొలిసారిగా జెన్నీతో సంబంధం ఏర్పరచుకోవడం జరిగింది.

ఇంత పసివాళ్ళు సానికొంపలకు గాని, వీధుల్లో తిరిగే భ్రష్టుముండలకు గాని అలవాటు పడడం తరచు సంభవిస్తూ ఉంటుంది. నిజంగా ఈ విషయం తలుచుకుంటే ఆశ్చర్యంగానే ఉంటుంది. పసివాళ్ళేకాక ఈ వ్యసనంలో పడిన ముసలాళ్ళు కూడా ఉన్నారు. యాభై ఏండ్లు దాటిన వాళ్ళు మనుమలు కూడా పుట్టిం తరువాత ఇందులోకి దిగారూ అంటే ఏమనుకోవాలి?

వీరందరూ ఒకే కారణం చెపుతారు. దాసీదో, లేక పెంచి పోషించేదో తనంతట తాను వలలో వేసుకుని, చెరిచి చెడగొట్టిందని అబద్ధం చెపుతారు. పసివాళ్ళకు, ముసలాళ్ళకు కూడా ఇదే కారణం చెప్పటం ఒక అలవాటయి పోయింది. ఈ పచ్చి అబద్ధం తరతరాల బట్టీ వినపడి, పాతుకుపోయి పారంపర్యంగా వస్తోంది.

కోల్యా కూడా చాలా చిన్నతనంలోనే తొమ్మిది లేక తొమ్మిదిన్నర సంవత్సరాల వయస్సప్పుడే యాంత్రికమైన కామోద్రేకాన్ని రుచి చూచాడు. కాని అప్పుడతనికి ప్రేమ అంటే ఏమిటో, స్త్రీ సంపర్కం అంటే ఏమిటో బొత్తిగా తెలిసేది కాదు.

అవును మరి! ముక్కుపచ్చలారని బాలుడికి ఇంత పెద్ద విషయం ఎలా తెలుస్తుంది? పైగా భయం కూడా పుట్టేది.

కోల్యాకు తన వయస్సులో ఉండే చాలామంది పిల్లలకు మల్లే అర్థం చేసుకోలేని అనేక పనులతో సంబంధం కలిగింది. ఒకసారి అతను పరుగెత్తుకుంటూ వాళ్ళ నాన్నగారి గదిలోకి వెళ్ళాడు. గులాబీ పూవులా ఉండే తమ దాసీపిల్ల ఫ్రోస్యా మంచం మీద పడుకుని, కట్టుకున్న గుడ్డ మొహానికి కప్పుకుని ఉంది. వాళ్ళ నాన్నగారు మొహమంతా ఎర్రగా చేసుకుని, రొప్పుతూ మంచం మీద నుంచి లేస్తున్నాడు. ఈ దృశ్యం అతని కంట పడేసరికి అతనికేమీ అర్థం కాలేదు. 'మా నాన్న పెద్దపులిలా ఉన్నాడు' అనుకున్నాడు తనలో. అంతకన్నా అతనికేమీ తెలీదు.

మరొకసారి సహజంగా పిల్లలకుండే కొంటెతనం వల్ల నాన్నగారి మేజాబల్లకున్న డ్రాయరు బయటికి లాగి చూచాడు. అందులో అందమైన అమ్మాయిల ఫొటోలు అనేకం కనిపించాయి. అవన్నీ శృంగార చిత్రాలు, నగ్న చిత్రాలు.

వాళ్ళ అమ్మ, పార్వెల్ ఎడ్వర్టోవిచ్ (గవర్నమెంటు ఉద్యోగిగా ఉన్న ఒక మూర్ఖుడు) అనే పెద్ద మనిషితో కలిసి, సాయంత్రం నీపర్ నది దగ్గరకు షికారు వెళ్ళడం అనేకసార్లు చూచాడు. అతని పక్కన కూచుని, కులాసాగా నవ్వుతూ పేలుతూ మాట్లాడేది. ఇంట్లో ఎప్పుడూ పనివాళ్ళ మీద, నాన్నగారి మీద కసురుకుంటూ కోపంగా ఉండే ఆమె, అతనితో హాయిగా మాట్లాడడం చూచేసరికి, కోల్యాకు ఆశ్చర్యం కలిగేది. ఆమె తన మొహానికి పౌడరు అద్దుకుని, చక్కగా అలంకరించుకుని ఘుమఘుమవాసనలతో అతని సరసన చేరేది. అతను దగ్గరున్నంతసేపూ ఆమె మొహం వికసించి ఉండేది. ఎంతో ఉల్లాసంగా అగుపించేది. వీటన్నిటికి కారణం ఏమిటో ఆ పసివాడికి బోధపడేది కాదు.

ఓహ్! చెపితే నమ్మరుగాని పసిపిల్లలు దగ్గరున్నారని అయినా పెద్దవాళ్ళకు జ్ఞానం ఉండేదా! "మరేం ఫరవాలేదు. పిల్లలున్నారని భయపడకు! వాళ్ళకేమీ అర్థం కాదులే" అని వాళ్ళ పని వాళ్ళు చూచుకునేవారు.

కోల్యాకు ఒక అన్న ఉన్నాడు. అతని పేరు బోరెంకా. అతను కూడా మిలిటరీ స్కూలులో చదువుకుని పట్టభద్రుడై, పెద్ద ఉద్యోగంలోకి వెళ్ళిపోయాడు. ఆ ఉద్యోగంలోకి వెళ్ళక ముందు అతను ఇంట్లోనే ఒక ప్రత్యేకమైన గదిలో ఉండేవాడు. అప్పుడు వాళ్ళ ఇంట్లో 'న్యూషా' అనే పిల్ల పనిచేస్తూ ఉండేది. చాలా అందమైన పిల్ల. మంచి కళ్ళు. చక్కని తలకట్టు. ఎంతో ముచ్చటగా ఉండేది. ప్రాప్తం లేదు గాని, ఆ అమ్మాయికి మంచి దుస్తులూ, అవీ కట్టి అలంకారం చేస్తే నాటకాల్లో వేషాలు ధరించే నటీమణుల కంటే అద్భుతంగా ఉండేది. లేకపోతే ఎవరో రాణీ అని కూడా అనుకోవచ్చు.

అలాంటి అమ్మాయితో వాళ్ళ అన్నయ్య సంబంధం పెట్టుకున్నాడు. శృంగారం సాగిస్తూ వచ్చాడు. వాళ్ళ అమ్మకు కూడా ఈ విషయం తెలుసు. అయినా ఆమె హర్షించి ఊరకుంది. వయసులో ఉన్న కొడుకు ఏ సానిదానినో, లేక ఏ పెంకె ముండనో మరిగితే చచ్చే చావు వస్తుంది. అంతకన్నా గుట్టుగా, ఇంట్లో పడివున్న ఈ అమాయకపు పిల్లతో కాలక్షేపం చేయడం ఎంతో మంచిది. అలా అనుకుని ఆమె ఊరకుంది.

ఇదంతా కోల్యా చూస్తూనే ఉండేవాడుగాని, ఏమీ తెలిసేది కాదు. ఒకసారి అతను గది దగ్గరకు వచ్చేసరికి లోపల అన్న, ఆ పని మనిషి ఇద్దరూ చెడ్డ అసహ్యామైన పనిలో ఉండడం కళ్ళారా చూచాడు. తలుపు సందుల్లోంచి స్పష్టంగా కనిపించింది. సిమ్మట న్యూషా గర్భవతి అయింది. అయిదు నెలలు నిండాయి. అమ్మరు తెలిసి, అ పిల్లను నానా తిట్లు తిడుతూ, అరుస్తూ గోలపెట్టింది. ఆమెకు కొంత డబ్బు లంచం ఇచ్చి, గుట్టుగా అవతలికి పంపాలని అమ్మ ప్రయత్నించింది.

కాని ఆ పిల్ల ఒప్పుకోలేదు. అవును. ఆమె, అన్నయ్యను ప్రేమించింది. అంచేత వెళ్ళననీ, అప్పటికే తన బ్రతుకు పాడయి పోయిందనీ గోడుగోడున దుఃఖించింది.

అయినా అమ్మ ఒప్పుకోలేదు. పోలీసులను పిలిపించి, ఆమెను అప్పగించింది. ఈ దృశ్యాలన్నీ పసివాడైన కోల్యా మనసులో విపరీతంగా పనిచేశాయి.

కోల్యా అయిదారు తరగతులు చదివేటప్పుడు, బళ్ళో పిల్లలలో చాలామంది అప్పటికే ఈ పాపం అంతో ఇంతో చేశారు. బళ్ళో ఇతని స్నేహితులు అనేకమంది ఎప్పుడూ స్త్రీలను గురించి, శృంగారాన్ని గురించి మాట్లాడుతుండేవారు. ఒక్కొక్కరు తాము చేసిన ఘనకార్యాలు వెల్లడించి గర్వపడేవారు.

'ఆర్కాషా' అనే కుర్రాడికి రోగం కూడా అంటుకుంది. కాని అది అంత ప్రమాదకర మైన జబ్బు కాదు. మూడు నెలల తరువాత అతను ఈ వ్యవహారంలో ఆరితేరినవాడై, అందరికీ పెద్ద అయినాడు. ఇంకేం బళ్ళో పిల్లలందరికీ సానుల గురించి, సానికొంపల గురించి తెలిసిపోయింది. ఇక అవే ముచ్చట్లు, రాచకార్యాలు. అందరూ రుచి మరిగారు.

కోల్యా కూడా తొలిసారిగా 'అన్నా' ఇంటికి వెళ్ళడం తటస్థించింది. రోజూ సాయంకాలం అయ్యేసరికి అతనికేదో విసుగ్గా, చిరాకుగా తోచకుండా ఉండేది. తనకు తానే శక్తి, ధైర్యం, సాహసం తెచ్చుకొని ఓ గ్లాసెడు 'రమ్' తాగేవాడు. పాపం! తాగుడు కొత్త అవడం వల్ల అది నల్లుల కంపు కొట్టేది. బండి మీద కూచుని 'యామా'కు వెళ్ళడం, 'అన్నా' ఇంట్లో ప్రవేశించడం జరిగింది. హాలులోకి పోయి కూచుంటే అతని కళ్ళు భ్రమలు కమ్మేవి. రంగు రంగుల కాంతులు, రకరకాల అమ్మాయిలు రాట్నం తిరిగినట్లు హాలంతా తిరిగేవారు. వాళ్ళ దుస్తులు, అలంకారాలు, మాటలు, చేష్టలు..ఓహ్! అద్భుతం. అతనికి వెర్రెత్తిపోయేది. ఏదో లోకంలో ఉన్నట్లు తోచేది.

కాని గుండెలో పిరికితనం పోలేదు. చిన్నతనం నుంచి కలిగిన అనుభవాలు, చూచిన దృశ్యాలు, పెరిగిన వాతావరణం – ఇవన్నీ ఆ పసిహృదయంలో ఏదో వాంఛను, ఉద్రేకాన్ని రేకెత్తించాయే కాని, నిజానికి అతనికి ఏమీ తెలీదు. ఆ వ్యవహారం ఎలా నడపాలో, ఎలా సంచరించాలో కూడా తెలీదు. తన విద్యార్థి మిత్రుడెవడో అనుభవం కలవాడు పక్కన ఉండి ఇతని స్థితి గమనించేవాడు. ఒక వేశ్యను దగ్గరకు పిలిచి, చెవిలో ఏదో గుసగుసలాడేవాడు. అప్పుడామె ఇతణ్ణి సమీపించి, "అబ్బాయీ! ...నీవు చాలా అమాయకుడవనీ, ఏమీ తెలీదనీ నీ స్నేహితుడు చెప్పాడు..... రా! ...నేనంతా నేర్పుతాను రా! ..." అంటూ లోపలికి తీసుకెళ్ళేది.

ఆమె ఏవేమో తీయని మాటలు చెప్పింది. కాని 'అన్నా' ఇంట్లో గోడలు ఇలాంటి మాటలు అనేకవేల పర్యాయాలు వినివుంటాయి. ఆ తరువాత జరిగిన వ్యవహారాలు తలుచుకోవడానికి కూడా కష్టమైనవి. బాధాకరమైనవి. ముద్దులు, బలమైన ముద్దులు, ఒళ్ళంతా గట్టిగా చుట్టుకుపొయ్యేది. తనకు ఎంతో నొప్పి పుట్టేది. అయినా ఆమె ఏవేవో పిచ్చి పనులు చేసేది. తరువాత అబ్బ! అమితమైన బాధ కలిగేపని... తలచుకుంటే ఒళ్ళు జల్లుమంటుంది. అతనికి భయం పుట్టేది. ఏడవాలనిపించేది. చివరకు చచ్చి పోతానని కూడా అనుకునేవాడు. అలాంటి పని.... అలాంటి బాధ... తరువాత కాళ్ళు, చేతులు వణుకుతుండేవి... ఊడిపోయిన చొక్కా గుండీల కోసం తడుముకునేవాడు.

కానీ ఈ పనిలో ఆరితేరడానికి అతనికి ఎంతోకాలం పట్టలేదు. త్వరలోనే ఇందుకు

కావాల్సిన ధైర్యం, సాహసం కూడుకున్నాయి. వ్యవహారం అలవాటయి పోయింది. ఇప్పుడేమీ ఆశ్చర్యం లేదు. భయం లేదు. బాధ లేదు. పైగా ఆనందం, సుఖం. స్త్రీలంటే ఎంతో ఉల్లాసం. ముఖ్యంగా జెన్నీ, తరువాత వెర్కా - వీరిద్దరి మీద అతనికి చచ్చే వ్యామోహం.

"జెనీచ్‌కా! నీ ప్రియుడొచ్చాడు!" అంది ఒకామె, కోల్యాను చూచి!

4

అది ఆగస్టు నెలలో ఒక రోజు. ప్రొద్దుటి నుంచీ సన్నగా వర్షం పడుతోంది. అప్పటికి సుమారు రాత్రి తొమ్మిది గంటలు అయివుంటుంది. అన్నా మార్కోవ్‌నా ఇంట్లో దీపాలు వెలుగుతున్నాయి. హాలులో ఎక్కువమంది జనం లేరు. దాదాపు ఖాళీగా ఉంది. టెలిగ్రాఫ్ ఆఫీసులో గుమస్తాగా పనిచేసే ఒక యువకుడు మాత్రం తలుపుకు దగ్గరగా కుర్చీ మీద కూచుని ఉన్నాడు. కాట్యా అనే వేశ్యతో సరసాలాడుతూ ఏదో సంభాషిస్తున్నాడు. 'రోలీ-పోలీ' కూడా హాలులో ఉన్నాడు. అటూ ఇటూ పచారు చేస్తూ, మధ్య మధ్య సానులతో తీయని కబుర్లు చెబుతూ, వారిని నవ్విస్తూ, కవ్విస్తూ ఉన్నాడు.

కోల్యా ఇంట్లోకి రాగానే, అతణ్ణి మొట్టమొదట 'వెర్కా' చూచింది. సంతోషంతో ఎగురుతూ, చప్పట్లు కొడుతూ అరవడం మొదలుపెట్టింది:

"జెంకా, జెంకా! (జెన్నీ) త్వరగా రావే! నీ ప్రియుడొచ్చాడు. మిలిటరీలో పనిచేసే ఆ అందమైన కుర్రాడే!"

కానీ జెన్నీ ఖాళీగా లేదు. ఒక రైల్వే కంట్రాక్టరుతో ఆమె గడుపుతోంది.

అతను లావుగా, దుక్కలా ఉంటాడు. రైల్వే కంట్రాక్టరుగా ఉండి బాగా డబ్బు గడించాడు. వయస్సు నడికారు దాటింది. మనిషి మెత్తనివాడు. సహృదయుడు. ఎక్కువగా ఈ బోగంకొంపకు వస్తూ ఉంటాడు. కాని తను వెళ్ళాల్సిన రైలు తప్పిపోతుందనే భయంతో ఎప్పుడూ తన గడియారం చూచుకుంటూ, తొందర పడుతుంటాడు. అలవాటు ప్రకారం ఇవాళ కూడా అతను నాలుగు సీసాల బీరు తాగాడు. పనిమనిషికి యాభై కోపెక్కులు, కాపలాదారు సిమన్‌కు ఇరవై కోపెక్కులు సంతోషం కొద్దీ ఇచ్చాడు.

కోల్యా వెంట అతని సహపాఠి, మిత్రుడు అయిన మరో కుర్రాడు కూడా ఉన్నాడు. అతని పేరు పెట్రోవ్. ఇతను ఇంతకు ముందెప్పుడూ సాని గడప తొక్కి ఎరుగడు. వేశ్యలను గురించి చిత్ర విచిత్రమైన కథలు, కబుర్లు మిత్రుడు కోల్యా చెప్పగా విని, పాపం ఇతనికి నోరూరింది. సానులతో సంపర్కం ఎలా ఉంటుందో ఒకమాటు రుచి చూద్దామని లొట్టలు వేసుకుంటూ వచ్చాడు. అనుభవం లేనందున గత సంవత్సరం కోల్యాకు మల్లేనే ఇప్పుడితనికి గుండెల్లో అదురు, బెదురు ఉన్నాయి. కాళ్ళు

వణుకుతున్నాయి. నోరు పిడచకట్టుకుపోతోంది. కళ్ళు మసక కమ్ముతున్నాయి. హాలులో ఉన్న దీపాలన్నీ అటూ ఇటూ ఊగుతున్నట్లు, తన చుట్టూ తిరుగుతున్నట్లు తోస్తోంది.

కాపలాదారు సిమన్, ఈ స్నేహితులిద్దరి కోట్లు అందుకుని గోడకు ఉన్న వంకీకి తగిలించాడు. వీరిద్దరు మిలిటరీ దుస్తులలోనే ఉన్నారు. కోటు గుండీలు కనబడితే ప్రమాదమని అవి బయటికి అగుపించకుండా తగిలించాడు సిమన్.

అవును, ఈ విషయాల్లో బహు జాగ్రత్తగా ఉంటాడు సిమన్. 'వీళ్ళు అసలే కుర్రాళ్ళు. పైగా మిలిటరీలో పనిచేస్తున్నారు. వీళ్ళిక్కడికి వచ్చినట్లు తెలిస్తే ఇంకేమైనా ఉందా? సరిగ్గా ఇదే సమయానికి పై ఆఫీసరు ఎవడో ఇక్కడ ఊడిపడ్డాడు అంటే మన పని ఖాళీ. ముందు మన భరతం పడతాడు. వెంటనే రిపోర్టు చేసి, కొంపకు తాళం వేసి, వ్యాపారం మూయిస్తాడు. మూడేండ్ల క్రితం, యజమానురాలు లియో పాండివాకు ఇదే గతి పట్టింది. నిమిషాల మీద వ్యాపారం మూయవలసి వచ్చింది. అంతే! మళ్ళీ ఆమె మరో పేరుతో ప్రారంభించిందనుకో! అయినా ఆమెకు ఒకటిన్నర నెలలు జైలుశిక్ష వేశారు. అది తప్పించుకోవటానికి తాతలు దిగొచ్చారు. బోలెడంత డబ్బు లంచం పోయాల్సి వచ్చింది. ఒక్క కెర్బెష్ గాడే నాలుగొందల రూబుల్సు కాజేశాడు. మరో చిక్కు కూడా ఉంది. ఇలాంటి పసివెధవలకు ఏదో రోగం తగిలిందీ అంటే మన చావుకు వస్తుంది. ఈ వెధవలు 'అమ్మా! నాన్నా! నా గతి ఇలా అయిందే' అని మొత్తుకుంటారు. 'వెధవల్లారా! ఎక్కడ తగిలించుకున్నార్రా!' అని ఆరా తీస్తారు పెద్దవాళ్ళు. 'ఇదుగో! ఇక్కడ సానికొంప 'అన్నా' ఇల్లు...' అని వీళ్ళు బయటపెడతారు. అప్పుడైనా మన బండారం బయటపడాల్సిందే!.. రిపోర్టు చేసి తగిన శాస్తి చేస్తారు' - ఇలా ఆలోచించుకొని, ఇలాంటి సందర్భాల్లో కడు జాగ్రత్తగా మెలిగేవాడు సిమన్.

"లోపలికి దయ చేయండి" అని వారిని ఆహ్వానించాడు.

ఇద్దరు కుర్రాళ్ళూ హాలులో ప్రవేశించారు. పెట్రోవ్ కాస్త ధైర్యం రావడం కోసం బ్రాందీ తాగాడు. అతని మొహం వెలవెలబోతూ, నిలబళ్ళేకుండా ఉన్నాడు.

ఇద్దరూ వెళ్ళి, గోడకానుకుని తివాచీ మీద కూచున్నారు. వెంటనే వారి దగ్గరకి ఇద్దరు అమ్మాయిలు చేరారు. ఒకామె - 'వెర్కా', రెండో ఆమె - 'టమారా'.

"ఏమండీ! సిగరెట్లకు డబ్బులివ్వరూ?" అంటూ వెర్కా, తన వెచ్చని తొడను పెట్రోవ్ కాలికి గట్టిగా తాకిస్తూ అడిగింది. "మీరు ఎంతో అందంగా ఉన్నారు" అన్నది.

అంతలో కోల్యా అడిగాడు.

"జెన్నీ ఎక్కడుంది? ఆమె మరెవరితోనైనా ఉందా?"

అది విని టమారా అతని కళ్ళల్లోకి క్రీగంట చూసింది. ఆ చూపుకు తట్టుకోలేక కోల్యా మొహం తిప్పేశాడు.

"మరెవరితోనోనా? లేదు. ఆమె ప్రొద్దుట్నుంచీ ఒకటే తలనొప్పితో బాధ పడుతోంది. జెన్నీ నడవలోకి వెడుతోంటే పనిముండ జోస్యా చూడక తలుపు తోసింది. పాపం!

జెన్నీకి కంటి దగ్గర తలుపు తగిలింది. అంచేతనే ఈ తలనొప్పి. పాపం! ఆమె బాధతో తడిగుడ్డ తలకు కట్టుకుని మంచం మీద పడుకుంది. కొంచెం ఓపిక పట్టండి. కొద్ది నిమిషాల్లో ఇవతలకి వస్తుంది" అంది టమారా, కోల్యాతో.

వెర్కా తన పక్కన ఉన్న పెట్రోవ్‌ను ఇంకా విసిగిస్తూనే ఉంది. "దేవకుమారుడిలా ఉన్నారు. నల్లని జుట్టు, పాలిపోయిన మొహం గల మీ లాంటి యువకులంటే నా కెంతో ఇష్టం. వాళ్ళకు కామోద్రేకం జాస్తిగా ఉంటుంది" అంది వెర్కా. తరువాత ఒక పాట పాడి, మళ్ళీ ఇలా అడిగింది:

"మధురమూర్తీ! మీ పేరేమిటో చెప్పరూ?"

"జార్జి!"

"జార్జిక్, జొరోచ్‌కా! ఎంత మంచి పేరు!" అంటూ ఆమె గభాలున అతని మొహంలో మొహం పెట్టి రహస్యంగా అంది:

"జొరోచ్‌కా! అబ్బ నాతో ఉండరూ?"

పెట్రోవ్ నేల మీదికి చూస్తూ, మెల్లగా అన్నాడు:

"ఏమో నాకు తెలీదు! నా స్నేహితుడెలా చెప్తే అలా చేస్తాను...."

అది విని 'వెర్కా' పెద్దగా నవ్వింది.

"చాలా బాగుంది. ఓహోహో! భలే బాగుంది. ఎంత నంగనాచి కబుర్లు చెపుతారండీ! ఇంతలావు మగాడికి, స్నేహితుడు చెప్పే దాకా ఏమీ తెలీదన్నమాట.... ఎవరైనా వింటే నవ్విపోతారు" అంటూ ఆమె, "టమారా! చూచావుటే ఈ తమాషా! 'నా దగ్గర పడుకుంటారా?' అని ఆయన్ను నేనడిగాను. తన మిత్రుడెలా చెప్తే అలా చేస్తానని జవాబు చెపుతున్నారు" అంది. అలా అంటూనే ఆమె, కోల్యా వైపు తిరిగి అతణ్ణి అడిగింది: "ఏమండీ మీరెవరు? ఆయనకు గురువుగారా? లేక......"

"ఇహ ఆపవే ఆడ దయ్యమా!" అంటూ అరిచాడు పెట్రోవ్ కోపంగా.

పొడుగ్గా ఉన్న 'రోలీ-పోలీ' చేతులూపుకుంటూ ఈ మిలిటరీ కుర్రాళ్ళ వద్దకు వచ్చాడు. మొహం ఒక పక్కకు పెట్టి, వారిని పొగడసాగాడు.

"మిలిటరీ యువకులారా! మీరు విద్యావంతులు, మేధావులు, పువ్వు లాంటి కుర్రవాళ్ళు. ఇంకా చెప్పాలంటే మన దేశానికి మణిపూసలు. ముందు కాబోయే సైన్యాధిపతులు మీరే! ఈ ముసలాడికి ఒక సిగరెట్టు కాల్చే ప్రాప్తం కలిగించండి. నిరుపేదను, నిష్ఠదరిద్రుణ్ణి, పనికిమాలినవాణ్ణి" అన్నాడు 'రోలీ-పోలీ'.

వారు అతనికి సిగరెట్టు ఇచ్చారు. తరువాత అతను ఒక విధమైన పోజుపెట్టి, గద్గదస్వరంతో పాడడం ప్రారంభించాడు. అది చూచి ఆ కుర్రాళ్ళు అతనికి చెరి ఒక ఇరవై కోపెక్కుల నాణెం ఇచ్చారు. ఆ రెంటినీ అతను అరచేతిలో ఉంచుకుని తమాషాగా ఎగరేసి రెండో చేత్తో పట్టుకున్నాడు. "ఎస్....జ్యూ....ద్రే" అంటూ మాంత్రికుడిలా ఏదో భాషలో మాట్లాడి చేతిలో ఉన్న డబ్బులు మాయం చేశాడు.

"టమారా! ఎందుకింత అన్యాయం? ఈ ముసలాడి దగ్గరే, ఫారెస్టు గార్డుగా పనిచేసి విరమించుకున్న వీడి దగ్గరే, డబ్బులు కొట్టేయాలని చూస్తున్నావా? ఎక్కడ పెట్టావో చెప్పు" అంటూ చప్పట్లు కొట్టి, తిరిగి డబ్బులు తెప్పించాడు. తరువాత వాటిని చమత్కారంగా జేబులో పడేసుకున్నాడు.

"నేను మళ్ళీ ఇప్పుడే వస్తా బాబూ!" అని ఆ కుర్రాళ్ళతో చెప్పాడు. పిమ్మట తెల్ల మంకా వైపు తిరిగి, "ప్రేయసీ! ఎక్కడికీ వెళ్ళవు కదూ! ఇప్పుడే వస్తాను. నీకు బహుమానం తెచ్చి సంతోషపెడతాలే" అంటూ టోపీ సవరించుకుని వెళ్ళిపోయాడు.

అతను వెడుతోంటే మంకా వెనుక నుంచి పిలిచి, "రోలీ–పోలీ! నాకో యాభై కోపెక్కులు పెట్టి ఐస్క్యాండీ, ద్రాక్షలు కొనుక్కొస్తారు కదూ! ఇదుగో డబ్బు" అంటూ ఆమె అతను పట్టుకునేలా డబ్బు విసిరేసింది.

వయసు మళ్ళిన హెన్రీటా వచ్చి, ఆ కుర్రాళ్ళ దగ్గర ఒక సిగరెట్టు అడిగి పుచ్చుకుంది.

"అబ్బ! బద్ధకంగా ఉందండీ! కాస్త డాన్సు పెట్టించరాదటండీ" అంది ఆవులిస్తూ.

"ఓ! బాగుంది. తప్పక పెట్టిస్తాను" అంటూ కోల్యా, పియానో వాయించే అతని వైపు చూచాడు. ఏదో రకమైన డాన్సు ఏర్పాటు చేయమని ఉత్తర్వు చేశాడు.

ఇంకేం! వాద్యాలు మోగాయి. అమ్మాయిలంతా ఒకరి తరువాత ఒకరు లేచి గుండ్రంగా తిరుగుతూ నృత్యం చేయడం మొదలెట్టారు.

నృత్యం చూస్తోంటే కోల్యాకు హుషారెక్కుతోంది. అతనికి జ్ఞాపకం వచ్చింది. గత సంవత్సరం తాను వచ్చినప్పుడు పిల్లలందరిలోకి టమారా అద్భుతంగా నృత్యం చేసింది. అందుకని మళ్ళీ అడిగాడు. ఒక చక్కని నృత్యం ప్రదర్శించమని ఆమెను కోరాడు.

ఇంతలో వారి మధ్య నుంచి రైల్వే కంట్రాక్టరు బయటికి వెళ్ళిపోయాడు. కాని, అతను వెళ్ళడం కోల్యా గమనించలేదు.

వెర్కా, పెట్రోవ్ పక్కన కూచుని ఎంతసేపటి బట్టి వగలుపోతున్నా, అతను స్వాధీనం అయ్యేలా లేదు. తాగిన బ్రాందీ ఎప్పుడో తలలోంచి దిగిపోయింది. ఇప్పుడతను మామూలు మనిషియై, ధైర్యం లేక బిక్కుబిక్కుమంటూ కూచున్నాడు. గుండెల్లో విపరీతమైన అదురు ప్రారంభమైంది. తలనొప్పిగా ఉందని చెప్పి బయటికి వెళ్ళిపోదామనుకున్నా, లేక వేశ్య లెవరూ అక్కర్లేదని చెపుదామన్నా కోల్యా తనను వదిలిపెట్టడనీ, ఒప్పుకోడనీ అతనికి బాగా తెలుసు. పైగా అతనితో ఈ మాట చెప్పడానికి కూడా ధైర్యం లేదు.

డాన్సు అయిపోయింది. కోల్యా, టమారా ఒకరి పక్కన ఒకరు కూచున్నారు.

"జెన్నీ ఇంతవరకూ రాలేదే? ఏమిటి కారణం?" అనడిగాడు కోల్యా.

వెంటనే టమారా, వెర్కా వంక ప్రశ్నార్థకంగా క్రీగంట చూచింది.

వెర్కా ఆమె ప్రశ్నకు జవాబుగా కనురెప్పలు వాల్చింది. అంటే జెన్నీతో ఉన్న

విటుడు వెళ్ళిపోయాడని దీని అర్థం.

"నేను వెళ్ళి ఆమెను పిలుచుకొస్తాను" అంటూ టమారా లేచింది.

"ఏం నాయనా! ఎప్పుడూ మీకా జెన్నీయే కావాలా? నేను పనికిరానూ? నాతో ఉండండి" అంది హెన్రీటా, కోల్యా వైపు దీనంగా చూస్తూ.

"సరే. ఈ సారి వచ్చినప్పుడు... నీతో ఉంటాను" అన్నాడు కోల్యా కొంచెం కంగారుపడి, సిగరెట్టు ముట్టిస్తూ.

జెన్నీ ఇంకా బట్టలు కట్టుకోలేదు. అద్దం ముందు కూచుని పౌడరు అద్దుకుంటోంది. టమారా రావడం చూచి ఆమె అడిగింది:

"ఏం టమారా? ఏం కావాలి?"

"నీ కోసం ఆ మిలిటరీ కుర్రాడొచ్చాడు. చాలాసేపటి నుంచి కనిపెట్టుకుని కూచున్నాడు."

"ఓ! అతనా! గత సంవత్సరం వచ్చిన కుర్రాడు."

"ఆఁ అతనే! ఇప్పుడతను బాగా ఎదిగాడు. అందంగా, ఆరోగ్యంగా ఉన్నాడు. నీ కతనితో ఉండడం ఇష్టం లేకపోతే, నేను ఉంటాను."

అది విని జెన్నీ కోపంగా కనుబొమలు ముడివేయడం టమారాకు అద్దంలో కనపడింది.

"కాదు ఉండు చెపుతాను.... టమారా! వద్దు.... వద్దు... అతణ్ణి ఇక్కడికి పంపించు. నాకు తలనొప్పిగా ఉందనీ అవతలికి రాలేనని చెప్పు" అంది జెన్నీ.

"అవును. నేనూ ఆ మాటే చెప్పాను. జోస్యా తలుపు తీస్తోంటే పొరపాటున నీ మొహానికి తగిలిందనీ, తలకు గుడ్డ కట్టుకుని మంచం మీద పడుకుందనీ చెప్పాను జెనీచ్కా! ఇవాళ ఇలా గొడవ జరగడం బాగుందంటావా?" అంది టమారా.

"బాగుందో లేదో అది నీ కనవసరం. నీ పని చూచుకో ఫో!" అంది జెన్నీ కొంచెం దురుసుగా.

"ఇలా జరిగినందుకు నీవు విచారించడం లేదూ?"

"ఏం? నీవు, నన్ను గురించి విచారిస్తున్నావా? ఆ దురదృష్టవంతురాలు ల్యూబాను గురించి విచారిస్తున్నావా? అలాగే పాషా గతేమిటి? హుఁ! నీవు మనిషివి కావే, ఒక మొద్దువు."

టమారా మందహాసం చేసి మళ్ళీ ఇలా అంది: "లేదు జెన్నీ! అవసరం వచ్చినప్పుడు నేనేం అంత మొద్దులా ఊరకునేదాన్ని కాను. చూస్తావుగా! తొందరలోనే ఋజువు చేస్తాను. ఇప్పుడు మనకు అనవసరంగా తగాదా ఎందుకు? జీవితం కులాసాగా గడిపే వనవిహారం కాదు జెన్నీ! సరే. నేను వెళ్ళి అతణ్ణి పంపిస్తాను."

టమారా వెళ్ళిపోగానే జెన్నీ పడుకునేటప్పుడు వేసుకునే జాకెట్టు తొడుక్కుని మంచం మీద పడుకుంది. ఓ నిమిషం తరువాత కోల్యా అక్కడికి వచ్చాడు.

కోల్యా వెనకాల టమారా, పెట్రోవ్ చేయి పట్టుకుని లాక్కొస్తోంది. అతను చేయి వదిలించుకోవడానికి ప్రయత్నిస్తూ, ఆమె బలవంతాన నడుస్తున్నాడు. వీరి వెనుక పనిమనిషి జోస్యా నిలబడి తొంగి తొంగి చూస్తోంది.

"చాలా బాగుంది. అందమైన మీ ఇద్దరికీ పండ్ల లాంటి పిల్లలు ఇద్దరు దొరికారు. ఏం నాయనా! ఏమైనా కావాలా? బీరు తేనా? లేక వైన్ తేనా?" అనడిగింది జోస్యా.

కోల్యాకు జేబులో పుష్కలంగా డబ్బుంది. పాతిక రూబుల్సు. ఇంకేం? తినొచ్చు, తాగొచ్చు, ఇష్టం వచ్చినట్లు ఉండొచ్చు. అప్పటికి బీరు తాగాడు. కానీ వగరుగా ఉండడం వల్ల అది అతనికి అంతగా రుచించలేదు. 'మరి అంతా బీరు, బీరు అని ఎందుకు పడి చస్తారో' అనుకున్నాడు.

"మీ దగ్గరి సరుకు అంత మంచిది కాదే!" అన్నాడు కోల్యా

"మంచిది కాకపోవడమేమిటి? బల్ పసందైన సరుకైతేనూ! మా దగ్గరున్న పానీయాలు అద్భుతంగా ఉంటాయని అంతా మెచ్చుకుంటారు. రకరకాల బ్రాందీ, అనేక రకాల వైనూ ఉన్నాయి. పోర్టు వైన్ అయితే అద్భుతంగా ఉంటుంది. అంతా అదే కావాలంటారు."

"ఎంత ధర?"

"ధరదేముందండీ! మామూలే. అందరూ పుచ్చుకున్నట్లే మేమూ పుచ్చుకుంటాము. తమ దగ్గర ఎక్కువ అడుగుతామా? వైన్ సీసా ఖరీదు అయిదు రూబుల్సు. నిమ్మరసం ఒక సీసా యాభై కోపెక్కులు. నాలుగు నిమ్మరసం సీసాలు, ఒక సీసా వైనూ – మొత్తం ఏడు రూబుల్సు అవుతుంది."

"ఏమిటది జోస్యా?" మధ్యలోనే జెన్నీ జోక్యం కలిగించుకుంది. "కుర్రాళ్ళను దోచుకోడానికి నీకు సిగ్గువెయ్యడం లేదూ! మొత్తం అయిదు రూబుల్సు కంటే ఎక్కువ కాదు. నీకా మాత్రం పెద్దా, చిన్నా తెలియడంలా? ఎవరినిబడితే వారిని అడగడమేనా? వాళ్ళు అందరి లాంటి వాళ్ళు కాదు."

ధర తగ్గించాలని జెన్నీ చెపుతున్నప్పటికి కోల్యా నిర్లక్ష్యంగా, పది రూబుల్సు నోటు తీసి, టేబులు మీద పడేశాడు. "అనవసరమైన మాటలతో పని లేదు. వెంటనే అవి తీసుకురా!" అన్నాడు కోల్యా, పనిమనిషి జోస్యాతో.

"మాకు రావల్సిన డబ్బు కూడా ఇందులోనే తీసుకుంటాను. తమరు ఒకసారి ఉండి పోతారా? లేక రాత్రి అంతా ఉంటారా? రేటు విషయం తమకు తెలుసుననుకుంటా. ఒకసారికి రెండు రూబుల్సు. రాత్రికి అయితే అయిదు రూబుల్సు" అంది జోస్యా డబ్బు తీసుకుంటూ.

"చాలు చాల్లే? ఇక అంతటితో ఆపు. వారు ఒకసారి ఉండి పోతారు. ఇంకా ఇవ్వాల్సుంటే ఇస్తార్లే. ఆ మాత్రం నమ్మకం లేదూ?" అంది జెన్నీ తిరిగి కోపంగా.

పానీయాలు గదిలో తెచ్చిపెట్టారు. టమారా ఏవేవో వగలు పడుతూ,

ఇచ్చకాలాడుతూ కూచుంది. జెన్నీ, తెల్ల మంకాను లోపలికి రమ్మని పిలిచింది. ఆమె మాత్రం మంచం మీద నుంచి లేవలేదు. పానీయాలు ముట్టుకోలేదు. గది అంతా వెచ్చగా ఉన్నప్పటికీ ఉన్ని శాలువా ఒకటి రొమ్ముల వరకూ కప్పుకుని పడుకుంది. తనను వలచి వచ్చిన కోల్యా వంక కన్నెత్తి కూడా చూళ్ళేదు.

"ఏమిటి సంగతి జెన్నీ? అలా ఉన్నావేం?" అనడిగాడు కోల్యా, మంచం మీద ఆమె పక్కన కూచుని చేతి మీద తడుతూ.

"ఏం లేదు. కొంచెం తలనొప్పిగా ఉంది. అంతే!"

"దాని మీదే దృష్టి ఉంచుకోకుండా ఉంటే సరి! తగ్గిపోతుంది."

"ఏం ఫరవా లేదు. మీరు పక్కన ఉంటే నాకిప్పుడెంతో హాయిగా ఉంది. ఇంతకాలం బట్టీ మమ్మల్ని చూడ్డానికి రానే లేదే?"

"ఏం చేయమంటావు జెన్నీ! ఊళ్ళో లేను. డ్యూటీ మీద క్యాంపుకు వెళ్ళాను. రోజుకు పదిహేను మొదలు ఇరవై మైళ్ళ వరకూ నడవాల్సి వచ్చేది. కవాతు చెయ్యడం, సైనిక దళానికి కావల్సిన సామగ్రి అంతా మోసుకుపోవడం, దళాన్ని రక్షణలో ఉంచడం! ఓహ్! ఒకటేమిటీ, చచ్చే పని అయిందనుకో! చాలా అలసిపోయాను. రాత్రిళ్ళు ప్రాణాలు పోయినట్లుండేవి. సేవా విన్యాసాలు చేయడం, దండును అనేక విధాల నడిపి, నిలిపి, వ్యూహాలు పన్నడం - ఇవన్నీ చేశాం."

"ఓహ్! మిమ్మల్ని ఎంత బాధపెడుతున్నారు?" అంది మంకా మధ్యలో కలిగించుకుని. "లేత శరీరం మీది. ఇలాంటివాళ్ళను ఇంత హింసపెట్టడం దేనికి? నిజంగా చెపుతున్నాను. మీ లాంటి తమ్ముడో, కొడుకో నాకు ఉన్నట్లయితేనా, అతని కోసం ప్రాణం విడిచేదాన్ని."

కుర్రాళ్ళిద్దరూ గ్లాసులు తాకించి, తాగడం మొదలెట్టారు.

"మరి నీ సంగతేమిటి జెనీచ్కా? నీవెలా ఉంటున్నావు?" అనడిగాడు కోల్యా, ఆమెకు వైన్ గ్లాసు అందిస్తూ.

"నా కొద్దు! నేను తాగను, మీరు తాగండి. అమ్మాయిలూ! ఇహ మీకు టైమ్ అయినట్లుంది వెళ్ళకూడదూ?"

గదిలోంచి అంతా వెళ్ళిపోయారు. జెన్నీ, కోల్యా మాత్రమే మిగిలారు.

అప్పుడు అడిగింది జెన్నీ: "మీరు రాత్రి అంతా ఉండాలనుకుంటున్నారా? కావాలనుకుంటే ఉండండి. మరేం ఫరవా లేదు. మీ దగ్గర తగినంత డబ్బు లేకపోయినా ఇబ్బంది లేదు ప్రియా! తక్కింది నేనే ఇస్తాను. మీ మీద ఏ పిల్ల అయినా కన్ను వేస్తుంది. డబ్బుకు కక్కుర్తి పడకుండానే మీ దగ్గరకొస్తుంది. ఇప్పుడంత అందంగా తయారైనారు మీరు" అంటూ జెన్నీ నవ్వసాగింది.

కోల్యా తల తిప్పి, ఆమె మొహంలోకి చూచాడు. పరధ్యానంగా ఉన్నప్పటికీ అనేక ఉద్రేకాలు కలిసివున్న ఆమె కంఠస్వరం అతని చెవులకు విచిత్రంగా సోకింది. విచారం,

కోపం, బాధ, మృదుత్వం, ఎగతాళి - ఇవన్నీ ఆమె స్వరంలో మేళవించి ఉన్నాయి.

"లేదు ప్రేయసీ! నీ దగ్గర ఎంతసేపయినా ఉండాలని నా కుతూహలం. కాని పదిగంటల కల్లా ఇంటికొస్తానని గట్టిగా చెప్పి వచ్చాను."

"మరేం ఫరవాలేదు. మీ కోసం కనిపెట్టుకుని ఉంటారులే. చాలా కాలానికి వచ్చారు. మాంచి రసికుడిలా తయారై ఉన్నారు. అందుకని చెప్పాను. సరే, మీ ఇష్టం వచ్చినట్లే కానీయండి. దీపం ఇలాగే ఉంచనా, లేక తగ్గించనా? మీకు ఎటు పక్కన పడుకుంటే బాగుంటుంది? గోడ పక్కనా?"

ఎలాగైనా ఫరవా లేదు అన్నాడు కోల్యా వణుకుతున్న కంఠంతో.

తరువాత అతను వెచ్చగా, గట్టిగా ఉన్న ఆమె శరీరాన్ని అమాంతం కౌగిలించుకుని, ముద్దు పెట్టుకో బోయాడు. కానీ ఆమె కొంచెం వెనక్కు గుంజుకుంది.

"ఉండండి ప్రియా! కొంచెం ఓపిక పట్టండి. ముద్దులకేం తొందర? కావల్సినంత వ్యవధి ఉంది. కదలకుండా, నిశ్శబ్దంగా పడుకోండి" అంది.

ఆమె బలంగా, బరువుగా ఏదో ఆజ్ఞాపిస్తున్నట్లు మాట్లాడింది.

అయినా ఆ మాటలు మోహింపచేస్తూ, ఆ కుర్రాణ్ణి మూర్ఛితుణ్ణి చేస్తున్నాయి.

ఆమె చెప్పినట్లు అతను తల కింద చెయ్యి పెట్టుకుని, వెల్లకిలా పడుకున్నాడు.

ఆమె తన మోచెయ్యి ఆధారంగా చేసుకొని కొంచెం లేచింది. మందంగా వెలుగుతోన్న దీపకాంతిలో ఆ యువకుడి శరీరం అంతా నిశ్శబ్దంగా, పరీక్షగా చూచింది. శరీరం యావత్తూ తెల్లగా, బలంగా పటుత్వమైన నరాలతో కండలు తేరి ఉంది. అతని వక్షస్థలం విశాలంగా, అత్యున్నతంగా ఉంది. సన్నని నడుము, మెత్తని పార్శ్వాలు. అతని తొడలు గట్టిగా, బలంగా ముందుకు ఉబికి ఉన్నాయి. అతని ప్రతి అవయవం ఆమె పరిశీలనగా చూచింది. ఆకలిగొన్న మృగంలా చూచింది.

కోల్యా ఒక క్షణం వరకూ కళ్ళు మూసుకుని ఉన్నాడు. అయినా ఆమె చూపులు -- బలంగా, ఏకాగ్రతతో చూచిన చూపులు తన శరీరాన్ని, మొహాన్ని తాకినట్లు అనిపించిందతనికి.

తరువాత అతను కళ్ళు తెరిచి చూచాడు.

నల్లటి కళ్ళు, పెద్ద ఆకారంగల స్త్రీమూర్తి ఎదుట అగుపించింది.

ఆమె ఎవరో అతనికి తెలీదు.

"ఏమిటి జెన్నీ! నావైపు అలా చూస్తావ్? ఏమిటి నీ ఆలోచన?" అన్నాడతను నెమ్మదిగా తెప్పరిల్లుకుని.

"మీ పేరు కోల్యా కదూ?"

"అవును."

"నా మీద కోప్పడకుండా మళ్ళీ ఒకసారి కళ్ళు మూసుకోండి. కాదు, గట్టిగా మూసుకోండి! ఇంకా గట్టిగా! ఈ ఒక్కమాటు నా సరదా తీర్చండి. దీపం ఇటువైపు

తిప్పి మిమ్మల్ని బాగా చూస్తాను. ఆం ! ...అలాగా... అంతే! ఇప్పుడు బాగుంది. అద్భుతంగా ఉన్నారు. ఇంకా కొన్నాళ్ళు పోతే చెడిపోతారేమో గాని, ఇప్పుడు మాత్రం బ్రహ్మాండంగా ఉన్నారు. వెంట్రుకల మాదిరి, చిక్కని పాల వలె ఏదో అడవిపువ్వు మాదిరి వాసన వస్తున్నారు. దయచేసి అలాగే కళ్ళు మూసుకుని ఉండండి."

ఆమె లేచి లాంతరు తన వైపుకు తిప్పింది. మళ్ళీ వచ్చి యథాస్థానంలో గొంతుక్కూచుంది. అది ఆమెకు ఇష్టమైన పోజు! ఇద్దరూ మౌనంగా ఉన్నారు. దూరంగా, చాలా గదుల అవతల వాయిస్తోన్న పియానో ధ్వని వినపడుతోంది. ఎవరిదో వికృతమైన నవ్వు వినపడింది. అవతలి వైపు నుంచి ఏదో పాట, శృంగార సంభాషణ అస్పష్టంగా వినిపిస్తోంది. వీధిలో ఎక్కడో దూరంగా బండి పోతున్న చప్పుడు.

'ఇతరులకు మల్లేనే ఇతనికీ ఇప్పుడు రోగం తగిలిస్తాను' అనుకుంది జెన్నీ తనలో. మళ్ళీ అతని శరీరసౌష్టవం, సౌందర్యం, అమాయకత్వం చూస్తోంటే ఆమెకు జాలి కలుగుతోంది. ఏమీ ఎరుగని పసివాడనీ, ముందు ముందు అతనికెంతో భవిష్యత్తు ఉందనీ, అలాంటి వాడి జీవితం నాశనం అవుతుందనీ బాధపడసాగింది. 'అతణ్ణి చూచి నే నెందుకు జాలిపడాలి? ఎందుకంటే అతను అందంగా ఉన్నాడు కనుక, నేను ప్రేమిస్తున్నాను కనుక! వీల్లేదు. ఇలాంటి ఆలోచనలు నా మనస్సులోకి చాలాకాలం నుంచీ రానీయడం లేదు. అవును. ఇతను కుర్రాడే కావచ్చు. గత సంవత్సరం ఇతను, నాతో ఆడుకున్నాడు. వెళ్ళేటప్పుడు జేబుల నిండా ఆపిల్ పండ్లు, కలకండ ముక్కలు పెట్టి పంపాను. అంతమాత్రం చేత ఎందుకు కనికరించాలి? పోనీ నాకిలా సవాయి రోగం అంటుకుందని అతనితో చెపితే? బహుశా అతను నమ్మడేమో! లేక కోప్పడతాడా? మరొక అమ్మాయి దగ్గరకు పోతాడా? త్వరగానో ఆలస్యంగానో ప్రతివాడికీ ఇలా జరగాల్సిందే. దాన్ని గురించి ఆలోచించడం, విచారించడం అనవసరం. అందరిలాగే ఇతనూ నన్ను డబ్బుపెట్టి కొనడానికి వచ్చాడా? అందరికి మల్లేనే నా బ్రతుకు ఎలాంటిదో ఆలోచించకుండా, గుడ్డిగా, మూఢంగా ప్రవర్తిస్తాడా?'

"కోల్యా!" అంది ఆమె. "కళ్ళు తెరవండి" అంది మృదువుగా.

అతను కళ్ళు తెరచి ఆమె వైపు తిరిగాడు. ఆమె మెడను రెండు చేతులతో చుట్టి దగ్గరకు లాక్కుని, వక్షోజాల మీద ముద్దుపెట్టుకోవడానికి ప్రయత్నించాడు.

కాని మళ్ళీ ఆమె వెనక్కు లాక్కుని ఉపాయంగా తప్పించుకుంది.

"వద్దు... వద్దు. ఉండండి. ఒక్కక్షణం ఉండండి. ఒకమాట అడుగుతాను చెప్పండి. మీరు మా దగ్గరకు, మా లాంటి స్త్రీల వద్దకు రావడానికి కారణం ఏమిటి?"

అది విని కోల్యా మెల్లగా నవ్వాడు.

"ఎంత కొంటెపిల్లవు నీవు. ఉండి ఉండి భలే ప్రశ్న వేశావే! మగాళ్ళంతా ఎందుకు వస్తారో నేనూ అందుకే వచ్చాను. నేను మాత్రం మగాణ్ణి కాదా? నాకు యుక్తవయస్సు వచ్చింది.... స్త్రీ అవసరమైంది. వేరే రకమైన పాడు దురభ్యాసాలకు లోనయి, అందరికి

మళ్లే నన్నూ కృత్రిమమైన ఉద్రేకాలతో ఆరోగ్యం పాడు చేసుకోమంటావా?"

"అంచాత మీకు స్త్రీ అవసరమైందన్నమాట? అవసరం! కేవలం అవసరం! అంటే మీ భావం నాపక్క కింద ఉన్న వస్తువు మాదిరి నేను మీ అవసరమయ్యానన్న మాట?"

"కాదు. కేవలం అవసరమే కాదు" కోల్యా మళ్ళీ మందహాసం చేసి అన్నాడు. "నీవంటే నాకిష్టం.... తొలిసారి చూడగానే నీవు నాకు నచ్చావు... ఇంకా చెప్పాలంటే నీ మీద నాకు కొంత ప్రేమ ఉంది. ఎప్పుడూ నీవు తప్ప నేను మరే పిల్ల దగ్గరా ఉండలేదు."

"సరే బాగానే ఉంది. కానీ ఆ మొదటిసారి ఉన్నప్పుడు – అప్పుడూ అవసరమయ్యే ఉన్నారా?"

"పూర్తిగా అలా అని చెప్పలేను. నాకో స్త్రీ అవసరమని చూచాయగా అనిపించింది. నా మిత్రులంతా నన్ను ఇక్కడికి రమ్మని బలవంతపెట్టారు. నీకు తెలుసు. వాళ్ళు అంతకు ముందే ఎప్పుడూ ఇక్కడికి వస్తుండేవాళ్ళు. ఇంకేం! నేనూ వారి వెంట వచ్చాను."

"ఆ మొదటిసారి మీకు సిగ్గనిపించలా?"

ఈ ప్రశ్న వినేసరికి కోల్యా కొంచెం చికాకుపడ్డాడు. ఇలాంటి అర్థం లేని పడకగది ముచ్చట్లు అతనికి కష్టం కలిగించాయి. అయినా నిబ్బరించుకుని ఇలా జవాబు చెప్పాడు:

"అవును. చాలా సిగ్గేసింది. భయం కూడా కలిగింది. ధైర్యం కలగడం కోసం తాగివచ్చాను."

జెన్నీ మళ్ళీ తన మోచేయి ఆధారంగా చేసుకుని అతని పక్కన పడుకుంది. రెప్ప వాల్చకుండా అతని వైపే చూస్తోంది.

"అయితే ప్రియా! ఇది కూడా చెప్పండి" అంటూ ఆమె మెల్లగా మాట్లాడసాగింది. మాటలు అర్థం చేసుకోడానికి కూడా వీలు కానంత అస్పష్టంగా మాట్లాడసాగింది. "నాకు డబ్బు ఇచ్చే విషయంలో మీ ఉద్దేశ్యం ఏమిటీ? ఈ దౌర్భాగ్యపు రెండు రూబుల్సు నా మొహాన పారేయడం – నా ప్రేమ కోసం, నా ముద్దుల కోసం, నా శరీరం కోసమేనా? ఇలా చేస్తున్నందుకు సిగ్గేయడం లేదూ? చెప్పండి."

"ఆరిదేవుడా! ఏమిటి నీ ప్రశ్నలు? ఇవాళ అంతా విచిత్రంగా అడుగుతున్నావే! ఇందులో ఏముందని? అంతా డబ్బిస్తున్నారు. నేనూ ఇస్తున్నా! నేనివ్వకపోతే మరెవడో ఇచ్చి, నిన్ను అనుభవించి పోతాడు. ఇందులో వింత ఏముంది?"

"మీరెప్పుడైనా ప్రేమించారా? ప్రేమంటే నిజమైన ప్రేమను గురించి కాదు నేనడిగేది. మోహం కళ్ళకు ఎగదట్టిన కామం. దీని విషయం చెప్పండి. మీరు ఏ పిల్లకైనా పూలు తెచ్చి ఇచ్చారా? చెట్టాపట్టాలు వేసుకుని పండువెన్నెలలో విలాసంగా షికారు చేశారా? చెప్పండి."

"అవును. ప్రతి మగాడూ తన యౌవనంలో ఇలాంటి పిచ్చి పనులు అనేకం చేస్తాడు. ఇందులో పెద్ద ఆశ్చర్యమూ లేదు, ఆలోచించదగిందీ లేదు" అన్నాడు కోల్యా

అంగీకరిస్తున్నట్లు.

"అయితే మీరెప్పుడూ ఆమెను ముట్టుకోలేదా? ఆమెను వదిలేసి ఉంటారు. అవునా? 'ఇదుగో నన్ననుభవించండి. నాకు రెండు రూబుల్సు మాత్రం ఇవ్వండి' అని ఆమె అడుగుతుందనుకోండి. అప్పుడేం సమాధానం చెప్పేవారు?"

"నీవు చెప్పేది నా కర్థం కావడం లేదు జెంకా!" హఠాత్తుగా కోపం తెచ్చుకుని అన్నాడు కోల్యా. "ఏమిటిలా అయిపోయావు? ఎందుకిలా నటించడం? నాటకం ఆడడం? ఇహ నే నెందుకిక్కడ? బట్టలు వేసుకుని వెళ్ళిపోతాను."

"దయచేసి కొంచెంసేపు ఆగండి. మరో ప్రశ్న అడగాలనుకుంటున్నాను. ఇదే నా చివరి ప్రశ్న."

"సరే, ఏమిటది?"

"మీరెప్పుడైనా ఒక్కక్షణం మీ కుటుంబం సంగతి ఆలోచించారా? అకస్మాత్తుగా అంతా కోల్పోయి మీ సంసారానికి దరిద్రం పడుతుందనుకోండి. అప్పుడేమవుతుంది? మీ పొట్టను మీరు పోషించుకోవాలి. ఏవో కాగితాలు వ్రాసిపెట్టో, వడ్రంగం పనిచేసో, ఇలాంటివాటితో పొట్టపోసుకోవాల్సి వస్తుంది. మీ అక్కచెల్లెళ్ళు ఎవరైనా ఉంటే వాళ్ళూ మట్టికొట్టుకు పోతారు. మాలాగే పతనమైపోతారు. అవునవును. మీ సొంత సోదరిని ఏ దుర్మార్గుడో చెరిచి చెడగొడతాడు. అక్కణ్ణుంచి ఆమె అగుపించిన మగాడి దగ్గరకల్లా పోవడం మొదలెడుతుంది. అప్పుడు మీరు ఏమంటారు?"

"నాన్సెన్స్! అర్థం లేని వాగుడు! అలా ఎన్నటికీ జరగదు" అంటూ కోల్యా అరిచాడు. "ఇహ చాలు! నేను వెడుతున్నాను."

"వెళ్ళండి. దయచేసి వెళ్ళండి. చూడండీ! వెడుతూ వెడుతూ ఆ ఎదురుగా ఉన్న చిన్న పెట్టెలో పది రూబుల్సు నోటు ఉంది. అది కూడా తీసుకెళ్ళండి. ఏ రకంగానూ, ఏ మాత్రం కూడా నాకు ఆ డబ్బు అక్కర్లేదు. ఆ డబ్బు పెట్టి మీ అమ్మగారికి బంగారపు ఫ్రేమ్ కట్టిన ఒక అద్దం, మీ అక్కకు బిడ్డలెవరైనా ఉంటే ఆమెకొక బొమ్మ కొనుక్కుని వెళ్ళండి. చచ్చిపోయిన ఒక రంకుముండ జ్ఞాపకార్థం ఇవి తీసుకొచ్చానని వారితో చెప్పవచ్చు. ఇహ వెళ్ళండి అబ్బాయి గారూ!"

కోల్యా కోపావేశంతో ఒక్కక్షణంలో మంచం మీది నుంచి అవతలికి దూకాడు. మంచం మీద నుంచి విసిరిపారేసిన ఉన్ని శాలువను తొక్కుతూ నిలుచున్నాడు. అతను యౌవనంలో ఉన్నాడు. బలంగానూ, ఆరోగ్యంగానూ ఉన్న యువకుడి శరీరం ఎంతో అద్భుతంగా అగుపిస్తోంది.

"కోల్యా! కొలోచ్కా!" మెల్లగా పిలిచింది జెన్నీ. ఆమె కంఠస్వరం ఎన్నడూ, ఎప్పుడూ లేనంత మధురంగా ఉంది.

ఆమె పిలుపుకు వెనుతిరిగి చూచాడు. జెన్నీ ముఖవైఖరి అద్భుతంగా ఉంది. అంత అందంగా, అంత మృదువుగా అగాధమూ, నిశ్శబ్దమూ అయిన విషాద వదనాన్ని

కోల్యా తన జీవితంలో ఎన్నడూ, ఎప్పుడూ చూళ్ళేదు. ఆఖరుకు బొమ్మలలో గొప్ప కళాకారుడు గీచిన చిత్రాలలో కూడా అతను చూళ్ళేదు.

ఆమె కళ్ళల్లో నీళ్ళు నిండాయి. అతను మళ్ళీ మంచం మీద కూర్చొని తనకు తెలీకుండానే సన్నంగా ఉన్న ఆమె భుజాల మీద చేతులు వేశాడు.

"మనకు తగువు వద్దు జెనీచ్కా!" అన్నాడతను శాంతంగా.

ఆమె అతణ్ణి దగ్గరికి అదుముకుంది. అతని మెడ చుట్టూ తన చేతులు వేసి, అతని తలతో తన స్తనాలను ఒత్తుకొంది.

కొద్ది నిమిషాలు అలా ఇద్దరూ మౌనంగా కూచున్నారు.

"కోల్యా!" అకస్మాత్తుగా పిలిచింది జెన్నీ. ఆమె కంఠస్వరం మారింది. "నీ వెప్పుడైనా రోగాలు తగులుతాయని భయపడ్డావా?"

అతను వణికిపోయాడు. గుండెల్లో విపరీతమైన అదురు పుట్టింది. కడుపంతా దేవేసినట్లయింది. తీవ్రమైన చలిజ్వరం వచ్చినట్లు వణికిపోయాడు. వెంటనే సమాధానం చెప్పలేకపోయాడు.

"అవును. అది చాలా భయంకరమైన విషయం" అన్నాడతను. చివరకు "ఓహ్! అతి భయంకరం! దేవుడు మేలు చేసి నన్ను సరిగ్గానే చూస్తాడనుకుంటున్నాను. నేను నీ దగ్గరకే వస్తున్నాను. ఒక్క నీతోనే ఉంటున్నాను. నీ దగ్గర అలాంటి జబ్బులేమైనా ఉంటే చెప్పివుండే దానివిగా! చెప్పవూ?"

"అవును. చెప్పివుండేదాన్ని!" అంది ఆమె ఆలోచిస్తున్నట్లు. తిరిగి వెంటనే, అర్థవంతంగా తూచినట్లు మాట్లాడింది. "అవును. చెప్పివుండేదాన్ని! మీరెప్పుడైనా 'సవాయి రోగం' అనే పేరు విన్నారా?"

"ఓ! విన్నాను. అది చాలా భయంకరమైన రోగం. అది తగిలితే కొందరికి కళ్ళు, ముక్కు అవయవాలు ఎక్కడికక్కడ కొరుక్కుని హరిస్తాయి."

"కాదు కోల్యా! ఒక్క కన్నూ, ముక్కే కాదు. అది తగిలిన వాళ్ళకు ఒళ్ళంతా పుచ్చిపోతుంది. పురుగులు పడతాయి. చాలా భయంకరమైన రోగం. అది కనిపించ కుండా లోపల లోపల నరాలు, మెదడును కూడా తినేస్తుంది. కొందరు డాక్టర్లు ఈ జబ్బు నయమవుతుందని చెపుతారు. కాని అది అబద్ధం. ఈ వ్యాధిని ఎవడూ, ఆఖరుకు దేవుడు కూడా నయం చేయలేడు. ఈ జబ్బుగల మనిషి పదేండ్లు, ఇరవై ఏండ్లు, ముప్ఫయ్ ఏండ్లు కూడా పీక్కుని పీక్కుని మురికి చావు చస్తాడు. ఏ క్షణంలోనైనా అతనికి పక్షవాతం రావచ్చు. శరీరంలో ఒక పార్శ్వం పడిపోవచ్చు. ఉదాహరణకు కుడి కాలో, కుడి చెయ్యో, మొహంలో కుడి వైపో పక్షవాతంతో పట్టుకుపోతుంది. సగం చచ్చిన మనిషియై జీవిస్తుంటాడు! అతను ఎప్పటికీ పూర్ణమైన మానవుడు కాలేడు. సగం చచ్చిన మనిషి. సగం శవమైన మనిషి! ఇలాంటి వారిలో చాలామందికి పిచ్చి పుడుతుంది. అతని వద్ద నుండి ఆ రోగం అనేకమందికి అనేక విధాల వ్యాపిస్తుంది.

అతను తిన్నదాంట్లో తిన్నా, తాగినదాంతో తాగినా, అతణ్ణి ముద్దు పెట్టుకున్నా, అతని శరీరం తాకినా, ఆఖరుకు అతని గాలి పీల్చినా సరే ఈ రోగం మరొకరికి వస్తుంది. ఈ విధంగా అతను ఎవరికైనా రోగం అంటించవచ్చు. తనకు అత్యంత ప్రియమైన సోదరికి, భార్యకు, కొడుకుకు కూడా అంటించవచ్చు. ఈ సవామేహపు జబ్బు భయంకరమైన అంటువ్యాధి. ఈ జబ్బు గలవారి సంతానం యావత్తూ ఇలాగే కుళ్ళి కృశించిపోతుంది. గుడ్డివాళ్ళు, కుంటివాళ్ళు, అంగహీనులు, పిచ్చివాళ్ళు, ఒళ్ళంతా మచ్చలుపడ్డవాళ్ళు, కుష్ఠువాళ్ళు, కురూపులు, క్షయరోగులు, చెవిటివాళ్ళు – వీరంతా సవామేహపు జబ్బుగలవారి సంతానమే కోల్యా! ఈ వ్యాధి యొక్క పూర్తి ఫలితం ఇదండీ అబ్బాయి గారూ!" అంటూ జెన్నీ అతని మొహంలో మొహంపెట్టి చూచింది. అద్భుతమైన ఆ కళ్ళచూపులకు అతను మూర్ఛపోతాడేమో! "ఏం ప్రియా! ఇప్పుడు మీకు చెప్పక తప్పదు. సుమారు నెలరోజుల క్రితం నాకూ ఈ జబ్బే అంటుకుంది. మంచం పట్టాను. అందుకనే ఇవాళ మిమ్మల్ని ముద్దు పెట్టుకోనివ్వలేదు."

"నీవు అనవసరంగా నన్ను భయపెట్టి బాధించాలని చూస్తున్నావు జెన్నీ!" అంటూ గొణిగాడు కోల్యా, భయంతో.

"అయితే అబద్ధం చెపుతున్నాననుకున్నారా? ఇటు రండి!"

అతణ్ణి లేచి నిలబడమని చెప్పింది. ఒక అగ్గిపుల్ల గీచింది.

"ఇప్పుడు జాగ్రత్తగా పరిశీలించండి. చూపిస్తాను" అంటూ తన నోరు తెరిచి వెలుగుతోన్న అగ్గిపుల్ల నోటి ముందు పెట్టుకుంది.

వెలుతురులో ఆమె గొంతంతా అగుపించింది. కోల్యా చూచి భయపడ్డాడు.

"తెల్లటి మచ్చలు చూశారా! అది ఈ రోగ లక్షణమే కోల్యా! మీకు తెలుసునో, లేదో! ఈ జబ్బు అనేక ప్రదేశాలలో అనేక రకాలుగా బయలుదేరుతుంది. చివరకు భయంకరమైన రూపం దాలుస్తుంది. అన్ని రకాలుగా ఒకే ఫలితం సంభవిస్తుంది. దేవుడి దయ వల్ల మీకు ఇప్పుడు దూరంగా ఉండగలిగాను. ఇహ బట్టలు వేసుకోండి."

కోల్యా ఏమీ మాట్లాడకుండా త్వరత్వరగా దుస్తులు ధరించసాగాడు. అతను జెన్నీ వంక చూడడం లేదు. అతని చేతులు వణుకుతూ స్వాధీనం తప్పిపోతున్నాయి. అంచేత తడబడుతూ, బట్టలు అడ్డదిడ్డంగా వేసుకుంటున్నాడు.

జెన్నీ తల వంచుకుని మాట్లాడుతోంది.

"కోల్యా! ఈ ఒక్క మాట వినండి. మీరు అదృష్టవంతులు. అందుకనే ఒక నీతి గల స్త్రీ దగ్గరకి వచ్చారు. మరొకరైతే మిమ్మల్ని ఊరకే పోనీరు. నే చెప్పేది వింటున్నారా? మేము పతితులం. భ్రష్టులం, మీలాంటి వాళ్ళ చేత చెరచబడి, మీ ఇళ్ళల్లోంచి వెళ్ళగొట్టబడ్డాం. తరువాత మళ్ళీ మీరే మా వద్దకు వచ్చి రెండు రూబుల్సు మా మొహాన పారేసి, మీ ఇష్టం వచ్చినట్లు అనుభవించిపోతున్నారు" అంటూ ఆమె తల ఎత్తి చూచింది.

"వింటున్నారా? ఇలాంటి దుర్మార్గులైన మీ మీద జాలి ఎందుకుంటుంది? మిమ్మల్ని ఎందుకు కనికరించాలి? మిమ్మల్ని ఎప్పుడూ ద్వేషిస్తాం. మీకు బుద్ధి వచ్చేలా చేస్తాం! మీ మీద మా కసి తీర్చుకుంటాం. భయంకరమైన రోగాలు తగిలించి మీ జీవితాల్ని నాశనం చేస్తాం. తెలిసిందా? కాని... మిమ్మల్ని నేను వదలిపెట్టాను! ...నీతిగల దాన్ని కనుక వదిలిపెట్టాను. మరో స్త్రీ అయితే ఇలా చేసేది కాదు...."

అప్పటి కింకా పూర్తిగా బట్టలు వేసుకోని కోల్యా హఠాత్తుగా వేసుకుంటూ ఉన్న బట్టలు కిందకు పడేశాడు. మంచం మీద జెన్నీ పక్కన కూచున్నాడు. తన రెండు చేతులతో మొహాన్ని కప్పుకుని, పసిబిడ్డలా వెక్కి వెక్కి ఏడవడం మొదలెట్టాడు.

"ఓ దేవుడా, ఓ దేవుడా!" ఆగి ఆగి మెల్లగా అంటున్నాడు. "నీవు చెప్పింది సత్యం! ఎంత ఘోరం! ఎంత దారుణం! తలుచుకుంటే గుండె ఆగిపోతోంది. మా ఇంట్లో కూడా ఒక దాసీ ఉండేది. ఆమె చాలా అందమైన పిల్ల. మా అన్నయ్య దాంతో సంసారం చేశాడు. ఆమె గర్భవతి అయింది. మా అన్నయ్య ఆమెను వదిలిపెట్టి మిలిటరీలో ఆఫీసరుగా వెళ్ళిపోయాడు. తరువాత మా అమ్మ అన్యాయంగా ఆ పిల్లను ఇంట్లోంచి గెంటివేసింది. అవును. నిర్దాక్షిణ్యంగా మెడపట్టి నెట్టింది. చిరిగిన గుడ్డపీలికను అవతల పారేసినట్లు పారేసింది. ఇప్పుడా అమ్మాయి ఎక్కడుందో? మా నాన్న - ఆయన కూడా ఒక పనిమనిషిని ఉంపుడుకత్తెగా ఉంచుకున్నాడు..."

కోల్యా హృదయవేదన చూసి జెన్నీ మనసు కలుక్కుమంది. జెన్నీ! అదీ జెన్నీ! ఒక పడుపుకత్తె, ఒక నాస్తికురాలు, ఒక తిరుగుబాటుదారు, చిన్న చిన్న విషయాలకే అబద్ధాలాడి తిట్టి శపించుకుని ప్రమాణాలు చేసే జెన్నీ! మెల్లగా అతని దగ్గరకు వెళ్ళింది. అతన్ని ఉద్దేశిస్తూ పవిత్ర హృదయంతో క్రాస్ చేసుకుంది. (మనం మౌనంగా భగవంతుణ్ణి ప్రార్థించినట్లుగా, క్రైస్తవ మతస్థులు భక్తితో తమ హృదయం మీద శిలువ గుర్తును చేత్తో అభినయిస్తారు. దీన్నే క్రాస్ చేసుకోవడమంటారు)

"దేవుడు నీకు మేలు చేస్తాడు బాబూ!" అంది ఆమె ప్రేమతోను, కృతజ్ఞతా పూర్వకంగాను.

తరువాత ఆమె పరుగెత్తుకెళ్ళి గది తలుపు తీసి, పనిమనిషిని పిలిచింది.

"జోస్యా! జోస్యా!"

ఆమె పిలుపుకు జోస్యా పలికింది.

"జోస్యా! దయచేసి టమారా గాని, మంకా గాని ఖాళీగా ఉన్నారేమో చూడు. ఇద్దరిలో ఎవరు వీలుగా ఉన్నా సరే, వారిలో ఒకరిని ఇక్కడికి రమ్మను" అంది జెన్నీ.

వెనుక నుంచి కోల్యా ఏదో గొణిగాడు. కాని ఆమె వినిపించుకోలేదు.

"త్వరగా వెళ్ళు జోస్యా!" తొందరపెట్టింది జెన్నీ.

"వెడుతున్నా! వెడుతున్నా!" జోస్యా పరుగెత్తింది.

"ఏమిటి జెన్నీ? ఏమిటిదంతా? వాళ్ళను ఎందుకు పిలవడం? ఇదంతా

చెప్పాలనా?" అనడిగాడు కోల్యా.

"మీరాగండి ప్రియా! ఇది మీకు సంబంధించిన విషయం కాదు. ఉండండి. మీకు ఇష్టం లేని పని నేనేం చెయ్యనులే."

ఒక నిమిషం తరువాత తెల్ల మంకా గదిలోకి వచ్చింది. స్కూలుకు వెళ్ళే విద్యార్థిని మాదిరి చక్కని దుస్తులు ధరించి ఉంది.

"ఎందుకో పిలిచావుట జెన్నీ! ఏం? పోట్లాడుకున్నారా?" అనడిగింది మంకా.

"లేదు. మేమేం పోట్లాడుకోలేదు మెనీచ్కా! నాకు విపరీతమైన తలనొప్పిగా ఉంది. వారిని సంతోషపెట్టే స్థితిలో లేను. మా అమ్మవు కదూ! నీవు మంచి పిల్లవు! నిన్ను వేడుకుంటున్నాను, నాకు బదులు నీవు ఈయన దగ్గర ఉండవే!" అంది జెన్నీ.

"ఇహ అంతటితో ఆపు జెన్నీ!" అన్నాడు కోల్యా విపరీతంగా బాధపడుతూ. "నీ అభిప్రాయం నా కర్థమైంది. కాని నాకిప్పుడవసరం లేదు. ఇంకా నన్నెందుకు చిత్రవధ చేస్తావు. అసలే చచ్చి ఉన్నాను. ఇంకా ఎందుకు చంపుతావు?"

"ఏమిటో మీ గోల? నాకేం అర్థం కావడం లేదు" అంది అమాయకురాలైన మంకా.

"ఏం లేదే! ఊరకే సరదా కోసం అన్నాను. అంతే! ఇహ మీరు పదండి ప్రియా! మీతో నేనూ వాకిలి దాకా వస్తాను" అంది జెన్నీ మృదువుగా.

జెన్నీ, కోల్యా పూర్తిగా తమ దుస్తులు వేసుకుని నడవలోకి వెళ్ళే వాకిలి దగ్గర నిలబడ్డారు. ఇద్దరూ మౌనంగా ఉన్నారు. విచారంగా ఒకరి వంక ఒకరు చూచుకున్నారు. ఆ క్షణంలో తను ఒకానొక జీవితం మీద బలమైన అపాయాన్ని పడేసిపోతున్నానని కోల్యా ఊహించుకోలేక పోయాడు.

చివరి కతను జెన్నీ చేతులు పట్టుకుని "నన్ను క్షమించు. నన్ను క్షమిస్తావా జెన్నీ! క్షమించవూ?" అన్నాడు దీనంగా.

"అవును. అవునండీ! అవును ప్రియా! అలాగే అలాగే" అంటూ ఆమె మాతృ హృదయంతో అతని తల నిమిరింది. అతణ్ణి నడవలోకి పంపించింది.

అతను వెళ్ళిపోతుంటే జెన్నీ వాకిలి పట్టుకుని నిలబడి అడిగింది.

"ఇప్పు డెక్కడికి వెడుతున్నారు?"

"ఇంటికి. నా స్నేహితుణ్ణి కలుపుకుని ఇంటికి వెడతాను."

"సెలవు తీసుకుంటాను ప్రియా!"

"నన్ను క్షమించు. నన్ను క్షమించు జెన్నీ!" అంటూ అతను మళ్ళీ వెనక్కు వచ్చి, ఆమె చేతులు పట్టుకుని దుఃఖించాడు.

"చెప్పానుగా! మీరు క్షమార్హులు. నన్ను కూడా మీరు క్షమించాలి. మళ్ళీ మనం ఒకరి నొకరం చూడకూడదు."

ఆమె తలుపు వేసుకుంది.

కోల్యా నడవలో నిలబడి తన మిత్రుణ్ణి ఎలా కలుసుకోవటమని ఒక క్షణం ఆలోచించాడు. పెత్రోవ్, టమారాతో వెళ్ళాడు. ఏ గదిలోకి వెళ్ళిందీ తెలీదు. అంతలో జోస్యా పరుగెత్తుకుంటూ అటు వెడుతోంటే అతను అడిగాడు.

ఆమె నిలబడకుండానే, "నాకు వ్యవధి లేదు. తొందరగా వెళ్ళాలి. ఎడమవైపున మూడో వాకిలి దగ్గరకు వెళ్ళండి" అంటూ పరుగు తీసింది.

కోల్యా, ఆమె చెప్పిన ప్రకారం మూడోగది వద్దకు వెళ్ళి తలుపు తట్టాడు.

లోపల్నుంచి గుసగుసలు వినడుతున్నాయి. అతను మళ్ళీ తలుపు కొట్టాడు.

"కెర్కోవియస్! తలుపు తెరువు. నేను – సోలిటరోవ్."

వేశ్యల ఇళ్ళకు వచ్చినప్పుడు మిలిటరీ వాళ్ళంతా మారుపేర్లతో, దొంగపేర్లతో పిలుచుకుంటారు. ఎవరూ గుర్తించకుండా, ప్రమాదం రాకుండా ఉండగలందులకై ఇలా చేస్తారు. ఇదొక విచిత్రమైన ఆచారం, అలవాటు. అలాగే ఇప్పుడు కూడా వీరిద్దరూ దొంగపేర్లు చెప్పుకున్నారు.

"మీరు లోపలికి రావడానికి వీల్లేదు. మేము పనిలో ఉన్నాం" అంటూ లోపల్నుంచి టమారా జవాబు చెప్పింది.

వెంటనే ఆమె చెప్పింది కాదంటూ పెత్రోవ్ అరిచాడు.

"నాన్సెన్స్! అంతా అబద్ధం! పనీ లేదు, పాడూ లేదు. లోపలికి రావోయ్!"

తలుపు తీసుకుని కోల్యా లోపలికెళ్ళాడు. పెత్రోవ్ మామూలుగా దుస్తులు ధరించి కుర్చీలో కూచుని ఉన్నాడు. కాని అతని మొహం, పెదవులు ఎర్రగా కందిపోయి ఉన్నాయి. తల వంచుకుని కూచున్నాడు.

"మీరు భలే స్నేహితుణ్ణి పట్టుకొచ్చారు. మీకేనండోయ్!" అంటూ టమారా, కోల్యాతో చెప్పసాగింది. "నేనేదో నిజమైన మగాడనుకున్నాను. అబ్బెబ్బే! తీరా చూస్తే ఆడపిల్ల కంటే అన్యాయం. తనేదో మైలపడుతున్నట్లు, తన పురుషత్వమంతా పోతున్నట్లు అలా భయపడతాడేమిటి? ఏదో నిక్షేపం దాచుకున్నట్లు దాచుకున్నాడు అయ్యగారు! ఇదుగో! తీసుకుపొండి మీ రెండు రూబుల్సు" అంటూ ఆమె పెద్దగా అని డబ్బు టేబుల్ మీద విసిరేసింది. "తీసుకుపోయి ఏ పనిమనిషికో, బిచ్చగత్తెకో ఇచ్చుకోండి. లేకపోతే మధ్యలో మిఠాయి కొనుక్కుని తినండి! హుఁ!"

"ఏమిటా అనవరమైన మాటలూ, శాపనార్థాలూ!" అన్నాడు పెత్రోవ్ తలెత్తి. "ఏం? నా ఇష్టమొచ్చినట్లు ప్రవర్తించడానికి నాకు హక్కు లేదూ? ఇంతసేపూ నీతో గడిపాను గనుక ఆ డబ్బు నీదే! ... కాని బలవంతాన పనులు చేయిస్తే నేను ఒప్పుకోను. నీవు చేసిన పని ఏ మాత్రం బాగులేదు గ్లాడ్‌షోవ్ – కాదు సోలిటరోవ్! ఏదో మంచి పిల్ల కదా అనుకున్నాను. కాని అబ్బబ్బ! ఒకటే ముద్దులు. ముద్దుల మీద ముద్దులు! అలా ముద్దు పెట్టుకుని పెట్టుకుని చివరకు నన్నేం చేసిందో ఆ ఈశ్వరుడికే తెలియాలి."

టమారాకు కోపం పోయి, నవ్వొచ్చింది. పెద్దగా నవ్వి, "ఓ! నీ వెంత కొంటె

పిల్లగాడివి! సరే – కోపం అక్కర్లేదు. మీ డబ్బు తీసుకుంటాను లెండి! కాని ఒకటి మాత్రం గుర్తుంచుకోండి. ఈ రాత్రి మీరు విచారిస్తారు. చాలా విచారిస్తారు. సరే! ఇహ కోపగించకండి. ఇహ వెడదామా? ఏది ఒకసారి కరస్పర్శ చేయనివ్వండి!" అంటూ టమారా, పెట్రోవ్‌కి షేక్‌హాండ్ ఇచ్చింది.

"ఇహ రా కెర్కోవియస్!" పిలిచాడు కోల్యా. "గుడ్‌నైట్ టమారా! వస్తాను."

వేశ్యలందరికీగల అలవాటు ప్రకారం టమారా డబ్బు తన మేజోళ్ళలో దాచుకుని వాళ్ళను సాగనంపడానికి వెంట వెళ్ళింది.

నడవలో నడుస్తుండగానే హాలులో ఏదో విచిత్రమైన సంభాషణ, సందడి అవుతున్నట్లు కోల్యాకు తోచింది.

వెంటనే ఆ ఇద్దరు కుర్రాళ్ళు హాలులోకి వచ్చి చూచేసరికి విచిత్రంగా ఉంది. 'అన్నా' ఇంట్లో ఉండేవారంతా అక్కడ పోగయ్యారు. అనేకమంది కొత్తవారు కూడా ఉన్నారు. హాలంతా జనంతో క్రిక్కిరిసి, సందడిగా ఉంది. వారంతా గుంపుగా నిలబడి నేల మీదకి వంగిచూస్తున్నారు. కోల్యాకు మరీ ఆశ్చర్యం వేసింది. గుంపులోకి వెళ్ళి జనాన్ని అటూ ఇటూ తోసి, వాళ్ళ మధ్యలోంచి తను కూడా తల పెట్టి తొంగిచూచాడు.

'రోలీ–పోలీ' అసహజంగా క్రింద పడుకుని ఉన్నాడు. అతని చుట్టూరా ఈ గుంపంతా చేరింది. అతని మొహం నీలంగా, దాదాపు నల్లగా అయిపోయింది. కదలడం లేదు. కాళ్ళు అడ్డదిడ్డంగా పడివున్నాయి. నిలువుగుడ్లు వేసి భయంకరంగా చూస్తున్నాడు. ఒక చెయ్యి వక్షస్థలం మీద పెట్టుకున్నాడు. రెండో చెయ్యి పక్కన చాచుకున్నాడు.

"ఏమైంది అతనికి? అన్నాడు కోల్యా కంగారుపడుతూ.

న్యూరా అనే పిల్ల రహస్యంగా జవాబు చెప్పింది:

"అతను ఇప్పుడే వచ్చాడు. మంకాకు ఐస్ క్యాండీ, ద్రాక్షలు తెచ్చి ఇచ్చాడు. ఆమె కేవో కథలు చెప్పడం మొదలెట్టాడు. 'నీలిరంగులో ఉంటుంది. కచ్చేరి చావడిలో వేలాడగడతారు. ఏమిటో చెప్పండి?' అని ప్రశ్న వేశాడు. కానీ మేం సమాధానం చెప్పలేకపోయాం.

'అది ఒక రకమైన చిన్న చేప' అంటూ అతనే జవాబు చెప్పాడు. తరువాత పెద్దగా నవ్వాడు. ఖళ్ళుఖళ్ళుమని దగ్గాడు. క్రింద పడిపోయాడు. మళ్ళీ కదల్లేదు. పోలీసులు కోసం కబురు పంపారు. ఓరి దేవుడా! ఎంత భయంకరమైన సంఘటన! శవాన్ని చూస్తే నాకు చచ్చే భయం."

"ఉండు చూద్దాం. బహుశా ప్రాణం ఉందేమో!" అంటూ కోల్యా అతణ్ణి సమీపించబోయాడు.

కానీ వెంటనే కాపలావాడు సిమన్ ఇనుప చువ్వల్లాంటి తన వ్రేళ్ళతో అతని చెయ్యి పట్టుకుని వెనక్కు గుంజాడు.

"వెళ్ళండి అబ్బాయిలూ! ముందిక్కణ్ణుంచి వెళ్ళిపోండి. ఈ ఛాయల కనిపించారంటే

ఊరకోను. పోలీసులు వస్తారు. మిమ్మల్ని సాక్ష్యం వేస్తారు. దాంతో మిలిటరీ స్కూలులోంచి మిమ్ముల్ని గెంటేస్తారు. మీ తిక్క కుదురుతుంది. వెళ్ళేవాళ్ళు వెళ్ళడం మంచిది. ఎందుకీ ఊబిలో దిగుతారు?" అన్నాడు సిమన్ దురుసుగా.

అతను, ఆ ఇద్దరు కుర్రాళ్ళను మొదటి గదిలోకి తీసుకొచ్చి వాళ్ళ 'ఓవర్ కోట్లు' చేతికిచ్చాడు.

"రాండి! త్వరగా రాండి! పరుగెత్తండి! మళ్ళీ ఇటొచ్చారా, లోపలికి రానీయను. తెలిసిందా! సరే, ముందీ ముసలాడికి కాస్త డబ్బు పడెయ్యండి. వోడ్కా తాగుతాడు. మీతో అరవడం వల్ల నా గొంతు పోయింది" అన్నాడు సిమన్ గట్టిగా.

"వోడ్కా తాగితే మరీ వాగుతావు. ఊరకోరా ముసలితొత్తా!" అని అరిచాడు కోల్యా.

దాంతో సిమన్‌కు పట్టరాని ఆగ్రహం వచ్చింది. పళ్ళు పట పట కొరికాడు. కనుబొమలు ముడివేశాడు. వికృతమైన మొహాన్ని వివిధ వంకర్లు తిప్పాడు.

అతణ్ణి చూచేసరికి ఆ కుర్రాళ్ళిద్దరూ హడలెత్తి పోయారు.

"మీ మొహాలు పగలకొడతాను! నరుకుతాను! ముక్కలు ముక్కలు చేస్తాను. పొండి వెధవల్లారా! లేకపోతే నా చేతిలో ఇవాళ చచ్చారన్నమాటే" బ్రహ్మాండంగా అరిచాడు సిమన్.

కుర్రాళ్ళిద్దరూ మెట్ల మీద నుంచి కిందకి పరుగుతీశారు. దోవలో వారికి ఇద్దరు మనుషులు ఎదురుపడ్డారు. ఒకడు ఎర్రచొక్కా మరొకడు నీలిరంగు చొక్కా వేసుకున్నారు. వాళ్ళిద్దరూ పక్క ఇళ్ళల్లోని కాపలావాళ్ళని స్పష్టంగా తెలుస్తోంది.

"ఏమిటీ?" అడిగాడు ఎర్రచొక్కావాడు, సిమన్‌ని.

" 'రోలీ–పోలీ' పరలోకయాత్ర చేశాడు."

"అవును. చచ్చాడు. ఇప్పుడు మనం అతణ్ణి పట్టి వీధిలో పారెయ్యాలి. లేకపోతే మన దుంప తెగుతుంది. గాడిద కొడుకు! చచ్చినవాడు చావకుండా మన చావుకు తెచ్చిపెట్టాడు. వీధిలో పడేశామూ అంటే, చూచినవాళ్ళు వాడే తప్పతాగి నడుస్తూ, పడి చచ్చాడనుకుంటారు" అన్నాడు సిమన్, పక్క ఇంటి కాపలావాడితో.

"అసలెలా జరిగింది? నీవు వాడి మీద చెయ్యి చేసుకున్నావా?" మళ్ళీ అతను అడిగాడు.

"నేనా? నీకు పిచ్చెక్కిందా ఏమిట్రా? నేను చెయ్యి చేసుకోవడానికి కారణం ఏమీ లేదు. పాపం అతను చాలా మెత్తనివాడు. ఎవరిని ఏమీ అనడు! కాలం తీరింది, చచ్చాడు. అంతకన్నా మరేం లేదు."

"చివరకు ఇక్కడ రాసిపెట్టి ఉందన్నమాట, హుఁ! ఎవడైనా ఎంతో పాపం చేసుకుంటేగాని ఈ కొంపల్లోకి వచ్చి చావడు."

"నిజం చెప్పావురా!....సరే.....వెడదాం రా!" అన్నాడు నీలి రంగు చొక్కా వేసుకున్న ఆ రెండోవాడు.

ఆ ముగ్గురూ హాలులోకి వెళ్ళారు.

ఆ ఇద్దరు మిలిటరీ కుర్రాళ్ళు కాలికొద్దీ పరుగు లంకించుకున్నారు. 'రోలీ-పోలీ' - భయంకరమైన అతని శవం ఇంకా వాళ్ళ కళ్ళల్లో మెదులుతూ ఉంది. సాధారణంగా శవాన్ని చూస్తే ఎవరికైనా భయం కలుగుతుంది. అందులోనూ కుర్రాళ్ళయితే మరీ, పైగా చీకట్లో దాన్ని గురించి తలుచుకుంటే, ఇహ చెప్పక్కర్లేదు వణుకు పుట్టాల్సిందే!

5

ఆ రోజు తెల్లవారుజాము నుంచే వర్షం ఆరంభమైంది. ముసురు పట్టినట్లు విడువకుండా సన్నని జల్లు పడుతోంది. ధూళి మాదిరి పైనుంచి తుంపరలు పడుతున్నాయి. ప్లాటొనోవ్ రేవులో పనిచేస్తున్నాడు. పడవ లోంచి కర్బూజపండ్లు దిగుమతి చేస్తున్నాడు. ప్లాటొనోవ్ ఇంతకు ముందు ఫ్యాక్టరీలో పనికి కుదిరాడు. కాని అతనికి అదృష్టం కలిసిరాలేదు. పనిలో చేరిన మొదటి వారంలోనే మేనేజరుతో తగాదా పడ్డాడు.

తగాదా ఏమిటి? పెద్ద యుద్ధమే జరిగింది. అవును. ఫ్యాక్టరీ మేనేజరు, కూలీలకు అన్యాయం చేసేవాడు. నీచంగా ప్రవర్తించేవాడు. ఇతను అది సహించలేక, పనివాళ్ళ పక్షం వహించి వారి న్యాయమైన హక్కుల కోసం పోరాడాడు. అంచేత వెంటనే పనిలోంచి తొలగించబడ్డాడు కూడా.

ఆ తరువాత సెర్జీ ఇవానోవిచ్ (ప్లాటొనోవ్) తిండికి కూడ జరుగక ఒక నెల రోజులు విపరీతంగా బాధపడ్డాడు. నగరం వెలుపల ఎక్కడో ఉండి అష్టకష్టాలు పడ్డాడు. 'ఎకో' పత్రికకు రోడ్డు మీద జరిగిన ప్రమాదాన్ని గురించో, లేక మరో ఆసక్తిని కలిగించే విషయాన్ని గురించో వార్తలు పంపేవాడు. అప్పుడప్పుడు హాస్యాన్ని కలిగించే వ్యాసాలు, నవ్వు పుట్టించే దృశ్యాలు, చిత్ర విచిత్రమైన చిన్న కథలు వ్రాసి, పత్రికకు పంపేవాడు. కానీ రిపోర్టరుగా, పత్రికా రచయితగా బ్రతకడం దుర్భరమైంది. ఈ పనిలో అతనికి విసుగు పుట్టింది. ఏదో అలుపు వచ్చినట్లనిపించింది. జీవనోపాధికి ఇది తగిన వృత్తి కాదని తోచింది. ఇంత కన్నా కాయకష్టం చేసుకుని జీవించడం మంచిదనీ, అందులో కొంత మనశ్శాంతి, సుఖం ఉన్నాయనీ ఆశించాడు.

ఈ కారణం వల్లనే రేవులో పనికి కుదిరాడు. అప్పటికి నీపర్ నదిలో పై నుండి కర్బూజపండ్లు వేసుకుని పడవలు రేవుకు రావడం ప్రారంభించాయి. రేవులో పండ్లు దిగుమతి చేసే ఇతర కూలీలతో పాటు తనూ పనికి కుదిరాడు. అవును. బుద్ధిపూర్వకం గానే అతను ఈ పనిలో ప్రవేశించాడు. కూలీల మధ్య జీవించడం ప్లాటొనోవ్‌కు మహా సరదా. గత సంవత్సరం ఈ కూలీలతోనే కలసి తను కొంతకాలం ఉన్నాడు. అంచేత వారందరూ ఇతనికి తెలుసు. పైగా పనివాళ్ళంతా ఇతనంటే అతి ప్రేమగా చూస్తారు. మంచివాడనీ, ఉల్లాసంగా ఉంటాడనీ, విద్యావంతుడనీ, తమకు రావల్సిన కూలికి

సంబంధించిన లెక్కా డొక్కా వ్రాయడంలో నేర్పుగలవాడనీ, న్యాయం కోసం నిలబడి పోరాడతాడనీ ఇతనంటే పనివాళ్ళంతా ఇష్టపడేవారు. ఇతణ్ణి గౌరవించేవారు.

రేవులో సరుకు దిగుమతి దివ్యంగా సాగిపోతోంది.

ఒక్కొక్క పడవ దగ్గర అయిదుగురు పనివాళ్ళు జట్టు జట్టుగా ఉండి పనిచేస్తున్నారు. మొదటివాడు పడవలో నుండి పండ్లు బయటకు తీస్తాడు. పడవ దగ్గర ఉన్న రెండోవాడికి అందిస్తాడు. అతను దాన్ని వార్డులో ఉన్న మూడోవాడికి, అతను నాలుగోవాడికి, చివరకు నాలుగోవాడు వాగెన్‌లో నిలబడివున్న అయిదోవాడికి అందిస్తాడు. అతను పండ్లన్నీ వరుస లొరుసలుగా వాగెన్‌లో పేరుస్తాడు. ఆకుపచ్చగాను, తెల్లగాను, చారలు చారలుగాను ఉన్న అనేకరకాల పండ్లు వరుస లొరుసలుగా పేర్చబడి, తళ తళ మెరుస్తూ కనిపిస్తుంటాయి. ఈ విధంగా పని చకచక సాగిపోతూ ఉంటుంది. పడవలోంచి పండ్లన్నీ వాగెన్లలోకి ఎక్కిస్తారు. నిజంగా ఈ పని సరదాగానే ఉంటుంది. కళకళలాడుతూ, తళతళమెరుస్తూ ఉన్న కర్బూజపండ్లను వరుసగా నిలబడివున్న పనివాళ్ళు ఒకరి చేతుల్లోంచి మరొకరి చేతుల్లోకి బంతుల్లా ఎగరేసుకుంటూ, చకచక పనిచేస్తూ ఉంటే ఎంత సరదాగా ఉంటుంది.

ఇవాళ పని మరీ లాభసాటిగా ఉంది. మొత్తం నలభైమంది పనివాళ్ళు ముఠాగా పనిచేస్తున్నారు. వీరందరూ రోజు కూలికి పని చేయడం లేదు. ఎంత వ్యవధి అయినా పట్టనీ, పూర్తిగా వాగెన్ నింపడం, అందుకు మొత్తంగా ఇంతని డబ్బు తీసుకోవడం - ఇలాంటి ఒప్పందం చేసుకున్నారు. ఈ పనివాళ్ళ మీద అజమాయిషీ చేయడానికి ఒక మేనేజరున్నాడు. అతని పేరు 'జవోరోట్నీ'. యుక్రేనియన్ జాతివాడు. మనిషి బలిష్ఠుడు, స్థూలకాయుడు. అయినా ఇతను వయస్సులో చిన్నవాడే! పనిలో అనుభవం కూడా లేదు. మనిషి సరసుడు కాదు. జిత్తులు పన్ని ఎత్తులు వేసి యజమాని ఆదరాభిమానాలు పొందాలని చూస్తుంటాడు. నిజానికి మేనేజరుకూ, పనివాళ్ళకూ కూడా సంపాదన ఒకటే. అందరికి సమానంగానే కూలి ముట్టుతుంది. రోజుకు ఒక్కొక్కరికి నాలుగు రూబుల్సు. అయితే మాత్రం ఏం? చెమటోడ్చి పనిచేసే కూలీలకూ ఒకటే రేటు, పని చేయకుండా ఒళ్ళు కదలకుండా అజమాయిషీ చేసే మేనేజరుకూ ఒకటే రేటు. మేనేజరు చేసే పనేముంది? అరుస్తూ, అధికారం చలాయిస్తూ, పై పై పెత్తనం చేయడమేగా! కూచోబెట్టి నాలుగు రూబుల్సు ఇస్తున్నా, ఈ మేనేజరుకు తృప్తి లేదు. పనివాళ్ళను తొందరపెట్టడం, గర్వం, అహంకారంతో కన్ను కానకుండా ప్రవర్తించడం, పనివాళ్ళ దగ్గర ఏదో తప్పుపట్టి యజమాని మెప్పు పొందాలని చూడడం, అలాగైనా తను ఎక్కువ లాభం పొందాలని ఎత్తులు వేయడం ఇతనికి అలవాటయిపోయింది.

ఇప్పుడే రేవులో ఓడ కూత పెట్టింది. రెండోది, మూడోది పెద్దగా కూతలు వేశాయి. నది అంతా ప్రతిధ్వనించింది. మరికొన్ని ఓడలు ఒడ్డున ఉన్నాయి. ఏ క్షణంలోనో అన్నీ ఒకేసారి అరవడానికి సిద్ధంగా ఉన్నాయి.

"పని ఆపండి!" మేనేజరు జవోరోట్నీ పెద్దగా అరిచాడు. అతని అరుపు ఒక పెద్ద రైలు ఇంజను కూత పెట్టినట్లుగా ఉంది.

చకచక నడుస్తోన్న పని క్షణంలో ఆగిపోయింది. నడుము వంచి పనిచేస్తోన్న ప్లాటొనోవ్, వెన్నువిరిచి నిలుచున్నాడు. ఇప్పుడతనికి నడుము నొప్పి అనిపించలేదు. 'ఫరవాలేదు. ఇంతసేపు కష్టపడి పని చేసినా బాధగా లేదు' అనుకున్నాడు తనలో.

అవును. అతను ఇలాంటి కాయకష్టంలో ప్రవేశించిన మొదటి రోజుల్లో విపరీతంగా బాధపడేవాడు. ఒళ్ళంతా విరగ్గొట్టినట్లుండేది. నరాల్లో పోటు పుట్టేది. రాత్రింబగళ్ళు ఒకటే నొప్పులు, తీపులు. నగరం వెలుపల తనుండే పాడుపడ్డ గుహకు చేరుకుని మళ్ళీ లేవలేక పోయేవాడు. దయ్యపు గొంతులా ఫ్యాక్టరీ కూత వినిపించేది. గుండె అదిరిపోయి, పనిలోకి పోవడానికి ప్రయత్నించేవాడు. కానీ అడుగు తీసి అడుగు వేయడానికే కష్టంగా ఉండేది. కాళ్ళు, చేతులు చచ్చుతీపులు పుడుతోంటే ఎలా పరిగెత్తేవాడో, ఎలా పనిచేసేవాడో తలుచుకుంటే ఇప్పుడతనికి ఆశ్చర్యం వేస్తుంది. ఏదో అద్భుతం జరిగినట్లు తోస్తుంది. కాని ఇప్పుడలా లేదు. ఎంత పనైనా శ్రమ లేకుండా చేయగలుగుతున్నాడు. అవును. కాయకష్టానికి అలవాటుపడిపోయాడు.

"భోజనాలకు పదండి" ఆజ్ఞాపించాడు మేనేజరు.

పనివాళ్ళంతా నది ఒడ్డుకు వెళ్ళి, బల్లకూర్పు మీద కూచుని కొందరు వంగి, కొందరు దోసిళ్ళతో నీళ్ళు తీసుకుని వెచ్చగా ఉన్న మొహాల మీద, భుజాల మీద పోసుకున్నారు. పుక్కిలించి ఉమ్మేసి, చేతులు కడుక్కున్నారు. పిమ్మట నది ఒడ్డునే కొంచెం ఎండగా ఉన్న పచ్చిక మీద కూచుని భోజనాలు ప్రారంభించారు.

ఒకరి పక్కన ఒకరు గుండ్రంగా కూచున్నారు. పదో పదిహేనో బాగా పండిన కర్బూజ పండ్లు దగ్గర పెట్టుకున్నారు. కొన్ని రొట్టెలు, ఎండు చేపలు కూడా ఉన్నాయి.

వాళ్ళల్లో ఒకడు ఖాళీ కూజా ఒకటి తీసుకుని దగ్గరలో ఉన్న దుకాణానికి 'వోడ్కా' కోసం పరుగెత్తాడు. భోజనాలు చేయబోయే ముందు సోల్జర్లు పాడే పాట పాడుకుంటూ పోతున్నాడు.

"సోదరులారా పదండీ!
భోజనాలకూ వేళయిందీ!
మూటా, ముల్లె విప్పండీ!
పళ్ళెం, చెంచా పట్కోండి!
ఫలహారాలు రాకపోయినా,
బన్నూ, రొట్టె లేకపోయినా,
ఉప్పిడి చప్పిడి కాకుండా,
రద్దీ, రభసా లేకుండా,
గుట్టు చప్పుడు కాకుండా

వట్టి పళ్ళెమే తినేసెయ్యండి!"

ఇంతలో ఒక కుర్రాడు పనివాళ్ళు ఉన్నచోటికి పరుగెత్తుకుంటూ వచ్చాడు. అతని చొక్కా, లాగు పూర్తిగా చిరిగి పీలికలయి ఉన్నాయి. దాదాపు ఒంటి మీద గుడ్డ లేనట్లే ఉన్నాడు. కాళ్ళకు బూట్లు కూడా లేవు. బిచ్చగాళ్ళ పిల్లవాడి కంటే అన్యాయంగా ఉన్నాడు.

"మీలో ప్లాటొనోవ్ గారంటే ఎవరు?" అనడిగాడు ఆ కుర్రాడు, మెరుస్తున్న కళ్ళతో అందరి వైపు చూస్తూ.

సెర్జి ఇవానోవిచ్ ప్లాటొనోవ్ లేచి, అతని దగ్గరి కొచ్చాడు, "నేనే ప్లాటొనోవ్‌ను! ఏం కావాలి? ఎవరు నీవు?" అన్నాడు.

"అక్కడ చర్చి వెనకాల ఒక అమ్మాయిగారు మీ కోసం నిలబడి ఉంది. ఇదుగోండి! మీకీ చీటీ ఇవ్వమంది."

అది విని పనివాళ్ళంతా పగలబడి నవ్వారు.

"నోర్మూయ్యండి, వెధవల్లారా!" అరిచాడు ప్లాటొనోవ్.

"ఏదీ ఆ చీటీ ఇలా ఇవ్వు."

చీటీ తీసుకుని చూచాడు. అది జెన్నీ వ్రాసింది. గుండ్రంగా, పెద్ద పెద్ద అక్షరాలు, పసిపిల్ల మాదిరి వ్రాసింది. అక్కడక్కడ కొన్ని మాటలు తప్పులు కూడా ఉన్నాయి.

"సెర్జీ ఇవానిచ్! మీకు శ్రమ కలిగిస్తున్నందుకు నన్ను క్షమించండి. నేను మీతో ఒక ముఖ్యమైన విషయం మాట్లాడాలని వచ్చాను. ఎంతో ముఖ్యమైన విషయం. లేకపోతే మిమ్మల్ని బాధించను. నా కోసం, ఒక్క పది నిమిషాలు -- వినియోగించండి. ఇట్లు- మీరెరిగిన జెంకా, అన్నా మార్కోవ్‌నా ఇల్లు."

ప్లాటొనోవ్ చీటీ చదువుకుని, మేనేజరుతో మాట్లాడాడు.

"నాకు కొంచెం పనుంది. అవతలికి వెళ్ళి రావాలి. మళ్ళీ పని ప్రారంభించేసరికి వస్తాను."

"అవును. నీవేమిటో నాకు తెలుసు. ఇలాంటి పనులు చేసుకోవడానికి రాత్రి ఉందిగా! సరే, వెళ్ళు వెళ్ళు! నిన్నెవరూ ఆపు చేయడం లేదు. కానీ ఒక విషయం గుర్తుంచుకో. మేము పని ప్రారంభించేసరికి నీవు రాకపోయావా, నీ స్థానంలో మరెవరో దోవన పోయే వెధవాయను పెడతాను. నీకు రావల్సిన రోజు కూలీ సున్నా అవుతుంది. ఆ వచ్చినవాడు ఏమైనా తప్పు చేశాడో, అందుకు నీదే జవాబుదారీ. వాడు చేసిన తప్పులకు నీవే డబ్బు కట్టాల్సి వస్తుంది ఏమనుకున్నావో! నీ విలాంటి ముండల ముఠాకోరువని నేనెన్నడూ అనుకోలేదు ప్లాటొనోవ్!" – మేనేజరు అసహ్యించుకుంటూ మాట్లాడాడు.

ప్లాటొనోవ్ వెళ్ళేసరికి జెన్నీ వార్డుకూ, చర్చికీ మధ్య ఉన్న ప్రదేశంలో వేచివుంది. అక్కడ కొద్దిగా పోప్లార్ చెట్లు ఉన్నాయి. ఆమె ఒంటి నిండా జిడ్డు జిడ్డుగా ఉన్న ఒకే

గౌను వేసుకుంది. నల్ల రిబ్బన్ గల గడ్డిటోపీ ఒకటి నెత్తి మీద పెట్టుకుంది.

ఆమెను కొంచెం దూరం నుంచి చూచి ప్లాటొనోవ్ తనలో ఇలా అనుకున్నాడు: 'సాధారణమైన దుస్తులు వేసుకున్నా ఈమె ఎంత అందంగా ఉంది! దోవన పోయేవాడు ఎవడైనా సరే, ఈమెను రెండు మూడుసార్లు వెనక్కు తిరిగి చూడకుండా పోడు. నిజంగా ఈమెలో ఒక ప్రత్యేకమైన ఆకర్షణ ఉంది.'

"ఏం జెన్నీ! కులాసాగా ఉన్నావా? చాలా కాలానికి నిన్ను చూచాను. చాలా సంతోషం. ఇలా అకస్మాత్తుగా కనిపిస్తావని ఎప్పుడూ అనుకోలేదు సుమా!" అంటూ ప్లాటొనోవ్, ఆమెతో కరస్పర్శ చేశాడు.

జెన్నీ మౌనంగా ఉంది. ఆమె ఏదో బాధపడుతున్నదని వెంటనే ప్లాటొనోవ్ గ్రహించాడు. "క్షమించు జెనీచ్కా! నేనింకా భోంచెయ్యలేదు. నీకభ్యంతరం లేకపోతే హోటలుకు వెడదాం. దగ్గరలోనే చిన్న హోటలొకటుంది. ఈ పాటికి జనమంతా ఖాళీ అవుతారు. సందడి ఏమీ ఉండదు. పైగా లోపల వెనకపక్క చిన్న గది కూడా ఉంది. భోంచెయ్యలేదేమో? ఏమైనా తిందువుగాని" అన్నాడు ప్లాటొనోవ్.

"థ్యాంక్సు! నాకేమీ తినాలని లేదు. మిమ్మల్ని ఎక్కువసేపు అట్టిపెట్టను లెండి! కొద్ది నిమిషాలు మాట్లాడాలి. నాకు మీ సలహా కావల్సి వచ్చాను. మీరు తప్ప నాకెవరున్నారు?" అంది జెన్నీ. ఆమె గద్గద స్వరంతో మాట్లాడింది.

"సరే అందుకేమీ అభ్యంతరం లేదు. సంతోషంగా నేను చేయగలిగిన సహాయం చేస్తాను జెన్నీ! నీవంటే నాకెంతో ఇష్టం. తెలుసుగా!"

ఆమె అతని వైపు క్రీగంట చూచింది. ఆమె చూపుల్లో ఏదో విచారం, కృతజ్ఞత అగుపిస్తున్నాయి. "నాకు తెలుసు సెర్జీ ఇవానిచ్! మీరు నాకు సహాయం చేస్తారనే నమ్మకం ఉండబట్టే, మీ దగ్గర కొచ్చాను" అంది ఆమె.

"నీ కేమైనా డబ్బులు కావాలా? నిజం చెప్పు జెన్నీ! నా దగ్గర కూడా ప్రస్తుతం డబ్బు లేదు. ఇబ్బందుల్లో ఉన్నాను. అయినా ఫరవాలేదు. మేనేజరును అడిగితే అడ్వాన్సు ఇస్తాడు."

"థాంక్సు! డబ్బు విషయం కాదండీ! అంతా మీకు హోటల్లో చెపుతాను పదండి."

ఇద్దరూ దాపులో ఉన్న చిన్న హోటలుకు వెళ్ళారు. అధ్వాన్నపు హోటలు. గుడిసె మాదిరి ఉంటుంది. గాలి, వెలుతురు రావు. అక్కడికి వచ్చేవాళ్ళంతా దొంగలు, తుంటరి వెధవలు. ముఖ్యంగా రాత్రి పూట పోగవుతుంటారు.

హోటలిప్పుడు ఖాళీగానే ఉంది. ప్లాటొనోవ్ జెన్నీని వెంటబెట్టుకుని, వెనుక పక్కనున్న చిన్న గదిలోకి తీసుకెళ్ళాడు. గదిలో మసక మసక చీకటిగా ఉంది.

ప్లాటొనోవ్ హోటలు కుర్రాణ్ణి పిలిచి, రొట్టె, ఒక పెద్ద గ్లాసెడు వోడ్కా మరికొన్ని ఫలహారాలు పట్టుకురమ్మని ఆర్డరిచ్చాడు.

ఆ హోటలు కుర్రాడిది చప్పిడి ముక్కు, మొహం జిడ్డు కారుతోంది. ఒళ్ళంతా

మకిలిపట్టి, అప్పుడే ఏ బురదలోనో పొర్లివచ్చినట్లు అసహ్యంగా ఉన్నాడు.

"ఎన్ని కోపెక్కుల రొట్టె కావాలి?" అనడిగాడు కుర్రాడు. అతని కంఠస్వరం చాలా మొరటుగా ఉంది.

"మంచి రొట్టె చూచి, మరింత పట్టుకురా! తరువాత లెక్క చూచుకుందాం" అన్నాడు ప్లాటొనోవ్ నవ్వుతూ.

"ఇదుగో అబ్బాయ్! ఒక గ్లాసెడు క్వాస్ (ఒక రకమైన పానీయం) కూడా పట్టుకురా!"

"సరే జెన్నీ! ఇక చెప్పు. ఏమిటి నీ సంగతి? నీవేదో కష్టంలో ఉన్నట్లు నీ మొహమే చెపుతోంది. ఏమిటో చెప్పు జెన్నీ?" అన్నాడు ప్లాటొనోవ్.

జెన్నీ తన చేతిరుమాలు వేళ్ళకు చుట్టుకుంటూ కొద్ది క్షణాలు కిందికి చూస్తూ కూచుంది. తన సంగతి చెప్పాలని విశ్వప్రయత్నం చేస్తోంది. కానీ ఆమెకు ధైర్యం చాలడం లేదు. సరైన మాటలు దొర్లడం లేదు. చెప్పాల్సిన సంగతి ఎలా ప్రారంభించాల్సిందీ తెలీడం లేదు.

ప్లాటొనోవ్ ఆమె స్థితి గ్రహించాడు. వెంటనే అందుకున్నాడు:

"కలవరపడకు జెనీచ్కా! నీ పరిస్థితి ఎలా ఉందో చెప్పు. నీకు కావల్సినవాణ్ణినీ, నీ కుటుంబంలో ఒక మనిషి లాంటివాణ్ణినీ నీకు తెలుసుగా! బహుశా నీకు తగిన సలహా చెప్పగలనేమో! చెప్పు జెన్నీ! ఏమిటి విషయం? ఊఁ! మాట్లాడు."

"అదేనండీ ఎలా మొదలెట్టాల్సిందీ తెలీడం లేదు" అంది ఆమె ఆందోళనపడుతూ! "చూడండి సెర్జీ ఇవానిచ్!.....నేను జబ్బుతో ఉన్నాను. మీకర్థమైందా? భయంకరమైన వ్యాధి.....దారుణమైన రోగంతో బాధపడుతున్నాను...... ఏం జబ్బో తెలుసునా!"

"చెప్పు జెన్నీ! ఫరవాలేదు చెప్పు!" తలూపుతూ అడిగాడతను.

"కొంతకాలం క్రిందట వచ్చిందా జబ్బు. నెలకు పైగా అయింది. బహుశా ఆరువారాలు అయివుంటుంది... నేను అది కనుక్కొని నెల రోజులవుతుంది. సరీగ్గా ట్రినిటీ పండుగ....ఆదివారం నాడు."

ప్లాటొనోవ్ తన చేత్తో నుదుటి మీద రుద్దుకుని వెంటనే అన్నాడు:

"ఉండు చెప్తాను. నాక్కూడా జ్ఞాపకముందనుకుంటాను. ఒకనాడు నేనూ, కొంతమంది విద్యార్థులూ కలిసి అక్కడికి వచ్చాం. ఆ రోజే కదూ?"

"అవును ఇవానిచ్! సరీగ్గా అదే రోజు."

"అయ్యో జెంకా! నా కర్థమైంది" అంటూ అతను, ఆమె వైపు దీనంగా చూచాడు. "ఆ తరువాత ఆ ఇద్దరు విద్యార్థులు జబ్బుపడ్డారు. నీకు తెలుసా? ఏం? అది నీ దగ్గర్నుంచి వచ్చిన జబ్బేనా?"

జెన్నీ కళ్ళు క్రోధంతో, ద్వేషంతో రగిలాయి.

"కావచ్చు. నా దగ్గర్నుంచే కావచ్చు. అయినా అది నా కెలా తెలుస్తుంది? వాళ్ళు

చాలామంది ఉన్నారు. ఒక కుర్రాడు పొడుగ్గా, తెల్లగా ఉన్నాడని నాకు జ్ఞాపకం. కళ్ళజోడు కూడా పెట్టుకున్నాడు. మీతో దెబ్బలాటకు కూడా సిద్ధపడ్డాడు కదూ!"

"అవునవును. అతనే బోరిస్ అనే విద్యార్థి. అతనికి రోగం తగిలినట్లు నాకు తెలియవచ్చింది. అయినా నేనందుకు విచారించ లేదు. అతనికి తలపొగరు జాస్తి. ఆ రెండోవాడున్నాడు చూచావ్? అతని గురించే నాకు చింత కలిగింది. అతని పేరేమిటో నాకు తెలియదు గాని, స్నేహితులంతా అతన్ని రాంసెస్ అని పిలుస్తారు. చాలామంది డాక్టర్లకు చూపించి పరీక్ష చేయించుకున్నాడు. అది సవాయి రోగమని అందరూ చెప్పారు. అంతే ఇంటికి వెళ్ళి కాల్చుకుని చచ్చిపోయాడు. ఆత్మహత్య చేసుకుంటూ ఒక చీటీ వ్రాసిపెట్టాడు. అందులో ఏవేవో అర్థంగాని విషయాలు అనేకం ఉన్నాయి. దాని సారాంశం ఇది అని నాకు జ్ఞాపకం – "సౌందర్యం, సన్మార్గం, సచ్ఛీలత, బుద్ధికుశలత – ఇవే జీవితానికి పరిపూర్ణమైన సుఖాన్ని కలిగిస్తాయని నా నమ్మకం. ఈ వ్యాధి వచ్చినందు వల్ల నేనిక మనిషిని కాదు... ఒక శవాన్ని... శిథిలమైన శవాన్ని. ఏ క్షణంలోనో నాకు పక్షవాతమో, పాడో రావచ్చు. దీంతో నా మానవత్వం మంట కలిసిపోయినట్లే. జరిగిన ఈ పనికీ, నా మృత్యువుకూ నేనే కారణం. ఇందుకు మరెవరినీ నిందించాల్సిన పని లేదు. క్షణికమైన సుఖానికి, వ్యసనానికి బానిసనై, నిర్దాక్షిణ్యంగా ప్రేమ అనేది లేకుండా డబ్బు పారేసి ఒక స్త్రీ శరీరాన్ని కొనుక్కున్నాను. అంచేత నాకీ శాస్తి జరగాల్సిందే! ఈ శిక్ష అనుభవించాల్సిందే!" ఇదీ అతను ఆ చీటీలో వ్రాసింది. అతని మీద నాకు విచారం, జాలి కలిగాయి జెన్నీ!" అని చెప్పి అతను కొద్ది క్షణాలు మౌనం వహించాడు.

జెన్నీ నాసికా రంధ్రాలు గజగజ వణికాయి.

"నాకేం విచారం లేదు! కొంచెమైనా విచారం లేదు" అంది ఆమె.

"నీవు పొరపాటుపడుతున్నావు జెన్నీ!" అంటూ అతను హోటలు కుర్రాడి వైపు తిరిగి ఇలా అన్నాడు: "ఇహ నీవు వెళ్ళు అబ్బాయ్! ఏమైనా కావల్సొస్తే పిలుస్తాను లే!"

అతను వెళ్ళిపోయిన తరువాత ప్లాటొనోవ్ మళ్ళీ జెన్నీతో ఇలా అన్నాడు:

"నీవు చాలా పొరపాటుపడుతున్నావు జెన్నీ! అతను చాలా గొప్పవాడు. అసాధారణమైన వ్యక్తి అయివుండాలి. ఇలాంటి వాళ్ళు వెయ్యికి ఒకడు కూడా దొరకడు జెన్నీ! ఆత్మహత్యలంటే నాకు అభిమానం లేదు. చాలామంది యువకులు చిన్న చిన్న కారణాలకు, ఆఖరుకు మిఠాయి కొనుక్కోడానికి ఇంట్లోవాళ్ళు డబ్బివ్వలేదని, తల గోడకేసి కొట్టుకునో, కాల్చుకునో చచ్చిపోతారు. వాళ్ళ సాహసానికి మనం మెచ్చుకోవచ్చు. కానీ ఇతను గొప్ప కారణం కోసం, ఒక మహోన్నతమైన ఆదర్శం కోసం, ఒక అద్భుతమైన సత్యం కోసం ఆత్మహత్య చేసుకున్నాడు. జెన్నీ! అతను నిజంగా మహానుభావుడు. గొప్పమేధావి. చాలా మంచివాడనీ, దయ కలవాడనీ అంతా చెపుతారు. అతని ముందు నేను తల వంచుతాను."

"మరి నాకేమీ అతనిలో గొప్పదనం, ప్రత్యేకత అగుపించడం లేదు" – జెన్నీ ఎదురు జవాబు చెప్పింది. "మూర్ఖులు, మేధావులు, పడుచువాళ్ళు, వృద్ధులు, నీతిమంతులు, అవినీతిపరులు – అంతా నాకు ఒకటే! ఇప్పుడు నేనందరినీ ద్వేషిస్తాను! ఎందుకో తెలుసా? నావైపు చూడండి. నేనేమిటి? నేనేమీ కాదు. నడివీధిలో పదిమందీ ఉమ్మేయడం కోసం పెట్టిన పాత్రను! మరుగుదొడ్డిని! అవతల పారేసిన కశ్మలాన్ని! ఆలోచించండి. కొంచెం ఆలోచించండి ఇవానిచ్! వందలకొద్దీ మగాళ్ళు నన్ను పట్టుకుని నలిపి, కొరికి, రక్కి, తొక్కి, నుగ్గునుగ్గు చేసి, నా రక్తాన్ని పీల్చిపోయారు ఇవానిచ్! ఇలా ఇదివరకు ఎంతోమంది చేశారు. ఇంకా ఇప్పుడు, నా పక్కమీద -- చేస్తున్నారు. ఓహ్! వీరందనీ నేను అసహ్యించుకుంటాను. ద్వేషిస్తాను! నిజంగా నా చేతుల్లో అధికారం, బలం ఉన్నట్లయితే, ఈ పాటికి వీరందరినీ కణకణ మండే నిప్పులతో, ఎర్రగా కాల్చిన ఇనుపకడ్డీలతో హింసించి, చిత్రవధ చేసేదాన్ని ఇవానిచ్! వీరందరికీ ఉత్తర్వులిచ్చి....."

"నీవు చాలా కఠినమైనదానివి. గర్వం కలదానివి జెన్నీ!" అన్నాడు మెల్లగా ప్లాటొనోవ్.

"కఠినమూ కాదు, గర్వమూ కాదు ఇవానిచ్! ఇప్పుడే ఇలా అయిపోయాను. కాని ఇంతకు ముందు... నాకు పదేండ్లయినా నిండక ముందే నా కన్నతల్లి నన్ను లోకానికి అమ్మింది. ఆనాటి నుండి ఈ నాటి వరకు ఎన్ని చేతులు మారానో చెప్పలేను ఇవానిచ్! కాని ఒక్కడైనా, కనీసం ఒక్కడైనా, నన్ను మనిషిగా స్వీకరించాడా! మనిషిగా ఆదరించాడా! లేదు. వాళ్ళ దృష్టిలో నేనొక నులిపురుగును! అనాథ కంటే, బిచ్చగత్తె కంటే, దొంగ కంటే, హంతకుడి కంటే హీనమైనదాన్ని నేను. ఉరి తీసేవాడున్నాడే, కసాయివాడు – మీకు తెలుసునో, లేదో? అలాంటివాడు కూడా మా దగ్గర కొస్తాడు. సరే. వాడు నన్నెంత నీచంగా, క్రూరంగా చూస్తాడో తెలుసా? అబ్బ! దుర్భరం ఇవానిచ్! నేనేమీ కాదు పబ్లిక్ బోగందాన్ని! పబ్లిక్ అనే భయంకరమైన మాట మీకు తెలీదు! అంటే దాని అర్థం, నే నందరికీ సంబంధించినదాన్ని. ఏ ఒక్కరికీ చెందినదాన్ని కాదు. ఏ ఒక్కరి సొత్తునూ గాదు. ఒక తండ్రికి గాని, తల్లికి గాని, ఒక రష్యా వాడికే గాని చెందినదాన్ని కాదు. అందరి వస్తువునూ నేను! అన్ని జాతులవాళ్ళు, అన్ని మతాలవాళ్ళు నన్ను స్వేచ్ఛగా అనుభవించవచ్చు! ఈ విశాల విశ్వంలో అందరికీ నా మీద హక్కుంది ఇవానిచ్! ఎవరూ నన్ను గురించి ఒక్క క్షణమైనా ఆలోచించరు. 'ఆమె మన లాంటి మనిషేనే, ఆమెకూ చీమూ, నెత్తురు ఉన్నాయే, ఆమెకూ మెదడు, హృదయం ఉన్నాయే, ఆమెకూ ఒక ఆలోచన, ఆత్మ ఉన్నాయే' అనుకోరు. చైతన్యరహితమైన ఏదో ఒక మొద్దుగా నన్ను భావిస్తారు. తుక్కు తుక్కు అయిపోయిన గడ్డిలా, ధూళిలా, పిగిలిపోయిన తాడులా భావిస్తారు! నేనొక్కదాన్నే కాదు ఇవానిచ్! నా లాంటి స్త్రీలు వందలమంది, వేలమంది ఉన్నారు. నా చుట్టూ జీవిస్తున్నారు. పడుపుకత్తెలందరికీ ఇదే దుఃస్థితి. నేను ఎంతో మందిని చూచాను. కలుసుకున్నాను. మాట్లాడాను. కాని ఈ వేశ్యలెవరూ తమ

దుఃస్థితిని నా మాదిరిగా ఆలోచించరు. ఓహ్! అర్థం చేసుకోండి ప్లాటొనోవ్! నేను పడేంత బాధ మరెవరూ పడరు. నేను ఆలోచించినంతగా ఎవరూ ఆలోచించరు. ఈ సత్యాన్ని గ్రహించరు. తింటారు, తాగుతారు, మాట్లాడుతారు, నడుస్తారు! కేవలం నులిపురుగుల మాదిరి బతుకుతున్నారు. ఎంత ఘోరమో ఆలోచించండి. అందుకే నాకీ ఆగ్రహం."

"నీవు చెప్పింది యథార్థం జెన్నీ!" మెల్లగా జవాబు చెప్పాడు ప్లాటొనోవ్. "ఆ ప్రశ్నే నిన్నొక రాతిగోడ వద్దకు లాక్కుపోతోంది జెన్నీ! నీ కెవరూ తోడు దొరకరు."

"ఎవరూ తోడు లేరు, ఎవరూ రారు. మీకు జ్ఞాపకముందా? మీరొచ్చినప్పుడు ఒక విద్యార్థి ల్యూబాను తీసుకుపోయాడు."

"అవును. జ్ఞాపకం లేకపోవడమేమిటి? బాగా జ్ఞాపకముంది. ఇంతకూ ఏం జరిగింది?"

"ఏం జరుగుతుంది? ఎప్పుడూ ఏం జరుగుతుందో అదే జరిగింది. నిన్న మళ్ళీ వచ్చింది. తిండి లేక ఏడుస్తూ, మొత్తుకుంటూ తడిసి ముద్దయి వచ్చింది. అతను దాన్ని బయటకు గెంటేశాడు. దుర్మార్గుడు! 'నీవు నా సోదరివి, నిన్ను ఉద్ధరిస్తాను. నీకు సంఘంలో ఉన్నత స్థానాన్ని కల్పిస్తాను' అంటూ తీయని మాటలు చెప్పి... చివరకు మెడపట్టి గెంటేశాడు."

"ఆఁ ! నిజంగా అలా జరిగిందా?"

"నిజం. ముమ్మాటికీ నిజం! అందుకనే నేను మిమ్మల్ని తప్ప ఈ లోకంలో మరే మగాణ్ణీ నమ్మను ప్లాటొనోవ్! మీ ఒక్కరి మీదనే నాకు విశ్వాసం ఉంది. మీరు నాకు ప్రత్యేకంగా, విచిత్రమైన వ్యక్తిగా అగుపిస్తారు. మీరు దేన్నో అన్వేషిస్తున్నట్లు అగుపిస్తారు. క్షమించండి. మిమ్మల్ని అర్థం చేసుకోలేను. ఇంత గొప్పవారైనా నాకు మీతో చనువుంది. మీ దగ్గర బెరుకు లేదు. ఏదీ దాచలేను. అంచేతనే వచ్చాను."

"చెప్పు జెన్నీ!"

"రోగం తగిలిందని తెలుసుకోగానే నాకు కోపంతో పిచ్చెక్కి పోయింది. ఇది నా అంత్యదశ అనుకున్నాను! దీన్ని గురించి విచారించాల్సిన పని లేదు. ఆలోచించాల్సిన అవసరం లేదు. నేను పడిన బాధలకు ప్రతిఫలం ఇదేనా? నాకు కలిగిన నష్టానికి పరిహారం గాదా? ప్రపంచంలో న్యాయానికి స్థానం లేదా? కనీసం పగ తీర్చుకుంటేనన్నా నాకు తృప్తి కలుగుతుందేమో? నిజమైన ప్రేమ, సంసారసుఖం అనుభవించే యోగ్యత నాకు లేదా? అందరూ నన్ను కుక్క కంటే హీనంగా చూచారే! నేనూ ఒక మనిషినని గుర్తింపబడకుండా, వాళ్ళ నీచమైన సుఖాల కోసం ఆహుతి అయిపోయానే! నేను ఒక మురుగుకాలవ కంటే హీనంగా చూడబడ్డానే! ఛీ! ఇలాంటి నాకు నిష్కృతి లేదా! ఈ భయంకర రోగాన్ని కృతజ్ఞతతో స్వీకరించడమేనా? నేను ఒక బానిసనా? లేక వాళ్ళ పశువుల శాలలో కట్టేసిన గుర్రాన్నా? అంచేత ఈ వ్యాధిని వారందరిలో వ్యాపింప

చేయాలని పట్టుబట్టాను ప్లాటొనోవ్! ప్రతి ఒక్కరికీ, భాగ్యవంతుడికీ, నిరుపేదలకూ, వృద్ధుడికీ, అందగాడికీ, కురూపికీ - అందరికీ, ప్రతి మనిషికీ ఈ రోగం పంచిపెట్టి నా కసి తీర్చుకున్నాను ప్లాటొనోవ్!"

ప్లాటొనోవ్ చాలాసేపటి కిందటనే తినే ప్లేటు అవతలికి నెట్టి, ఆమె వైపు ఆశ్చర్యంగా చూడసాగాడు. ఆశ్చర్యమే కాదు. ఒక రకమయిన భయం కూడా అతనికి కలిగింది. ఆమెలో ఉత్పన్నమయిన పరిపూర్ణమయిన ద్వేషాన్ని అతను చూడగలిగాడు. ఆ ద్వేషంలో భయం, బాధ, నీచం, అసహ్యం, క్రూరత్వం, పశుత్వం - ఇవన్నీ కలిసి ఉన్నాయి. ఆమెలో ఒక భయంకరమయిన మృగాన్ని చూచాడతను. మనస్సులో ఆమె చేసింది న్యాయమని సమాధానం చెప్పుకొన్నాడు.

మళ్ళీ ఆమెతో ఇలా అన్నాడు:

"ఒక గొప్ప రచయిత ఇలాంటిదే ఒక సంఘటన చెప్పాడు జెన్నీ! ఫ్రెంచివాళ్ళ మీద పర్షియనులు దండెత్తి వచ్చినప్పుడు వారిని అనేక విధాల హింసించారు. కనిపించిన ఫ్రెంచివాడినల్లా కాల్చారు. ఫ్రెంచి స్త్రీలను చెరిచారు. నగరాలు, పంటలు నిర్దాక్షిణ్యంగా తగులపెట్టారు. ధనకనక వస్తువాహనాదులు దోచుకున్నారు. అప్పుడొక అందమైన ఫ్రెంచి వనిత ఉంది. ఒక జర్మన్‌వాడు ఆమెకు అంటురోగం తగిలించాడు. పగ తీర్చుకోవడం కోసం ఆమె తన దగ్గరి కొచ్చిన మనిషినల్లా ప్రేమించినట్లు నటించి అతనికి ఆ రోగం అంటిస్తూ వచ్చింది. ఆ విధంగా రోగం వందలకొద్దీ జర్మనులకు వ్యాపించింది. చివరికామె ఆసుపత్రిలో చనిపోతూ, తాను చేసిన పనికి ఎంతో సంతోషించింది. పగ సాధించుకున్నానని గర్వపడింది. కాని అప్పుడు వాళ్ళు ఆమె దేశానికి శత్రువులు, ఆమె దేశాన్ని నాశనం చేసినవాళ్ళు. అంచేత ఆమె అలా చేయడంలో అర్థముంది. మరిప్పుడు నీవూ... నీవూ..? నీవేమిటి జెనీచ్కా?"

"అవును. నాకు భేదాలు, తారతమ్యాలు లేవు. మిత్రుడు, శత్రువు అనే విచక్షణ లేదు. మీరు చెప్పండి ఇవానిచ్! నిజంగా, నిష్పాక్షికంగా చెప్పండి! ఒక పసిబిడ్డను, అన్నెం పున్నెం ఎరుగని పసిపాపను ఒకడు నడివీధిలో పడేసి తిడతాడు. చిత్రహింస పెడతాడు. మాటవరసకు ఆ బిడ్డ కళ్ళు పీకేసి, చెవులు కోసేసి ఘోరంగా హింసిస్తాడనుకోండి. మీరే ఆ పసిపాపను చూచారనుకోండి. ఆ నేరం చేసినవాడు, దోవన పోయే ఒకానొక వ్యక్తి అని మీరు గ్రహిస్తారు. అతనెవరోకాదు, దేవుడే అనుకోండి. స్వర్గంలో దేవుడుంటే, అతడే ఆ పని చేశాడనుకోండి. అప్పుడు మీ రతణ్ణి ఏం చేస్తారు? ఏం శిక్ష విధిస్తారు చెప్పండి?"

"నాకు తెలీదు" అన్నాడు ప్లాటొనోవ్ తల ఎత్తకుండానే. అతని కంఠస్వరం అతనిదిగా లేదు. అతని మొహం పాలిపోయింది. టేబుల్ క్రింద పెట్టుకున్న అతని రెండు చేతులు పిడికిళ్ళు పట్టివున్నాయి. "బహుశా అతణ్ణి చంపివుండేవాణ్ణి" అన్నాడు మళ్ళీ.

"బహుశా కాదు! మీ రతణ్ణి నిస్సందేహంగా చంపేసేవారు. మీరేమిటో, ఎలాంటివారో నాకు తెలుసు. ఇప్పుడిది ఆలోచించండి! మాలో ప్రతి ఒక్కరం ఒక పసిబిడ్డ మాదిరి చెరచబడ్డవాళ్ళమే! మేమందరం శిశువులం" ఎంతో బాధగా ఈ మాటలు అని ఆమె తన కళ్ళను ఒక క్షణం చేత్తో మూసుకుంది."ఆ రోజు రాత్రి మీతో మాట్లాడినప్పుడు ఇలాగే అడిగాను. మేమంతా శిశువులం, మూర్ఖులం, అమాయకులం, గుడ్డివాళ్ళం. ఈ బరువును దించుకోలేకుండా ఉన్నాం. మేం ఎక్కడి కెళ్ళాలి? ఏం చేయాలి? చెప్పండి ఇవానిచ్! నన్ను స్వయంగా హింసించి నాకు అపకారం చేసిన ఏ ఒక్క వ్యక్తిని గురించో మాత్రమే నేనిలా అడగడం లేదు. నా కోపం, నా ద్వేషం మగవాళ్ళందరి మీదాను! మా దగ్గర కొచ్చే విటులందరి మీదాను! ఆ దుర్మార్గులు, ఆ నీచులు, ఆ గుర్రపు రౌతులు -- వాళ్ళు ఎవరైనా కాని వాళ్ళందరి మీద నాకు ద్వేషం ఉంది! అందుకని అక్కచెల్లెళ్ళ వంటి తోటి స్త్రీలకు, వాళ్ళ స్త్రీలకు నాకు పట్టిన దుర్గతే పట్టేటట్లు చేయాలని నిశ్చయించుకున్నాను. ఇది మంచిదా? లేక చెడ్డదా? చెప్పండి ఇవానిచ్!"

"జెనీచ్కా! నిజంగా నాకు తెలీదు. నీ వడిగినదానికి జవాబు చెప్పలేను. చెప్పడానికి సాహసించలేను....నా కసలు అర్థం కావడం లేదు జెన్నీ!"

"సరే. ఇప్పుడది అంత ముఖ్యమైంది కాదు. ఇహ అసలు విషయం చెపుతా వినండి. నేనిలా రోగాన్ని అందరిలో వ్యాపింపచేస్తున్నందుకు నాకేమీ బాధ లేదు. పశ్చాత్తాపం, దయ, జాలి – ఇవేవీ లేవు. మనిషి ఎదుట గాని, దేవుడి ఎదుట గాని నేరం చేసినట్లు భయపడను, బాధపడను.... పైగా ఆనందిస్తున్నాను. ఆకలిగొన్న తోడేలు, దేన్నైనా చంపినప్పుడు ఎలా సంతోషిస్తుందో అలా సంతోషిస్తున్నాను. కాని నిన్న ఒక సంఘటన జరిగింది, అదే నా కర్థం కావడం లేదు. ఒక మిలిటరీ కుర్రాడు నన్ను చూడ్డానికి వచ్చాడు. చాలా పసివాడు, అమాయకుడు. ఏడాది బట్టీ అతను నా దగ్గర కొస్తున్నాడు. అకస్మాత్తుగా అతని మీద నాకు జాలి కలిగింది. అందుకు కారణం అతను అందంగా ఉన్నాడనీ, చిన్నవాడనీ కాదు. నాతో మంచిగా, మర్యాదగా ప్రవర్తిస్తాడనీ కాదు. ఇలాంటివాళ్ళు చాలా మంది నా దగ్గర కొచ్చేవాళ్ళు. వాళ్ళను ఎవరినీ దయ దలచలేదు, వదిలిపెట్టలేదు. పైగా అలా చేయడం నాకో సరదాగా ఉండేది. ఎర్రగా కాల్చిన ఇనుముతో పశువులకు వాతలు పెట్టినట్లు పెట్టేదాన్ని. అయినా ఇతణ్ణి మాత్రం వదిలిపెట్టాను. ఎందుకలా చేశానో నాకే తెలీడం లేదు. కారణం నేను వ్యక్తం చేయలేను. ఈ కుర్రాణ్ణి చూడగానే నాకెలా అనిపించిందో తెలుసా? ఒక పిచ్చివాడి దగ్గరనో, మూర్ఖుడి దగ్గరనో డబ్బు దొంగిలిస్తున్నట్లు, లేక ఒక గుడ్డివాణ్ణి తల పగులగొడుతున్నట్లు, లేక ఒక నిద్రపోయే మనిషిని గొంతు కోస్తున్నట్లు అనిపించింది నాకు. పోనీ, దుర్బలుడై రోగంతో నడుస్తూ, అసహ్యంగా ఉన్న వృద్ధుడైనా కొంతవరకు బాగుండేది. నా పని నేను చేసుకుపోయేదాన్ని. ఇతను మంచి యౌవనంలో

ఉన్నాడు. బలం గాను, ఆరోగ్యం గాను, అందం గాను, ఒక చక్కని శిల్పం లాగా ఉన్నాడు. అతనితో ఆ పని చేయలేకపోయాను. అతని డబ్బు అతనికిచ్చేశాను. నా రోగం చూపించాను. ఒక్క మాటలో చెప్పాలంటే కళ్ళ నీళ్ళు నింపుకుని అతి మెత్తని మనస్సుతో ప్రవర్తించాననుకోండి. అతను నన్నొదిలిపెట్టి పెద్దపెట్టున ఏడ్వసాగాడు. అంచేత నిన్న రాత్రి నుంచి నాకు నిద్రపట్టలేదు. ఆలోచిస్తూనే ఉన్నాను. ఏదో ఆవేదన, బాధ. పిచ్చిదానిలా మంచులో తిరుగుతున్నాను. ఇప్పుడాలోచిస్తే నాకొకటి అనిపిస్తోంది. ఇంతకాలం బట్టీ మనుషులకు నా రోగం అంటించాలని ఆదుర్దా పడ్డాను. వాళ్ళ తల్లులకు, తండ్రులకు, అక్కలకు, చెల్లెళ్ళకు, ప్రియులకు, ప్రియురాండ్రకు – అందరికీ నా రోగం తగిలించి, ప్రపంచాన్ని అంతా నాశనం చేయాలనుకున్నాను. ఇలా అనుకోవడం కేవలం నా మూర్ఖత్వం అనీ, తెలివితక్కువతనం అనీ ఇప్పుడు తెలుసుకున్నాను. నేను ఊహించింది నిజం కాదనీ, కేవలం స్వప్నమనీ ఇప్పుడు గ్రహించాను. ఇలా గ్రహించిన తరువాత ఆ పని చేయలేకపోయాను. వెంటనే ఆపు చేశాను. రాత్రి నుంచి ఇంతవరకూ మళ్ళీ ఏ మగాణ్ణీ దగ్గరకు రానీయలేదు. చెప్పండి ఇవానిచ్! మీరు గొప్ప మేధావంతులు. ఎంతో అనుభవం గడించినవారు. ఎంతో జీవితాన్ని చూచి, కాచి వడపోసి, జీర్ణించుకున్నవారు. ఎందుకిలా చేశాను? నా కేమీ అర్థం కావడం లేదు. దారి దొరకడం లేదు. నాకో మార్గం చూపించండి ఇవానిచ్!"

"నాకు తెలీదు జెనీచ్కా!" అన్నాడు ప్లాటొనోవ్ ఆలోచిస్తూ. "నీకు సలహా చెప్పడానికి జంకి కాదు జెన్నీ! నిజంగా నాకేమీ తెలీడం లేదు. అర్థం కావడం లేదు. ఇది నా శక్తికి అతీతమైన విషయం జెన్నీ! ఈ విషయాన్ని నా బుద్ధి గాని, ఆత్మ గాని గ్రహించలేక పోతున్నాయి. దీని మీద ఒక నిర్ణయాన్ని, తీర్పును చెప్పలేకపోతున్నాయి. ఈ సమస్య నాకు తెగదు. ఈ విషయం నాకు అందనిది జెన్నీ!"

జెన్నీ బద్ధకంగా వేళ్ళు విరుచుకుని ఇలా అంది:

"నాకు అర్థం కావడం లేదు. నేను అనుకున్నదీ, ఊహించిందీ అంతా తప్పని మాత్రం తెలుస్తోంది.... అంచేత ఇహ ఇప్పుడు... ...నేను చేయగలిగిందీ, నాకు మిగిలిందీ... ఒక్కటే... ఈ ఉదయాన్నే నాకీ ఆలోచన తట్టింది."

"వద్దు వద్దు. ఆ పని చెయ్యొద్దు జెనీచ్కా!" మధ్యలో అందుకుని అన్నాడు ప్లాటొనోవ్.

"ఇహ నాకు మిగిలిందల్లా..... ఉరి పోసుకుని చావడం!"

"వద్దు వద్దు. ఏ పని అయినా చెయ్యిగాని, ఆ పని మాత్రం చెయ్యొద్దు జెన్నీ! బహుశా ఈ వ్యాపారం ఇహ ఎక్కువ కాలం సాగదులే! త్వరలోనే కొంపలకు తాళాలు పడొచ్చు. నా మాట నమ్ము జెన్నీ! అవసరమైతే, నేనే ఆ పని చేయించగలను. కాని ఏం లాభం? నీవు కోరేది అది కాదు. నీ కిష్టమైతే, నేను నీకొక మార్గం సూచించగలను. ఆ పని కూడా నిర్దాక్షిణ్యమైంది. క్రూరమైందీను! కాని అది నీకు మనశ్శాంతి

కలిగించదు. కానీ నీ ఆగ్రహాన్ని నూరురెట్లు సంతుష్టి పర్చగలదు."

"ఏమిటది?" అనడిగింది జెన్నీ కొంచెం ఆదుర్దాగా.

"చెప్తాను విను. నీవింకా చిన్నదానివి, అందంగా ఉన్నావు. నీ సౌందర్యం చాలా గొప్పది జెన్నీ. నీ సౌందర్యానికి ఎటువంటి శక్తి ఉందో నీ వెరుగవు! నీ వెన్నడూ దాన్ని పరీక్షించలేదు. నీ ఆకారం, నీ స్వభావం మనుషుల్ని పిచ్చివాళ్ళను చేస్తాయి. మూర్ఛితుల్ని చేస్తాయి. అవి బలమైన గొలుసుల్లా మనుషుల్ని కట్టేసి బానిసలుగా చేసి, నీ కాళ్ళ దగ్గర పడేస్తాయి. నీ సౌందర్యానికి అటువంటి మహత్తరమైన శక్తి ఉంది జెన్నీ! నీవు ఊహించుకోలేవు. మనుషులు నీకు దాసులవుతారు. నీ కాళ్ళ దగ్గర కుక్కల్లా పడివుంటారు జెన్నీ! తెలివైనదానివి. స్వతంత్రురాలివి. ధైర్యం, సాహసం కలదానివి. నీవు బాగా చదువుకున్నావు కూడా! కానీ, నీవు అందరి కంటే విభిన్నంగా అగుపిస్తావు. విరుద్ధంగా ఆలోచిస్తావు. నీ అదృష్టం బాగుంటే ఈ జబ్బు నయం కాకపోదు. ఈ ప్రాంతాల్లో లేకుండా వెళ్ళిపోవచ్చు. మళ్ళీ ఎప్పటికీ ఇక్కడకు రానవసరం లేదు. మనుషులు నీ పాదాక్రాంతులవుతారు. వారి మీద పెత్తనం చెయ్యి. చేతిలో కొరడా పట్టుకుని అధికారం చలాయించు. వాళ్ళను నాశనం చెయ్యి. పిచ్చివాళ్ళను చెయ్యి. నీవు ఏం చేయాలనుకుంటే అలా నీ ఇష్టం వచ్చినట్లు చెయ్యి. అలుపు వచ్చి, విసుగు పుట్టి, విరక్తి కలిగేంత వరకూ అలా హింసించు. చూడు జెన్నీ! ఈనాడు ప్రపంచాన్ని శాసిస్తున్నది ఎవరనుకుంటున్నావు! స్త్రీలు! నిన్నటి దాసీది, పాటలు పాడేది, పనిచేసేది ఈనాడు కోట్ల కొద్దీ మనుషులను గింజల్లా గుప్పిట్లో పెట్టుకుని ఆడిస్తోంది. ఒక స్త్రీ తన పేరు సంతకం చేసి ఎవరో మరొక మనిషి ద్వారా ఒక సామ్రాజ్యం యొక్క భవిష్యత్తును చిటికెలో తేల్చివేయగలదు. మణిమయ కిరీటాదులు ధరించిన రాజులు, మహారాజులు, చక్రవర్తులు, సామ్రాజ్యాధిపతులు – వీరంతా బజార్లో తిరిగే ఆడదాన్ని, లేకపోతే వేశ్యను పెళ్ళి చేసుకున్నవారే. ఆ స్త్రీలే ఆ మహారాజుల్ని బుట్టలో పెట్టుకుని సమస్త రాజ్యాంగ తంత్రాలు నడిపారు. ఇదే జెనీచ్కా నా సలహా. విశాలమైన ప్రపంచం ఉంది. ఈ విధంగా మగాళ్ళ మీద నీ కసి తీర్చుకోవడానికి బోలెడు అవకాశం ఉంది. దూరంగా ఉండి, నేనూ నిన్ను పొగడుతాను."

"వద్దు" – ఏమీ ప్రయోజనం లేదన్నట్లు మందహాసం చేసింది జెన్నీ. "ఇది నేను ఇంతకు ముందే ఆలోచించాను. రాని ఏదో బలీయమైన శక్తి నాలో ప్రవేశించి, చిరకాలం నుంచీ నన్ను దహించి వేస్తూ వచ్చింది. ఇప్పుడు నాలో ఏ మాత్రం శక్తి మిగల్లేదు. కోరికలు లేవు. ఆత్మశక్తి లేదు! నాలో అన్నీ నశించిపోయాయి. నాలో శూన్యం తప్ప మరేమీ లేదనిపిస్తోంది. తొలిచి వేసిన కర్ర మాదిరి ఉన్నానని తోస్తోంది. జీవితమే నన్ను తొలిచివేసింది ఇవానిచ్! ఇహ మిగిలిందల్లా ద్వేషం, జుగుప్స! అవి తప్ప నాలో మరేమీ లేవు. కానీ నా ద్వేషానికి కూడా బలం లేదు. గట్టితనం లేదు. నేను నిస్సారమైపోయినట్లే నా ద్వేషం కూడా నిస్సారమైపోయింది. మళ్ళీ నాకు ఎవడో వయసు

కుర్రాడు తటస్థపడతాడు. అతణ్ణి చూచి మళ్ళీ జాలిపడడం, విచారించడం జరుగుతుంది. ఓహ్! లాభం లేదు. ఈ జీవితాన్ని యథాతథంగానే ఉంచడం మంచిది."

ఇలా చెప్పి, ఆమె మౌనం వహించింది.

ఏం చెప్పాలో ప్లాటొనోవ్‌కు కూడా తెలీదు. ఇద్దరూ బాధలో మునిగిపోయారు. చివరకు జెన్నీ లేచి, ప్లాటొనోవ్ వంక చూడకుండా తన చెయ్యి అతనికి అందించింది.

"సెలవు తీసుకుంటాను సెర్జీ ఇవానిచ్! ఇంతసేపూ మిమ్మల్ని కూచోబెట్టాను. మీ కాలాన్ని వృథా చేసినందుకు నన్ను క్షమించండి. చేయగల్గిన సహాయం ఏమైనా ఉంటే అది మీరొక్కరే చేస్తారని నాకు తెలుసు. కాని ఏం చేస్తాం? చేసేదేమీ కనిపించడం లేదు. సెలవు."

"పిచ్చి పనులు ఏమీ తలపెట్టకు జెన్నీ! నిన్ను బ్రతిమాలుతున్నాను. అలాంటి పనేమీ చెయ్యకు."

"సరేలెండి" ఆయాసంగా జవాబు చెప్పి, వెళ్ళొస్తానని చెయ్యి ఊపింది.

హోటలు బయటి దాకా ఇద్దరు కలిసివచ్చి తరువాత విడిపోయారు. కాని ప్లాటొనోవ్ కొద్ది దూరమైనా వెళ్ళకముందే వెనుక నుంచి జెన్నీ పిలిచింది.

"సెర్జీ ఇవానిచ్! ఓ! సెర్జీ ఇవానిచ్!"

అతను వెనక్కు మళ్ళి ఆమె దగ్గరకి వచ్చాడు.

"నిన్న 'రోలీ–పోలీ' మా కొంపలోనే, హాలులో పడి చచ్చాడు! చాలా అకస్మాత్తుగా మాట్లాడుతూ, మాట్లాడుతూ పోయాడు పాపం! మొత్తానికి సుఖమరణం. ఓహ్! ఎందుకు పిలిచానంటే నే నడగాల్సిన ప్రశ్న మరొకటుంది. ఇదేలెండి చివరి ప్రశ్న. సెర్జీ ఇవానిచ్! దేవుడున్నాడా? లేడా? ఈ ఒక్క విషయం చెప్పండి."

ప్లాటొనోవ్ కనుబొమలు చిట్లించాడు.

"నేను నీకు ఏం జవాబు చెప్పను జెన్నీ? ఈ విషయం నాకే తెలీదు. దేవుడున్నాడనే నేననుకుంటాను. కాని మనం ఊహించుకుంటున్న విధంగా లేడతను. అతను చాలా బలమైనవాడు, న్యాయం కలవాడు."

"పోతే, మళ్ళీ జన్మలో ఏం జరుగుతుంది? అంటే మనం చచ్చిం తరువాత? స్వర్గం ఉందనీ, నరకం ఉందనీ చెపుతారు. అది నిజమేనా? లేక ఏమీ లేదా? వట్టి శూన్యమేనా? స్వప్నాలు లేని గాఢమైన నిద్రా? అంధకారమా?"

ప్లాటొనోవ్ మళ్ళీ జెన్నీ వంక చూడకుండా మౌనం వహించాడు. అతనికేదో విపరీతమయిన భయం కలిగింది.

"నాకు తెలీదు" అని చివరకు సమాధానం చెప్పాడు. ఎంతో కష్టం మీద – "నీతో అబద్ధాలు చెప్పడం నా కిష్టం లేదు" అన్నాడు.

జెన్నీ నిట్టూర్పు విడిచి, మందహాసం చేసింది. ఆమె నవ్వులో జాలి, విచారం అగుపిస్తున్నాయి. "సరే, ఏం చేస్తాం? నమస్కారమండీ! మీరు సుఖంగా ఉండాలని

మనస్ఫూర్తిగా వాంఛిస్తాను. మరి సెలవు. నమస్కారం, నమస్కారం!"

ఆమె గిరుక్కున వెనక్కు తిరిగి మెల్లగా కొండ ఎక్కడం ప్రారంభించింది. ఆమె అడుగులు తడబడుతున్నాయి.

ప్లాటొనోవ్ తన మామూలు వేళకు మళ్ళీ పనిలోకి వచ్చాడు. అప్పుడే కూలీలంతా మళ్ళీ యథాస్థానాల్లోకి చేరుకుని, పని ప్రారంభించ బోతున్నారు. మేనేజరు, ప్లాటొనోవ్‌ను అంత దూరాన్నే చూచి పెద్దగా వార్డు అంతా ప్రతిధ్వనించేలా అరిచాడు:

"సరీగ్గా సమయానికొచ్చావు. లేకపోతే కాళ్ళు, చేతులు కట్టి అవతల పారేద్దామను కుంటున్నా. సరే! నీ స్థానంలోకి నీవు రా!"

6

ఆ మరుసటి రోజు శనివారం. డాక్టరు పరీక్ష చేసే రోజు. వారానికొకసారి, అంటే ప్రతి శనివారం డాక్టరు వచ్చి వేశ్యలందరినీ పరీక్ష చేస్తాడు. మామూలు ప్రకారం ఇవాళ కూడా సానులంతా శ్రద్ధగా, భయభక్తులతో అలంకరించుకుని డాక్టరు పరీక్షకు సంసిద్ధులవుతున్నారు. సంసార స్త్రీలు ఎవరినైనా చూడ్డానికి వెళ్ళేటప్పుడు ఎలా తయారవుతారో, అలా తయారవుతున్నారు. ఒళ్ళంతా పరిశుభ్రంగా తోముకున్నారు, వారి దగ్గర ఉన్న వాటిల్లోకల్లా మంచివి చూచి, లంగాలు కట్టుకున్నారు.

'అన్నా' ఇంటి కిటికీ తలుపులన్నీ మూసివున్నాయి. ఒక కిటికీ దగ్గర పొడుగాటి బల్ల ఒకటి వేశారు. దాని మీద ఒక తలగడ అమర్చారు.

వేశ్యలంతా ఆందోళన పడుతున్నారు. కాదూ మరి! ఏదైనా రోగం తగిలివున్నదీ అంటే, డాక్టరు పరీక్షలో బయటపడుతుంది. ఇహ ఆ తరువాత పీక్కోలేక చావాలి. ఇక్కడ అవమానం జరగడమే కాకుండా, అక్కడ ఆసుపత్రికి తీసుకుపోయి పడేస్తారు. ఆసుపత్రి జీవితమంటే మరి చెప్పక్కర్లేదు. సరైన తిండీ, పోషణ ఉండదు. రోగం నయం అయిందాకా నెలల తరబడి అక్కడ యమయాతన అనుభవించాలి. పైగా వారు చేసే చికిత్స, వైద్య విధానం కూడా భయంకరంగా ఉంటాయి. బాధ కలిగిస్తాయి, అంచేతనే పడుపుకత్తెలంతా ఎవరి కర్మ ఎలా ఉందో అని గుండెలు పిసుక్కుని చస్తున్నారు.

వేశ్యలందరిలో పెద్ద మంకా, జోయా, హెన్రీటా - ఈ ముగ్గురూ ఏ మాత్రం చలించకుండా, ఆరితేరిన సర్కస్ గుర్రాల మాదిరి ఉన్నారు. వీరు ముగ్గురూ ముప్ఫయ్యో పడిలో పడ్డారు. 'యామా'లో ఉండే వేశ్యలను బట్టి చూస్తే వీరు వయోవృద్ధులయినట్లే లెక్క. పడువృత్తిలో అనేక ధక్కామొక్కీలు తిని, ఎన్నో విషయాలు చూచి, కాచివడపోసి, అనేక అవాంతరాలు దాటి, కష్టాలు అనుభవించి రాటుదేలిన మనుషులు వీరు.

పెద్ద మంకా అనేక సార్లు తనను గురించి ఇలా చెప్పుకునేది.."ఇలాంటి విషయాలు నాకు మంచినీళ్ళ ప్రాయం. ఈ వృత్తిలో నేను నరకాన్ని చూచాను. పై అంతస్థులోకి

పోయి స్వర్గాన్ని చూచాను. అంచేత నాకిప్పుడు ఏ మాత్రం బెదురు లేదు."

ఇలాంటివారు కనుకనే ఇవాళ కూడ ఈ ముగ్గురూ రాబోయే ప్రమాదాలకు భయపడకుండా, నిర్భయంగా, నిశ్శబ్దంగా ఉన్నారు.

జెన్నీ మాత్రం ప్రొద్దుటి నుంచి అదోలా ఉంది. ఏదో నీరసంగా, ఆలోచిస్తున్నట్లు, ఆందోళనపడుతున్నట్లు అగుపిస్తోంది. తన స్నేహితురాలు తెల్ల మంకాకు ఒక బంగారు గొలుసు బహుమతిగా ఇచ్చింది. గొలుసులో ఒక బిళ్ళ కూడా ఉంది. ఆ బిళ్ళలో తన ఫొటో, వెండితో చేసిన శిలువ గుర్తు అమర్చివున్నాయి. బిళ్ళకు పైన మూత కూడా ఉంది. ఈ గొలుసు మెళ్ళో ధరించమని మంకాకు బహుమానంగా ఇచ్చింది జెన్నీ.

తరువాత టమారాకు రెండు ఉంగరాలు ఇచ్చింది. ఒకటి – వెండిది. మూడు చుట్లతో తయారుచేసింది. ఈ మూడు చుట్లూ తీస్తే ఎడమెడంగా వస్తాయి. మధ్య చుట్టు మీద రెండు కొక్కేలు కూడా అమర్చి ఉన్నాయి. ఇహ రెండోది – బంగారపు ఉంగరం, సన్నని తీగతో చేయబడింది. మధ్యన ఒక రాయి కూడా ఉంది. రాయి జాతిరాయి కాదు. ఏదో నకిలీ రాయి. ఈ రెండు ఉంగరాలు తన జ్ఞాపకార్థం పెట్టుకోమని టమారాకు ఇచ్చింది జెన్నీ.

"టమారా! నేను లోపల వేసుకునే డ్రాయరు (చిన్న లాగు) ఉంది, చూశావూ? అది మన పనిమనిషి అన్యూటన్‌కు ఇచ్చేయ్! బాగా నీళ్ళలో ఉడకబెట్టి ఉతికి, నా జ్ఞాపకార్థం కట్టుకోమని చెప్పు" అంది జెన్నీ.

వీరిద్దరూ టమారా గదిలో కూచున్నారు. పొద్దున్నే తన కోసం కొంత కాగ్‌నాక్ (ఒక రకమైన బ్రాందీ) తెప్పించుకుంది జెన్నీ. ఇప్పుడు నెమ్మదిగా, బద్ధకంగా, ఒక్కో గ్లాసు తాగుతోంది. మధ్య మధ్య నిమ్మకాయ ముక్కలు పంచదారలో అద్దుకుని తింటోంది.

టమారా నివ్వెరపోయి చూస్తోంది. ఎందుకంటే జెన్నీ సాధారణంగా తాగదు. ఎప్పుడో వచ్చిన విటులు బలవంతం చేస్తే తప్ప, ఆమెకు నిత్యం తాగే అలవాటు లేదు.

"ఏమిటి సంగతి జెన్నీ? ఇవాళ నీ వ్యవహారం అంతా వింతగా ఉందే! నీ వస్తువులన్నీ అందరికి పంచిపెడుతున్నావు. చావడానికి సిద్ధమైనట్లో, లేక సన్యాసం పుచ్చుకోనున్నట్లో – ఏమిటీ అప్పగింతలన్నీ?" అనడిగింది టమారా ఆశ్చర్యంగా.

"అవును. నేను ఆ పనే చెయ్యొచ్చు." నిర్లక్ష్యంగా జవాబు చెప్పింది జెన్నీ. "నాకు విసుగు పుట్టింది టమారా!"

"ఇక్కడ సుఖంగా, సంతోషంగా ఉన్నదెవరు?" అంది టమారా.

"అది కాదు టమారా! కేవలం విసుగెత్తి కాదు ఈ పని చేయడం! ఇహ నేను చేయాల్సిందీ, చేయగలిగిందీ ఏమీ కనిపించడం లేదు. టమారా! నే నిక్కడ ఇప్పుడు ఈ బల్ల ముందు కూచుని ఉన్నాను. ఇంతింత చేతులు, కాళ్ళు పెట్టుకుని కూచున్నాను. నిన్ను చూస్తున్నాను. ఈ సీసాను చూస్తున్నాను. మనసులో ఆలోచిస్తున్నాను. నిజం చెప్పాలంటే ఈ నా పనికి ఏమైనా అర్థముందా? నేనెవర్ని? ఎందుకున్నట్లు? ఏం

చేస్తున్నట్లు? ఒక్కదాని క్కూడా అర్థం లేదు. చూడు. ఆ వీధిలో ఎవడో సోల్జెరు పోతున్నాడు! ఏముంది అతనిలో? అతనొక పనికిమాలిన బొమ్మలా నా కంటికి కనిపిస్తున్నాడు. వర్షానికి ముద్దయి ఉన్నాడు. నేనూ అంతే టమారా! నిజం ఆలోచిస్తే అతను చచ్చిపోతాడు. నేనూ చచ్చిపోతాను. నీవూ చచ్చిపోతావు. కనుక నా కేమీ తేడా కనిపించడం లేదు. భయం గాని, ఆశ్చర్యం గాని వెయ్యడం లేదు. అంచేత ప్రతి విషయం ఇంతే! ప్రతిదీ చాలా అల్పంగాను, వ్యర్థమైందిగాను కనిపిస్తోంది!"

జెన్నీ వేదాంతిలా మాట్లాడి ఒక క్షణం మౌనం వహించింది. తరువాత మరో గ్లాసు కాగ్నాక్ తాగింది. నిమ్మబద్ద పంచదారలో అద్ది కొరుక్కుంది. ఆమె ఇంకా వీధిలోకే చూస్తోంది. అకస్మాత్తుగా ఇలా అడిగింది:

"టమారా! నీవు ఎక్కడ నుండి వచ్చావో ఇంతకు ముందెప్పుడూ అడగలేదు. ఇప్పుడు చెప్పవే? నీవు ఎక్కణ్ణుంచి వచ్చావు? ఎలా ఈ కొంపలో ప్రవేశించావు? మా అందరి వంటి దానివి కాదే నీవు. నీ వెంతో జ్ఞానం కలదానివి. నీవు చేసే ప్రతి పనికీ, నీవు మాట్లాడే ప్రతి మాటకూ ఒక అర్థమూ, విలువా ఉన్నాయి టమారా! అందరిలా ఏ పని వ్యర్థంగా చేయవు. ఒకసారి మా అందరికీ ఆశ్చర్యం కలిగేలా ఫ్రెంచి భాషలో మాట్లాడావు. ఇంతమంది పిల్లల్లో ఒక్కరికైనా ఆ భాష వచ్చునా? నీ జీవితం ఏమిటో, నీ రహస్యాలు ఏమిటో ఇక్కడ ఒక్కరికి కూడా తెలీదు. చెప్పు టమారా! నీ వెవరు?"

"జెనీచ్కా! నీ ఆసక్తే గాని, నిజంగా నా జీవితంలో చెప్పదగింది ఏమీ లేదు. విశేషం అంతకన్నా లేదు. అందరి జీవితాల్లాంటిదే నాది కూడా! నేను బోర్డింగ్ స్కూల్లో చదువుకున్నాను. పిల్లలకు పోషకురాలిగా పని చేశాను. గాయకులతో, మేళగాళ్ళతో కలిసి పాటలు పాడాను. క్రీడాస్థలాలకు పరుగెత్తి అక్కడ తుపాకులు, రైఫిల్సు కాల్చడం నేర్చుకున్నాను. అప్పుడే ఒక దుర్మార్గుడితో నాకు స్నేహం కలిసింది. తరువాత ఒక సర్కస్ కంపెనీలో చేరి, దాంతో అనేక దేశాలు తిరిగాను. పిమ్మట ఎలాగో స్త్రీల మఠంలో చేరాను. అక్కడ రెండు సంవత్సరాలుండి ఎంతో కృషి చేశాను. ఎంతో సేవ చేశాను. ఇంకా నేను చేసిన పనులన్నీ జ్ఞాపకం లేవు జెన్నీ! నేను దొంగతనాలు కూడా చేశాను."

"నీ జీవితం అనేక సాహసాలతో కూడుకున్నది! నీవు నిజంగా ఎన్నో రకాల జీవితాలను చూచావు టమారా!"

"సరే! ఇక పోతే, నేను చిన్నదాన్ని అనుకుంటున్నావేమో! కాదు. నీవు చెప్పు నాకెంత వయస్సు ఉంటుందంటావు?"

"ఇరవై రెండో, లేక ఇరవైనాలుగో!"

"కాదే పిచ్చిపిల్లా! మొన్ననే, అంటే క్రిందటి వారానికే నాకు ముప్ఫయ్ రెండో ఏడు వచ్చింది. బహుశా 'అన్నా' ఇంట్లో ఉండే సానులందరిలోకీ నేనే పెద్దదాన్ని అనుకుంటున్నా. చూచావు జెన్నీ! నేను ఎప్పుడూ, ఏ విషయాన్ని గురించి కూడా చింతించను. బాధపడను. పట్టించుకోను. ఆశ్చర్యపోను కూడా! అన్ని విషయాల్లో

అంటీ అంటనట్లుంటాను. నీకు తెలుసు కదా! నాకు తాగుడు అలవాటు లేదు. నా శరీరాన్ని గురించి ఎంతో శ్రద్ధ తీసుకుంటాను. ఇంకా ముఖ్యవిషయం ఏమిటంటే, నేనింత వరకూ ఎప్పుడూ, ఏ మగాణ్ణీ గుడ్డిగా అనుసరించలేదు."

"మరి నీతో తిరిగే ఆ 'శంకా' సంగతేమిటి?"

"అతనా? అది వేరే కథ! చూడు జెన్నీ! స్త్రీ హృదయం చాలా చెడ్డది. అర్థం లేనిది. ప్రేమ లేకుండా అది జీవించలేదు. అయినప్పటికీ, 'శంకా'ను నేను నిజంగా ప్రేమించలేదు.... అది ఏదో.... ఆత్మవంచన... అంతకన్నా మరేం కాదు... పైగా తొందరలోనే నాకు అతనితో అవసరం కూడా ఉంది."

అకస్మాత్తుగా జెన్నీకి ఉత్సాహం పుట్టుకొచ్చింది. స్నేహితురాలి వంక ఆసక్తితో చూచింది.

"మరి టమారా! ఒక్క విషయమే! ఇంత తెలివైన దానివి, సమర్థురాలివి, అందమైనదానివి - చివరకు ఈ కూపంలో వచ్చి ఎట్లా పడ్డావే?" అనడిగింది జెన్నీ ఆసక్తితో.

"అది చాలా పెద్దకథ. చెప్పడానిక్కూడా నాకు ఓపిక లేదు. ప్రేమే నన్నింత దూరం తీసుకొచ్చింది, జెన్నీ! ఒక యువకుడి మీద మోజుపడ్డాను. మేమిద్దరం కలిసి ఫ్రాన్సులో ఒక విప్లవం లేవదీశాం. చూడు జెన్నీ! స్త్రీలదల్లా ఏముందీ? ఏ మగాడి మీద మోజుపడితే ఆ మగాడు చెప్పిందల్లా చేస్తాం. అతను ఎటువైపు చూస్తే మనమూ అటువైపే చూస్తాం. నిజంగా నాకు అతను చేసే పనిలో నమ్మకం లేదు. అయినా అతణ్ణి అనుసరించాను. అతను చాలా తెలివైనవాడు. మంచి మాటకారి. అందమైనవాడు కూడా! కాని చివరకతను ఒక పచ్చి దొంగగా, నీచుడుగా, ద్రోహిగా మారిపోయాడు. ఒకవైపు విప్లవాలలో పాల్గొంటూ, మరొకవైపు అతని కామ్రేడ్స్‌కే ద్రోహం తలపెట్టాడు. విరోధులయిన ఫ్రెంచి సాయుధ పోలీసు దళాలతో చేతులు కలిపి, వాళ్ళకు రహస్యంగా వార్తలు అందించే ఏజంటుగా పనిచేయడం మొదలెట్టాడు. ఆఖరుకు అతను చేసిన పాపం అంతా బయటపడింది. అతని దుర్మార్గం వెల్లడి అయింది. అతణ్ణి హింసపెట్టి చంపేశారు. ఇహ నా గతేంటి? దిక్కులేని దాన్ని అయిపోయి, కుమిలి కుమిలి ఏడ్చాను. చివరకు ఎక్కడో ఒకచోట దాక్కోవాల్సి వచ్చింది. అందువల్ల ఒక తప్పుడు ప్యాస్‌పోర్టు సంపాదించాల్సి వచ్చింది. పచ్చ టిక్కెట్టు తీసుకుని పడుపు వృత్తిలో ప్రవేశించినట్లయితే ఎవరూ కనుక్కోలేరనీ, ప్రమాదం తప్పుతుందనీ, ఇదే సులభమైన మార్గమనీ నాకు కొందరు సలహా ఇచ్చారు. ఇంకేం? ఆ పనే చేశాను. కాని ఇక్కడ కూడా సమయం కోసం ఎదురుచూస్తూ కాలం వెళ్ళదీస్తున్నాను జెన్నీ! అంతకన్నా మరేం లేదు. సరైన సమయం దొరకగానే ఇక్కడ నుంచి వెళ్ళిపోతాను."

"ఎక్కడికి?" ఆదుర్దాగా అడిగింది జెన్నీ.

"ప్రపంచం చాలా విశాలమైంది. ప్రాణం మీద నాకు తీపి ఉంది! జీవితమంటే

ప్రేమ ఉంది. అంచేత నా జీవితంలో ఎప్పుడో అకస్మాత్తుగా చెప్పలేని మార్పు వస్తుంది. మొదటి నుంచి అంతే! స్త్రీల మఠంలో చేరానా! పనేమీ లేకుండా అస్తమానం ప్రార్థన చేస్తూ, పాటలు పాడుతూ ఏండ్ల తరబడి గడిపాను. చివరకు విసుగెత్తి గభాలున విప్లవంలో దుమికాను. అలాగే ఇప్పుడు కూడా జరుగుతుంది. మళ్ళీ అకస్మాత్తుగా ఎందులోకో, ఎక్కడికో దుముకుతాను. ఎలా చెపుతాం? నాటకాల్లో ప్రవేశించవచ్చు. లేదా సర్కస్ కంపెనీలో చేరొచ్చు. లేదా ఏ నర్తకుల గుంపులోనో పడొచ్చు. కానీ జెనీచ్కా! అన్ని పనులలోకీ నాకు అత్యంత ప్రీతికరమైంది, నన్ను మోహింపచేసేది ఏం పని అనుకుంటున్నావు? దొంగతనం! దొంగతనం చేస్తూ బ్రతకడం నాకెంత సరదాగా ఉంటుందో వర్ణించలేను. ఆ సాహసం, ఆ ప్రమాదాలను ఎదుర్కొనడం, మనం భయపడడం, ఇతరులను భయపెట్టడం! ఓహ్! నాకు పిచ్చెక్కిస్తుందనుకో! బయటికి నన్ను చూచి అంతా ఏమనుకుంటారు? హుఁ! నా వినయం, నా తెలివితేటలు, నా ప్రవర్తన - ఇవి చూచి నేనొక మంచి మనిషిననీ, మర్యాదస్థురాలిననీ నిర్ణయించుకుంటున్నావు కదూ? కాదు జెన్నీ! నా జీవితం వేరు. నా లోపలి జీవితం వేరు! చాలా విరుద్ధమైంది! బయటి టమారా వేరు, లోపలి టమారా వేరు జెన్నీ! నీవు అది తెలుసుకుంటే ఆశ్చర్యపోతావు." ఇలా అనేసరికి ఆమె కళ్ళు ఆనందంతో మిలమిల మెరిశాయి. "నా లోపల ఒక బ్రహ్మాండమైన రాక్షసి, ఒక పెనుభూతం ఉన్నది జెన్నీ!" అంది ఆమె తిరిగి.

"నీవు అదృష్టవంతురాలివి" అంది జెన్నీ బద్ధకంగా ఆలోచిస్తూ. "జీవితం నుంచి నీవేదో ఆశిస్తున్నావు. మరి నేనో! నేను చచ్చినదానితో జమ. నా వయస్సు ఇరవై ఏండ్లు. అయితేనేం? అప్పుడే నూరేండ్లు నిండినట్లనిపిస్తోంది. నాకు వృద్ధాప్యం వచ్చింది టమారా! మానసికంగా నేను వృద్ధురాలనయిపోయాను. నా గుండె కుళ్ళిపోయి, శ్మశానంలో శవంలా కంపుకొడుతోంది. పోనీ! ఇంతవరకైనా నేను జ్ఞానంతో జీవించానంటావా? అదీ లేదు. ఛీ! నా జన్మ నిరర్థకం. నా జీవితం శూన్యం. నా జీవితం ఒక రొచ్చుగుంట టమారా!"

"ఇహ అంతటితో ఆపు జెంకా! ఏమిటా పిచ్చిమాటలు? నీవు మాట్లాడేదానికి అర్థం లేదు. నీకేం తక్కువ? నిక్షేపం లాంటి దానివి నీవు. నీ తెలివి, నీకున్న శక్తి మరెవరికీ లేవు. మగాళ్ళు నీ చుట్టూ ప్రదక్షిణం చేసి, నీ కాళ్ళ మీద పడతారు జెన్నీ! నీవు కూడా ఈ రొంపిలోంచి వెళ్ళిపోవాలి. తప్పదు. కానీ నాతో కాదు. నేనెప్పుడూ ఒంటరిగా వెళ్ళేదాన్నే. నీ అంతటి నీవే ఎప్పుడో వెళ్ళిపోవాలి."

జెన్నీ తలూపింది. పిమ్మట మెల్లగా తన రెండు చేతులతో మొహాన్ని కప్పుకుంది. చాలాసేపు మౌనంగా ఉండి, తరువాత ఇలా అంది... "లేదు ఇక్కణ్ణించి వెళ్ళిపోయే ప్రాప్తం నాకు లేదు. జీవితం నన్ను నమిలివేసింది. ఇహ నేనెప్పటికీ మనిషిని కాను. నాలో జీవం లేదు. నా వ్యక్తిత్వం నశించింది. జీవితమనే పశువు నన్ను గడ్డిలా

నమిలివేసింది. ఛీ! అది నెమరువేసి, వెళ్ళకక్కిన అసహ్యామైన ఆహారాన్ని నేను" అంటూ ఆమె అభినయిస్తూ తనను తానే సంబోధించుకోసాగింది. "రా, జెనీచ్కా! మరి కొంచెం బ్రాందీ సేవించు. హుం ! ఇది ఎంత విషతుల్యమైంది! నాకు ఆశ్చర్యమేస్తుంది. అనూష్కా ఈ బ్రాందీ ఎక్కణ్ణుంచి తెస్తుందో ఏం పాడో! దీన్ని తీసుకుపోయి ఒక కుక్క మీద పోస్తే, దాని వెంట్రుకలు కూడా మాడిపోతాయి. తప్పదు, అలాంటి అగ్నిహోత్రం ఇది. పాడుముండ ఆ అనుష్కా ఎప్పుడూ నా దగ్గర అందరి కంటే ఓ యాభై కోపెక్కులు ఎక్కువ కాజేస్తుంది. ఒకసారి 'ఏమే! ఇంత డబ్బు సంపాదించి చివరకు ఏం చేద్దామని?' అన్నాను నేను. 'నా పెళ్ళి కోసం' అని ఆమె జవాబు చెప్పింది.

'నా మొగుడు ఎంతో సంతోషిస్తాడు. కనీసం కొన్ని వందల రూబుల్సు అయినా పోగుచెయ్యాలి' అంది. ఆమె చాలా అదృష్టవంతురాలు! టమారా! అద్దం క్రింద ఉన్న, నా పెట్టె సొరుగులో కొంత డబ్బుంది గాని, దయచేసి ఆమెకివ్వవే!"

"ఏమిటే మూర్ఖురాలా? ఏమిటీ అప్పగింతలన్నీ? చావాలనా?" కోపంగా అడిగింది టమారా.

"కాదే! ఊరకనే! ఆ డబ్బు తీసుకో. ఎవరెరుగుదురు? నేను ఆస్పత్రికి చేరే అవస్థ పట్టొచ్చు. అక్కడ ఏం జరుగుతుందో, నా గతి ఏమవుతుందో ఎవరికి తెలుసు? నా దగ్గర ఇంకా చిల్లర ఉంది. ఏదయినా అవసరం వస్తుందని ఉంచుకున్నా. సరేగాని టమారా! నాకు నేనే ఏదైనా అపకారం చేసుకోవడానికి ప్రయత్నిస్తున్నాననుకో, అప్పుడు నీవు ఏం చేస్తావ్? నన్ను ఆపు చేస్తావా?"

టమారా ఆమె వైపు నిశ్శబ్దంగా, తీక్షణంగా, ఆమె భావాలు తూకం వేస్తున్నట్లుగా చూచింది. జెన్నీ మొహంలో విషాదచ్ఛాయలు స్పష్టంగా అగుపిస్తున్నాయి. ఆమె మొహంలో జీవకళ లేదు. ఆమె కళ్ళు నిర్జీవంగా ఉన్నాయి. వాటి చుట్టూ ఏదో శూన్యం ఆవరించింది.

"లేదు" మెల్లగా, గంభీరంగా జవాబు చెప్పింది టమారా. "లేదు జెన్నీ! నేను ఆపు చెయ్యను. నీవు నిజంగా ప్రేమ కోసం ఆ పని చేసినట్లయితే ఆపుచేసేదాన్ని. లేక డబ్బు కోసం అలా చేస్తున్నా, ఆ విషయాన్ని గురించి నీతో మాట్లాడేదాన్ని. కాని కొందరికి ఇతరులెవరూ జోక్యం కలిగించుకోవడానికి వీల్లేని అసాధ్యమైన సందర్భాలు కొన్ని అప్పుడప్పుడు వస్తుంటాయి. మరి అలాంటప్పుడు నేనేం చేయగలను? అంచేత నిన్ను వద్దని చెప్పడం కాని, ఆపు చెయ్యడం కాని చేయను."

వీరిలా మాట్లాడుతూ ఉండగా అదే సమయానికి పనిమనిషి జోస్యా నడవలోంచి వెడుతూ పెద్దగా కేకలు పెడుతోంది.

"అమ్మాయిలూ! త్వరగా తెమలండి, డాక్టరు వచ్చి కూచున్నాడు. త్వరత్వరగా ముస్తాబై బయటకు రండి."

అది విని జెన్నీ లేచి నిలబడి, మెల్లగా ఇలా అంది."సరే టమారా! నీవు నీ పని

చూసుకో! నేనొక నిమిషం నా గదిలోకి వెళతాను. ఇంకా నేను బట్టలు మార్చుకోలేదు. ఇవైనా ఫరవాలేదు గానీ అయినా ఎందుకు? ఒక నిమిషం. ఈలోగా నా పేరు పిలిచి, నేను అప్పటికి అక్కడ హాజరు కాకపోయినట్లయితే నా కోసం కబురు పెట్టు. లేదా నీవైనా నా కోసం రా! సరేనా?"

జెన్నీ వెడుతూ వెడుతూ ఏదో యథాలాపంగా వేసినట్లు, తన చెయ్యి టమారా భుజం మీద వేసింది. ప్రేమతో ఆమె భుజాన్ని తట్టింది.

డాక్టరు క్లిమెంకో సానులను పరీక్షించడానికి అవసరమైన సామగ్రి, సరంజామా అంతా సిద్ధం చేసుకుని ఒక టేబుల్ మీద సర్దుకుంటున్నాడు. పుండు పడినచోట చెడిపోకుండా, కుళ్ళిపోకుండా ఉండడానికి ఉపయోగించే ద్రావకం, పౌడర్లు, వాస్‌లైను, ఇంకా ఇతర మందులు, సామానులు – అన్నీ టేబుల్ మీద అమర్చుకుంటున్నాడు. అతని దగ్గర పడుపుకత్తెలందరికీ సంబంధించిన పచ్చటికెట్లు ఉన్నాయి. వారి పేర్లన్నీ వరుసగా అక్షర క్రమంగా వ్రాసిన జాబితా కూడా ఒకటి ఉంది.

సానులంతా రాత్రిపూట వేసుకునే గౌనులు తొడుక్కుని ఉన్నారు. కాళ్ళకు స్లిప్పర్లు, మేజోళ్ళు ఉన్నాయి. వీరంతా డాక్టరుకు కొంచెం దూరంలో కూచుని ఉన్నారు. కొందరు నిలబడ్డారు. టేబుల్‌కు ఆనుకుని యజమానురాలు 'అన్నా మార్కోవ్‌నా' నిలబడివుంది. ఆమెకు కొంచెం వెనుక, ఇంటిపెత్తందారు 'ఎమ్మా ఎడ్వర్డోవ్‌నా', పనిమనిషి జోస్యా నిలుచున్నారు.

డాక్టరు క్లిమెంకో నగరవైద్యుడు. వృద్ధుడయిపోయాడు. ప్రతి విషయాన్నీ నిర్లిప్తభావంతో చూడ్డానికి అలవాటుపడిన మనిషి. కళ్ళజోడు తీసి వంకరగా పెట్టుకుని, ముక్కు మీద సర్దుకున్నాడు. చేతిలో ఉన్న జాబితాను చూస్తూ పిలిచాడు.

"అలెగ్జాండ్రా బుజిన్‌స్కాయా!"

చప్పిడిముక్కు గల 'నైనా' అనే పొట్టి అమ్మాయి ముందు కొచ్చింది. డాక్టరు పిలిచింది ఈ పిల్ల పేరే! అవును. పచ్చటికెట్ల మీద వేశ్యల మారుపేర్లు కాక, అసలు పేర్లు ఉంటాయి. డాక్టరు వద్దకు వచ్చేసరికి ఆ అమ్మాయి గజగజ వణికిపోతోంది. ఎంతో కష్టం మీద ఊపిరి తీస్తోంది. అలుపుతో, ఆయాసంతో బల్ల మీద కెక్కి కూచుంది. డాక్టరు తన కళ్ళద్దాలలోంచి వికృతంగా, విడ్డూరంగా చూస్తూ ఆమెను పరీక్ష చేశాడు.

"బాగానే ఉన్నావులే! ఇహ నీవు వెళ్ళొచ్చు!" అని ఆజ్ఞాపించాడు డాక్టరు.

పచ్చటికెట్ల వెనుక పక్కన తారీఖు వేసి, పరీక్షా ఫలితం వ్రాశాడు. "ఆగష్టు 23 – ఆరోగ్యం బాగుంది." అలా వ్రాసి అడుగున తన సంతకం పెట్టాడు.

తరువాత మరో అమ్మాయిని పిలిచాడు.

"వాశ్చెంకోవా ఇరినా."

అది ల్యూబా పేరు. తన వంతు వచ్చేసరికి ఆమె మరీ గాబరా పడింది, గత ఆరు వారాల నుంచి ఆమె ఇక్కడ లేనందున, వారం వారం జరిగే ఈ పనిలో అలవాటు

తప్పిపోయింది. డాక్టరు ఆమె రొమ్ముల మీద గుడ్డ తొలగించి పరీక్ష చేయబోయేసరికి, వెంటనే ఆమెకు చచ్చే సిగ్గు పుట్టుకొచ్చింది. ఆమె బుగ్గలు, మొహం ఎర్రబారాయి. ఆ ఎరుపుదనం మెడ చుట్టూ, వీపు మీద కూడా వ్యాపించి, భయంకరంగా అగుపించింది.

తరువాత వరుసగా జోయా, టమారా, తెల్ల మంకా, న్యూరా - వీరందరినీ డాక్టరు పరీక్ష చేశాడు. చివరి పిల్ల న్యూరాకు మాత్రం గనేరియా తగిలిందనీ, ఆసుపత్రిలో చేరాలనీ డాక్టరు ఉత్తర్వు చేశాడు.

డాక్టరు అతి వేగంగా పరీక్ష చేయడం ముగిస్తున్నాడు. అవును. అతనికి ఆ పనిలో ఇరవై ఏండ్ల అనుభవం ఉంది. ప్రతి శనివారం సాని కొంపలకు రావడం, వాళ్ళను పరీక్ష చేయడం, ఆ విధంగా ఇప్పటికి కొన్ని వందల మంది వేశ్యలను పరీక్ష చేసి ఉంటాడు. అందువల్ల ఈ పనిలో అతనికి ఒక కష్టం గాని, వింత గాని ఏమీ ఉండదు. చాలా చురుగ్గా, నిర్లిప్తంగా, నిర్లక్ష్యంగా యంత్రం మాదిరి చకచకా పనిచేసుకుపోతాడు. మనుషులను పరీక్ష చేస్తున్నాననీ, మనుషులతో మెలగుతున్నాననే విషయమే మరిచిపోతాడు. అవును. పడుపు వృత్తి అనే భయంకరమైన గొలుసుకు అతను ముడివేయబడ్డాడు. పలువిధాలైన కట్టుబాట్లతో పకడ్బందీగా సాగుతోన్న ఈ వ్యభిచార వృత్తి కోసమే ఇతను పుట్టాడా ఏం? అనిపిస్తుంది. ఇతని వైద్యవృత్తి ఇదేనా? ఇహ వేరే రోగుల్ని పరీక్ష చేయడం లేనే లేదా? కాదు.

మొదట్లో అతను మామూలు వైద్యుడే. తరువాత ఈ పని తగిలింది. బహుశా ఇదే అతని అభ్యున్నతికి పునాది అయివుండవచ్చు. ఇప్పుడు ఇతనికి కనిపించేదల్లా నగ్నంగా ఉన్న స్త్రీల శరీరాలు, వారి కాళ్ళు, చేతులు, పొట్టలు, వీపులు, స్తనాలు, ముక్కు, నోరు - ఇవీ! ప్రతి శనివారం ఉదయం గుంపులు గుంపులు ఆడవాళ్ళను పరీక్ష చేసి వెళ్ళిన తరువాత, వారిలో ఎవరో ఒక స్త్రీని మళ్ళీ వీధిలో చూడడం తటస్థిస్తే, అతను పోల్చుకోలేడు. ఎవరైందీ చెప్పలేడు పాపం! ఇతని పని అల్లా ఏముంది? ఒక సానికొంపలో పరీక్ష పూర్తి చేయడం, తరువాత రెండో కొంపకు వెళ్ళడం, అటుపిమ్మట మూడోది, నాలుగోది! అలా చివరకు ఇరవై, ముప్ఫయ్; ఆఖరు ఇల్లు వరకూ తనిఖీ పూర్తిచేసి వెళ్ళిపోతాడు. అంతే!

"సుసానా రెయిడ్జినా!" అని పిలిచాడు డాక్టరు.

ఎవరూ ముందుకు రాలేదు. సానులంతా ఒకరివైపు ఒకరు చూచుకుంటూ గుసగుసలు ప్రారంభించారు. "జెంకా, జెంకా, జెన్నీ ఎక్కడుంది?"

అవును, ఆ పిలిచింది జెన్నీనే!

జెన్నీ గదిలో లేదు. అప్పుడే పరీక్ష అయిపోయి ఇవతలి కొచ్చిన టమారా డాక్టరు వద్దకు వచ్చి ఇలా అంది. "ఆమె ఇక్కడ లేదు డాక్టరుగారూ! బహుశా ఆమె ఇంకా బట్టలు వేసుకుంటూ ఉందేమో! నే వెళ్ళి ఆమెను పిలుచుకొస్తాను ఉండండి!"

టమారా నడవలోకి పరుగెత్తింది. కాని తిరిగిరాలేదు. 'ఎమ్మా' కూడా ఆమె వెంట

వెళ్ళింది. తరువాత జోస్యా, ఇంకా ఇతర వేశ్యలు, ఆఖరుకు యజమానురాలు 'అన్నా' కూడా వెళ్ళింది. అందరూ కలిసి జెన్నీని వెదకడం ప్రారంభించారు.

"ఛీ! ఎంత అవమానం, ఎంత అవమానం! ఈ జెంకాతో ఎప్పుడూ ఇంతే. పాడుముండ ఏదో ఒక పెటకం తెచ్చిపెడుతూ ఉంటుంది. ఎంతో ఓర్చుకున్నాను. కాని ఇహ లాభం లేదు. దీని వల్ల అందరి పరువూ పోతోంది" అంటూ ఎమ్మా నడవలో పిచ్చికుక్కలా తిరుగుతూ అరుస్తోంది.

ఎక్కడ వెదికినా జెన్నీ అగుపించలేదు. ఆమె గదిలోకి వెళ్ళి చూచారు. టమారా గదిలో చూచారు. ఇల్లు నాలుగు మూలలా వెదికారు. అంతా కలయచూచారు. ఊఁహుఁ! జెన్నీ ఎక్కడా లేదు.

"పోనీ స్నానాల గదిలో చూద్దాం. బహుశా అక్కడుందేమో?" అంటూ సలహా చెప్పింది జోస్యా.

అందరూ స్నానాల గది దగ్గరికి వచ్చి చూచారు. గది తలుపు లోపల వేసివుంది. తాళం కూడా వేసినట్లు కనిపించింది.

'ఎమ్మా' తలుపు మీద పిడికిలితో గ్రుద్దుతూ పెద్దగా అరిచింది. "జెన్నీ! ఇవతలికి రావే! ఈ పని ఏమిటే పాపిష్టిదానా?"

జవాబు లేదు. మళ్ళీ గొంతంతా చించుకుని కేకలు పెట్టింది. "వినపడడం లేదా పందీ! తలుపు తీయి! డాక్టరు నీ కోసం వేచివున్నాడు. రావే పాడుముండా!" ఊఁహుఁ! ఇప్పుడు కూడా సమాధానం లేదు. అందరూ ఒకరి వంక ఒకరు భయంతో చూచుకున్నారు. అందరి మనసుల్లో భయం ఆవరించింది.

ఎమ్మా తలుపుబొద్దె పట్టుకుని గట్టిగా నెట్టింది. అటూ ఇటూ ఊపింది. ఊఁహుఁ! లోపల తాళం వేసివున్నందున తలుపు వచ్చే స్థితిలో లేదు.

"సిమన్‌ను పిలవండి" ఆజ్ఞాపించింది యజమానురాలు అన్నా.

సిమన్ మామూలుగా కళ్ళు నులుముకుంటూ, నిద్రమత్తుతో తూలుతూ వచ్చాడు. అందరి మొహాలు చూడగానే అతని కర్థమైంది. ఏదో కొంప మునిగిందని వెంటనే గ్రహించాడు. అవును. ఇలాంటి సంఘటనలు ఎన్నో జరగడం అతను ఎరుగును. పిమ్మట వాళ్ళు జరిగిన సంగతంతా ఇతనితో చెప్పారు. అప్పుడు సిమన్, ఇలాంటి సందర్భాల్లో తను సహజంగా ఉపయోగించే బలం, సాహసం తెచ్చుకుని తలుపు తెరవడానికి ప్రయత్నించాడు. దూలాల్లా ఉన్న తన చేతులతో తలుపుబద్దెను పట్టుకుని, తన బలమంతా ఉపయోగించి అటూ ఇటూ లాగడం మొదలెట్టాడు.

చివరకు అంత లావు ఇనపబొద్దె అతని చేతుల్లోకి ఊడి రావడం, అతను వెనక్కు తూలి వెల్లకిలా పడిపోవడం జరిగింది. తలుపు మాత్రం రాలేదు. "ఛీ! దీని పాడుగాను! వంటింట్లో పెద్ద కత్తి ఉంటుంది. పట్టుకు రాండి" అంటూ అరిచాడు సిమన్ లేస్తూ.

కత్తిని తలుపు సందుల్లోంచి లోపలికి పోనిచ్చి గడియను కోయడం మొదలెట్టాడు

సిమన్. అతని ఒళ్ళంతా చెమటలు పోశాయి. అందరూ భయభ్రాంతులై చూస్తూ నిలబడ్డారు. చివరకు పెద్ద యుద్ధం చేసి, విశ్వప్రయత్నంతో గడియ కోసివేశాడు సిమన్.

తలుపు తీశారు.

జెన్నీ గొంతుకు ఉరి పోసుకుని వ్రేలాడుతోంది. లాంతరు తగిలించే కొక్కానికి, తన జాకెట్టు జల్తారుతో ముడివేసి గొంతుకు బిగించుకుంది. ఆమె శరీరం మెల్లగా, నిశ్శబ్దంగా కొంచెం అటూ ఇటూ ఊగుతోంది. ఆమె మొహం ఎరుపు, నీలం కలిసిన రంగుకు మారిపోయి ఉంది. గట్టిగా కరుచుకుపోయిన పళ్ళ మధ్య లోంచి నాలుక కొద్దిగా బయటికి వెళ్ళుకొచ్చింది. మరణవేదన పొంది క్రూరంగా బాధపడినట్లు ఆమె మొహం స్పష్టం చేస్తోంది. ఒళ్ళంతా నీలుక్కుపోయి ఉంది.

కొక్కానికి వ్రేలాడగట్టే లాంతరు తీసి క్రింద పెట్టివుంది.

ఆమెను చూచి ఒకరిద్దరు అమ్మాయిలు పెద్దగా, పిచ్చిగా కెవ్వున కేక పెట్టారు. తరువాత వేశ్యలంతా గుంపుగా, భయపడిన మందలాగా, ఒకరినొకరు తోసుకుంటూ నడవలోకి పరుగెత్తారు. ఒక్కొక్కరు ఒక్కొక్క విధంగా అయిపోయారు.

కొందరు ఏడుస్తున్నారు. కొందరు మూలుగుతున్నారు. మరికొందరు కేకలు పెడుతున్నారు. ఇంకా కొందరు స్పృహ తప్పి, ఏవేవో పిచ్చిపనులు చేస్తున్నారు.

ఈ ఏడ్పులు, పెడబొబ్బలు డాక్టరుకు వినిపించాయి. మెల్లగా స్నానాల గది వద్దకు వచ్చి చూచాడు. జరిగిన సంగతి గ్రహించాడు. కాని అతను ఆశ్చర్యపళ్ళేదు. విచారించలేదు. నగర వైద్యుడుగా అతని అనుభవంలో ఇలాంటి సంఘటనలు అనేకం చూచాడు. తన హయాంలో ఇలాంటివి ఎన్నో జరిగాయి. ఎన్నో ప్రాణులు పడిన యాతన, హింస, బాధ, మరణం - ఇవన్నీ కళ్ళారా చూచిన ఘనుడు. అంచేతనే వీటన్నింటికీ అతను అలవాటుపడిపోయాడు.

ఆమె శవాన్ని కొంచెం పైకెత్తమని సిమన్‌ను ఆజ్ఞాపించాడు డాక్టరు. తరువాత తనే స్వయంగా దగ్గరున్న చాకుతో, ఆమె గొంతుకు వ్రేలాడుతోన్న జల్తారు తాడును కోసివేశాడు. తన ధర్మం తను నెరవేర్చాలి గనుక, శవాన్ని ఆమె గదిలోకి మోసుకుపొమ్మని చెప్పాడు. పిమ్మట ఆమెకు కృత్రిమంగా శ్వాస కలిగించడానికి ప్రయత్నించాడు.

ఇంకేముంది అక్కడ? చచ్చినవాళ్ళకు శ్వాస ఎలా వస్తుంది? ఓ అయిదు నిమిషాల తరువాత, 'ఇహ లాభం లేదు. ప్రాణం పోయింది' అన్నట్లుగా కళ్ళద్దాలు తీసి, "పోలీసులను పిలవండి" అని ఆజ్ఞాపించాడు.

పోలీసు ఆఫీసరు కెర్బెష్ వచ్చాడు. పదే పదే జెన్నీని చూచి వెళ్ళి, ఎంతోసేపు యజమానురాలి గదిలో కూచుని ఆమెతో రహస్యాలోచనలు జరిపాడు. గదిలోంచి బయటికి రావడం, లోపలికి పోవడం, అటూ ఇటూ తచ్చాడడం, ఏదేదో గుసగుసలాడడం - ఇలా ఎంతోసేపు జరిగింది. చివరకు నూరు రూబుల్సు నోటు - కొత్త నోటు అతని జేబులో పడింది.

వెంటనే కూచుని అయిదు నిమిషాల్లో పోలీసు రిపోర్టు తయారుచేశాడు కెర్బేష్. తరువాత జెన్నీకి బట్టలు కూడా కట్టకుండా ఖననం చేయడానికి ఏర్పాట్లు చేశారు. ఆమె చచ్చిపోయేటప్పుడు ఏ దుస్తులతో ఉందో, అవే దుస్తులతో ఉంచారు. పాపం! ఒంటి నిండా గుడ్డ కూడా లేదు. రెండు గడ్డి చాపలు మాత్రం మీద కప్పారు. పిమ్మట జెన్నీ శవాన్ని బండి మీదనే వేసుకుని, శవాలను భద్రపరచే స్థలానికి తీసుకుపోయారు.

ఆమె చచ్చిపోతూ వ్రాసిపెట్టిన చీటీ, ఆమె గదిలో టేబుల్ మీద ఉండగా మొట్టమొదట 'ఎమ్మా' చూచింది. తన ఎకౌంటు బుక్కులోంచి ఒక కాగితం చింపి, దాని మీద వ్రాసింది – ఆమె ఆత్మహత్య చేసుకోబోయే ముందు. వణుకుతోన్న చేతులతో వంకర టింకరగా, పసిపిల్లల మాదిరి పెద్ద పెద్ద అక్షరాలు పెన్సిలుతో వ్రాసింది ఆమె.

"నా మరణానికి ఎవరూ కారకులు కారు. ఇందుకు ఎవరినీ నిందించాల్సిన పని లేదు. నాకు భయంకరమైన అంటురోగం తగిలింది. మనుషులు దుర్మార్గులు, మోసగాళ్ళు, వంచకులు! ఈ నీచుల మధ్య బ్రతకడం నాకు రోత అనిపించింది. నాకు జీవితం మీద విరక్తి పుట్టింది. చచ్చిపోతున్నాను. నా వస్తువులు ఏం చేయాలో టమారాకు తెలుసు. ఆమెకు అన్ని విషయాలూ వివరంగా చెప్పాను."

ఇదీ ఆ చీటీలో వ్రాసింది. అది చదివి ఎమ్మా, కొంచెం ఎడంగా నిలబడివున్న టమారా వైపు చూచింది. ఆమె ప్రక్కన ఇంకా అమ్మాయిలు నిలబడివున్నారు.

"ఏమే ద్రోహీ! ఈ విషయం నీకు తెలుసునన్నమాట. జెన్నీ ఏం చేయబోతున్నదీ నీకు ముందే తెలుసునటే దుర్మార్గురాలా! తెలిసికూడా ఒక్క మాట కూడా చెప్పలేదేమే లంజా!......" కళ్ళల్లోంచి నిప్పులు కక్కుతూ అడిగింది ఎమ్మా.

అలా అంటూనే తన అలవాటు ప్రకారం చెయ్యెత్తి టమారాను బలంగా కొట్టబోయింది. కాని అకస్మాత్తుగా టమారాను చూచి ఆగిపోయింది. నోరు తెరిచి, కళ్ళు పెద్దవి చేసి ఆశ్చర్యంగా ఆమె వంక చూడసాగింది.

అవును. టమారా భయకరంగా మారిపోయింది. అలాంటి స్థితిలో ఆమెను చూడడం ఎమ్మాకిదే మొదటిసారి. టమారా మొహం క్రోధోద్వేగంతో పొంగి పోయింది. ఆమె కళ్ళలోంచి ద్వేషానలం కక్కుతోంది. ఒక చిన్న రివాల్వరు చేత్తో పట్టుకుని సరీగ్గా ఎమ్మా మొహానికి గురి పెట్టి, కాల్చబోయింది టమారా.

7

అదే రోజు సాయత్రం 'అన్నా' ఇంట్లో అతి ముఖ్యమైన సంఘటన ఒకటి జరిగింది. యజమానురాలు 'అన్నా' తన వ్యాపార సంస్థను, ఎమ్మాకు అమ్మేసింది. వేశ్యలతో సహా తన ఇల్లూ, ఇంట్లో ఉన్న సామానులు, భూమి పుట్ర, నగ నట్ర – ఇంకా తన హక్కు భుక్తంలో ఉన్న యావత్తు స్థిరచరాస్తులు, తన తరువాత ఇంటి

పెత్తనం చేసే ఎమ్మా చేతుల్లో పెట్టింది.

ఈ విషయం ఇంట్లో అందరికీ తెలుసు. ఇలా జరుగుతుందని చాలాకాలం నుంచి అందరూ అనుకుంటున్నారు. కాని తీరా జెన్నీ చావడంతోనే ఇది నిజం కావడం వల్ల, వేశ్యలందరికీ ఒక రకమైన భయం, ఆశ్చర్యం కలిగాయి. ఎంతోకాలం నుంచి అనుకుంటూ వాయిదాలు పడుతూ వచ్చిన ఈ పని ఆమె మరణించిన ఈనాడే పరిష్కారమైపోవడానికి కారణమేమిటో ఎవరికీ అర్థం కాలేదు. అన్నిటికీ కలిపి క్రయధనం అరవైవేల రూబుల్సు ఎమ్మా చెల్లించాల్సి ఉంది. ఈ సొమ్ములో మూడోవంతు పోలీసు ఆఫీసరు కెర్బెష్‌ది. ఇందులో కూడా దాపరికం ఏమీ లేదు.

అసలే ఎమ్మా అతి దుర్మార్గురాలు, అత్యాశ గల మనిషి. ఆమెకు తోడు క్రూరుడైన ఈ కెర్బెష్ గాడు ఒకడు దాపరించాడు. ఇంకేం? అగ్నికి వాయువు తోడైనట్లు ఈ దుష్టులిద్దరూ చేతులు కలిపి భాగస్థులుగా వ్యాపారం సాగిస్తే ఏం జరుగుతుందో మరి చెప్పనక్కరలేదు. క్రూరులు, పాషాణ హృదయులు అయిన వీరిద్దరూ తమ మీద పెత్తనం వహిస్తే, ఇహ ముందు ముందు తమకు ఎలాంటి దుఃస్థితి పట్టనున్నదో, ఎన్ని అష్టకష్టాలు పడవలసి ఉన్నదో, ఎలాంటి హింసలకు గురికావల్సి ఉన్నదోనని వేశ్యలంతా భయకంపితులు కాసాగారు.

నిజం ఆలోచిస్తే 'అన్నా' తన వ్యాపార సంస్థను చౌకలోనే పోగొట్టిందని చెప్పాలి. కానీ అందుకు కారణాలు లేకపోలేదు. కెర్బెష్ అంటే 'అన్నా' హడలుకుని చస్తుంది. అవును, తన బ్రతుకంతా అతనికి తెలుసు. తన గుట్లు, తన వ్యాపారంలో ఉన్న తూట్లు, తను చేసే తప్పుడు పనులు, కుతంత్రాలు – అన్నీ అతను ఎరుగును. కనుక అతను తలుచుకొంటే ఏ క్షణంలోనైనా తన బండారం బయటపడేసి, తన జీవితాన్నే పూర్తిగా నాశనం చేయగలడు. ఏ మాత్రం కష్టం లేకుండా తన కొంపకు తాళం వేయించి, వ్యాపారం మూయించగలడు. ఇంకా తలచుకుంటే, కోర్టు విచారణ కూడా జరిపించి శిక్ష వేయించగలడు. ఇదంతా ఆలోచించే అన్నా తన వ్యాపారాన్ని చౌకలో పోగొట్టింది.

ఇలా జరిగినందుకు ఆమె తన మనసులో ఎంతగానో సంతోషిస్తోంది. పైకి మాత్రం "అయ్యో! పండంటి వ్యాపారం పాడుచేసుకున్నానే! ఇహ నా గతి ఏం కావాలి? నన్ను చూచేవాళ్ళేవరు? ఆదరించే దిక్కు లేకుండా ఒంటరిదాన్ని అయిపోయానే! దరిద్రంతో కుళ్ళి చావవలసిందేనా!" అంటూ అందరితో చెప్పుకుని ఏడ్చింది. మొత్తుకుంది. ఇదంతా నటన.

అయితే ఒకటి మాత్రం నిజం. ఆమెకు వృద్ధాప్యం, విశ్రాంతి తీసుకునే సమయం వచ్చినమాట వాస్తవమే. తను మాంచి వయస్సులో ఉండి, పైలాపచ్చీసుగా, స్వయంగా పడుపువృత్తి సాగిస్తూ, ఈ వ్యాపారం ప్రారంభించిన తొలిరోజుల్లో ఆమె ఎన్నో కలలు కన్నది. ఎన్నో ఊహలతో, ఎన్నోరకాల ఆశలతో అష్టకష్టాలు పడి ఈ వ్యాపారం నడిపింది. ఇప్పటికి ఆమె కలలన్నీ నిజమయ్యే తరుణం వచ్చింది. ఆమె కష్టాలు గట్టెక్కడానికి,

ఆశలు ఫలించడానికి సమయం ఆసన్నమైంది.

ఇహ ఇప్పుడు ఆమెకు కావల్సింది ఏమిటి? జరిగిందంతా మరచిపోయి ఈ రొంపిలోంచి అవతలపడి కొత్త జీవితం ప్రారంభించడం! తనూ ఒక పెద్దమనిషిలా మర్యాదగా, మంచిగా, గౌరవంగా, సుఖంగా బ్రతకడం. అందుకు కావల్సిన అవకాశాలన్నీ సమకూడి ఉన్నాయి. పుష్కలంగా డబ్బుంది. నగరం మధ్యలో ఒక చక్కని వీధిలో, ఒక అందమైన భవనం తీసుకోవచ్చు. తన ప్రియమైన కూతురు 'బెర్తా' ఉండనే ఉంది. ఆ పిల్ల మీద పంచప్రాణాలు పెట్టుకుని ఉంది తను. ఇప్పుడా పిల్లను ఏ పురప్రముఖుడో, ఏ ఇంజినీరో, లేక పెద్ద స్థితిమంతుడో, నగర సంఘంలో సభ్యుడో – ఇలాంటివాడు ఎవడో ఒకడు పెళ్ళి చేసుకోవడానికి ఎలాంటి ఆక్షేపణా లేదు. పైగా కావల్సినంత కన్యాశుల్కం ఇచ్చి విలువైన నగలు కూడా పెడతాడు. ఇహ తనకేం కావాలి? కన్నులపండుగ్గా కూతుర్నీ, అల్లుణ్ణీ చూచుకుటూ, కాలు మీద కాలు వేసుకుని దర్జాగా కాలం గడపవచ్చు. కమ్మని భోజనం, కోరినదల్లా తెప్పించుకుని తినవచ్చు. వెధవ బీరు ఏం కర్మ! ఘనమైన పానీయాలు సేవించవచ్చు. కమ్మని చెర్రీ బ్రాందీ తెప్పించుకుని తాగవచ్చు. కులాసాగా, దిలాసాగా మర్యాదస్తులు, గొప్పవారు, గౌరవనీయులు అయిన స్త్రీల పక్కన కూచుని డబ్బుపెట్టి పేకాడవచ్చు.

అవును, అలాంటి స్త్రీలలో కొందరు ఈమెకు స్నేహితురాండ్రు ఉన్నారు. వారిలో ఒకామె పెద్ద ఆఫీసు పెట్టి, గొప్ప గొప్పవారికి అప్పులిస్తూ వడ్డీ వ్యాపారం చేస్తోంది. మరొకామె రైల్వేస్టేషనుకు దాపులో సొంతంగా ఒక చిన్న హోటలు నడుపుతోంది. ఇహ మూడో ఆమె నగల వర్తకం చేస్తోంది. వెండి, బంగారపుకొట్టు పెట్టి, మంచి వ్యాపారం సాగిస్తోంది. ఆమె దొంగ వస్తువులు కూడా కొంటూ ఉంటుంది. అంచేతనే అంగడి చిన్నదైనా ఆమెకు బోలెడు లాభం వస్తోంది. కనుక వీరందరూ మర్యాదగా బ్రతికే స్త్రీలే! వీరికి మనసులో 'అన్నా' అంటే ఇష్టం లేదు. కాని, పైకి మాత్రం ఏమీ అనలేక స్నేహంగానే ప్రవర్తిస్తారు. ఇదంతా ఇదివరకే ఆలోచించుకుంది అన్నా.

పోతే మరో విషయం కూడా ఉంది. అన్నా ఎక్కువ చదువుకున్నది కాదు. పెద్ద తెలివైంది కూడా కాదు. అయితే ఏం? ఈమెకు ఒక అసాధారణమైన అంతర్జ్ఞానం ఉంది. ఇది ఈమెకు జన్మతో వచ్చింది. ఈ అద్భుతమైన శక్తి వల్లనే, జీవితంలో ఎన్ని ఒడుదొడుకులు వచ్చినా తట్టుకోగలిగింది. ఈ సహజజ్ఞానం నీడలా ఈమె వెంటవుండి ఎప్పటికప్పుడు దోవ చూపుతూ, అన్ని విషయాల్లో విజయం చేకూరుస్తూ వచ్చింది. అంచేత ఇప్పుడు ఈ క్లిష్టపరిస్థితిలో కూడా అది సహాయపడింది.

అకస్మాత్తుగా 'రోలీ–పోలీ' చావడం, ఆ మర్రోజే జెన్నీ ఆత్మహత్య చేసుకోవడం – ఈ రెండు సంఘటనల వల్ల తనకు ప్రమాదం రానున్నదని ఆమె ముందుగానే గ్రహించింది. అవును, తన అదృష్టరేఖ ఇంతటితో తిరిగిపోనున్నదనీ, త్వరలోనే కష్టాలు ప్రాప్తించనున్నాయనీ ఆమె కెవరో లోపల హెచ్చరించినట్లు అనిపించింది. అంచేత

వెంటనే తెలివిగా తప్పుకోవడం మంచిదని నిశ్చయించుకుంది.

ఒక ఇల్లు తగలబడేటప్పుడు గాని, ఒక ఓడ మునిగిపోయేటప్పుడు గాని ముందుగా ఆ విషయాన్ని ఎలుకలు గ్రహిస్తాయి. వెంటనే ఆ పని జరక్కముందే అక్కణ్ణుంచి తప్పించుకుంటాయి. అలాగే 'అన్నా'కు కూడా భవిష్యత్తును తెలిపే ఒక సహజ జ్ఞానం, పశుబుద్ధి వెంటవుండి, తక్షణమే ఈ వ్యాపారంలోంచి తొలగిపొమ్మని హెచ్చరించాయి. వెంటనే ఆమె అలా చేసింది. అటు జెన్నీ మరణించడం, ఇటు వ్యాపారాన్ని 'ఎమ్మా' చేతుల్లో పెట్టడం – రెండు పనులూ వెంటనే జరిగిపోయాయి. అవును. ఆమె చేసిన పని ముమ్మాటికీ సరియైనది, సక్రమమైనది.

ఈ సానికొంపలోంచి అన్నా మార్కోవ్‌నా వైదొలగడం, ఈనాటి నుంచే ఎమ్మా ఎడ్వర్డోవ్‌నా సర్వాధికారిణి కావడం – దీంతో పరిస్థితులన్నీ తారుమారైనాయి. అన్నా ఊహించింది అక్షరాలా నిజమైంది! ఏ క్షణంలో అయితే ఎమ్మా చేతుల్లోకి అధికారం వచ్చిందో, ఆ క్షణం నుంచే కొంపకు తిప్పలు వచ్చాయి. ఒకదాని తరువాత ఒకటి అవాంతరాలు రావడం, షేక్‌స్పియర్ నాటకాలలో మాదిరి అనేక విషాద సంఘటనలు జరగడం మొదలెట్టాయి. ఒక ఇంట్లోనే కాదు, 'యామా'లో ఉన్న అన్ని కొంపలకూ ఎలాగో ఒకలాగున ఈ నిప్పు అంటుకుంది.

సాని వ్యాపారంలో తనకుగల లావాదేవీలన్నీ పరిష్కారం చేసుకుంది అన్నా. ఆ వ్యాపారంతో పూర్తిగా తెగతెంపులు చేసుకుంది. కాని ఆ తరువాత వారం రోజులయినా తిరక్కముందే ఆమె మరణించింది. అనేక సంవత్సరాలు ఒకే రకమైన జీవితాన్ని గడిపినవారందరికీ సాధారణంగా ఇలాగే సంభవిస్తూ ఉంటుంది. ఆ జీవితంలోంచి ఇవతలికి రాగానే వీరికి అకస్మాత్తుగా ఒక విధమైన మాంద్యం కలుగుతుంది. అలాగే ఈమెకు జరిగింది. కాని విచిత్రం ఏమిటంటే సత్యవంతులకు రావాల్సిన చావు ఈమెకు రావడం! చేసినవి చెడుపనులైనా చివరకు ధర్మచావు చచ్చింది ముండ!

ఒకనాడు చీట్లపేక ఆడుతూ మధ్యలో అకస్మాత్తుగా ఆపి, తనకు ఒంట్లో ఏదో ఇదిగా ఉందనీ, 'ఒక నిమిషం ఒత్తిగిల్లుతాను. అందాక ఆట ఆపవలసిం'దనీ స్నేహితు రాండ్రకు చెప్పి మంచం మీద పడుకుంది. వెంటనే గట్టిగా నిట్టూర్పు విడిచి చనిపోయింది. ఎంత సుఖ మరణం! ఆమెను చూస్తే చచ్చిన మనిషిలా లేనే లేదు. మొహం ప్రశాంతంగా ఉంది. పెదవుల మీద చిరునవ్వు పోలేదు. ఆ తరువాత ఒక నెల రోజులలోనే ఆమె జీవితంలో భాగస్వామి, విశ్వాసపాత్రుడు అయిన ఇషయా సవిచ్ కూడా చనిపోయాడు.

పిమ్మట 'అన్నా' ఆస్తికంతకూ, కూతురు 'బెర్తా' యజమానురాలు అయింది. ఇల్లు, ఊరి వెలుపల ఉన్న కొన్ని భూములు మంచి ధర రాబట్టి అమ్మేసింది. తల్లి అనుకున్నట్లే 'బెర్తా'కు వివాహం జరిగింది. సంబంధం కూడా మంచిదే వచ్చింది. ఆమె భర్త ఒక గొప్ప వ్యాపార సంస్థలో పెద్ద ఉద్యోగిగా పనిచేస్తూ ఒడెస్సా నుంచి, నోవోరాసిస్క్ నుంచి గోధుమలు ఆసియా మైనర్‌కు రవాణా చేస్తుండేవాడు. ఆ పిల్ల

తృప్తిగా జీవించసాగింది.

ఇహ అదే రోజున – అంటే ఉదయం జెన్నీ ఆత్మహత్య చేసుకోవడం, పిమ్మట అన్నా తన వ్యాపారం యావత్తూ ఎమ్మా చేతుల్లో పెట్టడం జరిగిన తరువాత, సాయంత్రం పూట వేశ్యలందరినీ అలంకరించుకుని హాలులోకి రమ్మని ఎమ్మా ఆజ్ఞాపించింది. కాదూ మరి? ఇప్పుడు తనే యజమానురాలు. అప్పటికింకా విటులు వచ్చేవేళ కాలేదు. పైగా అంతకు ముందే కదా జెన్నీ శవాన్ని తీసుకెళ్ళింది. ఇలాంటి పరిస్థితుల్లో వేశ్యల మనస్సు ఎలా ఉంటుంది? పాపం! వాళ్ళహృదయాల్లో ప్రాణస్నేహితురాలు జెన్నీ మరణానికి సంతాపం పోనేలేదు. అలాంటప్పుడు ముస్తాబై హాలులోకి అందరినీ రమ్మని క్రూరంగా ఆజ్ఞాపించడం ఎంత అన్యాయం!

అయినప్పటికీ, ఎమ్మా ఆజ్ఞను ధిక్కరించలేక సానులంతా హాలులో పోగయ్యారు. వారిని పాటలు పాడమనీ, నృత్యం చేయమనీ, సరదాగా ఉండమనీ ఎమ్మా ఉత్తర్వులు పంపించింది. పాపం! ఏ పిల్లకు కూడా మనసు సరిగా లేదు. అందరూ దిగులుగా, దీనంగా ఉన్నారు. ఇలా చేయాల్సి వచ్చిందే అని మనసులో విచారిస్తున్నా ఏ ఒక్కరు కూడా ఎమ్మాను ఎదిరించి మాట్లాడడానికి సాహసించలేకపోయారు.

చివరకు ఆమె స్వయంగా హాలులోకి వచ్చింది. ఇవాళ ఆమె ఎన్నడూ, ఎప్పుడూ లేనంత ఠీవిగా వుంది. మాంచి నల్లటి సిల్కు దుస్తులు ధరించింది. ఆమె బ్రహ్మాండమైన స్తనాలు రెండూ, రెండు పెద్ద గోపురాల మాదిరి బయటికి పొడుచుకొచ్చి ఉన్నాయి. మందంగా తయారుచేసిన మూడుపేటల బంగారు గొలుసు ఒకటి మెళ్ళో ధరించింది. గొలుసు చివర ఒక పెద్ద బిళ్ళ కూడా ఉంది. అది పొడుగ్గా క్రిందకి జారి, పొట్ట వరకూ వ్రేలాడుతోంది. నల్లటి సిల్కు మేజోళ్ళు వేసుకుంది.

"అమ్మాయిలూ! మీతో కొంచెం మాట్లాడాలనుకుంటున్నాను" అంటూ ఆమె మొదలెట్టింది. "లేచి నిలబడండి!" ఆజ్ఞాపిస్తూ, పెద్దగా అరిచింది. "నేనొచ్చి మాట్లాడుతున్నప్పుడు మీరు లేచి నిలబడి వినాలి" అంది ఆమె మళ్ళీ మళ్ళీ అధికారం చలాయిస్తూ.

సానులంతా గాబరాపడి ఒకరి మొహాలు ఒకరు చూసుకున్నారు. అవును. అంతకు ముందు ఈ ఇంట్లో ఇలా ఎవరూ ఆజ్ఞాపించలేదు.

యజమానురాలు రాగానే వేశ్యలంతా లేచి నిలబడాలా? ఇలాంటి అచారం ఎన్నడూ లేదే? అనుకున్నారు వేశ్యలంతా తమలో. ఎలాగైతేనేం, అందరూ సంకోచిస్తూ, కళ్ళు పెద్దవి చేసి, నోళ్ళు తెరుచుకుని లేచి నిలబడ్డారు.

"ఇవాళ మొదలుకొని మీరంతా నన్ను యజమానురాల్ని గౌరవించినట్లు గౌరవించాలి. తెలిసిందా?" అంటూ ఎమ్మా మళ్ళీ దూకుడుగా, ధీమాగా మాట్లాడ సాగింది: "ఇవాల్టి నుంచి, అంటే ఈ తారీఖు నుంచి ఈ ఇల్లు, ఈ వ్యాపారం అంతా న్యాయానుసారంగా నాకు సంక్రమించింది. ఉదారబుద్ధి గల 'అన్నా' కృప వల్ల నాకిది

దక్కింది. అంచాత ఈ క్షణం నుంచీ నేనే యజమానురాలిని. అమ్మాయిలూ! ఒక మాట చెపుతాను వినండి. మనలో మనం తగవులు లేకుండా, మర్యాదగా వ్యాపారం వెళ్ళదీసుకోవాలి. మీరందరూ సద్బుద్ధితో, వినయ విధేయతలతో బంగారుతల్లుల్లా ప్రవర్తించాలి. నేను మీకు తల్లినని భావించండి. తల్లిగా, పెద్దదాన్నిగా మీ అందరిని ఆజ్ఞాపిస్తున్నాను. పిచ్చి పిచ్చి వేషాలు నా దగ్గర పనికిరావు. సోమరితనాన్ని నేను సహించను. దుర్బుద్ధులు పుట్టినా, దుర్మార్గపు ఆలోచనలు చేసినా, అనవసరమైన గొడవలు లేవదీసినా నేను ఊరకొనేదాన్ని కాదు. 'మేడమ్ అన్నా' దయార్ద్ర హృదయురాలు. కనుకనే మీకు కావల్సినంత స్వేచ్ఛ ఇచ్చింది. మీ ఇష్టం వచ్చినట్లు తైతక్కలాడుతోంటే చూస్తూ ఊరకుంది. కాని నేను మాత్రం మంచిదాన్ని కాదే పిల్లల్లారా! ముందే చెపుతున్నాను. నేను చాలా నిక్కచ్చి మనిషిని. అలాంటి వేషాలు నా దగ్గర పనికిరావు. ఏ వ్యవహారమైనా నాతో నిక్కచ్చిగా ఉండాలి. ముందు క్రమశిక్షణ అలవర్చుకోండి. అదేమిటో రష్యన్ పిల్లలకు బొత్తిగా జ్ఞానం లేదు. చాలా అసహ్యంగా, నీచంగా ప్రవర్తిస్తారు. పందుబోతుతనం జాస్తి. వాళ్ళను చూస్తే ఒక్కోసారి నాకు జాలి వేస్తోంది.

అయినా, మరేం దిగులుపడకండి అమ్మాయిలూ! మీకు అంతా నేను నేర్పుతాను. మీ మంచి కోసమే సుమా, నేను చెపుతున్నది. నా ఆశయం అల్లా ఒక్కటే - మీరీ వృత్తిలో బాగుండాలి. మిమ్మల్ని అంటిపెట్టుకున్నందుకు నాకూ పేరూ ప్రతిష్ఠ రావాలి. మన ఉభయుల కోసమే ఇదంతాను! అందుకని ముందు మనం, మనకు పోటీగా నడుస్తున్న ఆ ట్రెప్పెల్సు కొంపను పడగొట్టాలి. మన దెబ్బకు దాని వ్యాపారం పడిపోయేటట్టు చూడాలి. దాన్ని పూర్తిగా నాశనం చేస్తే గాని నాకు నిద్రపట్టదు. నా ఇంటికొచ్చే వాళ్ళంతా ఏ వెధవలో, పనీపాటా లేని ఏ బటాచోర్లో, తలతిక్క విటులో, వెర్రివేషాలేసే విద్యార్థులో కాకూడదు. నా ఖాతాదార్లంతా శ్రీమంతులు, గౌరవనీయులు, పురప్రముఖులు అయివుండాలని నా ఆకాంక్ష. అంచేత మీరంతా ఇదివరకటిలాగా కాక, తగిన కట్టుబాట్లతో మెలగాలి. చూచారా అమ్మాయిలూ! నగర వేశ్యలందరిలోకీ మీరు నాజూగ్గా, నగిషీగా తయారుకావాలి. పట్టణంలో ఇలాంటి పిల్లలు లేరనిపించాలి.

'ఎమ్మా ఇంట్లో వేశ్యలా! అబ్బో! వాళ్ళెక్కడండి! ఆ అందం, ఆ చందం, ఆ మాటా, ఆ మర్యాదా, ఆ ఠీవి, ఆ దర్జా, ఆ కులుకూ, ఆ తళుకూ, ఆ తీరూ, ఆ పద్ధతీ చస్తే మరొకరికి రావండీ! ఏం పిల్లలు! చూస్తే మూర్ఛపోతారు. వలపులో వాళ్ళను మించినవారు లేరండీ! ఉంటే వాళ్ళతోటే ఉండాలి' అనుకోవాలి - ఊళ్ళో అందరూ మిమ్మల్ని చూచి! తెలిసిందా? నేను డబ్బుకు లెక్క చెయ్యదల్చుకోలేదు. ఇంట్లోకి మంచి ఫర్నిచరు తెప్పిస్తాను. రకరకాల కుర్చీలు, మంచి మంచి బల్లలు, టేబుల్సు, విలువైన సామగ్రి అంతా కొంటాను. మీ గదుల నిండా పట్టు సోఫాలు అమర్చదలుచుకున్నాను. ఇల్లంతా మెత్తని తివాచీలు పరుస్తాను. మీ దగ్గరికి వచ్చే విటులు ఇహ బీరుకు ఆర్డరివ్వరు. ఒకటో రకం బర్గండీ బోర్డెక్సు వైను, షాంపేన్ కావాలని కోరతారు.

ఒకటి గుర్తుంచుకోండి అమ్మాయిలూ! డబ్బూ, దర్జాగల వయోవృద్ధుడెవడూ చౌకబారు ప్రేమను ఆశించడు. అనుభవం లేని పిల్లలంటే ఇష్టపడడు. వలపించి, మరులు గొలపడంలో ఆరితేరిన పడుపుకత్తెనే అతను వాంఛిస్తాడు. వివిధ రకాల ప్రేమను వెల్లడించగల విలాసినులనే అతను కావాలంటాడు. మిమ్మల్ని కొద్దిరోజులలోనే అలాంటి విలాసినులుగా నేను తయారుచేస్తాను. ట్రెప్పెల్సులో ఒకసారికి మూడు రూబుల్సు, రాత్రికి పది రూబుల్సు వసూలు చేస్తున్నారు. నేను ఇక నుంచి ఒకసారికి అయిదు రూబుల్సు, రాత్రికి పాతిక రూబుల్సు వసూలుచేస్తాను. మీ అందరికీ బంగారం, వజ్రాలు బహుమతులుగా ఇస్తాను. మీరు తక్కువరకం కొంపల్లోకి -- సోల్జెర్లు తొక్కి తొంబాళీ చేసే ఆ పాడు కొంపల్లోకి పోకుండా ఇక్కడే స్థిరంగా ఉండేలా ఏర్పాటుచేస్తాను.

అంతేకాదు! మీలో ప్రతి ఒక్కరూ నెలనెలా కొంత సొమ్ము వెనుక వేసుకోగలరు. ఆ డబ్బంతా ఎప్పటికప్పుడు నా చేతికిస్తూ ఉండండి. దాన్ని నేను బ్యాంకులో దాచిపెడతాను. మీకు కావలసినంత వడ్డీ -- చక్రవడ్డీ వస్తుంది. అలా వడ్డీ పెరిగి పెరిగి ఎంతో సొమ్ము జమ అవుతుంది. కనుక మీలో ఎవరైనా లేవలేకపోయినా, విశ్రాంతి తీసుకోవాలనుకున్నా, లేక ఒక గౌరవనీయుణ్ణి చూచుకుని పెళ్ళి చేసుకోవాలన్నా కావల్సినంత డబ్బు నిల్వ ఉంటుంది కనుక చిక్కే ఉండదు. రీగాలోనూ, తక్కిన విదేశాలలోనూ ఉండే ఒకటో తరగతి వేశ్యాగృహాల్లో అలాగే చేస్తారు.

ఫలానా ఎమ్మా ఒక సాలెపురుగనీ, గయ్యాళిగంపనీ, దుర్మార్గురాలనీ, రక్తం పీల్చే జలగనీ ఏ ఒక్కరూ కూడా చెప్పుకోవడానికి అవకాశం లేకుండా ప్రవర్తిస్తాను. కాని ఒక విషయం. ఎవరైనా పందుబోతుతనం అలవాటు చేసుకున్నా, నా పట్ల అవిధేయతతోను, తలబిరుసుగాను ప్రవర్తించినా, తలతిక్క ఆలోచనలు చేసినా నేను సహించేదాన్ని కాదు. అలాంటి తప్పుడు ముండలను ఇక్కడ నుంచి మెడపట్టి గెంటేస్తాను. అంతేకాదు! కాళ్ళు చేతులు కట్టి వీధిలో పడేస్తాను. ఇంకా క్రూరంగా శిక్షిస్తాను కూడా... ఇహ ఇప్పుడు నే చెప్పాలనుకున్న సంగతులన్నీ మీకు చెప్పాను. 'నైనా'! ఇలా రా ఒకసారి! తరువాత మీ అందరూ కూడా ఒకరి తరువాత ఒకరు నా వద్దకు రండి!"

నైనా అనే అమ్మాయి కంగారుపడుతూ 'ఎమ్మా'ను సమీపించింది. ఎమ్మా తన కుడి చెయ్యి ముందుకు చాచింది. "ఒకసారి ముద్దు పెట్టుకో!" ఆజ్ఞాపించింది ఎమ్మా, సింహాసనం మీద కూచున్న రాణీ మాదిరి పోజు పెట్టి.

పాపం నైనా దిగ్భ్రాంతురాలై, తడబడుతూ ఆమె చేతిని పెద్దగా చప్పుడయ్యేలా ముద్దుపెట్టుకుని పక్కకు తప్పుకుంది. తరువాత జోయా, హెన్రీటా, వాండా – ఇంకా తక్కిన వేశ్యలూ ఒకరి తరువాత ఒకరు వచ్చి ఆమె చేతిని ముద్దుపెట్టుకున్నారు.

అందరికంటే వెనుక టమారా వచ్చి గోడ పక్కన, అద్దం వైపు వీపుపెట్టి నిలబడింది. అదే అద్దం. జెన్నీ ఎప్పుడూ ఆ అద్దం ముందు కూచుని, తన గదిలోకి రాగానే సంతోషంగా అందులోంచి తన వైపు చూచేది. అది జ్ఞాపకం తెచ్చుకుంటూ ఆమె

నిలుచుంది గాని, ఎమ్మా చేతిని ముద్దుపెట్టుకోవడానికి ముందుకు రాలేదు.

ఎమ్మా తీక్షణంగా టమారా వైపు దృష్టి నిలిపి చూచింది. కాని ఆ చూపులు ఆమె మీద పడలేదు. అప్పుడు ఎమ్మా తన చెయ్యి దించేసి, ఒక విషపునవ్వు నవ్వి ఆమెతో ఇలా అంది:

"టమారా! నీతో కొన్ని విషయాలు ప్రత్యేకంగా, ముఖాముఖి మాట్లాడాలనుకున్నాను. ఇలా రా!"

"చెప్పండమ్మా!" అంది టమారా మెల్లగా.

వెంటనే ఆమె లేచి టమారాను ఒక ప్రత్యేకమైన గదిలోకి తీసుకెళ్ళింది. పూర్వపు యజమానురాలు 'అన్నా' ఎప్పుడూ తన వ్యాపారులతో రహస్యాలోచనలు జరిపే గది అది. ఇప్పుడు ఎమ్మా కూడా అదే గదిలో టమారాతో ఏకాంతంగా సంభాషించడం మొదలెట్టింది. ఆమె సోఫా మీద కూచుని టమారాను ఎదురుగా ఉన్న కుర్చీ మీద కూచోమని చెప్పింది. ఒక క్షణం ఇద్దరూ మౌనం వహించి, ఒకరి కళ్ళల్లోకి ఒకరు చూచుకున్నారు. వారి చూపులు ఒకరినొకరు నమ్మలేనట్లు స్పష్టం చేస్తున్నాయి.

"నీవు సవ్యంగానే వ్యవహరించావు టమారా!" అంది చివరకు ఎమ్మా. "వాళ్ళందరూ గొర్రెలమందలా వచ్చి నన్ను ముద్దుపెట్టుకున్నారు. మరి నీవు మాత్రం అలా చేయలేదు, రాలేదు. అవును. ఎలాగైనా నీవు చురుకైన దానివి. అభిమానం కలదానివి. నీవలా చేయాలని కూడా నేను కోరడం లేదు. నీతో నేను కరస్పర్శ చేయాలని మాత్రమే వాంఛిస్తున్నాను. ఎంచేతనంటే, నా తరువాత నిన్నే ఈ ఇంటి పెద్దగా నియమించ దలుచుకున్నాను. అందుకు చిహ్నంగా ముందు మనం కరస్పర్శ చేయాలి. అంటే నీకు అర్థమైందో లేదో, నా తరువాత ఈ ఇంటికి నీవే యజమానురాలవు. అందుకు నీకు లాభకరంగా ఉండే షరతులే పెట్టదలచుకున్నాను."

"చాలా కృతజ్ఞురాలిని."

"ఉండు, మధ్యలో మాట్లాడకు. నన్ను విషయమంతా పూర్తిగా చెప్పనీయి. ముందు నాకో సంగతి చెప్పు. పొద్దున నా మీదికి రివాల్వరు గురిపెట్టావు. నిజంగా నీవు నన్ను చంపేయాలనుకున్నావా?"

"ఓహ్! అలాంటిదేం కాదమ్మా" వినయంగా చెప్పసాగింది టమారా. "పైగా మీరే నన్ను కొడతారని భావించాను."

"ఛీ! ఏమిటా మాటలు టమారోచ్కా? నా గుణం నీకు తెలీదూ? ఇంత కాలం నుంచీ మనం స్నేహంగా ఉంటున్నామే, ఎన్నడైనా నీ మీద చెయ్యి చేసుకున్నానా? ఒకసారి అయినా అసభ్యంగా ప్రపర్తించానా? ఏమిటి టమారా! ఇవాళ అలా మాట్లాడుతున్నావు? నీకూ, ఆ వెధవ రష్యన్ ముండలకూ ఎలాంటి పోలికా లేదు. దేవుడి కృప వల్ల నేనెంతో అనుభవం గడించిన స్త్రీని. ఏ మనుషులు ఎలాంటివారో నాకు తెలుసు. నీవు ఎంతో చదువుకున్న యువతివి. నిజం చెప్పాలంటే నా కన్నా

ఎక్కువ చదువుకున్నదానివి. నీవు అందమైనదానివి, తెలివైనదానివి, నాగరకత గల పిల్లవు. నీకు ఇతర భాషలు అనేకం వచ్చును. సంగీతంలో కూడా నీకు పాండిత్యం ఉందని నా నమ్మకం. ఇంకా అసలు విషయం చెప్పాలంటే.... ఎలా చెప్పాలో నాకు తెలీడం లేదు.... నీ మీద నాకు కొంత ప్రేమ కూడా ఉంది. మరి నీవు, నన్ను కాల్చాలనుకుంటున్నావా టమారా? నన్ను -- నీ ప్రియమైన స్నేహితురాల్ని చంపాలనుకుంటున్నావా? దీనికి ఏం సమాధానం చెపుతావో చెప్పు?"

"చూడండమ్మా!" గొంతు మార్చి అతి వినయంగా చెప్పసాగింది టమారా. "ఇందులో మీరు అపార్థం చేసుకోవాల్సిన అవసరం ఏమీ లేదు. జెంకా తలగడ క్రింద నాకొక రివాల్వరు అగుపించింది. దాన్ని మీకు ఇవ్వాలని తెచ్చాను. మీరా ఉత్తరం చదువుతోంటే, మధ్యలో మీ పనికి భంగం కలిగించకూడదని ఊరకున్నాను. మీరు నా వైపు తిరగగానే మీకది ఇవ్వబోయాను. అంతేనమ్మా! చూడండి. ఆ రివాల్వరు జెన్నీ తలగడ క్రింద కనిపించేసరికి నే నాశ్చర్యపోయాను. 'దగ్గర రివాల్వరు ఉంచుకుని కూడా ఆ పాపిష్టిది కాల్చుకోకుండా, ఇలా నీచంగా, భయంకరంగా ఉరి పోసుకుని చచ్చిందేమా' అని ఆలోచించాను. అంతేనమ్మా!"

మందంగా, వెడల్పుగా ఉన్న తన కనుబొమలు పైకి ఎగరేసింది ఎమ్మా. ఆమె పెదవుల మీద సహజమైన చిరునవ్వు కనిపించింది. గభాలున తన రెండు చేతులూ టమారా వైపు చాచి ఇలా అంది:

"అంతేనా టమారా! నిజంగా అంతేనా? అయితే సరే.... వాస్తవానికి నేనేమనుకున్నానో ఆ భగవంతుడికే తెలుసు. ఏదీ! నీ చేతులిలా ఇవ్వు. నా చిట్టితల్లీ! నీ తెల్లని చేతుల్ని నా హృదయానికి హత్తుకుని ఒకసారి ముద్దుపెట్టుకోనివ్వు."

అలా చాలాసేపు టమారా చేతుల్ని తన గుండె మీద ఉంచుకుని బలంగా ముద్దు పెట్టుకుంది ఎమ్మా.

తరువాత ఆమె కౌగిలిలోంచి ఎంతో కష్టం మీద తప్పించుకుంది టమారా.

"సరే, ఇహ ఇప్పుడు మన వ్యాపారం సంగతి మాట్లాడుకుందాం! మన ఏర్పాట్లు ఇవి: నా తరువాత ఈ ఇంటికి యజమానురాలివి నీవు. నాకు కుడిభుజంగా నిలబడి, ఇంటి పెత్తనమంతా నీవే చేయ్యాలి. వచ్చిన లాభంలో నూటికి 15 రూబుల్సు నీకు అప్పచెపుతాను. వింటున్నావా టమారా? నూటికి 15. దానికి తోడు నీకు కొంత జీతం కూడా ముట్టచెపుతాను. నెలకు ముప్పయ్, నలభై -- ఇంకా వీలైతే యాభై రూబుల్సు కూడా ఇస్తాను టమారా. ఏం? లాభసాటిగా లేదూ? ఏమంటావు? ఒప్పుకున్నట్లేనా? నీవు నాకు అన్ని విషయాలలోను అండగా నిలబడి, నా వ్యాపారాన్ని ఎంతో ఉచ్చదశకు తీసుకుపోతావనీ, మన సంస్థ లాంటి సంస్థ ఈ నగరంలోనే కాక యావత్తు దక్షిణ రష్యాలోనే లేదనేటట్లు చేస్తావనీ నా పూర్తి విశ్వాసం. సాని వ్యాపారంలో నీకు ఎంతో ఆసక్తి ఉందనీ, ప్రతి విషయాన్నీ నీవు చక్కగా అర్థం చేసుకోగలవనీ నా

ఉద్దేశ్యం. పైగా వచ్చిన విటుణ్ణి -- వంచడానికి వీల్లేని ఎలాంటి విటుణ్ణి అయినా సరే, ఇట్టే లొంగదీసి, అతణ్ణి సంతుష్టిపరచగల శక్తి నీ ఒక్కదాని దగ్గరే ఉంది. ఒకవేళ ఏ శ్రీమంతుడో, ఏ పుర ప్రముఖుడో నీ అందాన్ని చూచి మోహిస్తాడనుకో టమారోచ్కా!" అంటూ ఆమె చెమ్మగిలిన కళ్ళతో టమారా వంక చూచింది. "అలాంటప్పుడు నీవు అతనితో సరదాగా కాలం గడపవచ్చు. నేనేం అభ్యంతరపెట్టను. కాని నీవు అతని మోహంలో పడి మిగతా బాధ్యతలు, పనులు మరిచిపోకూడదు. నీవు ఈ ఇంటికి పెద్దదానవనీ, వేశ్యలందరి మీద పెత్తనం చేయాల్సినదానవనే విషయం ముఖ్యంగా గుర్తుంచుకోవాలి. అంతే నేను కోరేది. ఇంకా నేను చెప్పదలుచుకున్నది ఏమిటీ అంటే, నీ ప్రియుణ్ణి గురించి! నీ ఆనందానికి నేను అడ్డు రాను. ఆ విషయంలో నిన్ను ఆజ్ఞాపించడానికి నాకు హక్కు లేదు కూడా. కానీ, నేను కోరేదల్లా ఒకటే టమారా! నీవు తగు జాగ్రత్తతో మెలగాలి. అతణ్ణి ఇక్కడకు రానీయకూడదు. తరచూ ఇక్కడికి వచ్చి నీతో కేళీవిలాసాలు సాగించకూడదు. కాకపోతే అప్పుడప్పుడు నీకు ఒక రోజో, అర రోజో సెలవు ఇస్తూ ఉంటాను. ఆ సమయాల్లో నీ ఇష్టం వచ్చినట్లు నీవు ఉండొచ్చు. కాని వీలైనంతవరకు అతనితో అంతగా సంబంధం పెట్టుకోకుండా ఉండడమే చాలా ఉత్తమం. అంటి పెట్టుకోవడమంటే, మెడకు కాడి తగిలించుకున్నట్లే! ఒక పెద్ద గుదిబండను కట్టుకున్నట్లే! నేను అనుభవం మీద ఈ మాట చెపుతున్నాను టమారా! ఓ మూడు, నాలుగు సంవత్సరాల పాటు ఇలాగే వేచివున్నావంటే, ఈ లోగా మన వ్యాపారం ఎంతో అభివృద్ధి చెందుతుంది. అప్పటికి నీ పెట్టుబడి డబ్బు కావల్సినంత పెరుగుతుంది. వ్యాపారంలో నిన్ను నా సగభాగస్థురాలుగా తీసుకుంటాను. ఇవాళ్టి నుంచి ఇంకో పదేళ్ళ వరకూ కూడా నీ అందం మాసిపోకుండా, నీ యౌవనం తీసిపోకుండా ఉంటుంది. నీ ఇష్టం వచ్చినంతమంది మగాళ్ళను దాసులుగా చేసుకొనే శక్తి ఉంటుంది. అప్పటి దాకా నీ బుర్రలోకి ఈ ప్రియులను గురించిన పిచ్చి ఆలోచనలు రాకుండా ఉంటే, ఆ తరువాత నీ ఇష్టం వచ్చిన అందగాణ్ణి, అన్నివిధాల తగినవాణ్ణి వరిస్తావు. నాకు తెలుసు! నీవు చాలా జాగ్రత్తగా, తెలివితేటలతో నీ ప్రియుణ్ణి ఎన్నుకోగలవు. ఒక సర్వజ్ఞుడు, బుద్ధిశాలి అయినవాడు మణులలో విలువైన మణిని ఎలా ఏరుకోగలడో, అలాగే నీవు మనుషులలో తగిన మనిషిని ఏరుకోగలవు. ఏం...? అవునా, కాదా?"

టమారా కళ్ళు దించుకుని మెల్లగా చిరునవ్వు నవ్వింది. "మీ మాటలు బంగారపు మాటలు మేడమ్! నేను ప్రేమిస్తోన్న ఆ 'శంకా'ను వదిలించుకుంటాను. కానీ ఒకేసారి కాదు. క్రమేణా అతని పీడ వదిలించుకుంటాను. కనీసం రెండు వారాలైనా పడుతుంది. ఇక్కడికి రావద్దని కచ్చితంగా చెప్పేస్తాను. అవును. మీరు చెప్పిన షరతులు నా కంగీకారమే. మీరిచ్చే బాధ్యతను స్వీకరించడానికి సిద్ధంగా ఉన్నాను" అంది టమారా.

"చాలా సంతోషం టమారా! ఇప్పుడు నా మనసు ఎంతో హాయిగా ఉంది"

అంటూ ఎమ్మా సోఫాలోంచి లేచింది.

"మన ఒడంబడికకు చిహ్నంగా ఒక తీయటి ముద్దుపెట్టుకుందాం" అంటూ ఆమె మళ్ళీ టమారాను కౌగలించుకుని, బలంగా ముద్దెట్టుకోసాగింది.

ఆమె ముందు టమారా ఒక పసిపిల్ల మాదిరి, ఒక చిన్న అమ్మాయి మాదిరి అగుపించింది. చివరకు టమారా ఆమె పట్టు వదిలించుకొని ఇలా అంది:

"మీరు చెప్పినట్లు చేయడానికి నేను సిద్ధంగా ఉన్నాను. మీరు పెట్టిన నిబంధనలన్నింటికీ ఒప్పుకుంటున్నాను. కాని ఒక సహాయం కోరాలనుకుంటున్నామ్మా! అదేమంత కష్టమైన పనీ కాదు, ఖర్చుతో కూడిందీ కాదు. నేనూ, తక్కిన అమ్మాయిలు – అందరం కలిసి జెన్నీ అంత్యక్రియలు చూడ్డానికి వెడతాం. అందుకు మీరు అనుమతిస్తారా?"

అది విని ఎమ్మా మొహం ముడుచుకుంది.

"అలాగే టమారా! మీరు అంతగా వెళ్ళాలనుకుంటే వెళ్ళండి. నేనేమీ కాదనను. కానీ వెళ్ళి ఏం చేస్తారు? దాని వల్ల చచ్చిన జెన్నీకి ఏమిటి లాభం? ఆమెను మళ్ళీ బ్రతికిస్తారా? పిచ్చి! కేవలం మీ భ్రాంతి, పిచ్చి నమ్మకం! సరే. అయినా నేనేం కాదనడం లేదు. వెళ్ళి రండి. కాని ఒక విషయం మాత్రం గుర్తుంచుకోండి. ఆత్మహత్య చేసుకుని చచ్చినవాళ్ళను శ్మశానంలో పూడ్చిపెట్టడానికి వీల్లేదు. అలాంటి శవాలను శ్మశానం వెనుక ఉన్న ఒక సొరంగంలో పడేస్తారు. ఇలా చేయమని ప్రభుత్వం రూల్సు టమారా!" అంది ఎమ్మా.

"ఏమైనా కానీయండమ్మా! మీరన్నట్లు చచ్చినవాళ్ళను బ్రతికించేది లేదు గానీ, ఏదో మా అభిలాష. అందరి తరఫున మిమ్మల్ని బ్రతిమాలుతున్నాను. ఇదే నా చివరి కోరిక. ఈ ఒక్కసారికే మాకు అనుమతి ఇవ్వండమ్మా! అందరం వెళ్ళి చూచి వస్తాం. ఆ తరువాత సైనికోద్యోగి దగ్గర సోల్జెరు పడివున్నట్లు మీ ఆజ్ఞలకు బద్ధురాలనై పడుంటాను" అంది టమారా వినయంగా.

"సరే!" నిట్టూర్పు విడుస్తూ అంగీకరించింది ఎమ్మా. "నీవు ఏదడిగినా కాదనలేదు తల్లీ! ఏదీ! మళ్ళీ ఒకసారి కరస్పర్శ చేయనీ! మనిద్దరం కలిసి, మన వ్యాపారం అభివృద్ధి కావడానికి కృషి చేద్దాం టమారా!"

ఎమ్మా గది తలుపు తీసి పెద్దగా అరిచింది.

"సిమన్! ఏయ్ సిమన్!"

కాపలావాడు సిమన్ అక్కడికి రాగానే ఆమె ఇలా ఆజ్ఞాపించింది: "ఓ బుడ్డి చల్లటి షాంపేను పట్టుకురా! మంచి రకం, విదేశీ రకం పట్టుకురా! ఊఁ ! త్వరగా!"

సిమన్ ఆశ్చర్యపోతూ నోరు తెరుచుకుని చూస్తూ ఉండగా ఆమె టమారా వైపు తిరిగి మళ్ళీ ఇలా అంది: "టమారా! మన పని విజయవంతం అయ్యేందుకూ, భవిష్యత్తులో మన వ్యాపారం అద్భుతంగా సాగగలందులకూ పానీయాలు సేవిద్దాం!"

చచ్చేవాళ్ళు సాధారణంగా అదృష్టం తెస్తుంటారని చెపుతారు. ఒక చెంపన చచ్చేవాళ్ళు చస్తే, మరో చెంపన ఉన్నవాళ్ళకు మంచి అదృష్టం కనిపిస్తుందని అంటారు. ఈ మూఢ నమ్మకంలో ఏ మాత్రం నిజం ఉన్నా అది శనివారం నాడు ఋజువైంది.

మామూలుగా ప్రతి శనివారం వచ్చే విటుల కంటే, ఆ శనివారం నాడు అత్యధిక సంఖ్యలో విటులు పొర్లుకొచ్చారు. వాస్తవానికి ఆనాడు పడుపుకత్తెలంతా ముస్తాబై, జెన్నీ గది ముందు నుంచి వెడుతోంటే, వారి మనసుల్లో రకరకాల ఊహలు తలెత్తేవి. ఏదో భయంతో, బెదురుగా ఆ గది వైపు చూస్తూ గబగబ వెళ్ళిపోయేవారు. కొందరు క్రాస్ చేసుకునేవారు కూడా. కానీ ఎలాగైతేనేం చీకటిపడ్డ కొద్దీ వారి భయం తగ్గసాగింది. క్రమక్రమంగా వాళ్ళ మనసులు కుదుటపడడం మొదలుపెట్టాయి. ఇంట్లో ప్రతి గదీ కూడా వేశ్యలతో, వారి పక్కన విటులతో నిండిపోయింది. హాలులో ఒక కొత్త ఫిడేలు వాద్యగాడు బ్రహ్మాండంగా పోజుపెట్టి ఫిడేలు వాయిస్తున్నాడు. అవును. పియానో వాయించే అతను ఈ కొత్త వాద్యగాణ్ణి ఎక్కణ్ణుంచో పట్టుకొచ్చాడు.

టమారాకు ఇంటి పెత్తనం చేసే పదవి అబ్బిందని వేశ్యలందరికీ తెలిసింది. అంతా ఆశ్చర్యపోయారు. టమారా మాత్రం చిరచిరలాడుతూ మొహం ముడుచుకుని ఒక ప్రక్కన మౌనంగా కూచుంది.

చివరకు ఎలాగో తెల్ల మంకాతో రహస్యంగా ఇలా చెప్పింది: "ఏమే మాన్యా! నేను కొత్తగా ఇంటి పెత్తందారిణిని అయ్యానని మీరెవరూ ఆందోళన పడనక్కరలేదు. మనవాళ్ళందరితో చెప్పు. మరేం ఫరవాలేదనీ, యథాప్రకారంగా ఇదివరకు ఎలా ఉండేవారో అలాగే ఉండమని చెప్పు. ఎవరికి ఇష్టమొచ్చిన పని వారిని చేసుకోమను. ఇప్పటికీ నేను, వాళ్ళ స్నేహితురాలినే అనీ, వాళ్ళ మేలు కోరేదాన్ననీ చెప్పు. నా మీద మాత్రం ఎవరూ, ఎలాంటి చాడీలూ చెప్పుకోనక్కర్లేదు. కొంతకాలం ఆగితే, తరువాత మనందరం బయటపడే మార్గం ఆలోచిస్తాను."

8

ఆ మరుసటి రోజు టమారా చేయవలసిన పని చాలా ఉంది. తన స్నేహితురాలైన జెన్నీ శవాన్ని క్రైస్తవచర్చి ధర్మప్రకారం అంత్యక్రియలు జరిపించి, క్రైస్తవ మతాచారాన్ని అనుసరించి పూడ్చిపెట్టడానికి ఆమె దృఢంగా సంకల్పించుకుంది. తనకు అత్యంత సన్నిహితులో, ప్రియమైన వాళ్ళో మరణించినట్లుగా ఈమె ఉత్తరక్రియలు సక్రమంగా జరిపించడానికి పూనుకుంది.

టమారాది ఒక విచిత్రమైన ప్రవృత్తి. ఆమెకుగల అద్భుత శక్తి సామర్థ్యాలు వేశ్యలలో మరెవరికీ లేవు. కానీ బయటకి అగుపించవు. పైకి ఏమీ తెలియని దానికి మల్లే, చాతకానిదానికి మల్లే, అమాయకురాలిలా, మౌనంగా ఉంటుంది. లోపల మాత్రం

తన శక్తి సామర్థ్యాలను జాగ్రత్తగా అణచిపెట్టుకుని కాపాడుకుంటూ, అవసరమొచ్చిన వెంటనే వాటిని జంకూ గొంకూ లేకుండా ఉపయోగిస్తుంది. ఎలాంటి అవాంతరాలనూ, ఆటంకాలనూ లెక్క చేయకుండా ముందు కురికి విజయాన్ని సాధిస్తుంది.

మధ్యాహ్నం ఆమె ఒక బండిలో బయలుదేరి, పాత పట్టణానికి వెళ్ళింది. మార్కెట్టును సమీపించగానే ఒక అసహ్యమైన తక్కువ రకపు హోటలు దగ్గర బండిని ఆపు చేసింది. తను తిరిగి వచ్చేవరకూ ఆ హోటలు దగ్గరే కనిపెట్టుకుని ఉండమని బండివాడితో చెప్పింది. తరువాత ఆమె బండి దిగి హోటల్లోకి వెళ్ళింది.

లోపల ఒక బస్సు కుర్రాణ్ణి కలుసుకుని 'శంకా అక్కడున్నాడా' అని అడిగింది. ఆ కుర్రాడి జుట్టు ఎర్రగా ఉంది. అతను టమారాతో మాట్లాడే వైఖరి, ఆ చనువు, ఆ సాహసం, ఆ వినయం, విధేయత – వీటినిబట్టి గమనించితే, ఆ కుర్రాడు, టమారాను చాలాకాలం నుంచి ఎరిగినవాడికి మల్లే కనిపిస్తున్నాడు.

వెంటనే అతను జవాబు చెప్పాడు. సిమన్ ఇగ్నాటిచ్ (శంకా) అక్కడికింకా రాలేదనీ, గత రాత్రి అంతా మేలుకొని ఉదయం ఆరు గంటల దాకా ట్రాన్స్‌వాల్ రెస్టారెంటులో బిలియర్డ్సు ఆడుతూ గడిపాడనీ, అంచేత బహుశా త్వరలో అక్కడికి వచ్చే సూచన కూడా కనిపించడం లేదనీ చెప్పాడు. బహుశా హోటలు గదిలో పడుకుని నిద్రపోతుంటాడనీ, అత్యవసరమైతే వెంటనే అక్కడికి వెళ్ళి కలుసుకోవలసిందనీ కూడా చెప్పాడు.

అప్పుడు టమారా ఆ కుర్రాడిని అడిగి ఒక చిన్న కాగితం, పెన్సిలు తీసుకుంది. దాని మీద రెండు ముక్కలు ఉత్తరం వ్రాసి 'శంకా' రాగానే అతనికి ఇవ్వమని చెప్పింది. అందుగ్గాను ఆ కుర్రాడి చేతిలో యాభై కోపెక్కులు కూడా పెట్టింది.

అక్కడి నుంచి టమారా, ప్రసిద్ధ గాయకురాలైన ఎల్లెనా రోవిన్‌స్కాయాను కలుసుకోవడానికి బయలుదేరింది. అవును. ఆమె ఎక్కడ ఉంటున్నదీ టమారాకు తెలుసు. నగరంలోకెల్లా మంచి హోటలు – ప్రసిద్ధమైన యూరప్ హోటల్లో గది తీసుకుని ఉంటుంది. ఇంకేం? టమారా అక్కడికి వెళ్ళింది.

కాని హోటల్లో ప్రవేశించడానికి మొదట కొంచెం ఇబ్బంది కలిగింది. క్రింద ఉన్న కాపలావాడు, ఎల్లెనా బయటికి వెళ్ళి ఉంటుందని చెప్పాడు. అయినా టమారా వెనుదిరిగిపోక, ఎల్లెనా ఉండే గది వద్దకు వెళ్ళి తలుపు తట్టింది. ఒక దాసి తలుపు తీసి, 'అమ్మగారు విపరీతంగా తలనొప్పితో బాధపడుతోంది. ఇప్పుడెవరినీ చూడ'దని చెప్పింది. అప్పుడు టమారా మళ్ళీ ఒక చిన్న చీటీ వ్రాసి ఆమెకిచ్చింది.

"నేను ఒక అమ్మాయి వద్ద నుంచి వచ్చాను. ఆ అమ్మాయిని మీరు ఎరుగుదురు. ఇంటి పేరు నేను ఉదాహరించలేకుండా ఉన్నాను. మీరొకప్పుడు ఆ ఇంటికి వచ్చారు. ఒక మంచి పాట పాడి వినిపించారు. అప్పుడా అమ్మాయి మీ కాళ్ళ మీద పడి వెక్కివెక్కి ఏడ్చింది. మీ హృదయం కరిగిపోయి, ఎంతో ప్రేమతో ఆమెను ఆదరించారు. జ్ఞాపకం ఉందా? ఆ పిల్ల నిన్నటి దినం చనిపోయింది. అంచేత ఇప్పుడామెకు ఎలాంటి

సహాయమూ అవసరం లేదు. కాని మీరొక ఉపకారం చేయవచ్చు. అది మీకే మాత్రమూ కష్టం కలిగించేది కాదు. ఇహ నా విషయం– ఆ రోజున మీతో బరోనెస్ వాన్ టెప్లింగ్ అనే మీ స్నేహితురాలు కూడా వచ్చింది. ఆమెతో నేను కొంత దురుసుగా మాట్లాడాను. సహించరాని సత్యాలు కొన్ని ఆమెతో వెల్లడించి, ఆమె మనసును నొప్పించాను. అందుకు నేను ఇప్పటికి కూడా విచారిస్తున్నాను. క్షమాపణ చెప్పుకుంటున్నాను."

"ఈ చీటీ మేడమ్ ఎల్లెనా రోవిన్స్కాయాకు ఇవ్వు" అంటూ టమారా తను వ్రాసిన ఆ చిన్న ఉత్తరం దాసి చేతి కిచ్చింది.

రెండు నిమిషాల తరువాత ఆమె తిరిగి వచ్చింది.

"అమ్మగారు మిమ్మల్ని చూస్తానన్నారు" అంటూ టమారాను వెంటబెట్టుకుని గదిలోకి తీసుకెళ్ళింది.

గాయకురాలు 'ఎల్లెనా' ఒక చక్కని విశాలమైన మంచం మీద పడుకుని ఉంది. మంచం మీద చాలా ఖరీదైన రగ్గు ఒకటి కప్పివుంది. మందంగా కుట్టిన పెద్ద పట్టు పరుపు, దాని మీద జలతారుతో అల్లిన మెత్తని తలగడలు అమర్చి ఉన్నాయి. వెండిలా ధగధగలాడుతోన్న మెత్తని ఉన్నితో తయారైన రగ్గు ఒకటి పాదాల మీద కప్పుకుంది. ఆమె తన వ్రేళ్ళకు మామూలుగా అనేక ఉంగరాలు ధరించి ఉంది. వాటిలో కొన్ని పచ్చలు పొదిగిన ఉంగరాలు చూస్తోంటే కళ్ళు చెదిరిపోతున్నాయి.

ఆ ప్రసిద్ధ గాయకురాలికి అది చాలా చెడురోజు. క్రిందటి రోజు ఉదయం ఆమెకూ, సంగీత నాటకశాల యజమానులకూ ఏదో పేచీ వచ్చింది. సాయంత్రంపూట ప్రదర్శన జరిగింది. కాని ఈమెకు ప్రేక్షకుల నుంచి మామూలుగా వచ్చే ఆదరణ, అభిమానం లభించలేదు. తను ఊహించినంతగా మర్యాద జరగలేదు. దానికి ఆమె ఎంతగానో బాధపడుతోంది. ఇది ఇలా ఉండగా పుండు మీద కారం చల్లినట్లు ఇవాళ ఉదయం వార్తాపత్రికలో బుద్ధి లేని విమర్శకుడొకడు పెద్ద వ్యాసం ఒకటి వ్రాశాడు. ఈమె ప్రత్యర్థి అయిన 'టిటానోవా' అనే మరో గాయకురాలిని పొగడుతూ వ్రాసిన వ్యాసం అది. నిజం ఆలోచిస్తే ఆ వ్యాసం వ్రాసిన సంగీత విమర్శకుడికి బొత్తిగా సంగీత జ్ఞానం లేదు. గాటికి కట్టేసిన ఆవుకు ఖగోళశాస్త్రం ఎంత తెలుసునో, ఇతనికి సంగీతాన్ని గురించి అంతే తెలుసు. అయినా వ్రాశాడు. అందువల్ల తనకు అవమానం జరిగిందనీ, గౌరవభంగం జరిగిందనీ ఎల్లెనా విపరీతంగా బాధపడింది. ఆ బాధలో ఆమెకు భరించలేని తలనొప్పి వచ్చింది. కణతల్లో నరాలన్నీ కటకటలాడుతున్నాయి. ఆమె గుండెల్లో కూడా పోటు ప్రారంభమై ఆయాసపడుతోంది.

ఈ పరిస్థితిలో టమారా ఆమెను కలుసుకుంది.

"ఏమమ్మా! కులాసాగా ఉన్నావా?" అంటూ ఎల్లెనా, టమారాను ఆహ్వానించింది. ఆమె కంఠస్వరం చాలా బలహీనంగా, పేలవంగా ఉంది. మధ్య మధ్య ఆగుతూ మాట్లాడింది. నిజంగా ఆమె స్థితి చూస్తే, నాటకంలో ప్రియుడి కోసం విలపించో,

క్షయవ్యాధితో బాధపడో చచ్చిపోయే కథానాయకికి మల్లే ఉంది.

"ఇటు కూచో! నిన్ను చూడగలిగినందుకు చాలా సంతోషంగా ఉంది. చూడమ్మాయ్! మరేమీ అనుకోకు, నాకు తలనొప్పి, గుండెపోటు వచ్చింది. మాట్లాడానికి కూడా కష్టంగా ఉంది. బహుశా నేను అతిగా పాటకచ్చేరీలు చేయడం వల్లనో ఏమో, నా కంఠస్వరం కూడా సన్నగిలిపోయింది" అంది ఆమె తిరిగి.

ఆ సాయంత్రం జరిగిన విషాద సంఘటన 'ఎల్లెనా'కు జ్ఞాపకం రాకపోలేదు. తను తన స్నేహితులతో కలిసి యామా వీధులకు షికారు వెళ్ళడం, అన్నా ఇంట్లో టమారా, జెన్నీ మొదలైన వేశ్యలు తమతో అన్న కటువు మాటలు - ఇవన్నీ ఆమె మనసులో మెదిలాయి. వాళ్ళ మొహాలు, వాళ్ళ చేష్టలు - అన్నీ కళ్ళ ముందు సాక్షాత్కరించాయి. ఆమెకేదో సిగ్గనిపించింది. నిద్రలో పీడకల మాదిరి తోచింది. గర్వం, ఆత్మాభిమానం గల జెన్నీని తన సంగీత ప్రజ్ఞచే ద్రవింపచేసి, తన కాళ్ళ మీద పడేలా చేయడం ఇప్పుడామెకు ఆశ్చర్యం కలిగిస్తోంది. అవును. అలాంటి సంఘటనలు ఆమె జీవితంలో ఎన్నో జరిగాయి. తన పాండిత్యం, ప్రజ్ఞలతో అసంఖ్యాకులైన ప్రేక్షకుల హృదయాలను ఉర్రూతలూగించిన ఘట్టాలు అనేకం ఉన్నాయి. ఇవన్నీ మనసులోకి తెచ్చుకునేసరికి జెన్నీ మీద గాని, టమారా మీద గాని కోపం రాకపోగా వారి మీద ఒక రకమైన సానుభూతి కూడా కలిగింది ఆమెకు. అవును. ఆమెది కళామూర్తి హృదయం.

ఆమె మెల్లగా, బలహీనంగా తన మృదువైన హస్తాన్ని పైకెత్తి, టమారా నుదుటిని తాకింది. పచ్చలు పొదిగిన ఆమె వ్రేళ్ళ ఉంగరాలు ప్రాణం వచ్చినట్లుగా చుట్టూ అద్భుతమైన కాంతులు విరజిమ్మాయి.

"నీవు వ్రాసిన చీటీ ఇప్పుడే చదివాను.... పాపం! ఆ అమ్మాయి.... అభాగ్యురాలు.... నేను చాలా విచారిస్తున్నాను.... ఆ పిల్ల పేరు ఏమిటో గుర్తుకురావడం లేదు" అంది ఎల్లెనా తిరిగి మెల్లగా.

"జెన్నీ" గుర్తుచేసింది టమారా.

"ఓ! జెన్నీ. ఇప్పుడు జ్ఞాపకం వచ్చింది. పాపం! చచ్చిపోయిందా! అసలది ఎలా జరిగింది?"

"నిన్న ఉదయం డాక్టరు పరీక్ష చేయడానికి వచ్చిన సమయంలో తనంతట తానే ఉరి పోసుకుని చనిపోయింది."

అది వినేసరికి ఆ గాయకురాలి కళ్ళల్లో ఒక విధమైన విచారం అగుపించింది. మళ్ళీ అంతలో అదృశ్యమైంది, ఆమె తన కళ్ళు పెద్దవి చేసి, అద్భుతంగా, ఆశ్చర్యంగా చూడసాగింది. ఆ వ్రేళ్ళకున్న పచ్చలకు మల్లేనే ఆమె కళ్ళు కూడా ప్రాణకాంతితో ప్రకాశించసాగాయి. ఆ కళ్ళల్లో ఒక రకమైన భయం, ఆశ్చర్యం, అసహ్యం అగుపించాయి.

"ఓరి భగవంతుడా! ఆ పిల్ల ఎంత చక్కనిది! సహజంగా ధైర్య సాహసాలు కలది! ఎంత అభాగ్యురాలు! పాపం! ఎందుకు ఆ అమ్మాయి అలా చేసింది?" అనడిగింది

ఎల్లెనా.

"మీకు తెలీదూ? ఆమె జబ్బుతో ఉంది. అప్పుడొచ్చినప్పుడు మీతో కూడా చెప్పింది."

"అవునవును. నాకు జ్ఞాపకముంది. అయితే మాత్రం ఉరి పోసుకుని ఆత్మహత్య చేసుకోవడమా! ఎంత దారుణం! చికిత్స చేయించుకోమని నేను సలహా ఇచ్చాను. ఈ రోజుల్లో మందులకు లొంగని వ్యాధి లేదు. ఇంతకంటే భయంకరమైన వ్యాధులు వచ్చిన వాళ్ళను నేనెరుగుదును. వాళ్ళందరికీ పూర్తిగా -- అవును పూర్తిగా నయమైపోయింది. వారికి ఆ రోగం తగిలిందని అందరికీ తెలుసు. సమాజంలో అందరూ ఎక్కడికి వెళ్ళినా వారిని గౌరవిస్తూనే వచ్చారు. పాపం! ఆ పిల్ల ఎంత అభాగ్యురాలు!"

"అందుకనే మీ దగ్గరికి వచ్చానమ్మా! మిమ్మల్ని కష్టపెట్టాలని ఎప్పుడూ అనుకోలేదు. కాని ఏం చేయను? మీరు తప్ప నాకు మరెవరూ ఆధారం కనిపించలేదు. సాహసం చేసి వచ్చాను. మీరు చాలా దయగలవారు. ఆ రోజు సాయంత్రం మా అందరితో ఎంతో చనువుగా, స్నేహంగా ఉన్నారు. మా కష్టాల్ని ఎంతో సానుభూతితో పరిశీలించారు. నాకు కేవలం మీ సలహా కావాలి. నా కోసం మీ పలుకుబడి, పరపతి వినియోగించాల్సి ఉంటుంది."

"అలాగేనమ్మా! నేను చేయగలిగిందంతా చేస్తాను. కాని నా తల తిరిగి పోతోంది. అసలే బాధపడుతోన్న నేను, ఎంతటి దారుణమైన వార్త వినాల్సి వచ్చింది! చెప్పమ్మా! నేను నీకు ఏ విధంగా ఉపకరిస్తానో చెప్పు."

"నిజంగా ఏం చేయాలో నాకే తెలియడం లేదు" సమాధానం చెప్పింది టమారా. "చూడండమ్మా! ఆ పిల్లను శవాలను భద్రపరిచే స్థలానికి తీసుకుపోయారు. కాని ఆమె మరణాన్ని గురించి మమ్ములను ప్రశ్నించడానికీ, ఆ కేసు గురించి రిపోర్టు తయారు చేయడానికీ కొంత వ్యవధి పట్టింది. తరువాత శవాన్ని తీసుకుపోయారు. ఇంకా ఆమె మరణాన్ని గురించి దర్యాప్తు చేయవలసి ఉంది. అంచేత స్వయంగా శవ పరీక్ష జరపడం ఇంకా పూర్తి అయివుండదని నేననుకుంటున్నాను. సాధ్యమైతే ఆమె శవాన్ని కోయకుండా చేయాలని నా ఆలోచన. ఇవాళ ఆదివారం. కనుక రేపటి వరకు అధికారులు శవాన్ని అలాగే అట్టిపెట్టి ఉంచుతారు. ఈ లోగా ఆమె కోసం మనం ఏదో ఒకటి చేయడానికి వీలుంది."

"నాకూ ఈ వ్యవహారం తెలీదమ్మా! ఉండు చెప్తాను. నాకు తెలిసిన డాక్టరు ఎవరయినా ఉన్నారేమో? ఉండు. అడ్రెస్సుల పుస్తకం చూచి చెప్తాను. బహుశా ఆమె కోసం మనం ఏదో ఒకటి చెయ్యొచ్చు."

"మరో విషయం కూడా ఉందమ్మా!" తిరిగి టమారా చెప్పసాగింది. "నా సొంత ఖర్చుతో ఆమెను పూడ్చిపెట్టాలని నిశ్చయించుకున్నాను. ఆమెను నేను నా ప్రాణంతో

సమానంగా ప్రేమిస్తున్నానమ్మా!"

"చాలా సంతోషం. నేనూ నా చేతనైన ధనసహాయం చేస్తాను."

"వద్దమ్మా, థాంక్సు! మీకు నా వందన సహస్రాలు. నా దగ్గర డబ్బుంది. మనఃస్ఫూర్తిగానే ఈ పనికి పూనుకున్నాను. మిమ్మల్ని సహాయం కోరడానికి కూడా నేను సంకోచించడం లేదు. కానీ చూడండమ్మా! ఒక ప్రాణస్నేహితురాలి జ్ఞాపకార్థం నేనీ పని చేస్తానని ప్రమాణం చేసుకున్నాను. ఉన్నకష్టమల్లా ఏమిటంటే, సనాతన క్రైస్తవ ధర్మప్రకారం అంత్యక్రియలు జరిపించి, ఆమె శవాన్ని పూడ్చిపెట్టడం! అదే నేను కోరేది. నా అభిప్రాయంలో ఆమె ఇలాంటివాటి మీద నమ్మకం లేని మనిషి. మతం పుచ్చుకున్న మనిషి కూడా కాదేమో! నా మటుకు నేను కూడా మత విశ్వాసం లేని మనిషినే! అయినప్పటికీ ఆమెను ఒక కుక్క వలె ఏ కందకంలోనో పారేయడానికి నేనిష్టపడడం లేదు. అంత్య ప్రార్థనలు జరపకుండా, నీచంగా ఏ గోతిలోనో తోయడానికి నేను సమ్మతించడం లేదు. సక్రమమైన పద్ధతిలో, అంటే మతాచార్యుడు మంత్రాలు పఠిస్తూ ఉండగా, మేళతాళాలతో ఆమె శవాన్ని ఊరేగించి, అంత్యక్రియలు జరపాలని నా అభిలాష. అందుకు ప్రభుత్వాధికారులు అనుమతి ఇస్తారో, లేదో తెలీదు. అందుకనే మీ దగ్గరకి వచ్చాను. మీ సలహా కావాలని కోరుతున్నాను. ఇది నెరవేరడానికి ఏం చేయాల్సి ఉంటుందో, ఎవరిని కలుసుకోవాల్సి ఉంటుందో చెప్పండమ్మా!"

ఇవన్నీ వినేసరికి ఎల్లెనా క్రమక్రమంగా తన తలనొప్పి బాధ మరచిపోతోంది. ఇంతవరకూ ఉన్న నీరసం అదీ ఎక్కడికి ఎగిరిపోయిందో ఏమో, ఇప్పుడామె టమారా చెప్పే విషయంలో అత్యంత ఆసక్తి, శ్రద్ధ చూపుతోంది. తనొక ఆర్టిస్టుననీ, తన హృదయం అత్యంత విశాలమైనదనీ గుర్తుచేసుకుంది. ఒక పతితురాలి మీద, ఒక భ్రష్టురాలి మీద దయ, సానుభూతి చూపించడం తన ధర్మమని భావించింది. అలా అనుకునేసరికి ఆమె హృదయం ఎంతో తేలిక అయింది. బాధ మరిచిపోయింది. గొప్ప గీతాన్ని గానం చేస్తోంటే ఎంత ఆనందం కలుగుతుందో అంత ఆనందం కలిగింది ఆమెకు!

కొద్దిసేపు మౌనం వహించి, తరువాత ఆమె ఇలా అంది:

"ఏం చేయాల్సి ఉంటుందో ఇప్పుడప్పుడే నాకు తోచడం లేదు. కాని ఎంతటి అసాధ్యమైన పని అయినా, చేయాలని పట్టుబడితే సాధించవచ్చు. నేను మనఃస్ఫూర్తిగా నీకు సహాయపడాలని కోరుతున్నాను. ఉండుండు. నా కిప్పుడొక అద్భుతమైన ఆలోచన తట్టింది. ఆ రోజు సాయంత్రం నాతో బరోనెస్ టెప్లింగ్ కాక, మరో అతను వచ్చాడు కదూ?....."

"ఎవరో వచ్చారు. వారిని నేను ఎరుగను." వెంటనే జవాబు చెప్పింది టమారా. "కాని ఆ వచ్చినవారిలో ఒకాయన వెడుతూ వెడుతూ వెనక్కు వచ్చి, జెన్నీ చేతిని ముద్దుపెట్టుకున్నాడు. ఎప్పుడు అవసరమైతే అప్పుడు వచ్చి సహాయం చేస్తానని ఆమెతో చెప్పాడు. తన విలాసం ఉన్న కార్డు ఒకటి ఆమె చేతికిచ్చి, ఎవరికీ చూపించవద్దని

కూడా చెప్పాడు. తరువాత ఎలాగో నాకీ విషయం జ్ఞాపకం లేకుండా పోయింది. అతను ఎవరని కూడా ఆమెను అడిగి తెలుసుకోవడం జరగలేదు. నిన్న ఈ విషయం గుర్తుకొచ్చి, ఆ కార్డు కోసం జెన్నీ గది అంతా వెదికాను. కానీ కనిపించలేదు."

"ఒక్క క్షణం ఉండు. ఒక్క క్షణం నేనే జ్ఞాపకం తెచ్చుకుంటాను" అంటూ ఆ గాయకురాలు ఒక క్షణం ఆలోచించింది. "అవునవును గుర్తొచ్చింది" అంటూ ఆమె గభాలున మంచం మీద నుంచి లేచి కూచుంది. "అతని పేరు రియాసనోవ్! 'ఇరాస్ట్ ఆంద్రీవిచ్ రియాసనోవ్' – లాయరు. అతనితో మాట్లాడుతాను. నిజంగా నాకు మంచి ఆలోచనే తట్టింది."

ఆమె, పక్కన ఉన్న టేబుల్ వైపు తిరిగింది. టేబుల్ మీద పెట్టి ఉన్న టెలిఫోన్ ఎత్తి, ఇలా మాట్లాడింది:

"ప్లీజ్! నెంబరు 13–15. థాంక్యూ.... హలో! నాకు ఆంద్రీవిచ్ కావాలి... ఆఁ! వారితో మాట్లాడాలి... అవును.... నేనా?... మేడమ్ రోవిన్‌స్కాయాను.... హలో! ఎవరూ?... ఆంద్రీవిచ్?... సంతోషం. చాలా సంతోషం.... ఫరవాలేదు.... నా చేతులు కందిపోతే మానె, మీరు తీరుబడిగా ఉన్నారా?.... ఇహ అంతటితో ఆపుదురూ, మీ పరిహాసాలు.... ఇది చాలా ముఖ్యమైన విషయం.... సీరియస్! ఒక మాటు ఇక్కడికి రాగలరా?... కొద్ది నిముషాలు.... లేదు లేదు.... అవును. ఏదో తెలివైనవారనీ, దయగలవారనీ మిమ్మల్ని మీరే కించపరచుకుంటున్నారు.... సరే, చాలా సంతోషం... నేను దుస్తులు ధరించలేదు.... అవును. ఏం చేయమంటారు? తలనొప్పి విపరీతంగా ఉంది.... కాదు. ఒక చిన్న అమ్మాయి... మీరే చూస్తారుగా.... వీలైనంత త్వరగా రండి!... నమస్కారం. సెలవు."

"అతను సరాసరి ఇక్కడికొచ్చేస్తాడు" అంటూ ఆమె టెలిఫోను టేబుల్ మీద పెడుతూ చెప్పింది. "ఆయన చాలా మంచివాడు. అమోఘమైన తెలివిగలవాడు. ఎలాంటి పనైనా చేయగలడు. ఎంతటి అసాధ్యమైన పని అయినా సరే, ఇతరులెవరూ చేయలేని పని ఆయన చేస్తాడు.... ఈ లోగా... క్షమించమ్మా, నీ పేరేమిటి?"

టమారా కొంచెం తటపటాయించి, తరువాత తనలో తాను నవ్వుకుంది.

"మరేం ఫరవాలేదులెండి. దీనికి క్షమాపణ చెప్పాలా! నా అసలు పేరు 'అనాస్టాసియా నికోలెవ్‌నా.' కాని నా మారుపేరు – టమారా. అంతా నన్ను టమారా అనే పిలుస్తారు. మరేం ఇబ్బంది లేదు. మీరూ అలాగే పిలవండి. అదే నాకు అలవాటు పడిన పేరు" అంది టమారా.

"టమారా! చాలా చక్కని పేరు. సరే టమారా! నీవు నాతో కలిసి ఫలహారం చేయవూ? బహుశా రియాసనోవ్ కూడా వస్తాడు."

"క్షమించడమ్మా! నాకు వ్యవధి లేదు."

"అవును మరి. ఏం చేస్తాం? సరే. మరోమాటు వచ్చినప్పుడు! సిగరెట్టు కాల్చవూ?"

అంటూ ఆమె తన బంగారపు సిగరెట్ కేసు టమారాకు అందించింది. దాని మీద "ఇ" అనే పెద్ద అక్షరం చెక్కివుంది. ఆ అక్షరం చుట్టూ పచ్చలు పొదిగివున్నాయి.

ఆ తరువాత కాసేపటికి రియాసనోవ్ అక్కడికొచ్చాడు. అంతకు ముందు 'అన్నా' ఇంటికి వచ్చినప్పుడు టమారా అతణ్ణి పరిశీలించలేదు. ఇప్పుడతణ్ణి పరీక్షగా చూచి, ఆమె దిగ్భ్రాంతురాలైంది. ఆయన చాలా బలంగా, పొడుగ్గా ఉన్నాడు. వ్యాయామం చేసినవాడికి మల్లే శరీరం పుష్టిగా ఎదిగి, కండలు తేలివుంది. మంచి రూపం, నల్లని జుట్టు. వంకులొంకులు వచ్చేలా చక్కగా దువ్వుకున్నాడు. పుష్టిగా ఉన్న పెద్ద నోరు. మంచి వక్తలా కనిపిస్తున్నాడు. మిలమిల మెరిసే చక్కటి కళ్ళు. స్ఫురద్రూపి.

మొత్తానికి ఎంతమంది జనంలో నిల్చున్నా అతణ్ణి ప్రత్యేకంగా గుర్తించవచ్చు. అతనిలో వ్యక్తిత్వం ఉందని ఇట్టే కనిపెట్టవచ్చు. అతను చాలా ఉత్సాహవంతుడు. జీవితాన్ని గాఢంగా ప్రేమించినవాడు. బ్రతుకంటే అలసట లేనివాడు. ఎన్నో హృదయాలను ఆకర్షించినవాడు. ఎటువంటి సాహసకృత్యాల్లో అయినా జంకూ గొంకూ లేకుండా దూకగల సమర్థుడు.

అతణ్ణి ఆపాదమస్తకం పరిశీలించి, టమారా తనలో ఇలా అనుకుంది:

'నా జీవితం నన్నింత ఘోరంగా విచ్ఛిన్నం చేయకుండా ఉన్నట్లయితే, నా జీవిత సర్వస్వాన్ని సంతోషంగా, చిరునవ్వుతో ఇతని పాదాల ముందు పడేసేదాన్ని. ఒక యువతి తన ప్రియుడి కాళ్ళ మీద ఉంచే గులాబీ పువ్వులాగా నా జీవితాన్ని నిస్సందేహంగా, నిస్వార్థంగా ఇతని పాదాల మీద ఉంచేదాన్ని. ఇతనొక్కడే అందుకు తగినవాడు. నేను కోరదగిన మనిషి!'

అలా అనుకుని అతని రూపురేఖా విలాసాదులు పరిశీలిస్తూ, తనలో తాను పొంగిపోయింది.

రియాసనోవ్, ఎల్లెనా రోవిన్స్కాయా చేతిని ముద్దుపెట్టుకుని, పిమ్మట టమారాను మామూలుగా ఇలా పలుకరించాడు:

"ఆ రోజు సాయంత్రం నీతో మాకు పరిచయం కలిగింది. నీవు ఫ్రెంచి భాషలో మాట్లాడి మమ్మల్ని ఆశ్చర్యపరిచావు. మన మధ్య జరిగిన సంభాషణ పరస్పర విరుద్ధమైనది. అయితే మాత్రం ఏం? నీవు ఆ సాయంత్రం మాట్లాడిన ప్రతి మాటా ఎంతో బరువుగా, బలంగా ఉండి, ఇప్పటికీ అవి నా చెవుల్లో గింగురుమంటున్నాయి. సరే! ఇప్పుడు చెప్పు ఎల్లెనా!" అంటూ అతను గాయకురాలి వైపు తిరిగి, ఒక చిన్న స్టూలు మీద కూచుని మళ్ళీ ఇలా అడిగాడు. "నన్ను పిలిపించిన కారణం ఏమిటి? నీవు ఏం చేయమంటే అది చేయడానికి సిద్ధంగా ఉన్నాను."

గాయకురాలు ఎల్లెనా తిరిగి నీరసంగా మునివేళ్ళతో కణతలు నొక్కుకుంది.

"ఓ! నిజంగా నాకు బుర్ర తిరిగిపోతోంది రియాసనోవ్!" అంది ఆమె, అతని వైపు చూస్తూ. ఆమె కళ్ళల్లో శూన్యం తప్ప మరేం లేదు. "నా తల... దయచేసి ఆ

టేబుల్ మీద తలనొప్పి మాత్రలు ఉన్నాయి. ఒకమాటు ఇలా ఇద్దురూ? జరిగిన కథంతా టమారా మీకు చెపుతుంది. నేను చెప్పే స్థితిలో లేను. అది చాలా భయంకరమైన విషయం."

పిమ్మట టమారా జరిగిన కథ క్లుప్తంగా లాయరుతో చెప్పింది. జెన్నీ ఎలా చనిపోయిందీ, ఆమెకు అతను తన విలాసంగల కార్డు ఇచ్చి అవసరమొచ్చినప్పుడు సహాయం చేస్తానని వాగ్దానం చేసిన సంగతీ చెప్పింది.

"అవునవును, సహాయం చేస్తానన్నాను" అంటూ రియాసనోవ్ గదిలో అటూ ఇటూ పచార్లు చేయడం మొదలెట్టాడు. ఏదో ఆలోచిస్తూ అలవాటు ప్రకారం తన జుట్టును చేత్తో వెనుకకు సరిచేసుకోసాగాడు. "నీవు చాలా మంచిపని చేశావు టమారా! మన స్నేహాన్ని మరచిపోకుండా నా దగ్గరకొచ్చావు. చాలా సంతోషం. ఇహ ఇప్పుడు నీకు కావల్సిందల్లా ఆమె శవాన్ని సక్రమంగా పూడ్చిపెట్టడం. అందుకు అనుమతి ఇప్పించాలి కదూ! ఊఁ ! నన్ను కొంచెం ఆలోచించనీయి."

అతను తన చేత్తో నుదుటి మీద రుద్దుకున్నాడు.

"ఆఁ... ఆఁ... చర్చి నియమాల్లోని నూట డెబ్భయ్ రెండో నిబంధన ప్రకారం... అవును.. నూట డెబ్భయ్ రెండో రూలు, ఎనిమిదో పేరా ప్రకారం చూస్తే ఆత్మహత్య చేసుకుని మరణించిన మనిషికి శాస్త్రోక్తంగా అంత్యక్రియలు జరపడానికి వీల్లేదు. కాని ఒకటుంది. మతిభ్రమ వల్ల ఒళ్ళు తెలీక అలా చేసి ఉన్నట్లు ఋజువు చేయగలిగితే ఆ రూలు వర్తించదు. ఆ మనిషికి మామూలుగా సక్రమమైన పద్ధతిలో ఉత్తరక్రియలు జరుపవచ్చు. అవును, నాకు బాగా జ్ఞాపకముంది. ఇది కరెక్టు. 'తిమోతీ ఆఫ్ అలెగ్జాండ్రియా' వ్రాసిన వ్రాతల నుండి ఈ నిబంధన చేర్చబడింది. సరే, టమారా! ఆమె ఉరి తీసుకున్నప్పుడు మీ డాక్టరు పరీక్ష చేశాడని చెప్పావు కదూ? అతను నగర వైద్యుడేనా? అతని పేరేమిటి?" అడిగాడు లాయరు రియాసనోవ్.

"అవును, నగరవైద్యుడే! ఆయన పేరు క్లిమెంకో!" చెప్పింది టమారా.

"బహుశా అతణ్ణి నేనెక్కడో కలుసుకున్నట్లు జ్ఞాపకం. సరే, మీ జిల్లా పోలీసు ఆఫీసరు ఎవరు?"

"కెర్బెష్."

"ఓ! అతనా? అతణ్ణి నేనెరుగుదును. మనిషి మొద్దులా ఉంటాడు. ఎర్రటి గడ్డం, అతనూ! అవునా?"

"అవును. అతనే!"

"సరే. అతను నాకు తెలుసు. ఎంతోకాలం క్రిందటే వాడికి కఠిన శిక్ష పడాల్సిన మాట. కటిక దుర్మార్గుడు. వాణ్ణి జైల్లో పెట్టించాలని దాదాపు పదిసార్లు ప్రయత్నించాను. కాని దొంగవెధవ, ఏదో విధంగా ప్రతిసారీ తప్పించుకుపోయాడు. తప్పుడు వెధవ. చేపపిల్లలా చిక్కకుండా జారిపోయాడు. వాడి చేతిలో లంచం పోయాల్సిన అవసరముంది.

సరే! ఇహ అంత్యక్రియల విషయం! శ్మశానానికి ఎప్పుడు తీసుకుపోవాలనుకుంటున్నారు?"

"చెప్పలేను. వీలైనంత త్వరలో పూర్తిచేయడం మంచిది. వీలైతే ఇవాళే తీసుకెళ్ళొచ్చు."

"ఓ! ఇవాళా! నేను గట్టిగా చెప్పలేను. ఎందుకంటే ఇవాళే ఈ పనులన్నీ పూర్తి చేయడానికి తగినంత వ్యవధి లేదు. అయినా ప్రయత్నిస్తాను. చూడమ్మాయ్! ఇదుగో నా అడ్రెస్సుల పుస్తకం. ఇందులో 'టి' - అనే అక్షరం క్రింద నీ పేరు - 'టమారా' అని వ్రాసి, నీ విలాసం కూడా అక్కడ వ్రాసిపెట్టు. సుమారు రెండుగంటల్లో ఏం జరిగిందీ నీకు తెలియచేస్తాను. సరేనా? కాని మరొక మాట చెపుతున్నాను. బహుశా అంత్యక్రియలు రేపటికి వాయిదా వేయాల్సి వస్తుంది. ఉన్న విషయం దాచకుండా చెపుతున్నందుకు నన్ను క్షమించమ్మా! నీకేమైనా సొమ్ము అవసరముందా?"

"వద్దు. మీ అభిమానానికి ఎంతో కృతజ్ఞురాలిని. నా దగ్గర డబ్బుంది. మీరు నా పట్ల చూపిస్తున్న ఆదరణకూ, అభిమానానికీ మరోసారి నా హృదయపూర్వక నమస్కారాలు. ఇహ నేను వెడతాను. మీరు చేసిన సహాయానికి ఎంతో కృతజ్ఞురాలిని. మేడమ్ ఎల్లెనా! నమస్కారం. సెలవు."

"ఏ సంగతీ రెండుగంటలలో నీకు తెలియపరుస్తాను" - మళ్ళీ అన్నాడు రియాసనోవ్. గది వాకిలి దాకా ఆమెతో వెళ్ళి సాగనంపాడు.

టమారా వెంటనే అక్కణ్ణుంచి సరాసరి ఇంటికి వెళ్ళలేదు. పక్క సందులో ఉన్న ఓ చిన్న కాఫీ హోటలు ముందు ఆగింది. అక్కడ 'శంకా' ఆమె కోసం వేచివున్నాడు.

శంకా చాలా ఉల్లాసంగా ఉండే యువకుడు. చక్కనివాడు కూడా. నల్లటి కళ్ళు, మెదమెదలాడే మొహం. నలుపు, నీలం కలిసిన తలవెంట్రుకలు. ఎప్పుడూ మందహాసంతో ఉంటాడు. అతని వృత్తి దొంగతనం. తన వృత్తిలో అతను ఎంతో చలాకీగా ఉండి, మిక్కిలి ధైర్యసాహసాలు ప్రదర్శిస్తాడు. స్థానికంగా ఉండే దొంగలలో ఇతను ప్రసిద్ధుడు. వాళ్ళంతా ఇతణ్ణి గురించి గొప్పగా చెప్పుకుంటారు. అందుకు శంకా గర్వపడుతుంటాడు కూడాను! ఇంకా చెప్పాలంటే నగరంలో దొంగల గుంపుకంతా ఇతనే గురువు, నాయకుడు.

శంకా కుర్చీ మీద నుంచి లేవకుండా, టమారాను ఆహ్వానించాడు. ప్రేమతో పక్కన ఉన్న కుర్చీ దగ్గరకి జరిపి ఆమెను కూర్చోమన్నాడు.

"హల్లో టమారా! ఎంతకాలమయింది నిన్ను చూచి! నా దురదృష్టం వల్ల తటస్థపడలేదు. కొంచెం కాఫీ తాగవూ?"

"వద్దు. ముందు వ్యవహారం, తరువాత ఫలహారం. రేపు జెంకాకు అంత్యక్రియలు జరపాలనుకుంటున్నాం. ఆమె ఉరి పోసుకుని చచ్చింది."

"అవును, నేను పేపర్లో చూచాను" అన్నాడతను నిర్లక్ష్యంగా. "కానీ? ఎవరికేం

పట్టింది?”

“నాకు తక్షణం యాభై రూబుల్సు కావాలి ఇవ్వండి.”

“నా ప్రేయసీ! టమారోచ్కా! నా దగ్గర ఒక్క పెన్నీ కూడా లేదు.”

“నాకు డబ్బుతో అవసరముందనీ, తీసుకొచ్చి ఇవ్వమనీ ఇదివరకే చెప్పాను” అంది టమారా ఏదో ఆజ్ఞాపిస్తున్నట్లు.

“అరి దేవుడా! నీ డబ్బు నేను ముట్టుకోలేదు టమారా! నేను అది వాడుకోనని నీకు వాగ్దానం చేశాను. అలాగే అట్టిపెట్టి ఉంచాను. కానీ ఇవాళ ఆదివారం. బ్యాంకు సెలవు.”

“సెలవో గిలవో అదేం నాకు తెలీదు. ఆ బ్యాంకు పుస్తకం తీసుకెళ్ళి బురదలో పారేయండి. నాకిప్పుడు డబ్బు అవసరం. మీరేమయినా చేసుకోండి.”

“ఏమిటంత అవసరం నా ముద్దులగుమ్మా!”

“అవసరమేమిటి? ఆ మాత్రం అర్థం చేసుకోలేరూ? మొద్దు బుర్రా మీరూను! జెన్నీకి అంత్యక్రియలు జరిపించాలి.”

“ఓ! అదా సంగతి! అయితే సరే!” అంటూ శంకా నిట్టూర్చి, మళ్ళీ ఇలా అన్నాడు: “బహుశా వీలైతే సాయంత్రానికే పట్టుకొచ్చి ఇస్తాను. సరేనా? టమారోచ్కా! నీవు లేకుండా ఒంటరిగా జీవించడం చెడ్డ కష్టంగా ఉంది. నిన్ను చూడకపోతే పిచ్చెక్కినట్లు ఉంటోంది. ఏదీ ప్రేయసీ! నిన్ను ముద్దుపెట్టుకోవాలని ఉంది. ముద్దు మీద ముద్దు. గట్టిగా! రాత్రంతా నిన్ను నిద్ర పోకుండా చేయాలని ఉంది. ఏం? రమ్మంటావా?”

“వద్దు వద్దు. నా మీద దయ ఉంచి నేను చెప్పినట్లు చెయ్యి సెవీచ్కా! ఇహ మీరు అక్కడికి వచ్చి నన్ను చూడ్డానికి వీల్లేదు. ఇప్పుడు ఇంటి పెత్తనం నాకప్పచెప్పారు.”

“అయితే మనం అనుకున్నదంతా మట్టికొట్టుకుపోవాల్సిందేనా?” కొంచెం నివ్వెరపోతూ అడిగాడు శంకా.

“లేదు లేదు. ప్రస్తుతం కొంతకాలం వరకూ మాత్రమే ఇలా వ్యవహరించాలి. తరువాత...ప్రియా!... మీరు చెప్పినట్లు చేయడానికి నాకెట్టి అభ్యంతరమూ లేదు. త్వరలోనే మనం ఆలోచించుకున్నవన్నీ పరిష్కారమయిపోతాయి. అందాక కొంచెం ఓపిక పట్టండి.”

“ఓ! నన్నెందుకిలా బాధిస్తావు టమారా! నేను ఓర్చుకోలేను. మన వ్యవహారం వీలైనంత త్వరలో తేలిపోవాలి.”

“మీరేం బాధపడకండి. త్వరలోనే తగిన ఏర్పాట్లన్నీ చేస్తాను. మరో వారం రోజులు ప్రియా! అంతకన్నా ఎక్కువ టైమ్ పట్టదు. మీరా మందు పొట్లాలు సంపాదించారా?”

“మందు పొట్లాలా! ఓ! అదెంత పనీ!” అన్నాడు శంకా కొంచెం అనిష్టంగా. “మరిచాను. అది పౌడరు కాదు, మాత్రలు.”

“అయితే అవి వెంటనే నీళ్ళల్లో కరుగుతాయా?”

"అందుకు సందేహం లేదు. క్షణంలో కరిగిపోతాయి. నేను నా కళ్ళారా చూచాను."

"అయితే అతను చావడు కదూ? విను శంకా! మళ్ళీ చెప్పండి. నిజం చెప్పండి. అతను చచ్చిపోడు కదూ?"

"ఏం చచ్చిపోడు టమారా! అతనికి ఏ మాత్రం ప్రమాదం జరగదు. కొంతసేపటి వరకూ మత్తుగా పడుంటాడు. అంతే!" అంటూ అతను గభాలున టమారా మీదికి వంగి రహస్యంగా ఇలా అన్నాడు: "దైవసాక్షిగా చెపుతున్నాను. ఆ పని త్వరగా జరిగిపోవాలి టమారా! ఆ పని పూర్తి చేయడం, మనిద్దరం ఇక్కణ్ణుంచి ఉడాయించడం! ఇహ ఏ మాత్రం కాలయాపన పనికిరాదు. నీవు ఎక్కడికి వెడదామంటే, అక్కడికి వస్తాను ప్రేయసీ! నేను పూర్తిగా నీ స్వాధీనంలో ఉన్నాను. నీ కిష్టమైతే ఒడెస్సా వెడదాం. లేకపోతే ఇంకా దూరదేశానికి వెళ్ళిపోదాం. నేను కోరేదల్లా ఒకటే – ఈ పని తక్షణం అయిపోవాలి."

"త్వరగా అయిపోతుంది. అవును. అతి త్వరలోనే ముగించేద్దాం".

"నీవు ముందుగా సైగ చేస్తే చాలు. వెంటనే నేను ఆ మాత్రలు తెచ్చి సిద్ధంగా ఉంటాను. ప్యాస్‌పోర్టులు సంపాదించి, సామానంతా సర్దుకుని ప్రయాణానికి సిద్ధంగా ఉంటాను. ఇహ ఆ తరువాత – మనం ఉడాయించడం! టమారోచ్‌కా! నా దేవేరీ! నా రాణీ! నా హృదయాధిదేవతా! నీ మీదే అన్ని ఆశలూ పెట్టుకున్నాను."

శంకా సాధారణంగా పదిమందిలో తిరిగేటప్పుడు మౌనంగా, బెట్టుగా ఉంటాడు. అలాంటిది ఇప్పుడు ఎక్కడున్నదీ, ఏం చేస్తున్నదీ మరిచిపోయి, టమారాను తన చేతుల్లోకి తీసుకోవడానికి ప్రయత్నించాడు.

"వద్దు వద్దు. ఇది తరుణం కాదు ప్రియా!" అంటూ ఆమె గభాలున పిల్లి మాదిరి కుర్చీలోంచి అవతలికి గెంతింది. "సెనీచ్‌కా! తరువాత నేను మీ దాన్నే! మీ ఇష్టం. ఎదురు మాట్లాడను. అడ్డు చెప్పను. చూడండి, మీరిప్పటికే ఎలా అలిసిపోయారో! ఆలస్యమైంది. మరి వెళ్ళొస్తాను. సెలవు."

టమారా, అతని ఉంగరాల జుట్టును గబగబ తన చేత్తో సవరించి అక్కడి నుంచి వేగంగా వెళ్ళిపోయింది.

9

మరుసటిరోజు సోమవారం ఉదయం పదిగంటల కల్లా 'అన్నా' ఇంట్లో ఉండే వేశ్యలలో దాదాపు అందరూ (ఈ వేశ్యలంతా ఇప్పుడు ఎమ్మా స్వాధీనంలో ఉన్నారు) బండి మీద బయలుదేరి, నగరం మధ్యలో ఉన్న శవాలు భద్రపరిచే స్థలానికి వెళ్ళారు.

ముగ్గురు మాత్రం వారితో వెళ్ళకుండా ఇంట్లోనే ఉన్నారు. ఒకామె – హెన్రీటా, రెండో ఆమె – నైనా, మూడోపిల్ల – పాష్కా. హెన్రీటా ఇలాంటివి చాలా చూచింది.

అంచేత ఆమెకు వెళ్ళాలనిపించలేదు. పోతే, నైనా భయస్థురాలు. ఇలాంటివి చూస్తే ఆమెకు అణుమాత్రం విచారం గాని, దయ గాని కలుగదు.

ఇహ మిగిలిందల్లా – పాష్కా. రానురాను ఆమె హృదయం దుర్బలమైపోతోంది. ఇప్పటికి రెండు రోజులుగా మంచం మీద నుంచి లేవడం లేదు. నోరు తెరచి మాట్లాడడం లేదు. అడిగినదానికి సమాధానం చెప్పడం లేదు. వెర్రిచూపులు చూస్తూ, వెకిలిగా నవ్వుతూ, పిచ్చిదానికి మల్లే నోరు చప్పరించుకుంటూ, గొడ్డు మాదిరి మంచం మీద పడి కొట్టుకుంటూ ఉంది. ఎవరూ భోజనం పెట్టకపోతే అదేమని అడగదు. ఎవరైనా పట్టుకొచ్చి పెడితే తన చేతులు ఉపయోగించి ఆవురావున తినేస్తుంది. ఇలా ఉంది ఆమె స్థితి. ఆమె చాలా అపరిశుభ్రంగాను, అసహ్యంగాను తయారయింది. తను అవసరంగా చేసుకోవాల్సిన పనులలో కనీసం కొన్ని అయినా జ్ఞాపకం ఉంచుకోవాలనీ, లేకపోతే కష్టపడాల్సి వస్తుందనీ కూడా ఆమెకు తెలియడం లేదు. అంత మతిమరుపు పుట్టింది పాపం! ఆమె కోసం అప్పనంగా వచ్చే విటులు కొందరున్నారు. వారు ప్రతిరోజూ “పాష్కా ఎక్కడుందీ” అని అడుగుతూనే ఉన్నారు. అయినా ఎమ్మా, ఆమెను వారి వద్దకు పంపడం లేదు.

ఇంతకు ముందు కూడా పాష్కాకు అప్పుడప్పుడు మతిభ్రమ కలగడం కద్దు. అయినా ఎప్పుడూ ఇంతకాలం ఉండేది కాదు. ఏదో మైకం కమ్మడం, అంతలోనే మళ్ళీ తెలివి రావడం జరిగేది. ఈసారి అలా కాకుండా, దీర్ఘకాలం చిత్తచాంచల్యంలో ఉండిపోయింది. ఆమె పరిస్థితి ఎప్పుడు బాగుపడుతుందా అని ఎమ్మా ఎదురుచూస్తోంది. నిజానికి ఈ సానికొంపకు పాష్కా ఒక నిక్షేపంలా దొరికింది. ఆమెకు మాంచి డిమాండు ఉంది. విటులు చాలామంది ఆమే కావాలని కోరుకుంటారు. కాని చివరకు ఈ అభాగ్యురాలు ఒక విషాదమూర్తియై ఈ కొంపకు బలి అయిపోయింది. కనుక ఈ ముగ్గురూ తప్ప తక్కినవాళ్ళంతా జెన్నీ శవాన్ని చూడ్డానికి వెళ్ళారు.

శవాలను భద్రపరిచే స్థలం నగరం మధ్యలో ఒకచోట ఒక అంతస్థు గల భవనంలో ఉంది. భవనం కిటికీలకు, ద్వారాలకు తెల్లని తెరలు కట్టారు. దాని దగ్గరకు వెళ్ళి ఎగాదిగా చూచినట్లయితే, ఏదో భయం, విషాదం ఆవరిస్తాయి. ఏదో అమంగళంగా, కన్నీరు కారుస్తున్నట్లు అగుపిస్తుంది ఆ ప్రదేశం. వేశ్యలంతా ఒకరి తరువాత ఒకరు భవనంలో ప్రవేశించారు. ప్రతి గేటు దగ్గరా ఆగుతూ, గుండె బెదురుతో ముందర ఉన్న ఖాళీ జాగా దాటి, చర్చి లాంటి చిన్న ప్రార్థనామందిరంలో ప్రవేశించారు. దాని కిటికీలకు, ద్వారాలకు కూడా తెల్లటి తెరలు వ్రేలాడుతున్నాయి.

తలుపు తాళం వేసి ఉండడం వల్ల కాపలావాణ్ణి వెదకడం కోసం టమారా వెళ్ళింది. ఆఖరుకు అతను వచ్చాడు. అతను వృద్ధుడు. పొట్టిగా, బట్టతలా అతనూ! మొహమంతా తెల్లగా నెరిసి నిక్క పొడుచుకుని ఉన్న వెంట్రుకలతో నిండివుంది. పుసులు తోడుతున్న చిన్న కళ్ళు. గుబురుగా రక్తవర్ణంగా ఉన్న ముక్కు.

అతను వచ్చి, తలుపుకు వేసి ఉన్న పెద్ద కప్పతాళాన్ని తీశాడు. బలంగా ఉన్న గడియను వెనక్కునెట్టి, తలుపును తోశాడు. తుప్పుపట్టి ఉండడం వల్ల తలుపు తీస్తోంటే కిరకిరమని పెద్ద చప్పుడైంది.

తలుపు తీయగానే లోపల్నుంచి చలి గాలి, చెమ్మతో నానిన రాళ్ళ వాసన గుప్పుమంది. అంతలోనే మురిగిన, కాలిపోయిన, మాంసపు వాసన ముక్కులు పగులగొట్టేలా వచ్చింది.

వేశ్యలంతా ఈ దుర్గంధం భరించలేక ఉక్కిరిబిక్కిరి అయిపోయారు. అందరూ భయాందోళనలతో గుంపుగా కూడి అక్కడే ఆగిపోయారు.

ఒక్క టమారా మాత్రం కాపలావాడి వెంట లోపలికి వెళ్ళింది.

లోపల అంతా చీకటిగా ఉంది. ఒక చిన్న ఇరుకైన కిటికీ గుండా మాత్రం ఆకులు రాలే కాలపు ఎండ వెలుతురు మందంగా అక్కడక్కడ పడుతోంది. రెండు మూడు నల్లటి తెరలు పొడుగ్గా, కళావిహీనంగా, గోడలకు వ్రేలాడుతున్నాయి. అనేక శవపేటికలు నేల మీద పెట్టివున్నాయి. వాటి మధ్యలో ఉన్న ఒక పెట్టె ఖాళీగా ఉంది.

"ఇందులో ఏది మీది?" అనడిగాడు కాపలావాడు. ముక్కు పొడుం పీల్చుతున్న వాడికిమల్లే బొంగురు గొంతుతో మాట్లాడాడు అతను. "ఆమె మొహం నీవు గుర్తుపట్టగలవా?"

"ఆఁ! గుర్తుపట్టగలను" అని సమాధానం చెప్పింది టమారా.

"అయితే ఇక్కడికొచ్చి చూడు. నీకు అన్నీ చూపిస్తాను. ఇది మీదా?" అంటూ అతను ఒక శవపేటిక మూత తెరచి చూపించాడు. దానికింకా మేకులు కొట్టి బిగించలేదు.

ఆ శవాన్ని చూచి, అది కాదన్నట్లు తలూపింది టమారా.

"ఇది కాదా? అయితే సరే! ఇక్కడ ఇంకా కొన్ని ఉన్నాయి. చూడు!" అంటూ అతను ఒకదాని తరువాత ఒకటి శవపేటికల మూతలు తెరచి శవాలు చూపించడం మొదలెట్టాడు. వాళ్ళంతా దిక్కూ దిబాసీ లేకుండా చచ్చిన దౌర్భాగ్యులు. నగరవీధుల్లో చచ్చి పడివుంటే తీసుకొచ్చారు. అందులో కొందరు తాగుబోతులు, మరికొందరు వీధుల వెంట తిరిగే బికార్లు. కొందరికి కళ్ళు పోయి ఉన్నాయి. మరికొందరికి కాళ్ళు, ఇంకా కొందరికి చేతులు తెగి ఉన్నాయి. కొందరి మొహాలు, తలలు చితికిపోయి ఉన్నాయి. మొత్తానికి శవాలన్నీ ఛిన్నాభిన్నంగా చెదిరిపోయి, గుర్తించడానికి వీల్లేకుండా ఉన్నాయి. వాటి నుండి దుర్భరమైన దుర్గంధం వెలువడుతోంది.

టమారా నిలబళ్ళేకపోయింది. డోకు వస్తున్నట్లు అనిపించింది. ఆ దుర్గంధం తన రోమరోమాలలో ప్రవేశించి, శరీరమంతా పూత పూసినట్లు తోచింది ఆమెకు.

"చూడు నాయనా!" ఆమె అకస్మాత్తుగా కాపలావాణ్ణి అడిగింది. "ఏమిటి కాళ్ళ కింద కరకరమని శబ్దం వస్తోంది?"

"కరకరమని శబ్దమా?" అంటూ అతను నెత్తి గోక్కున్నాడు. "బహుశా ఏవో ఎలుకలు, పురుగులు తిరుగుతుంటాయి" అంటూ నిర్లక్ష్యంగా జవాబు చెప్పి, మళ్ళీ ఇలా అన్నాడు: "అయితే, ఏవఁమ్మా! ఇక్కడ బోలెడు శవాలు పడున్నాయి. ఇంతకూ నీకు కావల్సింది ఎవరు?"

"ఒక ఆడమనిషి."

"ఆమె వీటిల్లో ఉందా?"

"లేదు, ఈ శవాలన్నీ ఎవరివో నేనెరుగను."

"అయితే మనం వేరే చోటుకు వెళ్ళాలి. శవాలను భద్రపరిచే స్థలం మరొకటుంది. అక్కడికి వెళ్ళిచూద్దాం. ఇంతకూ ఆమెను ఇక్కడికి ఎప్పుడు తీసుకొచ్చారు?"

"శనివారం నాడు" అని చెప్పింది టమారా. అలా చెపుతూ ఆమె తన పర్సులోంచి కొంత డబ్బు తీసి ఆ వృద్ధుడి చేతిలో పెట్టింది.

"ఇదిగో! నీకు పొగాకు కొనుక్కోవడానికి ఇస్తున్నాను. ఆమెను శనివారం నాడు మధ్యాహ్నం ఇక్కడికి తీసుకొచ్చారు."

"శనివారమా? అయితే 217 నెంబరు అయివుండాలి. ఆమె పేరేమిటి?"

"సుసానా రెయిడ్జినా."

"నేవెళ్ళి చూస్తాను. బహుశా ఆమె అక్కడ ఉండొచ్చు. సరే అమ్మాయిలూ!" అంటూ అతను తలుపు దగ్గర మూగివున్న వేశ్యల వైపు చూస్తూ ఇలా ప్రశ్నించాడు: "మాతో రావడానికి మీలో ఎవరికి ధైర్యం ఉంది? భయపడకుండా రాగలిగిన వాళ్ళెవరో చెప్పండి. మీ స్నేహితురాలిని శనివారం ఇక్కడికి తీసుకొచ్చి ఉన్నట్లయితే, ఇప్పటికి ఆమెను ఒంటి మీద గుడ్డలు లేకుండా ఉంచుతారు. పుట్టేటప్పుడు ఎలా ఉందో అలా దిగంబరిగా ఉంచుతారు. అంచాత మీరు చూడడం అంత మంచిది కాదు. భయపడవచ్చు కూడా! అందుకని ధైర్యం కలవాళ్ళు ఇద్దరు మా వెంట రండి. ఆమెకు బట్టా అదీ కట్టడానికి పనికొస్తారు."

"నీవు రావడం మంచిది మంకా!" అంటూ టమారా, తెల్ల మంకాను ఆజ్ఞాపించింది.

పాపం మంకా అప్పటికే భయపడిపోయి వణుకుతోంది. ఆమె మొహం పాలిపోయింది. కళ్ళు పెద్దవి చేసి, బెదురు బెదురుగా శవ పేటికల వైపు చూస్తోంది.

"ఎందుకే అంత భయం? పిచ్చిదానా? నేను నీ వెంట ఉంటానుగా! చూడు మంకా! నిన్ను ఆమె ప్రేమించింది. మరి నీవు తప్ప ఎవరొస్తారే?" మళ్ళీ అడిగింది టమారా కొంచెం తీవ్రంగా.

"నేనా... నేనా...సరే!" వణుకుతున్న పెదవులతో గొణిగింది మంకా. "సరే, వెడదాం పద!"

చర్చి లాంటి ఆ మందిరానికి వెనుక వైపు శవాలు భద్రపరిచే స్థలం ఉంది. అది

నేలలో సొరంగం మాదిరిగా ఉంటుంది. ఆ భూగృహం ఒక భూతగృహంలా కటిక చీకటితో, దుర్గంధంతో భయంకరంగా ఉంటుంది. కిందికి ఆరు మెట్లు ఉన్నాయి. ఆ మెట్ల మీది నుంచి వెడితే, లోపల చీకటి గుహ కనిపిస్తుంది.

కాపలావాడు ఎక్కడికో వెళ్ళి కొంచెంసేపట్లో తిరిగొచ్చాడు. వస్తూ వస్తూ ఒక చిన్న కొవ్వొత్తి ముక్క, ఒక చిరిగిపోయిన పుస్తకం పట్టుకొచ్చాడు. తరువాత అతను కొవ్వొత్తి వెలిగించి, సొరంగంలో ప్రవేశించాడు. ఆ ఇద్దరు స్త్రీలు అతని వెంట వెళ్ళారు. మెట్లు దిగి గుహలో ప్రవేశించేసరికి, ఆ కొవ్వొత్తి వెలుగులో ఒక ఇరవై శవాలు వరుసగా నేల మీద పడేసి ఉండడం ఆ పిల్లలు చూచారు.

క్రింద అంతా రాతి పరుపు, ఆ రాళ్ళ మీద వరుసలొరుసలుగా శవాలు పడేసి ఉన్నాయి. పగిలిన పుర్రెలు, చితికిన మొహాలు. నల్లగా, నీలంగా శరీరమంతా కమిలిపోయి బీభత్సంగా అగుపిస్తున్నాయి. నోళ్ళు తెరుచుకుని, ఒళ్ళు ఇనకరుచుకు పోయి, చూడ్డానికి భయంకరంగా ఉన్నాయి. ఆ మొహాలలో వివిధ రకాల మరణ వేదన స్పష్టమవుతూ ఉంది.

"ఒక్క నిమిషం ఉండండి. ఒక్క నిమిషం" అంటూ కాపలావాడు తన వ్రేలితో శవాల తలలు ఒక్కొక్కటి లెక్కపెడుతున్నాడు. "నిన్న గాక మొన్న... అంటే శనివారం...శనివారం. ఆమె పేరేమిటి?"

"సుసానా రెయిడ్జినా."

"సుసానా రెయిడ్జినా...సుసానా రెయిడ్జినా" అంటూ అతను పాట పాడుతున్నట్లు ఆ పేరు పదే పదే ఉచ్చరించసాగాడు. "సుసానా రెయిడ్జినా! నేను ఇందాక చెప్పినట్లు 217 అయివుండాలి."

శవాల మీదికి వంగి, కొవ్వొత్తి వెలుతురుతో పరీక్షగా చూస్తూ, వరుస లొరుసులుగా ఉన్న ప్రతి ఒక్క శవాన్నీ పరిశీలించసాగాడు. చివరకతను ఒక శవం దగ్గర ఆగాడు.

ఆ శవం కాళ్ళ దగ్గర 217 అనే సంఖ్య పెద్ద అక్షరాలతో వేయబడింది.

"ఇదుగో! ఇక్కడుంది! నే నీమెను నడవలోకి మోసుకొస్తాను. అప్పుడు మీరు కావలసిన వ్యవహారమంతా చూద్దురు గాని! ఒక్క క్షణం ఆగండి" అన్నాడు కాపలావాడు.

జెంకా శవాన్ని కాళ్ళతో పైకెత్తి అతను తన వీపు మీద వేసుకున్నాడు. అంత వృద్ధాప్యంలో ఉన్నా, ఆ శవాన్ని మీది కెత్తుకోవడానికి అతను ఏ మాత్రం కష్టపళ్ళేదు. కొంచెం ఊతం కోసం మూలిగాడు అంతే. అలా గొడ్డుశవాన్నో, బంగాళాదుంపలు పోసిన గోనె సంచినో మీద వేసుకున్నట్లు వేసుకుని నడవలోకి మోసుకొచ్చాడు.

నడవలో కొంచెం వెలుతురుగా ఉంది. మీద ఉన్న బరువును మెల్లగా అతను కిందికి దించాడు. టమారా తన రెండు చేతులతో మొహాన్ని కప్పుకుంది. మంకా తన మొహం అవతల వైపుకు తిప్పుకుంది. ఇద్దరూ వెక్కివెక్కి ఏడ్వసాగారు.

"మీకేమైనా కావాల్సుంటే చెప్పండి" అనడిగాడు వారిని, కాపలావాడు. "మీకు

ఏది కావాల్సుంటే అది ఇక్కడ దొరుకుతుంది. ఆమెకు దుస్తులు వేయాలనుకుంటే రకరకాల దుస్తులు ఉన్నాయి. పీనుగు మీద కప్పడానికి బంగారు తళుకుతో అద్దిన మేలురకం గుడ్డ ఉంది. పమిట మాదిరిగా వేయడానికి చిన్న చిన్న గుడ్డలున్నాయి. సిల్కు గుడ్డలు, దోమతెర గుడ్డలు, ఇంకా రకరకాలున్నాయి. మెళ్ళో వేయడానికి మాలలు కూడా సిద్ధంగా ఉన్నాయి. ఇక్కడ మేము అన్నీ ఎప్పటికప్పుడు సిద్ధంగా ఉంచుతాం. మీకు ఏం కావాలంటే అది కొనుక్కోవచ్చు. ఒకటి రెండు గుడ్డలుగాని, స్లిప్పర్లుగాని – మీ ఇష్టం. ఏం కావాలో చెప్పండి?"

టమారా కొంత డబ్బు తీసి అతని చేతిలో పెట్టింది. అతను వెళ్ళిపోయాడు. ఆ తరువాత ఆమె, మంకాతో కలసి గాలి పీల్చుకోడానికి బహిరంగ ప్రదేశంలోకి వచ్చింది.

కొంతసేపయిం తరువాత రెండు మాలలు తయారయి వచ్చాయి. అందులో ఒకటి టమారా కోసం చేయించింది. నల్ల రిబ్బన్ మీద రకరకాల పూలు, లతలు వేసి కుట్టారు. ఒక వైపున తెల్లని అక్షరాలతో ఇలా వ్రాసి ఉంది. "ప్రియమైన జెన్నీకి – నీ స్నేహితురాలు టమారా ఇచ్చింది."

ఇహ పోతే రెండోది – రియాసనోవ్ తయారు చేయించి పంపించాడు. ఎర్రని గుడ్డపీలిక మీద, పలురకాల ఎర్రరంగు పీలికలు కుట్టారు. ఒక వైపు బంగారు తళుకుతో అక్షరాలున్నాయి. "బాధల ద్వారానే మనం పవిత్రులం అవుతాం" అని వ్రాసి ఉంది.

రియాసనోవ్ ఒక చిన్న ఉత్తరం కూడా వ్రాసి పంపాడు. ఏదో అత్యవసరమైన మీటింగ్‌లో పాల్గొనాల్సి వచ్చిందనీ, అంచేత రాలేకపోయాననీ, దయతో క్షమించ వలసినదిగా కోరుతున్నాననీ వ్రాసి పంపాడు.

ఆ తరువాత పాటగాళ్ళు వచ్చారు. అంతకు ముందే టమారా, బ్యాండు మేళగాళ్ళతో మాట్లాడి, వాళ్ళకు ఇవ్వవలసిన డబ్బు ఇచ్చేసి, రమ్మని చెప్పి వచ్చింది. నగరంలోకెల్లా మంచి వాద్యగాళ్ళు, చర్చిలలో వాయించే బ్యాండు మేళగాళ్ళు పదిహేనుమంది జట్టుగా వచ్చారు.

బ్యాండు మాస్టరు మహా దర్జాగా ఉన్నాడు. పొడుగాటి మీసాలు, బూడిద రంగు ఓవరు కోటు ధరించి, నెత్తి మీద అదే రంగు హేటు పెట్టుకున్నాడు. మిలిటరీవాళ్ళకు మల్లే యూనిఫారంలో ఉన్నాడు. పడుపుకత్తెలలో ఉన్న వెర్కా అనే అమ్మాయిని చూచి అతను నివ్వెరపోయాడు. నీరసంగా చిరునవ్వు నవ్వి, ఆమెను చూస్తూ సైగ చేశాడు.

అవును. ఇతను ఆ అమ్మాయిని ఎరుగును. బ్యాండు మాస్టర్లు, ప్రార్థనలు చదివేవాళ్ళు, మత గురువులు, పురోహితులు – వీళ్ళంతా కూడా తరచూ 'యామా' వీధులకు వెళ్ళి సానికొంపలన్నీ చుట్టబెట్టేవారు. చివరకు 'అన్నా' ఇంట్లో ప్రవేశించి, అక్కడ తమకు నచ్చిన వేశ్యలను ఎన్నుకుని గంటల తరబడి కాలక్షేపం చేసేవాళ్ళు. ఈ బ్యాండు మాస్టరు కూడా వారందరితో కలిసి కనీసం నెలకు రెండు మూడు సార్లయినా 'యామా'కు వెళ్ళేవాడు. వెళ్ళినప్పుడల్లా ఇతను 'అన్నా' ఇంట్లో ఉండే

వెర్కానే తప్పకుండా ఎన్నుకుని ఆమెతో గడిపేవాడు. అంచేతనే ఇప్పుడా అమ్మాయిని చూచి ముసి ముసి నవ్వులు నవ్వుకుంటూ మురిసిపోతున్నాడు.

బ్యాండు మాస్టరు మాంచి రసికుడు. ఉత్సాహవంతుడు. బ్యాండు వాయించడం లోను, నృత్యం చేయడంలోను సమర్థుడు. చక్కని పాండిత్యం కలవాడు. ఒక్కోసారి ఆ ఉత్సాహంలో మైమరిచి నృత్యం చేసేవాడు. గానంలో తన్మయత్వం చెంది ప్రేక్షకులను, శ్రోతలను కూడా ఆనందంలో ముంచెత్తేవాడు.

బ్యాండు మేళగాళ్ళతో పాటు పీనుగులను మోసుకుపోయే బండి కూడా వచ్చింది. అది కూడా టమారా డబ్బు చెల్లించి, అద్దెకు మాట్లాడుకున్నదే!

బండికి రెండు గుర్రాలను కట్టారు. బండి వెంట అయిదుగురు బంట్రోతులు కూడా ఉన్నారు. బండి మీద శవాన్ని పెట్టుకుని మోసుకుపోవడానికి, శవం చుట్టూ జ్యోతులు వెలిగించి పట్టుకోవడానికి వీరు ఉపకరిస్తారు. బండి మీద ఒక పేటిక ఉంచారు. దాని మీద తెల్లని వెండి జలతారు వేసి అలంకరించారు. శవపేటికతో పాటు ఒక ఎత్తయిన విగ్రహపీఠం కూడా ఉంది. పీఠం మీద ఒక నల్లని కాలికో గుడ్డను కప్పారు.

ఆ అయిదుగురు మోతగాళ్ళు మెల్లగా నేర్పుతో జెన్నీ శవాన్ని ఎత్తుకొని, బండి మీద ఉన్న శవపేటికలో ఉంచారు. ఒంటి నిండా బంగారు జలతారు వస్త్రం కప్పారు. మొహం మీద తెల్లగా, ధగధగ మెరిసే దోమతెర గుడ్డ కప్పారు. పిమ్మట మూడు కొవ్వొత్తులు వెలిగించి, ఒకటి ఆమె శిరస్సు దగ్గర, రెండు ఆమె పాదాల దగ్గర పెట్టారు.

అటూ ఇటూ ఊగుతోన్న కొవ్వొత్తుల కాంతిలో ఆమె మొహం ఇంకా స్పష్టంగా అగుపిస్తోంది. అక్కడక్కడ తప్ప ఆమె మొహం ఇప్పుడు నీలి వర్ణంగా లేదు. కాని ఆమె మెడ మీద ఉన్న రెండు గుర్తులు మాత్రం మాసిపోలేదు. మెడ చుట్టూ తాడుతో కొట్టిన వాత ఒకటి, ఇంకా కొంచెం దిగువన ఎర్రగా గీరుకుపోయిన గుర్తు ఒకటి. ఈ రెండూ స్పష్టంగా అగుపిస్తున్నాయి. ఈ రెండూ కూడా దుర్మార్గుడు సిమన్‌తో పోట్లాడుతున్నప్పుడు తగిలినదెబ్బలే. రెండూ రెండు భయంకరమైన హారాల వలె ఆమె మెడ చుట్టూ ఉన్నాయి.

టమారా, ఆమె మీదికి వంగి, లేసుతో అల్లిన ఆమె చొక్కా మెడపట్టీకి పిన్నీసు పెట్టింది. అలా చేయడం వల్ల మెడ మీద ఉన్న ఆ రెండు భయంకరమైన గుర్తులు కనిపించకుండా పోయాయి.

తరువాత మతగురువు వచ్చాడు. ఆయన వృద్ధుడు. తల తెల్లగా నెరిసిపోయింది. పొట్టిగా ఉన్నాడు. బంగారు ఫ్రేము గల కళ్ళజోడు పెట్టుకున్నాడు. తలకు అంటుకొని ఉన్న టోపీ ఒకటి పెట్టుకున్నాడు. మొహానికి రంగు పూసుకున్నట్లు విచిత్రంగా అగుపిస్తున్నాడు. వదులుగా ఉన్న పొడుగాటి ఉడుపులు ధరించాడు. ఈయన చర్చిలో పనిచేసే మతాచార్యుడు. ప్రార్థనాగీతాలు పఠించడంలో కడు నేర్పరి, అనుభవజ్ఞుడు.

టమారా, మతగురువు వద్దకు వెళ్ళింది.

"ఫాదర్! అంత్యసంస్కారం ఎలా జరపాల్సి ఉంటుంది? అందరినీ కలిపి ప్రార్థన చేయిస్తారా? లేక విడివిడిగా జరుపుతారా?" అనడిగింది ఆమె.

"మేం సాధారణంగా అందరినీ కలిపి చేయిస్తుంటాం" మతగురువు జవాబు చెప్పాడు. "అయినా మీరు ప్రత్యేకంగా కావాలని కోరితే, వేరు వేరుగా జరిపించడానికి కూడా వీలుంది. ఆమె ఏ జబ్బుతో చనిపోయింది?"

"ఆమె ఆత్మహత్య చేసుకుంది ఫాదర్!"

"ఓ! ఆత్మహత్యా? అమ్మాయీ! నీకు తెలుసునో, లేదో? చర్చి నిబంధన ప్రకారం ఆత్మహత్య చేసుకున్నవారికి ఈ విధంగా అంత్యక్రియలు జరపడానికి వీల్లేదు. ఏదో తప్పనిసరి అయితే మధ్యవర్తుల కోరికపై అనుమతి తీసుకోవాలి. అప్పుడు మాత్రమే అంత్యసంస్కారానికి వీలవుతుంది. అదైనా ప్రత్యేక సందర్భాలలోనే!"

"అందుకు అవసరమైన సర్టిఫికెట్లన్నీ నా దగ్గర ఉన్నాయి ఫాదర్. ఒకటి - పోలీసువారు ఇచ్చింది. మరొకటి - డాక్టరు ఇచ్చింది. రెండూ ఉన్నాయి. ఆమెకు చిత్తచాంచల్యం ఉందని సర్టిఫికెట్లు వ్రాసి ఇచ్చారు ఫాదర్!" అంటూ టమారా తన వద్దనున్న కాగితాలు మతగురువుకు ఇచ్చింది. అవును. ఆ సర్టిఫికెట్లు క్రిందటి సాయంత్రం రియాసనోవ్ సంపాదించి, ఆమెకు పంపించాడు.

ఆ సర్టిఫికెట్లతో పాటు మూడు పది రూబుల్సు నోట్లు కూడా గురువుగారికి అందించింది. "ఫాదర్! మిమ్మల్ని ప్రార్థిస్తున్నాను. దయచేసి ఆమెకు జరగాల్సిన సంస్కారం అంతా సక్రమంగా జరిపించండి. మీకెంతో పుణ్యం ఉంటుంది. ఆమె సామాన్యమైన వ్యక్తిగాదు. అద్భుతమైన స్త్రీ. ఎన్నో బాధలు పడింది. కాబట్టి మీరు శ్మశానానికి కూడా వెళ్ళి అక్కడ 'టేడియమ్' (పాశ్చాత్య చర్చిలలో పఠించే ఒకానొక ప్రసిద్ధ లాటిన్ ప్రార్థనాగీతం) గానం చేయాలని నా కోరిక."

"నేను శ్మశానానికి వెళ్ళడానికేం వెడతాను. కానీ రూల్సు ప్రకారం అక్కడ వ్యవహారం జరపడానికి నాకు అధికారం లేదు. అక్కడ వేరే పురోహితుడు ఉంటాడు. అక్కడి తతంగం అంతా అతనే జరపాల్సి ఉంటుంది. చూడమ్మా! వీళ్ళందరి కోసం నేను మళ్ళీ ఇక్కడికి రావాలి. అందుకని మరో పది రూబుల్సు కూడా కలిపి ఇవ్వేం!"

ఆయన కోరిక ప్రకారం మరో పది రూబుల్సు నోటు కూడా ఇచ్చింది టమారా. ఆ మొత్తం డబ్బు అతను జేబులో భద్రపరచుకుని, ప్రార్థనా గ్రంథం తెరచి, చేత్తో పట్టుకున్నాడు. తల దగ్గర నిలబడి విచారంగా, గద్గద స్వరంతో ఇలా ప్రార్థించాడు -

"హే ప్రభూ! సర్వకాలాల్లోనూ, సమస్త ప్రాణులలోనూ సర్వాంతర్యామియై చరిస్తున్న ఓ ఈశ్వరా! ఓ నిత్యుడా! మమ్ములను కనికరించి, ఆశీర్వదించు!"

జెన్నీ అంత్యసంస్కారాలు ప్రారంభమైనాయి. అక్కడున్నవారందరికీ కొవ్వొత్తులు పంచిపెట్టారు. ప్రతివారూ తమ తమ జ్యోతులు వెలిగించి పట్టుకున్నారు.

బ్యాండు వాద్యాలు ఒక్కసారిగా మ్రోగాయి.

మతాచార్యుడు, ఉపగురువు, భజన కీర్తనలు పఠించే ఆయన – అంతా శ్రావ్యంగా ప్రార్థనా గీతాలు పాడారు. మనోహరంగా, మధురంగా, విచార సూచకంగా పాడిన ఆ గీతాలు భూమ్యాకాశాలు వ్యాపించాయి. పైనుంచి దేవతలు విషాద గీతాలు గానం చేస్తున్నట్లనిపించింది.

టమారా చాలా శ్రద్ధగా ప్రార్థనలు వింటోంది. దుఃఖంతో వెగటుగా మందహాసం చేసింది. జెంకా మాట్లాడే బలీయమైన మాటలు, నిరాశా నిస్పృహలతో, అవిశ్వాసంతో అన్న మాటలు ఆమె మనసులో మెదిలాయి. 'సర్వశక్తి సంపన్నుడు, దయామయుడు అయిన ఈశ్వరుడు జెంకాను రక్షిస్తాడా? ఆమె గడిపిన నికృష్టమైన జీవితాన్నీ, చేసిన నీచపు పనులనూ క్షమిస్తాడా? ఒక భయంకరమైన వ్యభిచారిణి, ఒక దుర్మార్గురాలు, మహాపాపి, నాస్తికురాలు, తిరుగుబాటుదారు, దేవుణ్ణి దూషించిన అమాయకురాలు, అబద్ధాలకోరు అయిన ఆమెను సర్వజ్ఞుడైన ఆ ఈశ్వరుడు కరుణిస్తాడా? ఓ ప్రభూ! దయామయా! నీ కృపయే మాకు ఆధారం!' అని తనలో ప్రార్థించుకున్నది టమారా.

స్త్రీలంతా హృదయ విదారకంగా "ఓ! జెనీచ్కా!" అంటూ పెద్దపెట్టున ఏడ్వసాగారు.

తెల్ల మంకా మోకాళ్ళ మీద కూచుని, నోటికి రుమాలు అడ్డం పెట్టుకుని వచ్చే దుఃఖాన్ని ఆపుకుంటోంది. తక్కిన వేశ్యలందరూ కూడా మోకాళ్ళ మీద కూచుని, వెక్కి వెక్కి ఏడుస్తున్నారు. మూలుగులు, ఎక్కిళ్ళు, ఏడ్పులు, నిట్టూర్పులు – వీటితో ఆ ప్రదేశమంతా ప్రతిధ్వనించింది.

ఆఖరుకు చిట్టచివరి గీతం పాడారు. "ఆమె స్మృతిచిహ్నం శాశ్వతంగా ఉండు గాక!" అంటూ పాడిన గీతం అది. పిమ్మట జ్యోతులన్నీ ఆర్పివేశారు.

మతాచార్యుడు అందరూ ఎడబాసి వెళ్ళిపోయే ప్రార్థన చేశాడు. అందరూ నిశ్శబ్దంగా, నిశ్చలంగా ఆ ప్రార్థన జరిపారు. ఆ తరువాత ఆయన చిన్న పారతో కొంచెం ఇసుక తీసుకుని, శవపేటిక మీద క్రాస్ గుర్తుపడేలా చల్లాడు.

వేశ్యలందరూ తమ స్నేహితురాలి శవం వెంట శ్మశానం దాకా వెళ్ళారు. అప్పటికి మబ్బు విడిపోయి, మంచి ఎండ కాస్తోంది. శ్మశానంలో ఎక్కువగా తతంగం జరగలేదు. స్వల్పంలో అన్ని పనులూ ముగించి, చిన్న గుంట తవ్వారు. అందులో శవపేటికను ఉంచి, పైన మట్టి పోసి గోరీ కట్టారు.

"దీంతో అంతా అయిపోయినట్లే!" అంది టమారా తన స్నేహితురాండ్రతో. "నేను జెంకాను ఎన్నటికీ మరిచిపోలేను. ఆమె లాంటి మనిషిని మనం ఎన్నడూ చూడం అమ్మాయిలూ! జెన్నీ మరణానికి మనమంతా విచారిస్తున్నాం. కాని బ్రతికివున్న మన కంటే చచ్చిన ఆమే పుణ్యాత్మురాలు. మనం బ్రతికి ఇక్కడ ఈ యమకూపంలో కొట్టుకుంటున్నాం. ఆమె చచ్చి, సుఖంగా ఉంది. ఇహ మనం చివరిసారి క్రాస్ చేసుకుని ఇంటికి వెడదాం పదండి!"

పడుపుకత్తెలంతా ఇంటిమొహం పట్టారు. ఇల్లు సమీపిస్తూ ఉండగా అకస్మాత్తుగా

టమారా ఇలా అంది. ఆమె వాక్కులు అతి విచిత్రంగా, అద్భుతంగా, భవిష్యత్తును సూచిస్తున్నట్లుగా ఉన్నాయి.

"అమ్మాయిలూ! ఇహ మనం ఎంతోకాలం ఇక్కడ కలిసివుండం. గాలికి కొట్టుకు పోయినట్లుగా మనమంతా తలకొక దిక్కుకు చెదిరిపోతాం. తప్పదు! జీవితం ఎంత మంచిది. చూడండి! ఆ వినీలాకాశం, ఆ సూర్యబింబం ఎలా ఉన్నాయో చూడండి! స్వచ్ఛమైన గాలి వీస్తోంది. చూడండి! చుట్టూ సాలెపురుగులు గూళ్ళు అల్లుకుంటూ ఎగురుతున్నాయి – దీన్నే వాళ్ళు 'ఇండియన్ సమ్మర్' అని పిలుస్తారు. ప్రపంచం చాలా సుందరమైనది! మనం మాత్రమే, కేవలం మనం మాత్రమే పతితలమై, భ్రష్టలమై, రండలమై, రోడ్డు ప్రక్కకు నెట్టిన పెంటపోగులకు మల్లే ఇక్కడ పడివున్నాం. మన కష్టాలు ఇహ ఎక్కువ కాలం ఉండవులే! ఈ పాపం పండక పోదులే!" అంటూ టమారా గంభీరంగా పలికింది.

10

టమారా అన్నమాటలు అక్షరాలా నిజమైనాయి. జోస్యం చెప్పిన దైవజ్ఞుడి వాక్కుల్లా ఆమె వాక్కులు ఋజువైనాయి. జెన్నీ మరణించిన తరువాత రెండు వారాలయినా తిరక్కముందే అనేక అవాంతరాలు వచ్చిపడ్డాయి.

ఆ కొద్ది రోజులలోనే ఎమ్మా ఇంట్లో గడచిన అయిదు సంవత్సరాలలో ఎన్నడూ జరగని విషాద సంఘటనలు అనేకం జరిగాయి.

జెన్నీ అంత్యక్రియలు అయిపోయిన మరుసటి రోజే, అభాగ్యురాలైన పాష్కాను పిచ్చాసుపత్రికి పంపించారు. అక్కడ డాక్టర్లు ఆమెను పరీక్ష చేశారు. ఇహ ఆమె కోలుకోదని స్పష్టంగా చెప్పారు. క్రింద ఒక గడ్డి పరుపు పడేసి, దాని మీద ఆ పిల్లను పడుకోబెట్టారు. ప్రాణం పోయేంత వరకు ఆమె అక్కడే పడుంది. పూర్తిగా పిచ్చిదై పోయింది. క్రమక్రమంగా శుష్కించి పోయి, మొహానికి ప్రేతకళ వచ్చింది. నెలల తరబడి కదలకుండా పక్క మీద పడివుండడం వల్ల ఆమె ఒంటి నిండా భయంకరమైన పుండ్లు పడ్డాయి. రక్తం చెడిపోయింది. అలా తీపులు, నరాలపోటుతో యమయాతన లనుభవించి ఆ తరువాత ఆరు నెలలకు చనిపోయింది.

తరువాత టమారా అదృశ్యమయింది.

రెండు వారాలు ఆమె ఎమ్మా ఇంట్లో పెత్తనం చేస్తూ తన పనులన్నీ సక్రమంగా నిర్వర్తిస్తూ, ఉల్లాసంగా, ఉత్సాహంగా పనిచేసింది. కాని అన్ని రోజులు కూడా ఆమె మనసులో ఏవో ఊహలు, ఆలోచనలు రహస్యంగా పనిచేస్తూనే ఉన్నాయి. పిమ్మట ఒకనాటి సాయంత్రం ఇంట్లోంచి హఠాత్తుగా అదృశ్యమైపోయింది. మళ్ళీ రానే లేదు.

అది ఈ విధంగా జరిగింది. ఆమె ఒక ప్రసిద్ధమయిన లాయరుతో సంబంధం

పెట్టుకుని, రహస్యంగా ప్రేమకలాపాలు సాగిస్తూ వచ్చింది. అతను మధ్యవయస్కుడు. బాగా డబ్బున్నవాడు. కాని పిల్లికి బిచ్చం పెట్టని పిసినిగొట్టు. టమారా ఒక ఏడాది క్రిందట సన్న్యాసుల మఠానికి వెడుతూ, 'నీపర్' నదిలో స్టీమరు మీద ప్రయాణం చేస్తున్నప్పుడు అతణ్ణి కలుసుకుంది. ఈమె అందానికీ, చమత్కారమయిన మాటలకూ, ముసి ముసి నవ్వులకూ ముగ్ధుడై ఆ లాయరు వలలో పడ్డాడు. ఇంకేం? ఈమె, అతణ్ణి తన బానిసగా చేసుకుని, అవసరాలు తీర్చుకుంటూ ఉపయోగించుకోసాగింది. అతను ఉన్నత కుటుంబంలోంచి వచ్చినవాడు. బాగా చదువుకున్నవాడు, మంచివాడు. ఇప్పుడిప్పుడే అతనికి తల నెరుస్తూ ఉంది.

టమారా తన అసలు వృత్తాంతం అతని దగ్గర బయటపెట్టలేదు. తనొక పడుపుకత్తెగా జీవిస్తున్నాననీ చెప్పలేదు. మాటల సందర్భంలో తనొక వివాహితననీ, మధ్యతరగతి కుటుంబానికి చెందినదాననని చెప్పింది. తన భర్త జూదరి అనీ, ఎప్పుడూ తనని పీడిస్తుంటాడనీ, అంచేత సంసార సుఖం లేదనీ చెప్పింది. తనకు భగవంతుడు సంతానం కూడా ప్రసాదించలేదని విచారం వెలిబుచ్చింది. ఆ సాయంత్రం తనతో గడపవలసినదిగా అతను కోరాడు. కాని ఆమె ఒప్పుకోలేదు, బెట్టు చేసింది. మళ్ళీ ఎప్పుడూ కలుసుకోవద్దనీ చెప్పింది. కాని ఆ లాయరు, ఈమె మీద మోజు జాస్తి అయి కాళ్ళా వేళ్ళా పడడం ప్రారంభించాడు. చివరకు ఆమె, తనకు జాబు వ్రాయమని చెప్పింది. దొంగపేరు చెప్పి, ఆ పేరుతో జనరల్ పోస్టాఫీసు కేరాఫ్‌కు జాబు వ్రాయమని కోరింది. అలా చెప్పి ఆమె వెళ్ళిపోయింది. తరువాత లాయరు ఆమెకు ఉత్తరాలు వ్రాయడం మొదలెట్టాడు. తన బాధంతా వెళ్ళబోసుకుంటూ, ప్రేమలేఖలు వ్రాయసాగాడు.

ఆమె కూడా తన దొంగ పేరుతో అతనికి జవాబులు వ్రాస్తూ వచ్చింది. ఇలా రహస్యంగా కొంతకాలం ఇద్దరి మధ్యా ఉత్తర ప్రత్యుత్తరాలు జరిగాయి. అప్పుడప్పుడూ టమారా అతణ్ణి కలుసుకుంటూ, తనొక ఇల్లాలు మాదిరిగా వ్యవహరిస్తూ వచ్చింది.

పిమ్మట కొద్దికాలానికి ఒక పార్కులో అతణ్ణి కలుసుకోడానికి ఆమె అంగీకరించింది. ఉత్సాహంగా అతనితో తిరిగింది. తీయని కబుర్లు చెప్పింది. కులుకుతూ వగలాడితనమంతా వెళ్ళబోసింది.

కానీ, తీరా అతను రాత్రికి తనతో ఎక్కడికైనా రమ్మని అడిగేసరికి నిరాకరించింది.

ఈ విధంగా ఆమె తనను వలచివచ్చిన లాయరును నేర్పుగా పట్టుకొస్తూ, రోజురోజుకూ తన మీద వ్యామోహం ఎక్కువయ్యేలా చేస్తూ, అతణ్ణి హింసించసాగింది. ఆఖరుకు వేసవిలో అతని కుటుంబం దూరదేశానికి వెళ్ళడం తటస్థించింది. అప్పుడు అతణ్ణి కలుసుకోవడానికి ఆమె అంగీకరించింది. వారిద్దరూ అంత ఏకాంతంగా కలుసుకోవడం అదే మొదటిసారి. టమారా సామాన్యురాలా? ఈసారి కూడా చాలా జాగ్రత్తగా వ్యవహరించింది. చక్కని చూపులతో, తీయని మాటలతో, పై పైన వలపుతో అతణ్ణి మురిపించి మరిపించింది. అతనంటే పంచప్రాణాలని చెపుతూ, కంటతడి

పెట్టింది. కాని అసలు వ్యవహారం దగ్గరకొచ్చేసరికి అంటకూడదన్నట్లు జాగ్రత్తగా తప్పించుకుంటోంది. పాపం! అతనికి, ఈమె వ్యవహారం చూస్తోన్న కొద్దీ పిచ్చెక్కుతోంది. మతి పూర్తిగా పోతోంది. ఎందుకో ఎన్నడూ ఎరగని మోజు ఆమె మీద పుట్టుకొస్తోంది. రాను రాను అతను, ఆమెకు బానిస అయిపోయాడు.

ఆ తరువాత మరొకసారి అతను తన ఇంటికి రమ్మని అడిగినా ఈమె అంగీకరించ లేదు. కాని అతను ఇచ్చిన పూలు తీసుకుంది. నగరం వెలుపల ఉన్న రెస్టారెంటులో అతనితో కలిసి ఫలహారం చేయడానికి, షికారు వెళ్ళడానికి అంగీకరించింది. ఇంత చేస్తున్నా ఆమె, అతని నుండి ఎటువంటి విలువైన బహుమతులూ తీసుకోవడం లేదు. ఆ విషయంలో అతి జాగ్రత్తగా, తెలివిగా వ్యవహరిస్తూ, గంభీరంగా ఉంటూ వచ్చింది. అంచాత లాయరు ఆమెకు ఎన్నడూ డబ్బివ్వడానికి సాహసించలేకపోయాడు.

ఒకసారి అతను వేరే ఇల్లు తీసుకుని అన్ని వసతులూ ఏర్పాటు చేస్తానని ఆమెతో అన్నాడు. పాపం! సంకోచిస్తూనే అన్నాడా మాటలు. వెంటనే టమారా అతని కళ్ళల్లోకి చూచింది. అంతే! ఆమె చూపులు ఎంతో బరువుగా, బలంగా, తీవ్రంగా అతనికి తగిలాయి. పాపం! అతను పసివాడిలా అయిపోయాడు. నెరిసిన అతని తలలో అమాయకత్వం ఆవరించింది. కుర్రాడికి మల్లే భయపడ్డాడు. తత్తరపాటుతో ఆమె చేతులు పదే పదే ముద్దుపెట్టుకుంటూ, క్షమాపణలు చెప్పుకోసాగాడు.

తానొక స్థిరమైన సంకల్పానికి వచ్చేంతవరకూ, తన పని నెరవేరడానికి కావల్సిన వీలు చిక్కేంత వరకూ టమారా, అతనితో ఇలాగే నడుస్తూ వచ్చింది. అతని ఇనప్పెట్టెలో పెద్ద మొత్తంలో పైకం ఎప్పుడెప్పుడు ఉంటుందో ఆమె కనిపెట్టింది. అయినా ఆమె తొందరపడకుండా, తొణకకుండా సమయం కోసం ఎదురుచూస్తూ వచ్చింది.

అవును. తొందరపడితే తన వ్యవహారమంతా, చేసిన కృషి అంతా నాశనం అయిపోతుందని భయపడింది.

చివరకు ఆమె ఎంతో కాలం నుంచి ఎదురుచూస్తున్న రోజు వచ్చింది. ఆ శుభసమయం ఆసన్నమైంది. నగరంలో ఉన్న కంట్రాక్టర్లు అందరూ తమ తమ లాయర్లతో అగ్రిమెంట్లు వ్రాయించుకుని, లావాదేవీలు ముగించుకుని, పెద్ద మొత్తాలలో ఫీజులు చెల్లించారు. ఈ లాయర్‌కు కూడా చాలా డబ్బు వచ్చి ఉంటుందని టమారాకు తెలుసు. ఇనప్పెట్టెలో ఉన్న డబ్బంతా తీసుకుని, శనివారం నాడు బ్యాంకులో కట్టడానికి వెడతాడని కూడా ఆమె ఎరుగును. అలా చేసి, అతను ఆదివారం నాడు రికామీగా ఉంటాడు. అందుకని టమారా శుక్రవారం నాడు మధ్యాహ్నమే అతనికి చేరేలా ఒక జాబు వ్రాసింది:

"నా ప్రియమైన రాజాకు! మీరు నిజంగా ప్రభువు సాలొమన్‌ను మించిన మేధావులు! మీ రాణి, మీ ద్రాక్షగుత్తి, మిమ్ము మనస్ఫూర్తిగా ఆహ్వానిస్తోంది. మీకు ముద్దులు అందిస్తోంది. నా ప్రియమైన ప్రియా! మై డార్లింగ్! ఇవాళ నాకు సెలవు రోజు. నాకు ఎంత సంతోషంగా ఉందో మాటలతో వర్ణించలేను. పనేమీ లేక ఖాళీగా

ఉన్నాను. "ఆయన" తన వ్యాపారం మీద ఎక్కడికో వెళ్ళాడు. ఆదివారం వరకూ రాడు. అంచేత నేను ఇవాళ సాయంత్రం అంతా మీతో గడపాలనుకున్నాను. ఈ రాత్రి "అంతా" కూడా మీ దగ్గరే ఉండాలనుకుంటున్నాను. ఓ! నా ప్రేమమూర్తీ! నా జీవితమంతా మీతో గడిపినట్లయితే ఎంత హాయిగా ఉంటుంది! నాకు ఎక్కడికీ వెళ్ళాలని లేదు. హోటళ్ళూ, నైట్‌క్లబ్బులూ తిరిగి తిరిగి విసుగు పుట్టింది. మొహం మొత్తింది. నాకు కావల్సిందల్లా మీరు...మీరు...మీరు మాత్రమే! నా మధురమూర్తీ! ఇవాళ రాత్రి పదకొండు గంటల కల్లా నేను అక్కడికి వస్తాను. నా కోసం ఎదురు చూస్తుంటారు కదూ! కొన్ని మంచి రకం కర్బ్బూజ పండ్లు, చల్లని తెల్ల వైన్ – వీలైతే తెప్పించి ఉంచండి. ఓహ్! కామం నా శరీరమంతా దహించి వేస్తోంది. కామంతో చచ్చిపోతున్నాను. మిమ్మల్ని ఇప్పటికే ఎంతో బాధపెట్టానని అనుకుంటున్నాను. ఇహ ఆలస్యం చేయను, చేయలేను ప్రియా! నా తల తిరిగిపోతోంది. నా మొహం కాలిపోతోంది. నా చేతులు చల్లగా, మంచుగడ్డల్లా అయిపోయాయి. మిమ్మల్ని గాఢాలింగనం చేసుకోవాలి. అప్పుడుగాని... ఇట్లు, మీ, వాలెంటీనా!"

ఈ జాబు చదువుకుని లాయరు ఆ రాత్రి ఆమె రాక కోసం ఎదురుచూస్తున్నాడు.

అనుకున్న వేళకు టమారా వచ్చింది. రాగానే అతని యోగ క్షేమాలు విచారించి, తెలివిగా మాటల్లోకి దింపింది. అతని వ్యాపారం ఎలా ఉందనీ, ఒడుదొడుకులు లేకుండా సుఖంగా జరుగుతోందా అనీ మాటల సందర్భంలో అడిగింది.

ఆ అమాయకుడు తన స్థితిగతులు బాగా ఉన్నాయని చెప్పాడు. తన ఫైల్సు, రికార్డు – అంతా ఆమెకు చూపించాడు. చివరకు ఆమెకు తన ఆఫీసు గదిలోకి తీసుకుపోయి, ఇనప్పెట్టె కూడా తెరచి చూపించాడు.

టమారా అతి వేగంగా దృష్టి నిగిడ్చి, ఇనప్పెట్టెలో ఉన్న అరలన్నీ పరిశీలించి చూచింది. తరువాత అవతలకు మళ్ళి, బద్ధకంగా ఆవులిస్తూ ఇలా అంది:

"అబ్బ! బద్ధకంగా ఉందండీ!"

అలా అంటూ ఆమె తన రెండు చేతులూ అతని మెడకు చుట్టింది. నోట్లో నోరు పెట్టి రహస్యంగా ఇలా అంది:

"దగ్గరకి జరగండి ప్రియా! ఈ పాడు ఇనప్పెట్టె సంగతి ఇప్పుడెందుకు? దానికి తాళం వేసి ఇలా రండి! అబ్బ! త్వరగా రండి ప్రియా!"

ఆమె ఉచ్ఛ్వాస నిశ్వాసాలు వెచ్చగా, అతని పెదవుల మీద పడుతున్నాయి.

అతని కంటే ముందుగా ఆమె భోజనశాలలోకి వెళ్ళింది. "రాండి వొలోద్యా!" అని పిలిచింది. "ఏం తెప్పించారు? నాకు వైన్ కావాలి. తరువాత ప్రేమ కావాలి... ప్రేమ, ప్రేమ, ప్రేమ! ఇదుగో! సేవించండి" అంటూ ఆమె అతనికి వైను గ్లాసు అందించింది. "చుక్క కూడా మిగలకుండా తాగేసెయ్యండి! ఈ రాత్రి, ఈ చల్లని రాత్రి, ఈ చక్కని రాత్రి, మన ప్రేమకు చిహ్నంగా ఇలాగే త్రాగాలి!"

ఇద్దరూ గ్లాసులు తాకించుకున్నారు. అతను ఒక్క గుక్కలో గ్లాసెడు వైనూ తాగేశాడు. తరువాత కొంచెం సేపు ఆగి ఇలా అన్నాడు:

"ఏమీటీ?..వింతగా ఉందే?... ఈ వైను ఎందుకనో చేదుగా ఉంది."

"అవును. మీరు చెప్పింది నిజమే!" ఆమె అంగీకరిస్తూ అతని వంక నిశ్చలంగా చూచింది. "ఈ వైను ఎప్పుడూ కొంచెం వగరుగా, చేదుగా ఉంటుంది. రైస్ వైన్సు అన్నీ ఇలాగే ఉంటాయి."

"ఇదీ మరీ చేదుగా ఉందే" అన్నాడతను మళ్ళీ. "వద్దు ప్రేయసీ! ఇహ నా కొద్దు. నేను తాగలేను."

ఓ అయిదు నిమిషాల తరువాత అతను పడక కుర్చీలో పడుకుని గాఢంగా నిద్రపోయాడు. తల వెనక్కు వ్రేలాడవేశాడు. అతని క్రింది దవడ ఒక పక్కకు వాలిపోయింది.

టమారా కొంచెం సేపు ఆగి, ఆ తరువాత అతణ్ణి మేలుకొల్పడానికి ప్రయత్నించింది. అతను కదలలేదు, మెదలలేదు. మైమరచి నిద్రపోతున్నాడు. అప్పుడామె ఒక కొవ్వొత్తి వెలిగించి, కిటికీలో పెట్టింది. కిటికీలోంచి వీధిలోకి చూచింది.

పిమ్మట ఆమె నడవలోకి వెళ్ళి, నిశ్శబ్దంగా ఏదో వింటూ నిలబడింది. కొద్ది క్షణాలలో ఎవరో మెల్లగా మేడ మెట్లు ఎక్కుతున్నట్లు ఆమెకు వినిపించింది. వెంటనే వెళ్ళి, చప్పుడు కాకుండా తలుపు తీసింది. 'శంకా' లోపలికి వచ్చాడు. గొప్ప మర్యాదస్థుడికి మల్లే దుస్తులు ధరించి ఉన్నాడతను. అతని చేతిలో సరికొత్త సూట్‌కేసు ఒకటి ఉంది.

"అంతా సిద్ధమేనా?" రహస్యంగా అడిగాడు.

"ఆ అతను ఒళ్ళు తెలీకుండా నిద్రపోతున్నాడు." ఆమె కూడా రహస్యంగానే జవాబు చెప్పింది -- "ఇవిగో! తాళపుచెవులు."

ఇద్దరూ కలిసి ఆఫీసు గదిలోకి వెళ్ళారు. అక్కడే ఇనప్పెట్టె ఉంది. శంకా టార్చిలైటు వేసి, ఇనప్పెట్టె తాళం పరీక్షించాడు. ఆ తరువాత మెల్లగా ఇలా గొణిగాడు:

"వాడి దుంపతెగ, ముసలితొత్తు కొడుకు! దీని కిలాంటి తాళం వేశాడే! ఇది మామూలు తాళం కాదు. అక్షరాలు కలిపితే గాని ఇది రాదు. లేదంటే ఎలెక్ట్రిసిటీ సహాయంతో ఊడదీయాలి. గాడిద కొడుకు! ఎంత చిక్కు పెట్టాడు దేవుడా! దీన్ని తీసేసరికల్లా పుణ్యకాలం పోయి తెల్లారుతుంది."

"ఏం అక్కర్లేదు" వెంటనే అంది టమారా. "ఏయే అక్షరాలు కలిపితే ఆ తాళం వస్తుందో నాకు తెలుసు. జడ్-ఇ-యన్-ఐ-టి కలపండి. వస్తుంది."

పది నిమిషాల తరువాత ఇద్దరూ మేడ దిగి, క్రిందికి వచ్చారు. బుద్ధిపూర్వకంగా, వీధులకు అడ్డంగా పడి అనేక గొందులు, సందులు తిరిగారు. చివరకు పాతపట్నం చేరి, అక్కడ బండి మాట్లాడుకుని, నగరం వదలిపెట్టి సరాసరి స్టేషనుకు వెళ్ళిపోయారు.

వారి వద్ద ఫోర్జరీ చేసిన దొంగ ప్యాసుపోర్టులున్నాయి. చాలా తెలివిగా ఫోర్జరీ

చేశారు. వారిద్దరూ భార్యభర్తలనీ, స్టానిట్స్కికి చెందిన భూస్వాములనీ, ప్యాసుపోర్టులలో ఉదాహరించారు. చాలాకాలం వరకూ వారు ఏమయిందీ ఎవరికీ తెలియలేదు.

ఒక ఏడాది తరువాత మాస్కో నగరంలో జరిగిన ఒక పెద్ద దోపిడీలో 'శంకా' పట్టుబడ్డాడు. పోలీసు విచారణలో టమారా సంగతి కూడా బయటపడింది. ఇద్దరినీ కోర్టులో విచారించారు. చివరకు ఇద్దరికీ శిక్ష పడింది. జైలుకు పోయారు.

ఆ విధంగా టమారా తప్పించుకుపోయి అంతమైంది.

తరువాత అమాయకురాలు, కామిని, మోహిని అయిన 'వెర్కా' వంతు వచ్చింది.

ఆమె కొంతకాలం నుంచీ యుద్ధశాఖలో పనిచేస్తున్న ఒక సివిల్ ఉద్యోగిని ప్రేమిస్తోంది. అతని పేరు 'డిలెక్టొరొస్కీ'. నిజానికి ఈమె మీద అతనికి అంత వ్యామోహం లేదు. ఈ పిల్లే అతనంటే పడిచస్తోంది. అతణ్ణొక దేవుడిలా కొలుస్తోంది. మొదట్లో ఈ విషయం ఆమె గ్రహించలేదు గాని, కాలం గడచినకొద్దీ, చివరకు వేసవి వచ్చేసరికి అతనిలో ఒక రకమైన మార్పు రావడం గమనించింది. ఆమె అంటే అతను నిర్లక్ష్యం చేస్తూ వచ్చాడు. ఏమిటి కారణమని ఆమె అనేకసార్లు గుచ్చి గుచ్చి అడిగింది.

కాని అతను సవ్యంగా సమాధానం చెప్పలేదు. ఏవేవో అర్థం లేని సాకులు చెపుతూ, మొహం తప్పించి తిరుగుతూ వచ్చాడు. అతని ప్రవర్తన చూస్తున్నకొద్దీ ఆమెలో వేదన ఎక్కువైంది. అసూయ కలగసాగింది. తనలో తాను బాధతో కుమిలిపోతూ వచ్చింది. అడగ్గా అడగ్గా చివరకతను తనేదో చిక్కుల్లో ఉన్నానని చెప్పాడు.

ఆఖరుకు సెప్టెంబరు నెల మొదట్లో అతను అసలు విషయం బయటపెట్టాడు. అంతా ఆమెతో నివేదించుకున్నాడు. తన స్వాధీనంలో ఉన్న గవర్నమెంటు సొమ్ము దాదాపు మూడువేల రూబుల్సు అక్రమంగా అపహరించాననీ, అయిదారు రోజులలో లెక్కల తనిఖీ జరుగనున్నదనీ చెప్పాడు. తనకు నలుగురిలో అవమానం తప్పదనీ, తను చేసిన నేరానికి విచారణ జరిపి కఠిన శిక్ష విధించడం ఖాయమనీ మొత్తుకున్నాడు.

ఆమెకు చెపుతూ చెపుతూ తల మీద చేతులు పెట్టుకుని, ఆ ఉద్యోగి గోడుగోడున దుఃఖించాడు.

"మా అమ్మ – నన్ను కన్నతల్లి – ఆమె గతి ఏం కావాలి! ఇది వినగానే ఆమె గుండె పగులుతుంది. వీల్లేదు! ఈ అమాయకుడు ఇలా హింసపడడం కంటే చావడం వేయి రెట్లు నయం!" అంటూ అతను వాపోయాడు.

నవలలో, నాటకాల్లో వలె ఆ విధంగా అతను తన బాధను వర్ణించి చెప్పాడు. దాంతో వెర్కా మనసు అతనికి పూర్తిగా స్వాధీనమైంది. అవును. ఆమె అసలే కల్లాకపటం ఎరుగని మనిషి. ప్రియుడు ఆత్మహత్య చేసుకుంటాననేసరికి ఆమెకు అతని మీద మరీ మమకారం ఎక్కువైంది. అతనికి కూడా నాటకాలలో మాదిరి ఆత్మహత్య చేసుకోవాలనే ఈ అద్భుతమైన ఆలోచన తట్టిన తరువాత, అది అతని మనసులో పాతుకొని పోయింది.

ఒకనాడు వీరిద్దరూ పార్కులో కలుసుకున్నారు. ఇద్దరూ నడచి వెడుతున్నారు.

ఆకులు రాలే కాలం అప్పటికే తన ప్రతాపం చూపించడం మొదలెట్టింది. చెట్ల నుండీ, తీగెల నుండీ ఆకులు రాలుతున్నాయి. అక్కడక్కడా మాత్రం స్వల్పంగా అకులు మిగిలివున్నాయి. వాటి మీద నుంచి వచ్చే గాలి పాతబడి, సారాయి వాసన కొడుతోంది. అయినప్పటికీ చల్లని గాలి చెట్ల మీద నుంచి, పొగల్లోంచి, పచ్చిక నుంచి మెల్లమెల్లగా వీస్తూనే ఉన్నది.

డిలెక్టొరొస్కీ చాలా నీరసపడిపోయాడు. గుండె బేజారయి కుమిలిపోతున్నాడు. పెద్ద పెట్టున ఏడ్వసాగాడు కూడాను! అతనితో పాటు వెర్కా కూడా దుఃఖించింది.

"ఇవాళ నేను ఆత్మహత్య చేసుకుంటాను!" అన్నాడతను బిగ్గరగా. "దాంతో కష్టాలన్నీ గట్టెక్కుతాయి."

"వద్దు ప్రియా! అలా ఎన్నటికీ చెయ్యొద్దు" అంది ఆమె దీనంగా.

"అలా కాదు. అది జరిగి తీరాల్సిందే" అన్నాడతను కటువుగా. "ఆ పాడు డబ్బు! మనిషికి కావల్సింది ప్రాణమా? లేక గౌరవమా?"

"ప్రియా!...ప్రియా!... డార్లింగ్!"

"ఇహ మాట్లాడకు.. ఇహ మాట్లాడకు అనెట్టీ!" ఏదో కారణాన అతను, ఆమెను వెర్కా అని పిలవకుండా, ఎప్పుడూ అనెట్టీ అనే పిలుస్తుంటాడు. "నీవేం మాట్లాడకు! నేను ఆ నిశ్చయానికి వచ్చాను."

"నేను చేయదగిన సహాయం ఏమైనా ఉంటే చెప్పండి" అంది వెర్కా విచారంగా. "మీ కోసం సంతోషంగా నా ప్రాణాలు ఇస్తాను. నాలో ఉన్న ప్రతి రక్తబిందువునూ మీకే అర్పిస్తాను ప్రియా!"

"ఏం జీవితం!" అన్నాడతను తిరిగి మొహం చిన్నబుచ్చుకొని. "సెలవు అనెట్టీ! శాశ్వతంగా సెలవు తీసుకుంటున్నాను."

ఆమె నిరాశతో తలూపింది.

"అలా అంటే నేను ఒప్పుకోను. నేను మిమ్మల్ని వదిలిపెట్టి వెళ్ళిపోలేను. వీల్లేదు! వీల్లేదు! నన్ను కూడా మీ వెంటే తీసుకెళ్ళండి. మీతోనే చస్తాను!"

అతను ఖరీదైన ఒక హోటల్లో గది తీసుకున్నాడు. ఇంకా కొద్ది గంటలలోనో, లేక ఇంకా తొందరగానో తనూ, వెర్కా చావడం తథ్యమని అతనికి తెలుసు. అతని జేబులో పదకొండు కోపెక్కులు మాత్రమే ఉన్నాయి. అయినా చాలా ఖరీదైన భోజనానికి ఆర్డరిచ్చాడు. పండ్లు, కాఫీ, బ్రాందీ, రెండు బుడ్లు షాంపేన్ – ఇవన్నీ పట్టుకురమ్మని ఉత్తర్వు చేశాడు. కొద్దిసేపట్లో కాల్చుకుని చచ్చిపోవడానికి అతను అణుమాత్రం సందేహించడం లేదు. పైగా తను చేసిన సాహసకృత్యానికి స్నేహితులు, బంధువులు, తోటి ఉద్యోగులు – అందరూ మెచ్చుకుంటారనీ, ఆశ్చర్యపోతారనీ అనుకున్నాడు. తను చచ్చిపోతున్నాననే చింత ఏ కోశానా లేదు.

ఏ క్షణంలో అయితే అతనితో పాటు తనూ చావడానికి సిద్ధంగా ఉన్నానని

చెప్పిందో, ఆ క్షణం నుంచీ మళ్ళీ ఆ నిశ్చయాన్ని మార్చుకోలేదు వెర్కా. తన ప్రియుడితో పాటు మరణించడానికి ఆమె కెంతో హాయిగా ఉంది. మృత్యువంటే ఆమెకు భయం కలగడం లేదు. 'ఈ విధంగా చావడం ఎంతో ఉత్తమం. ఏ సానికొంపల్లోనో, మురుగు గుంటల్లోనో చావడం కంటే, కనీసం నా ప్రియుడితో పాటు మరణించడం ఎంతో మంచిది' అనుకుంది ఆమె తనలో!

ఆమె తన ప్రియుణ్ణి అనేకసార్లు బలంగా ముద్దు పెట్టుకుంది. ఆమె ఇప్పుడు ఎంతో అందంగా, ఉల్లాసంగా అగుపిస్తోంది. ఎన్నడూ అగుపించని కళ ఇప్పుడామెలో కనిపిస్తోంది. ఆమె వంకులొంకుల జుట్టు రేగిపోయి ఉంది. ముంగురులు మొహం మీద పడుతున్నాయి. కళ్ళు మిలమిల మెరుస్తున్నాయి.

ఎట్టకేలకు ఆ ఆఖరు ఘడియ -- ఆ పవిత్ర క్షణం వచ్చింది.

"నీవు, నేనూ - మనిద్దరం ఆనందం అనుభవించాం అనెట్టీ! జీవితం అనే పాత్రలో సుఖమనే మధువును గ్రోలాం! పాత్ర ఖాళీ అయింది. ఇహ దీన్ని పగులగొట్టడమే తరువాయి! పగులగొట్టేద్దాం! ప్రేయసీ! అలా జరుగుతున్నందుకు విచారించవు కదూ?" అనడిగాడతను.

"లేదు.. లేదు. ఏ మాత్రం విచారించడం లేదు."

"అయితే నీవు సిద్ధంగా ఉన్నావా?"

"ఆ.... సిద్ధం" అమె మెల్లగా అంటూ మందహాసం చేసింది.

"అయితే ఆ గోడ వైపు తిరిగి కళ్ళు మూసుకో!"

"ఓ! అలా కాదు ప్రియా! అలా వీల్లేదు. నా దగ్గరకు రండి. అక్కడ! బాగా దగ్గరగా, ఇంకా దగ్గరకు రండి. మీ కళ్ళు ఇలా తిప్పండి. ఆ కళ్ళల్లోకి చూడాలని ఉంది. నాకేం భయం లేదు. మీరూ ధైర్యంగానే ఉండండి. నన్ను బలంగా, గట్టిగా ముద్దు పెట్టుకోండి!"

అతను, ఆమెను చంపేశాడు. ఆ తరువాత ఆమెను చూచేసరికి అతణ్ణి భయం ఆవరించింది. అసహ్యమైన, అతి దుష్టమైన, నీచమైన భయం అతణ్ణి చుట్టుముట్టింది. అతని కాళ్ళు కుప్పగా కూలిపోతున్నాయి. అయినా అతని మనస్సు - దుర్మార్గుడు, మోసగాడు, పిరికిపంద అయిన అతని మనస్సు అంతా కనిపెడుతూనే ఉంది. పక్కకు ఒత్తిగిల్లి, తుపాకి బిస నొక్కడానికి అతనికి ధైర్యం లేకపోలేదు.

తరువాత అతను బాధతో, తుపాకీ పేలిన పెద్ద చప్పుడు వల్ల కలిగిన భయంతో, మూలుగుతూ కిందికి ఒరిగిపోయాడు. అప్పుడతని పక్కన ఉన్న వెర్కా దేహం చివరిసారి అటూ ఇటూ చలించింది.

వెర్కా మరణించిన రెండు వారాల లోపే, సాధుస్వభావం గల తెల్ల మంకా, ఎప్పుడూ నవ్వుతూ ఉండే ముసలి మంకా - వీరిద్దరూ కూడా ఒక పెద్ద పోట్లాటలో చనిపోయారు. 'యామ్ స్కాయా'లో అప్పుడప్పుడు కలహాలు జరగడం మామూలేగా! అలాగే జరిగిన ఒక కొట్లాటలో ఎవరో పెద్ద పెద్ద సీసాలు తీసుకొని, వీరి తల మీద

బలంగా కొట్టారు. ఆ చంపిన మనిషి ఎవరో అప్పటికీ, ఇప్పటికీ కూడా పట్టుబడలేదు.

ఎమ్మా ఇంట్లో జరిగిన ఈ దురదృష్ట సంఘటనలు అంతటితో ఆగిపోలేదు. ఆ తరువాత వెంటనే అక్కడ ఉన్న ఇతర కొంపలకు కూడా ఇలాంటి దుర్గతే పట్టింది.

అసలు ముఖ్యంగా ఇంతటి ఘోరమైన విపత్తులు, భయంకరమైన సంఘటనలు జరగడానికి, ఇంత సంక్షోభం పుట్టడానికి సోల్జర్లు 'యామ్ స్కాయా' మీద జరిపిన దండయాత్రే కారణం. ఇద్దరు సైనికులు గుర్రాల మీద ఎక్కి, 'యామా'కు వచ్చారు. ఒక రూబులు పుచ్చుకునే సానికొంపలో ప్రవేశించారు. కానీ వారి వద్ద తగినంత డబ్బు లేదు. డబ్బు ఇవ్వకుండానే ఇంట్లో ప్రవేశించి, సానులతో పిచ్చి పిచ్చి ప్రేమకలాపాలు సాగించారు. అందుకని ఇంట్లో ఉన్న కాపలావాళ్ళు, పనిమనుషులు వాళ్ళ మీద పడి, చావచితకగొట్టి వీధిలో పడేశారు. చిరిగిపోయిన దుస్తులతో, ఒళ్ళంతా గాయాలు పడి రక్తం కార్చుకుంటూ వాళ్ళు సిపాయిలుండే స్థావరానికి చేరుకున్నారు.

ఆ రోజు సిపాయిలందరికీ సెలవు. ఏటేటా జరుపుకునే ఉగాది ఉత్సవం జరుపుకుంటున్నారు. మిత్రులకు జరిగిన ఈ పరాభవం సిపాయిలందరూ తెలుసుకున్నారు. ఇంకేముంది! ఒక అరగంట తరువాత దాదాపు వందమంది సైనికులు ఉరకులు వేస్తూ, పరుగులు తీస్తూ 'యామా'లో వచ్చిపడ్డారు. కనిపించిన ప్రతి ఇంటి మీద పడి, ధ్వంసం చేయనారంభించారు. ఇదే సందు అనుకుని, వాళ్ళతో రౌడీలు, తుంటరులు, జూదగాళ్ళు కూడా చేతులు కలిపారు. ఇంకేం? అంతా ఏకమై, 'యామా' వీధులను నానావిధాల నాశనం చేయసాగారు. ఇళ్ళకున్న కిటికీ అద్దాలన్నీ పగులగొట్టారు. తలుపులన్నీ విరగ్గొట్టారు. పియానోలు, తదితర వాద్యాలు ముక్కలు ముక్కలు చేశారు. కుర్చీలు, బల్లలు, మంచాలు, పరుపులు – అన్నీ నుగ్గునుగ్గు చేసి, వీధుల్లోకి విసిరేశారు. చాలారోజుల వరకూ అవన్నీ మంచు చెక్కుల మాదిరి వీధుల్లో తేలి ఆడాయి.

స్త్రీలకు ఒంటి మీద గుడ్డ లేకుండా వలిచివేసి, వీధుల్లోకి నెట్టారు. ముగ్గురు కాపలావాళ్ళను ముక్కూ, నోటా నెత్తురు పడేదాకా కొట్టి చంపేశారు. ఈ విధంగా ప్రతి ఇంటి మీద పడి నాశనం చేశారు. ట్రెప్పెల్సు భవనం కూడా ధ్వంసం అయింది. అందులో ఉన్న విలువైన సామానులు, రకరకాల వస్తువులు, పట్టుపరుపులు, సిల్కు సోఫాలు, మెత్తని తివాచీలు, అందమైన బల్లలు, నగిషీ చెక్కిన కుర్చీలు – అన్నీ ముక్కలు ముక్కలు చేసి, ఇష్టం వచ్చినట్లు వీధిలో పారేశారు. ఆ గుంపు అంతటితో ఊరకోలేదు. ఆ చుట్టుప్రక్కల ఉన్న ప్రతి హోటలు మీదా, ప్రతి దుకాణం మీదా, సారా అంగడి మీదా, బీరు షాపు మీదా పడి అన్నీ ధ్వంసం చేశారు.

ఆ విధంగా మూకంతా 'యామా'లో పడి, మూడు గంటల సేపు పెచ్చుమీరి, విచ్చలవిడిగా విహారం చేసింది. తాగి తందనాలాడారు. కోపోద్రేకాలతో కోలాహలం చేశారు. కుమ్ములాట, దొమ్ములాట, సంక్షోభం, సంకుల సమరం! సర్వనాశనం! చివరకు ప్రత్యేకంగా పంపబడిన సైనిక దళం ఒకటి వచ్చి, తుపాకులు కాల్చి, రైఫిల్సు పేల్చి,

మూకనంతా చెదరగొట్టింది. అప్పటికే యాభై కోపెక్కులు పుచ్చుకునే రెండు వ్యభిచార గృహాలకు నిప్పంటించారు కూడా. కాని ఈ సైనికదళం ఎంతో శ్రమపడి వాటిని చల్లార్చింది. ఆ రోజుకు ఎలాగో అలజడి కొంతవరకు సద్దుమణిగింది.

కానీ మళ్ళీ మర్నాడు ఏం ముంచుకొచ్చిందో ఏమో! మూకంతా పోర్లుకొచ్చి దొమ్మీ ప్రారంభించింది. ఈసారి 'యామా'లోనే కాదు! నగరంలోనూ, నగరం వెలుపల ఉన్న ప్రదేశాల్లోనూ దొమ్మీ ప్రారంభమైంది. తలవని తలంపుగా ఈ మూకంతా వెళ్ళి, దరిద్రంతోనూ, దాస్యంతోనూ విపరీతంగా బాధపడుతున్న యూదుల ముఠాతో కలిసింది. వారూ, వీరూ అంతా ఏకమై నగరాన్ని అల్లకల్లోలం చేశారు. భయంకరమైన ఈ సంకుల సమరం మూడు రోజుల పాటు సాగింది.

తరువాత ఒక వారం రోజులకు గవర్నర్ జనరల్ ఉత్తర్వు జారీ చేశాడు. 'యామ్ స్కాయా'లోను, నగరంలో గల తదితర భాగాల్లోను ఉన్న సానికొంపలన్నీ తక్షణం మూసివేయాలని కఠినంగా ఉత్తర్వులు పంపాడు. తమ తమ వ్యాపారాలన్నీ సర్దుబాటు చేసుకోవడానికీ, కొంపలకు తాళాలు వేయడానికీ ఆ యా ఇళ్ళ యజమానురాండ్రందరికీ ఒక వారం రోజులు వ్యవధి ఇవ్వబడింది.

పాపం! వృద్ధాప్యం వచ్చి, చితికి చివికి పోయి, దోచుకొనబడిన వ్యభిచార గృహాల యజమానురాండ్రందరికీ పడుపువృత్తి మీద మోజు తగ్గిపోయింది. దుక్కల్లా బలిసిన పనిమనుషులకు, ఇంటి పెత్తనం చేసే గయ్యాళిగంపలకు, వెనుకటి జీవితం మీద విరక్తి పుట్టింది. అంతా త్వరత్వరగా కొంపా, గోడూ, మూటా, ముల్లే కట్టుకుని ఆ మురికికూపం లోంచి బయటపడ్డారు.

తరువాత ఒక నెల రోజులకు 'యామా' అంతా నిర్మానుష్యమై, నిశ్శబ్దమైపోయింది. కాని ఒకప్పుడు జూదానికీ, తాగుడుకూ, చీట్లాటకూ, పోట్లాటకూ, పచ్చి శృంగారానికీ, పడుపుకత్తెలకూ ప్రసిద్ధికెక్కిన ఆ 'యామ్ స్కాయా' పేరు మాత్రం అలాగే ఉండిపోయింది.

వివిధ రకాల హెన్రీటాలు, కాట్కాలు, వెర్కాలు, ఇంకా మిగిలిపోయిన పడుపుకత్తెలు – వీరంతా చెల్లాచెదరయి నగరంలో నాలుగు మూలలకు పరుగెత్తారు. అసంఖ్యాకులైన స్త్రీలు అమాయకులై, అభాగ్యులై మతి చలించి, పిచ్చివాళ్ళయి, బిచ్చగాళ్ళయి జనంలో కలిసిపోయి, నగర వీధుల్లో తిరుగుతున్నారు. గూండాలు, కొంటె పిల్లలు – వీరందరినీ ఆట పట్టిస్తూ, వెక్కిరిస్తూ, మోసాలు చేస్తూ, హాస్యాలాడుతూ ఆనందిస్తున్నారు.

ఒకప్పుడు పచ్చి శృంగారం విరగబడి వికటాట్టహాసం చేసిన 'యామా' పేరు కూడా అతి త్వరలోనే మార్చివేశారు. పాపానికీ, పడుపువృత్తికీ, అక్రమానికీ, అనాచారానికీ, అన్యాయానికీ, అపకీర్తికీ నిలయమై 'యమకూప'మని ప్రసిద్ధి కెక్కిన 'యామా' పేరు మళ్ళీ జ్ఞాపకం రాకుండా పూర్తిగా మాసిపోయింది. ఇహ ఆ పాపపు చరిత్ర కనిపించదు. వినిపించదు.

సమాప్తం

రెంటాల సాహితీ స్రవంతి

ఆధునిక ఆంధ్ర సాహిత్య వ్యవసాయ క్షేత్రంలో అనవరత కృషీవలుడిగా 'అక్షర షష్టిపూర్తి' జరుపుకొన్న అరుదైన రచయిత శ్రీ రెంటాల గోపాలకృష్ణ (జననం: 5 సెప్టెంబర్ 1920 – మరణం: 18 జూలై 1995). పదహారేళ్ళ ప్రాయం నుంచి డెబ్బై అయిదేళ్ళ వయసులో ఆఖరి శ్వాస విడిచే ముందు వరకు – అరవై సంవత్సరాల సుదీర్ఘకాలం పాటు ఆయన సాహితీ సేద్యం సాగించి, బంగారు పంటలు పండించారు. కవిత్వం, కథానిక, నాటకం, గీతరచన, అనువాదం, అనుసరణ, విమర్శ, అనుసృజన – ఇలా ఎన్నో ప్రక్రియలను స్పృశించిన రెంటాల రచనలు అసంఖ్యాకం. ఆయన గ్రంథాలు అశేష ఆంధ్ర పాఠకుల ఆదరాభిమానాలు చూరగొన్నాయి. పలు రచనలు పదే పదే ముద్రితమై బహుళ ప్రచారం పొందాయి.

అన్వేషణలో లభ్యమైన సమాచారం మేరకు పుస్తక రూపంలో వెలువడిన రెంటాల రచనల జాబితా, ప్రథమ ముద్రణ తేదీల వివరాలు ఇవీ:

1. పార్వతీశ శతకం (కవిత); చంద్రికా ప్రెస్, గుంటూరు; 1942; 50 పేజీలు.
2. రాజ్యశ్రీ (చారిత్రక నవల; ప్రముఖ పండితులు, చరిత్ర శాస్త్ర అధ్యాపకులు శ్రీమారేమండ రామారావు ముందు మాటతో); వెంకటేశ్వర ప్రెస్; గుంటూరు; 1939; 60 పేజీలు.
3. కిరాతార్జునీయం (పౌరాణిక నాటకం); చంద్రికా ప్రెస్, గుంటూరు; 1943; 80 పేజీలు.
4. సంఘర్షణ (కావ్యసంపుటి; ప్రముఖ అభ్యుదయ కవి శ్రీరంగం నారాయణ బాబు వ్రాసిన ముందుమాట 'ప్రవర'తో); సాహితీ స్రవంతి, విజయవాడ; జూన్ 1950; 72 పేజీలు.
5. శిక్ష (ఆటం, శిక్ష, మూడో యుద్ధం, ఆకలి అనే నాలుగు నాటికల సంపుటి); సాహితీ స్రవంతి, విజయవాడ; జూన్ 1952; 112 పేజీలు.
6. 'కల్పన' (ఆధునిక కవితా సంపుటి) (సంపాదకత్వం) (ముద్దుకృష్ణ 'వైతాళికులు' తరువాత అంతటి విశిష్టత సంపాదించుకున్న అభ్యుదయ కవితల సంకలనం ఇది. అప్పటి ప్రముఖ కవులందరి కవితలున్న ఈ పుస్తకాన్ని ఆనాటి ప్రభుత్వం నిషేధించింది); చేతన సాహితి, విజయవాడ; 26 ఏప్రిల్ 1953; 338 పేజీలు.

నవోదయ పబ్లిషర్స్, విజయవాడ:

7. సర్పయాగం (కావ్య సంపుటి); ఫిబ్రవరి 1957; 94 పేజీలు (ప్రజాశక్తి బుక్ హౌస్, విజయవాడ – 2 వారిచే మార్చి 1997లో మలి ముద్రణ).

8. విజయ ధ్వజం – మొదటి సంపుటం (నవల; మూలం: మకరెంకో రచన 'లెర్నింగ్ టు లివ్'); 1957; 389 పేజీలు.
9. విజయ ధ్వజం – రెండో సంపుటం; డిసెంబర్ 1957; 328 పేజీలు. (రెండు సంపుటాలూ కలిపి ఒకే గ్రంథంగా 'మంచి పుస్తకం' ప్రచురణ సంస్థ వారు 2007లో ప్రచురించారు; 448 పేజీలు).
10. గజదొంగ నికోలా (ఇవాన్ ఓల్బ్రాఖ్ట్ రాసిన చెక్ నవలకు అనువాదం); 1959; 351 పేజీలు.
11. థాయిస్ (నవల, మూలం: నోబెల్ బహుమతి గ్రహీత, ఫ్రెంచి నవలాకారుడు ఆనటోల్ ఫ్రాన్స్ రచన); మార్చి 1960; 316 పేజీలు
12. ఇన్‌స్పెక్టర్ జనరల్ (నాటకం; ఆధారం: రష్యన్ నాటకకర్త గొగోల్ రచన); (గొగోల్ మాతృక ఆధారంగా మరికొన్ని నాటకానువాదాలు వెలువడినప్పటికీ, రెంటాల చేతిలో రూపుదిద్దుకొన్న ఈ రచన "అచ్చ తెలుగు నాటకం"గా అందరి ప్రశంసలు పొందింది. ఈ నాటకం రాష్ట్ర వ్యాప్తంగానూ, రాష్ట్రం వెలుపలా వందలాది ప్రదర్శనలతో ఆదరణ చూరగొంది); ఏప్రిల్ 1956; 112 పేజీలు.
13. ఇస్పేట్ రాణి (నవల; మూలం: 'రష్యాదేశపు షేక్స్‌పియర్'గా అభివర్ణితుడైన ప్రపంచ ప్రఖ్యాత కవి, రచయిత అలెగ్జాండర్ పుష్కిన్. ఆయన రచనలలో మణిపూస 'ది క్వీన్ ఆఫ్ స్పేడ్స్'కు ఇది ప్రశంసలు పొందిన తెనుగు సేత); 1964; 86 పేజీలు.
14. వచ్చాయి మంచిరోజులు (నవల; మూలం: మైఖేల్ స్టెల్‌మాక్ రష్యన్ రచన 'ది రిటర్న్ ఆఫ్ ది వైల్డ్ శ్వాన్స్'); జనవరి 1966; 229 పేజీలు.
15. ప్రేమజ్యోతి (నవల; మూలం: చకోవ్‌స్కీ రష్యన్ నవల 'ది లైట్ ఆఫ్ ఎ డిస్టెంట్ స్టార్'); అక్టోబర్ 1966; 393 పేజీలు.

ఆదర్శ గ్రంథమండలి, విజయవాడ:

16. ఆకలి పాటలు (కవిత); అక్టోబర్ 1952; 30 పేజీలు.
17. వెట్టివాడు (కథలు; మూలం: టాల్‌స్టాయ్ కథలు); 1952; 146 పేజీలు.
18. విజ్ఞాన కథలు – 1వ భాగం(మూలం: టాల్‌స్టాయ్ కథలు); 1954; 49 పేజీలు.
19. విజ్ఞాన కథలు – 2వ భాగం(మూలం: టాల్‌స్టాయ్ కథలు); 1954; 49 పేజీలు.
20. నిలకడ మీద నిజం (కథలు; మూలం: టాల్‌స్టాయ్ కథలు); 1955; 107పేజీలు.
21. నివేదన (ఆత్మకథ; మూలం: టాల్‌స్టాయ్); 1955; 90 పేజీలు.
22. టాల్‌స్టాయ్ నాటక కథలు; 1955; 207 పేజీలు.
23. టాల్‌స్టాయ్ పిల్లల కథలు – మొదటి భాగం; 1955; 68 పేజీలు.
24. టాల్‌స్టాయ్ పిల్లల కథలు – రెండో భాగం; 1955; 58 పేజీలు.

25. పిల్లల తెలివితేటలు (టాల్‌స్టాయ్ నాటికల అనువాదం); 1956; 76 పేజీలు.
26. అన్నా కెరినినా (విశ్వ విఖ్యాత టాల్‌స్టాయ్ నవలకు సాహితీవేత్తల ప్రశంసలు పొందిన సరళ అనువాదం); 1956; 586 పేజీలు.
27. భయస్థుడు (నవల; మాక్జిమ్ గోర్కీ రష్యన్ గ్రంథం 'ఫోమా గార్డియెవ్' (ది మ్యాన్ హు వజ్ ఎఫ్రయిడ్)కు అనువాదం); 1956; 490 పేజీలు.
28. ఆస్కార్‌వైల్డ్ కథలు; 1956; 160 పేజీలు.
29. పిల్లల బొమ్మల ప్రపంచ కథలు; 1956; ద్వితీయ ముద్రణ (కొండా శంకరయ్య, హైదరాబాద్); 1959; 124 పేజీలు.
30. మానవ హృదయాలు (నవల; మూలం: ఫ్రెంచి రచయిత మపాసా రచన); 1957; 350 పేజీలు.
31. సంసార సుఖం (నవల; మూలం: టాల్‌స్టాయ్ రచన 'ఫ్యామిలీ హ్యాపీనెస్'); 1960; 192 పేజీలు.
32. యమకూపం (నవల; మూలం: అలెగ్జాండర్ కుప్రిన్ రాసిన ప్రపంచ ప్రఖ్యాత రష్యన్ రచన 'యమా ది పిట్'); 1960; 391 పేజీలు.
33. సింగినాదం – జీలకఱ్ఱ; సెప్టెంబరు 1967; 68 పేజీలు.
34. యక్ష ప్రశ్నలు; 1967; 68 పేజీలు.

దేశి కవితా మండలి, విజయవాడ:

35. మూడు ఎలుగులు – మధ్య పసిపాప (పిల్లల కథ; మూలం: టాల్‌స్టాయ్ రచన); మే 1956; 26 పేజీలు.
36. చెప్పడం సులభం – చేయడం కష్టం! (టాల్‌స్టాయ్ కథలు); అక్టోబరు 1956; 96 పేజీలు.
37. కోడిగుడ్డంత గోధుమగింజ (టాల్‌స్టాయ్ కథలు);అక్టోబరు 1956; 100 పేజీలు.
38. రవ్వంత నిప్పు ఇల్లంతా కాలుస్తుంది! (టాల్‌స్టాయ్ కథలు); అక్టోబరు 1956; 116 పేజీలు.
39. ప్రేమ ఉన్నచోట దేవుడున్నాడు! (టాల్‌స్టాయ్ కథలు); 1956; 93 పేజీలు.
40. దేశం ఏమైంది! (ఎలన్ పేటన్ ఆఫ్రికన్ నవల 'క్రై ది బిలవ్డ్ కంట్రీ'కి అనువాదం. ఈ నవల 1949లో 'సండే టైమ్స్' ప్రత్యేక బహుమతి పొందింది); (దక్షిణ భాషా పుస్తక సంస్థ సహకారంతో); ఆగస్టు 1958; 551 పేజీలు.
41. మాలిని (నాటకం; మూలం: రవీంద్రనాథ్ టాగోర్ రచన); జూలై 1961; 342 పేజీలు.
42. చీకటి గదిలో రాజు (సన్యాసి, చీకటి గదిలో రాజు నాటకాల సంపుటి; మూలం: రవీంద్రనాథ్ టాగోర్ రచన); ఆగస్టు 1961; 159 పేజీలు.

43. రాజు–రాణి (నాటిక; మూలం: రవీంద్రనాథ్ టాగోర్ రచన); 1962; 42 పేజీలు.
44. బలిదానం (చండాలిక, బలిదానం నాటకాల సంపుటి; మూలం: రవీంద్రనాథ్ టాగోర్ రచన); 1962; 96 పేజీలు.
45. ఎర్రగన్నేరు (చిత్ర, ఎర్రగన్నేరు నాటకాల సంపుటి; మూలం: రవీంద్రనాథ్ టాగోర్ రచన); మే 1962; 151 పేజీలు.
46. నటీపూజ (కచ–దేవయాని, కర్ణ–కుంతి, నటీపూజ నాటకాల సంపుటి; మూలం: రవీంద్రనాథ్ టాగోర్ రచన); 1962; 111 పేజీలు.
47. గోరా (రవీంద్రనాథ్ టాగోర్ సుప్రసిద్ధ నవలకు అనువాదం); జనవరి 1964; 603 పేజీలు.
48. రజని (నాటకం; ప్రముఖ పాత్రికేయుడు శ్రీ నార్ల వెంకటేశ్వరరావు ముందుమాటతో); ఏప్రిల్ 1967; 128 పేజీలు.
49. ఆర్య కథామాల (సంస్కృత పురాణాలలోని ప్రశస్త గాథలు); (దక్షిణ భాషా పుస్తక సంస్థ సహకారంతో); నవంబర్ 1959; 251 పేజీలు.

ఉమా పబ్లిషర్స్, విజయవాడ:

50. ఆంధ్ర వచన భాగవతం – ప్రథమ సంపుటము (మొదటి 8 స్కంధాలు); సెప్టెంబరు 1960; 407 పేజీలు.
51. ఆంధ్ర వచన భాగవతం – ద్వితీయ సంపుటము (9వ స్కంధం నుంచి చివరిదైన 12వ స్కంధం వరకు); 1960; 400 పేజీలు.
52. శ్రీ రామకృష్ణ పరమహంస (జీవిత సంగ్రహం); నవంబర్ 1962; 44 పేజీలు.
53. శ్రీ రామానుజాచార్యులు (జీవిత సంగ్రహం); నవంబర్ 1962; 48 పేజీలు.
54. శ్రీ రామతీర్థ స్వామి (జీవిత సంగ్రహం); నవంబర్ 1962; 40 పేజీలు.
55. శ్రీ వివేకానంద స్వామి (జీవిత సంగ్రహం); డిసెంబర్ 1962; 56 పేజీలు.
56. శ్రీ మధ్వాచార్యులు (జీవిత సంగ్రహం); 1962; 48 పేజీలు.

తెలుగు వెలుగు బుక్స్, విజయవాడ:

57. పంజరం విడిచిన పావురాలు (నవల; మూలం: విఖ్యాత రచయిత లిన్ యూ టాంగ్ రచన 'ది ఫ్లయిట్ ఆఫ్ ది ఇన్నోసెంట్స్'); అమెరికన్ సమాచార శాఖ సహకారంతో; ఫిబ్రవరి 1967; 616 పేజీలు.
58. శాంతిసంధాత స్వప్నభంగం (నవల; మూలం: రష్యన్ రచయిత అబ్రామ్ టెరెట్జ్ రచన); అమెరికన్ సమాచార శాఖ సహకారంతో; 1968; 340 పేజీలు.
59. అడవి పల్లెలో అద్భుత కథలు (మూలం: నథానియల్ హాథారన్ రచన 'ఏ వండర్ బుక్'); అమెరికన్ సమాచార శాఖ సహకారంతో; నవంబర్ 1968; 260 పేజీలు.

నవభారత్ ప్రచురణలు, విజయవాడ:

60. జాతీయ నాయకులు (నెహ్రూ); 1963; 42 పేజీలు.
61. జాతీయ నాయకులు (గాంధీ); 1963; 44 పేజీలు.

జయంతి పబ్లికేషన్స్, విజయవాడ:

62. మూడు నాటికలు (సోమకుడు-రుత్విక్కు, అమ-రమ, గాంధారి హృదయ వేదన నాటికల సంపుటి; మూలం: రవీంద్రనాథ్ టాగోర్ రచన); 1966; 48 పేజీలు.
63. మనుచరిత్ర (అల్లసాని పెద్దన విరచిత కావ్యం-వచనంలో); 1967;135 పేజీలు.
64. మృచ్ఛకటికం (శూద్రక మహాకవి రచన-వచనంలో); 1967; 125 పేజీలు.
65. కళాపూర్ణోదయం (పింగళి సూరన విరచితం-వచనంలో); 1967; 122 పేజీలు.
66. విక్రమోర్వశీయం (కాళిదాసు కావ్యం-వచనంలో); జూలై 1968; 88 పేజీలు.
67. విక్రమార్క చరిత్ర(జక్కన మహాకవి రచన-వచనంలో);జూలై1968; 152 పేజీలు.
68. ఉత్తర హరివంశం(నాచన సోముని కృతి-వచనంలో); జూలై 1968;159 పేజీలు.
69. మాలతీమాధవం(మహాకవి భవభూతి రచన-వచనంలో);జూలై1968; 71పేజీలు.
70. మేఘసందేశం (మహాకవి కాళిదాస కృతం-వచనంలో); 1968; 76 పేజీలు.
71. మాళవికాగ్ని మిత్రం (కవి కాళిదాస విరచితం-వచనంలో);1968; 72 పేజీలు.
72. కాదంబరి (బాణ భట్టారకుని సుప్రసిద్ధ కృతి-వచనంలో); 1968; 223 పేజీలు.
73. మొల్ల రామాయణం (కవయిత్రి మొల్ల విరచితం-వచనంలో); అక్టోబర్ 1969; 185 పేజీలు.
74. కుమార సంభవం (కాళిదాసు రచన-వచనంలో); నవంబర్ 1969; 164 పేజీలు.
75. రఘువంశం (కవి కాళిదాసు కృతి-వచనంలో); డిసెంబర్ 1969; 251 పేజీలు.
76. కిరాతార్జునీయం (కవి భారవి రచన-వచనంలో); అక్టోబర్ 1970; 155 పేజీలు.
77. జైమిని భారతం (పిల్లలమఱ్ఱి పిన వీరభద్రకవి రచన-వచనంలో); డిసెంబర్ 1970; 254 పేజీలు.
78. దశకుమార చరిత్ర (మహాకవి దండి విరచితం-వచనంలో); ఆగస్టు 1971; 284 పేజీలు.
79. పల్నాటి వీర చరిత్ర (శ్రీనాథుడి రచన-వచనంలో);అక్టోబర్ 1971; 284 పేజీలు.
80. వాల్మీకి రామాయణం (వచనంలో); జనవరి 1976; 412 పేజీలు.
81. మహాభారతం (వచనంలో); జనవరి 1976; 396 పేజీలు.
82. భగవద్గీత (వచనంలో); ఆగస్టు 1978; 263 పేజీలు.
83. వచన మహాభారతం (వ్యాసప్రోక్తానుసారం). మొత్తం 18 పర్వాలు - ఏడు సంపుటాలలో; ఆది, సభాపర్వాలు; జూన్ 1985; 341 పేజీలు.
84. అరణ్య పర్వం; జూన్ 1985; 222 పేజీలు.

85. విరాట, ఉద్యోగ పర్వాలు; జూన్ 1985; 264 పేజీలు.
86. భీష్మ, ద్రోణ పర్వాలు; జూన్ 1985; 270 పేజీలు.
87. కర్ణ, శల్య, సౌప్తిక, స్త్రీ పర్వాలు; జూన్ 1985; 224 పేజీలు.
88. శాంతి పర్వం; జూన్ 1985; 228 పేజీలు.
89. అనుశాసనిక, ఆశ్వమేథిక, ఆశ్రమవాసిక, మౌసల, మహాప్రస్థానిక, స్వర్గారోహణ పర్వాలు; జూన్ 1985; 224 పేజీలు.
90. వాల్మీకి వచన రామాయణం (మొత్తం 6 కాండలు, ఆరు సంపుటాలలో); బాలకాండ; డిసెంబర్ 1988; 141 పేజీలు.
91. అయోధ్య కాండ; ఆగస్టు 1989; 248 పేజీలు.
92. అరణ్య కాండ; ఆగస్టు 1989; 128 పేజీలు.
93. కిష్కింధ కాండ; డిసెంబర్ 1989; 163 పేజీలు.
94. సుందర కాండ; జూలై 1988; 176 పేజీలు.
95. యుద్ధ కాండ; జనవరి 1990; 336 పేజీలు.
96. 'యుద్ధం – శాంతి' ప్రథమ సంపుటం (ప్రపంచ సాహిత్యంలో అగ్రశ్రేణికి చెందిన ఈ నవల టాల్‌స్టాయ్ బృహత్తర రచన 'వార్ అండ్ పీస్'కు అనువాదం); అక్టోబర్ 1991; 424 పేజీలు.
97. ద్వితీయ సంపుటం – అక్టోబర్ 1991; 380 పేజీలు.
98. తృతీయ సంపుటం – అక్టోబర్ 1991; 296 పేజీలు. (పై మూడు సంపుటాలు 'సమరము – శాంతి' పేరిట మొట్టమొదటి ప్రచురణ; 1957, 1959, 1959; దేశి కవితా మండలి, విజయవాడ).

క్వాలిటీ పబ్లిషర్స్, విజయవాడ:

99. శృంగార నైషథం – 3, 4 ఆశ్వాసాలు.
100. సుభాషిత రత్నావళి (సంస్కృతంలోని సూక్తులకు తెలుగు వ్యాఖ్యానం); మార్చి 1980; 196 పేజీలు.
101. జాతీయాలు – పుట్టు పూర్వోత్తరాలు మరియు సంస్కృత న్యాయాలు (అందరికీ ఉపయుక్తమైన జాతీయాలు ఎలా పుట్టాయో కథల రూపంలో; ప్రయోగాల సహితంగా); మార్చి 1980; 180 పేజీలు.

నవరత్న బుక్ సెంటర్, విజయవాడ:

102. బాలానంద బొమ్మల దశావతారములు; జనవరి 1984; 122 పేజీలు.
103. బాలానంద బొమ్మల శ్రీకృష్ణ లీలలు; 1984; 68 పేజీలు.
104. బాలానంద శ్రీ సత్యనారాయణస్వామి వ్రత మహాత్మ్యం; 1987; 44 పేజీలు.

105. బాలల బొమ్మల ఆలీబాబా నలభై దొంగలు; మే 1990; 72 పేజీలు.
106. బాలల బొమ్మల మర్యాద రామన్న కథలు; జూన్ 1990; 99 పేజీలు.
107. బాలల బొమ్మల అల్లావుద్దీన్ అద్భుత దీపం; జూన్ 1990; 74 పేజీలు.
108. బాలానంద బొమ్మల టిప్పు సుల్తాన్; మార్చి 1993; 86 పేజీలు.
109. బాలానంద బొమ్మల వీరపాండ్య కట్ట బొమ్మన; సెప్టెంబర్ 1993; 60 పేజీలు.
110. తెలుగు సామెతలు; అక్టోబర్ 1997; 144 పేజీలు.
111. మీ చిన్నారి పిల్లలకు అందాల పేర్లు; సెప్టెంబర్ 1995; 120 పేజీలు.
112. అందరి ఆరోగ్యానికి యోగాసనాలు; అక్టోబర్ 2000; 120 పేజీలు.
113. బాలల బొమ్మల షిర్డీసాయి చరిత్ర
114. బాలల బొమ్మల శ్రీఅయ్యప్ప స్వామి చరిత్ర

నవసాహితీ బుక్ హౌస్, విజయవాడ:

115. మన నగరాలు – మొదటి భాగం; ఆగస్టు 1989; 56 పేజీలు.
116. మన నగరాలు – రెండవ భాగం; ఆగస్టు 1989; 56 పేజీలు.
117. మన నగరాలు – మూడవ భాగం; ఆగస్టు 1989; 56 పేజీలు.
118. మన నగరాలు – నాలుగవ భాగం; ఆగస్టు 1989; 56 పేజీలు.
119. మన చారిత్రక ప్రదేశాలు – మొదటి భాగం; ఆగస్టు 1989; 56 పేజీలు.
120. మన చారిత్రక ప్రదేశాలు – రెండవ భాగం; ఆగస్టు 1989; 56 పేజీలు.
121. మన చారిత్రక ప్రదేశాలు – మూడవ భాగం; ఆగస్టు 1989; 55 పేజీలు.
122. మన చారిత్రక ప్రదేశాలు – నాలుగవ భాగం; ఆగస్టు 1989; 55 పేజీలు.
123. మన నదులు – మొదటి భాగం; ఆగస్టు 1989; 64 పేజీలు.
124. మన నదులు – రెండవ భాగం; ఆగస్టు 1989; 56 పేజీలు.
125. మన నదులు – మూడవ భాగం; ఆగస్టు 1989; 56 పేజీలు.
126. మన నదులు – నాలుగవ భాగం; ఆగస్టు 1989; 56 పేజీలు.
(పై పన్నెండు పుస్తకాల మొట్టమొదటి ముద్రణ, ఆగస్టు 1961; ఆదర్శ గ్రంథ మండలి, విజయవాడ).
127. ఋషుల కథలు – ఒకటవ భాగం; జూలై 1989; 40 పేజీలు.
128. ఋషుల కథలు – రెండవ భాగం; జూలై 1989; 44 పేజీలు.
129. ఋషుల కథలు – మూడవ భాగం; జూలై 1989; 40 పేజీలు.
130. ఋషుల కథలు – నాలుగవ భాగం; జూలై 1989; 40 పేజీలు.
(పై నాలుగు పుస్తకాల మొట్టమొదటి ముద్రణ 1962; ఉమా పబ్లిషర్స్, విజయవాడ).
131. ఈసప్ నీతి కథలు – మొదటి భాగం; 1958

132. ఈసప్ నీతి కథలు – రెండో భాగం; 1958
133. ఈసప్ నీతి కథలు – మూడో భాగం; 1958
134. ఈసప్ నీతి కథలు – నాలుగో భాగం
135. ఈసప్ నీతి కథలు – అయిదో భాగం
(అయిదు భాగాలూ కలిపి ఒకే పూర్తి సంపుటం); ఆగష్టు 1989; 300 పేజీలు. (పై అయిదు భాగాలు విడివిడిగా మొట్టమొదటి ముద్రణ 1958; ఉమా పబ్లిషర్స్ విజయవాడ).
136. వాత్స్యాయన కామసూత్రాలు (ప్రసిద్ధ ప్రాచీన శాస్త్రీయ గ్రంథానికి యశోధరుని జయమంగళ వ్యాఖ్యానుసారం సరళమైన తెలుగు వచనం – బొమ్మలతో); (పూర్వార్ధం) మొదటి భాగం (మొదటి రెండు అధికరణాలు); డిసెంబర్ 1986; 328 పేజీలు.
137. వాత్స్యాయన కామసూత్రాలు (ఉత్తరార్ధం) రెండోభాగం (మూడో అధికరణం నుంచి చివరిదైన ఏడో అధికరణం దాకా); మే 1987; 312 పేజీలు.
(రెండు భాగాలుగా ఈ గ్రంథం తొలి ప్రచురణ: డీలక్స్ పబ్లికేషన్స్, విజయవాడ); ఫిబ్రవరి 1993 నుంచి ఒకే పూర్తి సంపుటంగా 390 పేజీలలో నవసాహితీ బుక్‌హౌస్ ప్రచురణగా లభిస్తోంది. ఇప్పటికి డజనుకు పైగా ముద్రణలు పొంది బహుళ జనాదరణకు పాత్రమైంది).

ఇతర ప్రచురణలు:

138. ఆకలి (నవల); (పెట్టుబడిదారీ పాలకవర్గాన్ని కంపింపజేసిన రచన. మూలం: నార్వే జాతీయుడూ, నోబెల్ బహుమతి గ్రహీత నట్ హామ్సున్ ప్రపంచ ప్రఖ్యాత రచన 'హంగర్'); 'నగారా' ప్రచురణాలయం, గుంటూరు; అక్టోబర్ 1954; 264 పేజీలు.
139. రష్యా – చైనా (మూలం: హెన్రీ వీ రచన 'సోవియట్ రష్యా అండ్ చైనా'); సెప్టెంబర్ 1958; 203 పేజీలు.
140. లోకమాన్య బాలగంగాధర తిలక్ జీవితచరిత్ర; అమరావతి ప్రెస్ అండ్ పబ్లికేషన్స్ (ప్రై) లిమిటెడ్, హైదరాబాద్; ఏప్రిల్ 1960.
141. 'మగువ – తెగువ' (నైతికంగా పతనమై, విప్లవకారిణిగా మారిన మగువ తెగువ ఎలాంటిదో తెలుపుతూ సాగే ఈ నవల విభిన్న మనస్తత్వాలు గల ముగ్గురి మధ్య విచిత్రమైన అంతర్నాటకం. మూలం: లూయీ చార్లెస్ రాయర్ రచన); అన్నపూర్ణ పబ్లిషర్స్, విజయవాడ–2; ఫిబ్రవరి 1962; 246 పేజీలు.
142. భారత తొలి ప్రధాని (పండిట్ జవహర్‌లాల్ జీవితచరిత్ర; మూలం: గావిన్ సి. మార్టిన్ రచన); జయభారత్ బుక్ డిపో, హైదరాబాద్; ఫిబ్రవరి 1965; 224 పేజీలు.

143. మృత్యుముఖంలో తుది రోజు (కొద్ది క్షణాలలో ఉరికంబం ఎక్కబోతున్న వ్యక్తి మనఃస్థితికి నిలువుటద్దం పట్టే నవల. మూలం: సుప్రసిద్ధ ఫ్రెంచి రచయిత విక్టర్ హ్యూగో రచన 'ది కండెమ్డ్'); జగ్‌జీవన్ పబ్లికేషన్స్, విజయవాడ; ఏప్రిల్ 1967; 140 పేజీలు.
144. భారతీయుల దృష్టిలో కెనడీ ('కెనడీ త్రూ ఇండియన్ ఐస్' - వ్యాసాలు); అమెరికన్ సమాచార శాఖ సహకారంతో; సర్వోదయ పబ్లిషర్స్, విజయవాడ; 1967; 282 పేజీలు.
145. రాజాజీ మెచ్చిన భాగవతం (రాజగోపాలాచారి గారి మెప్పు పొందిన సరళమైన భాగవత రచన); వ్యాస ప్రచురణాలయం, హైదరాబాద్; 1974; 424 పేజీలు.
146. నవయుగ వైతాళికులకు సందేశం (నూతన ప్రపంచ వ్యవస్థ సృష్టికి ఆధ్యాత్మిక శక్తుల సంకల్పాన్ని తెలిపే రచన. మూల రచయిత: రామ్‌నందన్); పబ్లిషర్స్: జి.సుదర్శనమ్, హైదరాబాద్-4; 30 పేజీలు.
147. దేవతల నిజ చరిత్ర (1982లో జరిగిన అంతర్జాతీయ వ్యాస రచన పోటీకి ప్రపంచం నలుమూలల నుంచి వచ్చిన ప్రశస్తమైన పది వ్యాసాలలో ఒకటిగా ఎంపికైన ఆంగ్ల రచనకు తేటతెనుగుసేత. మూలం: కె.రాధాకృష్ణ రాసిన 'ట్రూ హిస్టరీ ఆఫ్ గాడ్స్ అండ్ గాడెసెస్ ఆఫ్ ఏనిషియంట్ భారత్'); శివనందిని పబ్లికేషన్స్, తిరువూరు; 1991; 112 పేజీలు.
148. శివధనువు (కవితా సంపుటి; 'నగరంలో రాత్రి', 'ఆకలి పాటలు'తో సహా); రెంటాల స్మరణోత్సవ సంఘం, సాహితీ స్రవంతి, విజయవాడ; మార్చి 1997; 197 పేజీలు.
149. మాయమబ్బులు (నాటకం; సాహిత్య మాసపత్రిక 'నవభారతి' 1958 జూన్ సంచికలో ప్రచురితం).
150. కర్ణభారం (నాలుగు దృశ్యాల పౌరాణిక నాటకం)
151. మగువ మాంచాల (చారిత్రక శ్రవ్య నాటిక. 1975 - 80 మధ్య కాలంలో విజయవాడ 'ఆకాశవాణి' కేంద్రం నుంచి పలుమార్లు ప్రసారమై, విశేష ఆదరణ చూరగొంది).
152. రుద్రమదేవి (చారిత్రక శ్రవ్య నాటకం. శ్రీ నోరి నరసింహశాస్త్రి నవలకు నాటకీకరణ. 1993 సెప్టెంబర్ 7న రాష్ట్రవ్యాప్తంగా 'ఆకాశవాణి'లో ప్రసారమైంది).

(పై నాలుగు రచనలూ 'ఇన్‌స్పెక్టర్ జనరల్'తో కలిపి ఒకే పుస్తకంగా 'రెంటాల నాటక సాహిత్యం' మొదటి సంపుటం పేరిట ప్రచురితమైంది; రెంటాల స్మరణోత్సవ సంఘం, సాహితీ స్రవంతి, విజయవాడ; 5 సెప్టెంబర్ 1997; 248 పేజీలు).

పుస్తక రూపం పొందాల్సిన రెంటాల రచనలు:

153. రెంటాల 'బాలల గేయాలు'
154. బాలల రామాయణం
155. బాలల భారతం
156. బాలల భాగవతం
157. బాలల పంచతంత్రం
158. గుజ్జుపుతల రాకుమారుడు (బాలల నవలిక)
159. తీరని కోరిక (కథానిక); రచనా కాలం: 1951 ప్రాంతం
160. ప్రతీకారం (కథ; మూలం: ప్రపంచ ప్రసిద్ధ రచయిత చెకోవ్; సాహిత్య మాసపత్రిక 'నవభారతి' 1958 సెప్టెంబర్ సంచికలో ప్రచురితం).
161. తప్పుడు లెక్క (సాహిత్య మాసపత్రిక 'నవభారతి' 1960 ఫిబ్రవరి సంచికలో ప్రచురితం).
162. వెట్టి చాకిరీ (కథ)
163. బొమ్మలు చెప్పిన కథలు (కవి కొఱవి గోపరాజు విరచిత 'సింహాసన ద్వాత్రింశిక'. విక్రమార్కుడి సింహాసనం పైన ఉన్న 32 సాలభంజికలు భోజరాజుకు చెప్పిన కమ్మని కథలకు కమనీయ రూపం; 'బాలజ్యోతి' మాసపత్రికలో దాదాపు నాలుగేళ్ళపాటు ధారావాహికగా ప్రచురితమై విశేష ఆదరణ పొందిన రచన).
164. కాశ్మీర గాథలు (కల్హణుని 'రాజతరంగిణి'లోని కథలు; 'ఆంధ్రజ్యోతి' వారపత్రికలో ప్రచురితం).
165. ఫిల్మ్ టెక్నిక్ (చలనచిత్ర నిర్మాణ ప్రక్రియలోని మెలకువలు తెలిపే రచన. 'ఆంధ్రపభ' దినపత్రికలో సీరియల్‌గా ప్రచురితం).
166. పురాణ గాథలు ('ఆంధ్రప్రభ' డైలీలో ధారావాహికంగా ప్రచురితమైన ఆసక్తికరమైన పౌరాణిక కథలు)
167. ప్రముఖ తత్త్వవేత్త జిడ్డు కృష్ణమూర్తి బోధనలు ('స్వాతి' సపరివార పత్రికలో వారం వారం ప్రచురితమైన వ్యాసాలు).
168. బేతాళ పంచవింశతి (పట్టువదలని విక్రమార్క చక్రవర్తికి, శవాన్ని ఆవహించిన బేతాళుడు చెప్పిన పాతిక కథలు – 'అసలు బేతాళ కథలు' పసందైన తెలుగులో! 'బాలజ్యోతి' మాసపత్రికలో రెండేళ్ళపాటు మాసం మాసం పిల్లల్నీ పెద్దల్నీ అలరించిన రచన).
169. బుద్ధుడి జాతక కథలు (బోధిసత్త్వుడి ఆసక్తికర జీవిత గాథలు; 'బాలజ్యోతి' మాసపత్రికలో నెలనెలా ప్రచురితం).
170. బృహత్కథ (విశ్వకథా సాహిత్యానికి శ్రీకారం చుడుతూ పైశాచీ భాషలో గుణాఢ్యుడు

చేసిన రచన, సోమదేవుడి 'కథాసరిత్సాగరా'నికి మాతృక; 'బాలజ్యోతి' మాస పత్రికలో ప్రచురితం).

171. చిలుక చెప్పిన చిత్రమైన కథలు (పాలవేకరి కదరీపతి విరచిత సరస శృంగార కథలు – 'శుకసప్తతి' తేట తెలుగులో).

172. రాధామాధవ ప్రణయకేళీ విలాసం జయదేవుని గీతగోవిందం (మహాకవి జయదేవ విరచిత అష్టపదుల ప్రణయకావ్యం గీత గోవిందానికి సంస్కృత మూలంతో సహా సరళమైన తెలుగు అనువాదం; 'స్వాతి' మాసపత్రికలో రెండేళ్ళకు పైగా ప్రచురితమై పాఠకాదరణ పొందిన రచన).

173. అతివకు హంసనీతి (పరపురుషుని పొందు కోరి బయలుదేరిన పడతికి హంస చెప్పిన పసందైన కథలు. అయ్యలరాజు నారాయణామాత్యుడు రచించిన శృంగార ప్రబంధం 'హంస వింశతి'. 'స్వాతి' మాసపత్రికలో నెలనెలా ప్రచురితం).

174. మృదుమధుర భక్తి ధారాధురీణమ్ 'శ్రీకృష్ణ కర్ణామృతమ్' (యోగీంద్రుడు లీలాశుకుడు రాసిన సంస్కృత మూలం, వెలగపూడి వెంగనామాత్యుడి తెలుగు పద్యానువాదంతో సహా సాగిన తేట తెనుగు సేత; 'స్వాతి' మాసపత్రికలో ధారావాహికంగా ప్రచురితం).

175. విద్వజ్జన విభూషితమ్ భర్తృహరి సుభాషితమ్ (భర్తృహరి విరచిత 'సుభాషిత త్రిశతి' సంస్కృత మూలం, ఏనుగు లక్ష్మణ కవి తెలుగు పద్యానువాదంతో సహా సాగిన వచన రచన; 'స్వాతి' మాసపత్రికలో ధారావాహిక ప్రచురణ).

176. శ్రీమద్భగవద్గీత (వేద వ్యాసమహర్షి ప్రోక్తమైన మహాభారతంలోని మూల శ్లోకాలతో సహా, సరళమైన తెలుగు సేత).

177. రెంటాల సంపాదకీయాలు

178. కల్యాణమల్లుని కామశాస్త్ర గ్రంథం 'అనంగరంగం' ('ఆంధ్రప్రభ' సచిత్ర వారపత్రికలో 1999 డిసెంబర్ నుంచి కొన్ని వారాల పాటు ప్రచురితమైంది).

179. అంతా పెద్దలే! (సాంఘిక, రాజకీయ వ్యంగ్య నాటకం. ఆంధ్ర ప్రజానాట్య మండలి సారథ్యంలో కొన్ని వందల ప్రదర్శనలిచ్చి, రాష్ట్ర, రాష్ట్రేతర ప్రాంతాల్లో ప్రేక్షక జనాళిని ఓ ఊపు ఊపిన రచన).

180. దగ్ధశాంతి (నాటిక. 'అభ్యుదయ' పత్రికలో ప్రచురితం. 2000 సెప్టెంబర్ 6న 'యుద్ధోన్మాదులు' పేరిట 'ఆకాశవాణి' విజయవాడ కేంద్రం నుంచి ప్రసారితం).

Made in the USA
Monee, IL
23 August 2025

23951489R00177